- புத்தகம் 1 -
தர்மயோதா

கல்கி

விஷ்ணுவின் அவதாரம்

T0118988

கெவின் மிஸ்ஸல்

தமிழில்:
மீரா ரவிசங்கர்

FiNGERPRINT!

Reprint 2023
Published by FiNGERPRINT! TAMIL
An imprint of Prakash Books India Pvt. Ltd.

113/A, Darya Ganj, New Delhi-110 002,
Tel: (011) 2324 7062 – 65, Fax: (011) 2324 6975
Email: info@prakashbooks.com/sales@prakashbooks.com

Tamil translation done in association with Mystciswrite Private Limited

facebook www.facebook.com/fingerprintpublishing
twitter www.twitter.com/FingerprintP
www.fingerprintpublishing.com

ISBN: 978 93 8993 186 0

Processed & printed in India by HT Media Ltd, Greater Noida

எனக்கு உத்வேகம் அளித்த அனைத்து எழுத்தாளர்களுக்கும்...

இளவர்த்தி
சிவன் கோவில்
மகேந்திரகிரி
சூர்யகர்
தண்டகா காடுகள்
உதையாக்குள்
சதயகோஷ் ஆறு
சாமுண்டி ஆறு
தல்தலாஸ்
இந்தரகர்
விஷ்ணு கோவில்
கீகட்பூர்
ஜஸ்ரால்
வருண்கர
புஷ்யந்தி
ரவிகேஷ் ஆறு
கீச்சியவன்
பாதாள்டுபைரவி ஆறு
சிவன் கோவில்
நாகபுரி
அலக்
சேஷ்வன்
சேஷ்ணாத் ஆறு
அலக்பூர்
சேஷா கோவில்
மேருகண்டக் ஆறு
வசந்திகா
தசஹினிகுள்
அலேவாஸ்
வனஸ் ஆறு
பண்மதி
சுபர்ன
புல்னேஷ்
சுபர்ணபூமி
லங்கா
ஈனம்
இளவர்த்தி வரைபடம்
காடுகள்

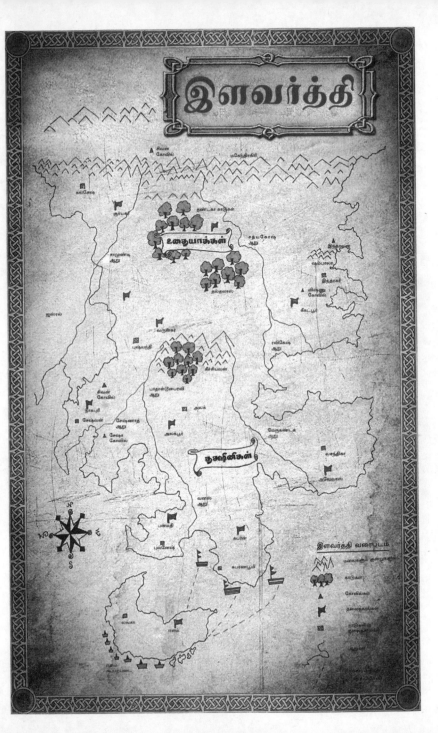

வாசகருக்கு ஒரு குறிப்பு

நீங்கள் புத்தகத்தைப் படிப்பதற்கு முன்னால், முதலில் இந்தக் குறிப்பைப் படிக்கும்படி கேட்டுக்கொள்கிறேன். ஐந்து நிமிடத்துக்கும் குறைவான நேரம்தான் ஆகும். அப்பொழுதுதான் எந்த மனப் போக்கோடு இந்த புத்தகம் எழுதப்பட்டது என்று புரியும்.

இது கல்கி புராணத்தின் வரலாற்று வடிவமைப்போ, அல்லது நவீன முறையில் திரும்பச் சொல்லப்படும் கதையோ கிடையாது. இது அப்பட்டமான கற்பனைக் கதை. கல்கியின் வாழ்க்கை, கலியுகம் என்ற கருத்து, மகாபாரத மற்றும் ராமாயண குறிப்புகளிலிருந்து பெற்ற உந்துதலில் எழுந்த கதை. இது ஒரு புனைவு தான்.

நான் படித்த கதைகளுக்கும் மற்றும் பார்த்த படங்களுக்கும் செய்யும் அர்ப்பணம் தான் இது. *ஸ்டார் வார்ஸ், லார்ட் ஆப் த ரிங்க்ஸ்,* மேலும் *கேம் ஆப் த்ரோன்ஸ்* போன்றவை எனக்கு ஊக்கமளித்து கற்றுக் கொடுத்த விஷயம் இதுதான் - புத்தகம் காவியமாக இருப்பதைக் காட்டிலும் கதை மாந்தர்கள் காவியத்துவம் பெற்றவர்களாக இருப்பது அவசியம் என்பது தான்.

நன்றி. இனி பக்கத்தைப் புரட்டிப் படிக்கலாம்.

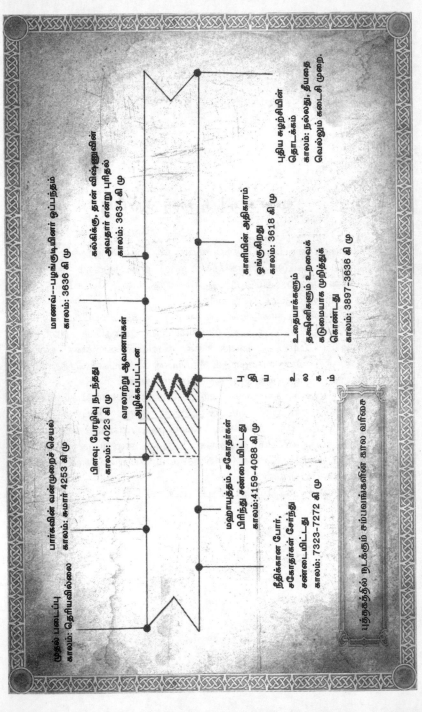

முதல் படைப்பு
காலம்: தெரியவில்லை
பார்கவின் வன்முறைச் செயல்
காலம்: சுமார் 4253 கி மு
பிளவு: பேரழிவு நடந்தது
காலம்: 4023 கி மு
வரலாற்று ஆவணங்கள்
அழிக்கப்பட்டன
மாணவ்--பழங்குடியினர் ஒப்பந்தம்
காலம்: 3636 கி மு
கல்கிக்கு, தான் விஷ்ணுவின்
அவதார் என்று புரிதல்
காலம்: 3634 கி மு
நீதிக்கான போர்,
சகோதர்கள் சேர்ந்து
சண்டையிட்டது
காலம்: 7323-7272 கி மு
மஹாயுத்தம், சகோதர்கள்
பிரிந்து சண்டையிட்டது
காலம்:4159-4088 கி மு
புதிய உலகம்
உதையாக்களும்
தக்ஷினிகளும் உறவைக்
கடுமையாக முறித்துக்
கொண்டது
காலம்: 3897-3636 கி மு
காளியின் அதிகாரம்
ஓங்குகிறது
காலம்: 3618 கி மு
புதிய சுழற்சியின்
தொடக்கம்
காலம்: நல்லது, தீயதை
வெல்லும் கடைசி முறை.

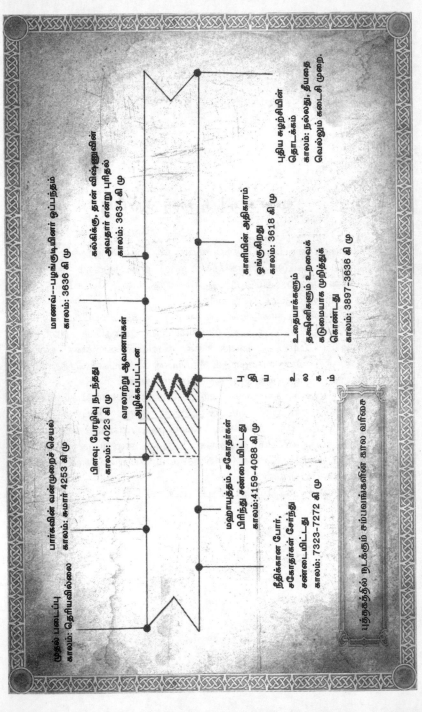

புத்தகத்தில் நடக்கும் சம்பவங்களின் கால வரிசை

முன்னுரை

வடக்கிலிருந்து பலமாக அடிக்கும் குளிர் காற்றை நோக்கியபடி, கல்கி ஹரி அமர்ந்திருந்தான். கால்களைச் சம்மணமிட்டு, விஷ்ணுவின் சிலையைப் பார்த்து பிரார்த்தனை செய்து கொண்டிருந்தான். காற்று கடுமையாக வீசியது; அவனது பரட்டை முடியைக் கலைத்து தழும்புகள் கொண்ட அவன் முகத்தின் மீது கேசத்தை விழ வைத்தது.

கற்சிலையின் அபரிமிதமான அழகை நிமிர்ந்து பார்த்தான், இருபது அடிச் சிலையின் பிரம்மாண்டத்தை எதிர்கொண்டான்; சதைப் பிடிப்பான உடலின் மேல்பகுதியிலிருந்து நான்கு கைகள் நீண்டன. ஒரு கையில் சங்கு, மற்றதில் சக்கரம், ஒன்றில் கதை, நான்காவதில் தாமரை மலரை சிலை ஏந்தியிருந்தது. சிலையின் முகத்தில் சாந்தமும் அமைதியும் நிலவியது; அதன் முகம் தீர்மானிக்கப்பட்டத் தோற்றத்துடன் திகழ்ந்தது.

அதன் முன்னே கல்கி குள்ளனைப் போலத் தோன்றினான், ஆனால் அதைப் பற்றி அவன் கவலைப்படவில்லை. விஷ்ணு என்ற கடவுளின் முன் அவன் எப்பொழுதுமே சிறியவனாகத் தான் விளங்குவான். கண்களை மூடியபடி மந்திரங்களை ஜபித்தான். குளிர் அவனைத் தாக்கவில்லை; அவன் எலும்புத் தண்டுக்குள் புகுந்து ஆட்டம் காண வைக்கவில்லை. மற்றவர்களைத் தாக்கும் குளிரின் பாச்சா பலிக்கவில்லை. குளிரைத் தாங்கும் பொறுமையும், உத்வேகமும் அவனிடம் இருந்தது. விஷ்ணுவின் சக்தி அவனிடம் உறைந்திருந்தது.

''என்னுடன் இரு.''

பிறகு கண்களைத் திறந்தான்.

எழுந்து நின்றான், கால்களில் ஒட்டியிருந்த பனியைத் தட்டிவிட்டான், அவனின் காயமடைந்த தோள் மீது ஒரு கிளி யதார்த்தமாக அமர்ந்தது. பறவையைத் தட்டிக் கொடுத்தான், அதன் கழுத்தை லேசாகச் சுரண்டினான். ரத்ன மாரு வாளை எடுத்தான். அது பனியாற்றில் உறைந்திருந்தது. அதை வெளியே இழுத்து அதில் பொறிக்கப் பட்டிருந்த

எழுத்துக்களை வாசிக்கத் தொடங்கினான். அதில் மர்மமான குறீயீடுகள் பொறிக்கப்பட்டிருந்தன; அதில் ஒரு வசீகரிக்கும் தன்மை இருப்பதாக உணர்ந்தான். வாளைத் திரும்பவும் உறையில் இட்டான். குதிரையில் ஏறினான். அதன் தலையைத் தடவிக் கொடுத்தபடியே கடிவாளத்தைக் கெட்டியாகப் பிடித்தான். அதன் தொடைகளை மென்மையாக இடித்தான். அவனுக்கு ஏற்கனவே அறிமுகப்பட்ட தேவதத்தாவின் பெயரைத்தான் குதிரைக்குச் சூட்டியிருந்தான்.

குதிரை முன்னங்கால்களை உயரே தூக்கியது; அதன் உயரம் உதிக்கும் சூரியனையே ஒரு நிமிடம் மறைத்தது.

அவன் தயார்.

அச்சப்படுங்கள், அவன் வருகிறான்.

பாகம் ஒன்று

ஷம்பாலா
போர்

1

பாலைவனத்தில் வெய்யில் தகித்தது. தன்னை நெருங்கும் படையை காளி பார்த்தான்.

படை பெரிதாகத் திரண்டது, வட்டமாக லோகஸ்ட்ஸ் எனப்படும் வெட்டுக்கிளிகளின் படையை போலத் தெரிந்தது. சீரான அணிவகுப்பு போல, ஒவ்வொரு அடியையும் அளந்து வைத்தார்கள். மேம்பட்ட யுத்த தந்திரத்தைக் கடைப் பிடித்தார்கள். அவன் தன்னுடைய உளவுக் கண்ணாடி [ஸ்பை கிளாஸ்] மூலம் பார்த்தபோது குறிப்பிட்ட காட்சி தான் புலப்பட்டது. படைவீரர்கள் ஈட்டியும் கேடயமும் ஏந்தியபடி வெளி வட்டத்தைப் பாதுகாத்தார்கள். தலையைக் காக்கக் கவசத் தலையணியும், உடலைக் காக்க உலோகத்தாலான கவசமும் அணிந்திருந்தார்கள்.

இதை நான் எப்படிச் செய்வேன்?

தன் எதிரிப் படையைத் தோற்கடிக்கும் விதத்தில், ஆயிரக்கணக்கான திட்டங்கள் அவன் மனதில் ஓடின, ஆனால அவன் தன் உளவுக் கண்ணாடியைக் கீழே இறக்கினான். தன் தளபதி கோகோவிடம் கண்ணாடியைக் கொடுத்தான். பிறகு தன் கூடாரத்திற்குச் சென்றான். இந்தப் போரில் அவனுக்கு உதவுவதற்காக பன்னிரண்டு காளைகளை வடக்கிலிருந்து கூட்டிக் கொண்டு வந்திருந்தான்; ஆனால் அவற்றை எப்படிப் பயன்படுத்துவது என்ற யோசனையில் இருந்தான்.

மகோகனி மரத்தால் ஆன மேசை, கூடாரத்தின் நடுவில் இருந்தது, அதன் மீது வரைபடங்கள், மற்றும் உபகரணங்கள் கொட்டிக் கிடந்தன. தலைக்கு மேல் விளக்கு பிரகாசமாக மின்னியது. அவனுக்குத் தேவைப்பட்ட ஒளி வெள்ளத்தை வழங்கியது. அவன் மண்டியிட்டு ஒரு வரைபடத்தை உன்னிப்பாகப் பார்த்தபடி இருந்தான். அப்பொழுது அவன் தளபதியின் குரல் ஒலித்தது.

''அவர்கள் இங்கு இருக்கிறார்கள், வேந்தே.''

''அட கருமமே,'' என்று காளி மனதுக்குள் சபித்துக் கொண்டான்.

''விகோகோ திரும்பியாச்சா?''

''இன்னும் இல்லை,'' என்றான் கோகோ பொறுமையாக.

கோகோவின் சகோதரியைப் பயங்கரம் நிறைந்த யுத்த களத்திற்கு, எதிரியின் திட்டங்களையும், பாணிகளையும் பற்றி அறிந்து வருவதற்காக அனுப்பிய பிறகும் அதைப் பற்றிய கவலையை, கோகோ கொஞ்சமும் முகத்தில் காட்டவில்லை என்பது காளிக்கு ஆச்சரியத்தை வரவழைக்கவில்லை. அவர்கள் ரத்தத்தினால் காளிக்கு சபதம் செய்து கொடுத்திருந்தனர். அவன் என்ன ஆணையிட்டாலும் அதை சிரமேற்கொண்டு நடத்துவர்; அவர்களின் உயிருக்கே ஆபத்து ஏற்பட்டாலும் கட்டளையை நிறைவேற்ற அஞ்சமாட்டார்கள்.

கூடாரத்தின் திரை விலகியது, வாசுகி வருவதைப் பார்த்தான்-நீலக் கண்கள் கொண்ட பழங்குடியின் இளவரசன்-அவனுடன் குவேரா, குண்டானவன்; கழுத்தைச் சுற்றி அடர்ந்த முடியைக் கொண்ட கீரிப்பிள்ளையைச் சுற்றியிருந்தான். மற்றும் ரக்டபா, அச்சுறுத்தும் உடல்கட்டும், சீரற்ற பல்வரிசையும் கொண்டவன்.

''நீங்கள் அனைவரும் சேர்ந்து என் அற்பக் குடிலுக்கு வந்திருக்கிறீர்களே? உங்களுக்கு கூட்டான நாகரீக வரலாறு கூடக் கிடையாதே?''

ரக்டபா ஆரம்பித்தான், ''சும்மா வெறுப்பேத்தாதே, காளி. இந்திரகர்ரின் ஆட்சியைப் பிடிக்கலாம் என்று உறுதி அளித்தாய். கண்ணுக்கெட்டியவரை அது நடப்பதாகத் தெரியவில்லை.''

குவேரா, பழக்கூடைகளுக்கு அருகே இருந்த மது கோப்பைகளை நெருங்கி தனக்கு ஒரு கோப்பையில் சரக்கை ஊற்றிக் கொண்டான். ''நம் தோழமையை நாடியவர் நமக்கு ஏமாற்றம் வருவதை விரும்பமாட்டார். இதுவரை அவர் தான் ஏற்றவற்றை நிறைவேற்றியுள்ளார். ஆனால் நாம் இதில் தோற்றுவிட்டால் நம்மை நாமே, 'ம்ம்ம்ம்ம்... நானும் என் மக்களும் உனக்கு உதவி செய்ய ஏன் ஒப்புக்கொண்டோம்?' என்ற கேள்வி கேட்கும் நிலைமை உருவாகும்.''

காளி இளித்தான். ''நான் தோற்பதில்லை.''

தன் கண்களின் நிறத்திற்குப் பொருத்தமாக நீல அங்கியை அணிந்திருந்தான் வாசுகி. ''வேதாந்தாவின் படை நம் முகாமை அடைந்துவிட்டது. உன் ஆட்கள் குதிரைகள் மீது கூட ஏறவில்லை. என் ஆட்களிடம் சட்டென்று புறப்படும்படி கூறியிருக்கிறேன்.''

''எனக்கு விடை கொடுக்கத்தான் இங்கு வந்திருக்கிறீர்களா? சீக்கிரம் புறப்பட்டுவிட்டால் முக்கியமான காட்சியைப் பார்க்க முடியாமல் போய்விடும்.''

''நான் கிண்டலடிக்கவில்லை, தம்பி. அவர்கள் வருகிறார்கள். நாம் அனைவரும் செத்துடுவிவோம்.''

''அவர்கள் நம்மை அடைய இன்னும் ஒருமணி நேர அவகாசம் இருக்கு,'' என்று காளி அவனை ஆசுவாசப்படுத்தினான்.

"ஒரு மணி நேரம் பத்தாது. வேதாந்தாவை எதிர்க்க நம்மிடம் படை வலு இல்லை."

காளி ஆம் என்று தலையசைத்தான், "ஆமாம், ஆனால்..."

அப்பொழுதுதான் விகோகோ உள்ளே நுழைந்தாள். அவளுடைய தங்க நிற முடி ஒளிவட்டமாக அவள் பின்னால் தகதகத்தது. அவள் பாரமான உடல் கவசத்தை அணிந்திருந்தாள். காளியின் காதில் ஏதோ கிசுகிசுத்தாள்.

"சக்ரவ்யூஹமா?"

விகோகோ ஆம் என்று தலையாட்டினாள்.

ரக்டபா உறுமினான். "எங்களிடம் சொல்லப்பா! என்ன நடந்தது?"

காளி தன்னைச் சுற்றியிருந்த பழங்குடியினரை உற்று கவனித்தான். எல்லோரும் பிரசித்தி பெற்றவர்கள், ஒருவரையொருவர் அடியோடு வெறுத்தார்கள்; காளி தான் அவர்களை ஒன்று திரட்டியிருக்கிறான்.

அவன் மண்டியிட்டு வரைபடத்தின் மீது இறகால் ஒரு படத்தை வரைந்தான். "என் தளபதி விகோகோ கொண்டு வந்த தகவலின் படி, வேதாந்தாவின் படை சக்ரவ்யூஹம் அமைப்பில் இருக்கிறது."

"சக்ரவ்யூஹமா?" வாசுகி கண்களைச் சுருக்கியபடி கேட்டான்.

"நெருங்கிய, ஒன்றுக்குள்-ஒன்று இருக்கும் வட்ட அமைப்பு," என்று காளி தொடர்ந்தான். "இது ஓர் போர் யுக்தி. சக்ரவ்யூஹத்தை அமைத்து எதிரியைக் குழப்பி, பிறகு தாக்குவது."

"இது எவ்வளவு பயனுள்ளது?" என்றான் குவேரா.

"நாம் தோற்க வாய்ப்பிருக்கிறது."

"அட கடவுளே," என்று வாசுகி முனகினான். "எப்படி சாத்தியம்?"

"ஒரு சக்ரவ்யூஹத்திற்கு," என்றபடி பல கோடுகளை தான் முதலில் வரைந்திருந்த அந்தப் பெரிய வட்டத்திற்குள் வரைந்தான், "பல அடுக்குகள் உள்ளன. முதல் அடுக்கு கண்ணுக்குப் புலப்படுவது. படை வீரர்கள் கைகளில் கேடயங்களும், ஈட்டிகளும் பிடித்தபடி நிற்பார்கள். அவர்கள் காலாட்படை வீரர்கள். இவர்கள்தான் போரில் பலியாடுகளாகத் தியாகம் செய்யப்படுவார்கள். அவர்களைப்பற்றி யாருக்கும் அக்கறை இல்லை. அடுத்த அடுக்கு குதிரைப்படை. கையில் வாள் ஏந்திய வீரர்கள். மூன்றாவது அடுக்கு வில் வீரர்கள், நான்காவது அடுக்கு..." மசி தோய்த்த இறகால் கடைசியாக வரைபடத்தில் சுழித்தான், "இங்கேதான் வேதாந்தா சேனாதிபதியுடன் இருக்கிறான்."

"அப்படியானால் அவனை நெருங்குவதற்காக, நாம் சிறப்பு பயிற்சி பெற்ற, கொடூரமான ரத்த தாகம் கொண்ட மூன்று அடுக்கு வீரர்களை உடைக்கவேண்டுமா?" கடைசி வார்த்தையை சொல்வதற்குள் குரல் நடுங்கியது.

"ஆமாம். அவர்கள் வட்டத்துக்குள் இருக்கிறார்கள். நாம் வட்டத்தின் ஓரிடத்தில் தாக்கினால் அவர்கள் நகர்ந்து கொண்டே இருப்பார்கள்..."

13

அவசரமாக அந்தப் பக்கத்தில் கிறுக்கினான். ''வட்டம் நகர்ந்து கொண்டே இருக்கும். அதனால் அடி படாமல் இருக்கும். புது படை வீரர்களுடன் போரிட நேரும். அவர்கள் நம்மைத் தாக்குவார்கள்.''

''இது நரகத்தின் வட்டம்,'' என்று குவேரா கண்களை உருட்டினான்.

''உன் தளபதி பெண்ணாக இருந்துகொண்டு எப்படி இந்த விஷயத்தைக் கண்டுபிடித்தாள்?'' ரக்டபா கேட்டான்.

விகோகோ அடிக்குரலில் கர்ஜித்தாள், காளி சிரித்தான்.

''அவளுக்குக் கூர்மையான கண் பார்வை. யுத்தத்தில் யுக்தியை அறிந்து கொள்ள ஆழமான பார்வை வேண்டும்.''

''இதை முறியடிக்க ஏதேனும் வழி இருக்கிறதா, அல்லது நாம் வந்த வழியே திரும்பவேண்டுமா?'' என்று வாசுகி பட்டென்று கேட்டான்.

''ஓடிச் சென்றால் போரில் நம்மைக் கோழைகள் என்று அழைப்பார்கள்,'' என்றபடி நடந்த காளி அவன் மூக்கு உராயும் தூரத்தில் நின்றான்.

''போரில் அல்பமாக உயிர் தியாகம் செய்வதற்கு பதில் நான் கோழையாகவே இருந்துவிட்டு போகிறேன்,'' என்றான் வாசுகி. அவன் குதப்பும் வெற்றிலையின் வாசம் காளியின் நாசிகளைத் தாக்கியது.

குவேரா பெருமூச்சு விட்டான்.

''என் தரப்பிலிருந்து உனக்கு எவ்வளவு போர்வீரர்கள் தேவை?'' என்று ரக்டபா முன்னால் வந்தான்.

காளி சிரித்தான், ''வீரர்களா? யார் சொன்னார்கள் எனக்கு வீரர்கள் வேண்டும் என்று?''

2

அரசன் வேதாந்தா தன் ரதத்தில் அமர்ந்திருந்தான். கைகளில் நீண்ட வாட்களுடன் இரண்டு படை வீரர்கள் இரு பக்கமும் காவல் காத்தனர். அவனைப் பாதுகாக்க அவர்கள் தேவையில்லைதான்; ஆனாலும் நம்மாட்கள் பாதுகாப்புக்கு நிற்பதே ஒரு சுகம்தானே.

வேதாந்தாவால் பழமைவாய்ந்த எழுத்துக்களின் திட்டங்கள் எப்படிச் செயல்படுகின்றன என்பதைப் புரிந்து கொள்ள முடிந்தது. மிகவும் பிரபலம் வாய்ந்த அறிவு ஜீவிகள் பயன்படுத்திய திட்டத்தை அவன் இப்போது பயன்படுத்துகிறான் போர் முடிந்து நாட்டிற்குச் சென்ற பின்னர் தன் பயமின்மையையும், நீதிக்காக தான் போராடியதைப் பற்றியும் நீண்ட பக்கங்களில் பதிவு செய்ய வேண்டும் என்று முடிவு செய்தான்.

''அந்தக் காளி இருக்கானே, ஜாதி பேர் தெரியாமல் பகிஷ்கரிக்கப்பட்ட தன் கூட்டாளிகளுடன் இளவர்தி நாட்டைச் சூறையாடிக் கொண்டிருக்கிறான்! இந்திராவின் மகனை அழித்துவிட முடியும் என்று நினைக்கிறான்,'' என்று வீரர்களிடம் பெருமை பேசினான்.

''இந்திரக் கடவுளின் மகனா?'' ஒரு வீரன் பவ்யமாகக் கேட்டான். ''வேந்தே, நாம் ஒரு கடவுளின் மகனுக்கா பாதுகாப்பு அளிக்கிறோம்?''

''ஆம்!'' என்று முகம் சுளித்தான்.

''எங்கே இருக்கிறார் அவர்?''

''உன் கண் எதிரேயே நிற்கிறார்!''

''நீங்கள் கடவுளின் மகனா?'' அதே வீரன் உளறினான்.

''அப்படி நேராகப் பொருள் கொள்ள முடியாது! அவர் என் ஆன்மீகத் தந்தை, அவரை நான் பூஜை செய்கின்றேன்.''

''ஓ அப்படியா?'' என்று வீரன் சற்று ஏமாற்றமானான்.

''வாயை மூடு. போரைப் பற்றிக் கவலை கொள்,'' என்று முணுமுணுத்தான். ''உன்னைப் போல படிக்காதவர்களிடம் பேசுவதில்

பயனில்லை.''

வீரன் அமைதியானான்.

தன் ரதம் ஆட்டம் கண்டு முடிவில் நிற்கும் வரை வேதாந்தா எதையும் கவனிக்கவில்லை. என்ன பிரச்சனை என்று தெரிந்துகொள்வதற்காக ரத ஓட்டியைத் திட்டியபடியே தலையை வெளியே நீட்டினான்.

''என்ன நடந்தது?''

''படை நின்றுவிட்டது அரசே.''

''நின்றுவிட்டதா?'' வேதாந்தா ரதத்தை விட்டு வெளியே குதித்தான். அவனுடைய வீரர்கள் அவனை அவசரமாகப் பின் தொடர்ந்தனர்.

அவன் தன்னுடைய சேனாதிபதியருகே சென்றான். அவனால் அடுக்குகள் வழியாகச் சரியாகப் பார்க்க முடியவில்லை. ''என்ன நடக்கிறது? ஏன் எல்லாம் நின்று போனது?'' என்று கேட்டான்.

சேனாதிபதி தன் குதிரையிலிருந்து கீழே குதித்து உளவுக் கண்ணாடியை அவனிடம் நீட்டினான். அவனுக்கு வேதாந்தாவிடம் பேசுவதற்குள் தொண்டைக் குழி அடைத்தது. வேதாந்தா பார்ப்பதற்கு முன், அதை விழுங்கிவிட்டுப் பேசினான். ''காளி விதிகளின்படி சரியாக விளையாடவில்லை. தன் படையை விலகும்படி அறிவித்தான்.'' வேதாந்தாவால் மேற்கொண்டு என்ன வரவிருந்தது என்பதைக் காண முடிந்தது.

உளவுக் கண்ணாடியைச் சரி செய்தபடியே வேதாந்தா முன்னால் நகர்ந்தான். ''நியாயமா? நியாயமா? அதெல்லாம் கெட்டு விட்டது அந்த மிலேச்சனிடம்! அவன் சரியில்லை. அவன் நியாயப்படி செயல்படுவான் என்று எப்படி எதிர்பார்க்கிறாய்? நம் படையின் எண்ணிக்கை பெரியது. அவன் ஆட்கள்...'' என்று பேசியபடியே உளவுக் கண்ணாடி வழியாகப் பார்த்தான். அவன் கண் எதிரே பூதாகாரமாக அழிவு விரிந்து கிடந்தது. ''இந்திரக் கடவுளின் பெயரால் கேட்கிறேன், ஏழு சொர்க்கத்திலும் பார்க்க முடியாத இந்த விஷயம் என்ன?'' அவன் பாதங்கள் அசையாமல் அந்த புழுதி மைதானத்தில் உறைந்துவிட்டன.

''அவைதான், அரசே, காளைகள்.''

''எனக்கு அது தெரிகிறது.'' உளவுக் கண்ணாடியிலிருந்து கண்ணை விலக்கினான். பிறகு தன் தளபதியைப் பார்த்து, ''ஆனால் அவை ஏன்... அவற்றின் தலையில் ஏன் தீ பிடித்து எரிகிறது?''

16

3

காளைகள் எதிரிகளின் கேடயங்களை முட்டி மோதி விரிசல்கள் விடச் செய்து த்வம்சம் செய்யும் காட்சியைத் தன் குதிரையின் மீது அமர்ந்து முன்னால் சாய்ந்து களிப்புடன் பார்த்துக் கொண்டிருந்தான் காளி. பொதுவாக அனைவரும் பயத்தில் ஓடினர். சிலர் நின்று சண்டையிட்டனர். ஆனால் நின்றவர்களைக் காளைகள் இரண்டாகப் பிளந்து தகர்த்தி வீசி எறிந்தன. படை முழுவதும் தளர்ந்து உயிருக்காக ஓடியது.

காளைகளின் தலைகளில் எண்ணையில் முக்கிய துணிகளைக் கட்டியது நன்றாக வேலை செய்தது. துணிகளில் தீ வைத்ததும் காளைகள் தறிகெட்டு ஓடின.

காளி சீட்டியடித்தான், கோகோவும், விகோகோவும் அவனுக்கு இருபுறமும் நின்றனர். குவேரா அளித்த படை வீரர்கள் அவர்களுக்குப் பின்னால் அணிவகுத்தனர். அனைவரும் எண்ணை வழியும் தலையும் சொத்தைப் பல்லுமாகக் காட்சியளித்தனர்.

''யக்ஷர்களை அழைத்துச் சென்று நடுவில் நிறுத்தி, அடித்தால் வெகு தூரத்திலும் உயரத்திலும் விழும்படி நிற்க வை. முதல் அடுக்கு முறிந்துவிட்டது. நமக்கு அரைகுறையாகத் தெரிந்தாலும் தெளிவாகத் தெரிகிறது அவர்களின் படை,'' என்றான்.

இருவரும் தலை அசைத்து கட்டளையை ஏற்றனர். தெளிவாகத் தெரிந்த தொடர் வானத்தை நோக்கி குதிரைகளில் பயணித்தனர். அழுக்கான, பன்றிகள் போன்ற தோற்றம் கொண்ட யக்ஷர்கள் அவர்களைப் பின்தொடர்ந்தனர். கட்டை குட்டையாகவும், அபரிமிதமாக குண்டாகவும் இருந்தனர். ஆனால் வில் அம்பு போரில் வித்தகர்கள். இப்பொழுது காளிக்கு வில்லாளர்களின் அவசியம் ஏற்பட்டது.

ரக்டபா மற்றும் வாசுகியுடன் கூடாரத்தில் அமர்ந்து அவர்களை குவேரா நோட்டம் விட்டான். அங்கி மண்ணில் புரள காளியை நோக்கி நடந்தான்.

''என் படை வீரர்களுக்குப் போரில் அவ்வளவு ஆற்றல் இல்லை.

அதனால் அவர்கள் ரக்டபாவின் ஆட்கள் என்று தெரியுமா?''

''தெரியும், ஆனால் அவர்களுக்குக் கூர்ந்த கண்பார்வை. எனக்கு இப்போதைக்கு அது தான் தேவை. நேருக்கு நேர் செய்யும் யுத்தத்துக்குத் தான் ராக்ஷஸ்கள் தேவை, ஆனால் உங்களுக்கு உறுதி அளிக்கிறேன், இந்தப் போரில் அதிக உயிர் சேதம் நமக்கு வராது. அதற்கான திட்டத்தைத்தான் இப்போது செயல் படுத்துகிறேன்.''

''என்ன தான் உன் திட்டம்?''

காளி குவேராவைப் பார்த்துக் கண்ணடித்தான்.

''இப்பொழுது அதைப் பற்றிக் கவலைப்படாதே. குதிரைகளுக்கு உடைகளை அணியவை. சரியா?''

''அந்தத் திட்டம் வேலை செய்யுமா என்பதே எனக்குச் சந்தேகமாக இருக்கிறது.''

''என்னை நம்பு.''

யக்ஷர்களுடன் சென்ற அவன் தளபதி வெகு தூரத்தில் தெரிந்தான். தற்சமயத்திற்கு காளைகள் வேதாந்தாவின் வீரர்களின் கவனத்தைத் திசை திருப்பும் வேலையை ஒழுங்காகச் செய்தன. வில்லாளர்களின் குறி கூட சரியாக இல்லை. அனைத்து வில்களிலும் நாண் ஏறி, அம்புகள் விண்ணைக் குறி பார்த்து நின்றபோது கோகோ பின்னால் திரும்பிப் பார்த்தான். காளியைப் பார்த்துத் தலையை லேசாக அசைத்தான்.

காளியும் தலை அசைத்து சைகை செய்தான்.

கோகோ அதே சமயம் பெருங்குரல் எடுத்து அலறினான். அம்புகள் சவரக்கத்திகளின் கூர்மையோடும் வேகத்தோடும் வானை நோக்கிப் பறந்தன. அரை வினாடி வானில் அதிர்ந்துவிட்டு நேராக வேதாந்தாவின் படைக்குள் கூராக இறங்கின.

4

வேதாந்தா, காளைகளின் தாக்குதலிலிருந்து தப்புவதற்காக வேகமாக ஓடி, ரதத்திற்குள் தஞ்சம் புகுந்தான். வேதாந்தாவின் வில்லாளர்கள், காளைகள் சிலவற்றை சடலங்களாக்கியிருந்தனர். ஆனாலும் அந்த விலங்குகள் சடுதியில் ஓடியதால் அவற்றைக் குறி பார்க்க முடியவில்லை. அவற்றின் கடினமான மேல் தோல் வாளுக்கு மசியவில்லை. ஈட்டிகளாலும் பதம் பார்க்க முடியவில்லை.

வன்மை கொண்ட காளைகளின் தாக்குதல் சற்றே அடங்கியது போலத் தெரிந்தாலும், மற்றொரு ஆச்சரியம் காத்திருந்தது. மேலிருந்து அம்பு மழை பொழிந்தது. படிக்காதவன் என்று திட்டு வாங்கிய அதே வீரன் வேதாந்தாவைப் பாதுகாப்பாக ரதத்திற்குள் பிடித்துப் இழுத்தான். உள் வட்டத்திலிருந்த நிறைய வீரர்கள் பலியானார்கள். சேனாதிபதியின் உடல் இந்த தாக்குதலினால் பிளவுண்டு கிடந்தது.

அவன் கட்டளைகளைப் பிறப்பித்தாலும் கேட்கும் நிலையில் யாரும் இல்லை. அம்பு மழை நிற்பதாக இல்லை. அதனால் தன் கண்களை மூடி ரதத்தில் ஒளிந்து கொண்டு தன் உயிருக்காகப் பிரார்த்தனை செய்தான். அவனைச் சுற்றி அவன் வீரர்கள் அவன் பெயரை ஓலமிட்டபடியே உயிரை விட்டனர். உடல்கள் தடால் என்று மண்ணில் வீழ்ந்தன, ரத்தம் சுற்றிலும் தெறித்தது. தீ, புகை, மற்றும் எரியும் கந்தகத்தின் வாசம் அவனை விழுங்கியது. தன்னைச் சுற்றி இருந்த கொடுமையின் அவலத்தைக் காணும்போது, சிறு வயதில் மர பொம்மைகளுடன் கற்பனையாக விளையாடும்போது, தானே கடவுள் என்று எண்ணி அனைத்தையும் சிதைத்த நாட்கள்தான் நினைவுக்கு வந்தன. இன்று அது போன்ற கொடுமைகளைக் கண்டால் அவனுக்குக் குமட்டியது. பிறகு அம்புகள் மறைந்து விட்டன. அமைதி நிலவியது. சில வினாடிகளுக்கு முன்பு இருந்த காதைப் பிளக்கும் அழிவின் ஓசை நின்றது.

வேதாந்தா ரதத்திலிருந்து நகர்ந்து மெதுவாக வெளியே வந்தான். தன்னைச் சுற்றிலும் சிந்தியிருந்த ரத்தத்தைப் பார்த்தான், பிணங்கள்

ஒன்றின்மேல் ஒன்று குவிக்கப்பட்டிருந்தன.

எந்த மாதிரியான சாத்தான் இத்தகைய வேலையைப் பார்க்கும்?

உள் வட்டத்தின் தலைமை வீரன் வந்தான். ''மன்னா, நாம் என்ன செய்வது? பெரும் இழப்பு; நிறைய வீரர்களை இழந்துவிட்டோம். நாம் இப்பொழுது நகரக் கூட முடியாது, ஏன் என்றால்...''

''எனக்குத் தெரியும், எனக்குத் தெரியும். தற்சமயத்திற்கு இழுத்துப் பிடித்து நிறுத்துங்கள். அவர்கள் என்ன செய்கிறார்கள் என்பதற்காகக் காத்திருங்கள்.''

''சரி மன்னா.''

ரதத்தில் ஏறும்போது, தன் குதிரைக்கு எந்த சேதமும் வரவில்லை என்பதை வேதாந்தா பார்த்தான். அவனுடைய சேனாதிபதி அறிவாகச் சிந்தித்து குதிரைக்கும் கவசத்தை மாட்டியிருந்தான்.

5

படை நகரவில்லை என்பதை காளி கவனித்தான். சற்று நேரமாகவே ஒரே இடத்தில் நின்றது. வெற்றியைத் தழுவும் நேரம் வந்துவிட்டதை உணர்ந்தான். யக்ஷர்களுடன் முன்னால் நின்ற கோகோவையும் விகோகோவையும் வாழ்த்தினான்.

அதிர்ச்சி தரும் விதத்தில் குதிரைகளுக்கு யானை வேஷம் போடப்பட்டிருந்தது. அவற்றை குவேரா கூட்டி வந்தான்.

''என் குதிரைகளிடமிருந்து இது தானா உனக்குத் தேவை? பெரிய குதிரைகளை அழைத்து வந்து பிரச்சனையைத் தீர்த்திருக்கலாம். இவற்றுக்கு இந்த வேஷம் அணிவிப்பதை விட.''

''நீ இப்படிப்பட்ட எண்ணத்தில் இருப்பதனால்தான் நீ எனக்கு அடியில் பணிசெய்கிறாய், நண்பனே.''

குவேரா வாய் பிளந்தான். அப்பொழுது தான் ரக்டபாவும், வாசுகியும் நுழைந்தனர். கூடாரத்திலிருந்து, நடந்த அனைத்தையும் பார்த்துக் கொண்டு தான் இருந்தனர்.

''என்ன செய்வதாக எண்ணம், நண்பா? இப்பொழுது சோர்ந்துவிட்டார்கள். என் வீரர்களை அனுப்பி ஒப்பந்தத்தை முடித்துவிடலாமா?'' ரக்டபா கிண்டலடித்தான்.

''ம்ம்ம்ம்...இப்பொழுது அது தேவையே இல்லை,'' என்றான் காளி. ''நான் அவர்களிடம் சமாதானம் பேசப் போகிறேன்.''

வாசுகி கர்ஜித்தான், ''சமாதானமா? என்ன கிண்டலா?''

''உன்னைக் கிண்டல் செய்யவில்லை, வாசுகி இளவரசே,'' காளியின் குரலில் கடுமை ஏறியது. ''நான் அவர்களுக்குச் சமாதானம் அளிக்கப் போகிறேன்.''

ரக்டபா, வாசுகி மற்றும் குவேரா இந்த அறிவிப்பைக் கேட்டுச் சிரித்தனர்.

''சொல்கிறோமே என்று தப்பாக நினைக்காதே தம்பி, நீ அந்த திசையை நோக்கி எப்படிப் போகப் போகிறாய், வேதாந்தாவின் வீரர்கள்

உன்னைக் கொன்றுவிட மாட்டார்களா?''

''ஓ, என்னை கொல்ல மாட்டான்.'' கோகோ மற்றும் விகோகோ இருபுறமும் வர யானை வேஷம் போட்ட குதிரையில் காளி அமர்ந்திருந்தான்.

''நமக்கு அவ்வளவு நம்பிக்கையா?'' என்று குவேரா இழுத்தான்.

''இந்தத் தற்கொலை பணியில் நான் என் வீரர்களை அனுப்பமாட்டேன்,'' என்று ரக்டபா அறிவித்தான்.

''தேவையே இல்லை,'' என்றான் காளி, ''நான் என் தளபதிகளுடன் மட்டுமே செல்கிறேன்.''

''குதிரைகளுக்கு இந்தக் கேவலமான வேஷத்தைத் தரித்து இந்த அற்பத்தனமான திட்டத்தை தீட்டியிருக்கும் உன்னை, எங்களின் படைத் தலைமையில் வைத்து மாணவ்களுடன் போரிட வேணுமா? வேறு ஒருவனைத் தேடவேண்டுமா?'' என்றான் வாசுகி. ''நீ இந்த வேலைக்குத் தகுதியற்றவன்.''

காளி மையமாகச் சிரித்தான். விளக்கம் அளிப்பதில் பிரயோஜனம் இல்லை. எடை கூடிய குதிரையைச் சிரமத்துடன் படை நடுவே செலுத்தி வேதாந்தாவை நோக்கி நகரும்போது குவேராவின் குரல் அவனை அடைந்தது.

''நீ உன் சாவை நோக்கிப் நடக்கப்போகும் தருணத்தில், சக்ரவ்யூஹத்தை எப்படி உடைத்தாய் என்பதை பகிர்ந்து கொள். வருங்காலத்தில் வரும் யுத்தங்களில் எங்களுக்குப் பயன்படும்.''

''நீ நச்சென்று விஷயத்துக்கு வந்துவிட்டாய்.'' முரசடிப்பவர்களைச் சுட்டி காட்டினான், அவர்கள் பிணமாகச் சரிந்திருந்தனர். ''முரசடிப்பவர்களை வைத்துத் தான் அவர்கள் படை நகர்ந்தது. அவர்கள் இறந்தவுடன் படை குழம்பிவிட்டது. முரசுச் சத்தம் தான் ஒரு ஒத்த அமைப்பைக் கொடுத்தது. காளைகள் அவர்களின் கவனங்களைச் சிதறடித்தன. அதனால் அந்த அமைப்பை நான் சரித்துவிட்டேன். அந்தக் குழப்பக் கும்பலில் இப்பொழுது எவ்வளவு வீரர்கள் இருந்தாலும் அவர்கள் திசை தெரியாத குழப்பத்தில், பயந்து போய் உடைந்து விட்டனர். அவர்களுக்குத் தொடர்வதற்கு மனம் இல்லை. இப்பொழுது அங்கேதான் நாம் தாக்க வேண்டும்.''

கயமை த்வனியில் அவர்கள் கிசுகிசுப்பது கேட்டது.

''அவ்வளவு அற்பமானவன் இல்லை போலும்,'' என்றான் ரக்டபா.

6

மிச்சமிருந்த படை வீரர்களின் சக்தியும், உத்வேகமும் விழுந்து விட்டதை வேதாந்தா உணர்ந்தான். அவர்கள் உறைந்து நின்றனர், ஆயுதங்களையும், கேடயங்களையும் ஏந்தியபடி; ஆனால் அவர்களிடம் பழைய தன்னம்பிக்கை இல்லை. சிலர் அடிபட்ட வீரர்கள் பக்கம் சென்றனர். கூண்டுவண்டிகளில் மருந்துகள் வைக்கப்பட்டிருந்தன. சிலர் அதை நோக்கிச் சென்றனர். கோவேரிக் கழுதைகளின் மீது வைக்கப் பட்டிருந்த தண்ணீர் குப்பிகளிலிருந்து தண்ணீர் அருந்தினர்.

புறக்கணிக்கப்பட்டவர்கள் அனைவரும் வலுவிழந்தவர்கள், சிதறிக்கிடப்பவர்கள், போரில் அவர்களைப் பிரச்சனையின்றி எளிதில் வெல்லலாம் என்று அவன் கருதியிருந்தான். அவர்கள் தங்களின் பிரிவினை அரசியலில் ஊறிக்கிடப்பவர்கள் என்று நினைத்திருந்தான். ராஜ்ஜியத்தில் இருந்ததைவிட சிறிய படையே போதும் என்ற நினைப்பில் அழைத்து வந்திருந்தான். அவனுடைய அகங்காரம் தான் அவன் வீழ்ச்சிக்குக் காரணம். இங்கே புறக்கணிக்கப்பட்டவர்கள் இணைந்து ஒன்று போல் செயல்பட்டனர். வருன்கர் மற்றும் சூர்யகர் ஊர்களிலிருந்து அவனுடைய தோழமை அரசர்கள் அனுப்பிய செய்தியை அவன் கேட்காததற்காகத் தன்னையே நொந்து கொண்டான் வேதாந்தா. இந்தப் புறக்கணிக்கப்பட்டவர்கள் அவர்களை ஏற்கனவே கைப்பற்றிவிட்டனர். மிச்சமிருந்த நகரங்கள் இவர்களின் கட்டுப்பாட்டுக்குக் கீழ் பணிந்தன. கடைசி நகரம் தான் இளவர்தியின் தலைநகரமான இந்த்ரகர். தன் சக்தி மீது கொண்ட கர்வத்திற்காக அவன் பெரிய தண்டனையைச் சந்திக்க வேண்டியிருந்தது.

இந்த ஆழ்ந்த யோசனையில் அவன் மூழ்கியிருந்தபோது அவனுடைய தளபதியின் குரல் காதில் கேட்டது.

''எதிரிப் படையிலிருந்து தூதுவர்கள் கூட்டம் வருகிறது!''

''தொலைவிலிருந்தே அவர்களைக் கொல்லுங்கள்,'' என்று வேதாந்தா கத்தினான்.

''சரி மன்னா...'' என்று சற்றே நிறுத்தினான். ''வந்து...''

முன்னே நகர்ந்து, தங்களை நோக்கி வரும் மூன்று வீரர்களை வேதாந்தா கவனித்தான், அவர்கள் யானைக் குட்டிகளின் மீது வந்து கொண்டிருந்தனர். பத்தடி தள்ளி அவர்கள் நின்றனர்.

''அவர்களை கொல்லுங்கள் என்றேன்!''

''அரசே, எங்களால் இயலாது.''

''ஏன்?'' வேதாந்தா கர்ஜித்தான்.

''அவர்கள் வந்து...அவர்கள் யானைக் குட்டிகளின் மீது வருகிறார்கள், நாம் கும்பிடும் இந்திரக் கடவுளின் விலங்கு வாகனமான யானைகள் மீது வருகிறார்கள்.''

ஒத்துக்கொள்ள முடியாவிட்டாலும் அவன் சொல்ல வந்த விஷயத்தை வேதாந்தா புரிந்து கொண்டான்.

இந்த்ரகர் அரண்மனையான ராஜ்கர்ருக்கு ஒரு பறவையைத் தூது அனுப்பித் தேவையான போர் வீரர்களைப் படைக்கு உதவ அனுப்பிவைக்கும்படி சொல்லியிருக்க வேண்டுமென்று தலைமை தளபதியிடம் தள்ளிப்போய் புலம்பினான் வேதாந்தா. அவர்கள் யுத்தகளத்தை வந்து அடைய ஐந்து அல்லது ஆறு மணிநேரம் ஆகும் என்று அவனுக்கு தெரியும்.

தன்னுடைய படையை கடந்து முன்னேறிய எதிரிப்படையின் தூதுவர்களைப் பார்த்தான். மந்தமான காலை வெய்யில் வெளிச்சத்தில் தோய்ந்திருந்தனர். ''உங்களுக்கு என்ன வேண்டும்?'' வேதாந்தா கர்ஜித்தான்.

நடுவில் இருந்த ராஜ தூதுவன் தன் யானைக்குட்டியின் மேலிருந்து இறங்கி அவர்களை நோக்கி நடந்தான். அவன் உயரமானவன், கரு கருவென்ற முடி, தேவனைப் போன்ற சிவந்த முகம், மயக்கும் புன்னகை, தங்க நிறக் கண்கள். சந்தேகமின்றி வடிவானவன், ஆனால் குயுக்தி கொண்டவன்; அவன் கண்கள் வேதாந்தாவின் ஆத்மாவைத் துளைத்தன.

''நான் பணிவுடன் கூறுகிறேன், என் பெயர் காளி.''

''மாணவ்களின் மீது தொடுக்கும் யுத்தத்தை வழி நடத்துபவன் நீ தானா? என் வீரர்களை அழித்து, அந்தத் தீண்டத்தகாத துரோகிகளுடன் கைகோர்ப்பவன் நீ தானா?''

''பழங்குடியினர் என் நண்பர்கள், தீண்டத்தகாதவர்கள் அல்ல. அவர்களுக்கும் சமமான உரிமைகள் இருக்கின்றன, அதற்காகத்தான் நானும், அவர்களும் போராடுகிறோம்.'' படை வீரர்களும் கேட்பதற்காக இப்போது அவன் தன் குரலை உயர்த்தினான். ''இருவர் பக்கமும் அதிகப்படியான இழப்பை அடைந்திருப்பதால் எங்களுக்குப் போர் இனி வேண்டாம். நாங்கள் அமைதியை நாடி வருகிறோம்.''

''ஒரு வேளை எங்களுக்கு அமைதி வேண்டாம் என்றால்? நான் உன் தலையைத் துண்டித்து திருப்பி அனுப்பினால்? தீண்டத்தகாதவர்கள்

தலைவன் இன்றி தவிப்பார்கள்.''

''நீங்கள் முயற்சிக்கலாம்,'' என்று நக்கலடித்தான்.

பற்களைக் கடித்தபடி வேதாந்தா தன் வாளை உருவினான், அதைக் காளியின் கழுத்தில் அழுத்தினான். அப்பொழுது அவனுடைய தளபதி தடுத்தான்.

''வேண்டாம், மன்னா.''

''என்ன தைரியத்தில் என்னைத் தடுக்கிறாய்?''

''நான் அப்படிச் செய்திருக்க மாட்டேன் மன்னா, அது மட்டும் இல்லாமல் இருந்திருந்தால்.'' தளபதி பின்னால் இருந்ததைக் கையால் சுட்டிக் காட்டினான். காளியுடன் வந்திருந்த மற்ற இரு தூதுவர்களும் தங்களின் வாள்களை உருவி யானைக் குட்டிகளின் தலையில் அழுத்தி வெட்டத் தயாரானார்கள்.

''என்னுடைய நம்பிக்கைகளை வைத்தே என்னை பயமுறுத்துகிறாயா? என் நம்பிக்கைகள் என் முன்னேற்றத்திற்குத் தடைகளாக இருக்கும் என்று நான் நினைத்தே பார்த்ததில்லை.''

அடித்துப் பிடுங்கும் ஒரு தீய சக்தியைப் போல காளி வேதாந்தாவை வலம் வந்தான்.

''எனக்குச் சாதகமானதை நான் எடுத்துக் கொண்டேன். நாங்கள் உங்கள் தேவைகளை மதிப்பது போல நீங்கள் எங்களுக்குத் தேவையானவற்றை மதிக்கவேண்டும். நாம் நியாயமாக நடந்து கொள்ள வேண்டும். உங்களுடையதை விட எங்கள் படை பெரியது.'' அவன் மூக்குகள் உரசும் அளவுக்கு நெருங்கி நின்றான், ''எங்களிடம் ராக்ஷஸ்கள், நாகாக்கள் மேலும் யக்ஷர்கள் இருகின்றனர். உன் வீரர்கள் இறந்து கொண்டிருக்கின்றனர். தண்ணி தாகத்திலும், பசியிலும், மருந்துகளின் தேவைக்காகவும் தவிக்கின்றனர். இன்னும் ஓரிரவு கூட உன்னால் தாக்குப் பிடிக்க முடியாது. உன் கோட்டை இங்கிருந்து வெகு தொலைவில் இருக்கிறது. நீ திரும்ப போக வேண்டுமென்பதே உனக்கு அதிகப்படியான முயற்சிதான், ***அதுவும்***, நாங்கள் உன்னைப் போகவிட்டால்.''

வேதாந்தா தன் வீரர்களைப் பார்வையிட்டான். காளி சொல்வதை ஆமோதித்தனர். அவனுடைய மென்மையான காந்தக் குரல் வேதாந்தாவை உருக்கிவிட்டது.

''எங்களுடன் எங்கள் கூடாரத்திற்கு வாருங்கள். நாங்கள் உங்களுக்கு உணவும், தண்ணீரும் வழங்குகிறோம். எங்களுடன் சமாதானமாகி விட்டால் உங்களைக் காயப்படுத்தமாட்டோம், உங்கள் வீரர்களையும் கொல்ல மாட்டோம். இந்த்ரகர் நகரத்திற்கு ஒரு நடுநிலை கொடுக்க விரும்புகிறேன்; பழங்குடியினருக்கும், மாணவ்களுக்கும் ஒரு சமாதானம், வேறு ஒன்றும் விருப்பம் இல்லை. நாம் இதை அமைதியாகச் சாதிக்கலாம் அல்லது...'' அவன் கண்களை அர்த்தபுஷ்டியுடன்

சுருக்கினான். ''உங்களிடமிருந்து அதை எடுத்துக் கொள்ள முடியும். ஆனால் அதைச் செய்ய எனக்கு விருப்பமில்லை. எனக்கு உங்களைக் கொல்ல வேண்டாம். மாறாக எனக்கு உங்களுடன் வேலை செய்ய வேண்டும்.''

''ஒரு சர்வாதிகாரியைப் போல பிடுங்கிக்கொள்ள வேண்டும் என்கிறாயா? என் நகரத்தை என்னிடமிருந்து திருடப் போகிறாயா?''

''நான் உங்களுக்கு ஒரு உறுதிமொழி அளிக்கிறேன். நீங்கள் தான் மன்னன், எப்பொழுதுமே. நாங்கள் உங்களுக்கு உதவியாக இருப்போம்,'' என்று காளி விளக்கினான்.

''அந்தத் தீண்டதாகதவர்கள் கதி என்ன? அவர்கள் இதற்கு ஒப்புக் கொள்வார்களா?''

''அவர்கள் ஏற்கனவே ஒப்புக்கொண்டு விட்டார்கள். நாங்கள் எல்லோரும் வேண்டுவது அமைதியைத்தான். உங்களுக்கு நினைவிருக்கிறதா, எங்களின் பத்திரமான இடத்திற்கு நீங்கள் தான் வந்து தாக்குதல் நடத்தினீர்கள். நாங்கள் உங்கள் நகரத்திற்குச் சமாதானம் பேசத்தான் புறப்பட்டோம்.''

வேதாந்தா யோசித்தான். அவன் கோவேரிக் கழுதையைப் போலப் பிடிவாதக்காரன். ஆனால் அவனுடைய மொத்தப் படையும் தீண்டத்தகாதவர்களின் அணிவகுப்புக்கு எதிரே ஒன்றுமில்லை என்று ஒப்புக்கொண்டான். அவன் இறந்தால் வட்ட வட்டமாகப் பல போராட்டங்கள் இளவர்தியைச் சுற்றிச் சுழட்டும். ஆனாலும் கௌரவத்தை இழந்து நாடு திரும்புவதும் உசிதம் அல்ல. மேலும் உயிருடன் இருந்தால் தானே கௌரவத்திற்கு அர்த்தம் உண்டு.

''அனைத்து விதிகள், ஒப்பந்தங்கள், மற்றும் வழிகாட்டிகள் பற்றி அறிய விருப்பம்...''

''அதற்கு ஒரு உயர் மட்டக் குழுவை நாம் அமைக்கலாம்.''

''மக்கள் அச்சமுறுவார்கள்...''

காளியிடம் எந்த ஆயுதமும் இல்லை என்பதை வேதாந்தா கவனித்தான். பளீரென்று பல வண்ணங்களின் கலவையில், சுண்டி கவனத்தை ஈர்க்கும் விதம் அவன் உடைகளும் பின்னால் அங்கியும் அணிந்திருந்தான். அவன் காலணிகளாக பூட்சுகள் பளபளவென மின்னினாலும், தடிமனாக இருந்தன. அவன் தோல் நேர்த்தியாகச் செதுக்கியது போல இருந்தாலும் வீரத் தழும்புகள் நிறையவே இருந்தன. ''மாற்றம் அச்சம் அளிப்பதாக இருந்தாலும் அது அவசியம். அது எப்பொழுதுமே நல்லது. ஒப்புக் கொண்டு வாழ்க்கையை நடத்தக் கொஞ்சம் நாட்களாகலாம். ஆனால் வழிக்கு வருவார்கள். என்னை நம்புங்கள்.''

வேதாந்தா பெருமூச்செறிந்தான்.

''என் வஜ்ராயுதத்தின் மீது சொல்கிறேன், பிறகு இதற்கு வருத்தப்படாமல் இருக்க வேண்டும்.''

"இது ஒன்றும் சாத்தானுடனான ஒப்பந்தம் இல்லை." காளி சிரித்தான். வேதாந்தா தலையசைத்தான். பிறகொருமுறை வேறு முயற்சியில் காளியைத் தொலைத்துக் கட்ட வேண்டும், வேறு யாருடனாது கூட்டு சேர வேண்டும். ஆனால் இப்போதைக்கு இது காளியின் வெற்றி.

27

7

இந்த்ரகர் நகரத்தின் சுற்றுப்புறங்களில் நிறைய கிராமங்கள் சூழ்ந்திருந்தன. விவசாயம், சுரங்கத் தொழில், விலங்குப் பண்ணை, வேளாண்மை போன்ற துறைகளில் பணம் படைத்த நகரத்தாருக்கு உதவியாய் இருந்தன. அடர்ந்த காடுகளுக்கு அருகே நீளமான பச்சை வயல்கள் அருகருகே காட்சியளித்தன. நகரத்தில் இருப்பது போன்ற சரியான சாலை வசதிகள் இல்லை. தேரோட்டிகளோ, ரதங்களோ இல்லை, ஆனால் மாட்டு வண்டிகள் இருந்தன, பலர் பாதசாரிகளாகவும் சென்றனர். களிமண்ணால் கட்டப்பட்ட வீடுகள். நகர சட்ட திட்டங்களைக் கடைப்பிடிக்க அவரவர் கிராமத்துக்கான பஞ்சாயத்துக்கள் இருந்தன. சொந்தமான சட்டங்களையும் சர்பஞ்சுகள் பிறப்பித்தனர்.

இந்தக் கிராமங்களில் மிகவும் பாதுகாப்பானது ஷம்பாலா-இதில் ஐநூறு பேர் குடியிருந்தனர், ஒருவருக்கொருவர் பெயர் தெரியும் அளவுக்குப் பரிச்சயமானவர்கள். அவர்களின் பிரதான பிழைப்பு மாடு மேய்ப்பதும், நகரத்துக்குப் பால் விநியோகம் செய்வதும் ஆகும். அதனால் இங்கு நல்ல சுபிட்சம் நிலவியது. ஷம்பாலாவில் உள்ள நிறைய நிலங்களும், குகைகளும் துரதிர்ஷ்டமானவை என்பதால் அவை பயன்படுத்தப்படாமல் இருந்தன. மரங்களும், சிலைகளும் இருபது அடிக்கு மேல் ஓங்கி வளர்ந்திருந்தன. அதில் மிகப்பெரிய மரத்தினடியில் தான் சர்பஞ்ச் தேவதத்தா தன் குழுவினருடன் அமர்ந்து நீதி வழங்கினார்.

அர்ஜன் ஹரிக்கு தான் முதலில் அந்த கெட்ட சேதி தெரியவந்தது-**இந்த்ரகர் வளைக்கப்பட்டது.** சர்பஞ்ச் தேவதத்தா, இந்த மாற்றத்தைத் திறந்த மனத்துடன் வரவேற்குமாறு கிராம மக்களுக்கு அறிவுரை வழங்கினார்.

''வேதாந்தா மன்னனைத் தீண்டத்தகாதவர்கள் தோல்வியைத் தழுவ வைத்தனர்...''

''பழங்குடியினர் ஆபத்தானவர்கள்...நம்மைத் தாக்க வருவார்களா?''

கிராம மக்கள் முணுமுணுத்தனர், கிசுகிசுப்பாக வதந்திகள் பறந்தன.

சமாதானம் நிலவினால் அப்படிப்பட்ட தாக்குதல் நடக்காது என்று தேவதத்தா உறுதி அளித்தார். ''புதிய தலைவர்களுக்குக் கீழ்ப்பணிய வேண்டும் என்று நமக்கு முன்னமேயே தெரியுமே. எனக்குத் தனிப்பட்ட முறையில் தெரியும், அவர்கள் இந்த்ரகர் நகரத்தை அழிக்க விரும்பவில்லை; மாறாக அனைவரும் அமைதியிலும், நிம்மதியிலும் சேர்ந்து வாழ வேண்டும் என்றே கருதினர்.'' தங்க நிறத்தில் இருந்த எழுதுவதற்குப் பயன்படுத்தும் பதப்படுத்த ஆட்டுத்தோல் தஸ்தாவேஜை எடுத்துப் படித்தார், ''நமக்கு வழங்கப்பட்ட அரச ஆணையின்படி, நகரத்தின் ஆட்சியில் என்ன மாற்றம் வந்தாலும், கிராமங்கள் பாதிக்கப்படாது. நமக்குள் இருக்கும் உறவுமுறை முன்போலவே தொடரும். நாம் புரட்சியோ, போராட்டமோ செய்தால் ஒழிய, நமக்கு எந்த தண்டனையும் கிடையாது. புரட்சிக்கெல்லாம் நாம் கொண்டு செல்ல மாட்டோம், அப்படித்தானே மக்களே? முன் போலவே தான், கொஞ்சம் மிரட்டலான நிலை, ஆனால் மற்றபடி அனைத்தும் முன்போலவே செயல்படும்.''

சிலர் அரற்றினர்: ''**அடச் சே! என்ன ஒரு பிதற்றல்!**''

மற்றவர்களின் அபிப்பிராயம்: ''இளவர்தியின் வளர்ச்சிக்காகவும் இந்த மாற்றம் நிகழலாம்.''

அர்ஜன், மற்ற நகரங்களுக்கு ஏற்பட்ட நிலைமையைப் பற்றிக் கேள்விப்பட்டதால் அவனுக்கு உண்மையான விஷயம் அரைகுறையாகத் தெரியும். மற்ற கிராமத்தினர் அறியவில்லை என்றாலும், அர்ஜன் சூர்யகர்க்கு நடந்ததை வதந்திகளாகக் கேள்விப்பட்டிருந்தான்-மொத்த கஜானாவும் சூறையாடப்பட்டது, படை மாற்றப்பட்டது, அரசன் ஒரு கைப்பாவையாக மாற்றப்பட்டான். ஆனால் முக்கியமான விஷயம், கிராமங்கள் எரிக்கபபட்டு, அவற்றின் மீது நகரங்கள் எழுப்பப்பட்டன. அவர்கள் வளர்ச்சிக்கு முக்கியத்துவம் கொடுத்தார்கள் தான், ஆனால் காரணங்கள் வேறு. சமாதானம் என்ற பெயரில் பழங்குடியினர் அதைத் தவிர மற்ற காரியங்களில் இறங்கினர்.

கூட்டத்திலிருந்து விடுபட்டுத் தன் குடிசைக்குச் சென்றான், அங்கே தன் தாயார் சுமதி அம்மாவுடன் ரொட்டியும் கறிகாய்கள் சேர்த்த சூப்பும் அருந்தினான்.

''உன் சகோதரன் எங்கே?''

''தெரியாது.''

''அந்தப் பெண்ணுடன் ஊரைச் சுற்றிக் கொண்டிருப்பான்...''

''லக்ஷ்மியா?''

''ஆமாம்.''

''பல ஆண்டுகள் கழித்து அவள் நகரத்திலிருந்து இன்று தான் வந்திருக்கிறாள். அதனால் அவனைக் குற்றம் சொல்ல முடியாது,'' அர்ஜன் சிரித்தான். ''வேதாந்தா மன்னனைப் பற்றிக் கேள்விப்பட்டாயா?''

''ஆம். அது நம்மை பாதிக்கக்கூடாதே என்று கவலைப்படுகிறேன்.''

அர்ஜன் அவளை ஆசுவாசப்படுத்தினான், பொய் சொல்கிறான் என்று தெரிந்தே கூறினான்.

''நாம் நிறைய உழைத்திருக்கிறோம் இதற்காக, அதனால் நம் வேலைகள் நிலைக்க வேண்டும். பழங்குடியினரை முழுவதுமாக நம்ப முடியாது. அவர்கள் அழிக்கவும், கொலை செய்யவும் அஞ்சாதவர்கள்.''

''யாரும் நம்மிடமிருந்து எதையும் திருட முடியாது.''

அவள் யோசித்து வார்த்தைகளைக் கோர்த்துப் பேசினாள். ''என் வீட்டில் தான் தைரியமான போர் வீரன் இருக்கிறானே!''

''நீ கல்கியை குறிப்பிடுகிறாயா?''

''உஷ்ஷ்ஷ். இல்லை, உன்னை,'' என்று சிரித்தாள்.

அர்ஜன் வாய் விட்டுச் சிரித்தான்.

''நல்ல வார்த்தைகளுக்கு நன்றி.'' அர்ஜன் கையிலிருந்த மரப் பாத்திரத்தை எடுத்துக் கொண்டு பாத்திரங்களைக் கழுவும் இடத்திற்குச் சென்று பாத்திரத்தில் இருந்த நீரை எடுத்துக் கழுவினான்.

கல்கி ரொம்ப யதார்த்தமான, உற்சாகமான மகன். அர்ஜன் பொறுப்பான மகன். அர்ஜன் கல்கியைவிட எட்டு வயது சிறியவன் என்றாலும் ஆச்சரியகரமாக அவனுக்குள் பொறுப்புணர்ச்சி அதிகமாக இருந்தது.

''நீ வேலைக்குக் கிளம்புகிறாயா?'' என்று சுமதி அம்மா கேட்டாள்.

''ஆமாம்.'' பாத்திரத்தைக் கழுவி பக்கத்தில் வைத்தான்.

சூரிய அஸ்தமனத்தின் போது இளம் மஞ்சள் வண்ண கதிர்கள் மேய்ச்சல் நிலத்தைத் தகதகக்கச் செய்தன. அர்ஜனின் தந்தை விஷ்ணுயத் நிலத்தில் வேலை செய்து கொண்டிருந்தார், அர்ஜன் அவரை நோக்கி நடந்தான். அவன் அவரைப் பார்த்துக் கையை ஆட்டினான். அவனுடைய தந்தை நிமிர்ந்து பார்த்துப் பெருமூச்சு விட்டார்.

''நீ தாமதமாக வந்திருக்கிறாய்.''

பாலை, சேமிக்கும் கிடங்கில் வைக்கும்படி தன்னுடைய ஆட்களுக்கு உத்தரவைப் பிறப்பித்தபடி அவன் அப்பா அவனை நோக்கி நகர்ந்தார். அவர் நெகுநெகுவென்று மெலிந்து காணப்பட்டார்; நேர் மாறாக அர்ஜன் ஆஜானுபாகுவாக இருந்தான். அவர் பெரிய அழகனாக இல்லாவிட்டாலும் மிகவும் இரக்க சுபாவம் கொண்ட மனிதர். கண்களில் ஒரு அன்பு மிளிர்ந்தது.

''அவனை விட சீக்கிரம் வந்துவிட்டேன்.''

''கடந்த இரண்டு நாட்களாக அவன் வேலைக்கே வரவில்லை,'' என்று கோபித்தபடி அர்ஜனை நெருங்கினார்.

பால் பண்ணை அர்ஜன் குடும்பத்தின் பாரம்பரியம். தலைமுறை தலைமுறையாக விஷ்ணுயத்தின் முப்பாட்டன் காலத்திலிருந்து தொடர்வதால், தன் பதின்பருவத்திலேயே விஷ்ணுயத் கறவை, இனப்பெருக்கம், வளர்ப்பு, மேய்ச்சல் போன்றவற்றில் தேர்ந்தவரானார். மற்ற இடங்களில் நடப்பது போன்ற எந்த சித்திரவதையும் இங்குள்ள விலங்குகளுக்கு இல்லை. பசு வதை, அவற்றை அடித்து, பாலை அதிரடியாகக் கறப்பது போன்ற கொடுமைகள் இல்லை. கறவைப் பசுக்கள் அதிகப்படியான மரியாதையுடன் நடத்தப்பட்டன. ஷம்பாலா கிராமத்தின் வளர்ச்சிக்கும் செல்வத்துக்கும் காரணமானது அவற்றின் பாலும், பால் பொருட்களும் தான் என்ற மரியாதைக்கு குறைவில்லாமல் அவை நடத்தப்பட்டன.

இந்த விஷயங்கள் அர்ஜனுக்கு லேசாக அலுப்புத்தட்டினாலும், பாரம்பரிய கௌரவம் பற்றிய பெருமை அவனுக்கும் உண்டு. இந்த வேலை எளிதானது அல்ல-பசுக்களும், கறவையும். அவனைப் போன்ற இளைஞனுக்கு உத்வேகமோ, உற்சாகமோ அளிக்கும் வேலையும் அல்ல.

அந்த நாளைக்கான வேலையில் மூழ்கும் போதே தன் பொறுப்பற்ற அண்ணன் இப்பொழுது என்ன செய்து கொண்டிருப்பான் என்று யோசித்தான். வயலின் கோடியில் குதிரையின் மேல் சவாரி செய்தபடி தங்கள் வாள்களையும், ஈட்டிகளையும் உயரப் பிடித்தபடி வந்தவர்கள், நிழல் போல் தெரிந்தனர்.

அவர்கள் பண்ணையை நோக்கித்தான் வந்தனர்.

8

லக்ஷ்மி தன்னுடைய பெற்றோர்களின் துணிகளை ஆற்றினருகில்
துவைத்துக் கொண்டிருந்தாள். இந்த்ரகர்ரிலிருந்து திரும்பி வரவே
அவளுக்கு வெறுப்பாக இருந்தது; அங்கே அவள் கணக்கு மற்றும்
வானியலைத் தன் சித்தியிடம் கற்றுவந்தாள். சமீபத்தில் நடந்த
மாற்றங்களினால் அவள் திரும்ப அனுப்பப்பட்டாள். பழங்குடியினர்
நகரத்தையே மாற்றத் திட்டமிட்டிருந்தனர். அவளுடைய சித்தி நகரத்தின்
சட்டம் மற்றும் நூலகத் துறையில் வேலை செய்து கொண்டிருந்தாள்.
வேறு வழியின்றி அவள் லக்ஷ்மியைப் பாதுகாப்பு கருதி ஊருக்கே
அனுப்பிவிட்டாள்.

அவள் அந்த நகரத்தை விட்டுக் கிளம்புவதற்குமுன் கொஞ்சம் சுற்றிப்
பார்த்தாள். ஆச்சரியப்படும்படி எந்த விதமான மாற்றங்களும் இல்லை.
கொஞ்ச காலம் ஆகலாம் மாற்றத்திற்கு, ஆனால் பழங்குடியினரைச்
சேர்த்துக் கொண்டதாலோ, அல்லது வேதாந்தாவின் தோல்வியோ அந்த
மக்களை எந்த விதத்திலும் பாதித்ததாகத் தெரியவில்லை. எழுத்தர்கள்
கொஞ்சம் தொந்தரவு செய்தனர், புரளிகள் பறந்தன, ஆனால்
குறிப்பிடும்படியாக ஏதும் இல்லை. புரட்சிக்கான எந்த அறிகுறியும்
இன்றி மக்கள் வாழ்க்கையை வழக்கம் போல் தொடர்ந்தனர். நிறைய
கூண்டு வண்டிகளும், மாட்டு வண்டிகளும் ஓடிக் கொண்டிருந்ததைப்
பார்த்து பலர் நகரத்தை விட்டு இடம் மாறுகின்றனர் என்பதைப் புரிந்து
கொண்டாள். அவர்கள் ஒரு பயத்தில் ஓடலாமே தவிர லக்ஷ்மியைப்
பொறுத்தவரை பழங்குடியினரின் வரவு ஒரு நல்ல செய்திதான்.
அவர்களுக்கும் சம உரிமைகளும், பொறுப்புகளும் கொடுக்கப்பட
வேண்டும்.

அதனால் இவள் இப்பொழுது இந்த பிற்போக்கான, தூங்கி
வழியும் குக்கிராமத்திற்கு ஒரு முழுமையான கருவி போல
அனுப்பப்பட்டிருக்கிறாள். அவளுக்கு வலிமையுள்ளவளாக
விளங்கவேண்டும் என்று ஆசை; இப்படி துணிகளைத் தோய்த்து

பொழுதைக் கழிப்பதில் விருப்பமில்லை. அவள் சென்றமுறை பார்த்ததைவிட ஆறு ஆழமாக இருந்தது. அது நிலையாக, தேங்காமல் வேகமாக ஓடிக்கொண்டிருந்தது.

அவள் கண்களைச் சுருக்கி யோசித்தாள், அம்மா கூறியபடி சரியான ஆற்றங்கரைக்குதான் வந்திருக்கிறாளா என்று.

மலைகளுக்கு அருகில் ஓடும் ஆற்றைச் சொன்னாளா?

ஆற்றின் அமைதியைக் கிழித்தபடி ஒரு பெரிய முதலை சடாரென்று தோன்றி அவள் துவைத்துக் கொண்டிருந்த துணிகளைப் பற்றியது. அவள் சிரமத்துடன் பின்னால் நகர்ந்தாள், தன்னைக் காத்துக் கொள்ள.

தவறானது! தவறானது!

ஆக்ரோஷமாகத் துணிகளைக் கிழித்துவிட்டு அவளைக் கவ்வ ஆற்றைவிட்டு வெளியேறியது முதலை. தன் மேல்சட்டையின் ஒரு பகுதிய அவள் பிடித்து இழுக்க முதலை அந்தப் பக்கத்தில் இழுத்தது. இருவரும் இழுபறியில் இறங்கினர்.

''போ! கேவலமான ஜந்துவே!''

முதலை வேகமாக இழுத்ததில் லக்ஷ்மி முன்னுக்குச் சாய்ந்தாள். அவள் உடல் அந்த ஜந்துவின் மீது தள்ளப்பட்டது. அவள் தன் கால்களை ஊன்றமுடியாமல் தள்ளாடினாள்.

வலுவான கரங்கள் அவள் முழங்கைகளைப் பற்றின, அவளைக் கரைக்கு இழுத்தன. நிழல் போல் தெரிந்த உருவம் முன்னால் குதித்து முதலையின் வயிற்றை உதைத்தது. முதலை பெரிய சத்தத்துடன் ஆற்றில் விழுந்தது. அந்த உருவமும் உள்ளே குதித்து முதலையுடன் புரண்டது. முதலையும், உருவமும் ஆற்றின் மேற்புறம் வந்தனர்.

''உனக்கு ஒன்றும் இல்லையே? யாரது? ஒன்றும் ஆபத்து இல்லையே?''

தண்ணீரில் சலசலப்பு தெரிந்தது. கைகளும் முதலையின் வாலும் நகர்வது தெரிந்தன. இதயம் அவள் வாய் வழியாக வெளியே வருவது போன்ற பதற்றம் அவளுக்கு ஏற்பட்டது. தன் உயிரைக் காப்பற்றப்போய் அந்த உருவம் இறந்துவிடக் கூடாதே என்ற அச்சம் அவளை வாட்டியது. அவள் ஆற்றையே உற்றுப் பார்த்தபடி இருந்தாள், ஒரு அரவமும் இல்லை, நீரின் பரப்பு அமைதியாக இருந்தது. பிறகு அவள் ஆடையில் தண்ணீர் தெளித்தது, அந்த உருவம் தண்ணீரிலிருந்து வெளியே வந்தது. அது அவளுடைய பால்ய நண்பன் கல்கி.

அவன் பெரியவனாக, நன்கு வளர்ந்தவனாக, முன்பைவிட கட்டு மஸ்தான உடம்புடன் இருந்தான். அவன் முடி நீளமாக அலை பாய்ந்தது. அவன் புஜங்களில் சிவனின் ருத்ராக்ஷத்தைச் சுத்தியிருந்தான். அவன் புஜங்களில் முதலையுடன் சண்டையிட்ட ரத்தம் மினுமினுத்தது. ஆனால் சிறுவன் போன்று அவன் புன்னகைத்தது அனைத்தையும் மறக்கடித்தது.

லக்ஷ்மி அவனருகே வந்தாள், முகத்தில் கவலை குடி கொண்டிருந்தது.

ஆனால் கல்கி எதைப்பற்றியும் கவலைப் படாமல் இறுக்கமாகக் கட்டிப்பிடித்தான். பிறகு அவளைப் பார்த்து மீண்டும் புன்னகைத்தான்.

''நீ எப்பொழுதும் ஆபத்தையே துரத்திக் கொண்டு போகும் முட்டாள்.'' செல்லமாக அவள் தலையில் கொட்டினாள்.

''நீ மட்டும் என்ன, எப்பொழுதும் என்னைத் துரத்தி வந்து காப்பாத்துகிறாய்?'' லக்ஷ்மி கூறினாள். ''அப்புறம், நீ வந்து...இப்போ... அந்த முதலையைக் கொன்றுவிட்டாயா?''

''கொல்லவில்லை, பயமுறுத்தினேன்,'' என்று நிறுத்தினான், அவளை நேசத்துடன் நோக்கினான்.''நீ வருவதை எனக்கு ஏன் முன் கூட்டியே சொல்லவில்லை?''

''ஏன் என்றால் அது சட்டென்று முடிவானது. நீ வேறு எந்தக் கேள்வியும் என்னைக் கேட்பதற்கு முன் நானே சொல்லிவிடுகிறேன், நான் நேற்றுதான் ஷம்பாலாவுக்கு வந்தேன், அம்மா எனக்கு இந்த அசட்டுத்தனமான வேலையை கொடுத்துவிட்டாள்,'' என்று முகம் சுளித்தாள். ''அதற்குள்ளாகவே.''

மரத்தில் காய வைத்திருந்த தன் மேல்சட்டையை உருவியபடி சிரித்தான். அதை அணிந்து கொண்டே கேட்டான், ''நீ என்ன எதிர்பார்த்தாய்? நீ நகரத்தில் வளர்ந்ததனால் அவர்களில் ஒருவராக ஆக முடியாது.''

லக்ஷ்மி முகத்தைச் சுளித்தாள். ''நான் இரண்டு ஆண்டுகள் இங்கே இல்லை, அதற்குள் உன்னைப் பார்; நீ ரொம்ப மாறிவிட்டாய்.''

''இரண்டு ஆண்டுகள் என்பது அதிக காலம், அதிலும் என் சிறந்த தோழி இரண்டு மாதத்திற்கு ஒரு முறை தான் கடிதம் அனுப்பினாள். சில சமயம் அது கூட இல்லை.''

''நான் படிப்பில் கவனம் செலுத்தினேன், நீ உடலை வளர்ப்பதில் நேரம் செலவழித்ததைப் போலத் தெரிகிறது.''

''கிராமத்தில் எடுபிடி வேலைகள் தேடி அலைந்தேன், பளு தூக்கி, கூடுதல் சில்லறைகளைச் சம்பாதிக்க முயற்சித்தேன்; அதனால் என் அம்மா அப்பாவிடம் போட்டுக் கொடுத்து விடாதே,'' என்று புஜங்களைத் திரட்டிக் காட்டினான். ''அன்பே, எனக்கே தெரியும் நான் பார்க்க அழகன் என்று. அதனால் என்னையே குறுகுறுவென்று பார்க்காதே. சங்கடமாக இருக்கிறது.''

''அய்ய! இந்த்ரகர்ரில் நிறைய ஆணழகன்கள் இருக்கிறார்கள்...நீ கண்டிப்பாகப் பார்க்க வேண்டும்...'' என்று பேசிக் கொண்டே போனாள். முதலையின் தாக்குதலினால் அவள் முகத்தில் கவலை ரேகைகள் இன்னமும் ஓடின, அவள் ஆடைகள் கிழிந்ததன் கவலையும் தெரிந்தது. இருப்பினும் அவள் பேசியபடி இருந்தாள், ''வீரர்களைப் பார். அவர்கள் அழகானவர்கள்.''

''ஓ! அழகானவர்களா? அப்படியா?''

அவள் கிளம்புவதற்காகத் திரும்பினாள், கல்கி நகராமல் அவள் அருகேயே அங்குலங்கள் இடைவெளியில் நின்றான். அவள் இடுப்பைத் தன் கைகளால் இறுகப் பற்றித் தூக்கினான். அவள் கால் விரல்கள் அவளை அறியாமலேயே சுருண்டன.

"அவர்கள் அழகானவர்களா?"

"ஆமாம், அழகானவர்கள்தான்."

"நகரத்தில் வேறு என்ன பார்த்தாய், என்ன கற்றுக்கொண்டாய்?" அவன் மிகவும் அருகில் நெருங்கிவிட்டான், அவன் சுவாசத்தில் புதினாவின் மணம்.

கல்கி அவளை இறுகப் பற்றியிருந்தது அவளுக்குப் பிடித்தாலும், விளையாட்டுத்தனமாக அவனைப் பின்னால் தள்ளினாள். "என் அனுமதியில்லாமல் என்னைத் நீ தொடக் கூடாது என்று கற்றுக் கொண்டேன்," என்றாள்.

"அனுமதியா?"

"சம்மதம், ஆம்." என்று அவசரமாகக் கூறியபடி கிராமத்தை நோக்கி நடந்தாள்.

"நான் மன்னிப்புக் கோருகிறேன், அடுத்தமுறை உன் அனுமதியைக் கேட்டுப் பெறுகிறேன்."

"மன்னிப்பு ஏற்கப்பட்டது. ஏன் என்றால் என் உயிரையும் காப்பாற்றிவிட்டாய், மிச்சம் மீதி துணிகளையும் காப்பாற்றிவிட்டாய்."

கல்கி சத்தமாகச் சிரித்தான். யோசனையாகப் பின்னந்தலையை சொறிந்தான்.

"என்னுடன் வீட்டுக்கு வா. ரத்தம் வரும் காயத்திற்கு மருந்து போடுகிறேன்," லக்ஷ்மி அவனுடைய வெள்ளை மேல்சட்டையில் பொட்டு பொட்டாகத் தெரிந்த ரத்தத் துளிகளைப் பார்த்தபடி கூறினாள்.

கல்கி பெருமூச்சுவிட்டபடி அவளைப் பின் தொடர்ந்தான்.

9

''*அண்ணா...அண்ணா...*''

மென்மையான கிசுகிசுப்பான பேச்சு சத்தத்திற்குக் கண்களைத் திறந்தான், பளீரென்ற வெள்ளை ஒளி அவன் கண்களைக் குருடாக்கும் வகையில் வீசியது. சற்று நேரத்திற்கு கண்களுக்கு எதுவுமே புலப்படவில்லை. கொஞ்சம் கொஞ்சமாக அவனுக்குக் கண் தெரிய ஆரம்பித்தது. அவன் முன்னால் நெகுநெகுவென்று உயரமாக, துருக்தி தெரிந்தாள். அவள் முகம் கவலையில் வாடியிருந்தது.

''அண்ணா?''

''உம், என்ன,'' என்ற காளிக்கு மேல் மூச்சு வாங்கியது. அவனால் நிற்க முடியவில்லை. ஒரே இடத்தில் உறைந்து விட்டான். ''மன்னித்துவிடு, என்ன...''

துருக்தி காளி எழுந்து உட்காருவதற்கு உதவினாள். இரண்டு வீரர்கள் அந்த அறையில் அவனைக் கவலையோடு பார்த்துக் கொண்டிருப்பதை காளி கண்டான். அவர்களைச் செல்லும்படி கையசைத்தான், அவர்களும் உடனே விலகினர். தள்ளாடியபடி நடந்து படுக்கையில் அமர்ந்தான்.

''நீ ஏன் மயக்கம் போட்டு விழுந்தாய்?''

காளி தெரியவில்லை என்று தலையசைத்தான். சுத்தமாக ஏன் என்று புரியவில்லை. அவன் மயக்கம் போட்டு விழும் வரை தொடர்ந்து விடாது இருமியிருக்கிறான். கண்கள் மூடி இருட்டு கவ்வும் வரை தொடர் இருமல்.

''உன்னால் குழு கூட்டம் தொடங்கவில்லை.''

காளி நிமிர்ந்து துருக்தியைப் பார்த்தான். எரியும் கிராமத்திலிருந்து அவளைக் காப்பாற்றும் போது அவள் சிறுமி. ஒரு சின்னப் பையன் கையில் குழந்தையைப் பொதிந்து வைத்திருக்கும் காட்சி அவன் மனதை இப்பொழுதும் வாட்டியது. அவன் பேசக் கூட அஞ்சிய பயங்கர நிகழ்வுகளைச் சந்தித்திருக்கிறான். இப்பொழுது அவள் அழகும் குணமும் கொண்ட இளைஞியாக வளர்ந்திருந்தாள். கூடுதலாக, நல்ல

உள்ளம் படைத்தவள். முட்டி வரை தொங்கிய கூந்தலை நேர்த்தியாகப் பின்னலிட்டிருந்தாள். காளியின் கண்களைப் போலவே அவள் கண்களும் தங்க நிறத்தில் மின்னின. அவர்களின் குடிக்கு தான் இந்தத் தனி குணாதிசயங்கள் இருந்தன.

''நன்றி.''

''நீ பார்க்கவே நோயாளிபோல இருக்கிறாய்.''

''நான் நோயாளியாக இருக்கக் கூடும். எனக்கு மனக்காட்சிகள் தென்படுகின்றன...மேலும் என்னுடைய நுரையீரல்களில் ஏதோ பிரச்சனை.''

துருக்தி அவன் அருகில் அமர்ந்து தன் உள்ளங்கையை அவன் நெஞ்சின் மீது வைத்தாள். அவனுடைய இதயத் துடிப்பைக் கவனித்தாள். ''இது படபடவென்று வேகமாக அடித்துக் கொள்கிறது.''

''ஆமாம். நான் புறப்படவேண்டும்.''

துருக்தி ஆமோதித்தாள். ''பார்த்துக் கொள்ளுங்கள், அண்ணா. நான் உங்கள் அறையில் சந்திக்கிறேன்.'' அவன் கன்னங்களில் முத்தமிட்டுவிட்டுக் கிளம்பினாள்.

பளபளவென்று தேய்த்து வைக்கப் பட்ட பித்தளைத் தட்டினருகே நகர்ந்து தன் பிம்பத்தை நோக்கினான் காளி. தன் ஆடைகளை அணியத் தொடங்கினான். அவனிடம் எந்த வாளும் இல்லை, ஏனென்றால் அவனுக்கு ஆயுதங்கள் ஏந்தப் பிடிக்காது. தன்னுடைய உபயோகத்திற்கே பயன்படுத்திக் கொண்டால் கூட அது ஆபத்தானது என்று கருதினான்.

ஆடை உடுத்தி அறையை விட்டு வெளியேறி குழு சந்திப்பு நடக்கும் இடத்துக்கு விரைந்தான். ராஜ்கர் காட்டுக்குள்ளே இருந்த மைய்ய சுழல் பாதையை வந்தடைந்தான். பழைய எல்லையைக் கடந்தவுடன், தரை திறந்தது. அவன் நேரே பீடம் போன்ற உயர்ந்த மேடைக்குச் சென்றான். பளபளக்கும் கற்களால் ஆன வலுவான, இருண்ட சுவர்கள், நீண்டு உயர்ந்ததைப் பார்த்தால் வானைத் தொடுவது போல் இருந்தன. நிறுத்தி வைக்கப்பட்டிருந்த வீரர்கள் கழுகுகள் போல நோட்டம் விட்டனர், உன்னிப்பாகக் கூர்ந்து கவனித்தனர், ஆயுதங்கள் ஏந்தி பயமுறுத்தினர். இளவர்தியின் மற்ற நகரங்களைப் போல இந்த்ரகர் அமையவில்லை. உயர்ந்த கூரைகள் கொண்ட கட்டிடங்கள் இல்லை. கூரைகள் வானைப் பார்த்து இருந்ததால் ஆகாயம் தன் மாயாஜாலத்தைக் காட்டியது.

அவனுடைய அறையே ஒரு திறந்தவெளி முற்றம் போல அமைந்திருந்தது. நான்கு மரங்கள் சூழ்ந்திருந்தன. வெண்கல சிம்மாசனங்களுக்கு நடுவே ஒரு பூதாகாரமான மேசை இருந்தது.

வேதாந்தா இரண்டு பாதுகாவலர்களுடன் அமர்ந்திருப்பதைக் காளி பார்த்தான். குவேரா, ரக்டபா மற்றும் வாசுகி, காளிக்காகக் காத்திருந்தார்கள்.

''நான் தாமதமாக வந்ததற்கு மன்னித்துவிடுங்கள், நண்பர்களே.''

''இது போன்ற முக்கிய நாளன்று நீ தாமதமாக வந்திருக்கக் கூடாது,'' என்று வாசுகி வருத்தம் தெரிவித்தான்.

''எனக்கு சில உடல்நலக் கோளாறு இருக்கிறது.'' அவன் கண்கள் துருக்தியை நோக்கின. அவள் காளிக்குச் சொந்தமான சிம்மாசனத்தை நோக்கி நடந்தாள். ரத்தமும் அழுக்கும் படர்ந்த கவசங்களை அணிந்து நின்றிருந்த கோகோ மற்றும் விகோகோவுக்கு அருகில் அவளும் நின்றாள்.

காளி அரியணையில் அமர்ந்து எல்லோர் மீதும் ஒரு பார்வையைச் செலுத்தினான். ''அப்போ, ஆரம்பிக்கலாமா?''

''நீ தீர்மானி. இங்கு எல்லாமே நீ நினைப்பது தான் நடக்கிறது,'' என்று வேதாந்தா புலம்பினான்.

''அடடா! யாரோ மரியாதை இல்லாமல் நடக்கிறார்,'' குவேரா கிண்டல் அடித்தான்.

''ஆமாம். நான் அப்படித்தான். என் மக்கள் என்னை வெறுக்கிறார்கள். என்னைக் கோழை என்கிறார்கள்.''

''விரைவிலேயே உன்னை மகான் என்பார்கள்,'' என்றான் காளி. ''வாசுகியையும் சேர்த்துக் கொள், உன் அரசாட்சியை வழி நடத்த நல்ல மந்திரிகள் கிடைப்பார்கள். கிழக்கிலிருந்தும், மேற்கிலிருந்தும் வரும் தாக்குதல்களைச் சமாளிப்பார்கள். ரக்டபாவுடைய படையைச் சேர்த்துக் கொண்டால் உன்னுடைய படை வலுவடையும். குவேராவுடன் இணைந்தால் உன் வியாபாரம் பத்து மடங்கு பெருகும். இப்பொழுது சாபக்கேடு போலத் தோன்றினாலும் இவர்களுடன் இணைவது நாட்டுக்கு நல்லது.''

குவேரா தலையசைத்தான். ''ஆமாம் மன்னா, நான் உங்களுக்குப் பக்கபலமாக இருப்பேன்.''

வேதாந்தா மனதுக்குள் உறுமினான்.

காளி கோகோவைப் பார்த்தபடி ஆணையைக் கொண்டு வந்து மேசை மீது விரித்தான். ''எங்கள் சட்ட ஆலோசகர்கள் இந்த்ரகர் உடனான சமாதான ஒப்பந்தத்தை எழுதியுள்ளனர். இதில் கையொப்பமிட்டு இதை அமல்படுத்த வேண்டும்.''

''தக்ஷினிகள் என்னைப் பார்த்துச் சிரித்துக் கொண்டிருப்பார்கள்,'' என்று பல்லைக் கடித்தபடி வேதாந்தா கூறினான்.

இளவர்தியின் தெற்கு மன்னர்கள் தக்ஷினிகள், வடக்கு மன்னர்கள் உதையர்கள். இந்த்ரகர் உதையர்களின் அடியில் வந்தது, ஆனால் இப்போதைக்குக் காளி அவர்களை வெற்றி கண்டு வடக்கு மொத்தமும் ஒப்பந்தத்துக்குக் கீழ்ப்ணிய வைத்துவிட்டான்.

''தக்ஷினிகள் என் பிரச்சனையே இல்லை. அவர்களுக்குக் கடற்படை இருக்கிறது. அவர்களுக்கு ஈழத்துடன் உறவும் இருக்கிறது,'' என்று அவன் செல்வம் நிறைந்த தீவைப் பற்றிப் பேசினான். அங்கே தான்

கல்வி பயின்ற, கருப்பு நிறம் கொண்ட ராக்ஷஸ்கள் வாழ்ந்தனர். ''அவர்கள் நம் பிரச்சனை அல்ல.''

''கண்டிப்பாக இல்லை,'' என்றான் ரக்டபா.

''இந்த நகரின் மக்களும் மற்றவர்களும் புதிய வாழ்க்கைக்குப் பழகிக் கொள்ள வேண்டும். அனைத்துக் குடிமகன்களும் சமம். அனைவருக்கும் குடி மகனுக்கான மரியாதை உண்டு. அவர்கள் பிறந்த குலம், ஜாதி போன்றவற்றால் பிரிவினை கிடையாது.'' காளி அதீத உணர்ச்சியில் பேசினான், ''மேலும் மரியாதைக்குரிய ரக்டபா அவர்கள் அக்னிகர்ருக்குச் செல்ல வேண்டும். அங்கே வெடித்திருக்கிற சிறிய புரட்சியை நொறுக்க வேண்டும். நீங்கள் அங்கே இருக்கும்போது மன்னன் சாம்ராட்டையும் கொஞ்சம் கவனியுங்கள்.''

''நீங்கள் சொல்வது போலவே, மரியாதைக்குரிய காளி,'' என்று ரக்டபா சிரித்தான். சிறிய கூரான கோரைப் பற்கள் தெரியும்படி சிரித்தான்.

''அப்பொழுது செயல்படுத்தலாமா?''

வேதாந்தாவைத் தவிர அனைவரும் தலையசைத்தனர். அவன் வேண்டா வெறுப்பாக உறுமினான். காளி நிதானமாக மேசை அருகே நடந்தான். தன் எழுதுகோலான இறகை மசிபுட்டியில் முக்கினான், தன் பெயரைக் கையொப்பமிட்டான். அதேபோல முதலில் குவேரா, பிறகு ரக்டபா, அவனைத் தொடர்ந்து வாசுகி பிறகு மிரட்டலாகத் தெரிந்த வேதாந்தா கையொப்பங்கள் இட்டனர். முடிந்தபின் காளி அதை கோகோவிடம் கொடுத்துப் பத்திரப்படுத்தச் சொன்னான்.

''இப்போதைக்கு நம் திட்டம் புதிய கோட்டைகளைக் கட்டுவது தான். அதனால் நமக்கு வேதாந்தா மன்னனின் வேலையாட்கள் தேவை. குவேரா தெருக் கடைகளைப் பார்த்துக் கொள்வான்.'' குவேரா பணிவாக தலையசைத்தான். ''வாசுகியின் ஆட்கள் அரங்கங்கள், இதர வேலைகள், ஆயுதக் கிடங்குகள் போன்றவற்றைப் பார்த்துக் கொள்வார்கள். நாட்டின் ராணுவப் படையை தக்ஷக்கின் மேற்பார்வையில் வைத்துக் கொள்ளச் சொல்லுங்கள்.''

''என் தளபதிகள் என்ன செய்வார்கள்?'' அதிர்ச்சியில் மாணவ் மன்னன் வினவினான்.

''உண்மையைச் சொல்ல வேண்டும் என்றால் அவர்களுக்குத் திறமை போதாது என்று கருதுகிறோம்.''

வேதாந்தா கண்களை உருட்டினான்.

''கிராமங்களின் நிலை என்ன? வரிகளுக்கு விலக்கு அளிக்கிறோமா?''

''கஜானா தீரக் காலி, குவேரா அதை நிரப்புவதாக உறுதி கூறியிருக்கிறான் ஆனால் போக்குவரத்துப் பிரச்சனை இருப்பதால், தற்காலிகமாக நாம் வரிகளை வசூலிக்கத்தான் வேண்டும்.''

"இந்த்ரகர்ரின் ஆணிவேர் எங்கள் விவசாயிகள் தான். கூடுதல் வரி விதித்தால் அவர்கள் சிரமப்படுவார்கள்," என்று வேதாந்தா குமுறினான்.

காளி அவன் மீது கடுமையான பார்வையைச் செலுத்தினான். "மன்னா, எனக்கு ஒரு அக்கறையும் இல்லை. இந்த நகரத்தைக் காக்க நமக்குப் பணம் தேவை. பாதுகாக்கப்பட்ட கோட்டைகளை நமக்காகக் கட்ட பணம் தேவை."

"அவன் சொல்வது சரிதான்," என்று குவேரா தொடங்கினான். "ஆனால் இவற்றைக் கையாளப்போகும் அந்த அதிர்ஷ்டசாலி யார்?"

"நீ இல்லை," என்று வாசுகி இளித்தான்.

குவேரா கஷ்டப்பட்டு முகம் சுளிக்காமல் தன்னைக் கட்டுப்படுத்திக் கொண்டான்.

இந்த இரண்டு பழங்குடியினருக்கும் நடுவே சற்று பேதங்கள் உண்டு என்பதைக் காளி அறிவான். ஆனால் அதை அடக்குவது போல் அவன் சரியான சமயத்தில் தன் திட்டத்தை அறிவித்தான்.

"என் தங்கை துருக்தி இந்த விஷயங்களைச் சமாளிப்பதில் கெட்டிக்காரி. தேவைப்பட்ட சமயங்களில் மனவுறுதியோடு செயல் பட அவளால் முடியும்."

"அப்படியென்றால் *நான்* என்ன செய்ய வேண்டும்?" என்று வேதாந்தா கடித்துத் துப்புவது போல வினவினான்.

மேசையில் பரப்பப்பட்டிருந்த தாள்களைத் தாண்டி வேதாந்தாவை நிமிர்ந்து பார்த்தான் காளி. ஒன்றை உருவினான். "உனக்கு மிகவும் முக்கியமான வேலை இருக்கிறது. உன்னுடைய ரதத்தில் உன்னுடைய ஆட்களை அழைத்துக் கொண்டு நகரம் பூராவும் சென்று எங்களுடன் செய்து கொண்ட ஒப்பந்தம் எவ்வளவு அரிய செயல் என்ற கதையை எடுத்துச் சொல்லு. இவ்வளவு நாட்கள் வளர்ச்சி குன்றி கஷ்டப்பட்ட இந்த்ரகர் இதனால் வளர்ச்சி அடையும் என்பதைச் சொல்."

"நான் பொய் சொல்லவேண்டுமா?"

"அப்படியும் அதைச் சொல்லலாம். மற்றொரு கோணத்தில் பார்த்தால் நீ உன் மக்களிடம் நம்பிக்கையை வளர்க்கிறாய். உன்னை நாங்கள் தோற்கடிக்கவில்லை, அது தான் உண்மை என்றாலும், நீயே முன்கூட்டி உணர்ந்து எங்களுடன் சமாதானம் பேசினாய் என்று சொல். நீ தான் இன்னும் அவர்களின் மன்னன் என்று சொல்ல வேண்டாமா? நீ தான் எதிர்காலத்தைக் கணித்தாய். அவர்கள் உன்னை வெறுக்காமல் பார்த்துக் கொள்ள நான் செய்யும் ஏற்பாடு. நீயே அவர்களுக்கு நல்ல செய்தியைச் சொல்வதனால் அவர்கள் உன்னை வெறுக்காமல் இருக்க நான் வழி செய்கிறேன்."

வேதாந்தா கோபத்தில் கொந்தளித்துப் போனான். அவன் கண்கள் சிவந்தன. ஆனால் அவன் எதுவும் பேசவில்லை. அவன் முஷ்டிகளை மடக்கி மௌனமாக நின்றான், பதிலேதும் பேசாமல். காளி இளித்தான்.

நான் இதற்கு மேலும் எப்படி நியாயமாக நடந்து கொள்ள முடியும்?

நெஞ்சம் எரிவது போல இருந்தது காளிக்கு, அதை அவன் புறக்கணித்தான். சிரமப்பட்டு புன்னகைத்தபடி அவன் கூட்டத்தை நிறைவு செய்தான். ''நான் ராஜ்கர்ரில் ஒரு விருந்துக்கு ஏற்பாடு செய்திருக்கிறேன். வெளியே நகர வாசிகளுக்காகவும் ஒரு விருந்து ஏற்பாடு செய்திருக்கேன். ஒரு நபருக்கு ஒரு வெள்ளிக் காசு தான். குறைவான கட்டணம். நன்றாக இருக்கும்,'' என்று சற்றே நிறுத்தினான். நெஞ்சு எரிச்சல் அதிகமாகிவிட்டது. ''நம்முடைய ஒளிமயமான எதிர்காலத்துக்காக, நம் முன்னே தெரிகிறதே அதற்காக.''

''**வாழ்த்துக்கள்!**'' அனைவரும் கோஷமிட்டனர், ஒருவனைத் தவிர.

10

கல்கியின் காயங்களுக்கும், ரணங்களுக்கும், ஷம்பாலாவின் சோமா குகைகளிலிருந்து கொண்டு வந்த மருத்துவ குணமுள்ள இலைகளினால் பற்று போடப்பட்டது. கிராமங்களிலிருந்து விலகியிருந்த மலைப்பிரதேசத்தில் அவை இருந்தன. ''கடவுள்களின் பரிசு,'' என்று கிராம மக்கள் அழைக்கும் சோமா பெட்டகங்கள் அந்த மலைகளில் ஒளிந்திருப்பதாகக் கல்கி கேள்விப் பட்டிருக்கிறான். பழங்கால நம்பிக்கையின்படி, கடவுளுக்கெல்லாம் கடவுளான இந்திரன், இடியின் கடவுள், இந்த்ரகர்ரில் தங்கி, தன்னுடைய வேலையாட்களான கந்தர்வர்களிடம், இளவர்த்தி முழுவதும் மருந்தை பரப்பச் சொல்லி பணித்தான். மாணவ்களுக்கு உதவியாக இருக்கட்டும் என்று கருதினான். ஆனால் இதுவரை ஒரே ஒரு இடத்தை மட்டுமே அவர்களால் கண்டு பிடிக்க முடிந்தது.

அறிவியலில் நம்பிக்கை உள்ளவர்கள், சோமா குகையில், தீவிர வெப்பம் மற்றும் அழுத்தத்தினால் தான் பளபளக்கும் நீல நிறக் கற்கள் உருவாகி உள்ளன, மற்றபடி வேறு விசேஷம் இல்லை என்றனர். இந்தக் கற்களில் எந்த மந்திர சக்தியும் இல்லை என்பது அவர்கள் கூற்று.

மக்கள் அந்த கற்களிலிருந்து சாறு எடுக்க முயற்சித்துத் தோல்வியைத் தழுவினர். அதில் வெற்றிக் கண்டவர்கள் அமரத்துவம் எய்தினர், அல்லது பைத்தியமாக அலைந்தனர் என்று கதைகள் நிலவின. ஆனால் நிலநடுக்கம் ஏற்பட்டதால், இப்போதைக்குக் குகைகளின் வாயிலுக்கு செல்லும் பாதை பெரிய பாறாங்கற்களால் அடைக்கப் பட்டு விட்டது. ஆனாலும் அதைச் சுற்றி முளைத்துள்ள மருந்துச் செடிகளைக் கிராமத்தார்கள் உபயோகித்தனர். சோமா குகைகளை இந்த்ரவன் என்றும் குறிப்பிட்டனர்; இந்த இடம் மிகவும் தெய்வீகமானது என்று போற்றினர்; ஏன் என்றால் இந்திரக் கடவுள் இங்கு தான் கடைசியாகத் தங்கியிருந்தார், சொர்க்கத்திற்குத் திரும்புவதற்கு முன். விழாக் காலங்களில் இந்த குகைகள், மிகுந்த தெய்வீகத் தன்மை பெற்று, சிறப்பானவையாகவும்,

அதே நேரம் அச்சுறுத்துவையாகவும் காணும்.

''இந்த விலங்குகளுடன் வெறும் கையில் சண்டையிடுகிறாய், நீ என்று என்னால் இன்னமும் நம்பமுடியவில்லை,'' என்று லக்ஷ்மி தனக்கு தானே சொல்லிக்கொண்டாள். இலைகளின் கலவையை காயங்களின் மீது மென்மையாகப் பூசினாள்.

கல்கி தன் ஒன்பதாவது வயதில் தன்னுடைய அபூர்வ சக்திகளைப் பற்றி அறிந்திருந்தான், விஷப் பாம்பைக் கையில் பிடித்து அதை நசுக்கிச் சாகடிக்கும் உறுதி அவனிடம் இருந்தது. மற்ற சிறுவர்களைப் போல அவன் இல்லை. கற்பனைக்கு அப்பாற்பட்ட சக்தி அவனிடம் இருந்தது. அவன் தோல், காயங்களுக்கு மிஞ்சியது கிடையாது தான்; ஆனால் அவன் சக்தி அனைத்துக்கும் மிஞ்சியது தான். நகரின் படை வீரர்களைக் காட்டிலும் அதிக சக்தி கொண்டவன்; ராக்ஷஸ்களுக்கு ஈடானது என்று நினைத்தான். அவன் தந்தை விஷ்ணுயத் அவனை அமர்த்தி அவனுக்கு இந்த சக்தி வரக் காரணமான கதையைச் சொன்னதும் கல்கி பணிவாக நடந்து கொண்டான்.

''சிலர் சிறந்தவர்களாகப் பிறக்கிறார்கள். சிலர் சிறப்பை அடைகிறார்கள். உனக்கு இரண்டும் இருக்கிறது. அறிவுடன் பயன்படுத்து, ஆனால் யாரிடமும் இதைப்பற்றிச் சொல்லிவிடாதே, நிறைய பேரால் உன்னுடைய சக்தியைப் புரிந்துகொள்ள முடியாது; மாறாக அதைக் கண்டு அஞ்சுவார்கள்.''

''ஆனால் நான் ஏன் இப்படி இருக்கிறேன்?''

அவர் பார்வையைத் தாழ்த்தி யோசனையில் ஆழ்ந்தார். சரியான வார்த்தைகளைத் தேடினார் போலும். ''எனக்கு விடை தெரிந்திருந்தால் நான் உனக்கு சொல்லியிருப்பேன். ஆனால் நீ கவலைப்பட வேண்டியது, இதை எப்படி சரியான விஷயங்களுக்குப் பயன்படுத்துவது என்பதைப்பற்றித் தான், மகனே, இவ்வளவு ஆளுமை பொருந்திய சக்தி, கூடவே ஒரு பெரிய விலையைக் கேட்கும். ஒரு நாள் நீ இந்தச் சக்திக்கு விலை கொடுக்க வேண்டியிருக்கும், அதனால் பிறருக்கு உதவும் வகையில் பயன்படுத்து.''

அப்போது விடை கிடைக்கவில்லை கல்கிக்கு. தன்னுடைய தம்பி, மற்றும் அம்மாவிடமிருந்து கூட அவன் இதை மறைத்தான், ஆனால் ஒரு பெரிய பாறாங்கல்லை அனாயாசயமாகத் தூக்கும் போது லக்ஷ்மியிடம் பிடிபட்டான்.

அவளிடம் சொன்ன விளக்கத்தைக் கேட்டு அவள் கூறினாள், ''ஒரு வேளை நீ கடவுளின் பிள்ளையாக இருக்கலாம்.''

சற்றே கூச்சத்துடன் கல்கி அதைப் புறம் தள்ளினான், ''எனக்குத் தெரிந்து என் தந்தை ஒரு கடவுள் கிடையாது. அவர் பால் பண்ணை வைத்திருப்பவர். பசுக்களின் கடவுள் என்று வேண்டுமானால் அழைக்கலாம்.''

''பாலின் கடவுள்?''

அவர்கள் சிரித்தாலும், குழம்பிப் போனார்கள். தன்னைப் பற்றித் தெரிந்தும் தன்னை எடைபோட்டு யோசிக்காமல் அப்படியே ஏற்றுக் கொள்ளும் ஒரு தோழி கிடைத்துவிட்டாள் என்பதைக் கல்கி புரிந்து கொண்டான்.

''உனக்கு இன்னமும் என் சக்தியின் ரகசியத்திற்கு விடை இல்லை தானே?'' என்று கேட்டான்.

''நீ கூட என்னை வரலாற்றுப் புத்தகங்களில் தேடித் பார்க்கச் சொன்னாய்...''

''அல்லது அறிவியல் புத்தகங்கள்.''

''ஆமாம். ஆனால் எனக்குக் கணிசமாக ஒன்றும் புலப்படவில்லை. ஒரு வேளை சிலவற்றிற்கு விளக்கங்கள் தேவைப்படவில்லையோ, அல்லது நாம் அறிந்து கொள்ள நேரம் பிடிக்குமோ என்னவோ? சீக்கிரத்தில் உன் வாழ்வில் உன் சக்தியைப் பற்றி அறிந்து கொள்ளும் நாள் வரத்தான் செய்யும். நீ காத்திருக்க வேண்டும்.'' அவள் நிறுத்தினாள். ''இங்கே ஏதாவது கண்டுபிடிக்க முடிந்ததா?''

''சே! எல்லா இடத்தையும் விட்டு விட்டு இங்கேயா? இங்கே எனக்கு எதையும் கண்டுபிடிக்க முடியாது. என் அப்பாவிடமிருந்து விடுபட வேண்டும். ஆனால் என் பெற்றோர்களுக்கு நான் கடமைப்பட்டிருக்கிறேன் அதனால் அவர்களுக்காகத்தான் நான் பண்ணையில் வேலை செய்கிறேன்.''

''அது பரவாயில்லை.''

''எனக்குக் கண்டிப்பாகத் தெரிய வேண்டும்.''

''நீ தெரிந்து கொள்வாய் என்று நான் நம்புகிறேன்.''

வரவேற்பறையில் மாட்டப் பட்டிருந்த பளபளவென்று மெருகேற்றப்பட்ட செப்பு தட்டினருகில் நடந்தான் கல்கி. அவன் வலது கையில் ஒரு தீக் காயம். ''ஒரு வேளை தெரிந்து கொள்ளலாம்.'' அவனுடைய சிறு வயதில் ஏற்பட்ட தீக் காயம். ''எவ்வளவோ கேள்விகள் ஆனால் மிகச் சில விடைகள்.''

''கவலைப்படாதே, கண்டு பிடிக்கலாம். இப்போதைக்குத் திரும்பப் போவதைப் பற்றிக் கவலைப்படு.''

கல்கி சிரித்தான், அவளை அணைத்தான், பிறகு வெளியேறினான். வழியில் லக்ஷ்மியின் அம்மாவைச் சந்திக்க நேர்ந்தது, கையை ஆட்டி அவளிடமிருன்ந்து விடை பெற்றுக் கொண்டான்.

வீட்டிற்கு நேரம் கழித்துச் சென்றான். அன்று அவன் வேலைக்கும் போகவில்லை, சூரிய அஸ்தமனம் வரை பண்ணையில் மிச்சம் வைத்த வேலையைச் செய்ய வாய்ப்பு இருந்தது. அவன் வயலுக்குச் செல்லும் வழியில் ஒரு சாராயக் கடை இருந்தது. வயதான சந்நியாசி அமர்ந்து குடி போதையில் தனக்குத் தானே ஏதோ பிதற்றிக் கொண்டிருந்தான்,

அப்படியே முன்னால் சாய்ந்து தரையில் விழுந்தான்.

அவன் எழுவதற்கு கல்கி உதவினான், சந்நியாசியின் வினோதமான கண்களைப் பார்த்தான். வயோதிகனின் வயதுக்கு மீறிய அறிவு அவன் கண்களில் தெரிந்தது.

''என்னை...என்னை...மன்னித்துவிடு தோழா.''

''பரவாயில்லை. உங்களுக்கு ஒன்றும் ஆகவில்லையே?''

''வழக்கம் போல,'' என்று அசட்டுத்தனமாக இளித்தான், அவனுடைய சொத்தை பற்கள் தெரிய.

''சரி, நான் கிளம்புகிறேன்...''

''நான்...நான் உன்னை எங்காவது பார்த்திருக்கிறேனா, நண்பா?''

கல்கி சிரித்தான். ''இல்லை என்று நினைக்கிறேன். உங்களைப் பார்த்தால் நீங்கள் இந்த ஊரைச் சார்ந்தவர் போலத் தெரியவில்லையே. பழங்குடியினர் கூட வந்தீர்களா?''

''எதிர்காலம் நீண்ட நாள் வாழும், இல்லையா?'' என்று சிரித்தபடி கீழே விழுந்தான்.

இம்முறை கல்கி அவனுக்கு உதவவில்லை. பண்ணையை நோக்கி நடந்தான். மரக் கதவும், பசு மாடுகள் வெளியே ஓடாமல் இருக்க உயர்ந்த வேலியும் போடப் பட்டிருந்தன. மேய்ச்சல் நிலங்களும் மாடுகளை கட்டும் கொட்டில்களும் இருந்த இடத்திற்குச் சென்றான். நிலம் ரத்தத்தில் தோய்ந்திருந்தது, பசுக்களைக் காணோம். அப்பாவின் ஆட்கள் உயிரற்ற சடலங்களாக விழுந்து கிடந்தனர்.

அர்ஜன் கொட்டிலுக்குப் பக்கவாட்டில் நின்றபடி விம்மிக் கொண்டிருந்தான். அவன் மூக்குடைந்து ரத்தம் வழிந்தது. கை கால்களும் உடைந்து உடம்பு உதறியது.

''அப்பா எங்கே?'' என்று தம்பியைக் கேட்டான.

''அவர்கள்...அவர்கள் அவரைக் கூட்டிக் கொண்டு சென்றுவிட்டனர்.''

''அவர்கள் என்றால்...யார்?''

''மிலேச்சர்கள்.''

''பழங்குடியினரா?''

''இல்லை, கொள்ளைக்காரர்கள்,'' அர்ஜன் அவனைப் பார்த்தான்.

11

துருக்தி தன் சகோதரனை ஜாக்கிரதையாகப் படுக்கையில் கிடத்தினாள். அவன் தலையை தலையணையில் வைத்தாள். ஒரு போர்வையால் போர்த்தினாள். விருந்து நடந்து சில நாட்கள் ஆகிவிட்டன, கோட்டை வாயிலுக்கு வந்து நிறைய மக்கள் அதில் பங்கேற்றனர்.

"இப்பொழுது உடம்பு தேவலையா?"

"பரவாயில்லை."

"மருத்துவர் உன் தொண்டைக்கு தேன் கொடுத்துவிட்டுச் சென்றார்."

"குளிரவில்லை," என்று முனகினான், "இன்னும் மோசமாகியிருக்கிறது. இருமினால் என் உடம்பே வலிக்கிறது. நரம்புகளில் தீ பரவுவது போல இருக்கு."

துருக்தி காளியின் குணங்களை எண்ணிப் பார்த்தாள்-திட்டங்களில் வல்லவன், அறிவாளி, மேலும் தன்னைப் பற்றி மட்டுமே அக்கறை கொள்பவன். ஆனால் அவன் ஒருபோதும் புலம்பமாட்டான், புகார் சொல்ல மாட்டான். மிகவும் சிரமமான நேரங்களில் கூட அவன் தைரியமானவனாகவும், உறுதியானவனாகவும் திகழுவான். ஆனால் இப்பொழுது அப்படியில்லை. அனைத்து மூலிகைகளையும் முயன்று பார்த்துவிட்டாள், ஒரு பயனும் தெரியவில்லை.

"மேற்குப் பக்கத்திலிருந்து வந்த ஏதோ ஒரு வியாதி, போரின் மூலம் பரவியிருக்கலாம் என்று மருத்துவர்கள் கருதுகிறார்கள்."

"மணல் என்னைப் பாதித்து விட்டதா? அப்பொழுது அது ஏன் கோகோவையும் விகோகோவையும் பாதிக்கவில்லை?"

துருக்தி, கவலையுடன் பின்னால் நின்று கொண்டிருந்த தன் பணிப்பெண் சிம்ரினுடன் ஒரு பார்வையைப் பரிமாறிக் கொண்டாள். சிம்ரின் அவளையே பின் தொடர்வாள், அவளுடைய அந்தரங்க வேலைகள் மட்டுமின்றி, கோட்டையின் மொத்த செயல்பாடுகளிலும் பங்கேற்பாள். சிம்ரின், காளியைப் பற்றி ஏதும் புரியவில்லையே என்று தலையசைத்தாள்.

''ஒருவேளை,'' என்று துருக்தி தொடங்கினாள், ''அவர்களுக்கு உன்னைக் காட்டிலும் நோய் எதிர்ப்புசக்தி அதிகமாக இருக்கலாம்.''

''ஐயோ! நானும் அவர்களைப் போல் வலிமையானவன் தான்.''

''நீ வலிமையானவன் என்பதால் திடமானவன் என்று அர்த்தம் இல்லை.''

தன் நெஞ்சைத் தடவிக் கொண்டான்.

''இந்த நாட்டை நிர்வகிக்க உன் உடம்பு திடமாக வேண்டும். இல்லாவிட்டால் பழங்குடியினர் இதை அபகரித்துவிடுவார்கள்; நீ இவ்வளவு நாள் தேடிக் கொண்டிருந்த அமைதி போய்விடும்.''

''எனக்கு அது தெரியாதா?'' அவன் இருமினான். மூச்சு இழுத்தது. அவன் சிம்ரினையும், துருக்தியையும் மாறி மாறிப் பார்த்தான். ''நீ ஒரு கூட்டாளியை கண்டுகொண்டாய்.''

''ஆமாம்,'' துருக்தி புன்னகைத்தாள். ''அதைவிட ஒரு தோழி என்றே சொல்லலாம்.''

''ஆம்,'' அவன் சிம்ரினை நோக்கினான். ''உனக்குத் தெரியுமா பெண்ணே, நான் உன் எஜமானியை தீப் பிடித்த நகரத்திலிருந்து காப்பாற்றினேன் என்று? நாங்கள் இருவரும் ஒரு இடிந்த குடிசையில் அகப்பட்டுக் கொண்டோம். அதிலிருந்து பெரும் போராட்டத்திற்கு பின் தப்பினோம். நாங்கள் தப்பி வந்தபோது அவளுக்கு வயது மூன்று.''

''உன்னையும் பாதுகாத்துக் கொண்டாய்,'' என்று துருக்தி பெருமையுடன் கூறினாள்.

சிம்ரின் தன்னுடைய தேவதை போன்ற குரலில் சொன்னாள், ''ஆமாம் ஐயா, உங்களுடைய தைரியத்தின் கதைகள் நெடுந் தூரம் பயணித்து விட்டன. ஆனால் எனக்கு அனுமதி உண்டென்றால், எப்படித் தீப் பிடித்தது என்று கேட்கவேண்டும்.''

காளியின் முகத்திலிருந்து புன்னகை மறைந்தது. துருக்தி அவளைத் திரும்பிப் பார்த்து, ''அது முக்கியம் இல்லை. கடந்தகாலத்தில் நமக்கு அக்கறை இல்லை, எதிர்காலம்தான் முக்கியம்.''

''உண்மையான வார்த்தைகள்,'' என்றபடி கவர்ச்சியாகச் சிரித்தான் காளி.

சிம்ரின் பணிவாகத் தலையசைத்தாள்.

துருக்தி தன் சகோதரனின் நெற்றியில் மென்மையாக முத்தமிட்டாள். பிறகு வெளியேறினாள். அவர்களின் அறையை அடையும் வரை அவள் சிம்ரினிடம் ஏதும் சொல்லவில்லை.

''உங்களின் இரவு உடைகளை எடுத்து வைக்கட்டுமா, தேவி?''

''இப்பொழுது வேண்டாம்,'' என்று துருக்தி பெருமூச்செறிந்தாள். ஜன்னல் அருகில் அமர்ந்து அவள் தன் தோடுகளைக் கழற்றினாள். ''சிம்ரின், இந்தப் பேச்சை எப்பொழுதுமே எடுக்காதே. காளி ஐயாவை எப்பொழுதுமே அந்தத் தீயைப் பற்றி பேச விடாதே.''

''ஏன் தேவி?''

''இது பெருமை என்றே வைத்துக் கொள், ஆனால் இந்தக் கதையை யாரும் அறியாமல் இருப்பது தான் நல்லது.'' துருக்தி ஆழமான மூச்சை விட்டாள், பிறகு, ''நமக்கு வேலை ஒன்றும் இல்லையா?'' என்றாள்.

சிம்ரின் செஸ்ட்நட் மரத்தால் ஆன மேசையருகே நடந்தாள். அதில் ஒரு தீப்பந்தம் இருந்தது. அங்கிருந்து ஒரு பெரிய ரெஜிஸ்தர் புத்தகத்தை எடுத்து வந்தாள். இந்த்ரகர்ரைச் சுற்றியுள்ள கிராமங்களின் பெயர்கள் எழுதப்பட்டிருந்தன. அவள் அந்தப் பெயர்களைப் படித்துக்கொண்டே நகர்ந்தாள், எதுவும் அவளுக்கு ஆர்வத்தை ஊட்டவில்லை. ''இந்த்ரகர்ரைச் சுற்றி ஏறத்தாழ ஐம்பது கிராமங்கள் உள்ளன. அனைத்துக்கும் தூதுவர்களை அனுப்பி அரச கட்டளையைத் தெரிவிக்க வேண்டும். புதிய வரிகள் அமல் படுத்தப்பட்டதைத் தெரிவிக்க வேண்டும். ஏதேனும் போராட்டம் நடந்தால் வாசுகியின் ஒரு சிறிய படையை உதவிக்கு அனுப்பவேண்டும்.''

''நல்ல திட்டம், தேவி,'' என்றாள் அந்த இளைய பணிப்பெண்.

அவர்கள் தொடங்க வேண்டிய கிராமங்களின் பெயர்களை துருக்தி குறிப்பிட்டிருந்தாள், அவற்றின் பெயர்களை சிம்ரின் ஒரு காகிதத்தில் குறிப்பு எடுத்தாள். ஷம்பாலா என்ற பெயரைப் பார்த்தவுடன் நிமிர்ந்தாள். ''நீங்கள் ஷம்பாலா என்றா சொன்னீர்கள், தேவி?''

''நான் தவறு செய்யவில்லை, அதைத் தான் குறிப்பிட்டேன்.''

''அந்த கிராமத்தைப் பற்றி ஏதோ ஒரு ஞாபகம், ஆனால் அது எவ்வளவு தூரம் உண்மை என்று தெரியாது.''

''என்ன சொல்கிறாய்?''

''கடவுள்களால் வழங்கப்பட்ட பரிசு தான் ஷம்பாலா என்று பேசிக் கொள்கிறார்கள். மேலும் அவர்கள் தெய்வீகமான ஏதோ ஒன்றை விட்டுச் சென்றார்கள் என்று...''

துருக்தி அவளை வெட்டிப் பேசினாள், ''இந்த நகரத்தில் உள்ள மொத்த நபர்களில் நான்தான் இதை கண்டிப்பாக நம்ப மறுப்பேன்.''

''ஆனால் தங்களுக்கு இந்தச் செய்தி உபயோகமாக இருக்கலாம்; ஷம்பாலாவில் உள்ள கற்களில் தெய்வீக மற்றும் மருத்துவ குணங்கள் இருப்பதாகக் கூறப்படுகிறது.'' அவள் சற்று நிறுத்திவிட்டுத் தொடர்ந்தாள், ''என் தந்தை இதைப்பற்றி என்னிடம் சொல்லியிருக்கறார். அவர் ஒரு மருத்துவர், அவருடைய கடைசி தினங்களில், அவரை ஒரு ஏழை கிராமத்து ஆள் சந்தித்தார். அவர் ஷம்பாலாவைச் சேர்ந்தவர். அவருடைய மனைவி பிரசவத்தினால் மிகவும் நோய்வாய்ப்பட்டு சாவின் விளிம்பில் இருப்பதாகக் கூறினார். என் தந்தையால் எந்த நிவாரணமும் அளிக்க முடியவில்லை; அதற்கான தீர்வே இல்லை என்றார். கிராமத்துவாசி சோமா என்ற மாயக் கற்களைப் பற்றி ஏதோ முணுமுணுத்தார். அது வேலை செய்யுமா என்று என் தந்தையைக்

கேட்டார். என் தந்தை அவை வெறும் கட்டுக்கதைகள் என்று கூறி மறுத்துவிட்டார். கிராமத்துவாசி ஏமாற்றத்துடன் திரும்பிவிட்டார். ஒரு ஆண்டுக்குப் பின்னர் என் தந்தை ஒரு வேலையாக ஷம்பாலா சென்றார். அங்கே சென்று அதே கிராமத்துவாசியைச் சந்தித்தார். அவர் நோய் குணமான தன் மனைவியுடன் மகிழ்ச்சியாகக் குடும்பம் நடத்துவதைக் கண்டார். அவருக்கு ஒரு மகனும் இருந்தான். அவளுக்கு எப்படி குணமானது என்று என் தந்தை அவரைக் கேட்ட பொழுது அவர் கூறியது, 'எல்லாவற்றிற்கும் மேலாக கட்டுக்கதைகள் கட்டுக்கதைகளாகவே இல்லை'.'' அவள் நிறுத்தினாள்.

துருக்தி இவற்றைக் கவனமாக உள்வாங்கிக்கொண்டாள், ஆனால் அவளுக்கு இவை ஒரு குழந்தையின் கதை போலவே தோன்றின.

''அதற்கு அனைத்தையும் குணமாக்கும் சக்தி உள்ளது,'' என்று சிம்ரின் மேலும் கூறினாள்.

''அந்தக் கிராமம் ஒரு வேளை பொய் பேசுகிறதோ?''

''இருக்கலாம், இல்லாமலும் இருக்கலாம்.''

''யாருமே இந்த சோமா கற்களை ஏன் பயன்படுத்தவில்லை என்றால் அவர்களுக்கு அதன் மீது நம்பிக்கை இல்லை என்கிறாயா?''

''அவற்றை மூடிவிட்டார்கள். அதைத்தான் என் தந்தை கூறினார். விஷயத்தைக் கேள்விப்பட்டு அவரே குகைகளுக்குச் சென்று ஆராயாலாம் என்று சென்றபோது அவை மூடப்பட்டிருந்தன. அவற்றைப் பயன்படுத்துவதை யாரோ விரும்பவில்லை.''

''நாம் எப்படி உள்ளே நுழைவது, பெண்ணே?''

''நம்மிடம் படையிருக்கிறது. ஆள் பலம் கொண்டு பாறாங்கற்களை நகர்த்தலாம். கிராமத்துவாசிகளுக்கு அறிவோ சக்தியோ இல்லை. அவர்களுக்கு மூட நம்பிக்கை வேறு.'' அவள் நிறுத்தினாள். ''அவர்கள் கூறுவது சோமா எந்த வியாதியையும் குணமாக்கும். எந்த ரோகத்துக்கும் நிவாரணம். நம் காளி ஐயாவுக்குப் பயன்படுமே என்று கருதினேன்.''

''அப்படி நடந்தால் நல்லதுதான்,'' என்றாள் துருக்தி ஆழ்ந்த யோசனையில். ''ஆனால் இவை அனைத்தும் உண்மையற்ற கட்டுக் கதையாக இருந்தால்?''

''முயற்சி செய்வதில் என்ன தவறு தேவி? காளி ஐயாவின் உடல்நிலை மோசமாகிக் கொண்டே வருகிறது. நமக்கு வேறு என்ன வழி இருக்கிறது?''

துருக்தி சம்மதித்தாள். ''நல்லது சிம்ரின். நான் இதைப்பற்றி யோசிக்கிறேன். என் வாழ்நாள் முழுவதும் அவன் தான் என்னைக் காப்பாற்றி வருகிறான்,'' என்று நிறுத்தினாள். நிலாவின் கதிர்கள் அவளுடைய பளபளக்கும் மேனியைக் குளிப்பாட்டின. புதிதாக வெட்டப்பட்ட மலர்கொத்து மணம் பரப்பியது. ரம்மியமான அந்தச்

சூழலில், ஆந்தைகளின் சத்தம் அவளுக்கு ஒரு புது உத்வேகத்தைக் கொடுத்தது.

"நான் அவனைக் காப்பாற்ற வேண்டிய தருணம் இது."

12

கல்கி, ஒரு நீள அங்கியை அணிந்துகொண்டு காட்டுக்குள் நுழைந்தான்.

புளி வாசனையுடன், மழை நீர் சொட்டிக் கொண்டிருந்தது, கல்கிக்கு ஏதோ ஒரு வேற்று கிரகத்துக்கு வந்தது போல் தோன்றியது. காற்று வேகமாக அடித்தது, மழைச் சத்தம் கடுமையாகவும் உரத்தும் ஒலித்தது. தீ மூட்டி அதன் எதிரே லக்ஷ்மி, அர்ஜன், பாலாவுடன் அவன் அமர்ந்திருந்தான். குளிருக்கு அடக்கமாக உடைகள் உடுத்தியிருந்தான்.

பாலா கல்கியின் நண்பன். அவனுக்குக் கதாயுதத்தைச் சுற்றும் ஆற்றல் அதிகம். மிலேச்சர்களை அழிக்க பாலாவின் உதவியை நாடி கல்கி வந்த பொழுது, சாராயக்கடையில் தொந்தரவு செய்த சில குடிகாரர்களை அடித்து நொறுக்கிக் கொண்டிருந்தான். பாலா ஆறடி ஒன்பதங்குலம் உயரம். கல்கி, அர்ஜன் என்ற இருவரின் உடல்வாகையும் சேர்த்தால் ஏற்படும் அளவுக்குப் பிரமாதமான உடல்கட்டு. புதர்காடு போன்ற தாடி அவன் முகத்தைப் பாதி மூடியிருந்தது. கருகு மணி போன்ற கண்கள், அவற்றில் உணர்சிகளுக்கு இடம் இல்லை.

கல்கி அர்ஜனிடம் பேசத் தொடங்கினான், ''அவர்களைப் பற்றிச் சொல்.''

அர்ஜன் சொன்னான், ''குதிரைகளில் வந்தனர், கருப்பு ஆடைகள் அணிந்திருந்தனர். முகமூடி அணிந்திருந்தனர். தடுக்க வந்தவர்களைக் கொன்று அழித்தனர். நான் சரியான சமயத்தில் தப்பித்தேன். ஏன் என்றால் என்னால் அவர்களை ஏதும் செய்ய முடியவில்லை. அவர்களிடம் ஆயுதங்கள் இருந்தன, அவை சாதாரணமாக, நாம் பார்க்கும் வாள்கள் போல அல்ல. அவற்றின் பிடிகள் நம்முடையது போல இருந்தாலும் மேல் முனை கூராக வளைந்திருந்தன.

''கொடுவாள்,'' என்றாள் லக்ஷ்மி.

''கொடு-என்னது ?'' என்று பாலா தலையைச் சொறிந்தான்.

''தக்ஷினிகள் பயன்படுத்தும் ஆயுதம், பின்னங்கையால் பிரயோகப் படுத்தவேண்டும். ஒரே போடு போட்டால், எலும்புகள் வரைக்கும் சீவும்.''

''எலும்புகள் என்றா சொன்னாய்? நான் அவர்களுக்குக் கொஞ்சம் புத்தி புகட்ட வேண்டும்.''

''நாம் புத்திசாலித்தனமாக செயல்படவேண்டும்,'' என்றாள் லக்ஷ்மி. ''முட்டாள்தனமாக இருந்துவிடக்கூடாது. கல்கி, அர்ஜனுடைய அப்பா அவர்கள் வசம். நம்மிடம் ஆயுதங்கள் இல்லாததால் நாம் வேகமாகவும் ஜாக்கிரதையாகவும் செயல்பட வேண்டும்.''

''உம்ம்ம்,'' என்று பாலா உறுமினான். ஜாக்கிரதை மற்றும் வேகம் பாலாவின் அகராதியிலேயே இல்லை என்று கல்கி எண்ணிக்கொண்டான்.

''அவர்கள் உணவைத் தேடும் பசுக் கொள்ளையர்களாக இருக்கலாம்,'' என்றான் கல்கி. ''பழங்குடியினருடன் சேர்ந்து அதிக முக்கியத்துவம் பெற்றுவிட்டார்கள்.''

''தள்ளி வைக்கப்பட வேண்டிய அற்பர்கள்! அவர்கள் அழுகி இறக்க வேண்டும்,'' என்று பாலா பொருமினான்.

''அவர்கள் உன் தந்தையை ஏன் தூக்க வேண்டும்?'' என்றாள் லக்ஷ்மி.

''யாராவது பசுக்களை மேய்த்துப் பாதுகாக்க வேண்டாமா, அவர்கள் அவற்றை அடித்து விருந்து உண்ணும்போது?'' என்று கேட்டான் அர்ஜன். ''இது என் கணிப்பு, இதை விட்டால் அப்பாவைக் கடத்தியவர்களுக்கு வேறு என்ன காரணம் இருக்க முடியும்?''

கல்கி அர்ஜனைக் கேட்டான், ''அவர்கள் எவ்வளவு பசுக்களைக் கொண்டு சென்றனர்?''

''பெரிய பசுக்கள் மூன்றைக் கொண்டு சென்றனர்; மற்றவைக் கொட்டிலில் மறைக்கப்பட்டிருந்தன.''

கல்கி தலையசைத்தான், ''நம்மிடம் நிறைய அவகாசமோ, நாட்களோ, மணிநேரங்களோ இல்லை. மிலேச்சர்களை நம்ப முடியாது.''

''அவர்களை எப்படிக் கண்டுபிடிப்பது என்று கூட நமக்குத் தெரியாது,'' என்றான் பாலா.

''வேலையைப் பிரித்துக் கொள்ளலாம்,'' என்று கல்கி பரிந்துரைத்தான். ''நானும் லக்ஷ்மியும் இந்த்ரகர் நகரத்திற்கு செல்வோம். குதிரையில் பயணித்தால் ஒரே நாளில் சென்று தேவையான ஆயுதங்களை சேகரித்துக் கொண்டு திரும்பலாம். நீயும் அர்ஜனும் கொள்ளையர்களைத் தேடுங்கள், ஆனால் அப்படித் தேடிக் கண்டுபிடித்தால், நேரடித் தாக்குதல் நடத்தாதீர்கள், உயிருடன் திரும்ப மாட்டீர்கள்.''

அர்ஜன் உடனே கீழ்படிந்தபடி, ''நாங்கள் கண்டுபிடித்தால் உனக்கு சமிக்ஞை செய்கிறேன். அந்த சமிக்ஞைக்கு வெகு அருகே தான் அவர்கள் இருப்பார்கள் என்று புரிந்துகொள்ளுங்கள்.''

கல்கி தன் சாமர்த்தியமான தம்பியைத் தட்டிக் கொடுத்தான்.

''நாம் எப்படி நகரத்திலிருந்து ஆயுதங்களைச் சேகரிப்போம்?'' என்று லக்ஷ்மி யதார்த்தமாகக் கேட்டாள்.

‘‘உம்ம்,’’ என்று கல்கி செருமினான், ‘‘உன்னுடைய சித்தி அங்கே இருக்கிறாள் என்று சொன்னாயே? அவள் தான் அரசாங்கப் பணியில் இருக்கிறாளே. அவள் நமக்கு ஆயுதங்களைச் சேகரிக்க உதவுவாள்.’’

‘‘சட்ட விரோதமாக நமக்கு ஆயுதங்கள் வழங்கவேண்டும் என்கிறாயா? இல்லை, அது நடக்காது.’’

‘‘இல்லை, நாம் கடனாகப் பெற்றுக் கொள்ளலாம், தயவு செய்து மறுக்காதே,’’ என்று கெஞ்சினான், ‘‘என் அப்பாவுக்காகத் தானே. இல்லாவிட்டால் கேட்பேனா?’’

‘‘ஆயுதங்களைத் தவிர்த்து வேறு வழியில் அவரை மீட்க முடியாதா?’’

‘‘வன்முறையைத் தவிர வேறு வழியா? வேறு வழியே இல்லை!’’ என்று பாலா உரக்கச் சிரித்தான்.

‘‘உனக்கு எங்கிருந்து இவ்வளவு பெரிய கதை கிடைத்தது?’’

அவன் அதைக் கைகுழந்தையைப் போல நெஞ்சோடு அணைத்து, அதன் உச்சியில் முத்தமிட்டான். ‘‘பாபா.’’

‘‘பாலாவின் அப்பாவும் அவனும் மட்டும் தான் இந்த கிராமத்தில் ஆயுதம் ஏந்தும் வெகு சிலர், மற்றபடி இங்கு இது அனுமதிக்கப்படாத விஷயம் தான்,’’ என்றான் அர்ஜன். ‘‘லக்ஷ்மி, நான் அவர்களைப் பார்த்தேன். நம்மை ஆயுதங்கள் இன்றி சந்தித்தார்கள் என்றால், கண் இமைக்கும் நேரத்தில் கொன்று குவிப்பார்கள். நம் ஆட்களைக் கொல்லும்போது அவர்கள் முகத்தில் எந்தச் சலனமும் இல்லை. சர்பஞ்ச் என்ன செய்யலாம் என்று யோசித்து முடிவெடுப்பதற்குள், விஷயம் கை மிஞ்சி விடும். நாம் ஒவ்வொருவரும் தனித் தனியாகவும், அதே சமயம் வேகமாகவும் செயல்பட வேண்டும்.’’

லக்ஷ்மி நீண்ட மூச்சு விட்டபடி வேண்டா வெறுப்பாகத் தலையாட்டினாள்.

13

வாசுகியின் கதவை தளபதி தக்ஷக் தட்டினான். அவன் ஓரிரவும், பகலும் முழுமையாக அங்கு இல்லை, இருப்பினும் அந்த வேளைகேட்ட வேளையிலும் அழைக்கப்பட்டிருந்தான். அவன் வாயிலில் சும்மா நின்றபோது உள்ளிருந்து முனகல் ஒலி கேட்டது. வாசுகி மூன்று பிள்ளைகளுக்குத் தகப்பன் என்றாலும் கற்புக்கு முதலிடம் கொடுப்பவன் இல்லை. திருமணப் பந்தத்தின் நம்பகத் தன்மைக்குப் பாத்திரமானவன் இல்லை. மகிழ்ச்சி என்பது அவனுக்கு பல ரூபத்தில், வயதில், நிறத்தில் வருவது.

வலிமையான வடக்கு நாடுகளில் மிகுந்த தாக்கத்தை ஏற்படுத்தக் கூடியவன் என்ற தகுதியை அவன் ஒப்பந்தத்தின் மூலம் பெற்றிருந்தான். முன்பு இவை மாணவ்களால் ஆளப் பட்டபோது, பழங்குடியினரை கிண்டலாக பெயரிட்டு, அவர்களுக்கு உரிமைகளை மறுத்து, அவர்களை கேவலாமாக பேசினர். ஆனால் இப்பொழுது அவர்களுக்கு மரியாதை அளிக்கப்பட்டது. சுரங்கங்கள் வெட்டும் நகரங்களின் வீதிகளில் தக்ஷக் பயணித்திருக்கிறான்; தாமரைத் தோட்டம் வரை நடந்தபோது, அனைவரும் அவனை ஆச்சரியத்துடன் பார்த்தனர். நகரப் பாதுகாவல் துறைக்கு ஒரு பழங்குடி மனிதன் தலைவனா? அவர்கள் வாழ்நாளில் இது சாத்தியம் என்று கூட மாணவ்களால் நம்ப முடியவில்லை.

பல பேர் தங்கள் வரலாறே அறியாதவர்கள். பெரிய பிளவு நேர்ந்து உலகமே உடைந்து அழிந்தபோது, பிளேக் நோய் மிச்ச மிருந்த நிலங்களை அழித்தபோது மாணவ்களும் பழங்குடியினரும் ஒருங்கிணைந்து செயல்பட்டனர். சொல்லப் போனால் இருவரும் ஒருவரே என்ற அடையாளத்தில் இயங்கினர். அவர்களை வித்தியாசப்படுத்த உள்ளே ஒரு அரசியல் சூழ்ச்சி நடந்தபோது தான் அந்த அழுத்தத்தை தாங்கமுடியாமல், பழங்குடியினர் என்று அடையாளப்படுத்தப் பட்டனர். பிளவுக்குப் பின் சிவா, விஷ்ணு, மற்றும் பிரம்மா, மாணவ்களின் தலைவர்கள் ஆனார்கள். அவர்கள்

உயர் ஜாதிகளுக்குப் பக்க பலமாக இருந்தனர். மற்றவர்கள் அப்படி இல்லை. மும்மூர்த்திகளுக்கு அவர்களைப் பற்றிய கவலை இருப்பதை உணர்ந்து அவர்கள் தங்களைத் தொலைவில் நிறுத்திக் கொண்டனர். தங்களை பழங்குடியினர் என்று பெயரிட்டுக் கொண்டு வேறு இடங்களில் வீடுகள் கட்டிக் குடிபெயர்ந்தனர். சீக்கிரத்திலேயே போர்கள் அவர்களின் அமைதியைக் குலைத்தன. நீண்ட நாட்களுக்கு அமைதியை நிலவச் செய்ய இயலவில்லை. தொடர் யுத்தங்கள் பழங்குடியினருக்கு பெருத்த நஷ்டத்தை ஏற்படுத்தின. சுயகௌரவம் தேய்ந்தது. கடினமான நிலங்களில் மறைந்து வாழ்ந்தனர்-குளிர் மலைகள் மற்றும் அடர் காடுகள். பலர் தொடர்ந்து போரிட்டாலும் பலர் ஒதுங்கியிருந்தனர்; அவர்கள் தவம் செய்வதாக உறுதி பூண்டனர். உதாரணத்திற்கு வானர்கள்-குரங்குகளை வணங்கினர். பைசாசர்கள் மனித உடல்களை உண்டனர்.

இப்பொழுது பல ஆண்டுகளுக்குப் பிறகு நிலைமை மாறிவிட்டது.

கதவு திறந்தது. இருபதுகளில் இருந்த நிர்வாணமான ஒரு இளம் பெண் தான் திறந்தாள். தக்ஷக் அவளைப் பார்க்கவில்லை, அவன் கண்கள் போர்வையால் மூடப்பட்டிருந்த வாசுகியின் மீது விழுந்தன.

''மன்னிக்கவும். நான் பிறகு வருகிறேன்.''

''தயவு செய்து உள்ளே வா. அந்தப் பெண் கிளம்பிக் கொண்டிருக்கிறாள்.''

அந்தப் பெண் தலையாட்டிவிட்டு நகர்ந்தாள். உடைகளை அணிந்து கொண்டு புயலென வெளியேறினாள்.

''என்ன அழகான பின்புறம் அவளுக்கு!'' என்று வாசுகி சிரித்தான். பக்கவாட்டில் இருந்த மேசை மீது ஒரு மது குப்பியும் கோப்பையும் வைக்கப்பட்டிருந்தது. தன் கோப்பையில் மதுவை ஊற்றினான். ''இந்த நகரத்தில், மாணவ் பெண்களுக்குள் ஏதோ ஒரு விஷயம் புதைந்திருக்கிறது. அவர்களிடம் ஒரு விலங்குத்தன்மை இருக்கிறது.''

''அப்படித்தான் இருக்கும், வேந்தே,'' என்று உணர்ச்சிகளற்ற முகத்துடன் தக்ஷக் பதிலளித்தான். இது போன்ற அல்ப விஷயங்கள் அவனை பாதிப்பதில்லை. ஏன் என்றால் நாகர்களின் கலாசாரத்தின்படி வீரர்களுக்கு எந்த விதமான கவனச் சிதறல்களும் இருக்கக் கூடாது. அறிவும் வலிமையையும் மட்டுமே தேவை. தவமும், துறவும் பிரதானம்.

''அடடா! நீ கொஞ்சம் மனிதத்தன்மையுடன் அவர்களைப் பார்த்தால் நல்லது, ஆனால், உன்னால் அது இயலாது; எனக்கு சேவை புரிவதற்காக நீ ஒரு பெரிய விலையைக் கொடுத்திருக்கிறாய்.'' தக்ஷக்கின் அந்தரங்க உறுப்புகளைக் குனிந்து பார்த்தபடி, ''நீ எப்போதாவது அதற்காக வருத்தப்பட்டிருக்கிறாயா?''

''கண்டிப்பாக இல்லை வேந்தே. எஜமானனின் சேவை தான் எங்களுக்கு முக்கியம்.''

''சிறப்பு,'' என்று சிரித்தான்.

தக்ஷக் கவனித்த வரையில் வாசுகிக்குக் கூர்மையான நாசி.

''நம் குண்டு நண்பன் எப்படி இருக்கிறான்?''

''சந்தேகப்படவில்லை, வேந்தே,'' என்று குவேராவைப் பற்றிக் கூறினான். கொடூரமான, அழுக்கான யக்ஷர்களின் அரசனான குவேரா பரிதாபத்துக்கு உரியவன். அவர்களின் குணங்கள் மிகவும் மோசம் என்பதால் தக்ஷக் அவர்களை மாணவ்களைக் காட்டிலும் அதிகம் வெறுத்தான்.

''இது பிரமாதம். நம்மிடமிருந்து மணியைத் திருடி கூட்டணியை மாற்றினானே அது போல் இம்முறை நடக்க விடக் கூடாது.'' அவன் சிரித்தான். ''காளி அந்தக் கல்லை நமக்குத் திருப்பிக் கொடுக்கும்படி உத்தரவிட்டு, நாம் எவ்வளவு தான் வெறுத்தாலும் நம்மைத் திரும்பவும் கூட்டணியில் சேர்த்த காட்சி எவ்வளவு மன நிறைவானது. ஆனால் இது எல்லாமே ஒரு மாற்றத்தைக் கொண்டு வருவதற்காக நாம் செய்ய வேண்டிய கட்டாயம், அதற்குத் தானே செய்தோம்?''

''ஆமாம் வேந்தே.''

''அது என்னை முக்கியமான விஷயத்திற்குக் கொண்டு செல்கிறது,'' என்று யோசித்தபடி நின்றான் வாசுகி. நாகபுரியில் இதே போல் அவன் நிற்பதைத்தான் சிலையாக வடித்திருந்தார்கள். ''நீ வேதாந்தாவைத் தொடர்ந்து சென்று அவன் என்ன செய்கிறான் என்று கண்காணி. இப்போதைக்கு நம் குண்டன் நண்பனை விட்டுவிடு. இப்போதைக்கு இனிப்பான வெற்றியில் திளைத்து, கொண்டாடும் பெருமையில் இருக்கிறான் அவன், அதனால் அவனைப் பற்றி கவலை இல்லை. மாணவ்வுக்கு இஷ்டம் இல்லை, இயலாமையில் துவள்கிறான். அந்த இயலாமை தீவிரமான விளைவுகளை ஏற்படுத்தலாம். அவனை வேவு பார். இரண்டு பேருக்கு மேல் உன்னுடன் அழைத்துச் செல்லாதே. ஐம்பதடி தள்ளியே இரு. நகரைச் சுற்றி அவன் தன் தேவையற்ற பயணத்தை மேற்கொள்வான். அனைவரிடமும் எல்லாம் சரியாக இருக்கிறது என்று உறுதி கூறி அவர்களின் சராசரி வாழ்க்கையில் நடக்கும் விஷயங்களுக்குத் துணை போவான். ஆனாலும் எனக்குக் கண்டிப்பாகத் தெரியும், உள்ளுக்குள்ளேயே ஆளை அமைத்து நம்மைக் கவிழ்க்கத் திட்டம் இடுவான். அவர்கள் அதை நிறைவேற்றுவதற்குள் அவர்களுக்கு விஷம் அளித்துக் கொன்றுவிடு. அவனுக்குத் துரோகம் செய்வதற்கு அவன் நமக்கு ஒரு வாய்ப்பு அளித்தால் காளி அவனுக்கு சாவு மணி அடித்து சங்கு ஊத உத்தரவிடுவான்.''

''ஆனால் இப்பொழுதே அதற்கு அவர் ஏன் அனுமதிக்கமாட்டார், வேந்தே?''

''வேதாந்தா இப்போதைக்குப் பயனுள்ளவன் என்று காளி அறிவான். நகரத்தை அமைதிப்படுத்த அவனுக்கு ஒரு முகம் தேவை. ஒரு போர் முடிந்த உடனேயே, யாருக்கு வேண்டும் மக்கள் புரட்சி?''

"ஆமாம் வேந்தே."

"நல்லது." வாசுகி சிரித்தான். "தயவு செய்து என் சேவையில் இறந்து விடாதே. உன்னைத்தான் நான் மலை போல் நம்பியிருக்கிறேன், நண்பா."

தக்ஷக் புன்னகைத்தான். வாசுகியின் படை வீரர்களுள் ஒருவன் தான் அவன்; ஆனாலும் வாசுகியின் நாட்டில் அவன் மனைவியையும், குழந்தைகளையும் ஒற்றையாளாகப் போராடிப் பாதுகாத்ததால் அவனுக்கு இந்தப் பதவி உயர்வு. தளபதி என்ற பதவி சீக்கிரத்திலேயே உணர்ச்சி பூர்வமானதாகவும், விலை மதிப்பற்றதாகவும் மாறியது. வாசுகி அவனுக்கு வெறும் தலைவன் மட்டும் இல்லை. அதற்கும் மேலாக மாறியிருந்தான்.

அந்தப் பேச்சோடு தக்ஷக் தலைகுனிந்து வணங்கி அறையிலிருந்து வெளியேறினான். தனக்கு இடப்பட்ட புதுப் பணியில் இறங்கத் தயாரானான்.

14

சர்பஞ்ச்சின் வீட்டை அடைவதற்குள் கல்கியின் மோவாயில் வேர்வை முத்துக்கள் வழிந்தன. லாயத்தின் வாசலில் தசைகள் திரண்ட இருவர் இரவு வெகு நேரம் ஆனதால் உறங்கிக் கொண்டிருந்தனர். அந்நியர்களைக் கண்டதால் கல்கியைப் பார்த்து இரண்டு குதிரைகள் கனைத்தன. அவற்றை அமைதிப் படுத்தி, லக்ஷ்மியுடைய உதவியால் அவற்றை ஒரு புறமாக இழுத்து நிறுத்தினான். சர்பஞ்ச் மட்டுமே குதிரைகள் வைத்துக் கொள்ளும் அளவுக்கு அந்தக் கிராமத்தில் செல்வந்தன். காளைகளைக் காட்டிலும் குதிரைகள் வேகமானவை; அதுவும் தற்போதுள்ள சூழ்நிலையில் அவை அவசியம்.

கல்கி ஒரு குதிரையின் மேல் ஏறினான், லக்ஷ்மி மற்றொன்றின் மீது ஏறினாள். லக்ஷ்மியைப் போல் இன்றி அவனுக்குக் குதிரைகளை கையாளும் ஆற்றல் குறைவு என்பதால் அவனுடைய குதிரைய அடக்க அவனுக்குச் சற்று நேரம் பிடித்தது.

''கடிவாளத்தைப் பிடித்து உன் பக்கமாக இழுத்து அதை உன் பிடியில் கொண்டு வா, பிறகு நீ செல்ல வேண்டிய திசையை நோக்கி மெல்ல வழி நடத்து,'' என்று கிசுகிசுத்தாள்.

கல்கி ஒப்புக்கொண்டான். சர்பஞ்ச்சிடம் இருந்து திருடுவது என்பதில் அவனுக்கு விருப்பம் இல்லை. ஊர் செய்தி பேசுபவர் ஒருவரிடம் பரபரப்பாக சர்பஞ்ச் பேசிக் கொண்டிருந்தார், இந்த அடையாளம் தெரியாத மிலேச்சர்களுக்கு எதிராக எப்படி செயல்படுவது என்ற திட்டத்தைப் பற்றிய தீவிரப் பேச்சு வார்த்தை நடந்து கொண்டிருந்தது.

தசை திரட்சி கொண்ட ஆட்களிடம் இருந்து விலகியபின், கூட்டம் நடக்கும் இடத்திற்கு லக்ஷ்மியைச் சவாரி செய்யச் சொன்னான். அங்கே என்னதான் நடக்கிறது என்று தெரிந்து கொள்ளும் ஆவலில். தொலைவிலிருந்தே பெருந்திரளாக மக்கள் நிற்பது தெரிந்தது. முக்கால்வாசிப் பேர் ஆண்கள், அவர்கள் சர்பஞ்ச்சைச் சுற்றி நின்றனர். தங்களுக்குள்ளேயே விவாதம் செய்தபடி முணுமுணுத்துக்

கொண்டிருந்தனர்.

கல்கி தன்னை நன்றாக மறைத்துக் கொள்ளும் வேஷத்தை அணிந்திருந்தான். அதனால் காட்டில் அவன் சர்பஞ்ச் கண்களில் பட மாட்டான். இல்லையென்றால் பால் பண்ணையாரின் மகன் தன் குதிரைகளை ஓட்டிச் செல்கிறான் என்று அவர் கண்டுபிடித்துவிடுவார்!

''நாம் கிளம்ப வேண்டும்,'' லக்ஷ்மியின் குரல் பின்னாலிலிருந்து ஒலித்தது.

''உஷ்.'' கல்கி உதட்டில் விரலை வைத்து அவளை அமைதிப் படுத்தினான்.

அவர்கள் புலம்பும் சத்தம் தெளிவாகக் கேட்டது:

''நாம் நம் உயிரைப் பணயம் வைக்க வேண்டாம். அருகிலிருக்கும் நகரத்திற்குக் கடிதம் அனுப்பி படை வீரர்களை அளிக்குமாறு உதவி கேட்போம்.''

''யாரும் நமக்குப் படையை அனுப்பமாட்டார்கள். இந்தக் கிராமத்தில் இனி வாழ்க்கை சற்று கடினமானதாகத் தான் இருக்கும் என்று கேள்விப்பட்டேன்.''

''நாமே முயற்சி செய்து தேடலாமே.''

''யாருக்கும் நம் மீது அக்கறை இல்லை.''

புலம்பல்கள் வழிந்தன. ஒருவன் ரொம்பத் திமிராக அவர்கள் ஒரு வேளை மிலேச்சர்களே இல்லையோ, விஷ்ணுவே தான் செய்தாரோ என்று சந்தேகத்தை எழுப்பினான். ''தன் வாழ்க்கையிலிருந்து அவர் தப்பி ஓடி இருக்கலாம்.''

''அவரைக் காப்பாற்றுவதில் எந்தப் பிரயோசனமும் இல்லை. அவர் ஒரு வேளை இறந்து போயிருக்கலாம்.''

அவர் இறக்கவில்லை என்று கல்கி தனக்குத் தானே சமாதானம் சொல்லிக் கொண்டான். அவன் கொள்ளைக்காரர்களைப் பற்றி நன்கு அறிவான். அவர்களுக்கு உதவியாக இருக்கும் வரை ஆளைத் தீர்த்துக் கட்ட மாட்டார்கள். யுத்தம் பற்றி அவனுக்குப் பாடம் நடத்தும்போது குருகுலத்தில் அவனுக்கு அதுதான் போதிக்கப்பட்டது. போர் வகுப்புகள் சுவாரஸ்யமானவை, ஆனால் அவற்றுக்குக் கொடுக்கப்பட்ட நேரம் குறைவுதான். உடல் நலம், சமையல், விவசாயம் போன்ற வகுப்புகள்தான் அதிகம். குருகுலத்துக்குச் சென்ற வெகு சிலரில் இவனும், அர்ஜனும் இருந்தார்கள். ஆள் நடமாட்டமில்லாத தொலைவில் இருந்த ஒரு கோவில்தான் குருகுலமாக விளங்கியது. நாட்டிலுள்ள சிறுவர்கள் அங்கே சேர்க்கப்பட்டு, அங்கேயே தங்கி, உணவு உண்டு கற்றனர். முதலில் கல்கியை வகுப்புகளுக்கு அனுப்ப நிறைய சிரமப்பட வேண்டியிருந்தது, ஆனால் போகப் போக விஷ்ணு ஏன் அவன் கல்வி கற்க வேண்டும் என்று விரும்பினார் என்பதைப் புரிந்து கொண்டான். எதிர்மறையாக விளங்கும் சூழலில் போராட அறிவு மிகவும் அவசியம்.

அந்த அறிவாற்றலினால் தான் இப்பொழுது அவனுக்கு எதிரிகளைப் பற்றி உணர முடிந்தது.

கல்கி குதிரையைச் செலுத்தி, குன்றின் மீது ஏறினான், அவனுடைய அங்கி காட்டின் தரையில் விழுந்து கிடந்த சுள்ளிகளை உரசியபடி நகர்ந்தது. அவன் கூட்டத்தை விட்டு விலகிய பின் குளம்பொலி ஒரே சீராகக் கேட்டது. சருகுகள் மிதிபடும் ஓசை அவனுக்கு எரிச்சலை ஊட்டவில்லை. வனத்திலுள்ள பல மலர்களின் வாசம் அந்த இரவு நேரத்திற்கு ஒரு ரம்மியத்தை அளித்தது.

''உனக்கு ஆயுதங்கள் எதற்கு? நீ ஒற்றை ஆளாக அவர்களைத் தோற்கடிக்கலாம்.''

''நீ என் வலிமையை அதிகப்படியாக எடை போடுகிறாய். ஒரே ஒரு கொள்ளைக்காரன்தான் என்றால் நீ கூறியது போல நான் செய்திருப்பேன். ஆனால் அவர்கள் ஒரு பெரிய கொள்ளைக்கூட்டம். வன்முறையைப் பொறுத்தவரை மனிதர்கள், முதலைகளைக் காட்டிலும் வன்மமானவர்கள்.''

''சரி. எவ்வளவு ஆயுதங்களைக் *கடனாக* எடுத்துக்கொள்வதாக உத்தேசம்?''

''நமக்கு உதவ சாராயக் கடையிலிருந்து இன்னும் ஐந்து பேரை ஏற்பாடு செய்ய முடியும், அப்பொழுது தான் அவர்களை எதிர்ப்பது சுலபம், என்று பாலா கூறினான். அப்புறம் உன்னைப் பொறுத்தவரை...''

''நானா? எனக்கு என்ன, நானும் வரவேண்டுமா?''

''உனக்கு வர வேண்டாமா?''

''இல்லை, பெண்களைச் சண்டையிட நீ அனுமதிப்பாய் என்று நான் நினைக்கவில்லை.''

கல்கி கண்களைச் சுருக்கினான். ''ஏன் சண்டையிடக் கூடாது? ஆண்கள் சண்டையிட்டால், பெண்கள் சண்டையிடக் கூடாதா, என்ன?'' அவள் யோசித்ததால் அவன் நிறுத்தினான்.

''அவர்கள் திருடியவற்றில் பெரும் பகுதியை மீட்க நினைக்கிறாயா?''

''முடிந்தால் செய்யலாம்,'' என்று கல்கி தலையசைத்தான். ஆனாலும் கல்கி சண்டையின் போது ஆயுதங்களைப் பயன்படுத்துவதில் சற்று தயக்கம் காட்டினான்.

''சில சமயம் நம் கிராமம் நன்றாகப் பாதுகாக்கப் படவில்லையே என்ற வருத்தம் எனக்கு உண்டு. திடீர் தாக்குதல் நடந்தால் நாம் எப்படி உயிர் வாழ்வோம்?'' அவள் கொஞ்சம் நேரம் நிதானித்துவிட்டு தன் கேள்விக்குத் தானே பதிலளித்தாள். ''அப்படித் தாக்க மாட்டார்கள். அவர்கள் மிகவும் விலகி இருப்பதால் தங்களைச் சுற்றியுள்ள உலகத்தை அவர்கள் கவனிப்பதில்லை, நாம் ஒரு கொந்தளிப்பான, கடினமான காலத்தில் வாழ்கிறோம் என்பதை உணரும் அறிவின்றி வாழ்கின்றனர்.''

கல்கி ஒப்புக்கொள்ள வேண்டியதாயிற்று.

மௌனமும், ஒரே சீரான பயணமும் அவனைத் தாக்கியதால் அவன் மூளை சட்டென்று வேறு வேறு சாத்தியகூறுகளை அலசிக் கொண்டே முன்னேறியது, ஆனால் இதயம் பாதாளத்தில் விழுந்துவிட்டது. இந்தக் கிராமத்திலே அவனைப் பிடித்து வைத்ததற்காக தன் தந்தையை அவன் பல முறை குறை சொல்லியிருக்கிறான், ஆனால் இப்பொழுது அவர் அபாயத்தின் பாதையில் சிக்கியிருப்பதால் கல்கி குற்ற உணர்ச்சிக்கு ஆளானான். அவனுடைய அப்பா சாமர்த்தியசாலி என்பதால் அவன் அவ்வளவாக அச்சப்படவில்லை, ஆனால் சதா சர்வ காலமும் அவரை நிந்தித்ததை எண்ணி குற்ற உணர்ச்சியில் விழுந்தான். இந்தப் பாதாளத்தில் விழுந்த இதயம் அவனுள் பெரிய வலியை உண்டாக்கியது. அர்ஜன் தவறான பழங்களைச் சாப்பிட்டு உடல் நலம் குன்றியபோது கடைசியாக இந்த வலியை உணர்ந்திருந்தான். தன்னால் இயன்ற அனைத்தையும் கல்கி செய்தான். அர்ஜனைக் காப்பாற்ற, ஷமன் வரை தினமும் அவனைச் சுமந்து சென்று அவனுக்கு உடம்பு பிடித்துவிட்டு, கஷாயம் கொடுத்துப் பார்த்துக் கொண்டான்.

தன்னுடைய சக்திக்குப் பின்னால் இருந்த கேள்விகளுக்கு விடை தெரியாததால் தந்தை மீது கோபமாக இருந்தான்; அர்ஜன் தான் தீவிரமானவான், படிப்பாளி...கல்கியைக் காட்டிலும் சிறந்தவன் என்று பலர் கருதியபோது அவனுக்குத் தம்பி மீது ஆத்திரம் வந்தது. இவனைக் கண்டு எல்லோரும் எள்ளி நகையாடினர். இவை அனைத்தும் விஷ்ணுவின் மீது கோபமாகத் திரும்பியது, ஆனால் அவனுக்கு வருத்தத்தையும் அளித்தது. இப்பொழுது எல்லாவற்றையும் விட அதிகமாகத் தன் தந்தையின் அருகாமையை நாடினான். அவர் நல்லபடியாகத் திரும்பவேண்டும் என்பதுதான் அவனுடைய அவா.

''ஏதாவது பிரச்சனையா? எல்லாம் சரிதானே?'' என்றாள் ஷெஃபாரி.

முன்னே செல்லும் சாலையை நேரே பார்த்தான். அது காலியாக இருந்தது. வெகு தொலைவில் பூமி வானத்தைச் சந்தித்தது, இருபுறமும் வனம் சூழ, அனைத்தும் அந்த ஒரு புள்ளியை நோக்கிச் சென்றது. ''இல்லை, இல்லை, எனக்கு ஒன்றும் இல்லை.''

15

"நாம் எங்கேப்பா செல்கிறோம்?" என்று பாலா வினவினான்.

அர்ஜன் இந்த கேள்வியைப் புறம் தள்ளினான், தான் தங்கியிருந்த குடிசை அருகே வந்ததில் அவன் அதில் கவனத்தைச் செலுத்தினான். புகைக் கரை மண்டியிருந்த ஜன்னல்கள் வழியே அவன் அம்மா தன் நினைவுகளின் துணையோடு தனியாக அமர்ந்திருப்பது தெரிந்தது.

"நாம் கடத்தியவர்களைக் கண்டுபிடிக்க வேண்டும்," என்று பாலா கோபமுற்றான்.

"நான் என் அம்மாவைச் சந்திக்க வேண்டும். நீ வெளியிலேயே காத்திரு."

அர்ஜன் பிடிவாதமாகச் சிக்கியிருந்த கதவைத் தள்ளியபடி உள்ளே நுழைந்தான்; அவனுடைய அம்மா அவனைப் பார்த்த திருப்தியில் உடனேயே எழுந்தாள். அவனை அணைத்தபடி கேட்டாள், "அப்பாவைப் பற்றி அவர்களுக்கு ஏதாவது தெரிந்ததா? அவரைத் தேடிச்செல்ல ஏதாவது குழுவை அனுப்பியிருக்கிறார்களா?"

விஷ்ணு கிராமத்தின் முக்கிய மனிதர் என்பதால் கிராம மக்களை எப்படியாவது பேசி, சரிகட்டி அவரைத் தேடுவதற்கு ஒரு குழுவை அமைப்போம் என்று அம்மாவிடம் ஒரு பொய்யைச் சொல் என்று கல்கி பணித்திருந்தான்.

"ஆமாம், நாங்கள் முயற்சித்தோம். இன்னமும் முயற்சி செய்து கொண்டிருக்கோம்."

"கல்கி இன்னமும் அங்கே தான் இருக்கிறானா?"

"ஆமாம்," என்று திரும்பவும் பொய் சொன்னான். அவனுடைய நிராதரவான அன்னையிடம் பொய் சொல்வது அர்ஜனுக்குப் பிடிக்காத காரியம். ஆனால் கல்கி நகரத்திற்கு சென்றுள்ளான் என்ற உண்மையை அறிந்தால் அவளுக்குப் பெரும் பாரமாக இருக்கும் என்பதை உணர்ந்தான்; அதுவும் ஒரு நாள் முழுவதும் அவன் சென்றிருக்கிறான் என்றால் வலி அதிகமாகும். "நாங்கள் அவரைத் தேடிக் கொண்டு தான்

இருக்கின்றோம் என்று உன்னிடம் சொல்லத் தான் வந்தேன்.''

அவள் பிடிவாதமாகத் தன் பற்களைக் கடித்துக் கொண்டாள்.

''எங்களைத் தடுத்து நிறுத்தாதே, அம்மா. நாங்கள் என்ன செய்ய வேண்டுமோ அதை செய்ய விடு.'' அவன் தன் விரல்களை மடக்கியபடி பேசினான். இப்பொழுது கலவரப்படுவதைப் போல அவன் எப்பொழுதுமே பயந்தது இல்லை.

''இரு,'' என்று கூறிவிட்டுப் பின்கட்டு அறைக்குச் சென்றாள்.

அர்ஜன் கொஞ்சம் தண்ணீர் அருந்தியபடி காத்திருந்தான். அவன் குடித்து முடிப்பதற்குள் அவன் அம்மா வந்துவிட்டாள், இந்த முறை அவள் கையில் அறுவாள் இருந்தது.

''இதைப் பயன்படுத்து.''

''என்ன? மாட்டேன்!''

''நீ அங்கே இருக்கும் போது தற்காப்புக்கு ஏதாவது வேண்டாமா?''

இயலாமையுடன் அர்ஜன் தலையசைத்தான், அந்த விவசாயக் கருவியைப் பிடுங்கிக் கொண்டான், அதன் எடை அவன் கையில் பாரமாக இருந்தது, இதைப் பயன்படுத்தி அவன் யாரையாவது கொல்லக் கூடும், அறுவடைக்குப் பயன்படுத்தாமல் ஆயுதமாகப் பயன்படுத்த வேண்டும்.

''நான் வயல் வெளியில் வேலை செய்யும்போது வைத்திருப்பது. இது உபயோகமாக இருக்கும். ஒரு நில உரிமையாளர் என்னை உபத்திரவப் படுத்தியபோது நான் இதைக் கொண்டு அவர் கன்னத்தைக் கிழித்தேன்,'' என்று நகைச்சுவையின்றி சிரித்தாள். அப்படி அவன் அம்மா செய்ததே இல்லை. ஆனால் பயம் ஒருவரைத் தன்னைப் பற்றிய கேவலங்களை வெளிக் கொணரத் தூண்டும்.

''உன்னுடைய செயல் உன் சூழ்நிலைக்குக் கண்டிப்பாய் பொருத்தமானது, அம்மா.''

அவன் கன்னங்களைப் பிடித்தபடி அருகே வந்தாள், அவள் கண்களில், கவலை மிளிர்ந்தது, ஆனால் ஒரு அசட்டு தைரியமும் கூடவே தெரிந்தது. ''அவரை நீ கண்டுபிடிப்பது முக்கியம் தான், ஆனால் அதற்காக எதிலாவது மாட்டிக் கொண்டு விடாதே. நீ ஒரு கதாநாயகன் இல்லை. நீ ஒரு பையன். அதிலும் இளம் சிறுவன். நீ சாமர்த்தியமாக இருக்க வேண்டும்; முட்டாள்தனமாக அவர்கள் உன்னைத் தாக்கும்படி நடந்து கொள்ளாதே.''

''சரி, அம்மா.''

அவன் கன்னத்தில் அழுத்தமாக முத்தமிட்டாள். ''நான் கடவுளிடம் பிரார்த்தனை செய்கிறேன். இந்திரக் கடவுள் தன் வஜ்ராயுதத்தை உனக்கு அளிப்பார்.''

அர்ஜனுக்கு கடவுள் நம்பிக்கை இல்லை, இருந்தாலும் ஒப்புக்குச் சம்மதித்தான். அம்மாவின் ஆசியுடன், வெளியே தன் ஆயுதத்துடன்,

காத்து நின்ற பாலாவிடம் வந்தான்.

''உள்ளே என்ன செய்து கொண்டிருந்தாய்?''

''ஒன்றும் இல்லை. நாம் கூட்டத்துக்குச் செல்லலாம், வா.''

''நாம் கொள்ளைக்காரர்களைத் தேடுகிறோம் என்று தானே நினைத்தேன்.''

''முதலில் இந்த விஷயத்தில் கிராமத்தின் நிலைப்பாடு என்ன என்பதை உணர வேண்டும்.''

பாலா ஆமோதித்தான்.

இதைப் பேசிவிட்டு, கிராமத்தின் பெரிய மரத்தடிக்கு நடந்து சென்றார்கள்; அங்கே தான் மக்கள் கூடுவார்கள், ஆனால் அதிர்ச்சி தரும் விதத்தில் அங்கே யாரும் இல்லை. தீப் பந்தங்களும் எரிந்து கருகி இடமே ஜிலோவென்று காலியாக இருந்தது.

அர்ஜனுக்கு ஆச்சரியமும், அதிர்ச்சியும் தாளவில்லை, அவன் பதற்றமாக சர்பஞ்ச்சின் வீட்டை நோக்கி நடந்தான். பல நூறு வீடுகள் அருகருகே கட்டப்பட்டிருந்தன. பின் வாயில் வழியே நுழைவதுதான் உசிதம். அங்கேதான் குதிரை லாயங்கள் இருந்தன. அதற்கருகே இருந்த கதவைத் தட்டினான்.

சற்று நேரத்தில் சர்பஞ்ச் கதவைத் திறந்தார். அவருடைய தசை திரண்ட ஆட்கள் அவருக்கு இரு பக்கமும் அரணாக நின்றனர்.

''அர்ஜன், என் செல்லமே! என்ன ஆச்சரியம்!'' அவருக்கு வியர்த்தது. அவர் கண்கள் எதையோ தேடி அலை பாய்ந்தன.

''தேடுவதற்கான குழு ஏன் நிறுவப்படவில்லை?'' அர்ஜன், மரியாதை நிமித்தம் பேச வேண்டிய விஷயங்களை விடுத்து, நேரே விஷயத்துக்கு வந்தான்.

''நான் சற்று கவலையாகத் தெரிந்தால் என்னை மன்னித்துவிடு. என் குதிரைகளைக் காணோம். அவற்றை யாரோ திருடிவிட்டனர்...''

''மக்கள் எல்லோரும் எங்கே? யாரையும் காணவில்லை?''

சர்பஞ்ச் தேவதத்தாவுக்குப் பிசுபிசுவென்று மீசை. அயர்ச்சியாகவும் தளர்ந்தும் காணப்பட்டார். ''நாம் காலையில் தொடங்குவோம். இரவில் தேடுவதில் எந்தப் பயனும் இல்லை.''

''பயன் இல்லையா? என் அப்பாவின் உயிர் ஆபத்தில் இருக்கிறது, நீங்கள் பயன் இல்லை என்கிறீர்கள்.''

''பயன் இருக்கிறது...நான் அப்படிச் சொல்லவே...''

அர்ஜன் எதுவும் காதில் வாங்கிக் கொள்ளாமல் நடந்தான். சர்பஞ்ச் கெஞ்சுவது காதில் விழுந்தாலும் அவன் கண்டு கொள்ளவில்லை.

''அவன் தலையை கொட்டவா?'' என்றான் பாலா.

அர்ஜன் இயலாமையால் வாடினான். யாரும் உதவிக்கு இல்லை. விடிவதற்குள் செயல்படாவிட்டால் பயன் இல்லை. பாலாவுடன் கல்கியின் நட்பு எப்படி முதலில் ஆரம்பம் ஆனது என்று எண்ணிப்

பார்த்தான். அவர்கள் இருவரும் குடிக்கச் சென்ற இடத்தில் சந்தித்தனர். ''நீ இங்குள்ள சாராயக் கடையில் தானே வேலைப் பார்க்கிறாய்?''

''காவலனாக வேலைப் பார்க்கிறேன், ஆமாம். நான் பணிக்குச் சில நாட்கள் வர மாட்டேன் என்று சொல்லிவிட்டேன், கவலைப் படாதே...''

''இல்லை, அதைப்பற்றி இல்லை,'' அர்ஜன் நிறுத்தினான். ''சாராயக் கடையில் இருக்கும் நிறைய பேருக்கு அனைத்து விஷயங்களும் தெரிந்திருக்கும். மற்றவர்களின் விஷயங்களைத் தெரிந்து கொள்வதையே ஒரு தொழிலாக வைத்திருப்பார்கள்.''

''அங்கே பல தரப்பட்ட மக்கள் வருவார்கள், சரிதான். அனைத்துத் தொழில் செய்யும் மக்களும் நல்ல 'சுரா' மற்றும் 'மதிராவைத்' தேடி வருவார்கள்.''

''காவலனாக நீ அவர்களைப் பலமுறை சந்தித்திருப்பாய், அப்படித் தானே?'' அவன் விரல்கள் துடித்தன, அவற்றைத் தன் உதடுகளின் மீது தட்டியபடி கேட்டான். ''அனைத்து விதமான மக்கள்.''

''ஆமாம்.''

''அவர்களின் பெயர்கள் கூட உனக்குப் பரிச்சயம், சில சமயங்களில்? அவர்களுடன் கலந்து உரையாடியிருப்பே.''

''பெரும்பான்மையானோர் போதையில் தள்ளாடுவார்கள், அவர்களுடன் கலந்துரையாட முடியாது, ஆனால் நீ சொல்வது சரி தான், தம்பி.'' அவன் சௌகரியமாகத் தன் கதையை தோள்பட்டையில் வைத்துக் கொண்டான். ''நீ என்ன சொல்ல வருகிறாய்?''

கிராமத்துக் குடிசைகளைத் தாண்டி அடர்ந்து கிடந்த வனத்தை நோக்கித் தன் தலையைத் திருப்பினான், அங்கே தான் கொள்ளைக்காரர்கள் பதுங்கியிருப்பார்கள் என்று உணர்ந்தான்.

''அந்த அடர்ந்த காடுகளைப் பற்றித் தெரிந்த ஒருவரிடம் என்னை அழைத்துச் செல்.''

16

அர்ஜுன் இரவு முழுவதும் தூங்கவில்லை. வனத்தின் விளிம்பு வரை பயணித்தான், மரங்கள் குடை போல் விரிந்து கிடந்ததை வெறித்தான். காற்றடித்தபோது சலசலத்த இலைகளைப் பார்த்தான். அவன் தன் வீட்டிற்குக் கூட சென்று தன் தாய் தூங்குவதை வேடிக்கைப் பார்த்தான், அவள் முகத்தில் காய்ந்த கண்ணீர் கோடுகள். அவன் கடைசியாகக் கண்களை மூடிய போது யாரோ அவனை உலுக்கி எழுப்பினார்கள். விடிந்து விட்டது என்று உணர்ந்தான். ஆகாயம் நீலமாக மாறியது. இன்னொரு நாள் உதயமானது. அவன் முன்னால் நெடிதுயர்ந்து பாலா தன் பிரியப்பட்ட கதையுடன் பூதாகாரமாகக் காட்சி தந்தான். இம்முறை அந்தக் கதை அவன் எங்கிருந்தோ ஏற்பாடு செய்திருந்த நீல அங்கியினுள் மறைந்திருந்தது.

உணர்ச்சியற்ற குரலில் சொன்னான், ''நீ கேட்டவனைக் கண்டு பிடித்து விட்டேன்.''

அர்ஜுன், ''எங்கே அவன்?'' என்று கேட்டான்.

''அவன் மதிரா சாலிஸ்ஸில் இருக்கின்றான்.''

அர்ஜுன் தலையாட்டினான். ஏன் என்றால் ஷம்பாலாவிலேயே மதிரா சாலிஸ்ஸில் தான் விருந்தினர்கள் தங்கும் வசதி உள்ளது. ஆனாலும் தெய்வ பக்தியுள்ளவர்கள் அந்த இடத்தைக் குறை கூறுவார்கள், முக்கியமாக ஒன்றுக்கும்-லாயக்கற்ற சர்பஞ்ச், இந்த சாராயக் கடைக்கு எதிராகப் போராட்டம் நடத்தினார். தனிப்பட்ட முறையில் அவர் அதனுள் கால் பதித்ததில்லை. அவருக்கு அது எப்போதுமே பிடிக்காது, இத்தனைக்கும், அவர் உள்ளே நுழைய அனுமதி கிடைக்கும் வயதை எப்போதோ கடந்து விட்ட மனிதர் தான்! அங்கே நடக்கும் குடி, புகை பிடித்தல் மற்றும் வாந்தி அவருக்கு வெறுப்பைத் தந்தது. அவர் இரவில் வெகு நேரத்துக்குத் தன் புத்தகங்களைக் கட்டிக் கொண்டு அழுவார், வரலாறு மற்றும் கணக்கின் மீது அலாதி பிரியம். ஆனால் ஷம்பாலாவுக்குப் புத்தகங்களைக் கொண்டு வருவதே பெரும் அவதி.

இங்கு நூலகம் கிடையாது. புத்தகங்கள் கிடைக்கும் இடங்கள் குருகுலம், ஆனால் குறைந்தது கால் வாசி நாள் கழுதையின் மீது பயணித்தால் தான் அங்கே செல்ல முடியும். அல்லது அறிவு மரம், அதுவும் விருந்தினர்கள் வந்து தங்கும் விடுதிதான். அங்கு சாராயம் கிடைக்காது, ஆனால் விதவிதமான புத்தகங்கள் கிடைக்கும். அறிவு மரத்தின் சொந்தக்காரர் முன்னாளில் ஒரு குருகுலத்தில் குருவாக இருந்தவர். அவரை ஏன் பதவி நீக்கம் செய்தார்கள் என்ற காரணத்தை அர்ஜன் மனதில் வைத்துக் கொள்ளவில்லை.

யோசனைகளில் ஆழ்ந்தவன் எப்படியோ விடுதி வந்து சேர்ந்து விட்டான், அங்கே அனைத்தும்...அமைதியாக இருந்தது. வாத்தியக்காரர்கள் எந்த இசையையும் முழங்கவில்லை. மக்கள் வந்து போகும் இறைச்சல் கூட இல்லை. அங்கே குடிகாரர்கள் கைகளில் பாதி காலியான கோப்பைகளை ஏந்தியபடி சுகமாகக் குறட்டைவிட்டபடி உறங்கிக் கொண்டிருந்தார்கள். அர்ஜன் பின் வழியாக வந்தான், பாலா அவனை ஒரு இருட்டறை வழியாக மாடிப்படிக்குக் கூட்டிச் சென்றான். முதல் மாடியை அடைந்தனர். கூட்ட நெரிசலான விடுதிகளிலும், சாராயக் கடைகளிலும் வழியும் குப்பையும் பொருட்களும், அங்கேயும் இறைந்து கிடந்தன.

''இந்த இடத்தில் எப்படி ஒரு நல்ல வழிகாட்டியைக் கண்டுபிடித்தாய்?''

''வேறு எங்கு கண்டுபிடிக்க முடியும், தம்பி?'' பாலா அதிராமல் கேட்டான்.

அர்ஜன் மாடத்தை அடைந்தான், அதன் இரு புறமும் கல் தூண்கள் தெரிந்தன. தரை, எரிந்த மரத்தால் ஆனது போல் இருந்தது.

''இப்படி இழைத்துக் கட்ட ஒருவனுக்கு எங்கிருந்து தான் பணம் கிடைக்கும் என்று நான் அடிக்கடி யோசித்திருக்கிறேன்.''

''மேல்ஜாதி அரசவை கோமான் ஒருவன் தான் இதன் சொந்தக்காரன்,'' என்று பாலா பதிலளித்தான். ''மேல் ஜாதிக்காரன் பணத்தைக் கொண்டு இந்த நிலத்தை வாங்கிப் போட்டான். இந்த கிராமத்தின் தலைவனால் ஒரு ஆணியைக் கூடப் பிடுங்க முடியவில்லை, ஏன் என்றால் கோமானுக்கு அரசியல் செல்வாக்கு இருக்கிறது.''

''அதனால் தான் சர்பஞ்ச் இதைக் கை கழுவி விட்டார்.''

''ஆமாம்.''

இன்னமும் சந்தோஷமாக உள்ளே சரக்கைத் தள்ளிக் கொண்டிருந்த அந்தக் குடிகாரனை பாலா நெருங்கினான். அவனைப் பலமாக அடித்து, ''**க்ருபா! க்ருபா!**'' என்று அழைத்தான்.

''ஆ, ஆ.'' அவன் கண்கள் முழுவதுமாகத் திறந்தன, அவன் கொட்டாவிவிட்டான், ஏப்பம் விட்டான். ''அடடா, என்ன ஒரு பைத்தியக்காரத்தனம்!''

''நான்தான்.''

''ஓ! வந்தனம் நண்பனே,'' என்று இளித்தான். ''என்ன ஒரு கொடுமையான காட்சிக்கு நான் விழிக்க வேண்டிய கட்டாயம்.''

கருப்பு தாடி, முகம் முழுவதும் சுருக்கம், அணிந்திருந்த ஆடைகள் நெருப்பில் எரிந்தது போல ஆங்காங்கே கிழிந்திருந்தன. ஆனால் அவன் மீது கண்ணுக்குப் புலப்படும் படியாக எந்த காயமும் தெரியவில்லை. விரல்கள் உதடுகளில் தாளமிட, அனைத்தையும் அர்ஜுன் கவனித்தான்.

''பாலா, நம் வழிகாட்டி, ஒரு போர் வீரன் என்று நீ சொல்லவே இல்லை.''

''வீரனா? இந்தக் குடிகாரனா?'' பாலா அவன் தலையை மீண்டும் அடித்து எழுப்பினான்.

''என்னப்பா?'' என்று சிலிர்த்தான் க்ருபா. பிறகு கை குலுக்க நீட்டிய கரத்தை மடித்தபடி, ''உனக்கு எப்படித் தெரியும்?'' என்றான்.

''நிறைய பேர் இங்கு காயங்களைச் சுமந்து செல்வதில்லை.''

''நீ என்னைக் கண்டு பிடித்துவிட்டாய்,'' க்ருபா இளித்தான், பாதி பற்களைக் காணவில்லை. ''சில பல வடக்கு யுத்தங்களில் நான் என் வலிமைக்கு வேலை கொடுத்தேன்.''

''அது எங்களை பாதிக்காது. பாலா கூறுவது நீ, ஷம்பாலா காடுகளை நன்கு கற்றறிந்தவன் என்று.''

''நான் என்ன சொல்வது? இந்தக் கிராமம் எனக்கு வீடு மாதிரி, தோழா.'' அவன் சிரித்தான். ''உன் வீடே உனக்குத் தெரியாவிட்டால், உன்னையே உனக்குத் தெரியாது என்று அர்த்தம்.''

பாலா உறுமியபடி கைகளைத் தன் நெஞ்சின் குறுக்கே கட்டிக்கொண்டு நின்றான்.

''எங்களுக்கு கொள்ளைக்காரர்களைக் கண்டுபிடிக்க உதவ முடியுமா?''

''கொள்ளைக்காரர்களா? எந்தக் கொள்ளைக்காரர்கள்?'' க்ருபா திரும்பி பாலாவைப் பார்த்தான். ''இந்தத் தம்பிக்குக் காட்டைப் பற்றித் தெரியவேண்டும் என்று தானே சொன்னாய்? நான் எனக்கு காட்டைப் பற்றித் தெரியும் என்று சொன்னேன், நீ சரி என்றாய், அவ்வளவு தானே? கொள்ளைக்காரர்களைப் பற்றி நாம் பேசவே இல்லையே.''

''சரி, இப்போ பேசுவோம். இது கொள்ளைகாரர்களைப் பற்றியது தான்,'' என்றான் அர்ஜுன் தீர்மானமாக. ''எவன் ஒருவனுக்குக் காட்டைப் பற்றித் தெரியுமோ அவனுக்குக் காட்டில் உலவும் ஜந்துக்களைப் பற்றியும் தெரியவேண்டும்.''

''எனக்கு முயல், எலி வகையறாக்களைப் பற்றிதான் தெரியும், மற்றபடி வேறு எதுவும் இல்லை நண்பா.''

''**பொய் சொல்லாதே!**'' என்றபடி பாலா தன் கதையை மேசை மீது தொம்மென்று வைத்தான், அது க்ருபாவை மட்டும் அச்சுறுத்தவில்லை,

அர்ஜனும் இரண்டடி பின்னால் நகர்ந்தான். மேசை இரண்டாகப் பிளந்தது. ''அய்யோ! மன்னிக்கவும்! இது நடந்திருக்கக் கூடாது,'' என்று பின்னால் நகர்ந்தான். ''இப்படி நடந்திருக்கக் கூடாது.''

அர்ஜன் மூச்சை ஆழமாய் இழுத்து விட்டான்.''பரவாயில்லை. சரி நண்பா, சில கொள்ளையர்களுடன் சண்டையிட விருப்பமா அல்லது இந்த மனிதன் உன்னைக் கூழாய் கசக்கி எறிய அனுமதிக்கப் போறியா?''

க்ருபாவின் உள் நோக்கி பள்ளமாய்ப் போயிருந்த கண்கள் கோபத்தில் மின்னின. ''கொள்ளையர்கள் மிலேச்சர்களின் கலாசாரத்தில் வந்தவர்கள். சரி நண்பா, மிலேச்சர்கள் யார் என்று உனக்குத் தெரியுமா?''

''நான் அவர்களைப் பற்றிப் படித்திருக்கிறேன்.''

''ஓ! அவர்களைப் பற்றிப் படிப்பதும், அவர்களைச் சந்திப்பதும் இரண்டு வெவ்வேறு விஷயங்கள்,'' என்று உறுமினான். ''மிலேச்சர்களை அவ்வளவு சாதரணமாக எடை போடாதீர்கள். மாமிசம் உண்ணும் காட்டுவாசி மட்டும் அல்ல. அவர்கள் குரூரமானவர்கள், அவர்களிடம் அனைத்து விதமான ஆயுதங்களும் உண்டு...''

''என் அண்ணன் அவர்களுடன் சண்டையிட ஆயுதங்களை ஏந்தி வருகிறான்.''

''சண்டையா?'' க்ருபா கொக்கரித்தான். ''நான் உனக்கு ஒன்று சொல்கிறேன். மிலேச்சர்களிடம் ஒரு ஒழுங்கும் கிடையாது, எந்த விதிகளையும் கடைப்பிடிக்க மாட்டார்கள், தலைவன் என்று யாரும் கிடையாது, கிராம வாழ் மக்களைக் கடத்துவார்கள்; ஏன் என்றால் அவர்கள் தான் திரும்பச் சண்டையிட மாட்டார்கள். கோமான்களில் தொடங்கி, படை வீரர்கள் வரை, யாரெல்லாம் அவமானப் படுத்தப் பட்டார்களோ, அவர்கள் அனைவரும் ஒன்று கூடியுள்ளனர். சிலர் அதில், கைதிகள், கொலையாளிகள், பாலியல் வன்முறையில் ஈடுபட்டவர்கள், ஆட்களைக் கடத்துபவர்கள்-இப்படி இவர்கள் அனைவரும் இணைந்து ஒரு குழுவாகிவிட்டனர். அவர்களின் ஒரே இலக்கு: எப்படியாவது உயிர் வாழ்வது, வன்முறையைப் பரப்புவது. என் அனுபவத்தில் நான் சேகரித்த விஷயம், ஒரு ஒழுங்கும் இல்லாதவர்கள், மிகவும் கேவலமானவர்கள்.''

அர்ஜன் முன்னால் சாய்ந்தான். ஒரு பதற்றம் பரவுவதை உணர்ந்தான், அதன் விளைவுகளும் அவனுக்கு அர்த்தமாயிற்று, ஆனால் அவன் கண் முன்னால் ஒரே லட்சியம் தான்-தன் அப்பாவைக் காப்பாற்றுவது. வேறு எதிலும் அவனுக்கு அக்கறை இல்லை. ''அவர்கள் காட்டில் பதுங்கி வாழ்கிறார்கள் என்பதே அவர்கள் கோழைகள் என்பதற்கான சான்று.'' அவன் சற்று தாமதித்து இரண்டு வெள்ளிக் காசுகளை எடுத்தான், மேசை மீது வீசினான். ''நான் உன்னைப் பணியில் சேர்ப்பது என்னை அச்சுறுத்துவதற்காக இல்லை, என்னுடன் வேலை செய்வதற்காக. அவர்கள் எங்கே இருப்பார்கள் என்று காட்டிவிட்டால் நீ உன் வழியில் சுதந்திரமாகச் செல்லலாம், புரிந்ததா?''

"நல்லது. தேடுவதற்காக மட்டும் தான். வேறெதுவும் செய்ய மாட்டேன்.'' வெள்ளிக் காசுகளை வெறித்தபடியே அவற்றை எடுத்துக் கொண்டான். "உன் அண்ணன் ஆயுதங்களைத் தேடி நகருக்குச் சென்றானா?''

"ஆமாம்,'' என்று பின்னால் சாய்ந்தான்; க்ருபா இந்த விஷயத்தை கிரகித்துக் கொண்டது ஆச்சரியத்தை விளைவித்தது. "அதனால் உனக்கு என்ன கஷ்டம்?''

"எனக்கு ஒன்றும் இல்லை தான், ஆனால் அவன் நகரத்திலிருந்து உயிரோடு திரும்புவானா என்பது என் சந்தேகம். இப்பொழுது முன் போல இல்லை.'' பற்களின்றி க்ருபா திரும்பவும் சிரித்தான்.

70

17

கல்கி கண்களைத் திறந்து பளிச்சென்று தெரிந்த ஆகாயத்தைப் பார்த்தான். அவன் கைகள் எதனுடோ பின்னியிருந்ததை உணர்ந்தான். யாருடனோ படுத்துக் கிடப்பது புரிந்தது. தலையைத் திருப்பிப் பார்த்தான், அது லக்ஷ்மி. அவனை ஒட்டி சுருண்டு படுத்துக் கிடந்தாள். அவள் முகம் அவன் தோளுக்கிடையில் புதைந்து கிடந்தது.

நாங்கள் எப்படி இங்கே வந்தோம்?

அவன் தன் கழுத்தை மேலும் திருப்பினான், அவளை எழுப்பாமல் மென்மையாகச் சுற்றி நோட்டமிட்டான். குதிரைகள் மரத்தில் கட்டப்பட்டிருந்தன. இன்னும் கடக்க வேண்டிய தூரம் பாக்கி இருந்தது.

சவாரி செய்யும்போது களைத்துப் போய் ஓய்வெடுத்துக் கொண்டிருப்போம்.

அவர்களிடம் அதிக நேரம் இல்லாததால் லக்ஷ்மியை மெதுவாக எழுப்புவது என்ற எண்ணத்தைக் கைவிட்டு, சட்டென்று எழுப்பினான். அவள் உடனே கண் விழித்தாள்; ஆனால் சலித்துக் கொண்டாள். ''நான் உனக்குக் காவலாக இருந்திருக்க வேண்டும், தூங்கியிருக்கக் கூடாது.''

''காவலா? என்ன ஆச்சு?''

''நீ உன் குதிரையின் மீதே தூங்கி வழிந்தாய், அதனால் நான் உன் குதிரையை என் குதிரையுடன் கட்டினேன். பிறகுதான் உணர்ந்தேன் எனக்கும் அயர்ச்சியாக இருக்கிறது என்பதை, நான் காலை வரை கஷ்டப்பட்டுக் கண் விழித்திருந்தேன், ஆனால் அயர்ச்சியில் தெரியாமல் கண் அயர்ந்துவிட்டேன்.'' அவள் தன் தலையைத் தடவிக் கொண்டாள்.

''எனக்குப் பிடித்திருந்தது.''

லக்ஷ்மி எதுவும் சொல்லவில்லை, ஆனால் முகத்தைத் திருப்பிக் கொண்டாள். கல்கி எழுந்து குதிரையின் அருகே சென்றான்.

''எனக்கு பைன் மரங்கள் தெரிகின்றன,'' என்றாள் இருமியபடியே. ''நாம் நெருங்கி விட்டோம்.''

''நல்லது.''

கல்கி அவளை மற்றொருமுறைத் திரும்பிப் பார்த்தான், பிறகு குதிரைகளை பிரதான சாலையை நோக்கிச் செலுத்தினான். அவர்கள் நகரத்தை நோக்கிப் பயணித்தனர். அவர்கள் இடையே மௌனம் ஊர்ந்து குடிகொண்டது. மற்ற கிராமங்களிலிருந்து காளைமாடுகளும், வண்டிகளும், மக்களும் நகரத்தை நோக்கி செல்வது தெரிந்தது. ஒரு நீண்ட கல் பாலத்தின் அருகேதான் நகரத்தின் நுழை வாயில் இருந்தது; ஆனால் திடகாத்திரமான படைவீரர்கள் காகிதத்தில் எதோ படித்துவிட்டுதான் ஒவ்வொருவராய் உள்ளே அனுமதித்தனர்.

"அவர்கள் என்ன செய்கிறார்கள்?"

"சுங்க வரி. பாதுகாப்பு அதிகரிக்கப் பட்டுள்ளது, ஆனால், ஏன்?"

"பழங்குடியினர்," என்றான்.

தொலைவிலிருந்து நகரம் அழகாகத் தெரிந்தது, பிரம்மாண்டமாக, ஒரு தேர்ந்த ஓவியனின் ஓவியம் போல் தெரிந்தது. அதில் பல வண்ணக் குவியல்கள் அலைஅலையாக மோதின. அரக்கு, ஊதா, பெரிய கட்டிடங்கள், கோட்டைகள், சாலைகள், வாழ்வாதாரத்தின் துணியில் இங்குமங்குமாக ஓடின. அது அவ்வளவு பெரியதாக இருந்ததால் அது எங்கு முடிவடைகிறது என்றே அவனால் சொல்ல முடியவில்லை; ஏன் என்றால் இந்த்ரகர் தொடுவானத்தில் எல்லை பதித்ததைப் போன்ற உணர்வை ஏற்படுத்தியது.

சிறு வயதில் கல்கி இந்த்ரகர் நகரத்திற்கு வந்திருந்தான். பிறகு அவன் வருவதையே தவிர்த்துவிட்டான், ஏன் என்றால் நகரம் அவனுக்கு ஏற்றது அல்ல என்று தீர்மானித்தான். இந்த சந்துகளில் புகுந்து புறப்படுவதைக் காட்டிலும் மக்களும் படை வீரர்களும் இளவர்தியில் ஏற்படுத்தும் நெரிசலைக் காட்டிலும், உன்னதமான விஷயத்துக்காக அவன் படைக்கப் பட்டதாகக் கருதினான். அது சோம்பேறித்தனமாகவும் இருக்கலாம். ஒரு நாள் பூராவும் பயணித்து வந்ததற்கான அலுப்பு. அர்ஜன் அவனுக்கு நேர் மாறாக, நகரத்தில் வந்து கல்வியின் வீச்சையும், எல்லைகளையும் கண்டுபிடிக்கவேண்டும் என்ற ஆவல் கொண்டவன். நகரத்தில் தான் கல்வி நன்றாக இருக்கும் என்று கருதினான். ஆனால் கல்கி தன் சோம்பேறித்தனத்தால் உந்தப்பட்டான்.

"அடக் கடவுளே!" என்று சிணுங்கினாள்.

"என்ன ஆச்சு?"

"இப்பொழுது தான் உறைத்தது, நான் என் சித்தியிடம் ஒரு உதவி கேட்க வேண்டும் என்று. நாம் நிஜமாகவே இதைச் செய்யப் போகிறோம். கண்டிப்பாகச் செய்வோம்." அவள் ஆழமாக நீண்ட பெருமூச்செறிந்தாள். "அவள் ஒப்புக் கொள்வாளா என்றே தெரியவில்லை."

"கவலைப்படாதே. அவள் ஒப்புக் கொள்வாள், நீ அவளுக்கு நெருக்கடியைப் புரிய வைக்க வேண்டும்."

"அவள் புரிந்துகொள்ளவில்லை என்றால்?"

கல்கி அதைப் பற்றி நினைக்கவில்லை. புரிந்து கொள்ளாவிட்டால்? அது பெரிய கேள்விக் குறி, ஆனால் அதில் சஞ்சரிக்க அவன் விரும்பவில்லை. ''நகரத்திற்குள் எப்படி நுழைவது என்பதைப் பற்றி முதலில் கவலைப்படுவோம்.''

குதிரைகள் நிதானித்து பாதசாரிகளின் வேகத்துக்கு நடந்தன. தங்களைச் சுற்றி இருந்த விலங்குகள் மற்றும் மக்களை நோட்டமிட்டனர். கல்கிக்கு விநோதமாக இருந்தது; அவன் பழங்குடியினர்களைப் பற்றிக் கேள்விப் பட்டிருக்கிறான் ஆனால் இது வரை சந்தித்ததில்லை. அவர்கள் எப்படி இருப்பார்கள் என்று கூட கேள்வி ஞானம் இருந்தது-ஆபத்தானவர்கள், குண்டானவர்கள், கறுப்பானவர்கள், ஆனால் அவர்கள் அப்படியெல்லாம் இல்லை. பலரும் நாகரீகமானவர்களாகவும், இனிமையாகப் பழகக் கூடியவர்களாகவும் தெரிந்தனர், ஆனால் முக்கியமாக அவர்கள் *மனிதர்களைப்* போல் இருந்தார்கள். வெறும் பெயரளவில் தான் அவர்கள் மாணவ்களிடமிருந்து வேறு பட்டனர். வதந்திகள் எப்படி ஒரு மனிதனுக்கு அவதூறுகளை விளைவித்து அழிக்க முடிகிறது!

கனமான நுழை வாயிலை அடைந்தனர். சங்கிலிகளால்-ஆன-மேலங்கியை-அணிந்த நாகாக்கள், வாள்களைத் தங்கள் இடுப்பில் அணியும் வாரில் செருகியபடி நின்றனர். தன் மனதில் நம்பத் தகுந்த வகையில் தோன்றிய அத்தனை சாக்குகளையும் கல்கி ஓட்டிப் பார்த்தான்.

அவன் முறை வந்தபோது, நீண்ட ஜடா முடியைக் கொண்ட நாகா ஒருவன் கல்கியிடம் கேட்டான்,'' நீ இங்கே வருவதன் காரணம் என்ன?''

''நாங்கள் சில நவரத்தினங்களை எங்கள் மாமா வீட்டில் கொடுக்க வேண்டும்,'' என்று கல்கி புரியாத த்வனியில் பொய் சொன்னான்.

நாகா மற்ற வீரர்களை நோக்கினான். ''உன் பேச்சின் சாயல் புரியவில்லையே. எங்கிருந்து வருகிறாய்?''

''இரண்டு கேடயங்கள், நீ கேள்விப்பட்டிருப்பாய், தானே?''

''அட! இல்லையே,'' என்றான் நாகா தர்மசங்கடமாக.

எப்படி தெரியும்? கல்கி இப்பொழுது தானே உருவாக்கினான்.

''எங்கள் தொழிலை கவனிக்க விடுவீர்களா? பொழுது சாய்வதற்குள் நாங்கள் திரும்ப வேண்டும்.''

நாகா வீரன் கையை அசைத்தான், ''அப்படியெல்லாம் உங்களை விட முடியாது. உங்கள் கிராமத்துத் தலைவன் கையெழுத்திட்ட கடிதத்தைக் காட்டினால் தான் முடியும்.'' நாகா பேசுவது ஒரு பாம்பு சீறுவது போலிருந்தது என்பதை கல்கி கவனித்தான்.

''கையெழுத்திட்ட கடிதமா? என் கண்ணே, உன்னிடம் அந்தக் கடிதம் இருக்கிறதா?'' கல்கி லக்ஷ்மியைப் பார்த்தான்.

''ஐயோ! இல்லையே!''

''அப்பொழுது நம்மிடம் இல்லை தான்.''

‘‘இந்த்ரகர் நகரத்தின் உள்ளடக்கத்திலுள்ள அனைத்து கிராமங்களுக்கும் நாங்கள் ஒரு கடிதம் அனுப்பியிருந்தோம். நகர எல்லைக்குள் நுழைய கிராமத் தலைவனின் கடிதம் அவசியம் என்று குறிப்பிடிருந்தோம். அதில் அவன் முத்திரை பதித்து அனுமதி வழங்கவேண்டும்.’’

‘‘எங்களிடம் அப்படிப்பட்ட கடிதம் இல்லை.’’

‘‘அப்படி என்றால், மன்னிக்கவும், உங்களுக்கு எல்லைக்குள் நுழைய அனுமதி இல்லை, பாலத்திலிருந்து இறங்கி மற்றவர்களுக்கு வழி விடுங்கள்.’’

கல்கி முஷ்டியை மடக்கினான். பின்னால் இருந்து புகார்களும், புலம்பல்களும் கேட்டன. வரிசையில் வெட்டி நுழைந்து பின்னர் இவ்வளவு நேரம் எடுத்துக் கொள்கிறான் என்று குற்றப் படுத்தினர். அவன் லக்ஷ்மியைத் தீவிரமாகப் பார்த்தான். ‘‘நீ உன் சித்தி வீட்டுக்கு சென்று விடு, நான் என்ன செய்யப் போகிறேனோ அதைச் செய்தவுடன் விரைவில் ஓடு,’’ என்று கிசுகிசுத்தான்.

‘‘என்ன செய்யப் போகிறாய்?’’

‘‘எது அவசியமோ-அவர்களின் கவனச் சிதறலுக்கு.’’

அவன் நாகாவிடம் திரும்பினான். ‘‘என்னை இதற்காக மன்னித்துவிடு.’’ அவன் அமர்ந்திருந்த குதிரையின் சேணத்தின் பின்னால் தொங்கிக் கொண்டிருந்த துணியை அவிழ்த்து தன் முகத்தைச் சுற்றிக் கட்டிக் கொண்டான்.

‘‘என்ன?’’ என்று நாகா வினவினான்.

கல்கி அவன் முகத்தில் ஒரு குத்து விட்டான். அவன் கீழே விழுந்தான். அவர்கள் பின்னால் இருந்த கூட்டம் அதிர்ச்சியானது. மற்றொரு நாகா தன் வாளை உருவினான். கல்கி குதிரையில் அமர்ந்தபடியே அவனை எட்டி உதைத்தான். வலியில் கத்திய குதிரை தன் கால்களை உயர்த்தியது. குளம்புகள் அந்தரத்தில் தொங்கின. கதவருகே இருந்த நாகாக்கள் அவனைத் தொடர்வதை உணர்ந்தான். அவர்கள் அவசரகதியில் தங்கள் குதிரைகளின் மீது ஏறி கூட்டத்தில் முண்டியடித்து அவனைத் தொடர முயற்சித்தனர். அந்த ஒரு இக்கட்டான தருணத்தில் கல்கி லக்ஷ்மியைப் பார்த்து, ‘‘போ!’’ என்று அலறினான்.

18

கல்கி இப்பொழுது குதிரையின் மீது நின்றான்.

நாகர்கள் பின் தொடர அவன் தெருக்களையும், சந்தைகளையும் கடந்து சென்றான். அவனுக்கு நன்றாகத் தெரியும் நகரத்தில் குதிரையில் பயணித்தால், கண்டிப்பாகப் பிடிபடுவான். அப்படி அகப்பட்டால் தலை துண்டிக்கப்படும் என்றும் அறிவான். அதை நடக்க விடுவதில் அவனுக்கு இஷ்டம் இல்லை. ஏதாவது மாடிக் கட்டிடம் வந்தால் குதித்துத் தப்பிக்க எண்ணினான்.

ஆனால் அது அவ்வளவு எளிதல்ல.

அவன் குதிரையிலிருந்து விழாமல் இருக்கத் தடுமாறினான். அவன் குதிரைக்கு அருகே ஒரு நாகா வந்தான். கல்கியை நோக்கி தன் நீண்ட வாளைக் குறி வைத்தான். வேகமாக நகர்ந்த குதிரை மீது கீழைக் கூத்தாடி போல கல்கி நிலை குலையாமல் இருக்கப் பிரயத்தனப்பட்டான். பாயும் வேகத்தில் வாள் வீச்சு நடப்பதை கவனித்தான்.

''நீ செத்தாய், கிராமத்தானே!''

தன் கால்கள் குதிரையை விட்டு நகர்வதை கல்கி உணர்ந்தான். அதிலிருந்து குதிக்க எத்தனித்த போது அவனுக்கு ஒரு சரியான வாய்ப்பு கிட்டியது. அவனுக்கு நேர் எதிரில் ஒரு சிறு பாலம் தெரிந்தது. அதனடியில் சென்ற சாலை ஒரு சிறிய குகைப்பாதையை நோக்கிச் சென்றது.

சரியாகக் கணக்குப் போட்டிருக்கிறான் என்று நம்பி அவன் குதித்தான்.

அச்சுறுத்தும் வகையில் அவன் நிலத்தை நோக்கிக் குதித்து, உருண்டான். கரடு முரடான கற்கள் அவன் மேல் அங்கியைக் கிழித்தன, அவன் ஆடைகளும் பொத்தலாகின. ஆனால் அதற்குள் தன் வேகத்தைக் கட்டுப் படுத்தமுடியாத நாகா பாலத்தின் தூணில் தன் தலையை இடித்துக் கொண்டான்.

''நன்றாக வேண்டும்,'' என்று கல்கி இளித்தான்.

அதற்குள் அவனை நோக்கிப் பல குதிரைகள் விரைவதைக் கண்டான். அவன் மக்கள் நிரம்பி வழிந்த சந்தைக்கப்பால் ஓடினான். தெருக்களில் துணிகளைக் காயப் போட்டிருந்தனர். அதனால் பின்னால் துரத்திக் கொண்டு வந்த குதிரைகள் நின்றன. நாகாக்கள் இறங்கி நடந்தனர்.

கல்கி சுவர்களைப் பிடித்துக் கொண்டு ஜன்னல்கள், கதவுகள் என்று தாவித் தாவி ஓடினான். ஒவ்வொரு தாவலிலும் அவன் மேலே ஏறிக் கொண்டிருந்தான். அவன் உச்சியை அடைந்ததும் திரும்பிப் பார்த்தான், நாகாக்கள் எங்கேயோ பின்னால் இருந்தனர்.

மூன்றாவது மாடியை அடைந்ததும், நாகாக்கள் அவனைப் பிடிக்க எல்லா மூலைகளிலிருந்தும் முயற்சித்தனர். கயிறு ஒன்றில் துணிகளைக் காயப் போட்டிருந்தனர். அதை அறுத்து எடுத்து ஒரு முடி போடத் தொடங்கினான். மொட்டைமாடியின் கைபிடிச் சுவரின் விளிம்புக்கு வந்து விட்டான். அவன் அந்தச் சுருக்குக் கயிறை அடுத்த கட்டிடத்தை நோக்கித் தூக்கி எறிந்தான். கீழே இருந்து அனைவரும் அவனைப் பார்த்துக் கொண்டிருந்தனர். சுருக்கு எதன் மீதும் சரியாக விழவில்லை. அவன் மறுபடியும் முயற்சித்தான். அதற்குள் படை வீரர்கள் தங்கள் வாள்களை உருவிக் கொண்டு அவனை நெருங்கி விட்டனர்.

சுருக்கைத் திரும்பவும் வீசினான், அது அடுத்த கட்டிடத்திற்கு செல்லாமல் கீழே சாலையில் விழுந்தது.

''அடச் சே!''

''நீ இப்போது தப்பிக்க முடியாது, நீ ஒரு போலி!''

அப்பொழுது தான் கயிறு எதன் மீதோ இறுகியது என்பதை உணர்ந்தான். அவனுக்குக் கீழே ஒரு ரதம் இருப்பதைப் பார்த்தான்.

''அப்படியே நினைத்துக் கொண்டிருங்கள்,'' என்று கல்கி உரக்கச் சிரித்தான், மூன்றாவது மாடியிலிருந்து ரதத்தின் மீது குதித்து, அதன் கூரையைப் பிய்த்துக் கொண்டு உள்ளே வீழ்ந்தான்.

உடைந்த மரங்களுக்கும் தூசிக்கும் நடுவே, முகத்திற்கு ஒப்பனை செய்து கொண்டு ஆடம்பர உடைகள் அணிந்திருந்த ஒரு பெண்ணைப் பார்த்தான். அவள் ஒரு வேளை அரண்மனையைச் சேர்ந்தவளாக இருக்கலாம்.

''வணக்கம். தொந்தரவுக்கு மன்னிக்கவும்.''

''யார் நீ?''

''நான் ஒரு திருடன் அல்ல, கவலைப்படாதே.''

பின்னால் வீரர்களின் குரல் கேட்டது. ''ஆனால் நான் இதைத் திருடிக் கொள்ள வேண்டும், என்னை மன்னித்துவிடு...''

அந்தப் பெண் அதிர்ச்சியிலிருந்து மீளவில்லை. பிறகு தன் சக்தி அனைத்தையும் திரட்டி அலறத் தொடங்கினாள். கல்கி முன்னால் நகர்ந்து, மூன்று குதிரைகள் இழுத்துச் செல்லும் அந்த ரதத்தின் கடிவாளத்தைப் பிடித்தான். அது அவ்வளவு பெரியதாக இல்லாவிட்டாலும், விரைந்து

செல்லக் கூடியது. சாட்டையை வேகமாக அடித்து குதிரைகளைத் துரிதப் படுத்தினான்.

''அப்படித்தான்,'' என்று நகைத்தான். குதிரைகள் சந்தைக்கு நடுவே ஓடின, கடைகளை நாசம் செய்தன. அவன் கடைகளையும் வீரர்களையும் வேகமாகக் கடந்து சென்றான். ஒவ்வொரு மூலையிலும் நாகாக்கள் அவனைப் பிடிக்கக் காத்திருந்ததைப் பார்த்தான். அவர்கள் தங்கள் குதிரைகளிலிருந்து ரதத்தில் குதித்தனர். குதிரைகளை அடிக்கப் பயன்படுத்திய சாட்டையை அவர்கள் மீது செலுத்தினான். ஒரு படை வீரன் எப்படியோ சமாளித்து கல்கியின் அருகேயே அமர்ந்து, கடிவாளத்தைப் பிடுங்க முயற்சித்தான், ஆனால் கல்கி அதை அனுமதிக்கவில்லை. கல்கி வாள்களுக்கு இரையாகாமல் கொடுத்தபடி வளைந்து நெளிந்து அந்த வீரனின் முகத்தில் ஒரு குத்துவிட்டான். அவனை ரதத்திலிருந்து கீழே தள்ளினான். அந்த வீரன் கீழே நிலத்தில் உருண்டான். அதற்குள் கல்கி கடிவாளத்தைப் பிடித்து ரதத்தை ஒரு கட்டிடத்தில் மோதி நிறுத்தினான். அங்கிருந்து குதித்து நகரத்தை நோக்கி ஓடும் ஆற்றில் விழுந்து நீந்தினான். ரதம் மோதலையும் மீறி கட்டுக்கடங்காமல் ஓடியது, நாகாக்கள் கல்கி தப்பித்ததை அறியாது, அதைப் பின் தொடர்ந்தனர்.

கல்கி பெருமையாக ஒரு சந்துக்குள் நடந்தான், ஆனால் எங்கே போவது என்பது புரியவில்லை. முகத் திரையைக் கழட்டி, அங்கியுடன் சேர்த்து தூர வீசினான்.

அவன் இப்பொழுது பிரதான சாலைக்குள் நுழைந்தான். அவன் தப்பி வந்த ரதத்தை நாகாக்கள் பிடித்திருந்தனர். அவன் எங்கே மறைந்தான் என்று தேடிக் கொண்டிருந்தனர். இந்தக் காட்சியைச் சுற்றி நின்று வேடிக்கைப் பார்த்த கூட்டத்தில் கல்கியும் கலந்தான்.

நாகா வீரர்கள் கூட்டத்தைச் சுற்றி வந்து முகமூடியிட்டவனைப் பற்றிய தகவலை நகரத்தாரிடம் சேகரிக்க முற்பட்டனர். பதற்றமான முக பாவனையுடன் ஒரு நாகா கல்கியிடம் வந்தான், அவனுடைய நீல விழிகள் தீர்க்கமாக மின்னின. ''கருப்பு அங்கி அணிந்து, முண்டாசால் முகத்தை மறைத்துக் கட்டிய உருவத்தை நீ பார்த்தாயா?''

''அங்கியா?'' கல்கி ஒன்றும் அறியாதவன் போல தலையசைத்து மறுத்தான். ''மன்னிக்கவும், நான் பார்க்கவில்லை.''

19

அர்ஜன் தன்னை வழிக்காட்டி என்று சொல்லிக் கொண்டவனைக் காட்டினுள் பின் தொடர்ந்தான். பாலா அவர்களுக்குப் பாதுகாப்பாக அவர்கள் பின்னால் சென்றான். க்ருபாவுக்கு இந்தச் சூழலுக்கு ஒத்துவராத ஒரு குணம் இருப்பதாக அர்ஜன் நினைத்தான்-எதிர்மறை குணம்தான் அது. அவர்கள் அனைவரும் எப்படியும் இறந்துவிடுவார்கள் என்றே புலம்பிக் கொண்டிருந்தான்.

பாலா பல நேரங்களில் அவனை அடக்கப் பார்த்தான், ஆனால் அவனால் இயலவில்லை. அவர்கள் காட்டின் அடர்ந்த பகுதிகளுக்குள் செல்லும்போது, மேலே பந்தல் போல் மரங்கள் மூடிக் கொண்டன. அதனால் பாதைக்கு வெளிச்சம் வரவில்லை.

அப்பொழுதுதான் க்ருபா அவர்களை நிற்கச்சொனான். அவன் ஜாக்கிரதையாகக் குந்தி உட்கார்ந்தான், குடி போதையில் தள்ளாடிய உடல்மொழி இப்பொழுது அறவே இல்லை. இப்பொழுது அவசரமாகவும், உஷாராகவும் இருந்தான். அவன் புல்லைத் தொட்டு அதன் மண்ணைக் கை விரல்களில் தடவினான், சுற்றிலும் இருந்த காற்றை முகர்ந்தான், தன்னுடைய ஈரமான விரலை ஆட்டி, காற்றின் திசையை கணக்கிட்டான்.

''அவர்கள் இங்கேதான் இருக்கிறார்கள், அதுவும் வெகு அருகில், நண்பா.''

அர்ஜன் தயார் நிலையில் நின்றான், அவன் கால்களும், கைகளும் பரபரப்பில் இறுகின. ''எவ்வளவு தள்ளி?''

க்ருபா பதிலளிக்கவில்லை. அவன் மெதுவாக முன்னால் அடி எடுத்தான், தன் வெற்றுக் கரங்களால் அங்கிருந்த பூதாகாரமான பிரம்பு மரங்களுக்கு நடுவே இருந்த புதரை விலக்கினான்.

''இங்கே வாருங்கள்.''

பாலாவும் அர்ஜனும் முன்னே வந்தார்கள். அங்கிருந்த வெட்டவெளியைப் பார்த்து அதிர்ச்சியில் சத்தமாக மூச்சை இழுத்து

விட்டான் அர்ஜன். அங்கே சூரியன் பளீரென்று தன் கதிர் வீச்சைப் பரப்பி இருந்த்து, மரங்களே காணோம். அங்கே பல வகையான பூச்செடிகள் இருந்தன, தீ மூட்டப்பட்டிருந்தது, ஆனால் அச்சுறுத்தும் வகையில் கொழுந்து விட்டு எரியாமல் கவனத்தை ஈர்க்காமல் எரிந்தது. திடகாத்திரமான ஆண் குதிரைகள் நின்றன; அர்ஜன் இதுவரை குருகுலத்திலோ, சர்பஞ்ச் வீட்டிலோ அப்படிப்பட்ட குதிரைகளைப் பார்த்ததில்லை. அந்தக் குதிரைகளுக்கு நல்ல தீனி கொடுக்கப்பட்டிருந்ததால் போஷாக்காக இருந்தன. ஊதா வண்ணத்தில் மூன்று கூடாரங்கள் அமைக்கப் பட்டிருந்தன. ஆணிகளைத் தரையில் அடித்து அவை எழுப்பப் பட்டிருந்தன. அவன் தெளிவாக மிலேச்சர்களைக் கண் கூடாகப் பார்த்தான். முதலில் வரும் பொழுது பட்டு அங்கிகளிலும், முகமூடிகள் அணிந்தும் வந்திருந்தனர், ஆனால் இங்கு அவர்கள் சாதாரண மனிதர்கள் போன்ற தோற்றத்தில் இருந்தனர். சிலருக்குத் தழும்புகளும், காயங்களும் இருந்தன, எரிந்து போன உடைகளை அணிந்திருந்தனர். சராசரியான கிராம மக்களைக் காட்டிலும் திடமான உடல் வாகுடன் இருந்தனர். பாலாவாலேயே கூட ஒரு சமயத்தில் இரண்டு பேருடன் தான் சண்டையிட முடியும்.

அவனுடைய அப்பாவைக் காணவில்லை, அதனால் அவரைக் கொன்று புதைத்திருப்பார்களோ என்று சந்தேகித்தான். ஆனால் நேற்று அணிந்திருந்த அதே உடைகளுடன் சங்கிலியால் பிணைக்கப்பட்டிருந்த அவன் தந்தையைக் கண்டான். முட்புதர் போன்ற முடியைக் கொண்ட ஒருவனுடன் அவர் கூடாரத்தை விட்டு வெளியே வந்து கொண்டிருந்தார். விஷ்ணுவும் முட்புதர் தலையனும் பேசிக் கொண்டிருந்தனர். கொள்ளைக்காரன்தான் அதிகம் பேசினான். அவரைப் பக்கவாட்டில் கட்டப்பட்டிருந்த பசுக்களுக்கு அருகே கூட்டிச் சென்றான்.

''இது கொடூரமான பழக்கம்,'' அர்ஜன் ஆரம்பித்தான்: ''ஒரு பிராமணன் வெறுங்கையால் பசுவைக் கொல்வது என்பது.''

''அது பழங்கதை, நண்பா,'' க்ருபா சொன்னான், ''இப்பொழுது அனைவரும் பசுக்களை உண்கின்றனர்.''

வெறுப்புடன் தலையசைத்தபடி அர்ஜன் பின் வாங்கினான். அவர்கள் கண்களில் படக்கூடாதே என்ற ஜாக்கிரதை உணர்வுடன்.

''சரி, நீ பார்த்துவிட்டாய். நான் கிளம்ப வேண்டிய நேரம் வந்துவிட்டது.''

க்ருபா நகரத் தொடங்கினான், பாலா அவன் தோள் மீது கைபோட்டு நிறுத்தினான்.

''அவ்வளவு அவசரப்படாதே,'' என்றான் அர்ஜன்.

''இப்போ வேறு என்ன?'' என்று க்ருபா எரிச்சலானான்.'' நீ கேட்டதைச் செய்தேன். உன் அப்பாவைக் கடத்திச் சென்றவர்களிடம் உன்னைக் கூட்டிவந்தேன். என் பரிந்துரையைக் கேள். அவரை

அப்படியே விட்டுவிடு. அவரை உன்னால் காப்பாற்ற முடியாது. நீ அறிவதற்காகச் சொல்கிறேன், நண்பா.''

''உன் கருத்து எனக்குத் தேவையற்றது. அப்பொழுதும் இல்லை, இப்பொழுதும் வேண்டாம்.'' அர்ஜன் தன் புருவத்தை உயர்த்தினான். ''கல்கி எப்பொழுது திரும்பி வருவான் என்று கூட எனக்குத் தெரியாது,'' என்று தனக்குத் தானே முணுமுணுத்தான். ''நாம் என்ன செய்வது, பாலா?''

''அவர்களை நொறுக்கிவிடலாமா?'' என்றான் பாலா.

அர்ஜனுக்கு சிரிப்பு பொத்துக் கொண்டு வந்தது. அவனுடைய தந்தை உயிருடன் இருக்கிறார் என்ற விஷயம் அவனுக்கு சமாதானத்தை அளித்தது, ஆனால் பசுக்களின் எண்ணிக்கை குறைந்து கொண்டே வந்தது. அவர்களிடம் கூடுதல் நேரமும் இல்லை.

''நாம் அவர்களுடன் போரிடலாம் என்று சொல்ல வருகிறாயா? அது சாவைவிடக் கொடுமையானது. அவர்கள் சித்திரவதை செய்வார்கள், நண்பா.'' அவன் தொடர்ந்தான், ''அதுவும் இந்தக் கூட்டத்தின் தலைவனைப் பற்றிக் கேட்கவே வேண்டாம்.''

''தலைவனா?''

''முட்புதர் தலையன்? நீங்கள் கவனிக்கவில்லையா?''

''ஆமாம், அவனை நான் பார்த்தேன்,'' என்றான் அர்ஜன். ''அவனுக்கு என்ன?''

''ஓ! அவன் பெயர் கேஷவ் நந்த். நான் நகரத்தில் பணிவுடன் என் வேலையைப் பார்த்துக் கொண்டிருந்தேன். நான் மரியாதை வழங்கும் குடிமகன், போதையில் இருப்பினும் சுவர்களில் ஒட்டப்பட்டிருந்த இந்த ஆணையை நான் பார்த்திருக்கிறேன். நான் அதை அக்கறையுடன் வாசித்தபோதுதான் உணர்ந்தேன், அவர்கள் குறிப்பிட்டிருந்தது இந்த மனிதனைத்தான், என்று.'' க்ருபா பின்னால் இருந்த அந்த மனிதனைக் கை காட்டி, ''அவன் அவர்களால் தேடப்பட்டு வருபவன். சிறையிலிருந்து தப்பி ஓடியதால் அவர்கள் அவனைத் தேடுகிறார்கள்.''

''அவன் எந்தக் குற்றச்சாட்டிற்காகச் சிறைக்கு அனுப்பப்பட்டான்?''

கலக்கத்தில் தொண்டையில் உருண்டதை அவசரமாக விழுங்கிவிட்டு க்ருபா பதில் சொன்னான், ''நிறைய கொலைகள் செய்திருக்கிறான். ஆனால் அவன் கொன்று குவித்தது பெண்களையும், குழந்தைகளையும் என்பதால் அதுவே மோசமான குற்றம். தீர்ப்பின்படி அவன் ஒரு மனநிலை குன்றியவன். நிறைய வளைவுகளுடன் கூடிய கத்தியை வைத்திருக்கிறான். மனிதச் சதையை அழகாகவும், மென்மையாகவும் வெட்ட அது பயன்பட்டது என்று கேள்விப்பட்டேன்.''

அவன் நிறுத்தினான்.

''உன் தந்தையை எதற்கு அவன் பிணைக் கைதியாக பிடித்து வைத்தான் என்பது எனக்கு புரியவில்லை,'' என்று கூறிய க்ருபா

சிந்தித்தான். ''அவனுடன் சண்டை எல்லாம் போடமுடியாது என்று உனக்குச் சொல்லிவைக்கிறேன். இது போன்ற கொலையாளிகளுக்கு உணர்சிகளோ, வருத்தமோ கிடையாது. அவர்களின் செயல்களின் அர்த்தங்களும் கூடப் புரியாது. இது ஒரு பொழுதுபோக்கு.''

வானம் இருள்வதை அர்ஜன் கவனித்தான். எந்த நேரமும் மாலை வரலாம், அவனிடம் நேரம் அதிகம் இல்லை.

''என்னிடம் ஒரு திட்டம் உள்ளது,'' என்றான்.

''திட்டமா? அது சரி, எல்லோருக்கும் திட்டம் இருக்கும் நண்பா, ஆனால் கத்தியால் வெட்டுப்படும் வரை தான்,'' என்றான், ''அதுவும் உன்னிடம் ஒரு கேடயம் கூட இல்லை, கத்தியும் இல்லை தற்காப்புக்கு; உனக்குத் தற்காப்புக் கலை தெரிந்திருந்தாலும் கூட...உனக்கு தெரியாது என்றே நினைக்கிறேன், அதனால் உனக்கு இருக்கும் ஒரே நல்ல வழி திரும்பிச் செல்வதுதான்.'' அவன் பாலாவைப் பார்த்தான். ''ஒரு வேளை பாலாவைப் போல் மூன்று பேர் இருந்தாலாவது ஏதோ ஒரு வாய்ப்பு கிடைத்திருக்கலாம். அங்கே பத்து கொள்ளையர்கள் இருக்கிறார்கள். அவர்கள் குரூரமானவர்கள், பயிற்சி பெற்றவரக்ள். ஆனால் நீயோ ஒரு அழகான சிறுவன், உன்னுடன் ஒரு திடமான சிறுவன்; அவனுக்கு அவனுடைய விளையாட்டுப் பொருளான கதை மீது நேசம் அதிகம்! உங்களுக்குப் புரிகிற மாதிரி சொல்கிறேன்; யார் வெற்றி பெறுவார்கள் என்று நினைக்கிறீர்கள்?''

கடுமையான, நீளமான பிரசங்கத்தைக் கேட்டு அர்ஜன் சிரித்தான். அவன் அதைக் காதில் வாங்கவே இல்லை. ''யார் சொன்னது நமக்கு ஆயுதங்கள் வேண்டும் என்று?''

''ஆயுதங்கள் இல்லையா? அப்போ சலிப்பாக இருக்குமே,'' என்று பாலா துடித்தான்.

''ஆமாம்.''

''பிறகு அவர்களை எதை வைத்து நாம் கொலை செய்வது? குச்சியும், கற்களையும் கொண்டா?''

அர்ஜன் மரங்களைப் பார்த்தான். ''அப்படி அல்ல, ஆனால் கயிறுகளையும், கிளைகளையும் வைத்து.'' அவன் சிரித்தான்.

20

முகமூடிக்காரன் மொத்த இடத்தையும் அழித்து, நாசமாக்கி, தன்னுடைய ஆட்களையும் ஏமாற்றி விட்டான் என்று தக்ஷக் கேள்விப்பட்டதும் கீகட்பூர் வரைபடத்தை விரித்தான். இந்த்ரகர் அதன் தலைநகரம். அவன் அதில் கிழக்கு, தெற்கு, மேற்காக இடங்களை குறிக்க ஆரம்பித்தான்; வடக்குப் பக்கம் மிகவும் குளிர் பிரதேசமாக இருந்ததால், அங்கு கிராமங்கள் வளர சிரமம் என்று விட்டுவிட்டான்.

இரண்டு கேடயம் என்ற ஊரைத் தேடிப்பார்த்தால் கிடைக்கவில்லை. **கண்டிப்பாக அவன் பொய் சொல்லியிருக்கிறான்.**

"எந்த நகரவாசியிடமிருந்தாவது ஏதாவது புகார் வந்திருக்கிறதா?" தக்ஷக் தனக்குக் கீழ் பணிபுரியும் உலுப்பியிடம் கேட்டான். "ஏதாவது திருடு போய் விட்டதா?"

"எதுவும் இல்லை ஐயா," என்றான் உலுப்பி.

தன் நீண்ட முடியை தக்ஷக் ஒரு கொண்டையாகப் போட்டிருந்தான். ஆனால் உலுப்பிக்குப் புல்முளைத்தது போல் குட்டைமுடி. அவனுக்கும் அதே நீல வண்ணக் கண்கள், ஆனால் அவன் சற்றே பயந்த சுபாவம் கொண்டவன். உலுப்பியின் புறத் தோற்றத்தைப் பற்றிய அக்கறை தக்ஷக்குக்கு கிடையாது, ஏன் என்றால் உலுப்பியின் மூளை உஷாராக வேலை செய்யும்; அவன் மற்றவர்களைப் போல் உடல் பலத்தை மட்டுமே நம்பியில்லை.

"நுழைவாயில் கதவுகளை மீண்டும் ஒரு முறை சரி பார். அரண்மனையில் வேலை செய்பவர்களின் ரதங்களைத் தவிர வேறு யாரையும் உள்ளே விடாதே," என்றான் தக்ஷக். "இந்த ஆளைக் கண்டுபிடித்து அவனை கொல்ல வேண்டும்."

"சரி, ஐயா."

அப்பொழுதுதான் அந்த போர் அறைக்குள் ஒரு காவலன் நுழைந்தான்.

"பறவை கூட்டை விட்டுப் பறந்துவிட்டது, ஐயா."

தக்ஷக் தலையசைத்தான்.

தனக்குச் சொந்த வேலை இருப்பதாகக் கூறி தக்ஷக் வெளியேறினான். ஆயுதங்கள் குறைவாக வைத்துக் கொண்டிருந்த இரு காவலர்களைத் தன்னுடன் கூட்டிக் கொண்டான்; மற்றவர்களின் கவனத்தை ஈர்க்காமல் இருப்பதற்காக. இரவு வந்துவிட்டது, அவனால் நட்சத்திரங்களைப் பார்க்க முடிந்தது. முந்தைய இரவைக் காட்டிலும் இன்று கூடுதல் நட்ச த்திரங்கள் தெரிந்தன. தக்ஷக்குக்கு நட்சத்திரங்கள் என்றால் கொள்ளை பிரியம்.

தக்ஷக் உள்ளே நுழைந்துவிட்டவனைக் கண்டு பிடிக்க வேண்டும் என்றாலும் அவன் தனக்கு வாசுகி இட்ட பணியை மறக்கவில்லை. அவன் இப்போது சாலையில் இந்த்ரகர்ரின் கிழக்குப் பக்கமாகப் பீபல் தெருவுக்கு அருகில் இருந்தான்; அனைத்து அமர்க்களமும் தெற்குப் பக்கமாக நடந்து கொண்டிருந்தது. அதனால் அவனுக்கு அங்கே என்ன நடக்கிறது என்பதைப் பற்றி அறியவே முடியாது. யக்ஷர்களின் வியாபாரத்தை நல்ல முறையில் நாசம் செய்துவிட்டான் அந்த அழையா விருந்தாளி. அனைத்தும் அழிக்கப்பட்டது என்பதைக் கேட்டதும் தக்ஷக்குக்கு பெரிய புன்னகை பிறந்தது.

வேதாந்தா ஒவ்வொரு மாநிலமாகப் பயணம் மேற்கொண்டு மக்களிடம் பேசி, அவர்களின் கோரிக்கைகளை பூர்த்தி செய்து, தானங்கள் வழங்கி நல்லதொரு எதிர்காலம் அமையும் என்ற வாக்குக் கொடுப்பதை தக்ஷக் கவனித்தான். மூன்றாம் நாளாக அவன் வேதாந்தாவைப் பின் தொடர்கிறான். பிறகு அவன் விடுதிக்குள் சென்றுவிட்டு திரும்பவே இல்லை...இன்னமும்.

பறவை என்பது அவனைக் குறித்தது, கூட்டை விட்டு சென்றான் என்பது விடுதியைக் குறித்தது.

தக்ஷக் தன் குதிரையிலிருந்து இறங்கி, அடுக்கு மாடிக் கட்டிடமாக இருந்த விடுதியிலிருந்து விலகி இருந்த சந்தில் பதுங்கிக் கொண்டான். பிறகு மெதுவாகச் சாலையைக் கடந்து, அந்த விடுதிக்குள் நுழைந்தான்.

அவன் நுழைந்தவுடன் அங்கிருந்தவர்கள் எழுந்து நின்றனர். மரத்தால் ஆன கொடுக்கல் வாங்கல் இடத்தில் அமர்ந்திருந்த நிர்வாகஸ்தரும் எழுந்து நின்றான்.

தக்ஷக், தன் இரு காவலர்களுடன் மெதுவாக உள்ளே நுழைந்தான். அவனுடைய அங்கி பறக்க, தன் கையை வாளின் உரை மீது வைத்தபடி நடந்தான்.

''உங்களுக்கு நான் எப்படி உதவ முடியும், தளபதி தக்ஷக்?'' என்று அந்த மீசைவைத்த நிர்வாகஸ்தன் கேட்டான்.

அப்படி என்றால் அவனைப் பற்றி இவனுக்குத் தெரியும்.

''உங்களுடைய சமீபத்திய விருந்தாளியைப் பற்றி எனக்கு தகவல்கள் தெரியவேண்டும்.''

''வேதாந்தா மன்னனா?''

''ஆமாம்.'' மேசையைத் தட்டி தன்னுடைய ஆளுக்குச் சமிக்ஞை செய்தான்.

காவலன் சில வெள்ளிக் காசுகளை மேசை மீது குவித்தான். நிர்வாகஸ்தன் அதையே வெறித்துப் பார்த்தான்.

''மன்னிக்கவேண்டும் ஐயா, நான் இவற்றையெல்லாம் வாங்கக் கூடாது...''

தக்ஷக் புன்னகைக்கவில்லை. அவனுடைய பார்வையை நேராகச் சந்தித்தான். ''சரி,'' என்று தலையசைத்து தன்னைச் சுற்றிலும் நோட்டம் விட்டான், சில பயணிகள் அந்த அறையில் அமர்ந்து புத்தகங்களைப் படித்துக் கொண்டும், அரட்டை அடித்துக் கொண்டும் அமர்ந்திருந்தனர். ''எனக்கு வந்த தகவல்படி இந்த விடுதியில் விபச்சாரம் நடக்கிறது.''

நிர்வாகஸ்தன் அதிர்ந்தான். ''இல்லை, இல்லை ஐயா! இது அப்பட்டமான பொய்!''

''அப்படியா?'' தக்ஷக் எந்த அக்கறையும் இன்றி தன் காவலர்களைப் பார்த்து, ''அனைத்துச் சாவிகளையும் வாங்குங்கள்.''

காவலர்கள் அந்த கொடுக்கல் வாங்கல் இடத்தின் பின் புறமாக வந்து, நோஞ்சானான நிர்வாகஸ்தனை சுவர் பக்கமாகத் தள்ளிவிட்டு, நீளமான வெண்கலச் சாவிகளைக் கைப்பற்றினர்.

''இங்கேயே காத்திருங்கள், அவன் தப்பி ஓடாதபடி பார்த்துக்கொள்ளுங்கள், இன்று அவன் சிறையைச் சந்திக்கப்போகிறான்.''

நிர்வாகஸ்தன் அவனிடம் கெஞ்சினான் ஆனால் தக்ஷக் அதைக் காதில் வாங்கிக் கொள்ளவில்லை. அவன் மாடியேறினான். முதல் மாடியில் கதவுகளைத் திறந்தான். சில பயணிகள் தனியாக இருந்தனர், சிலர் காதலர்களுடன் இருந்தனர். தக்ஷக் அவர்களின் அந்தரங்கத்தைப் பற்றிச் சற்றும் கவலைப்படாமல் அனைத்துக் கதவுகளையும் திறந்தான். கடைசி மாடியில், கடைசி அறைக்கு வந்தான். அந்த அறையில் இரண்டு கதவுகள் இருந்தன. முகப்புக்குச் சென்று மொத்த நகரத்தையும் வேடிக்கை பார்ப்பதற்காக இருக்கலாம்.

தக்ஷக் அதைத் திறந்தபோது அவனுக்கு முதுகைக் காட்டியபடி ஒரு உருவம் நின்றுகொண்டிருந்தது.

''உன்னுடைய பெயரையும், நீ இந்த நகரத்திற்கு எந்தக் காரணத்திற்காக வந்திருக்கிறாய் என்ற விஷயத்தையும் சொல். இது ஒரு கட்டாய சோதனை...'' என்று சொல்லும்போதே அவன் குரல் தேய்ந்தது. அந்த உருவத்தின் தலையில் அவனுக்குப் பரிச்சயமான கீரிப்பிள்ளையின் தலை தெரிந்தது.

இல்லை.

''இது என்ன வேவு பார்ப்பதற்கான மறுபெயரா?'' வழுக்குவது போன்ற குரல் கேட்டது.

''குவேரா,'' என்று மூச்சு வாங்கியபடி சொன்னான்.

தக்ஷக்கின் பக்கம் திரும்பி, அந்த குண்டன், யக்ஷர்களின் தலைவன், கேவலமாக இளித்தான். அவனுடைய அடர்த்தியான புருவங்கள் அவனைக் கூடுதல் கோரமாகக் காட்டின. ஆனால் அவனுக்கு தாடியும் இல்லை, உடலில் வேறு எங்கும் முடியும் இல்லை.

''எப்படி இருக்கிறாய், நண்பனே?''

''நான் உன் நண்பன் இல்லை,'' என்றபடி தக்ஷக் முன்னே நடந்தான். ''மன்னனுடன் உனக்கென்ன காரியம்?''

''இது வாசுகியின் பேச்சு, உன்னுடையது அல்ல.'' அவன் சிரித்தான். ''ஆனால் தெரிந்து கொள்ள ஆர்வம் என்றால் நீ அவனையே கேட்கலாமே.'' லேசாகத் தலையை ஆட்டினான்.

தக்ஷக் திரும்பிப் பார்த்தான். சற்றே குட்டையான, குண்டான வேதாந்தாவின் உருவம் தென்பட்டது. சற்றே தாமதமாக கவனித்தான், திடமான தாடி வைத்த ஆள் ஒருவன் அறைக்குள் நுழைந்தான்; வார்த்தைகள் ஏதும் இன்றி பற்கள் கொண்ட கத்தியைக் கொண்டு தக்ஷக்கின் கையை அறுத்தான். பிறகு அதைக் கொண்டு கீழ் நோக்கி ஆழமாகக் கோடு கிழித்தான். அவனுடைய நரம்புகள் கிழிந்தன.

''அடடா! எவ்வளவு ரத்த சேதம்,'' என்றான் குவேரா.

தக்ஷக் தரையில் விழுந்தான்.

''ஏ...ஏ...''

''அந்த பாம்பின் புழுக்கை பேச முயற்சிக்கிறான்,'' என்றான் வேதாந்தா.

குவேரா சாவகாசமாக நடந்து அவன் அருகே குந்தி உட்கார்ந்து, ''பேசு, என் செல்லமே!'' என்றான்.

''ஏ...ஏன்?''

குவேரா முகம் சுளித்தான். ''ஏன்? சரி, எங்கிருந்து தொடங்குவது? அப்படியே நான் தொடர்ந்தாலும் கேட்பதற்கு நீ உயிருடன் இருக்க மாட்டாய், அதனால் பிரயோசனம் இல்லை. நான் சொல்லவேண்டியது, ஒன்றுதான். எனக்கும் வேதாந்தாவுக்கும் பரஸ்பர ஈடுபாடு உண்டு.''

21

இரவு வந்தது. கல்கி கட்டிடச் சுவர் மீது சாய்ந்துகொண்டு நின்றிருந்தான். அரசாங்க வீட்டின் வாசலில் லக்ஷ்மிக்காகக் காத்திருந்தான். அவள் வெளியே வருவாள் என்ற எதிர்பார்ப்பில் காத்திருந்தான், ஆனால் பல மணி நேரங்கள் கடந்தும் அவள் வரவில்லை. அவனாலும் உள்ளே செல்ல முடியவில்லை. அவன் அங்கும் இங்கும் உலாத்தினான். குட்டி தூக்கம் போடலாம் என்று நினைத்தான். சட்டென்று சுள்ளி உடையும் சத்தம் கேட்டது.

அவன் நிமிர்ந்து பார்த்தால் ஒரு உருவம் தெரிந்தது. அது கனவு போல் இருந்தது. உருவம் மிதப்பது போலிருந்தது. பிறகு அப்படி இல்லை என்று கல்கி புரிந்து கொள்ளும் வகையில் அது கீழே குதித்தது.

கண்டிப்பாகக் கடவுள்கள் எனக்காக இவனை அனுபவில்லை.

இந்தத் தருணத்திலும் நகைச்சுவை உணர்வுடன் யோசிப்பதைக் கண்டு குற்ற உணர்வுடன் அந்த உருவத்தை நெருங்கினான். அது நாகா என்று அவனுடைய பிரத்யேகமான கண்களை வைத்தும், கையில் வரையப்பட்ட மசியின் வடிவத்தைக் கொண்டும் அடையாளம் கண்டு கொண்டான். அந்த வரையப் பட்ட வடிவம் சாதரணமாக இல்லாமல் சங்கிலிக் கறுப்பன் எனப்படும் நச்சுப் பாம்பு இனத்தைச் சார்ந்ததாக இருந்தது.

உயர் பதவியைச் சார்ந்தவனாக இருக்கலாம், ஆனால் இவன் எதற்காக இங்கு வந்தான்?

கல்கி திரும்பவும் மேலே பார்த்தான் ஆனால் வேறு யாரும் இல்லை.

அவன் கைகளில் நீண்ட வெட்டுக் காயம் தெரிந்தது. அங்கே மட்டும் தான் அவன் இரும்புக் கவசம் அணியாமல் இருந்தான்.

இந்த நகரத்தில் என்னதான் நடந்து தொலைகிறது?

''யாரப்பா!'' என்று யாரோ பேசுவது கேட்டது.

அவன் நிமிர்ந்து பார்த்தால் இரண்டு நாகாக்கள் நின்று கொண்டிருந்தனர்.

''நீ என்ன...,'' அடுத்தவன் எதிரே கிடந்த சடலத்தைப் பார்த்ததும்

மௌனமானான்.

''அதை நான் இங்குதான் பார்த்தேன் என்று சத்தியம் கூட செய்வேன். அது தானாகக் கீழே விழுந்து...''

ஒரு காவலன் திகிலில் தன் கைகளால் வாயைப் பொத்தி அருகிலிருந்தவனிடம் கிசுகிசுத்தான்; அது பயத்தில் வந்த மெல்லிய குரல், ''இது தளபதி.''

''விழுந்ததா?'' அடுத்தவன் தன் வாளை உருவி உடனே உஷாரானான். ''கொலைகாரா, நகராதே! இந்த்ரகர் நகரத்தின் தளபதி தக்ஷக்கைக் கொலை செய்த குற்றத்திற்காக உன்னைத் தூக்கிலிடுவோம்.''

''என்னது? நானா? இல்லை, நான் செய்யவில்லை...''

வாளின் கூர்முனை அவனை நோக்கி இருந்தது.

''திரும்பவும் பேச முயற்சிக்காதே,'' தக்ஷனின் நாடி பிடித்துப் பார்த்துக் கொண்டிருந்தவனின் குரல் கேட்டது. ''பையனின் ஆடைகளில் ரத்தக் கரை உள்ளது. அவனை ஓநாய்களுக்கு இரையாக்க வேண்டும். வாசுகியிடம் அழைத்துச் செல்லுங்கள்.''

''வாசுகியிடமா...வேண்டாம்...''

''கைகளைப் பின்னால் கட்டு.''

வேண்டாவெறுப்பாகச் சொன்னதைக் கேட்டான். கயிற்றால் அவன் கைகள் பின்னால் கட்டப்பட்டன.

''தலைமை முகாமிலிருந்து செயதி வரும் வரை நான் இங்கு காத்திருக்கிறேன்,'' என்றான் ஒரு வீரன். ''நமக்கு விஷயம் புரியும் வரை சந்தேகத்தின் பேரில் இவனைச் சிறையில் வையுங்கள்.''

''இதற்காக நீங்கள் வருத்தப்படுவீர்கள்,'' என்றான் கல்கி.

அவனைத் தள்ளிக் கொண்டே நடந்தார்கள்; பின்னால் அரசாங்க வீடு தெரிந்தது. கொஞ்சம் தூரத்தில் அது தேய்ந்து கொண்டே வந்தது. அவனுக்குத் தாமதமாகிக் கொண்டிருந்தது, அவன் சூரிய உதயத்திற்குள் செல்ல வேண்டும், இல்லாவிட்டால் அவன் தந்தையின் உயிருக்கு ஆபத்து. அவன் ஆழமாக மூச்சை இழுத்து விட்டு, அந்தக் காவலர்களுடன் பேச முற்பட்டான். ஆனால் பிரயோசனப்படவில்லை.

''நான் உனக்குப் பணம் தருகிறேன்.''

''காவலனுக்கு லஞ்சம் தருவது பெரிய குற்றம்.''

''லஞ்சத்தை மறைக்கவும் பணம் தருகிறேன்.''

''உலகில் உள்ள அனைத்துப் பணமும் உன்னைக் காப்பாற்றாது. இறந்த அரசாங்க ஊழியரின் சடலத்தின் அருகில் நின்று கொண்டு இருந்தாய். அதற்கு என்ன தண்டனை என்று தெரியுமா? மரணம். அவ்வளவு எளிதான விஷயம்.''

''அவ்வளவு சட்டென்று எப்படித் தீர்ப்பை வழங்க முடியும்? நல்ல வேளை நீ நீதித்துறையில் சேரும் ஆர்வத்தில் வேலைக்கு விண்ணப்பம் போடவில்லை.''

''நான் செய்யவில்லை என்று யார் சொன்னது?''

''ஓ! அப்படியா, விண்ணப்பித்து இருக்கிறாயா?''

அப்பொழுது அரசாங்க வீட்டிலிருந்து ஒரு ரதம் வெளியேறுவதைப் பார்த்தான். அது வேறு யாரும் இல்லை, லக்ஷ்மியே தான். அவ்வளவு தொலைவிலிருந்தும் அவள் கண்களும், முகமும் தெளிவாகத் தெரிந்தது.

''நான் செல்ல வேண்டும்...என் நண்பன்...''

''உன் நண்பனா?''

கல்கியால் இனி சகிக்க முடியவில்லை. அவன் நின்றான், முஷ்டியை மடக்கினான், முடிந்த வரை சக்தியைத் திரட்டினான், கயிற்றை அருத்தான். காவலன் அச்சமுற்றான். கல்கி அவனைக் கண்டு கொள்ளவில்லை. அவனுடைய வாள் நடுங்கியது. அவன் கைகளில் தெம்பு இல்லை. அவனது கழுத்தைப் பிடித்து இழுத்தான்.

''நீ ஒரு பெருந் தவறைச் செய்கிறாய் என்று சொன்னேன் தானே. மன்னித்துவிடு.'' பத்து கஜம் தூரத்தில் அந்தக் காவலனை வீசி எறிந்தான்.

காலியாக இருந்த சாலையில், ரதத்தை நோக்கி ஓடினான். அதன் கடிவாளம் லக்ஷ்மி கைகளில் இருந்தது.

''உனக்கு வண்டி கிடைத்ததா?''

''என் சித்தி எனக்குக் கொடுத்தாள்.''

''அவள் ஆயுதங்களையும் கொடுத்தாள் என்று நம்புகிறேன்.''

லக்ஷ்மி பின்னால் காண்பித்தாள். கல்கி, வேலைப்பாடுகள் கொண்ட திரைச் சீலைகளை விலக்கினான். அங்கே பல விதமான கேடயங்கள், வாள்கள், கத்திகள், ஈட்டிகள், வில்களும் அம்புகளும் இருந்தன.

''அவளை எப்படிச் சம்மதிக்க வைத்தாய்?''

''ஓ! அது என்னுடைய ரகசிய சக்தி. சீக்கிரம் குதிரையில் ஏறு. இது வரை சரியாகக் காவல் காக்கப் படாத நகர வழி ஒன்றையும் அவள் எனக்குச் சொன்னாள். நாம் அதன் வழியாகத் தப்பிவிடலாம்.''

கல்கி ஏறிக் கொண்டான். ''நான் தயார்,'' என்றான்.

''சரி, எனக்குத் தெரிய வேண்டும், அனைத்தும் நல்லா விதமாக நடந்ததா? நீ வேறு எனக்காக நிறைய தியாகம் செய்து...இரு...அது என்ன ரத்தமா?''

கல்கி கீழே குனிந்து பார்த்தான், ''ம்ம். ஆமாம்.''

''யாரையாவது கொன்றுவிட்டாயா?''

''இல்லை.''

''பிறகு, என்ன தான் நடந்தது?''

''நாம் நீண்ட தூரம் பயணம் போக வேண்டும்,'' தன் நெற்றியில் வழிந்த வியர்வையை கல்கி துடைத்துக் கொண்டான். ''நாம் போகும் வழியில் இதைப் பற்றிப் பேசிக் கொள்ளலாம் என்று நினைக்கிறேன்.''

22

விஷ்ணுயத்துக்கு சோர்வாக இருந்தது. அவர் இரவிலும் வேலை செய்ய வேண்டும் என்று நினைக்கவில்லை, கொழுப்பைச் சீவி, கால்களில் இருக்கும் மாமிசத்தை வெட்டி எடுத்து, பிறகு மீதமிருக்கும் மாமிசத்தைத் துண்டு போட்டாக வேண்டும். வெட்டப்பட்ட மென்மையான மாமிசத் துண்டுகளை இரண்டு வாரங்களுக்கு அப்படியே விட்டு வைக்குமாறு விஷ்ணுயத் கூறினார். அதைப் பனிதுண்டால் மூடிவைத்தால் அதன் மென் தன்மையைத் தக்க வைத்து, கச்சாவான மாமிசத்தை நீக்கலாம் என்றார். ஆனால் கேஷவ் அதற்கு செவி சாய்க்கவில்லை. அவன் தாடையில் ஒரு பிளவு இருந்தது. அவன் மண்டை ஓட்டிலிருந்து சிறு கத்திகள் வளர்ந்தது போல இருந்தது அவன் முடி. அவன் பேசுவதே சங்கடமாக இருந்தது, தப்பித் தவறி யாராவது சிரித்துவிட்டால் அதற்கான விளைவுகளை அவர்கள் கண்டிப்பாகச் சந்திக்க வேண்டிவரும்.

விஷ்ணுயத் இந்த பிரச்சனையிலிருந்து தப்பிக்க அவனிடம் சொன்னார், தனக்கு பசுக்களை எப்படிப் பாதுகாப்பது என்ற கலை தெரியும், அப்படிப் பராமரிக்க வேண்டுமானால் அவர் மகன் அர்ஜுனை அவர்கள் விட்டுவிட வேண்டும் என்று.

''நமக்கு அவர்களில் ஒருவர் போதும்.'' கேஷவ் தந்தையையும், மகனையும் பார்த்துச் சொன்னார்.

அவர்கள் சொன்ன வாக்கியத்தைக் கேட்டு விஷ்ணுயத் குழப்பமடைந்தார். அதற்குள் அவருடைய கைகளைக் கட்டிவிட்டனர். கேஷவ்வின் ஆட்கள் அர்ஜுனைக் கொல்வதற்கு எத்தனித்தனர், ஆனால் அவன் எப்படியோ அவர்களை ஏமாற்றித் தப்பித்துவிட்டான். இரவு வந்துவிட்டதால் கேஷவ் தன் ஆட்களிடம் அர்ஜுனைத் தேடும் பணியைக் கைவிடச் சொன்னான். இந்தத் தாக்குதலைப் பார்த்த சாட்சிகள் அனைவரையும் பசுக்களைப் பிளப்பதுபோல் கேஷவ்வும் அவன் ஆட்களும் கொன்று குவித்தனர்.

இப்போது வேறு வழியின்றி அவர்களுக்கு உதவியாக இருக்க

வேண்டியிருந்தது. கேஷவ்வுக்கு மட்டுமே தெரியும் இவரை ஏன் சமையல்காரராக இருக்கச் சொன்னான் என்று. பசு வதை என்ற பாவ காரியத்தைச் செய்யப் பிடிக்காமல் அவர் தப்பி ஓடக் கூட முயற்சித்தார். ஆனால் அவரால் போக முடியவில்லை. கேஷவ்வின் காவலர்கள் அனைத்து திசையிலும் காவல் காத்தனர். மிலேச்சர்கள், யாரையும் உயிருடன் விட்டு வைப்பதில்லை என்று கேள்விப்பட்டிருக்கிறார், ஆனால் இவர்கள் அதற்கு நேர் மாறாகச் செயல்பட்டுக் கொண்டிருந்தனர்.

விஷ்ணுயத்திற்கு இது சந்தோஷத்தைத் தரவில்லை. ஒவ்வொருமுறை பசுக்களை வெட்டும் போதும் கண்களை மூடிக் கொண்டார், காமதேனுவுக்குப் பிரார்த்தனை செய்து மன்னிப்புக் கேட்டார். ஆனால் அவர் உயிர் வாழவும், அவர் மகன் உயிர் வாழவும் அவர் இதைக் கண்டிப்பாகச் செய்ய வேண்டியிருந்தது. ஒவ்வொருமுறை வெட்டும்போதும் அவர் உடைகளில் தெறிக்கும் ரத்தத்தைக் கட்டுப் படுத்த வேண்டியிருந்தது. அதிர்ஷ்டவசமாக அவர் தன்னை ரத்தக் கறையிலிருந்து காத்துக் கொள்ள, கேஷவ் ஒரு நீள அங்கியை அவருக்குக் கொடுத்திருந்தான்.

''நாக்கை ஏன் விட்டுவிட்டாய்?'' என்றான் கேஷவ்.

அவன் தன் பின்னால் தான் நின்று கொண்டிருந்தான் என்பதை விஷ்ணுயத் உணர்ந்தார். கேஷவ் குந்தி அமர்ந்து அவர் காதில் கிசுகிசுத்தான், ''எனக்கு நாக்கை வெட்டிக் கொடு.''

வெறுப்புடன் முகத்தைச் சுளித்தபடி, விஷ்ணுயத், பசுவின் கொய்யப்பட்டத் தலையை எடுத்து அதன் தசைகளை வெட்டிக் களைந்து அதன் நாக்கை வெட்டினார். அவருக்கு கொடுக்கப்பட்ட கூரான கத்தியால் ஒரே வீச்சில் துண்டாக்கினார்.

''என்னிடம் கொடு.''

இறந்த பசுக்களின் வாடை அவருக்குக் கூடுதல் வெறுப்பைத் தந்தது. வனத்திலுள்ள அந்த வெட்டவெளி அசிங்கமாகிவிட்டது. பசுக்களின் சடலங்களும் அதன் உள் பகுதிகளும் இறைந்து கிடந்தன.

''சூடு பண்ணட்டுமா?''

கேஷவ் பதில் சொல்ல விரும்பவில்லை. அப்படியே சமைக்காமல் அந்த நாக்கை வாயில் போட்டுக் கொண்டான். அவசர அவசரமாக மென்று முழுங்கினான். அவன் அரைத்துத் தின்னும் விதம் விஷ்ணுயத்துக்குக் குடலைப் புரட்டியது.

''நீ நன்றாக வேலை செய்கிறாய், கிராமத்தானே.'' கேஷவ் அவர் தோளைத் தட்டிக் கொடுத்தான். ''நாங்கள் உனக்குக் கெடுதல் செய்ய மாட்டோம். நாங்கள் சும்மா காத்திருக்கிறோம்.''

எதற்காக?

''தலைவா!'' என்று கூட்டத்தில் ஒருவன் விழித்தான்.

''என்ன?'' என்று கேஷவ் அங்கிருந்தபடி கத்தினான்.

''எப்படி அவனைப் போன்ற ஒரு பக்திமானை மாமிசம் வெட்ட அனுமதிக்கிறாய்? அவர்களுக்குச் சில விதிகள் இருக்கும் தானே? அவர்களுடைய விதவிதமான கடவுள்களை கும்பிட வேண்டாமா?''

''ஆமாம். எப்படி என்று யோசிக்கிறேன்.''

''எனக்கு ஒரு சங்கடமும் இல்லை,'' என்று விஷ்ணுயத் மெதுவாகக் கூறினார்.

''அவர் ஒரு நாத்திகர், நண்பர்களே,'' கேஷவ் கை தட்டினான். ''நீ எந்தக் கடவுளையும் நம்புவதில்லை, சரிதானே?''

விஷ்ணுயத் பதில் கூறவில்லை. கேஷவ் சற்று நேரம் அவரையே அமானுஷ்யமாகப் பார்த்தான், பிறகு முதுகைத் தட்டிப் பாராட்டினான். ''இவன் சரியானவன்.''

கேஷவ் தன் கூடாரத்திற்குச் சென்றுவிட்டான். அந்தக் கூடாரத்தின் வாயிலில் விஷ்ணுயத் ஒரு தொங்கும் கூண்டைப் பார்த்திருக்கிறார். அதில் பேசும் கிளி ஒன்று இருந்தது. விஷ்ணுயத் பார்த்தவரை அந்தக் கிளி ஒரு பெரிய அறிவுக் கொழுந்து. சுற்றிலும் ஏதாவது ஆபத்து இருக்கிறதா என்று கண்டறியச் சொல்லி கேஷவ் அந்தக் கிளியைப் பறக்க விடுவான். கிளி தொடர்ந்து கிறீச்சிட்டால், ஏதோ ஒரு ஆபத்து என்பதற்கான அறிகுறி. அவர்கள் சுற்றிலும் இருக்கும் அபாயத்தை உணர்ந்து ஜாக்கிரதையாக இருப்பார்கள். ஆனால் கேஷவ் அந்தக் கிளியை நன்றாக நடத்துவது இல்லை. அதற்கு போதுமான ஆகாரம் கொடுப்பதில்லை, அதன் காலைச் சங்கிலி போட்டு கட்டியே வைத்திருந்தான். கிளியை வெளியே பறக்க விட்டாலும், கல்லைக் கட்டித்தான் பறக்க விடுவான், அதனால் கிளி வெகு தூரம் பறந்து சென்று தப்பிக்க முடியாது. அந்தக் கிளிக்குப் புரியும் என்பது போல அதை அதட்டுவான், ஆனால் விஷ்ணுயத்துக்குத் தெரியும் அதற்குப் புரியும் என்று. அந்த கிளி நிஜமாகவே அறிவாளி; ஆனால், தவறான ஆள் கையில் மாட்டிக் கொண்டு விட்டது.

கொஞ்சம் நஞ்சம் பாக்கியிருந்த அதன் உயிரையும் கேஷவ் கசக்கிப் பிழிந்தான். அவன் உள்ளங்கைகளை அது ஆழமாகக் கொத்தியது, ஆனால் அவனுக்கு அது உறைக்கவில்லை. அது அவசர அவசரமாகக் கொத்திய இடத்தில் வழியும் ரத்தத்தைப் பார்த்து, பைத்தியக்காரன் போல் இளித்துக் கொண்டிருந்தான்.

''என் கண்ணே, அப்படித் தான் செய், செய்து கொண்டே இரு, என்னால் உணர முடிகிறது.'' அதை இன்னும் அழுத்தமாகக் கசக்கினான், அது பலமாகக் கிறீச்சிட்டது. பிறகு அதை கூண்டுக்குள் அடைத்தான். அது அடங்காமல் கத்திக் கொண்டே இருந்தது. கேஷவ் களுக்கென்று சிரித்தபடி கூண்டின் கதவை மூடினான்.

''நம் கண்கள்,'' அவன் தன்னையே வெறித்துப் பார்த்துக் கொண்டிருந்த விஷ்ணுயத்தைப் பார்த்துச் சைகை காண்பித்தான், அவன்

கவனித்து விட்டான் என்று தெரிவித்தான். ''அழகான விலங்குகள்,'' என்றான்.

வஜ்ரத்தின் மேல் ஆணை, இந்திரக் கடவுளே, என்னை இந்தத் திகிலிலிருந்து காப்பாற்று.

''யாருக்குச் சூதாட வேண்டும்?'' என்று தன் நண்பர்களைப் பார்த்துக் கத்தினான். அவர்களுக்குள் ஒரு அதிகார வரைமுறையும் கிடையாது. ஒருவருக்கொருவர் கணிசமான மரியாதையும், அவமரியாதையும் வைத்திருந்தார்கள். கேஷவ் மட்டுமே அவர்களில் கூடுதல் வெறிபிடித்தவன். அவன் குழுவுக்குத் தலைமை தாங்குவான், அவர்களிடம் தனக்குத் தோன்றியதைப் பேசுவான். உடல் ரீதியாக அவன் அவ்வளவு அச்சுறுத்தும் தோற்றம் கொண்டவன் அல்ல.

விஷ்ணுயத் நிதானமாகக் கூண்டின் அருகே நடந்தார். மிலேச்சர்களின் முதுகுப் புறங்கள் தான் அவரை நோக்கி இருந்தன. அவர் கூண்டின் அருகில் மண்டியிட்டு அந்த கிளியைக் கொஞ்ச முயற்சித்தார். ஆனால் அது தவிர்க்க முடியாத சத்தத்தை எழுப்பியது.

''அமைதியாக இரு, நான் நல்ல மனிதர்களுள் ஒருவன்,'' என்றார், ஆனால் கிளி நிறுத்துவதாக இல்லை. ''சரி, உனக்குத் தின்பதற்கு ஏதாவது தருகிறேன்.'' அவர் சந்தோஷம் பொங்க தன்னுடைய அழுக்கான மேல் அங்கியின் பையைத் துழாவினார். ஒரு துண்டு ரொட்டி கிடைத்தது. ''உனக்கு வேண்டுமா, கிளியே?, இந்தா...'' அவர் தன் கைகளால் அதற்கு ஊட்டினார். கிளி பின்னால் நகர்ந்தது. ''சரி நான் இதை அப்படியே வைக்கிறேன். என் கைகளைப் பார்த்து நீ பயப்படாதே.'' அவர் அந்த ரொட்டித் துண்டை கூண்டுக்குள் போட்டார். கிளி அதையே பார்த்துக் கொண்டிருந்தது. அதைப் பார்த்தே கிளி அச்சப்பட்டது, தனக்கும் யாரோ அனுதாபம் காட்டுகிறார்களே என்று. ஒரு கொக்கைப் போலத் தன் தலையை வளைத்து ரொட்டியைக் கொத்தியது.

''அட! நல்லா சாப்பிடுகிறாயே!'' என்று சத்தம் வராமல் கைகளைத் தட்டினார் விஷ்ணுயத். அவருக்கு அது மகிழ்ச்சி தரும் தருணமாக மாறியது. ''நீ நட்பாக இருக்கிறாயே, உன் பெயர் என்ன?'' என்று வினவினார்.

கிளி அந்த ரொட்டித் துண்டைத் தன் பக்கமாக இழுத்துக் கொண்டு மெதுவாக கொத்தித் தின்றது. அதைத் தின்று முடித்ததும், தன்னுடைய சிறிய கால்களால் கூண்டின் அந்தப் பக்க ஓரத்திற்கு நடந்து, தலையை வெளியே நீட்டியது. ''நான் என்ன செய்யட்டும்? உன் தலையைத் தடவட்டுமா?''

சத்தமின்றி சிரித்தபடி விஷ்ணுயத் மெதுவாக அதன் தலையைத் தடவிக் கொடுத்தார். அதன் மென்மையான இறகுகளைச் சொறிந்தார். அது எப்படி அவ்வளவு மெல்லியதாகவும், மென்மையாகவும் இருந்தது என்று யோசித்தார்.

''நண்பா, உன் பெயர் என்ன?''

கிளி பதிலேதும் சொல்லவில்லை.

''இந்த அரக்கர்கள் உனக்குப் பெயர் கூட வைக்கவில்லையா? நீ அழகாகவும், நட்பாகவும் இருக்கே. நான் உன்னை...ஷுகோ என்று ஏன் அழைக்கக் கூடாது?''

கிளி தன் சிறகுகளைப் படபடத்துத் தன் பாராட்டைத் தெரிவித்தது. ''என் பெயர் விஷ்ணுயத் ஹரி. நீ என்னை விஷ்ணு என்றே அழைக்கலாம் நண்பனே. எங்களைத் தோற்றுவித்த அடிப்படைக் கடவுளின் பெயர்தான் எனக்கு இடப்பட்டது. விஷ்ணு ஒரு தீரமான கடவுள், அவர் எங்கள் சமூகத்துக்கு முறையாகச் செயல்படக் கற்றுக் கொடுத்தார். அவர் தர்மத்தைத் தேடுபவர்.''

''விஷ்ணு! விஷ்ணு!'' என்று சந்தோஷமாக உரக்கக் கத்தியது.

''அங்கே என்ன நடக்கிறது?'' என்று ஒரு மிலேச்சன் சத்தம் போட்டான்.

''ஒன்றுமில்லை.''

விஷ்ணுயத் எழுந்து நின்றார், கூண்டை விட்டு நகர்ந்தார். ''பிறகு இன்னொரு ரொட்டியைத் தருகிறேன்.''

அனைவரும் சூதாடும் விளையாட்டை விளையாடத் தொடங்கினர். அவர்கள் சுண்ணாம்பு கட்டிகளால் துணியில் கட்டங்கள் வரைந்து கூழாங்கற்களைக் கொண்டு தாயம் உருட்டி விளையாடினர். யார் உயர்ந்த எண்ணை உருட்டுகிறார்கள் என்று போட்டி போட்டனர். விஷ்ணுயத் வெட்டவெளிக்கு அந்தப் பக்கமாக நடக்கத் தொடங்கினார். கரடுமுரடான பாறைகளாலான ஒரு மேடை இருந்தது. அதன் மீது சாய்ந்து கொண்டார். அவர் கைகளிலும் கால்களிலும் தெறித்திருந்த பசுவின் ரத்தத்தை மறந்து ஒரு ஆறுதலான ஒய்வுணர்ச்சி தன்னைக் கவ்வுவதை உணர்ந்தார்.

நான் இங்கே இப்படியே இருக்க முடியாது.

கடைசியாக அவர் கடவுள் நம்பிக்கை இல்லாத ஊரில் இருந்தபோது (பெயர் கூட அவருக்கு மறந்துவிட்டது) அவர் தம் பசுக் கூட்டத்தை அழைத்துக் கொண்டு சென்றிருந்தார். சூர்யகர் எரிந்து சாம்பலாகிக் கொண்டிருந்தது. அவர் விரைந்தார், ஆனால் தீயின் நாக்குகளுக்கு நடுவே ஒரு வெள்ளைப் போர்வையில் சுத்தப் பட்ட கைக் குழந்தையைக் கண்டார். தூசி கூட அடங்காத அளவு தீ பிடித்து எரிந்து கொண்டிருந்தது. அவர் தன் தொழிலைக் கவனிப்பதா அல்லது நல்ல பெயரைச் சம்பாதிப்பதா என்று இரண்டுக்கும் நடுவிலும் போராடிக் கொண்டிருந்தார். அவர் நல்ல பெயரைச் சம்பாதிப்பது என்று முடிவு செய்து தன் பசுக்களை விட்டு விட்டு யாருடையது என்றே அறியாத அந்தக் குழந்தையைக் காப்பாற்றினார். கடைசியில் பாதி ஆட்கள் கிராமத்தை விட்டுச் சென்றனர், மறுபாதி தீக்கு இரையாகிவிட்டனர். அவர் கையிலோ குழந்தை, சுற்றிலும் புகை மூட்டம், அவர் முகம் முழுவதும்

சாம்பலாலும் கரிப்புகையாலும் கருப்பாக மாறியிருந்தது. அவர் நின்று கொண்டிருந்த ஒரே மரத்தினடியில் அழும் குழந்தையை அணைத்தபடி தஞ்சம் புகுந்தார். குழந்தை அதன் அதிசயமான கண்களைத் திறந்து அவரைப் பார்த்தது.

யார் நீ?

ஆனால் அது அவருக்குக் கவலையைத் தரவில்லை. விஷ்ணுயுத் அந்த நேரத்திற்கு என்ன செய்யவேண்டும் என்று தீர்மானித்தார். அந்தக் குழந்தையை தன் வீட்டிற்கு அழைத்துச் செல்ல முடிவெடுத்தார். அதை இல்லத்திலோ, இன்னொரு குடும்பத்திலோ விடுவது குற்றம் என்று கருதினார். கடவுள்களின் பரிசாக இருக்கலாம் அந்தக் குழந்தை. இவர்தான் அந்தப் பரிசை பெறும் தகுதி வாய்ந்தவர் என்று கடவுள் நினைத்திருக்கலாம். அவர் அதை இறுக அணைத்துக் கொண்டு பயணித்தார். ஷம்பாலாவை நெருங்கியதும் அதற்குப் பெரும் போர் வீரனான அர்ஜுனின் நினைவாக அர்ஜன் என்று பெயர் வைக்க முடிவெடுத்தார்.

இப்பொழுது அவர் மனம் அவரைச் சுற்றி நடக்கும் நிகழ்வுகளுக்கு வந்தது; அந்த கிராமத்தில் நடந்த தீ எல்லாம் இப்போதைய சூழ்நிலையோடு ஒப்பிட்டால் ஒன்றுமே இல்லை. அவர் திரும்பவும் அந்தக் கிளியைப் பார்வையிட்டார், எவ்வளவு நாட்களாக அந்தக் கிளி அந்தக் கூண்டில் கேஷவ் போன்ற ஆட்களுடன் அடைந்திருந்தது என்று எண்ணிப் பார்த்தார். அவருக்கு அந்தப் பறவையைப் பார்த்தால் பாவமாக இருந்தது. அவர் சற்று நேரம் அதையே பார்த்துக் கொண்டிருந்தபோதுதான், தானும் அதற்கு விதிவிலக்கு அல்ல, அதே போலப் பிடிபட்டிருக்கிறோம் என்ற உணர்வு ஏற்பட்டது. அந்தப் பறவையைப் போல அவரும் பிணைக் கைதிதான். எவ்வளவு நாட்களுக்கு என்றும் தெரியாத நிலையில் கிடந்தார்.

23

தன்னால் மரத்திலிருந்து உடைக்கமுடிந்த அவ்வளவு குச்சிகளையும் கொண்டு வந்து நடுவில் சமன் செய்த நிலத்தில் பாலா கொட்டினான். பாலா தொடர்ந்து நிலத்திலிருந்த மண்ணைத் தோண்டிக் கொண்டிருந்தான். அவன் குடிசையிலிருந்து கொண்டு வந்த மண் வெட்டியைப் பயன்படுத்தினான்.

காலை விடிந்துவிட்டது, மூவரும் ஒரு நிமிடம் கூடக் கண்ணை மூடவில்லை. அர்ஜனுக்குச் சோர்வாகவே இல்லை. அவனுடைய திட்டம் நிறைவேறும் தருவாயில் இருந்த சந்தோஷத்தில் இருந்தான். அர்ஜன் குச்சிகளைக் குழியில் போட்டான்.

''இதை வைத்துக் கொண்டு என்ன செய்வதாக உத்தேசம், நண்பா? தீ மூட்டப் போகிறாயா? அப்படிச் செய்தால் அது தவறான திட்டம் ஏன் என்றால் கேஷவ்வுக்கும் அவன் குழுவுக்கும் தெரிந்து விடும். தீயின் வாசம் மற்ற எந்த வாசத்தையும் விடத் தூக்கல்...'' என்றான் க்ருபா சிரிப்பை அடக்கிக் கொண்டு.

ஆனால் அர்ஜன் கண்டு கொள்ளவில்லை. அவன் காதில் க்ருபாவின் எந்தக் கேலியும் நக்கலும் ஏறவில்லை. அவன் இரண்டு கற்களை எடுத்துத் தேய்த்தான். அவன் தன்னுடன் தீப்பந்தங்களை எடுத்து வரவில்லை. அவன் திரும்பவும் கிராமத்துக்குச் செல்வது, திட்டத்தைச் செயல் படுத்தும் நேரத்தைத் தான் வீணாக்கும். அவன் வேகமாகத் தேய்த்தான், கற்களின் நடுவே இரண்டொரு தீப் பொறிகள் தோன்றின. ஆனால் அணைந்து விட்டன. அவன் இலைகளைக் கொண்டு கற்களைத் தேய்த்தான், சூடு ஏற்றப் பார்த்தான்-குருகுலத்தில் அவன் கற்றிருந்தான். உடனே பொறிகள் பறப்பதைப் பார்த்தான். இன்னும் வேகமாகத் தேய்த்தான், கடைசியில், தீ மூட்டப்பட்டது. அவன் சந்தோஷத்தின் மிகுதியில் அரற்றிக் கொண்டே அந்த இலைகளையும் குழியில் போட்டான். தீ பிடிப்பதற்காக விசிறினான்.

''நீ செய்து விட்டாய், சரி இப்பொழுது திரும்பிப் போகலாமா?''

என்று க்ருபா கேட்டான்.

அர்ஜன் திரும்பினான். ''விளையாடும் நேரம் இது,'' என்றான். அவன் பாலாவுடன் ஒன்பது அடி நீளம் உள்ள மரத் துண்டின் அருகில் சென்றான். மரத்துண்டுகள் ஒரு பக்கம் அடிமரத்தோடு சேர்த்துக் கட்டப்பட்டிருந்தன. அவற்றைக் கட்டப் பயன்படுத்தப்பட்ட கயிறு நீளமாகவும், அடர்த்தியாகவும் இருந்தது. அதைத் தூக்கி எறிந்தால் வெகு தூரத்தில் சென்று விழும்.

''எதிர் பக்கம் சென்று என் அறிவுறுத்தல்களுக்காகக் காத்திரு.''

பாலா தலையாட்டி விட்டு, ஈரமான மண்ணைத் தாண்டி தன் திடமான உடலை மெதுவாக நகர்த்தினான். இரண்டு மரங்களுக்கும் நடுவில் இருந்த நிலம் சற்றே வளைந்திருந்தது.

''இதை வைத்துக் கொண்டு இப்போது நீ என்ன செய்யப் போகிறாய்?''

''இப்பொழுது உன் முறை.''

''என் முறையா? என்ன முறை?''

''கீழே போ, வெட்ட வெளிக்குச் சென்று கேஷவ்வைக் கூப்பிடு.''

''நீ என்ன விளையாடுகிறாயா, நண்பா?''

''விளையாடவில்லை.''

''நான் ஏன்?''

''ஏன் என்றால் என் கைகள் நிரம்பி இருக்கின்றன என்பதை நீ பார்த்தால் தெரியும்.''

''நீ தோற்றுவிட்டால் பாலாவுக்கு வெற்றி பெற வாய்ப்புகள் அதிகம். என்னால் ஒரு மரக் கட்டையைத் தனியாகத் தள்ள முடியும். நான் கட்டைகளை உருட்டுவதில் வல்லவன், நிபுணன் என்றே சொல்லலாம். அதனால் என்னைக் கட்டைகளைத் தள்ள அனுமதி.''

''அது வந்து, இல்லை, முடியாது.'' அர்ஜன் தலையசைத்தான். இவற்றை எல்லாம் பேசுவதில் அவனுக்கு ஒரே களிப்பு. எதிர்மறையாகப் பேசிக்கொண்டே வந்ததற்குப் பழிக்குப் பழி. ''நீ பாதுகாப்பாக இருப்பாய். சரியான சமயத்தில் மரக் கட்டைகளை உருட்டும் போது மேலே படாமல் நகர்ந்து கொண்டால் போதும்.''

''மேலே படாமல் நகரணுமா...'' என்று அவன் குரல் நடுங்கியது.

''இப்பொழுதே கிளம்பு, நிலைமை இன்னும் மோசமாவதற்கு முன்பு.''

''நான் என்ன செய்ய வேண்டும்?''

அர்ஜன் ஒரு நிமிடம் யோசித்தான். ''உன் விஷயத்தைச் செய்,'' என்பதை மட்டும் தான் சுருக்கமாக அவனால் சொல்ல முடிந்தது.

பயந்த சுபாவத்துடன் க்ருபா நடந்து சென்றான், சறுக்கியபடி போனான். அங்கிருந்து பார்த்தால் எல்லாம் தெளிவாகத் தெரிந்தது என்பதை அர்ஜன் உறுதிபடுத்தினான். அர்ஜன் சரியாகக் குறி வைத்தால்

ஒரே முறையில் அவர்களால் மிலேச்சர்களை தாக்க முடியும்.

"வந்தனம்! யாராவது இருக்கிறீர்களா? யாராவது? நான் கேள்விப்பட்டவரை கேஷவ் இங்கே தான் இருக்கிறான். யாரங்கே?" க்ருபா தன்னுடைய வழக்கமான குடி போதை நடையில் நகர்ந்தான்.

அர்ஜனின் தசைகள் எதிர்பார்ப்பில் இறுகின. அவன் கட்டைகளைப் பின்னால் தள்ளிப் பிடித்துக் கொண்டான். பாலாவையும் அதே தயார் நிலையில் இருக்கச் சொல்லி சைகை செய்தான். அவர்கள் தள்ளிப் பிடித்துக் கொண்டிருந்தனர், யாரவது வருவார்கள் என்ற எண்ணத்தில்.

ஆனால் யாரும் வரவில்லை.

க்ருபா அர்ஜனை நிமிர்ந்து பார்த்தான்; யாரும் வரவில்லை என்பதில் அவனுக்குச் சற்று மகிழ்ச்சியாக இருந்தது. அவன் தோள்களைக் குலுக்கினான். அர்ஜன் பேசாதிரு என்று சைகை செய்தான். காத்திரு என்று வார்த்தைகள் இன்றி கூறினான்.

அப்பொழுதுதான் காடே அதிர்ந்தது. க்ருபா அர்ஜன் பக்கத்திலிருந்து திரும்பி நேராகப் பார்த்தான். காட்டுக்குள்ளில் இருந்து கேஷவ், மூன்று ஆட்களுடன் வந்தான். வெட்டவெளியில், மற்றவர்களைக் காட்டிலும் கேஷவ் எவ்வளவு திடகாத்திரமாக இருக்கிறான் என்பது தெரிந்தது. ஆனால் அவனுடைய கூரான மூக்கும், பிளவு பட்ட முகவாயும் அச்சுறுத்துவதாக இருந்தன.

"என்ன வேண்டும்?"

"அடடா! இது தான் கேஷவ் நந்தா?"

கேஷவ் அவனையே சற்று நேரம் உற்று நோக்கினான், அந்த முட்டாளைப் புரிந்து கொள்ளும் வகையில். பிறகு, "கொன்றுவிடுங்கள்" என்று தன் ஆட்களுக்கு ஆணை பிறப்பித்தான்.

இரண்டு நபர்கள் வளைந்த கத்திகளுடன் முன்னால் வந்தார்கள்.

"இதை நாம் நாகரீகமாகத் தீர்த்துக் கொள்ளலாம்."

பிறகும் அவர்கள் முன்னேறினார்கள்.

இரண்டு ரொம்பக் குறைவு, என்று அர்ஜன் கருதினான். ஆனாலும் அதைச் செய்தாக வேண்டிய கட்டாயத்தில் இருந்தான். அவன் அண்ணாந்து பாலாவைப் பார்த்தான். இருவரும் அவன் குறி வைத்த இடத்தை நோக்கி வந்தனர். யதார்த்தமாக க்ருபா நகர்ந்தான், யாருக்கும் தெரியாமல் ஜாக்கிரதையாக அர்ஜனைப் பார்த்துத் தலையசைத்தான். அர்ஜன் பாலாவைப் பார்த்து தலையசைத்தான். அவன் விரல்கள் வழுக்கின. அவன் இப்போது யாரையோ கொல்லப் போகிறான் என்ற புரிதல் அவனை நடுங்க வைத்தது. அந்த எண்ணமே அவனைப் பாடாய்ப்படுத்தியது. ஆனால் அவன் அதைச் செய்தே ஆகவேண்டும். **நான் செய்யவேண்டும் என் தந்தைக்காக.**

அப்பொழுதுதான் அவன் கைகளில் சுருக்கென்ற வலி பரவத் தொடங்கியது. அவன் கண்கள் வலிக்கும் இடத்தைத் தேடின, ஒரு

அம்பு அவன் கைகளில் குத்தி, அவன் கைகளில் ரத்தம் வழிந்தது. பின்னாலிலிருந்து இரண்டு மிலேச்சர்கள் வருவதைப் பார்த்தான். பாலாவின் முதுகில் இரண்டு அம்புகள் இருப்பதை அர்ஜன் பார்த்தான்.

இல்லை.

அவர்கள் நம்மைப் பார்த்துவிட்டார்கள்.

''**தள்ளு!**''

அர்ஜன் தன்னுடைய சொந்த முயற்சியில் சிரமப்பட்டு மரக்கட்டைகளை நேர்க் கோடாகத் தள்ளினான், கயிறு இறுகியது. இரண்டு காவலர்களும் பக்கவாட்டில் பார்த்தனர். அவர்களை அந்தக் கட்டைகள் நொறுக்கின. எலும்புகள் முறிந்தன.

அர்ஜன் அம்புகளைப் பிய்த்து எடுத்தான். மிலேச்சர்கள் கேலியாகச் சிரித்தனர். அவனுடைய தசைக்குள் ஆழமாக அந்த அம்பு பதிந்திருந்ததால், அதைப் பிய்த்து எடுக்கும்போது அவனுக்கு வலித்தது. அந்த வெட்டுக் காயத்தைக் கைகளால் மூடினான்.

இரண்டு மிலேச்சர்களைக் கொன்றதால் வென்று விட்டதாக அவன் தப்புக் கணக்குப் போட்டுவிட்டான். அர்ஜனையும் பாலாவையும் குழப்புவதற்காக அவர்கள், தூண்டிலாகப் பயன்படுத்தப் பட்டனர். ***அவர்கள் தங்கள் சொந்த ஆட்களையே தூண்டிலாகப் பயன்படுத்துகிறார்கள். எப்படிப்பட்ட கேடு கேட்ட பிறவிகள்?***

ஒருவன் சொன்னான், ''உன் தந்தையைப் பார்க்கும் தருணம், மகனே.'' அவன் பளிச்சென்று இளித்தான்.

24

அவர்கள் ஷம்பாலாவை அடையும்போது லக்ஷ்மி, தன்னை உறுத்திக் கொண்டிருந்த ஒரு கேள்வியை மெதுவாக கல்கியிடம் கேட்டாள்.

"பாலா நமக்கு ஏன் உதவுகிறான்?"

"இந்தக் கேள்வியை ஏன் கேட்கிறாய்?"

கல்கி மேகங்களைப் பார்க்கத் தொடங்கினான், அவர்கள் பின்னால் விட்டுச் செல்லும் காட்டைப் பார்த்தான், அவர்கள் கிராமத்திற்குள் வந்து கொண்டிருந்தனர். நகரம் புகை மூட்டமாக, தொழில்சாலைகளின் கழிவுகளைக் கொண்டு-ஆயுதக் கிடங்குகள், சுரங்கங்கள் போன்றவற்றின் கழிவுகள், சந்தைகளின் அழுக்கு-நெரிசலான தேர்கள் என்று காட்சியளித்தது. அரசக் கோட்டையைப் பார்த்தான், ஆனால் அது நகரத்தைத் தாண்டி வெகு தொலைவில் இருந்தது.

"ஒரு சாராய விடுதியின் காவலன் உனக்கு என்ன கடமைப் பட்டிருக்கப் போகிறான்? எதற்காக அவன் உனக்கு உதவுகிறான்?"

"அவன் எனக்கு கடன் பட்டிருக்கிறான் என்று சொல்வது அவ்வளவு சரியாகாது," என்றான் கல்கி. "யாரையும் எனக்கு உதவி புரியும் நிலையில் வைத்துக் கொள்ள மாட்டேன். நான் அவர்களுக்கு உதவுவேனே தவிர அவர்களிடம் எனக்கு எந்த எதிர்பார்ப்பும் கிடையாது."

"எனக்குத் தெரியும். அதனால்தான் அவன் உனக்கு எதற்கு உதவுகிறான் என்ற கேள்வி எழுகிறது?" என்றாள் லக்ஷ்மி.

"நான் காசு வாங்காமல் அவனுக்கு எப்பொழுதாவது சாராய விடுதியில் உதவுவேன், அவனுக்குத் தேவை படும்போது."

லக்ஷ்மி கல்கியின் முகத்தைப் படிக்க நினைத்து உற்றுப் பார்த்தாள். அவள் லேசாக முகம் சுளித்தாள், அவளுடைய நெற்றியில் கவலைக் கோடுகள், சாம்பல் நிறக் கண்கள், கொட்டாமல் அவனையே பார்த்தன. "நீ பொய் சொல்கிறாய்," என்றாள் கடைசியாகச் சிரித்துக் கொண்டே. "தெளிவாகத் தெரிகிறது. உனக்குச் சொல்ல வேண்டாம் என்றால் சொல்ல மாட்டேன் என்று சொல், ஆனால் நீ எந்த மாதிரியான குற்றம்

செய்திருப்பாய், என்னிடமே அதை மறைக்க வேண்டும் என்றால், என்று யோசிக்கத் தோன்றுகிறது. நீதான் எல்லா விஷயத்தையும் என்னிடம் பகிர்ந்து கொள்வாயே.''

கல்கிக்கு மூச்சு வாங்கியது. அவன் நெஞ்சம் கனத்தது. ''நாம் வந்து விட்டோம்.'' அவன் பேச்சை மாற்ற முயற்சித்தான். ஒரு நேர்க்கோடாக புகை மேலே எழும்புவதைப் பார்த்தான். அது காட்டுக்குள் இருந்து வட்டமாக மேலே கிளம்பியது. பால் பண்ணைக்கு அருகில் தான் இருந்தது. ''ஏதோ எரிகிறது.''

''ஆமாம்.''

''மற்றவர்கள் எங்கே?''

கல்கி சுற்றிலும் நடந்தான். ஆனால் கிராமத்தில் யாரும் இல்லை. கழுதைகளும் காளைகளும் இழுக்கும் வண்டிகள் இருந்தன. மித்ராவின் வீட்டை விட்டு, திரிபாதியின் குடிசையைக் கடந்து, கடைசியில் தன் வீட்டை அடைந்தான். அங்கே அவன் அம்மா சுமதி கூட இல்லை.

''எல்லோரும் எங்கே சென்றுவிட்டார்கள்?'' என்றாள் லக்ஷ்மி.

''எல்லோருமாகச் சேர்ந்து எங்கே போய்விட்டார்கள்?''

கல்கிக்கு உடனே புரிந்தது. *ஒரே ஒரு இடம் தான் இருக்கிறது.*

மலை மீது கோணல்மாணலாக இருந்த பாதை வழியாக கல்கி சோமா குகைகளை அடைந்தான். அவன் ரதத்தையும் அங்கே கொண்டு வந்திருந்தான், கூட்டம் மொத்தமும் அங்கே கூடியிருந்ததைப் பார்த்தான். அவர்கள் அவனை அதிர்ச்சியும், களிப்பும் ஒன்று சேரப் பார்த்தனர். குழந்தைகள் ரதத்தைப் பார்த்து ஆர்பரித்தனர். பெரியவர்கள் அதிர்ச்சியில் உறைந்தனர். சுமதி அவர்களுக்கு முன்னால் இருந்தாள், தாலியை வைத்துக் கொண்டு சோமா குகைளைக் கும்பிட்டுக் கொண்டிருந்தாள். அவர்களுக்கு எந்தப் பிரச்சனை வந்தாலும் அதைத்தான் அவர்கள் செய்தார்கள்-இந்திரக் கடவுளின் இடத்திற்குப் போய் பிரார்த்தனைகள் செய்தனர். அங்கே தான் அவர் தவம் புரிந்து, ஷம்பாலாவுக்கு மாயக் கற்களை வழங்கியிருந்தார்.

சுமதி முன்னால் வந்தாள், மற்றவர்கள் தேவதத்தாவுடன் பின்னால் நின்றார்கள். அவர் தன்னுடைய மீசையை முறுக்கியபடி, அம்மாவும், மகனும் என்ன பேசப் போகிறார்கள் என்பதைக் கேட்க ஆர்வமாக இருந்தார்.

''நீ எங்கே போயிருந்தாய்?'' என்று கேட்டாள்.

''நான் நகரத்திற்கு சென்றிருந்தேன்.''

அவள் முகபாவம் மாறவில்லை ஆனால் அவள் பின்னால் பார்த்தாள், அங்கே லக்ஷ்மி பவ்யமாக நின்று கொண்டிருந்தாள். கல்கி அவளை

மறைத்தபடி நின்றிருந்தான், சுமதி தன் புருவத்தை உயர்த்தினாள்.

''நான்தான் அப்படி முடிவெடுத்தேன். அவள் எதுவும் செய்யவில்லை,'' என்று உரக்கச் சொன்னான், லக்ஷ்மியின் பெற்றோர்கள் கோபமாக நின்று கொண்டிருந்தனர், அவர்கள் காதில் விழவேண்டும் என்று நினைத்தான். ''நாம் ஏன் அப்பாவைக் காப்பாற்றவில்லை? இங்கே என்ன செய்கிறோம்?''

''நாங்கள் அதைத் தான் செய்கிறோம். நான் என் கணவனைக் காப்பாற்றுகிறேன்.''

''இதை வைத்தா?'' அவன் தாலியைப் பார்த்தான். ''இது அவரை எந்த விதத்திலும் காப்பாற்றாது.''

''நாங்கள் கடவுளிடம் பிரார்த்தனை செய்கிறோம். இந்திராவும், விஷ்ணுவும் எங்களைக் கண்டிப்பாகக் காப்பாற்றுவார்கள் என்று நம்புகிறோம். என் குடும்பத்திற்குப் பாதுகாவலைக் கண்டிப்பாக அளிப்பார்கள்...''

கல்கி அம்மா பேச்சை புறக்கணித்தான்.

''எனக்கும் இந்த இடத்தின் சிறப்பைப் பற்றி தெரியும் ஆனால் அந்த ஒதுக்கப்பட்டவர்களிடம் சண்டையிட இது உதவாது.''

கல்கியின் முகத்தில் எந்த முகபாவமும் இல்லை. ஒரு நிமிடம் சுமதியை அலாதி பாசத்துடன் கட்டிப் பிடித்துவிட்டு தன் பக்கத்தில் நிறுத்திக் கொண்டான். சுமதி கோபத்தில் துடித்துக் கொண்டிருந்தாள், ஆனால் அவன் மீது கைகளை வைத்ததும் அவள் அப்படி இல்லை. அமைதியானாள். கல்கிக்கு அது ஏன் என்று தெரியும். கல்கி முன் வந்தான், அவனிடம் தலைவனுக்கான சில குணங்கள் உண்டு; தலை நிமிர்த்தி கண்களைச் சுருக்கினான். அவனுடைய அமைதியையும், உணர்ச்சிகள் அற்ற நிலையையும் பார்த்து தேவதத்தா பேசும் தைரியத்தை இழந்தான்.

''நான் இந்த்ரகர் நகரத்திற்குச் சென்றிருந்தேன், அது இளவர்த்தியை ஆட்டுவிக்கும் இடம், அங்கிருந்து மிலேச்சர்களுடன் சண்டையிட ஆயுதங்களைக் கொண்டு வந்தேன். நாம் இங்கே அமர்ந்து கடவுளைப் பிரார்த்தித்துக் கொண்டிருக்கலாம், அல்லது அந்த மலைகளுக்கு அப்பால் போய் அவர்களுடன் சண்டை இடலாம். அந்த மிலேச்சர்கள் என் அப்பாவை மட்டும் கடத்திக் கொண்டு போகவில்லை, நம் அமைதி, நம் அன்பு, நம் நம்பிக்கைகள் மற்றும் நம் ஆசைகளையும் சேர்த்துக் கடத்திவிட்டனர். நாம் கையாலாகதவர்கள், நலிந்தவர்கள், கிராமத்தான்கள், சராசரி மக்கள் என்று முத்திரை குத்தி விட்டனர். நம்மைப் பற்றி அவர்கள் கொண்டுள்ள அபிப்பிராயம் சரி என்னும் வகையில் இந்த கற்கள் முன்பு நின்று சாமி கும்பிட்டுக் கொண்டிருக்கிறோம், கடவுள்கள் சொர்க்கத்திலிருந்து வந்து நம்மைக் காப்பார்களா என்று காத்துக் கொண்டிருக்கோம். அப்படி அவர்கள் வரலாம், ஆனால் அது இன்று கிடையாது. இன்று நம்முடைய நாள். இன்றுதான் நாம் அந்த

ஒதுக்கப்பட்டவர்களுக்கும், கடவுள்களுக்கும், நாம் வெறும் கிராமத்து ஆட்கள் கிடையாது என்பதை நிரூபிக்கும் நாள். நாம் வீரர்களாக மாறும் நாள். நம் பக்கம் தைரியமும், வலிமையையும் இருக்கிறது,'' என்று நிறுத்தி விட்டு மூச்சை ஆழமாக இழுத்தான்.

தேவதத்தா ஆழ்ந்து மூச்சை விட்டு, ''ஒரு பேச்சுக்குச் சொல்கிறேன், நாம் ஆயுதங்களை வாங்குகிறோம் என்றே வைத்துக் கொள்ளுங்கள், எங்கே அதைக் கண்டுபிடிப்போம்?'' அவர் தொடர்ந்தார். ''நாமே தேடிப்போவதைவிட நகரத்திலிருந்து ஒரு குழுவை அனுப்பும்படி தகவல் சொல்லலாம்.''

சிலர் அதை ஆமோதித்தனர், மற்றும் சிலர் அதை எதிர்ப்பது போல அமைதி காத்தனர். சிலர் தன்னுடன் சண்டையிட சேர்ந்து வருவார்கள் என்று கல்கிக்கு ஒரு நம்பிக்கை இருந்தது. அவர்கள் அந்த காட்டுவாசிகளுடன் சண்டை போடுவார்கள்.

''நகரம் யாரையும் நமக்கு அனுப்பாது, அவர்களுடைய அரசியல் பிரச்சனையே பெரும் பிரச்சனையாக இருக்கிறது. பழங்குடியினர் நிரம்பி வழிகிறார்கள்,'' என்றான் கல்கி.

''இருப்பினும் காட்டுக்குள் அவர்களைத் தேடி போவது, முட்டாள்தனம், நேரத்தை வீணடிக்கும் விஷயம்...'' என்று தொடர்ந்தார். ஆனால் கல்கி அதைக் கண்டு கொள்ளவில்லை.

அப்பொழுதுதான் அவனுக்கு ஒரு புரிதல் ஏற்பட்டது. கல்கி திரும்பவும் அந்த வனத்தைப் பார்த்தான். பளிச்சென்று பச்சைப் பசேல் நிலம், அவர்களுக்கு எதிரே பரந்து கிடந்தது. அங்கிருந்து புகை வட்டங்கள் வெளியே வந்தன.

அவர்களைக் கண்டுபிடித்ததும் உனக்கு சமிக்ஞை தருகிறேன்.

சமிக்ஞை? அதேதான்.

''நமக்கு எங்கே தேட வேண்டும் என்று தெரியாது என்பது தானே உங்கள் வாதம்?''

''ஆமாம்,'' என்று தேவதத்தா, தலையாட்டினான். ''எங்கே என்று தெரிந்தால் நானே கோடாரியை எடுத்துக் கொண்டு அங்கே செல்வேன். நான் சொல்கிறேன், சர்பஞ்ச் என்பதை விட்டுத் தள்ளு, நானும் ஒரு வீரன்தான். ஆனால் துரதிர்ஷ்டவசமாக நமக்கு அவர்கள் எங்கே இருக்கிறார்கள் என்பது தெரியாதே.''

கல்கி கைகளைக் குறுக்காகக் கட்டிக் கொண்டு, நக்கல் சிரிப்பைக் கட்டுப்படுத்த முனைந்தான். ''எனக்கு அவர்கள் எங்கே இருக்கிறார்கள் என்று தெரியும் என்று சொன்னால்?'' தேவதத்தாவின் வாய் சிறுத்தது. அவன் தன்னுடைய ஆடைகளின் இறுக்கத்தை, கழுத்துக்கருகே தளர்த்தினான். ''நீங்கள் குறிபட்ட கோடாரியை எடுக்க வேண்டியது தான்.''

25

அரசமரத்தடியில் தன் தோழர்களுடன் அர்ஜன் கட்டப்பட்டிருப்பதை, அந்தி சாயும் பொழுதில் விஷ்ணுயத் பார்த்தார்-ஒரு பூதாகாரமான மனிதன், மற்றொருவன் ஒல்லியாக, உயரமாக, முகம் முழுவதும் முடி மறைத்தபடி, நிறைய சுருக்கங்களுடன் காணப்பட்டான். அவனைப் பார்த்தவுடனே, அவன் யாரென்று விஷ்ணுயத் அடையாளம் கண்டு கொண்டார். அவன் அவரையே உற்றுப் பார்த்தபோது தான் புரிந்தது. அந்த வயோதிகனுக்கும் விஷ்ணுயத்துக்கும் வார்த்தைகளின்றியே ஒரு புரிதல் ஏற்பட்டது.

இவன் ஏன் என் மகனுடன் இருக்கிறான்?

ஆனால் இந்த கேள்வியில் வெகு நேரம் விஷ்ணுயத்தால் திளைக்க முடியவில்லை, ஏன் என்றால் கேஷவ் அவர்களைத் தாண்டி தன் நண்பர்களுடன் அந்த மரத்தைச் சுற்றி வந்தான். கேஷவ் எதுவும் பேச வில்லை ஆனால் அவன் ஆட்களில் ஒருவன் பேசினான்.

''இது உன் சொந்த நிலம் போல இதனுள் புகுந்துவிட்டாய், எங்கள் ஆட்கள் இருவரைக் கொன்றுவிட்டாய்; அதற்கானது மரண தண்டனைதான்.''

விஷ்ணுயத்தின் கால்கள் நடுங்கின. தன்னுடைய மகனின் மரண தண்டனையைக் கேட்டு அவர் மனம் உடைந்தார். அர்ஜனைப் போல அல்லாமல் கல்கி வலிமையானவன், தேடல் அதிகம்; அர்ஜன் ஒவ்வொரு அடியையும் யோசித்து செய்பவன். எதற்காக இன்னும் இருவரின் உயிர்களைப் பணயம் வைத்து இங்கே அழைத்து வந்தான்?

''ஐயா, தயவு செய்து நான் அவனிடம் பேச அனுமதி கிடைக்குமா? தயை வையுங்கள்.''

கேஷவ் உறுமினான். ''எனக்கும் ஒரு அப்பா இருந்தார், அவரும் என்னை இவ்வளவு நேசித்திருந்தால் நன்றாக இருந்திருக்கும். பேசு.''

விஷ்ணுயத் தள்ளாடியபடி நடந்து மரத்தை நெருங்கி அர்ஜனை ஆறத் தழுவிக் கொண்டார்.

‘‘நீங்கள் நலமா? உங்களுக்கு அடி பட்டதா? ஏன் இவ்வளவு ரத்தக் கறை?’’ என்று அர்ஜன் கிசுகிசுத்தான்.

‘‘நான் நலமாக இருக்கிறேன். நீ இவ்வளவு முயற்சி எடுத்திருக்க வேண்டியது இல்லை மகனே.’’

‘‘நான் இப்படிச் செய்யாவிட்டால்...என்னை நானே மன்னிக்கமாட்டேன்.’’

விஷ்ணுயத் தன் கைகளால் அர்ஜன் கன்னங்களைப் பிடித்துக் கொண்டார். ‘‘நீ ஒரு முட்டாள், உனக்குப் புரிகிறதா, நீ ஒரு முட்டாள்.’’ மறுபடியும் தழுவிக் கொண்டார்.

‘‘நான் எப்பொழுதும் உங்களுக்கு உண்மையான மகனாக விளங்க முயற்சித்தேன், ஆனால் தோற்றுவிட்டேன். பிடிபட்டுவிட்டேன்.’’

விஷ்ணுயத் அவனைத் தழுவலிலிருந்து விடுவித்து அவன் கண்களை ஊடுருவிப் பார்த்தார். ‘‘அப்படிச் சொல்லாதே. அப்படிச் சொல்ல உனக்கு எவ்வளவு தைரியம்? நான் உன் மீது வைத்திருக்கும் அன்பைப் பற்றி உனக்குத் தெரியாது.’’

‘‘அது எப்பொழுதுமே இருந்ததுதான், நீங்களும், அம்மாவும் என்னை நம்பகம் வாய்ந்தவன் என்று சொல்லும்போதும் என் தோல்வி இருந்தது. ஆனால் என்னை மகிழ்விக்க அப்படிப் பேசினீர்கள். நான் தத்தெடுக்கப் பட்டவன் என்பதை மறக்கப் பேசினீர்கள். நான் உங்களுக்கு அந்நியன்தான்; நான் வலுவற்றவன், ஒரு பண்ணையில் கிடைத்தவன், பெற்றோர்கள் இல்லாத குழந்தை.’’

இந்த விஷயங்களை அவனிடம் பகிர்ந்து கொண்டதற்காக விஷ்ணுயத் வருந்தினார். அர்ஜன் இப்படிப் பேசுவதை வெறுத்தார் அதைக் காட்டிலும் உண்மையைப் பேசுகிறோம் என்ற எண்ணத்தில் அர்ஜனிடம் இவர் இந்த விஷயங்களைப் பகிர்ந்துகொண்டதற்காகக் கூடுதலாக வருந்தினார். அவர் சொல்லியிருக்கக் கூடாது. அவர் தனக்குள்ளேயே வைத்திருந்திருக்க வேண்டும், கமுக்கமாக இருந்திருக்க வேண்டும். ஆனால் அப்படிச் செய்யாமல் உளறிக் கொட்டி விட்டார்-உண்மை விளம்பி என்ற பெயரில். விஷ்ணுயத்துக்கு இப்பொழுது புரிந்தது, பொய்கள் உண்மைகளைக் காட்டிலும் மேலானவை என்று.

உடைந்து போய்விட்ட தன் மகனை நோக்கினார். அவன் கரங்களில் ரத்தம் வழிந்தாலும் அவன் தயங்கினான். அவன் ஏமாற்றம் அடைந்திருந்தான். அப்பொழுது தான் அவர் அர்ஜனிடம் சொன்னார், ‘‘எந்தத் தகப்பனும் விரும்புவதைக் காட்டிலும் மேலான மகனாக நீ எனக்கு அமைந்துவிட்டாய்.’’

கேஷவ்வின் ஆட்கள் அவரைப் பின்னாலிலிருந்து பிடித்து இழுத்தார்கள். விஷ்ணுயத் கேஷவ்வைப் பார்த்தார், அவர் கைகளும், கால்களும், முரண்டுபிடித்தன. அவர் அப்படியே கவிழ்ந்து விழுந்துவிடுவார் போலிருந்தார். அவர் கேஷவ்வின் கால்களைக்

கெட்டியாகப் பிடித்தபடி கெஞ்சினார். அவர் கண்களிலிருந்து கண்ணீர் பெருகியது. கேஷவ் குழப்பத்துடன் விஷ்ணுயத்தைப் பார்த்தான். ஏதாவது மன்னிப்பு கிடைக்குமா என்று விஷ்ணுயத் தேடினார், ஆனால் அப்படி எதுவும் தென்படவில்லை.

''என்னை விடு.'' அவன் விஷ்ணுயத் முகத்தில் உதைத்தான், அவர் உருண்டு போய் அந்தப் பக்கமாக விழுந்தார். ''நீ கேட்டதை அனுமதித்தேன். இப்பொழுது உன் மகன் தவிப்பதைப் பார்.''

''நீ தப்பிக்கலாம் என்று நினைக்கிறாயா? உனக்கு ஒன்றும் புரியவில்லை,'' என்று அர்ஜன் கத்தினான்.

கேஷவ்வின் ஆட்களில் ஒருவன் கேட்டான், ''என்ன உளறுகிறாய்? யாராவது வருகிறார்களா?''

''உன் சாவு வரும்...என் கைகளால்.''

''எங்கள் சாவா?'' கேஷவ்வின் த்வனி பிறண்டது. ''எங்கள் சாவு எங்கள் கைகளில்,'' என்று தன் உள்ளங்கைகளை விரித்துக் காட்டினான்.

''என்னால் நம்ப முடியாது.''

கேஷவ்வின் கண்கள் சுருங்கின. அவன் கத்தியை எடுத்தான். அர்ஜனுக்கு வெகு அருகில் சென்றான். அர்ஜன் சிலையாக நின்றான். சிவந்த கண்களால் அவனையே வெறித்தான்.

விஷ்ணுயத் பிரார்த்தனை செய்தார். ***தயவு செய்து பேசாதே. எதையும் சொல்லாதே. அவன் என்னவெல்லாம் செய்யக் கூடியவன் என்று உனக்குத் தெரியாது.***

''இதை நம்பு.''

கேஷவ் தன் கத்தியை வைத்து அர்ஜன் மீது ஆழமான கோடு வரைந்தான், அர்ஜனின் தோல் கிழிந்தது, அவன் வாய் சத்தமின்றி வலியில் கதறியது, கத்தி முகத்தைக் கிழித்தது. அது கண்களுக்கு அடியில் மூக்கைத் தாண்டி அடுத்த கன்னத்திற்கு நகர்ந்து அவன் முகம் முழுவதையும் ரத்தத்தால் குளிப்பாட்டியது.

விஷ்ணுயத் அலறினார், அவர் கைகளும் கால்களும் தரையில் உறைந்தன.

''என்னை நினைவு வைத்துக் கொள்ளும் அடையாளம்,'' என்று கேஷவ் இளித்தான். ''எப்பொழுதும், இறப்பவர்களின் மீது ஒரு குறி அடையாளத்தை விட்டு வைக்கவேண்டும், அப்பொழுது தான் கொன்றது யார் என்று தெரியும்.''

''நான் உனக்கு சவால் விடுகிறேன். நீ சொல்...நீ சொல்...'' அர்ஜன் நடுங்கினான். அவன் தன்னுடைய வலியைப் போக்கத் துடிக்கிறான் என்று விஷ்ணுயத் அறிந்தார். ''உன் சாவு உன் கையில் என்று சொன்னாய்...ஏன்...ஏன் நாம்...'' மூச்சிரைத்தது, ''ஒரு விளையாட்டு விளையாடக் கூடாது?''

''விளையாட்டா?''

"நீங்கள் தாயக்கட்டம் விளையாடுவதைப் பார்த்தேன்." அவர்கள் சூதாடிய இடத்தைக் கை காட்டினான். "நீ ஜெயித்தால் எங்களைக் கொன்று விடு. நீ தோற்றுவிட்டால் எங்களை விட்டு விடு. நீ ஒரு நல்ல மனிதன்...உன் வாக்குக்கு உண்மையாக இருப்பாய்...சரிதானே? உன் நண்பர்களுக்கு...சொன்ன வாக்கைக் காப்பாற்றுபவன் நீ என்று தெரிய வேண்டும் தானே?" அவன் உரத்த குரலில். "அவர்கள் உன் வாக்கை நம்புவர்கள். அதற்கு மாறாக நடக்க மாட்டாய் தானே?"

கேஷவ் தன் ஆட்களை நோட்டம் விட்டான். ஒரு மணித் துளிக்கு அவர்கள் கண்களில் ஒரு நம்பிக்கையின்மை தெரிந்தது.

"ஆமாம்," கேஷவ் ஆமோதித்தான். "விதிகளை மாற்றுகிறேன்...நான் வெற்றி பெற்றால், உன் தந்தையை முதலில் கொல்வேன்," நலிந்த விஷ்ணுயத்தின் உருவத்தைச் சுட்டிக் காட்டினான், "அவர் உடலில் இருந்து சதையை வெட்டி எடுத்து, சித்திரவதை செய்து கொல்வேன். அப்பொழுது தான் உன் தோல்வியின் வலி உனக்குப் புரியும். சரியா?"

தன் தகப்பனின் உயிர் அர்ஜனின் கையில் என்பதை விஷ்ணுயத் அறிந்தார்.

"சரி," என்று அர்ஜன் ஒப்புக்கொண்டான்.

26

பிரச்சனை என்ன என்றால் அவனுக்கு பச்சிஸி விளையாடத் தெரியாது.

குருகுலத்தில் தொலைவிலிருந்து வேடிக்கை பார்த்த ஒரு விளையாட்டை விளையாடுவதாக அவன் தன்னம்பிக்கையோடும், தர்ம சங்கடத்தோடும் ஒப்புக் கொண்டு விட்டான். மற்ற மாணவர்கள் கட்டங்கள் வரைந்த துணியின் முன் அமர்ந்து *சோழிகள்* உருட்டி, அவர்களின் காய்களை நகர்த்தி விளையாடுவதைப் பார்த்திருக்கிறான். காய்கள் இரண்டு வண்ணத்தில் இருக்கும். அவனுக்கு அதில் ஆர்வம் இருந்ததே இல்லை. அவன பழைய நூல்களையும், ஏடுகளையும் படிப்பதில் தான் அதிக கவனம் செலுத்தினான். பெரிய பிளவுக்குப் பின் உயிரினம் எப்படி வாழ்க்கையை ஓட்டியது என்பதை அறிய முனைந்தான். அர்ஜன் அந்த துணியைப் பார்த்ததும் எதோ சூதாட்டம் நடந்திருக்கிறது என்பதைப் புரிந்து கொண்டான். இப்பொழுது அதைக் கொஞ்சம் கற்றுக் கொண்டிருக்கலாமே என்று தன்னையே நொந்து கொண்டான். பைத்தியக்காரன் கேஷவ்வுக்கு எதிரில் அமர்ந்தபோது, தன் தந்தையின் உயிர் தன் கையில் என்பதை உணர்ந்தான்.

எங்கே தான் தொலைந்தான், இந்த கல்கி? அவனுக்குச் சமிக்ஞை கொடுத்தேனே.

அவன் நேரத்தை எப்படியாவது கடத்தவேண்டும். விஷ்ணுயத்தை அவனிடம் இருந்து பிரித்து தனியாக வைத்திருந்தனர். பாலாவும், க்ருபாவும் இன்னமும் மரத்தில்தான் கட்டப்பட்டிருந்தனர். சுற்றிலும் நடப்பதைக் கண்டு அவர்கள் முகங்களிலும் பரபரப்பு குடி கொண்டிருந்தது.முகத்தில் ரத்தம் வழிவதைத் துடைக்க அர்ஜனின் முகத்தில் ஒரு துணி கட்டப்பட்டிருந்தது. குருகுலத்தில் குதிரை ஏற்றம் கற்றுக்கொண்ட போது அவன் கீழே விழுந்தான். அவன் கால் சுளுக்கிக் கொண்டது. அவன் மருத்துவமனைக்கு அழைத்துச் செல்லப்பட்டான். போகும் வழி முழுவதும் அழுது கொண்டே சென்றான். அதை விட அதிகமாக இருந்தது இந்த வலி. இன்னும் மோசமாகிக் கொண்டிருந்தது,

கண்களில் கண்ணீர் வழிந்தது, இருப்பினும் தன் வலியைக் கட்டுப் படுத்திக் கொள்ள வேண்டும் என்பதை உணர்ந்தான்.

''சரி.'' கேஷவ்வின் கோலிகுண்டு போன்ற கண்கள் மிளிர்ந்தன, ''ஆரம்பிக்கலாமா?''

அர்ஜன் தலையசைத்தான். காய்கள் இரண்டு வண்ணங்களில் இருந்தன, அவை நடுவில் வைக்கப்பட்டிருந்தன. சிகப்பு அர்ஜனுடையது. கருப்பு கேஷவ்வினுடையது. நடுவில் ஒரு வட்டம் வரையப் பட்டிருந்தது. கேஷவ்வின் மொத்த ஆள் படையும் அவர்களைச் சூழ்ந்திருந்தது. ஒரு சிலர் மட்டுமே பிடிபட்ட கைதிகளுக்குக் காவலாக இருந்தனர்.

''அவனைத் தோற்கடித்துவிடுங்கள், தலைவா! தோற்கடியுங்கள்!'' அனைவரும் வெறுப்பேற்றினர்.

அர்ஜனிடம் வண்ணக் குவியலான சோழிகள் கொடுக்கப்பட்டன. ''நீ முதலில் ஆடு.'' அவன் எப்படி விளையாடுகிறான் என்று பார்க்கப் பிரியப்பட்டான் அர்ஜன்.

''சரி.'' கேஷவ் சோழிகளைப் பெற்றுக் கொண்டான். அவற்றைக் கைகளில் குலுக்கினான். மோவாயைச் சொறிந்தபடி அவற்றை மெல்லத் தரையில் வீசினான். இரண்டு சோழிகள் மேலே பார்த்தன, மற்றவை திரும்பியிருந்தன. ''இரண்டு அடிகள்.'' ஒரு காயை முன்னால் வைத்தான்.

எது மேலே, எது கீழே என்பதைப் பொருத்திருக்கிறது.

அர்ஜன் சோழிகளைத் தன் கையில் குலுக்கினான். அவற்றை வீசினான். ஐந்து சோழிகள் மேலே பார்த்தன. எல்லோரும் அதிர்ச்சியில் மூச்சை உள் இழுத்தனர்.

''என்னுடையதை விட அதிகம்,'' என்று கேஷவ் சத்தமின்றிச் சிரித்தான்.

களிப்புடன் அர்ஜன் காய்களை நகர்த்தினான். அவன் சிரிக்க முற்பட்டான். வலி பொறுக்கும் மட்டும் சிரித்தான்.

ஆட்டம் தொடர்ந்தது. ஒவ்வொரு முறை வீசும்போதும் அர்ஜன் தன்னுடைய சுண்டு விரலால் சோழிகளை உள்ளங்கையில் குலுக்கும்போது திருப்பினான், அவற்றை மென்மையாக வீசும்போது நிறைய சோழிகள் அவனுக்குச் சாதகமாக நிமிர்ந்தே விழுந்தன. கொஞ்ச நேரத்திற்கு கேஷவ் எந்த சந்தேகமும் படவில்லை. கேஷவ் சடாலென்று ஒரு முக்கிய திருப்பத்தைப் பெற்றான். ஒரு சோழியும் நிமிரவில்லை, அனைத்தும் கவிழ்ந்தே இருந்தன.

எரிச்சலூட்டும் வகையில் அனைவரும் கைதட்டினர். அர்ஜனுக்கு இந்த விஷயம் ஆட்டத்தில் முக்கியம் என்று தெரியவில்லை. இப்பொழுது கேஷவ் தன் காயை இருபத்திஐந்து கட்டங்கள் நகர்த்தினான். அர்ஜனுக்கு அப்பொழுது தான் புரிந்தது, சோழிகளைக் கொண்டு அவன் மத்தியில் இருந்த வட்டத்திற்குச் செல்ல வேண்டும். எங்கிருந்து புறப்பட்டார்களோ அதே இடத்திற்குத் திரும்ப வேண்டும். எதிராளி இவர்களைத் தடுக்காமல்

விளையாட வேண்டும். இது தான் ஆட்டம். இப்பொழுது அது அர்ஜனின் வாழ்வை ஒத்து இருந்தது.

கேஷவ் வெற்றிப் பாதையில் சென்று கொண்டிருந்தான். அர்ஜன் மூன்றைப் போட்டான். அவன் காயை நகர்த்தி கேஷவ்வின் காய் இருக்கும் அதே கட்டத்திற்கு வந்தான். கேஷவ் முனகியபடி தன் காயை எடுத்து வட்டத்திற்குள் வைத்தான். சற்று நேரத்திற்கு அர்ஜனுக்கு மகிழ்வாக இருந்தது.

ஆட்டம் ஒரு மணி நேரத்திற்குத் தொடர்ந்தது. அர்ஜனின் ஒவ்வொரு நகர்வும் ஆட்டத்தைத் திசை திருப்பியது. கேஷவ்வின் ஆட்கள் அவனைக் கெட்ட வார்த்தைகளால் திட்டினர், அர்ஜன் குலுக்கி, வீசி விளையாடினான், கேஷவ் எப்படியோ வட்டத்திலிருந்த தன் காயை வெளியே கொண்டு வந்தான். அனைத்துக் காய்களும் வட்டத்திலிருந்தன, கேஷவ்வின் ஒரே காயைத் தவிர்த்து. அர்ஜனுக்கு இரண்டு காய்கள் இருந்தன, ஆனால் அவன் கேஷவ்வைவிட இருபது கட்டங்கள் பின் தங்கி இருந்தான். கேஷவ்வுக்கு மூன்றே கட்டங்கள் தான் மிச்சம் இருந்தன. அவன் இதயம் மார்புக் கூட்டுக்குள் படபடவென்று அடித்துக் கொண்டது. எதை வைத்து சூதாடுகிறோம் என்று எண்ணும்போது அவனுக்கு மலைப்பாக இருந்தது. அதிர்வாகவும் இருந்தது. அவன் ஒரு முட்டாள்.

இல்லை.

அப்பொழுது தான் அவன் அதைக் கேட்டான். அது சத்தமான இருமல் போன்ற அலறல். க்ருபா தொடர்ந்து இருமினான்.

''மன்னிக்கவும்.''

அனைவரும் அந்தக் கிழக் குடிகாரனைப் பார்த்து முகம் சுளித்தனர்.

கேஷவ் கைகளில் சோழிகளைக் குலுக்கினான், மறுபடியும் க்ருபா இருமினான். ''வாயை மூடு!'' என்று கேஷவ் அதட்டினான். ''நான் இங்கே முனைந்து ஆடிக் கொண்டிருக்கிறேன்,'' என்று எரிச்சலானான். அப்பொழுது தான் அர்ஜனுக்குப் புரிந்தது. அர்ஜனுடைய ஒரு கண் துணியால் தலையைச் சுற்றி இறுக மூடப் பட்டிருந்ததால் அவன் மற்றொரு கண்ணால் க்ருபாவைப் பார்த்தான். க்ருபா ஒரு கிழட்டுக் குடிகாரன் இல்லை.

அவனுக்கு இந்த ஆட்டம் தெரிந்திருந்தது.

குலுக்கும்போது தான் எதிராளியின் கவனத்தைச் சிதற வைக்க வேண்டும். அதனால் தான் அர்ஜன் எப்பொழுது குலுக்கும் போதும் கேஷவ்வின் ஆட்கள் சத்தமாகக் கத்தினார்கள், பேசி அவனை வார்த்தைகளால் ஏசினார்கள். அவன் சரியாக முனைந்து சோழிகளை உருட்டக் கூடாது என்று முயன்றனர்.

அர்ஜன் புரிந்துகொண்டதற்கு அத்தாட்சியாக லேசாகத் தலையை அசைத்தான்.

கேஷவ் சிரமப்பட்டுக் குலுக்கிக் கொண்டிருந்தான். அவன் கண்கள் கொலை வெறியுடன் ஆட்டத்தைக் கவனித்து கொண்டிருந்தன. அவன் கடைசியாக உருட்டி, பச்சிஸி ஆட்டத்தை வெற்றியுடன் முடிக்க நினைத்தான்-அவன் உருட்டத் தயாராகும்போது, அர்ஜன் தும்மினான். அரை மணித் துளிதான் இருக்கும். ஆனால் அது பெரிய வித்தியாசத்தை ஏற்படுத்தியது. இரண்டு சோழிகள் நிமிர்ந்திருந்தன, மற்றவை கவிழ்ந்திருந்தன.

''*டுகா*'', அர்ஜன் இளித்தான், கேஷவ் ஆத்திரத்துடன் தன் கைகளை இரண்டு கட்டங்கள் நகர்த்தினான்.

அர்ஜனிடம் சோழிகள் வந்தன. அவனுக்கு முக்கிய திருப்பம் வேணும் இருபத்திஐந்து கட்டங்கள் வேண்டும். அனைத்து சோழிகளும் கவிழ்ந்து விழ வேண்டும். அவன் விஷ்ணுவுக்குப் பிரார்த்தனை செய்தபடி வீசமுற்பட்டான்...

''அது என்ன தலைவா?'' என்றான் ஒரு மிலேச்சன்.

மரங்கள் மூடியிருந்த காட்டுக்கு மேல் தெரிந்த நீல வானில் ஒரு புகை வட்டம் தெரிந்தது.

''தீயா?''

''புகை,'' என்றான் மற்றவன் திகிலுடன். ''நமக்கு வலை வீசும் திட்டம்!''

கேஷவ் அர்ஜனைப் பார்த்தான். அர்ஜனுக்கு இதயம் இருக்கும் இடத்தில் வெற்றிடம் உருவானது போல் தோன்றியது. அதீத பயம் குடி கொண்டது. அவன் உடல் சில்லிட்டுப் போனது, கால் விரல்கள் மடங்கின, தோல் பயத்தில் வெண்மையானது.

எங்கேதான் போய் தொலைந்தாய், கல்கி?

''கொல்!'' என்றான் கேஷவ்.

அவனுடைய அனைத்து ஆட்களும் வாள்களை உருவினார்கள். வாள்கள் உரைகளிலிருந்து உருவப்படும் சத்தம் அர்ஜனுக்கு மரண பயத்தை உண்டு பண்ணியது.

''தந்தையிடமிருந்து தொடங்கு,'' என்று நிறுத்தினான், ''இது முடிந்ததும் நாம் இங்கிருந்து கிளம்புவோம்.''

அனைவரும் ஆமோதித்தனர். மரத்தின் அருகில் நின்ற காவலன் விஷ்ணுயத்தின் அருகே வந்தான், அவர் ஒரு கிளையருகே சாய்ந்து நின்றார்.

வாளின் கூர்முனை நகர்ந்தது. அர்ஜன் வாயால் கூக்குரலிட்டான்.

அப்பொழுது குதிரைகளின் குளம்புச் சத்தம் கேட்டது-நிறைய குளம்புகள்.

27

ஆச்சர்யப்பட்டு சத்தம் வரும் திசையை அனைவரும் நிமிர்ந்து பார்த்தனர். புதர்களும், செடிகளும் நாசம் ஆயின, குச்சிகள் உடைந்தன, வெட்டவெளியில் ஒரு ரதம் தெரிந்தது, அதில் கல்கி வில் அம்பு ஏந்தி நின்றான், லக்ஷ்மி கடிவாளத்தைப் பிடித்தபடி பக்கத்தில் அமர்ந்திருந்தாள். அவர்களுடன் ஒரு பெரிய படையே வந்தது, கேஷவ்வினுடைய பிசாத்து எட்டு பேர் படையைக் காட்டிலும் திரளாக வந்தனர். கேஷவ் கத்தியுடன் நின்றான், அவன் யாரையும் தாக்குவதற்கு முன் அர்ஜன் அவன் மீது பாய்ந்தான். கல்கி ரதத்திலிருந்து குதித்து இறங்கி, அசாத்திய திறமையுடன் அம்புகளை சரமாரியாகப் பொழிந்தான்.

சுற்றி என்ன நடக்கிறது என்றே கண்டு கொள்ளாமல் அர்ஜன் கேஷவ்வைத் தன் பிடியிலிருந்து தளர்த்தாமல் கத்தியை எந்த பக்கமும் சுழல விடாமல் பார்த்துக் கொண்டான். கேஷவ் காற்றில் தன் கைகளால் சண்டையிட்டும், குத்தியும் பார்த்தான், ஒன்றுக்கும் பிரயோஜனம் இல்லை. பின்னர் அர்ஜன் யாரும் நினைக்காத விஷயம் ஒன்றைச் செய்தான். அவன் கேஷவ்வின் கையை வெடுக்கென்று கடித்தான். கேஷவ் வலியில் கத்தியபடி உதறினான். கத்தி தரையில் விழுந்தது. கேஷவ் அர்ஜனைத் தரையில் தள்ளி தன் காலால் கிடுக்கிப் பிடி போட்டான், அவனை மேலே எழ முடியாதவாறு அமுக்கினான். கேஷவ் அர்ஜனைத் தொடர்ந்து குத்தினான். அர்ஜனின் மூக்கில் உணர்ச்சிகளே இன்றி மரத்துப் போயிற்று. அவன் கால்களுக்கு இடையே அர்ஜன் ஒரு உதைவிட்டான், கேஷவ் அப்படியே அலறியபடி நிலைகுலைந்து சரிந்தான். அர்ஜன் மூக்கில் வழிந்த ரத்தத்தைத் துடைத்துக் கொண்டான். கேஷவ்வைப் பிடிக்கப் போனான், ஆனால் அவன் உருண்டு நகர்ந்தான்.

கல்கி அம்புகளை தொடுத்துக் கொண்டிருந்தான், பாலா, தன் கதையை பிரயோகித்துக் கொண்டிருப்பதை அர்ஜன் பார்த்தான். லக்ஷ்மி ஈட்டியை பயன் படுத்தினாள், மற்றவர்கள் அவர்களால் இயன்றதை செய்து கொண்டிருந்தனர், எந்தப் போர் செய்யும் ஆற்றலும் இல்லாததால்.

நிறைய நபர்களுக்கு அடி பட்டிருந்தாலும், அவர்கள் விடாமல் தள்ளாடியபடி ஒரு வெற்றியைத் தேடி போர் புரிந்தனர், ஆனால் பெரும்பாலும் தோல்வியைத் தான் தழுவினர். க்ருபாவையும், அவன் தந்தையையும் காணவில்லை. அவன் தந்தையை கூப்பிட்டபடி சுற்றிலும் நோட்டம் விட்டான். அப்பொழுது அவன் கல்கியைப் பார்த்தான்.

''நீ விரைவாக வந்து விட்டாய்,'' என்று அர்ஜன் உறுமினான்.

''நீ புகார் சொல்லக் கூடாது. நீ பிடிபடுவாய் என்று நான் நினைக்கவில்லை. நீ கண்டிப்பாக என் தம்பிதான்.'' அவன் கண்களைச் சுருக்கி, ''நீ நலமா?'' என்றான்.

அர்ஜனால் சிரிக்காமல் இருக்க முடியவில்லை. ''என் வலி மற்றும் வேதனைகளைப் பற்றிப் பிறகு பேசலாம்.''

''இதைப் பிடி,'' கல்கி ஒரு கத்தியைக் கொடுத்தான். ''இதைப் பயன்படுத்து,'' என்றவனுக்கு மூச்சு இறைத்தது. ''யாரையும் தப்பிக்க விடாதே. இன்று தான் உன்னுடைய கடைசி நாள் போல் சண்டை போடு.''

''உனக்கே எப்படிச் சண்டை போட வேண்டும் என்று தெரியாது, நீ எனக்கு வாழ்க்கைப் பாடம் கற்பிக்கிறாயா?''

''தெரியுமா, தெரியாதா என்று சூதாடலாமா?''

அர்ஜன் கண்களை உருட்டியபடி சொன்னான், ''இன்றைக்குப் போதும் என்கிற அளவுக்கு நான் சூதாடிவிட்டேன், அண்ணா.''

அப்பொழுது தான் அர்ஜன் கண்ணில் விஷ்ணுயத் பட்டார். போருக்கு நடுவில் அவர் மற்றவர்களைப் போல் அல்லாமல் வயதான, நலிவான, மென்மையானவராகத் தெரிந்தார். அவர்கள் முன்னேறியபோது அர்ஜன் கல்கியிடம் அவரைக் காப்பாற்றும்படி சைகை செய்தான்.

தன் இரு மகன்களையும் கண்டவுடன் விஷ்ணுயத்தின் முகம் பளிச்சிட்டது. அப்பொழுது அவர் முதுகில் ஒரு அம்பு துளைத்தது. அர்ஜன்தான் அதை முதலில் கவனித்தான், கல்கி எதிரிகள் மீது அம்பு தொடுத்துக் கொண்டிருந்தான். தன் தந்தையை பார்த்து, அர்ஜன் அலறினான், அதற்குள் அவர் உடல் மரத்துப்போக ஆரம்பித்தது. அர்ஜன் அவர் பக்கத்தில் மண்டியிட்டு அமர்ந்தான். கல்கி அது என்ன என்று புரிந்ததும் வலியில் துடித்தான். அர்ஜன் அவரை அள்ளியெடுத்து தன் மடியில் கிடத்திக் கொண்டான். விஷ்ணுயத் அதே அமைதியான, பொறுமையான பார்வையுடன் அவனை நோக்கினார், அவன் குருகுலத்திற்குப் படிக்கச் சென்ற போது செலுத்திய அதே பார்வை. வாழ்க்கையில் வரும் கஷ்டங்களைச் சரியான அணுகுமுறையோடு ஏற்று நடக்கவேண்டும் என்று அறிவுறுத்தும் அதே பார்வை.

அர்ஜன் அவரை இறுகப் பற்றினான். கல்கி அந்தப் பக்கம் வந்தான், அர்ஜன் அவர் தலையைப் பிடித்துவிட்டான். கல்கி அம்பை உருவினான்.

''நீங்கள் இருவரும்...உலகிற்குச்...சிறந்த பரிசுகள்...'' என்றார். ''அர்ஜன், மறக்காதே, நீயும் ஹரி குடும்பத்தில் ஒருவன்தான், வேறு எந்த குடும்பத்தைச் சேர்ந்தவனும் அல்ல...''

அர்ஜனுக்கு சந்தோஷம் பொங்கியது.

''கல்கி?''

''இங்கே தான் இருக்கிறேன் அப்பா,'' கல்கி தலையைக் குனிந்தான்.

விஷ்ணுயத்தின் கைகள் அந்தப் பக்கமாக திரும்பி, க்ருபாவுக்கு சைகை செய்தன. அவன் வன்முறை நடக்கும் இடத்திற்கு ஒதுக்குப்புறமாக நின்றிருந்தான்.

''அவனுக்கு என்ன?'' என்றான் கல்கி.

''க்ருபா?'' அர்ஜன் கேட்டான்.

விஷ்ணுயத் தலை அசைத்தார், ''க்ருபா...க்ருபா...ச...''

அர்ஜன் நிமிர்ந்து பார்த்தான், அப்பொழுது க்ருபா அர்ஜனையும், கல்கியையும் ஆழமாகப் பார்த்தான். அப்பொழுது விஷ்ணுயத் இடம் மாறினார், அவர் கண்களில் திரை விழுந்தது போல் உணர்ச்சிகள் ஏதும் இல்லாமல் இருந்தார்.

அர்ஜன் இறந்த அப்பாவின் நெஞ்சில் தன் தலையைப் புதைத்தான், கல்கி அவன் தோள்களைத் தட்டினான். அர்ஜன் அவனைப் பார்த்தான். ''என்னால் நம்ப முடியவில்லை...என்னால் ஏற்றுக்கொள்ள முடியாது... அவர் இறந்திருக்கக்கூடாது...''

அடுத்த அம்பு அர்ஜனுக்கு வெகு அருகில் பாய்ந்தது, கல்கி அதைக்கையால் பிடித்தான். அர்ஜனின் கண்கள் பெரிதாகின, கல்கி செய்த சாகசத்தைப் பார்த்து. கல்கி இறுக்கிப் பிடித்ததில் அம்பு இரண்டாக உடைந்தது.

கல்கி எழுந்து நின்றான், அவன் முன்னால் நடந்தான், அபாயத்தை நோக்கி நடந்தான், மிலேச்சன் மற்றொரு அம்பை அடித்தான். அம்பு கல்கியின் உடலைத் துளைத்தது, ஆனால் அர்ஜனைப்போல, கல்கி வலியில் அலறவில்லை. அவனால் வலியைத்தாங்க முடிந்தது. மற்றொன்று, வேறொன்று என்று மொத்தம் ஐந்து அம்புகள் அவன் மார்பைத் துளைத்தன. கல்கி அந்த அம்புகளை உடைத்தான், உடலில் இருந்து பிடுங்கி எறிந்தான், மிலேச்சனின் தொண்டையைப் பிடித்தான்.

அர்ஜன் மெய்மறந்து கல்கியையே பாத்துக் கொண்டிருந்தான், விஷ்ணுயத் அவன் மடி மீது கிடந்தார். கல்கி அந்த நோஞ்சான் மிலேச்சனைக் கழுத்தைப் பிடித்து மேலே தூக்கி நிறுத்தினான். அர்ஜனால் தன் கண்களையே நம்பமுடியவில்லை, அந்த அளவுக்குக் கல்கியின் வீரியமும், வலுவும் இருந்தது. கல்கி தொடர்ந்து அவன் கழுத்தை நெறித்தான், அவனுடைய இறுகிய பிடியில் கழுத்து எலும்பு பட்டென்று முறிந்தது. அர்ஜனால் பார்க்க முடியவில்லை; ஆனால் உடல் உயிரின்றி கீழே விழுவதைக் கேட்க முடிந்தது.

போர் முடிந்தது. கிராமத்து ஆட்கள் வெற்றி பெற்றனர். ஆனால் கல்கியும் அவனும் இழந்துவிட்டார்கள்.

கல்கி இறந்த மிலேச்சன் மேல் நின்று கொண்டிருந்தான். பிறகு அவனுக்கும் அதற்கும் சம்பந்தமே இல்லை என்பது போல அங்கிருந்து நகர்ந்தான். எல்லாமே ஒரு மாயை, உண்மை அல்ல.

அர்ஜன் அருகில் வந்து அந்த மிலேச்சனைப் பார்த்தான். அவன் முகத்தில் ஒரு சிறிய புன்சிரிப்பு பரவியது. ஒரு குரூர திருப்தி அவன் முகத்தில் கூத்தாடியது. அந்த சடலம் கேஷவ் நந்தினுடையது.

114

28

எரிதல்...இறப்பு...திகில்...

மக்கள் எரிந்து சாம்பலாகிக் கொண்டிருக்கும்போது, ஒரு சிறுவன் எரிந்து கொண்டிருந்தவற்றில் புத்தகங்களைத் தேடினான். அவன் எப்படியோ தப்பி முன்னேறி-தன் தங்கையைத் தேடினான். அவளைத் தேடி, தடைகளை உடைத்து கூடாரங்களின் உள்ளே சென்று அவளைக் கண்டான், அதே சமயம் மற்றுமொரு பயங்கரத்தையும் சந்தித்தான். யார் இதற்குக் காரணமானவனோ...இவை அனைத்தையும் செய்தவன்...ஒரு கணம்தான் கண்ணில் பட்டான், ஆனால் அவன் முகத்தை எப்பொழுதும் நினைவில் வைத்துக் கொள்வான். அவன் உயரமானவன், மற்றவர்களைக் காட்டிலும் உயரமானவன்...அவன் நெத்தியில் ஒரு தழும்பு ஓடியது. அது மிகவும் ஆழமாக சீழும், ரத்தமும் வழிந்தபடி இருந்தது.

சிறுவன் குழந்தையை இறுகக் கையில் இடுக்கிக் கொண்டான், மற்றவர்கள் கத்துவது அவன் காதில் விழுந்தது.

மற்றவர்கள்...மற்றவர்களும் இருந்தார்கள்...

அவனுடன் கூடப் பிறந்தவர்களின் குரல்கள் கேட்டது.

காளி கண் விழித்தான். உடலின் ஒவ்வொரு அங்குலமும் எரிந்தது, வலித்தது. மெதுவாக நெற்றியைத் தொட்டுப் பார்த்தான், நல்ல ஜூரம் அடித்தது. சரியாக அந்தச் சமயத்தில் கதவு திறந்தது. அவன் கத்தியதால் இருக்கலாம், ஆனால் துருக்தி பரபரப்பாக உள்ளே நுழைந்தாள். அவன் அருகே கவலையாய் மண்டியிட்டாள்.

''என்னால் அவர்களைக் காப்பாற்ற முடியவில்லை...நம் சகோதரர்களைக் காப்பாற்ற முடியவில்லை...நம் சகோதரிகளை...''

''பரவாயில்லை, பரவாயில்லை.'' துருக்தி அவன் முதுகைத் தட்டிக் கொடுத்தாள், வியர்த்து போயிருந்த நெற்றியைத் துடைத்துவிட்டாள், அவன் முடியைக் கோதிவிட்டாள், அவனை ஆசுவாசப்படுத்த முற்பட்டாள்.

''**கோகோ! விகோகோ!**''

இரண்டு தளபதிகளும் உடனே உள்ளே நுழைந்தார்கள்.

"உடனேயே குளிர்ந்த நீர் கொண்டு வாருங்கள், ஷமன்னும் வேண்டும்!"

அவர்கள் தலையாட்டிவிட்டுப் புயல் வேகத்தில் வெளியேறினார்கள்.

"உனக்குச் சரியாகிவிடும், அண்ணா." அவன் நெற்றியில் முத்தமிட்டாள். "உனக்குச் சரியாகிவிடும். உனக்குக் கொஞ்சம்..."

"என் தோல்விகளின் பாவம் தான்...அ...அவை என்னைத் தொடர்கின்றன...அவை என்னை கொன்றுவிடும்..." அவன் புலம்பினான், அவன் கண்கள் வெண்மையாக மாறின, அவன் ஆத்மாவை அவன் உடலிலிருந்து பிய்த்து எடுப்பது போன்ற வலியை உணர்ந்தான்.

"இல்லை, யாராலும் உன்னைக் கொல்ல முடியாது, என் அண்ணனை யாராலும் கொல்ல முடியாது, நான் உனக்கு உறுதி கூறுகிறேன்." அவள் அவனை ஆரத் தழுவினாள், அவன் தலையை நெஞ்சோடு அணைத்துக் கொண்டாள். "நீ சரியாக ஆகி விடுவாய்."

காளி தன்னுடைய கட்டிலில் சாய்ந்திருந்தான். ஒரு ஈரத் துணி அவன் நெற்றியில் வைக்கப்பட்டிருந்தது, துருக்தி அவன் கைகளை இறுகப் பற்றிக் கொண்டாள். வேர்வை காய்ந்துவிட்டது. அவன் சற்று தேறியது போல் உணர்ந்தான். ஆனால் முன்பு வலித்ததைக் காட்டிலும் அதிகமாக வலித்தது. ஷமன் கிளம்பி விட்டார், கோகோவும், விகோகோவும் பக்கத்தில் கவலையுடன் நின்று கொண்டிருந்தனர். அவர்கள் இருவரையும் சேர்ந்து பார்ப்பதில் அவனுக்கு எப்போதும் ஒரு ஆனந்தம் தான். அவர்கள் இருவரும் ஒரே போல் இருந்தாலும் தொலைவில் இருந்தார்கள். விகோகோவின் தங்க நிற முடியைப் பின்னித் தொங்க விட்டிருந்தாள். கோகோவுக்குச் சிறிய முடி. ஆனால் இருவருக்கும் ஒரே போன்ற உடல்வாகு. அதனால் இருவரும் ஒருவருக்கொருவர் ஒத்துப் போனார்கள்.

அவர்களை அவன் முதலில் சந்தித்தபோது, காளியே சிறுவன் தான், அவர்கள் அவனை விடவும் சிறியவர்கள்.

நாங்கள் எல்லோரும் சேர்ந்தே வளர்ந்தவர்கள்.

துருக்தி அவர்களைக் கிளம்பச் சொன்னாள்.

"இப்பொழுது எப்படி இருக்கிறாய்?"

காளி தலையாட்டினான். அவன் பொய் சொன்னான். அவனுக்கு நெஞ்சு வலித்தது.

"கவலைப் படாதே, நான் தேறிவிடுவேன்."

"நீ தூக்கத்தில் ஏதோ உளறினாய்."

"என்னது?"

116

''யாரோ தழும்பு கொண்ட மனிதனைப் பற்றி பேசினாய்,'' என்றாள்.

காளி கண்களைச் சுருக்கிக் கொண்டான். அவனுக்கு நினைவில்லை. ''அப்படியா சொன்னேன்.''

''நம் கூடப் பிறந்தவர்களைப் பின்னால் விட்டுவிட்டேன் என்றாய்.''

''எனக்கு பயமாக இருக்கும்போது அப்படி நினைக்கிறேன்.'' காளி பற்களைக் கடித்தான். அவன் ஒரு பயந்த நிலையில் இருந்தான், அதன் மீது அவனுக்கு ஒரு கட்டுப்பாடும் இல்லை. ''உனக்கே அது தெரியுமே.''

''அப்பொழுது நடந்ததற்கு நீ பொறுப்பல்ல.''

''ஆனால் எனக்கு தெரிந்திருக்க வேண்டும்.'' காளி அவளிடமிருந்து பார்வையைத் திருப்பினான்.

''என்னையாவது காப்பாற்றினாயே.''

''ஆமாம்.''

காளிக்கு ஏமாற்றம் இல்லை. அவனால் அதாவது செய்ய முடிந்ததே என்ற திருப்தி. இருந்தாலும் அந்த நிகழ்வு அவனை இன்னமும் உலுக்கியது, உள்ளிருந்து அவனைச் சாகடித்தது, அவன் வயிற்றைக் கலக்கியது, மனதைக் குட்டிக் கரணம் அடிக்க வைத்தது, கொடூரமான எண்ணங்கள் அவனை வாட்டி வதைத்தன.

''**நான் அவனைப் பார்க்க வேண்டும்!**'' என்ற சத்தம் வெளியிலிருந்து கேட்டது.

அவனுக்கு ஏதோ சத்தம் கேட்டது, கோகோவும் விகோகோவும் கட்டுப்படுத்தப் பார்த்தனர்.

''அவர் ஓய்வெடுக்கிறார்.''

''ஓய்வா? அதைத் தவிர மற்றவற்றை அவன் கவனிக்க வேண்டும். எனக்குத் துரோகம் செய்யப்பட்டு, என்னைக் கவிழ்த்தி விட்டார்கள்!''

காளி துருக்தியைப் பார்த்து பரவாயில்லை என்பது போல் தலையாட்டினான். அவள் கதவைத் திறந்தாள்.

''அவனை உள்ளே விடுங்கள்.''

கோகோவும், விகோகோவும் அவனைத் தடுப்பதை நிறுத்தினர், வாசுகி உள்ளே நுழைந்தான். அவன் குழப்பமாகவும், கோபமாகவும் இருந்தான்.

''உங்கள் உடல் நலம் எப்படி இருக்கு, ஐயா? எப்படி உணர்கிறீர்கள்? உங்களுக்கு நான் ஏதாவது சேவை செய்யட்டுமா? என் ஆட்களை அவர்கள் அங்கே கொன்று குவிக்கட்டும், பரவாயில்லை.'' என்று நக்கலடித்தான்.

''அவனிடம் அப்படி எல்லாம் பேசத் துணியாதே...''

காளி அவள் உள்ளங்கைகளை அழுத்தமாகப் பிடித்தான், துருக்தி மௌனமானாள். அது அவன் தவறு தான், படுக்கையில் கிடப்பது, ஆனால் அது எப்படிப்பட்ட விளைவுகளை ஏற்படுத்தியிருக்கின்றது என்பதை அறியமுடியவில்லை. ''என்ன ஆயிற்று வாசுகி?''

''தக்ஷக்கை யாரோ குத்திக் கொலை செய்து, மூன்று மாடிக் கட்டிட விடுதியிலிருந்து தூக்கி எறிந்துவிட்டனர். யாருக்கு அதற்கான அகங்காரம் இருக்கும்?''

வாசுகி என்ன சொல்ல வருகிறான் என்பது காளிக்குப் புரிந்தது.

''ஏதாவது அத்தாட்சி இருக்கிறதா?''

''நான் அதைத்தான் தேடிக் கொண்டிருக்கிறேன். ஆனால் உன்னிடம் சொல்லி வைக்கிறேன் ஒரு சிறு துப்பு கிடைத்தாலும் போர்தான் மூளும். நான் என் படை முழுவதையும் அனுப்பி அந்த குண்டுப் புழுவை நசுக்கிவிடுவேன். அனைத்துச் செல்வத்தின் மீதும் உட்கார்ந்து இருக்கும், குண்டன்.''

''எனக்கு குவேராவைத் தெரியும். அவன் சொன்ன வார்த்தைகளைக் காப்பாற்றுபவன். அவன் போர் மூளும்படி யாரையும் கொலை செய்ய மாட்டேன் என்று அவன் வாக்கு தந்துள்ளான்.''

''அவன் தன் வாக்கு தவறிவிட்டான். வார்த்தைகளுக்கு இனி மதிப்பில்லை.'' வாசுகி அறைக்குள் குறுக்கும் நெடுக்கும் நடப்பதை நிறுத்தினான். ''உனக்குத் தெரிவதற்காகச் சொல்கிறேன் காளி, நாம் ஒரு ஒப்பந்தம் செய்து கொண்டோம், நான் என் பங்கை சரியாகச் செய்கிறேன். நமக்குள் அமைதி காக்கும் பொறுப்பை உன்னிடம் கொடுத்திருந்தேன். ஆனால் அதை நிறைவேற்ற உனக்குத் *தெம்பு* இல்லை என்றால், நான் வேறு வழிகளைத் தேட வேண்டியிருக்கும், அது உனக்கு ரசிக்காது.''

''என்னை அச்சுறுத்துகிறாயா, வாசுகி?'' அவன் உடல்நிலை சரியாக இல்லாவிட்டாலும் காளியின் குரல் வாசுகியின் முதுகு வடத்தில் ஒரு நடுக்கத்தை ஏற்படுத்தியது.

வாசுகி அப்படியே ஸ்தம்பித்துப் போய் அவனையே பார்த்தபடி இருந்தான். ''நானே இந்த விசாரணையில் இறங்குகிறேன். எனக்கு நேரம் கிடைத்தால் என்ன துப்பு கிடைத்தது என்று உன்னுடன் பகிர்கிறேன். அதுவரை உன்னிடமிருந்து விடை பெறுகிறேன். இளவரசி மானசா, என் அக்கா என்னைப் பார்க்க வருகிறாள். அவளுடைய ஆப்த நண்பன் தக்ஷக்குக்கு இறுதியாக விடை கொடுப்பதற்காக வருகிறாள். உன்னையும் அந்த ஈமக் காரியங்களில் பார்க்க விரும்புகிறேன்.''

அதைச் சொல்லிவிட்டுக் கிளம்பிவிட்டான்.

கைகளைக் கோர்த்து தலையின் பின்னால் வைத்தபடி காளி முகம் சுளித்து யோசனையில் ஆழ்ந்தான். *அவன் இப்பொழுது என்ன செய்ய வேண்டும்?*

''என்ன நடந்தது?'' என்று துருக்தி கேட்டாள்.

''என்ன நடந்தது என்றுதான் உனக்கே தெரியுமே,'' காளி தலையசைத்தான்.

தன் தளபதிகளை அழைத்தான், அவர்கள் அவன் அறையைக் காவல் காத்தபடி நின்று கொண்டிருந்தனர். உள்ளே நுழைந்தனர்.

''அந்தப் பாம்பு சொன்னது என்ன என்று கேட்டுக் கொண்டுதானே இருந்தீர்கள்,'' என்று காளி தொடங்கினான். ''நீங்கள் இருவரும் சென்று இதைச் செய்தது யார் என்று கண்டு வாருங்கள். பாம்பைவிட விரைவாகக் கண்டு பிடியுங்கள். நான் சிரமப்பட்டு பேரம் பேசி, ஏற்படுத்தியிருக்கும் அமைதிக்கு எந்த பங்கமும் அவனால் வந்து விடக் கூடாது.''

இரட்டையர்கள் தலையாட்டி விடை பெற்றனர், கோட்டையை விட்டு வெளியேறினர்.

''நம் பிடியிலிருந்து ஏதாவது ஒன்றை இழந்துவிட்டால் அது மிகவும் வருத்தத்தைத் தரும், அதுவும் அதற்காக நிறைய பிரயத்தனம் செய்திருந்தால் ரொம்பவே வருத்தமாக இருக்கும்.''

''எனக்குப் புரிகிறது, அண்ணா.''

அவள் கன்னத்தை பாசமாகத் தட்டினான். திரும்பவும் தூக்கத்தில் ஆழ்ந்தான், தன்னுடைய ஜுரத்திலிருந்தும், உடம்பு வலியிலிருந்தும் மீள ஆசைப்பட்டான். ஆனாலும் அவன் மனம் எரிந்து போன அந்த கிராமத்திலேயே உழன்றது. பழங்குடியினருக்கும், மாணவ்களுக்கும் இடையே அவன் அமைதியை நாடுவதற்குப் பின்னால் ஒரு காரணம் இருந்தது. அவர்களின் கொடூரமான வெறித்தனம்தான் அவன் குடும்பம் இறந்ததற்குக் காரணம். அதனால்தான் அவன் கிராமமும் எரிந்தது.

தழும்புடைய அந்த மனிதன் யார்?

அது அனைத்தையும் மாற்றியது. சண்டை அமைதிக்கானது அல்ல, ஆனால் ரகசியங்களைப் பாதுகாக்க. அந்த ரகசியங்கள் அவன் மனதின் ஓரத்தில் புதைந்து கிடந்தன, அவனுக்கு அவற்றைத் திறந்து பார்க்கும் தைரியம் கூட இல்லை.

29

தன்னுடைய தந்தையின் *அந்திமக்* காரியங்களுக்கு கல்கி கிளம்பவில்லை. அர்ஜனைப் போல் இல்லாமல் அதில் கலந்து கொள்ளும் துணிவு அவனுக்கு இல்லை. அர்ஜன்தான் அனைத்துச் சடங்குகளையும் செய்தான். அவன் முகமே மாறியிருந்தது. அவன் முகத்திலிருந்த தழும்பு அனைவரையும் அதிரவைத்தது, அவர்களால் அவன் முகத்தைப் பார்க்க முடியவில்லை. அர்ஜன் ஒவ்வொரு நாளும், வாழ்நாள் முழுவதும் புழுங்கிப் போகவேண்டியது தான். அது சாவை விடக் கொடுமையானது. அவன் தொலைவில் நின்று தந்தையின் *அந்திமக்* காரியங்களை வேடிக்கை பார்த்துக் கொண்டிருந்தான். ஏமாற்றமும், சோகமும் நிறைந்த அவன் அம்மாவை அவனால் சமாதானம் செய்ய முடியவில்லை. சில மிலேச்சர்கள் அவளுடைய கணவனைக் கொல்வதைக் காட்டிலும் சிறப்பான விஷயங்களுக்கு அவள் தகுதியானவள். அவள் சிறந்த பெண்மணி, அவளுக்கு வாழ்வில் இன்னும் நிறைய விஷயங்களைப் பெற அருகதையுள்ளவள்.

ரத்தம் சிந்திய இடத்திற்கு மறுபடியும் சென்றான். நடந்த துக்கத்தை திரும்பவும் நினைத்துப் பார்ப்பதற்காக அவன் செல்லவில்லை, அவனுடைய அப்பா ஏதாவது விட்டுச் சென்றாரா என்பதைப் பார்க்கச் சென்றான். மிலேச்சர்களின் கூடாரங்கள் அழிக்கப்பட்டிருந்தன. நெருப்புக் குழிகளில் மிலேச்சர்களின் உடல்கள் எறியப் பட்டிருந்தன.

ஒரு போரின் வெற்றி நிரபராதிகளின் அழிவில் முடிகிறது.

அப்பொழுது தான் அவனுக்கு அந்தச் சத்தம் கேட்டது. அது ஒரு தவளையின் குரல் போல் கேட்டது-ஒரு சங்கடமான குரல் அவன் காதில் விழுந்தது, பிறகு வார்த்தைகள் தெளிவாகக் கேட்டன—

''விஷ்ணு! விஷ்ணு!''

கல்கி மண்டியிட்டு அமர்ந்தான். கிழிந்து கிடந்த கூடாரத்தினுள் ஒரு கூண்டு தெரிந்தது. அதில் லேசாக அடிபட்ட பிரமாதமான அழகான கிளியைப் பார்த்தான், அது கல்கியை நிமிர்ந்து பார்த்தது.

''வணக்கம்!''

''விஷ்ணு!''

''என் அப்பாவின் பெயர் உனக்கு எப்படி தெரியும்?''

''ஷுகோ! ஷுகோ!''

கல்கிக்குப் புரியவில்லை. அவன் கூண்டின் கதவைத் திறந்து கிளியை பறக்கவிட்டான்.

''விஷ்ணு!''

அந்தப் பெயரைக் கேட்டதும் அவனுக்கு வலித்தது. கிளிக்கு அவனுடைய அப்பாவை எப்படியோ தெரிந்திருக்க வேண்டும். அதற்கு உணவளிக்க அவனிடம் எதுவும் இல்லாததால், அதை தடவிக் கொடுத்தான். கிளி அவன் கைகளில் ஏறியது. மெதுவாக அவன் தோளில் ஏறியது.

''ஷுகோ!''

''உன் பெயர் ஷுகோவா?''

கிளி அவன் அங்கியைக் கொத்தி ஆமோதித்தது.

''சரி, அப்போ உன்னை ஷுகோ என்றே அழைக்கிறோம்.''

அவன் கிராமத்தை நோக்கி நடந்தான். ''நீ எப்படி என் அப்பாவைச் சந்தித்தாய் என்ற மொத்த கதையையும் எனக்கு சொல்லு.''

அவன் ஆற்றோரத்தில் அமர்ந்திருந்தான். பட்ட காயங்கள் இன்னமும் வலித்தன, அவனால் மூச்சு கூட சரியாக விட முடியவில்லை. ஒரு கூழாங்கல்லைப் பொறுக்கி தண்ணீரில் எறிந்தான். அது தண்ணீரின் மேல் குதித்து விழுந்தது. ஷுகோ தன் இரையைத் தேடி போயிருந்தது, இன்னும் திரும்பவில்லை. அந்திமக் காரியங்கள் முடிந்து லக்ஷ்மி அவனைத் தேடி வந்தாள்.

அவன் அருகில் உட்கார்ந்தாள், அரை மணிக்கு எதுவும் பேசவில்லை. கல்கிக்கும் பேச எதுவும் இல்லை. அவர்கள் மௌனமாக அமர்ந்திருந்தது அவனுக்குப் பிடித்திருந்தது. வேறு யாராவது நண்பனாக இருந்தால் கண்டிப்பாக ஏதாவது பேசவேண்டும் என்று தோன்றியிருக்கும், சமாதானமாக ஏதாவது வார்த்தைகளை பேசிவிட்டுக் கிளம்பியிருப்பான். லக்ஷ்மி அப்படிப்பட்டவள் இல்லை. மற்ற அனைவரையும் விட அவள் கல்கியை நன்றாகப் புரிந்து வைத்துக் கொண்டிருந்தாள். வார்த்தைகள் துக்கத்தைத் தணிக்காது என்றும் அறிந்திருந்தாள். கல்கி தன் விரல்களை அவள் விரல்களுக்குள் கோர்த்தான், ஆகாயத்தின் பளீரென்ற நீலம் கொஞ்சம் கொஞ்சமாக மஞ்சள் வண்ணமாக அஸ்தமனமானதைப் பார்த்துக் கொண்டிருந்தனர். மேகங்கள் கையால் நெய்யப்பட்ட வலை வலையான துணி போல பஞ்சாக இருந்தன.

"அவன் ஒரு தவறு செய்திருந்தான். அவனுக்கு உதவி தேவைப்பட்டது. அதனால் நான் உதவினேன்." கல்கி ஆரம்பித்தான்.

"என்ன சொல்கிறாய்?"

"பாலா," என்றபடி அவளைத் திரும்பிப் பார்த்தான். "அவனைப்பற்றித் தானே கேட்டாய்? அவன் எனக்கு என்ன கடன் பட்டிருக்கிறான்? சாராயக் கடை விடுதியின் காவலனுக்கும் எனக்கும் என்ன சம்பந்தம்? அவன் ஒரு சிறுமியை உள்ளே அனுமதித்துவிட்டான். 'அனுமதி' என்பதே தப்பான வார்த்தை. அந்தச் சிறுமி அவனுக்குத் தெரியாமலேயே உள்ளே புகுந்துவிட்டாள். அவளை அவனால் நிறுத்தமுடியாதது அவன் தவறு. அவன் திரும்பவும் அவளைத் தேடி உள்ளே செல்லவில்லை. அவளை வெளியே இழுத்துவந்து அது சிறுமிகளுக்கான பாதுகாப்பான இடம் இல்லை என்று சொல்லவில்லை. அவளுக்கு வயது பதின்மூன்று."

லக்ஷ்மியின் முகத்தில் கல்கியின் கதையைக் கேட்கும் ஆர்வம் இருந்தது.

"ஆண்கள் குடித்துவிட்டால் சிறுமிகளைக் குழந்தைகளாகப் பார்க்க மாட்டார்கள் என்று அவளுக்குத் தெரியவில்லை. அவர்கள் ஒரு பெண்ணாகத் தான் பார்ப்பார்கள், அவர்களுக்கு எல்லைகள் இல்லை, எந்த விதிகளும் இல்லை."

"யார் அவள்?"

"எங்களுக்குத் தெரியவில்லை. சுற்றிலும் விசாரித்தோம்."

"பிறகு என்ன தான் நடந்தது?" அவன் கைகளை இறுகப் பற்றிக் கொண்டாள்.

கல்கி கதையைத் தொடர்ந்தான். இது நடந்து ஒரு ஆண்டு இருக்கும். விடுதியில் சரக்கு மட்டும் கிடைப்பதில்லை. அங்கே நிறைய அறைகள் இருந்தன. நிறைய பெண்கள் காமச் சேவை செய்யக் காத்திருந்தனர். பாலா உள்ளே சென்ற பெண்ணைப் பற்றி மறந்துவிட்டான். காலையில் அறைகளைச் சுத்தம் செய்வதற்காக வாளியில் தண்ணீரும், துடைப்பதற்குத் துணியும் எடுத்துக் கொண்டு சென்றான். கடைசி அறை பூட்டப்பட்டிருந்தது. விடுதியின் சொந்தக்காரரான அரிந்தம்மை அழைத்தான். அவனுக்கும் ஆச்சரியமாகத் தான் இருந்தது. அங்கே யாருமே அறையைப் பூட்ட மாட்டார்கள்.

பாலா கதவை உடைத்துத் திறந்தான். அதன் கீல்கள் உடைந்தன. சிந்திய மதுவின் வாடையும், உடலுறவு கொண்ட வாடையும் குப்பென்று வீசியது. மூலையில் ஒரு சிறுமி இருந்தாள். அவள் அங்கே ஒளிந்து கொண்டிருந்தாள், அவள் ஆடைகள் கிழிந்திருந்தன, அவளைச் சுற்றியிருந்த போர்வைகளும் கிழிந்திருந்தன.

"சில சமயம் புதிர்களுக்கு விடையே கிடையாது," என்றான் கல்கி. "அவள் யார் என்று எங்களால் கண்டுபிடிக்கவே முடியவில்லை. பாலா

122

என்னிடம் வந்து ஒரு உதவி கேட்டான். அவளைத் தங்க வைக்க ஒரு இல்லம்.''

''நீ உதவினாயா?''

''ஆமாம், வேறொரு கிராமத்தில்,'' என்று நிறுத்தினான். ''அவன் என் தோள்களில் அழுதது தர்மசங்கடமாக இருந்தது. அவனால் அழவே முடியாத அளவுக்கு அழுதான். அந்தச் சிறுமிக்கு நடந்ததற்கு தன்னையே காரணம் காட்டி குற்ற உணர்ச்சியில் தவித்தான்.''

லக்ஷ்மி கீழே பார்த்தாள்.

''உன்னிடம் சொல்ல வேண்டாம் என்று நினைத்தேன், நீ பாலாவைத் தப்பாக எடை போடக் கூடாதே. அவன் வாழ்கை முழுவதற்கும் எனக்குக் கடன் பட்டதாக நினைக்கிறான். நான் அவனுக்காகச் செய்யவில்லை, அவளுக்காகத் தான் செய்தேன். அவன் அதைப் பற்றி அப்படி யோசிக்கவில்லை. அவன் உயிரோடு இருக்கும் வரையில் என்னையும் என் தம்பியையும் பாதுகாப்பதாக வாக்கு தந்திருக்கிறான்.''

லக்ஷ்மி தலையசைத்தாள். ''நான் அவனைத் தப்பாக நினைக்கவில்லை. அந்த விதத்தில் நீ என்னைப் பற்றி நினைத்தது தவறு.''

''ஒரு வேளை நான் தவறாக இருக்கலாம். நாம் யார் என்பதையும், நாம் எப்படி ஒருவருடன் ஒருவர் பழகினோம் என்பதையும் மறந்துவிட்டோம். நாம் கடைசியாகப் பார்த்துக் கொண்டது இரண்டு ஆண்டுகளுக்கு முன்னர்.''

அவள் அவன் முடியைக் கோதினாள். ''நான் உன்னைப் பார்க்காமல் கஷ்டப்பட்டேன். நான் மாறிவிட்டேன் தான், ஆனால் என்னை மறக்காதே. நான் இன்னமும் அதே லக்ஷ்மி தான், கொஞ்சம் மாறுபட்ட எண்ணங்களுடன் இருக்கிறேன், அவ்வளவுதான்.''

கல்கி புன்னகைத்தான். அவளுடைய விரல்களின் லேசான தொடுதல் அவன் வயிற்றுக்குள் பட்டாம்பூச்சிகளைப் பறக்க விட்டது. அது ஒரு அமானுஷ்யமான உணர்ச்சி. அவளின் தொடுதல் அவனுக்கு மகிழ்வைத் தந்தது. அந்த மகிழ்ச்சியினால் அதை அப்படியே பிடித்துக் கொள்ள வேண்டும் என்று நினைத்தான்.

''நானும் உனக்கொரு செய்தி கொண்டு வந்திருக்கிறேன்.''

''என்ன ஆயிற்று?''

அவள் ஆழமாக மூச்சை இழுத்தாள், மன்னிப்புக் கோரும் விதத்தில். ''நாம் நிறைய பார்த்துவிட்டோம் என்று தெரியும், ஆனால் நான் கடைசியாக என் சித்தியைப் பார்க்கச் சென்றபோது, அவள் என்னைத் திரும்பவும் நகரத்திற்கு வரச் சொல்கிறாள். நிலைமை சரியாகிவிட்டது, அதனால் இந்த்ரகர்ருக்கு நீ வருவது இது சரியான சமயம் என்றாள்.''

''இதை நீ ஏன் என்னிடம் சொல்லவில்லை?''

''அப்பொழுது அது சரியான சமயமோ இடமோ இல்லை.''

''எவ்வளவு நாட்களுக்கு?'' கல்கியின் குரல் நடுங்கியது.

திரும்பவும், அவன் தனியாக விடப்படுவான்.

"எனக்கு எவ்வளவு நாட்களுக்கு என்று தெரியாது. ஆனால் கண்டிப்பாகக் கொஞ்சம் காலமாவது இருக்கும் என்று நினைக்கிறேன்."

"நீ திரும்பவும் நகரத்திற்குப் போக வேண்டாம் என்று நினைக்கிறேன்."

"எனக்குத் தெரியும்."

"அப்படி என்றால் போகப்போகிறாயா?"

அவள் கண்கள் படபடத்தன. யோசித்தாள். "நான் நிச்சயம் போவேன் என்று உனக்குத் தெரியும். நான் கண்டிப்பாகப் போவேன், எனக்கு என் சித்தி மாதிரி ஆக வேண்டும், அதிகாரம் வேண்டும், வலுவான, கல்வியில் தேர்ச்சி பெற்றவளாக இருக்க வேண்டும். ஷம்பாலாவால் என்னை அவ்வாறு மாற்ற முடியாது."

கல்கிக்கு ஏமாற்றம் இல்லை. இந்த பதிலைத் தான் எதிர் பார்த்தான். "இந்த விஷயத்தில் உன்னிடம் மாற்றம் ஏதும் இல்லை," என்று நிறுத்தினான். "இம்முறை உன்னைக் கண்டிப்பாகச் சந்திக்க வருவேன், உறுதி கூறுகிறேன்."

"நீ, கண்டிப்பாக வரவேண்டும். என்னுடைய சித்தி எனக்கு நூலகத்தில் வேலை வாங்கித் தருவதாக வாக்களித்திருக்கிறாள். நினைத்துப் பார், அது எவ்வளவு நன்றாக இருக்கும்."

கல்கி தலையசைத்து ஆமோதித்தான். "புத்தகங்கள் சுவாரஸ்யமானவை. நான் அர்ஜனைக் கூட்டிக் கொண்டு வரலாமா?"

"கண்டிப்பாக அழைத்து வா."

இருவரும் பார்த்துப் புன்னகைத்துக் கொண்டனர். அவள் கண்களில் சந்தோஷம் மின்னுவதைக் கல்கி பார்த்தான். அவனைப் பொறுத்தவரையில் லக்ஷ்மி தன்னைச் சுற்றியிருக்கும் விஷயங்களைச் சிறந்ததாக மாற்றினாள்.

சின்னச் சின்ன விஷயங்கள் கூட இனிமையாகத் தெரிந்தன, அவள் சிணுங்குவது, அவள் பதற்றமாக இருக்கும்போது அவள் புருவங்கள் மேலே ஏறுவது, இப்படி எதுவாக இருந்தாலும் அது அவளை வேறு கோணத்தில் காட்டியது. அவள் மீது அன்பைப் பொழிய வைத்தது.

அவள் முன்னால் வந்தாள், அவனும் அதையே செய்தான். அவன் இதயம் படபடவென்று அடித்துக் கொண்டது, அவன் இதழ்கள் சில்லிட்டுப் போயின. அவன் கண்கள் சொருகத் தொடங்கியது, பிறகு...

ஷுகோ சத்தமாக அலறியது.

"கல்கி! கல்கி!"

கல்கியும் லக்ஷ்மியும் சட்டென்று பின்னால் நகர்ந்தார்கள், அப்பொழுதுதான் என்ன செய்ய இருந்தோம் என்பதை உணர்ந்தார்கள், அதுவும் தந்தைக்காக துக்கம் அனுஷ்டிக்கும் நாளில். லக்ஷ்மி முகம் சிவந்தாள், கல்கியின் உடலில் இளம் வெப்பம் ஏறியது. அவன் இதயம்

124

படபடத்தது, வாழ்நாளில் இவ்வளவு பதற்றத்தை அனுபவித்ததில்லை.

''யார் இது?''

''ஷூகோ.'' கிளி அசையாமல் அவன் தோளில் அமர்ந்தது. ''இன்று கிடைத்த புது நண்பன்.''

''சுவாரஸ்யமாக இருக்கிறதே,'' என்று சிரித்தாள்.

கைகள் இன்னமும் பிணைந்தபடி, சூர்ய அஸ்தமனத்தை வேடிக்கைப் பார்த்தனர்.

அடுத்த நாள் காலை கல்கி, பாலாவுடன் மெதுவாக விடுதியை நோக்கி நடந்தான். அம்மாவைப் பார்த்துக் கொள்வதற்காக அர்ஜனை அவளுடன் விட்டுவிட்டான்.

''உனக்கு கண்டிப்பாகத் தெரியுமா, அண்ணா, அது அவன் தானா?''

''கண்டிப்பாகத் தெரியும்.''

''அவன் வேறு யாரும் அல்ல, அவன் ஒரு...''

அவர்கள் மலையை அடைந்தனர். குடிகாரன் க்ருபா, பாறாங்கல்லில் சாய்ந்து கொண்டு உறங்கிக் கொண்டிருந்தான், அவனைச் சுற்றி, சில கோப்பைகள் சிதறிக் கிடந்தன. கல்கி முன்பொரு முறை அவனை யதேர்சையாகச் சந்திக்க நேர்ந்தது. அவன் இந்த்ரகர்ரிலிருந்து லக்ஷ்மி வந்திருந்த அன்று அவளைச் சந்தித்துவிட்டு அவள் வீட்டிலிருந்து நடந்து செல்கையில், அவனைச் சந்தித்திருக்கிறான்.

அது யதேச்சையான சந்திப்பு அல்ல.

''நேற்று அவனை இதுவரை தொடர்ந்து வந்தேன். அவன் உன் தந்தையின் ஈமச் சடங்குகளுக்கு வந்திருந்தான், அண்ணா. கூட்டத்திலிருந்து விலகி நின்றிருந்தான். அவன் ஒரு கோழை. சண்டையன்று ஒளிந்து கொண்டிருந்தான்.''

''என்னை அவனுடன் பேசச் சொன்னார் என் அப்பா, அவனுக்கு ஏதோ விஷயம் தெரிந்திருக்கிறது,'' என்று கல்கி பாலாவிடம் கூறினான். ''என் அப்பா சும்மா அவனைப் பற்றிச் சொல்லியிருக்க மாட்டார். அவன் பெயரைக் கூட நினைவில் வைத்திருந்தார். க்ருபா...என்னவோ சொன்னார்.''

''அவர் க்ருபா என்னவோ என்று சொன்னார்.'' அவன் நிறுத்தினான்.

''அவன் தன்னுடைய தற்காப்புக்கு என்ன சொல்கிறான் என்று பார்ப்போம்.''

30

கண்களைத் திறந்து வேறு ஒரு உலகத்தில் இருக்கிறோம் என்று உணரும் வரை விஷயங்கள் அவன் மனதில் குழப்பமாகவே இருந்தன. ரொம்பக் குளிராக இருந்தது, தாங்க முடியாத குளிர். மெலிதான கைகளால் தன்னையே கட்டி கொள்ளும் பாவனையில் எழுந்து நின்றான். எதோ உடையும் சத்தம் கேட்டது, அவன் காலடியில் பனிக்கட்டி விரியும் சத்தம்.

இது நன்றாக இல்லையே.

ஜில்லென்ற காற்று வீசும் போது அது அவன் கவனத்தைச் சிதற அடித்ததால் அவனுக்கு அது பிடிக்கவில்லை. கவனமாக அவன் தன் கால் விரல்களால் விளிம்புக்கு வந்தான்.

நான் இதை எதிர்பார்க்கவில்லை.

"உன்னுடைய சந்தோஷத்தை அனுபவித்தாயிற்று," என்று வானத்தைப் பார்த்து, மெலிதான பனிக் கட்டி விளிம்பில் தொங்கியபடி நின்று கொண்டு உரக்கக் கத்தினான். "என்னைக் காப்பாற்று, நண்பா, இல்லையென்றால் பனியில் உறைந்து இறந்துவிடுவேன்."

அப்பொழுது விளிம்பில் பனிக்கட்டி உடையத் தொடங்கியது, கீழே உறைந்த தண்ணீரில் விழ ஆரம்பித்தது. க்ருபா மெதுவாக உள்ளே நகர்ந்து கெட்டியாக இருந்த பனிக்கட்டி மீது நின்றான். அங்கே ஒரு உருவம் நிற்பதைப் பார்த்தான். மிகவும் உயரமாகவும், எடையுள்ளதாகவும் இருந்த உருவம், புலித் தோலை அணிந்திருந்தது. அதன் முதுகில் ஒரு கோடாரி தொங்கியது. நீண்ட ஜடாமுடி தொங்கியது.

"நீ எப்போதும் உன் சந்தோஷத்தில் குறியாய் இருக்கிறாய், நண்பா," என்றான் க்ருபா. "ஆனால் என்னை இந்தக் கனவுகளுக்குள் அழைப்பதை நிறுத்திக்கொள், சரியா? இது ரொம்ப கனமாகவும், வலியாகவும் இருக்கு..."

உருவம் அங்கேயே அமைதியாக நின்றது, மூக்கு விடைக்க.

"உனக்கு என்ன வேண்டும் பார்கவ்? நான் உனக்குப் போரைக் காட்டினேன் தானே? அவன் என்ன செய்தான் என்பதைத்தான்

பார்த்தோமே. அவன் தான்." க்ருபாவின் குரல் மாறியது. அது மிரட்டலாகவும், ஆழ்ந்தும் ஒலித்தது.

"நீ சாதாரணமாகப் பேசலாம்."

க்ருபா மூச்சு வாங்கினான்.

"உன் தலைக்குள் நுழைந்து பேசுவதற்கான முயற்சி எவ்வளவு கடினம் என்று உனக்குப் புரியவில்லை. உன் தலை அவ்வளவு இனிமையான இடமும் இல்லை." பார்கவ் ராம் நடக்கத் தொடங்கினான். க்ருபா அவனைப் பின் தொடர சிரமப்பட்டான். அவன் முன்னால் க்ருபா வயதானவனாகவும், அழுக்காகவும் தெரிந்தான். பார்கவ்வைப் பார்த்தால் எதோ ஒரு சிறப்பு, ஒரு கம்பீரம் தெரிந்தது.

"நான் அதை அனுமதிக்கவில்லை."

"எனக்கு ஏதாவது வாய்ப்பு இருக்கிறதா என்ன? உன் மருமகன் வழி தவறிவிட்டான், விதிக்கப் பட்ட பாதையைத் தாண்டி வேறு வழியாகப் போகிறான். உன்னை மட்டும் தானே நம்ப முடியும்?"

பார்கவ் பனிக்கட்டி மேடையில் அமர்ந்தான். சோமாவின் சக்தியைத் திரட்டி பார்கவ்வே அமைத்த மேடை அது.

"அவன் பக்கம் பேச வேண்டும் என்றால், அவன் அந்த விதியைப் பின்பற்ற வேண்டிய அவசியமே இல்லை. அவனுக்குக் கிடைத்த அந்த சாபத்திற்குப் பிறகு, பாவம் அவன்..."

பார்கவ் தன் உள்ளங்கைகளை விரித்தான். "இல்லை. அவனுக்கு சொர்க்கமே கிட்டும் என்று உறுதி கூறப்பட்டது, அவன் அதற்கு ஒப்புக் கொண்டு நடந்தால். ஆனால் அவன் அப்படிச் செய்யவில்லை. அவன் ஒளிந்து கொண்டிருக்கிறான். அதர்மத்தைக் காட்டிலும் இவன் பெரிய சிக்கலாக மாறலாம். அவனைக் கடைசியாக சிவன் கோவிலில் கண்டது..."

க்ருபாவின் ரத்தம் ஜில்லிட்டது. "நான் அந்த இடத்தை நன்றாக மூடியிருந்தேன் என்று தானே நினைத்தேன்."

"அது தான் இல்லை. அவன் அதைக் கண்டுபிடித்து விட்டான்." பார்கவ் காலை உதறினான். பனிக்கட்டி தரையில் பெரிய விரிசல் விட்டது.

க்ருபாவின் இதயம் ஒரு துடிப்பை மறந்தது.

"அவன் சிவாவின் வாளைக் கைப்பற்றிவிட்டால், நமக்குப் பிரச்சனைதான். நாம் இன்னமும் அவன் கதாநாயகன் என்ற நினைப்பில் சுத்திக் கொண்டிருக்கிறோம்."

க்ருபா தலையை ஆட்டினான். "அவன்தான், என்னால் உணர முடிகிறது. நீயேதான் பார்த்தாயே. நான் அங்கேயே நின்று உனக்கு அனைத்தையும் காண்பித்தேனே."

"அவன் என்ன செய்தான் என்று பார்த்தேன், ஆனால் அவன் கொஞ்சம் வலுவற்றவனாகத் தெரிகிறான்." பார்கவ் எதோ

யோசனையில் பேசினான். ''அவனால் எப்படி விதிக்கப்பட்ட தீங்கிலிருந்து வெளியே வர இயலும்? இவ்வளவு உணர்ச்சிக் குவியலாக இருப்பவன் எப்படி தர்மவானாக இருக்க முடியும்? கடவுள்கள் அவனுக்கு என்ன பணி கொடுக்க விரும்புகின்றனர்?''

க்ருபா தலையசைத்து, ''நான் அவனிடம் சிறப்பான நல்ல விஷயங்களைப் பார்க்கிறேன். நீ அதை உணர்ச்சிக் குவியல் என்கிறாய், நண்பா, ஆனால் நான் அதை வலிமை என்கிறேன். உணர்ச்சிகளின் சிதறலற்றவன், வெறும் கணக்குபோட்டு வாழ்பவன், நல்லதுக்கு இல்லை, நினைவில் கொள்.''

பார்கவ் ராம் திரும்பினான். க்ருபாவை நோக்கி நடந்தான். ''இவை அனைத்தையும் நடத்தும் சூத்ரதாரி சொல்கிறான்! நீ தானே மிலேச்சர்களுக்குப் பணம் கொடுத்து அவனுடைய தந்தையைக் கடத்திக் கொண்டு செல்லச் சொன்னாய்? அப்பொழுது தான் அவன் தன்னுடைய தகுதியையும் தரத்தையும் வெளிக் கொணர்வான் என்றாய். பிறகு மிலேச்சர்களுக்கு என்ன நடக்கிறது என்பதே தெரியாமல் விழிக்கும்போது அவர்கள் முதுகில் குத்தினாய்? ஒவ்வொரு முறையும் உன்னுடைய பொய் பெயரை உபயோகித்து, உன்னால் உனக்காக வேலை செய்பவன். அடியாட்களை வைத்து வேலையை முடித்தாய்.''

க்ருபாவின் இதயம் நொறுங்கியது. ''உன் ஆணைப்படி தான் நான் நடந்து கொண்டேன். என்னைக் குற்றம் சொல்லாதே. நம் திட்டம் வேலை செய்தது. இவ்வளவு நாட்களாகக் காத்திருந்தது வீண் போகவில்லை, அப்படித் தானே, தோழா?''

''நான் உன் தோழன் இல்லை.'' பார்கவ்வின் புருவங்கள் நெரிந்தன. ''அதர்மம் தொடங்கப் போவதன் அறிகுறிகள் நடக்கின்றன. சீக்கிரத்திலேயே நாம் ஒரு எதிரியை எதிர்கொள்வோம். விதி நம்முடன் விளையாடுகிறதா, என்ற சந்தேகம் எழுகிறது. நாம் எவ்வளவோ பிரயத்தனப் பட்டுவிட்டோம், அசரீரி வாக்கு பலிக்கக் கூடாது என்பதற்காக. ஆனாலும் விதி நம்முடன் விளையாடி அவற்றை முறியடித்து, நம்மை அதற்கு இரையாக மாற்றிவிட்டது. நான் அதர்மம் தொடங்கும் காலத்தைத் தடுக்கவேண்டும் என்று நினைத்தேன், ஆனால் இப்பொழுது அது தவிர்க்க முடியாததோ என்று தோன்றுகிறது.''

''நான் ஒரு நாள் தாமதமாக்கிவிட்டேன். எனக்கே தெரியும்.'' க்ருபா ஒப்புக்கொண்டான். ''அப்படி இல்லை என்றால் நமக்கு இப்பொழுது தர்மமே இருக்காது,'' க்ருபா கூறினான்; ஆனால் அவனுக்குத் தெரியும் விதி இதை மாற்றுவதற்கும் ஏதாவது வழி கண்டுபிடித்திருக்கும். வேதத்தில் எழுதி இருந்தவற்றைக் கண்டிப்பாகச் செயல்படுத்தும். அந்த வார்த்தைகள்.

''சென்ற யுகம் நமக்கு பேராபத்தாக இருந்தது. நாம் எல்லோரும் அதற்குப் பலியானவர்கள்,'' பார்கவ் நிறுத்தினான், ஏதோ தன்னுடைய

உணர்ச்சிகளை அதிகம் கொட்டிவிட்டது போல. ''சரியான ஏற்பாடுகளை நீ செய்ய வேண்டும். அவனைத் தயார் செய்து என்னிடம் கொண்டு வா, அவனிடம் வேறு எதுவும் கிடைக்கும் முன்பு, வாள் கிடைக்க வேண்டும், அவனுக்குப் பயிற்சி அளிக்கப்பட்டிருக்க வேண்டும்; இல்லையென்றால் நாம் தோல்வியுறுவோம்...திரும்பவும்.''

''நான் உறுதி அளிக்கிறேன்,'' என்று க்ருபா ஒப்புக் கொண்டான்.

அவன் இதயம் துடித்தது, அவன் எங்கிருந்தோ இழுக்கப்பட்டான், அவனைச் சுற்றி அனைத்தும் கருப்பானது. பறவைகளின் கிறீச்சிடும் சத்தமும், சுராவின் வாசமும் தூக்கலாக இருந்தது, அவன் தொடைகளை எதுவோ உதைத்தது.

அவன் கண்களை வேகமாகத் திறந்தான், அவன் எதிரே இருவர் நின்று கொண்டிருந்தனர். அவர்கள் அவனுக்குப் பரிச்சயப் பட்டவர்கள். அவன் பனியிலிருந்தும், குளிரிலிருந்தும் தொலைவில் வந்து விட்டான். பனியும், வடக்கும் அவனை சங்கடப் படுத்தியது. குறிப்பாக கோணல் மாணலான மலைகள் அவனை அச்சுறுத்தின.

கல்கியின் தோளில் ஒரு கிளி அமர்ந்திருந்ததைப் பார்க்க விநோதமாக இருந்தாலும், அது சரி எனப்பட்டது. அதாவது வார்த்தைகளைப் பின் பற்றியது-அவை என்ன கூறின. *இவன் தான் அசலானவன். நன்றி கடவுளே. இனி ஒரு கதாநாயகனைத் தேடும் அவசியம் இல்லை.*

அவன் முகத்தில் ஒரு இளிப்பைப் பொருத்திக் கொண்டான், அவனுக்கு மூச்சு வாங்கியது. இது ரகசியமாக அனைவரையும் ஆட்டிவைக்கும் க்ருபாச்சார்யாரின் வெற்றிகரமான வரவு. அவனுக்கு, தனக்கே வாழ்த்துக்கள் சொல்லிக் கொள்ள வேண்டும் என்று தோன்றியது.

''எதற்காக சிரித்துக் கொண்டிருக்கிறாய், குடிகாரனே? விழித்துக் கொள். என் நண்பனுடன் பேசு. இன்றைக்கு வேண்டிய அளவு நீ தூங்கிவிட்டாய்.''

கல்கி மண்டியிட்டான். அவனுடைய மேலங்கி தொளதொளவென்று இருந்ததால் அதன் ஊடே அவனுக்கு ஏற்பட்டிருந்த காயங்களின் வடுக்கள் தெரிந்தன. ஷம்பாலாவில் இருந்த நிறைய கிராமவாசிகளைப் பார்க்கும் போது இவன் சற்றே மாநிறமாக இருந்தான்.

''நாம் பேசவேண்டும்,'' அவன் இதழ்கள் இறுகின.

நானும் அதைத்தான் நினைத்தேன்.

க்ருபா கைகளை நீட்டி, கல்கியை வரவேற்றான். அவனைப் பார்த்துக் கூறினான், ''நான் உன்னைப் பற்றித் தான் கனவு கண்டு கொண்டிருந்தேன் என்று சொன்னால், உன்னால் நம்ப முடியுமா?''

இரண்டு விருந்தினர்களும் குழப்பமான பார்வைகளைப் பரிமாறிக் கொண்டனர்.

31

சோமா குகைளை அடைந்தவுடன் பாலாவிடம் கல்கி சொன்னான், ''நீ கிளம்பு.''

''கண்டிப்பாகத் தான் சொல்கிறாயா?'' பாலாவின் குரல் கரகரப்பாகக் கேட்டது.

''ஆமாம். நான் உறுதியாகத்தான் சொல்கிறேன். நான் இதைத் தனியாகத் தான் செய்ய வேண்டும். நீ சென்று என் அம்மாவுக்கு ஏதாவது உதவி தேவையா, என்று பார்.''

பாலா புரிந்துகொண்டு தலையாட்டினான். தன்னுடைய கதை தோளில் தொங்க அவன் கிளம்பினான். கல்கி சிரித்தான். அவனுடைய வெகு சில நண்பர்களில் இவனும் ஒருவன் என்று நினைத்தான்.

கல்கி திரும்பி க்ருபாவைப் பார்த்தான். க்ருபா சோமா குகைகளைச் சுற்றி வளர்ந்திருந்த பிரமாதமான ஆர்கிட் மலர்களை வேடிக்கைப் பார்த்துக் கொண்டிருந்தான். அதன் நுழை வாயில் ஒரு பெரிய பாறாங்கல்லால் அடைக்கப் பட்டிருந்தது.

''இங்கே என்னை எதற்காகக் கூட்டிக் கொண்டு வந்தாய்?''

''உன் அப்பாவுக்கு என்னை எப்படித் தெரியும் என்று கேட்டாய். இங்கே தான் நாங்கள் முதன்முதலில் சந்தித்துக் கொண்டோம்.'' அவன் தன் கைகளை நீட்டினான். ''அவரைச் சந்தித்தபோது அவர் மிகவும் சிறப்பானவர் என்று உணர்ந்தேன், தோழா, ஆனால் கவலையில் இருந்தார்.'' அவன் நிறுத்தினான். ''நீ பிறப்பதற்கு முன்னால், ஏறக்குறைய, நீ பிறக்கும் சமயம் என்று நினைக்கிறேன்.''

''உனக்கு என்ன வயது?'' கல்கி கேட்டான்.

''நூற்றுக்கும் மேலே. நான் எண்ணிக்கை வைத்துக் கொள்ளவில்லை.''

''அது எப்படி சாத்தியம்? நாளை என்று ஒன்று இல்லாததுபோல் குடிக்கிறாய்.''

க்ருபா நேசத்துடன் சிரித்தான். ''எனக்குக் கிடைத்த பரிசு. சரியாகச் சொல்லப் போனால் கொடுப்பினை.''

''கொடுப்பினையா?''

''ஆமாம்'' என்றான். ''நாம் இந்த யுகத்தில் மட்டும் தான் அமைதியுடனும் குழப்பத்துடனும் வாழ்கிறோம் என்று நினைக்கிறாயா? இல்லை. நிறைய யுகங்கள் இருக்கின்றன, நான் ஒன்றில் இருந்தேன், சென்ற யுகத்தில். நான் நிறைய உயிர்களைக் காப்பாற்றினேன், அதனால் கடைசி அவதாரம் கொடுத்த கொடுப்பினை. அமரத்துவத்துக்கான வாய்ப்பு.''

கல்கியால் தன் காதுகளை நம்பமுடியவில்லை. அவன் அமரத்துவமாக வாழ்பவர்களைப் பற்றிக் கேள்விதான் பட்டிருக்கிறான், இறவா வரம் பெற்றவர்கள்.

''கொடுப்பினை உடையவர்கள், சிரஞ்சீவிகள் என்றும் அழைக்கப்படுவர்.''

''இது சாத்தியமே இல்லை.''

''உன் வலிமையும் தான் சாத்தியமில்லை, தோழா.'' க்ருபா விஷமமாகச் சிரித்தான். ''நான் அதைக் கவனிக்கவில்லை என்றா நினைத்தாய்? அர்ஜன், உன் தம்பி இந்தக் கேள்வியைக் கேட்க வேண்டும் என்று துடிதுடித்துக் கொண்டிருப்பான்-எப்படி தன் அண்ணன் இவ்வளவு அம்புகளை ஏந்திக் கொண்டும் சாகாமல் இருக்கிறான்?''

கல்கிக்கு தர்ம சங்கடமாக இருந்தது. அர்ஜன் முகத்தில் அந்த சந்தேகம் வந்தது, மற்ற கிராமவாசிகளுக்கும் தான், அந்த அற்புதத்தைப் பார்த்த அனைவரும் பிரமித்தார்கள்.

''நாம் சாதாரண உலகத்தில் வாழவில்லை, தோழா. இப்போது அப்படி இல்லை, பழமையானவர்கள் இறந்தபின், பிளவுக்குப் பின் அப்படி இல்லை.'' அந்த வார்த்தைகள் அவன் தலையைச் சுற்றிப் பறந்தன.

''என் அப்பாவை உனக்கு எப்படித் தெரியும்?''

''நான் முதலிலிருந்து தொடங்குகிறேன்.'' சம்மணமிட்டு தரையில் அமர்ந்தான். ''ஒவ்வொரு யுகத்திற்கும் ஒரு தர்மம் உண்டு, அதன் கதாநாயகன், ஒரு அதர்மம் உண்டு, அவன் தீயவன். சென்ற யுகத்தில் எனக்கு நிறைய பொறுப்புள்ள வேலை இருந்தது. ஒரு கொடூரமான போர் நடைபெற்றது. அதன் கதாநாயகன் கோவிந்த்.''

கல்கி மெய்மறந்தான், ஏன் என்றால் அவனுக்கு அந்தப் பெயர் நினைவுக்கு வந்தது. அவனுடைய வரலாற்று வகுப்பில் அவன் கோவிந்தின் வலிமையைப் பற்றிக் கேள்விப்பட்டிருக்கிறான், ஆர்யாவ்ரத்தா மன்னர்களின் விசித்திரமான ஆலோசகனாக விளங்கி, மஹாயுத்தத்தில் அவர்களை வெற்றி பெறச்செய்தவன். அது வரலாறு.

''அவர் நாராயணனின் அவதாரம், எளிதாகச் சொல்லவேண்டும் என்றால், விஷ்ணு, கடவுளர்களின் கடவுள்.'' க்ருபா சிரித்தான். ''அதாவது அவர் தன்னை அப்படித்தான் கருதிக் கொண்டார். நான் அவரை நம்பவே இல்லை. அவர்கள் எல்லோருமே போலிகள். வேதங்கள் சொல்வார்கள்.

நாராயணன் இளவர்த்தியிலிருந்து புறப்படும் போது, ஒவ்வொரு யுகத்திலும் திரும்ப வருவதாகவும், தீமை தலை தூக்கும்போது வருவதாகவும் குறிப்பிட்டிருந்தார். அவர் அவதாரமாக வருவார். இது எவ்வளவு தூரம் உண்மை என்பது தெரியாது. நான் இதை நம்பத் தயாராக இல்லை, ஏன் என்றால் கோவிந்த் தன் சொந்தப் பாதையைத் தான் தேர்ந்தெடுத்தார், நாராயணனின் பாதையை அல்ல. இதற்கான காரணத்திற்கு வருகிறேன்.'' நிறுத்தினான். ''கோவிந்த் எனக்கும் என் நண்ப...நண்பன் இல்லை, என்னுடன் துணைக்கு நின்றவனுக்கும் ஒரு புனிதப் பணியைக் கொடுத்தார், இந்த யுகத்தைத் திரும்பவும் வரவிடக் கூடாது. அவர் அசரீரிகளின் வாக்கையோ, இவர் தான் தேர்ந்தெடுக்கப் பட்டவர் என்ற நம்பிக்கையோ இல்லை என்று மறுத்தார். அது முட்டாள்தனம் என்பது அவர் வாதம். தீமையின் மொத்த வடிவமான- சோமாவை அழிக்க நினைத்தார். அவரைப் பொறுத்தவரை சோமாதான் கதாநாயகர்களையும் மற்றும் பைத்தியக்காரர்களையும் உருவாக்குகிறது; பைத்தியக்காரர்களுக்கு முடிவு கட்ட வேண்டுமென்றால், அந்த யுகத்தின் கதாநாயகனையும் பலி கொடுப்பது பரவாயில்லை என்று கருதினார்.''

அவன் குகைகளைக் காண்பித்தான்.

''அவர் என்னையும், என் மருமகனையும், என்னுடன் துணை நின்றவனையும் கொண்டு அதை முடிக்க நினைத்தார். என்னுடன் துணையாக வந்தவன், நிறைய குற்றங்களைச் செய்திருந்ததனால் நிறைய தவங்களை மேற்கொள்ள வேண்டியிருந்தது. அவன் தன் பாவங்களைக் கழுவுவதற்காக என்னிடம் அந்த பொறுப்பை ஒப்படைத்தான்; நான் அந்த நாடு முழுவதும் தனியாகப் பயணித்து, சோமாவைக் கண்டுபிடித்து அழிக்கவேண்டும் என்றான்.''

''உன் மருமகன் என்னவானான்?''

க்ருபாவின் முகம் இருண்டது. ''அவன் வேறு பாதையில் சென்றான். அவன் என்ன நினைத்தான் என்று எனக்குத் தெரியவில்லை, ஆனால் அவன் என்னை விட்டுச் சென்றுவிட்டான். நான் தனியாளாக விடப் பட்டேன், ஆனால் அதைச் செய்து முடித்தேன். தொடர்ந்து பயணித்துக் கொண்டே இருந்ததால் சோர்வு வந்தது, அதைப் போக்கக் குடிக்க ஆரம்பித்தேன். என்னுடைய கடுமையான பணியை முடிக்கக் குடித்தேன். இந்திரக் கடவுள் சோமாவின் சக்தியை நாடு முழுவதும் பரவ விட்டிருந்தார். அவை சிதறிக் கிடந்ததால் எனக்குச் சிரமமாக இருந்தது.''

''எனக்கு ஒரு விஷயம் புரியவில்லை. சோமா, கடவுளின் பரிசாக இருக்கும் போது கோவிந்த் அதை ஏன் தீமை என்று கருதினார்?''

''அப்படி அவசியம் இல்லை,'' என்றான். ''இந்தக் கற்களைக் கொடுக்கும் போது இந்திரக் கடவுளுக்கு நல்ல எண்ணம்தான் இருந்தது. ஆனால் அவர் எதை புரிந்துகொள்ளவில்லை என்றால்-அவை மாணவ்களுக்கு உகந்தவை கிடையாது. கற்களைக் கையாளும்

அளவுக்கு வலிமைகொண்டவர்களாக அவர்கள் விளங்கவில்லை. அவர்கள் பாவங்களைச் செய்பவர்கள். அவர்கள் பைத்தியம் ஆவதோடு இல்லாமல் மற்றவர்களையும் பைத்தியமாக மாற்றக் கூடியவர்கள். சென்ற யுகத்தில் மஹாயுத்தம் நடந்தது. பலர் சோமாவின் வாசனையை அறிந்தவர்கள். அதனால் தான் கோவிந்த் அவர்களுக்கு இதை இனி வழங்கவேண்டாம் என்று தீர்மானித்தார்.''

''அவர் அதை நுகர்ந்தாரா?''

''ஆமாம்.''

''அவருக்குப் பைத்தியம் ஏன் பிடிக்கவில்லை?''

க்ருபா யோசித்தான். ''ஏன் என்று எனக்குச் சரியாகத் தெரியாது. நாங்கள் பைத்தியமாகவில்லை. ஆன்மிகம் சொல்கிறது தர்மம், அதர்மம் என்று இரண்டு வகையிருக்கு. இந்த இரண்டு வகையானவர்கள் தான் ஒவ்வொரு யுகத்திலும் சோமாவை நுகர அனுமதி பெற்றவர்கள். அதன் சக்தியை நன்மைக்கும், தீமைக்கும் பயன்படுத்தலாம். அறிவியல் கூற்றின்படி சிலருக்கு எதிர்ப்பு சக்தி கூடுதல். அவர்களுக்கு சீரிய மரபணுக்கள், மற்றும் உடல்வாகு இருக்கலாம். நல்ல மூளை வளம் இருப்பதால் இதை எதிர்கொள்ளும் சக்தி இருந்தது. இதற்கு இவற்றுள் சரியான பதில் எது என்று தெரியாது.''

''அதர்மத்தாலும் சோமாவை எதிர்த்து செயல் படமுடியுமா?''

''ஆமாம்.''

''அவனைக் கண்டுபிடித்தாயா?''

''இதுவரை இல்லை. எனக்குத் துணை நின்றவன் அவனை நெருங்கி விட்டதாகக் கூறுகிறான்.''

''தர்மம் என்ன ஆனான்? அவனை நீ...ஒரு நிமிஷம் பொறு...'' கல்கி கண்களைச் சுருக்கி க்ருபாவைப் பார்த்தான். க்ருபா தொடர்ந்து புன்னகைத்தான். ''நான் தர்மம் என்று நினைக்கிறாயா?''

க்ருபா ஆமோதித்தான். ''இப்பொழுது உன் அப்பா காட்சியின் உள்ளே நுழைகிறார். நான் நாடு முழுவதும் பயணித்து யாரும் வரமுடியாத இந்த அத்துவானத்திற்கு வந்தேன். இங்கே வந்ததும் சோமா குகைகள் இங்குதான் உள்ளன என்று புரிந்துகொண்டேன். நான் ஏதாவது செய்ய வேண்டுமே என்ற கட்டாயத்தில் அவற்றை மூடினேன்.''

கல்கி அங்கு குமிந்திருக்கும் கற்களைப் பார்த்தான். ''இதை எப்படிச் செய்தாய்?''

''என்னிடம் சில வித்தைகள் உள்ளன,'' க்ருபா சிரித்தான். ''சில ரசாயனப் பொருட்களின் கலவைகள் ஒரு பெரிய வெடிப்பை ஏற்படுத்தும். நான் பிறகு எப்போதாவது சமயம் கிடைக்கும் போது சொல்லித் தருகிறேன்.'' அவன் நிறுத்திவிட்டுத் தொடர்ந்தான். ''நான் என் வேலையை முடிக்கும்போது என்னை ஒரு உருவம் தாக்கியது. இதை மூடியதற்காக என்னை அடித்து மிரட்டினார். அவரைத் தடுத்து

133

நிறுத்த அவருடைய வலிமையையே அவருக்கு எதிராகத் திருப்பினேன். அவர் சண்டைக்காரர் அல்ல என்பதைப் புரிந்து கொண்டேன். ஆனால் அவர் கைகள் வலுவாக இருந்தன. அவர்தான் உன் தந்தை.''

அவனுடைய தந்தை விஷ்ணு ஒரு ஈயைக் கூட அடிக்க வல்லவர் இல்லை என்று நினைத்துக் கொண்டிருந்தபோது, ஒரு ஆளை அடிப்பார் என்பதை கல்கியால் நம்ப முடியவில்லை. ஆனால் க்ருபா தன் பேச்சின் மூலம் ஒருவரை நன்றாக எரிச்சல் அடையச் செய்யக் கூடியவன்.

''அவர், சோமா, கடவுளின் பரிசு என்றார். நான், அது தவறு, மக்கள் பைத்தியமாகிறார்கள் என்றேன். அது சரியான வழி இல்லை என்றும் கூறினேன்.'' அவன் தொடர்ந்தான். ''அவர் உன்னைப் பற்றிக் கூறினார், பிரசவத்தின் பொழுது அவர் மனைவி எவ்வளவு நோயுற்றிருந்தாள் என்றார். அவர் அனைத்து விதிகளையும் உடைத்து, கற்களிலிருந்து அமிர்தத்தை எடுத்துக் கொண்டு போய் அவளுக்குக் கொடுத்தாராம், கடவுள்கள் அவளுக்கு உதவுவார்கள் என்று எண்ணினாராம். உன் அம்மா குணமடைந்துவிட்டாளாம். பிறகு நீ வளரும்போது விஷ்ணு உன் வலிமையை கவனித்தார். அவர் அதிர்ச்சி அடைந்தார். மற்றவர்களுக்கு வழங்கினால் அவர்களும் உன்னைப் போல வலிமையடைவார்கள் என்பதை உணர்ந்தார். அவர் தான் நினைப்பது தவறு என்று அறியாத அப்பாவி.''

தந்தை அவனைச் சிறப்பானவன் என்றும் தேர்ந்தெடுக்கப்பட்டவன் என்றும் சொல்வதை நினைத்துப் பார்த்தான்.

''அந்த சமயம் எனக்கு ஆர்வமாக இருந்தது. எப்பொழுதுமே சோமா இப்படி ஒரு குணாதிசயத்தை உண்டு பண்ணியதில்லை. உன் அம்மாவுக்கு எந்தப் பரிசும் கிடைக்கவில்லை. உனக்கு மட்டும் தான் கிடைத்தது. உனக்கு மட்டும் தான் சக்தி கிடைத்தது. நீ பைத்தியமாகவும் ஆகவில்லை, இறக்கவும் இல்லை. நீ நன்றாகத் தான் இருந்தாய்; மேலும் மிகவும் வலியவனாக இருந்தாய். நீ பார்ப்பதற்கு அச்சு அசல் கோவிந்த் போலவே இருந்தாய்; அதே கம்பீரம், அதே துணிவு, அதே நேர்மை, அதே அகங்காரம். நீ தர்மத்தில் நம்பிக்கை வைக்கத் தூண்டினாய். நான் விஷ்ணுவுக்கு இவற்றைப் புரிய வைத்தேன், அவருக்கு அந்த எண்ணம் தோன்றியது, உன்னை நல்லவனாகவே வளர விடுவதுதான் நல்லது என்று.''

''ஆனால் எனக்குத் தெரியும்,'' என்று தொடர்ந்தான், ''உன்னைக் கண் காணிப்பது அவசியம் என்று. உனக்குக் கிடைத்த சோமாவின் வீரியம் குறைவு. ஒரு வேளை நீ அதிர்ஷ்டக்காரனாக மட்டும் இருக்கலாம். ஆனால் மிலேச்சர்களுடன் நடந்த போரால் நான் நினைப்பது தவறு என்று காட்டிவிட்டாய். நீ தான் அசலானவன், தோழா.''

கல்கி தன் தாடைகளை இறுக்கினான், ''நான் அப்படி நினைக்கவில்லை...எனக்குத் தெரியவில்லை...''

''அதர்மம் எங்கேயோ அருகில் தான் இருக்கிறது; கல்கி.'' அவன் முன்னால் வந்தான். ''நீதான் தீர்மானம் எடுக்க வேண்டும். நீ சும்மா நின்று நடப்பதை வேடிக்கை பார்க்கப் போகிறாயா, இல்லை தடுத்து நிறுத்தப் போகிறாயா? அதர்மத்தின் இருட்டு யுகத்தில்தான் உலகம் முடிவடையும், திரும்பவும் அப்பாவிகளின் மரணம் நிகழக்கூடாது. மஹாயுத்தம் ஒன்று மறுபடியும் வரக் கூடாது.''

''அது வரவே இல்லையென்றால் என்னாகும், உனக்குத் தெரியுமா? நீ தான் அனைத்து சோமாவையும் அடைத்துவிட்டாயே. நான் அதிர்ஷ்டக்காரன், அது தானே உண்மை,'' என்று கல்கி நிறுத்தினான். ''நீ ஏன் அதை அழிக்கவில்லை? ஏன் அதை அடைத்து மூடினாய்?''

க்ருபா அந்த குகைளைச் சுற்றி அமைக்கப்பட்ட கோவிலைப் பார்த்தான். ''ஏன் என்றால் ஒரு நாள், இருட்டு யுகம் முடியும், நமக்குச் சிறந்த சிந்தனைகள் ஏற்படும், அன்று, பாவங்கள் கரைந்துவிடும், கடவுளர்களின் பானம், இந்த சோமா அனைவருக்கும் கிட்டும், அனைவரும் அதைப் பயன்படுத்தத் தகுதியாவார்கள். அது வரை நான் அடைத்து வைத்திருக்கிறேன்.''

சற்று நேரம் மௌனம் நிலவியது, பிறகு க்ருபா பேசத் தொடங்கினான்.

''உன்னுடைய முதல் கேள்விக்கு பதில்,'' க்ருபா தனக்குத் தானே சிரித்துக் கொண்டான். ''என் துணைவனும் நானும் அதைப் பற்றி அடிக்கடி சிரித்துக் கொள்வதுண்டு. நாங்கள் இருவரும் இருண்ட யுகத்தைத் தடுத்து நிறுத்த நினைத்தோம், அதர்மம் தலை தூக்குவதை நிறுத்த நினைத்தோம், கூடவே தர்மமும் தழைக்காவிட்டாலும் பரவாயில்லை என்று யோசித்தோம்; ஆனால் விதி எங்களை விடவில்லை. அது எங்களை நிறுத்தியது. சில நேரங்களில் நம்மால் ஏமாற்ற முடியாது; கர்மா எப்பொழுதும் நம்மைச் சுற்றி வரும். அது விதியின் திட்டத்தை செயல் படுத்தும். அதனால், சோமா அடைக்கப்பட்டது, அதைக் கொண்டு எந்த அதர்மமும் வராது என்று நீ நினைத்தால் உனக்கு ஒரு ஆச்சரியம் காத்திருக்கும், நீ அதை எதிர்பார்த்திருக்கவே மாட்டாய். இப்படித் தான் உலகம் நம்மைக் காறித் துப்பும், நம்மை ஒரு நகைச்சுவைப் பொருளாக மாற்றும்.''

க்ருபாவைப் பார்த்தால் குடிகாரன் போல் தெரியவில்லை. அவன் ஒரு அறிவாளி, ஞானி; இவனைப் போன்றவன் கல்கியின் வாழ்க்கையில் தேவை.

''எப்படி?'' என்று நிதானமாகக் கேட்டான்.

''நாம் எவ்வளவு சீக்கிரம் முடியுமோ அவ்வளவு விரைவாக ஷம்பாலாவை விட்டுச் செல்லவேண்டும். மகேந்திரகிரி மலைகளுக்குப் போகவேண்டும். அங்கே என்னோடு துணையாக நின்றவன் அவதாரத்திற்கு வேண்டிய ஆற்றல்களைக் கற்றுக் கொடுப்பான்.

உன்னைத் தகுதியானவனாக மாற்றி, தீமை எழுந்தால் அதனுடன் சண்டையிடக் கற்றுக் கொடுப்பான்.''

கல்கி ஒப்புக் கொண்டான். ''என்னிடம் நிறைய கேள்விகள் உள்ளன. ஆனால் வெகு சில பதில்கள் தான் கிடைத்திருக்கின்றன. என் அப்பாவுக்கு வெகு காலமாகத் தெரிந்திருக்கிறது, ஆனால் அவர் என்னிடம் சொல்லவில்லை.''

''ஏன் என்றால் அவருக்கு அதை நம்ப விருப்பமில்லை. நீ அந்த விஷயத்தைத் தெரிந்து கொண்டதன் கனத்தை, தோளில் சுமந்து வளர்வதை அவர் விரும்பவில்லை. நீ யதார்த்தமாக வளர வேண்டும் என்று நினைத்தார். ஆனால் இப்பொழுது உனக்கு வயது வந்துவிட்டது, நீ வலிமையானவன், நீ தயாராக இருக்கிறாய்.''

''நீ யார்?'' கல்கி திரும்பினான். ''அனைவரைப்பற்றியும் தெரிகிறது, ஆனால் உன்னைத் தவிர. உன்னுடைய மர்மமான மருமகன் மற்றும் துணைக்கு வந்தவன் பற்றியும் எதுவும் தெரியவில்லை. நீ தான் அதர்மம் இல்லை என்பதை எப்படித் தெரிந்து கொள்வது?''

''தோழா, நான் அதிலிருந்து வெகு தொலைவில் இருப்பவன், ஆனால் என்னுடைய மருமகனின் அடையாளத்தை உனக்குக் காட்டமுடியாது,'' என்று சத்தமின்றி சிரித்தான். ''விஷயம் என்னவென்றால் நான் க்ருபா ஆச்சார்யா.''

''ஆச்சார்யாவா? அது குருகுலத்தில் பாடம் நடத்தும் குருமார்களுக்குக் கொடுக்கப்படும் பெயர் இல்லையா?''

''அதனால்தான் எனக்கு வழங்கப்பட்டது.''

கல்கி குகைக்கருகே நடந்தான். உள்ளே இருந்த கருங்கல்லைத் தொட்டான். அதன் வலுவை உணர்ந்தான். அவை எப்பொழுதும் இங்கே இருக்கும்.

''இதைத் திரும்பவும் திறக்க மாட்டாயா?''

''இப்போதைக்கு இல்லை.''

''ஒருவேளை எனக்கு இது கூடுதலாகத் தேவைப் பட்டால்?''

''இது நல்லதுக்கல்ல. இது மக்களின் மனதைச் சாகடிக்கும் தன்மை வாய்ந்தது.'' என்றான் க்ருபா. ''நீ பயிற்சி பெற்று தயாரானதும், இதை பார்க்கலாம். ஆனால் இப்பொழுது உன்னுடைய அப்பா கொடுத்த அளவே அதன் வேலையைக் காட்டிக் கொண்டிருக்கிறது. ஒரு முறை உபயோகித்தால் தான் சோமா நல்லது. தர்மத்துக்கு ஒரு வேளை அது நல்லதாக அமையலாம், ஆனால் கூடுதலாக அருந்தினால் அது எதில் வேண்டுமானாலும் கொண்டு போய்விடலாம், நாம் முயற்சி செய்ததில்லை.''

''ஆனால் நான் தர்மமாக இருந்தால், என்னால் கூடுதல் சோமாவை உட்கொள்ள முடியும் தானே?''

''நமக்குச் சரியாகத் தெரியாது. உண்மையைச் சொல்லப் போனால்,

136

தோழா, முயற்சி செய்து பார்க்க வேண்டாம்.'' அவன் தலையசைத்து மறுத்தான். ''அது உன்னை எப்படி பாதிக்கும் என்று எங்களுக்குத் தெரியாது, ஒரு நல்ல விஷயத்துக்கு செய்யப் போகும் தியாகம் என்றால் கூட அதன் மறுபக்கத்தைப் பார்க்கும் தெம்பு எங்களிடம் இல்லை. அது அச்சம் தரும் விஷயம், தோழா. அதைச் சுற்றி எப்பொழுதும் ஜாக்கிரதையாக இருக்க வேண்டும்.''

''கோவிந்த் எப்படி?''

க்ருபா கூறினான், ''மஹாயுத்தம் நடப்பதற்கு முன்பு நிறைய எடுத்துக் கொண்டார். அவருடைய சக்தியை ஏற்றிக் கொள்ள. ஆனால் அது சரியாக வேலை செய்யவில்லை. அவருக்கு சக்தி வந்ததுதான், ஆனால் உம்ம்...அது ஒரு பக்க விளைவைக் கொடுத்தது. அவருடைய தோல் கருநீலமாக மாறிவிட்டது. அதனால் பாதிப்பைத் தாங்க முடியவில்லை. அது அச்சம் வரவழைப்பது என்று நான் தான் சொன்னேனே. ரொம்பவும் அவசியமானால் தவிர அதிகம் எடுத்துக் கொள்வது ஆபத்து-இது கோவிந்தின் வார்த்தைகள்.''

மொத்தமாக அமைதி நிலவியது. கல்கி கோவிந்தின் சித்திரங்களையும், ஓவியங்களையும் நினைத்துப் பார்த்தான். அவரை நீலமாகவும் கருமையாகவும் தான் சித்தரித்திருந்தார்கள். அவனுடைய குரு, அது ஏன் என்றால் அவர் ஒரு போர் வீரர், துணிவாகப் போர் புரிவார், நீலம் வலிமையின் அறிகுறி, அதனால் அப்படியே ஆகிவிட்டார் என்று கூறியிருந்தார். இப்பொழுது தான் தெரிகிறது விளக்கம் மொத்தமும் பொய் என்று.

கல்கி தலையசைத்து மறுத்தான். ''என் மனதில் நிறைய விஷயங்கள் உள்ளன; நான் உன்னுடன் நாளை பேசுகிறேன்.'' இப்படிக் கூறி விட்டு நகர்ந்தான், அவன் மனதில் இருந்த அனைத்து காட்சிகளும் ஒவ்வொன்றாக அவன் கண் முன்னே வந்தன.

32

இளவர்த்தி முழுவதும் தேடி அலைந்து புத்தகங்களைத் தேர்ந்தெடுத்தாள் ரத்ரி, அவளே தன் கையால் அவற்றைத் தூக்கி வந்தாள், அல்லது தன் நண்பர்களைக் கொண்டு வரச் சொன்னாள். இந்த்ரகர்ரின் நூலகத்தில் அவற்றை அடுக்கினாள். கீகட்புர் ராஜ்ஜியத்தில் மிகவும் பிரசித்தி பெற்ற ஊர் இந்த்ரகர். அங்கு பிறந்ததால் அதன் கலாசாரத்தை நிலை நிறுத்துவதில் குறியாக இருந்தாள். வன்முறை, என்பதில் அவளுக்குச் சற்றும் ஏற்பு இல்லை, அதை அறவே வெறுத்தாள். ஆனால் அந்த நிலைப்பாட்டிலேயே நிறைய பேர் இருந்ததால், நிறைய விஷயங்கள் மாறி இருந்தன.

ரத்ரி வெகுவாக சிரத்தை எடுத்து இந்த வேலையில் சேர்ந்து, அடி மேல் அடியாக உயர்ந்திருக்கிறாள். அதனால் தான் அவளுக்கு இந்தப் பரிசு கிடைத்தது-நூலகம். அவளுக்கு அதில் பெருமிதம் அதிகம். அவளின் ஆதர்ஸ கனவு நூல்களுடன் இருப்பது, படிப்பது, அவற்றை சுவாசிப்பது. ஆனால் நூலகம் ஒரு விலையுடன் தான் வந்தது. வேதாந்தா மன்னன் அவளைக் கலாசார மற்றும் விருந்தினர் உபசரிப்பு நிகழ்ச்சிகளில் இருந்து விலக்கி விட்டார். அவளுக்கு அதன் மீது எந்த விதமான அதிகாரமும் கிடையாது. பழங்குடியினருக்குச் செய்யும் அநீதிகளுக்கு எதிராக நாடகங்கள், துண்டுச் சீட்டுகள், பிரசுரங்கள் போன்றவற்றை ஏற்பாடு செய்ய முடியாது. உண்மையைச் சொல்லப் போனால், ரத்ரி பழங்குடியினரை அனைத்திலும் சேர்த்துக் கொள்வதை எதிர்ப்பவள் அல்ல. மாணவ்களைப் பார்க்கும் பொழுது அவர்களின் வளர்ச்சி குறைவுதான். ஆனால் மன்னன் அவளிடம் இருந்து அதிகாரத்தை அபகரித்ததை அவளால் ஏற்றுக் கொள்ள முடியவில்லை.

''சமீபமாக நடந்த நிகழ்ச்சிகளைப் பற்றிய எந்த ஒரு சிக்கலும் வர வேண்டாம்; எனக்குத் தெரியும், நீ மக்களின் குரலாக விளங்கத் துடிக்கிறவள், ஆனால் இப்போதைக்கு அரசாங்கத்தால் இதைச் சமாளிக்க முடியாது.'' இப்படிச் சொல்லிவிட்டு அவளைத் தனித்து விட்டு

விட்டான். ''இப்போதைக்கு நம்முடைய தேச நூலகத்தை வளர்ப்பதில் உன் கவனத்தைச் செலுத்து. விஷயங்களின் பரபரப்பு அடங்கட்டும், பிறகு உனக்கு அதிகாரம் வழங்குகிறேன்.''

லக்ஷ்மி அவளிடம் உதவி கேட்டு வருவதற்கு முன்பே இவை நடந்து முடிந்துவிட்டன. அவளைப் போன்ற மகள் கிடைக்க அவளுக்குப் பெருமை தான், அறிவைத் தேடும் பெண். அவள் அழகானவள், புறத் தோற்றத்தில் மட்டும் அல்ல, குணமும் இயற்கையிலேயே அழகு. அவள் நல்லவள், அவளைப் போன்றவர்கள் கிடைப்பது, இந்தக் காலத்தில் கடினம். நல்லவராக இருப்பது எப்படி என்பதையே நிறைய பேர் மறந்துவிட்ட காலம்.

ரத்ரி, வேதாந்தாவைப் பழி வாங்கும் வகையில் தன் அதிகாரத்தைப் பயன்படுத்தி, ஆயுதக் கிடங்கில் மிச்சம் இருந்த ஆயுதங்களைக் கண்டுபிடித்தாள். அவை நாடகத்துக்கான உபகரணங்கள் என்று சொல்லி வைத்திருந்தாள்.

ஆனால் இப்பொழுது நூலகம் அமைக்கும் பொறுப்பு இருந்ததால், அவளுக்கு லக்ஷ்மியின் உதவி அவசியம். இது தற்காலிகமானது தான், விருந்தினர்களை கவனிக்கும் துறையிலிருந்து தற்காலிகமாக மாற்றப்பட்டிருக்கிறாள், ஆனால் அது அவளுக்குக் கடினமாகத் தான் இருந்தது. மொத்த நூலகத்திலும் வித விதமான நூல்கள் அடுக்கப்பட்டிருந்தன. ஆனால் அவை அகர வரிசையிலோ, இல்லை முறையாகவோ அடுக்கப்படவில்லை. அவளால் அதை ஏற்க முடியவில்லை என்பதால் அவள் குமார் என்ற யக்ஷனோடு வேலையில் இறங்கியிருந்தாள். அவன் விசித்திரமான த்வனியில் பேசுவான், பாதி தன் சொந்த மொழியில் பேசுவான்.

ஆனால் இப்பொழுது குமாரின் பேச்சுச் சத்தம் இல்லாமல் அனைத்தும் அமைதியாக இருந்தது. நூலகத்தின் முதல் மாடியில், தோலால் தைக்கப் பட்ட நூல்களுக்கு நடுவே அமர்ந்திருந்த ரத்ரி, ஒரு கொத்து முடியை காதின் பின்னால் ஒதுக்கி, குனித்து படித்துக் கொண்டிருந்தாள். ''குமார், நீ எங்கே இருக்கிறாய்?''

''அம்மா?'' எங்கேயோ தொலைவிலிருந்து அவன் குரல் கேட்டது.

அவன் தள்ளாடியபடி ரத்ரியின் முன்னால் நின்றான்.

''என்ன ஆயிற்று, குமார்?''

''உங்களைப் பார்ப்பதற்கு ஒரு விருந்தினர் வந்திருக்கிறார்.''

''அது அவனோ, அவளோ சொல்லிவிடு, நான் வேலையாக இருக்கிறேன், இப்போது பார்க்க முடியாது என்று! நான் வேலையாக இருப்பது உனக்குத் தெரியலையா? நான் வேலை பளுவில் இருக்கேன்.''

''ஆனால் அம்மா, அது...காளி ஐயாவின் தங்கை, இளவரசி துருக்தி.''

''இளவரசி துருக்தியா?''

''ஆமாம், ஆமாம், வந்து...'' அவன் தன் மொழியில் பிதற்றத்

139

தொடங்கினான். ''அவங்க உங்க கூடப் பேசணுமாம்...'' அவன் குரல் தேய்ந்தது, பின் ஒரு உரத்த பெண் குரல் கேட்டது.

''நான் இங்கிருந்து பார்த்துக் கொள்கிறேன், குமார்.''

''வணக்கம் இளவரசி.'' குமார் தன்னை அங்கிருந்து நகர்த்தினான், குனிந்து வணங்கினான், மரியாதையாக மண்டியிட்டான். துருக்தி அவனை எழுந்து கொள்ளும்படி சைகை செய்தாள், அவளுடைய காவலர்கள் அவனை அப்புறப்படுத்தினர்.

தான் அவசரப்பட்டு, ஆயுதங்களை லக்ஷ்மிக்கு கொடுப்பது என்று எடுத்த முடிவைப் பற்றி விசாரிக்க வந்திருக்கிறாளா, என்று கவலையில் ரத்ரி, துருக்தியைப் பார்த்தாள். ***லக்ஷ்மி அவற்றை வைத்து என்ன செய்தாள்?*** லக்ஷ்மி அவளுக்குக் கொடுத்த விள்க்கம், தன் மீது நம்பிக்கை வைக்க வேண்டும் என்பது மட்டும் தான்.

இங்கே என்னடாவென்றால் இளவரசி துருக்தி அவளுடைய நூலகத்துக்கே அவளைச் சந்திக்க வந்திருக்கிறாள். அவள் அழகாக இருந்தாள், அந்தச் சிறு வயதிலும் கம்பீரமாக இருந்தாள். அவளின் ராஜ வாழ்வுக்குப் பொருத்தமாக இருந்தது அவளின் தோற்றம். ரத்ரிக்கு அவள் ஆடம்பரமாக உடை அணிந்து வந்தது ஆச்சரியத்தைத் தரவில்லை. புற அழகு, சமுதாயத்திற்குத் தேவையானதுதான் என்று ரத்ரி கருதினாள்.

''சரி, நான் உங்களுக்கு எப்படி உதவுவது?'' ரத்ரி நேராக விஷயத்துக்கு வந்தாள், சம்பிரதாயமான உபசரிப்பு பேச்சுகளைத் தவிர்த்து.

''இந்த நகரத்திலேயே மெத்த படித்த பெண் நீதான் என்று கேள்விப்பட்டேன்.'' அவள் குரல் மென்மையாக இருந்தது.

ரத்ரி பிரமித்தாள். மேலும் துருக்தி அவளைப் புகழ்ந்தது அவளுக்குச் சந்தோஷத்தை அளித்தது.

''யக்ஷிணி ஒரு கடினமான மொழி.'' துருக்தி இன்னமும் முதல் அடுக்கிலேயே நின்றபடி பேசினாள். ''எனக்கும் அதைக் கற்றுக் கொள்ள சமயம் எடுத்தது, ஆனால் அதைக் கற்று கொள்வதில் முனைப்பாக இருந்தேன். அனைத்துப் பழங்குடியினரின் மொழிகளையும் கற்ற பின்னர் தான் அவர்களை என் அண்ணனிடம் கூட்டிக் கொண்டு வருவது என்று உறுதி கொண்டேன்.''

''அதை நன்றாகத் தான் செய்திருக்கிறீர்கள், இளவரசி, ஆனால் நான் என்ன செய்ய வேண்டும்? எனக்கு நிறைய வேலைகள் இருக்கிறது, நீங்கள் விஷயத்துக்கு வந்தால் சௌகரியமாக இருக்கும்...''

''நீ ஷம்பாலாவைப் பற்றிக் கேள்விபட்டிருக்கிறாயா?''

ரத்ரி புத்தகங்களில் இருந்து தன் கண்களை விலக்கி, மேலே இரும்பு வேலைப்பாடுகள் கொண்ட முதல் அடுக்கைப் பார்த்தாள். ''ஷம்பாலாவா?''

''ஆமாம்.''

நான் அங்கிருந்துதான் வந்தேன், ரத்ரி நினைத்தாள்.

''அங்கிருக்கும் சோமா குகைகளைப் பற்றிக் கேள்விப்பட்டேன். நலிந்து, இறக்கும் தருவாயில் இருபவர்களை காக்கும் மருத்துவ குணங்கள் அவற்றிற்கு இருக்கிறதா?''

''அங்கிருக்கும் பூக்களுக்கு அந்தச் சக்தி இருக்கிறது. ஆனால் செடிகளைப் பற்றிய நுண்ணறிவு உள்ள நிபுணரிடம் சென்றால் தான் அவற்றின் சாறை எடுக்க முடியும். எனக்குச் சளி பிடித்தபோது அதை சரி செய்தது அந்தச் சாறு.''

''நான் பூக்களைப் பற்றிப் பேசவில்லை. நான் குகைளைப் பற்றிப் பேசுகிறேன்.''

அவள் புருவங்கள் குவிந்தன. ''நீங்களும் அந்த கட்டுக்கதைகளைக் கேள்விப்பட்டீர்களா, என்ன? நான் உங்களுக்கு, நடக்கிற விஷயங்களைச் சொல்கிறேன். நான் அறிவியலையும் புத்தகங்களையும் நம்புபவள். கற்கள் உங்களுக்கு அசாத்திய சக்தியைக் கொடுக்கும், உங்களை ஆகாயத்தில் பறக்க வைக்கும், உங்கள் வியாதிகளைக் குணப்படுத்தும் என்பதை நான் நம்பத் தயாராக இல்லை.''

''பறக்கும் சக்தியா? அதைப் பற்றி எனக்கு எதுவும் தெரியாதே?''

''ஓ! சோமாவை எடுத்துக் கொள்பவர்களுக்கு அபார சக்தி கிடைக்கும், அசகாய சூரர்களாகிவிடுவார்கள், என்பதெல்லாம் நடைமுறைக்கு ஒவ்வாத விஷயங்கள். அவற்றை யாரும் நிரூபித்ததில்லை, அதனால் நான் நம்பத் தயாராக இல்லை.''

''யாராவது அதை உட்கொண்டிருக்கிறார்களா? அப்படி என்றால், அவர்களுக்கு ஏதாவது பக்க விளைவுகள் ஏற்பட்டதா?''

''எனக்குத் தெரிந்து இல்லை. நிலநடுக்கத்துக்குப் பிறகு குகைகள் மூடப்பட்டன. யாரும் உள்ளே போக முடியாது. கடந்தகாலத்தில் யாரோ சோமா உட்கொண்டதாகக் கதைகள் உண்டு, ஆனால் அவை வரலாற்றுப் புத்தகங்களில் இடம் பெற வேண்டிய கதைகள். அவை எல்லாம் வதந்திகள்! அதில் எந்த உண்மையும் இல்லை, ஏன் என்றால் எதுவும் நிருபிக்கப் படவில்லை! நான் சொல்வது தவறு என்று நீங்கள் சுட்டிக் காட்டினால், நான் தூக்கில் தொங்கக் கூடத் தயார்.''

துருக்தியின் முகம் வாடியது. ''அப்படியா? வெறும் கட்டுக் கதைகளா?'' என்றாள் ஏமாற்றத்துடன்.

''ஆமாம், இளவரசி, வெறும் கதைகள்.''

''ஷம்பாலாவுக்குச் செல்லும் வரைபடம் இருக்கிறதா?''

ரத்ரி இருக்கிறது என்று தலையசைத்தாள். ''கீ வரிசையில் பாருங்கள், கீகட்பூரின் வரைபடம் இருக்கும். நிறைய கிராமங்கள் இன்னமும் வரைபடத்தில் குறிக்கப் படவில்லை. ஆனால் ஷம்பாலாவைப் பற்றி தேவையான விஷயங்கள் கிடைக்கும்.''

துருக்தி, தன் காவலர்களுக்குச் சைகை காட்டினாள், அவர்கள் வரிசைக்குச் சென்று தேடினர். அவள் அந்த வரைபடத்தை உன்னிப்பாகப் படித்தாள், ரத்ரி அவள் தோள் வழியாக அவள் அறியாமல் பார்த்தாள், தன் வேலையைச் செய்து கொண்டே.

"கிடைத்ததா?"

"கிடைத்தது," துருக்தி யோசனையுடன் கூறினாள். "நான் இந்தப் புத்தகத்தைப் படிப்பதற்காக என்னுடன் எடுத்துச் செல்லலாமா?"

"கண்டிப்பாக," ரத்ரி சிரிப்பதற்கு சிரமப்பட்டாள். "நாங்கள் இன்னும் சந்தாதாரர்களை சேர்க்கவில்லை. நீங்கள் தான் எங்களுடைய முதல் வாடிக்கையாளர். அதனால் தயங்காமல் எடுத்துச் செல்லுங்கள், ஆனால் திரும்பக் கொடுக்க மறக்காதீர்கள். எனக்குத் தாமதமாகக் கொடுத்தால் பிடிக்காது."

"கவலைப்படாதே," துருக்தி மென்மையாகப் புன்னகைத்தாள். "கண்டிப்பாகத் திரும்பக் கொடுப்பேன்."

அவள் நூலகத்திலிருந்து கிளம்பியபோது, ரத்ரி, கையசைத்து அவளுக்கு விடை கொடுத்தாள். பிறகு ரத்ரி கீழே ஓடிப் போய், கதவுகளைச் சாத்தும் படி குமாருக்கு ஆணையிட்டாள். அவன் அதைச் செய்துவிட்டுத் திரும்பினான், அவள் தன் மேசை அருகே அமர்ந்து ஒரு காகிதத்தை எடுத்தாள். ஒரு இறகையும், மசியையும் எடுத்துக் கொண்டு, எழுதத் தொடங்கினாள்.

"என்ன பிரச்சனை, அம்மா?"

"ஒன்றும் இல்லை." அவள் லக்ஷ்மிக்குக் கடிதம் எழுதத் தொடங்கினாள். "நம்மிடம் தூது செல்லும் கழுகு இருக்கிறதா?"

"இருக்கின்றது."

அவள் கடிதத்தை மடித்து, யாரும் படிக்காமல் இருப்பதற்காக அரக்கு முத்திரை இட்டு, "ஷம்பாலாவுக்குச் செல்லும் கடிதங்களுடன் அனுப்பிவிடு," என்றாள்.

குமார் கடிதத்தைப் பார்த்தான். "என்ன ஆயிற்று, அம்மா?"

இதழ்கள் இறுக ரத்ரி கூறினாள், "என் குடும்பத்துக்கு ஆபத்து."

33

கல்கி தன் குடிசைக்கு வந்தான். அது அப்படியே தான் இருந்தது. என்ன நடந்தாலும் அதில் எந்த மாற்றமும் இல்லை. பாலா காவலாளி போல அதன் வாயிலில் நின்றான். முதுகில் ஏற்பட்ட காயங்களினால், சற்று வலியுடன் தெரிந்தான் பாலா, கோணலாக நின்றான்; ஆனால் முகத்தில் மென்னகை தவழ்ந்தது. அவன் வரவேற்பறையைக் கடந்து சென்றான், தன் தந்தையை இழந்த தவிப்பு இன்னமும் இருந்தது. இப்பொழுது தான் அவனுக்குத் தோன்றியது, அவரோடு இன்னும் கொஞ்சம் நேரம் செலவழித்திருக்க வேண்டும் என்று. வருத்தம் உள்ளுக்குள் தகித்தது, ஆனால் அவருடன் பகிர்ந்து கொண்ட அறிவுபூர்வமான பேச்சுக்கள் மனதில் வந்து போயின. அவன் எல்லா அறைகளிலும் தன் அம்மாவைத் தேடினான்.

அவன் ஆச்சரியப் படும் வகையில் அவன் அம்மா விஷ்ணுவின் ஆடைகளை மடித்து ஒரு மலையாக அடுக்கிக் கொண்டிருந்தாள.

''அர்ஜன் எங்கே?'' என்றான் கல்கி. ''அவன் உங்களுடன் இருந்தான் என்று தானே நினைத்தேன்.''

''அவன் சற்று நேரம் முன் தான் கிளம்பினான்,'' என்று கல்கியைப் பார்க்காமலேயே பதிலளித்தாள்.

கல்கி முகம் சுளித்தான். அவன் எங்கே போயிருப்பான்? ஒருவேளை பண்ணைக்கோ? அம்மா நலமா என்று பார்த்துவிட்டு அங்கே போகத் திட்டமிட்டான்.

''அம்மா, நீங்கள் நலமா?''

அவள் நிமிர்ந்தாள். சோர்வாகவும், அயர்ச்சியாகவும் தெரிந்தாள். கண்களுக்கு அடியில் பைகள் போல சதை தொங்கியது.

''நீ நலமா?''

கல்கியின் தாடைகள் இறுகின. ''முட்டாள்தனமான கேள்வி, எனக்கே தெரியும்.''

''இல்லை, பரவாயில்லை, கல்கி. துக்கம் நம்மையும் அறியாமால்

வெளியே கொட்டும்,'' என்று தேசலாகச் சிரித்தாள். ''ஆனால் அதிலிருந்து மீண்டு வரத் தெரியவேண்டும்.''

''ஏன்?''

''ஏன் என்றால் அது தற்காலிகமானது.''

''என்னால் அவரை நினைக்காமல் இருக்க முடியாது.''

அவள் ஆமோதித்தாள், ஆனால் எதுவும் சொல்லவில்லை.

''அவருடைய துணிகளை எதற்கு மூட்டை கட்டுகிறீர்கள்?''

''பிச்சைகாரர்களுக்குக் கொடுக்கத்தான். ஏழை எளியவர்களுக்கு கொடுப்பதில் தான் அவருக்கு விருப்பம்.''

அது தான் அவன் தந்தை. கல்கி தனக்குத்தானே சிரித்துக் கொண்டான். ''அவரைக் காப்பாற்ற முடியாமல் போனதற்கு என்னை மன்னித்து விடுங்கள். சற்று யோசித்திருந்தால் காப்பாற்றியிருக்கலாம், ஆனால் நான் ரொம்ப...''

''எனக்குத் தெரியும், அவர் உயிரோடு இல்லை என்று. ஆனால் அதனால் அவர் நம்முடன் இல்லை என்று அர்த்தம் ஆகாது.''

அம்மாவின் கூற்று எவ்வளவு நிஜமானது என்பதை கல்கியால் உணர முடிந்தது.

''மன்னிப்புக் கேட்காதே. உனக்குக் கடவுள்கள் அந்த சக்தியைக் கொடுத்தபோது அனைவருடைய உயிரையும் காப்பாற்றுவாய் என்ற உத்தரவாதம் ஏதும் இல்லை.''

அம்மா ஒரு பேச்சுக்கு அப்படிச் சொன்னாலும் அதில் பொதிந்திருந்த ஆழமான உண்மையை அவள் உணரவில்லை. சோமாவின் மூலம் கடவுள்கள் அவனுக்கு அற்புத சக்தியை வழங்கியது என்னவோ மறுக்க முடியாத உண்மை தான். அவற்றை அவள் முன் வைத்தபோது பரிசாகத்தான் கருதினாள். லக்ஷ்மிக்கும், அவன் பெற்றோர்களுக்கும் மட்டும்தான் அந்த ரகசியம் தெரியும் என்பதில் ஒரு குற்ற உணர்வு கல்கிக்கு உண்டு, அவன் அர்ஜனிடம் சொல்லியிருக்க வேண்டும்.

ஏன் சொல்லவில்லை? அவன் அதை எப்படி எதிர்கொள்வான் என்ற பதற்றமோ?

''என் அப்பாவைக் கூடவா காப்பாற்ற முடியாது?'' அவன் நிறுத்தினான். ''அவர் மிகவும் முக்கியமானவர். அவரைக் கண்டிப்பாகக் காப்பாற்றி இருக்க வேண்டும்.''

சுமதி ஒப்புக் கொண்டாள். ''இருக்கலாம். ஆனால் அவரவர்களுக்கு என்று ஒரு வேலை இருக்கிறது.'' முன்னால் சாய்ந்து அவன் கைகளை இறுகப் பற்றிக் கொண்டாள். ''இது போன்ற விஷயங்கள் உன்னைக் கீழே சாய்த்துவிடக் கூடாது, இவை தான் உன் வளர்ச்சிக்கு உதவுபவை. உனக்கு அசாதாரண சக்திகளை வழங்கி உன்னை ஆளாக்குபவை. துக்கம் என்பது தப்பான விஷயம் கிடையாது. நான் அதை வித்தியாசமாகப் பார்க்கிறேன். துக்கம் கஷ்டம் தான், என்றாலும்

144

அது நம்மை உயர்த்துகிறது; கதாநாயக அந்தஸ்த்தைத் தர வல்லது; அது துணிவையும், நிதர்சனத்தையும் கொடுப்பது. இவை அனைத்தும் மன்னனாக வருபவனுக்குரிய தகுதிகள்.''

கல்கி கேலியாகச் சொன்னான். ''நான் எப்பொழுதும் மன்னனாக மாட்டேன். கிரீடம் அணிவது ஒரு பெரிய தொந்தரவு.''

''கிரீடம் மட்டுமே ஒருவனை மன்னன் ஆக்கிவிடாது.''

அவள் முகத்தை அவன் மார்பில் புதைத்தாள். அவளுடைய சூடான கண்ணீரை அவன் உணர்ந்தான். அவனுக்கும் கண்களில் நீர் திரண்டது.

''ஒரு வேளை நான் இந்த இடத்தை விட்டுச் சென்று மன்னனாக நேர்ந்தால்? அதற்கான தேர்ச்சி பெற நேர்ந்தால்?'' க்ருபா தன்னிடம் சொன்னதை நினைவு கூர்ந்தான் கல்கி. அவதாரம் ஆவதற்காக ஷம்பாலாவிலிருந்து செல்ல வேண்டும் என்று சொன்னதும் நினைவுக்கு வந்தது.

அவள் எதுவும் சொல்லவில்லை.

''நான் போக வேண்டுமா?''

''ஏன் அப்படிக் கேட்கிறாய்?''

''எனக்கு ஏதாவது காரணம் இருக்க வேண்டுமா?''

மௌனம் நிலவியது.

''விஷ்ணுயத் என்னிடம் சொன்ன ஒரு விஷயத்தை உனக்குச் சொல்ல வேண்டும்.''

''என்னது?'' அவன் இதயம் ஆர்வத்தில் துள்ளியது.

''வலிமை மட்டுமே ஒருவனைப் பாராட்டுமிக்க வீரனாக மாற்ற முடியாது. அவன் அந்த வலிமையை எங்கே பயன்படுத்துகிறான் என்பது தான் அதை முடிவு செய்யும். அப்படிப்பட்ட பாராட்டுதலுக்குரிய வீரன் பிறப்பதில்லை. அவன் உருவாக்கப் படுகிறான். மக்கள், பயணங்கள், அதைவிட முக்கியமாக துக்கம் தான் அவனைத் தயார் படுத்துகிறது.'' அவள் அவனிடமிருந்து நகர்ந்தாள். ''கல்கி, நீ எங்கே வேண்டுமானாலும் செல், ஆனால் நீ எங்கிருந்து வந்தாய் என்பதை மறக்காதே. உன்னை யார் உருவாக்கியது என்பதையும் மறக்காதே. நாம் ஒரு நிலைமைக்கு வந்ததும் நம்மை ஆளாக்கிய இடத்தையும், மக்களையும் மறந்துவிடுகிறோம். எப்பொழுதும் அன்பையும், காருண்யத்தையும் கைவிடாதே. இன்றைய உலகில் அது குறைவாக இருக்கிறது.''

கல்கி அவள் கண்ணீரைத் துடைத்தான்.

''நான் காருண்யத்தை எப்படிப் பரப்புவேன்?''

''திருப்பிக் கொடுப்பதன் மூலம் தான்,'' என்று பதிலளித்தாள். ''மிலேச்சர்களிடம் அது குறைவு, அதனால் அவர்கள் தங்கள் குறிக்கோளை இழந்தனர். நாம் வெறுப்பை பரப்பாமல் இருந்தாலே, நம் உலகம் இதை விடச் சிறப்பாக இருக்கும்.''

கல்கி ஒப்புக் கொண்டான். ''நான் அதை மனதில் வைத்துக்

கொள்கிறேன், அம்மா. நன்றி.''

அவர்கள் மறுபடியும் அணைத்துக் கொண்டனர்.

கல்கி பண்ணையை அடைந்தான். அர்ஜன் தொழுவத்திற்கு அருகே மிச்சமிருந்த பசுக்களை வேடிக்கை பார்த்தபடி நின்றிருந்தான். பெரிய கோணிகளில் தானியங்களைக் கட்டி மாட்டு வண்டிகளில் ஏற்றியிருந்தான். வயலே தனித்துக் காணப்பட்டது. சூரிய அஸ்தமன நேரம், மாலை மங்கி, நட்சத்திரங்கள் சிமிட்டத் தொடங்கின.

அர்ஜன் தனியாக நின்றபடி பார்வையிட்டான். அவன் அலைந்து கொண்டோ வேறு ஏதும் வேலை செய்து கொண்டோ இல்லாதது கல்கிக்கு ஆச்சரியத்தைத் தந்தது. கல்கி தொலைவிலிருந்து அவனைப் பார்த்தான்.

''இதை வைத்துக் கொண்டு நாம் என்ன செய்ய வேண்டும் என்று தெரியவில்லை, கல்கி. எனக்குப் புரியவில்லை,'' அர்ஜன் முதுகைக் காட்டியபடி நின்றாலும், திரும்பிப் பார்க்காமலேயே பேசினான். அர்ஜனின் விரல்கள் இதழ்களைத் தடவின, அவன் யோசனையில் இருந்தான். அவன் அடிக்கடி செய்யும் செயல் அது. பழக்கம் என்றே ஆகிவிட்டது.

தன் தம்பியை நோக்கி நடந்த கல்கி, தோளில் அமர்ந்திருந்த ஷுகோவுக்கு தானியங்களை வழங்கினான். சூரியன் பின்னால் அஸ்தமனமாகிவிட்டது, கல்கி மெதுவாகக் காலை வீசி நடந்தான்.

''இந்த இடத்தைப் பற்றியா கேட்டாய்?''

''ஆமாம்,'' மாலையின் மங்கிய வெளிச்சத்திலும் அர்ஜனின் வடு தெளிவாகத் தெரிந்தது. அவனுக்கு நடந்தது பெரிய கொடுமை. அது ஒன்றும் பெரிய விஷயம் இல்லை என்பது போல் அவன் நடந்து கொண்டான். ''எனக்கு இதை விற்க விருப்பம் இல்லை.''

''அப்படியானால் விற்க வேண்டாம்.''

''தந்தையின் அனைத்து ஆட்களோடு அவரும் இறந்து விட்டார்,'' அர்ஜன் உணர்சிகளற்று அதைக் கூறினாலும் அவன் ஆழ் மனதில் உணர்ச்சிகள் கொந்தளித்துக் கொண்டிருந்தன என்பன அவனுக்குப் புரிந்தது. ''யார் இதைப் பார்த்துக் கொள்வார்கள்?''

''ஒரு வேளை, நாம் தான் அதைச் செய்ய வேண்டும்.''

அர்ஜன் நக்கலாகச் சொன்னான், ''நம்மால் முடியும் என்றுதான் நினைக்கிறேன், ஆனால் உனக்கு பால் பண்ணைக்காரராக இருக்க விருப்பமா, என்ன? அதுவா உன் கனவு?''

''கனவுகள் பெரும்பாலும் நடைபெறுவதில்லை.''

''அது பெரிதான கனவுகளைக் காணாதவர்களுக்குத் தான்

பொருந்தும்.''

''நீ என்னவாக ஆக வேண்டும் என்று கனவு காண்கிறாய்?''

''நிறைய பயணங்கள் மேற்கொள்ள வேண்டும், வரலாறு படிக்க வேண்டும், இந்த்ரகர் ஒப்பந்தத்தில் இருக்கும் பழங்குடியினர் மட்டும் இல்லாமல், நம்மிடமிருந்து மறைக்கப்பட்ட விதவிதமான பழங்குடியினரைச் சந்தித்து அவர்களின் கலாச்சாரங்களைத் தெரிந்து கொள்ள வேண்டும்.'' அவன் பேச்சை சற்று நிறுத்திவிட்டுத் தொடர்ந்தான். ''நான் மேற்கத்திய வரலாறு புத்தகம் ஒன்றில் படித்தேன், ஒரு பழங்குடியின மக்களுக்கு அபூர்வமான முடி வியாதி ஒன்று இருப்பதாக-அவர்கள் குரங்குகளைப் போல இருப்பார்களாம். அவர்களைச் சந்திப்பதில் ஒரு சுவாரஸ்யம் இருக்கும். அவர்களின் புறத் தோற்றத்தை வைத்து அவர்கள் புறக்கணிக்கப்பட்டு வனங்களுக்குத் தள்ளப்பட்டனராம்.''

''குரங்கு மனிதர்களைச் சந்திப்பதா உன் கனவு?'' கல்கி நக்கலடித்தான். ''ரொம்ப சுவாரஸ்யம் தான் போ.'' அர்ஜுனும் சிரித்தான், இந்த கேலிக் கூத்தான எண்ணத்தைத் தலையில் ஏற்றிக்கொண்டதற்காக.

''உன் கனவுதான் என்ன?''

அந்தக் கேள்வி கல்கி மனதிலும் ஓடியது. அவன் தன்னைப் பற்றிச் சிந்திப்பதையே மறந்து விட்டான். தன்னைச் சுற்றி பல விஷயங்கள் நடப்பதால் அவனுக்கு ஆசை, வேகம், எதிர்பார்ப்புகள் என்று எதுவுமே இல்லாமல் ஆகிவிட்டது. அவன் இலக்கின்றி இருந்தான், தொலைந்து போனவன் போலத் திரிந்தான், ஆனால் இந்தக் கேள்வி அவன் மனதைப் பிசைந்து சிந்திக்கத் தூண்டியது.

எனக்கு என்னவாக வேண்டும்?

''அது பயங்கரமான ஒன்றாக தோன்றுகிறது...'' அவன் சத்தமின்றி சிரித்தான். ''எனக்கு சந்தோஷமாகவும், திருப்தியாகவும் இருக்க வேண்டும்.''

''பெரிய கனவு இல்லையா? பயணம் செய்ய வேண்டாமா?''

கல்கி தன் தம்பியின் தோள்களில் கையைப் போட்டு அணைத்துக் கொண்டான். ''நான் போக வேண்டாமென்று வைத்திருக்கிறேனோ, என்னவோ. எப்பொழுதும் பெரியதாக சிந்திக்க வேண்டும் என்று அவசியம் இல்லை. நாம் ஒரு தினத்தில் அனுபவிக்கும் சின்ன சின்ன விஷயங்களை, சந்தோஷத் துகள்களை மட்டுமே தேடினால் போதும். நாம் கண்டு கொள்ளாமல் விட்ட பல நல்ல விஷயங்களை, துக்கம் தான் நமக்கு அறிமுகப்படுத்துகிறது என்பது நல்ல முரண்.''

''அவை என்ன?''

கல்கி அவன் கழுத்தைப் பிடித்து முடியை இழுத்து செல்லம் கொஞ்சினான். ''என்னுடைய தம்பி, முட்டாள் தம்பி என்று வைத்துக் கொள்.''

அர்ஜன், இளித்தபடி அவனைத் தள்ளிவிட்டான். ''நீ என்னோடு மல்
யுத்தம் செய்ய நினைக்காதே. இந்த வடு வந்த பிறகு, எனக்கும் சக்தி
வந்து விட்டது...இரு, உன் தோளில் என்ன கிளி?''

''அவன் என் நண்பன்.''

அர்ஜன் கடகடவென்று சிரித்தான், தரையில் நிலை குலைந்து
விழும் வரை சிரித்தான், கைகளால் வயிற்றைப் பிடித்துக் கொண்டு
அடக்கமாட்டாமல் சிரித்தான். ''நீ...நீதான்...உலகிலேயே...மிகவும்
நகைச்சுவையான மனிதன்.''

''வாயை மூடு.'' கல்கி விளையாட்டாகக் கோபித்தான். அவனுக்கும்
தன் சிரிப்பை அடக்க முடியவில்லை.

அர்ஜன் சிரிப்பை நிறுத்தினான், ஆனால் தரையில் கிடந்தான்.
கல்கி கிளியைக் கண்டெடுத்த கதையை முதலில் இருந்து சொல்ல
ஆரம்பித்தான் ஆனால் அதற்குள் அங்கே லக்ஷ்மி வந்ததால் கதை
தடைபட்டது. அவள் ஆடைகள் மாற்றியிருந்தாள், ஆனால் பதற்றமாக
மூச்சு வாங்கியபடி ஓடி வந்தாள். கைகளில் ஒரு காகிதத்தை இறுகப்
பற்றியிருந்தாள். அர்ஜனின் முக பாவம் மாறியது, கல்கியினுடையதும்
தான்.

''என்ன நடந்தது?''

''உன் அம்மா...வந்து...'' அவள் ஆழமாக மூச்சை இழுத்து விட்டாள்,
அவளுக்கு மூச்சிறைப்பைக் கட்டுப் படுத்த முடியவில்லை, ''அவள் தான்
சொன்னாள்...நீ...இங்கே...இருப்பதாக.'' அவள் நெற்றி வியர்வையைத்
துடைத்துக் கொண்டாள். தலையெல்லாம் கலைந்திருந்தது.

''என்ன நடந்தது?'' அர்ஜன் தொடர்ந்தான். ''என்ன பிரச்சனை?''

''பிரச்சனை என்னவென்றால் இளவரசி துருக்தி...இந்த கிராமத்துக்கு
வருகிறாள், அவள் வரவு நட்புடனானது அல்ல,'' என்றபடி அந்தக்
கடிதத்தைச் சகோதரர்களுக்குக் காட்டினாள்.

148

34

கிராமத்தின் குழு சந்தித்தது. கிராமத்துப் பெரியவர்கள் அரச மரத்தடியில் கூடினர், மக்கள் தரையில் அமர்ந்தனர். இதுவரை வந்த கூட்டத்திலேயே இது தான் கூடுதல் நபர்களைக் கொண்டது என்று கல்கி கவனித்தான். அவனை விட்டால் இது போன்ற அயர்ச்சி தரும் கூட்டத்தில் அவன் கலந்து கொள்ளவே மாட்டான், ஆனால் சர்பஞ்ச் தேவதத்தா, கண்டிப்பாக அனைவரும் கூடவேண்டும் என்று கட்டளையிட்டுவிட்டார். இது வாழ்வா, சாவா என்ற பிரச்சனை.

தேவதத்தாவின் குடிசைக்குச் சென்ற பிறகுதான் இந்த கூட்டத்திற்கு வேக வேகமாக வந்தோம் என்று கல்கிக்கு புரிந்தது, அது அவனை ஆச்சரியப்படுத்தியது.

''ஒரு நிமிடம் உங்களுடன் பேசவேண்டும், பகிர்ந்து கொள்ள எங்களிடம் முக்கியமான விஷயம் இருக்கிறது,'' கல்கி தொடங்கினான். இருபுறமும் அவனுடன் வந்த, லக்ஷ்மி மற்றும் அர்ஜன், மேலும் அவன் பின்னால் நின்றவர்களும் அதிர்ச்சியுற்றனர்.

''எல்லாம் காத்திருக்கட்டும், மகனே, இப்பொழுது நாம் பேச வேண்டிய முக்கியமான ஆனால் அவசரமான விஷயம் இருக்கிறது.''

கூட்டத்தில் ஒருவனாக கல்கி நின்று கொண்டிருந்தான், அவனுக்கு அருகாமையில் அர்ஜன் இருந்தான். புடவைத் தலைப்பைப் பிடித்தபடி சுமதி கல்கி பக்கத்தில் இருந்தாள். கூட்டத்தில் மற்றவர்கள் யார் என்று கல்கி நோட்டம் விட்டான். ரோஷன் மித்ரா மற்றும் அவனுடைய பெற்றோர்கள், லைலா சர்வேஸ், ஆவலுடன் அவளுடைய இரட்டைச்

சகோதரர்கள்-அகஸ்த்யா மற்றும் அந்தகா, சாகர் மற்றும் அவன் சகோதரி மாயா என்று பலர் இருந்தனர். பெரும்பாலானோர் அவன் வயதை ஒத்தவர்கள், அவர்களுடன் சேர்ந்து வளர்ந்திருக்கிறான்; அவன் சிலை போல் நின்றான், அந்த முக்கியமான விஷயத்தை அறிவதற்காக.

''அது என்னவாக இருக்கும்?'' என்றான் அர்ஜன் மெதுவாக.

''பழங்குடியினரின் படை நம் கிராமத்தை சூறையாடப் போகிறது என்பதை விட என்ன முக்கியமான விஷயமாக இருக்க முடியும்?''

கல்கி லக்ஷ்மியின் மீது ஒரு பார்வையை வீசினான். ''உனக்கு ஷம்பாலா பிடிக்காது என்று நினைத்தேன். என்ன சொன்னாய், இது எதுக்கும் உதவாத கிராமாம், அப்படித் தானே?'' அவன் சிரித்தான்.

லக்ஷ்மி முகம் சுளித்தாள், அவள் முகம் வெறுப்பில் சிறுத்தது. ''ஏதோ சொல்லிவிட்டேன், ஆனால் அப்படி அர்த்தம் கொள்ளக் கூடாது. என்னை சமயத்தில் எரிச்சல் மூட்டினாலும் ஷம்பாலாவை எனக்கு மிகவும் பிடிக்கும்.''

''நீங்கள் இருவரும் உங்கள் சண்டையைக் கொஞ்சம் ஒத்தி வையுங்கள், கூட்டம் ஆரம்பிக்கப் போகிறது...'' என்றான் அர்ஜன்.

''உஷ்ஷ்ஷ், அர்ஜன்,'' என்றாள் சுமதி கோபமாக.

அர்ஜன் அவளை வியப்புடன் பார்த்தான். அவன் பேசக் கூட இல்லை. இந்த தீவிரமான சூழலிலும் கல்கி சத்தமின்றி சிரித்தான், லக்ஷ்மியாலும் அவள் புன்னகையை மறைக்க முடியவில்லை.

''எதற்காகச் சிரித்துத் தொலைகிறாய்? உன் கிளி எங்கே?'' அர்ஜனின் மூக்கு எரிச்சலில் விடைத்தது.

மேடையேறி தேவதத்தா பேசத் தொடங்கினார். அவர் கையில் அரச முத்திரை பதித்த மடல் இருந்தது. ''அனைவருக்கும் வணக்கம். இந்த மடலில் எழுதியிருக்கும் செய்தியை வாசிப்பதற்கு முன், நான் சொல்ல வேண்டியது, கடந்த சில நாட்களாக நாம் நிறைய சிரமங்களைப் பட்டுவிட்டோம். நம் கிராமத்துக்கும் சோதனை காலமாக அமைந்தது. நம் சபையின் முக்கிய நபர் ஒருவரை இழந்துவிட்டோம்-விஷ்ணுயத் ஹரி. நாம் அனைவரும் நம்முள் ஒருவரை, பாதுகாக்கக் கைகோர்த்துப் போராடியது பாராட்டுக்கு உரியது. அவர்களுக்குத் தகுந்த தண்டனையை நாம் அளித்திருந்தாலும், நம்மால் விஷ்ணுவின் உயிரைக் காப்பாற்ற முடியவில்லை. அது நமக்குப் பெரிய இழப்பு, அந்த துக்கத்தை நாம் அவருடைய குடும்பத்துடன் சேர்ந்து அனுஷ்டிப்போம்.'' கல்கியையும் அவன் தாயையும் பார்த்து அனைவரும் மரியாதை நிமித்தம் தலை குனிந்தனர்.

கல்கி இதை எதிர்பார்க்கவில்லை, தன் தந்தை எவ்வளவு பேருடைய வாழ்க்கையில் தாக்கத்தை ஏற்படுத்தியிருக்கிறார் என்பதை உணர்ந்தான். ஆனாலும் வியப்பான விஷயம் என்னவென்றால், விஷ்ணுவைக் காப்பாற்ற ஏற்படுத்தப்பட்ட குழுவின் மொத்த பொறுப்பையும்

தேவதத்தா ஏற்றுக் கொண்டதைப் போல பேசுவது தான்; கல்கி தான் அந்தக் குழுவை அமைக்க முழு முதல் காரணம்.

''நாம் எல்லோரும் சேர்ந்து ஒரு சகோதரனைக் காக்கப் போராடினோம். அதே போல இன்றும் அனைவைரையும் அதற்குத் தான் அழைத்திருக்கிறேன். இந்த மடல் இந்த்ரகர்ரிலிருந்து வந்திருக்கிறது. காளி வேந்தன், இந்த்ரகர்ரின் தலைமை தளபதி அலுவலகத்திலிருந்து வந்திருக்கிறது. அவர்களை நம் கிராமத்திற்கு வரவேற்குமாறு கூறியிருக்கிறார், ஆனால் அதற்கு ஒரு பெரிய விலை கொடுக்க வேண்டும். நம் கோவிலுக்குள்-இந்திரக் கடவுளின் உறைவிடம், இந்த்ரவன் இடத்தைத் தோண்டவேண்டும் என்கிறார்கள்.''

''தோண்டவேண்டுமா?'' எல்லோரும் அதிர்ச்சியில் வாயைப் பிளந்தனர்.

கல்கிக்குப் புரிந்துவிட்டது, அவர்கள் சோமா குகைகளைத் தோண்டி அங்கிருக்கும் கற்களைத் தங்களுடையதாக்கிக் கொள்ளப் பார்க்கிறார்கள் என்று. ஆனால் வெளியாட்களுக்கு அதன் முக்கியத்துவம் எப்படித் தெரிந்தது? க்ருபா எங்கே அமர்ந்திருக்கிறான் என்று தேடிக் கண்டுபிடித்தான். கவலை தோய்ந்த முகத்துடன் அவன் கையில் ஒரு சுரா கோப்பையை ஏந்தியபடி சாய்ந்து நின்று கொண்டிருந்தான்.

''நாம் இதற்கு ஒத்துழைக்காவிட்டால், 'புரட்சி செய்பவர்கள்' என்று முத்திரை குத்தி நம்மைத் தாக்குவார்கள்,'' என்று மடலைப் படித்தார். பழங்குடியினர் தங்கள் கிராமத்தைச் சூரையாடிவிடுவார்கள் என்ற எண்ணம் எல்லோருடைய முதுகுத்தண்டிலும் ஜில்லென்ற பயத்தை இறக்கியது. ''ஒத்துழைப்பும், அன்பும் காட்டினால் பரிசளித்துச் சிறப்பிக்கப்படுவார்கள்.''

கூட்டத்தில் ஒருவன் சொன்னான், ''எனக்குப் புரியவில்லை. இது நம்முடைய கோவில். அதில் அவர்கள் என்ன தோண்டப் போகிறார்கள்?''

''ஒருவேளை சோமா கற்களாக இருக்கலாம்.''

''அவை என்ன நிஜமா?'' வேறொருவான் கேட்டான். ''யாராவது அதைப் பார்த்திருக்கிறீர்களா?''

''ஆமாம், நிறைய பேர் பார்த்திருக்கிறார்கள்,'' என்றார் தேவதத்தா. ''ஆனால் அவை தெய்வீகமானவை என்பதால் யாரும் அவற்றைத் தொட்டதில்லை. அவற்றைத் தொலைவிலிருந்து ரசித்து, கும்பிட்டிருக்கிறார்கள், இவை தான் இந்திரக் கடவுளின் கடைசி மிச்சம்.'' நிறுத்தினார். ''நம் முன்னோர்கள் எழுதிவைத்த சட்டங்கள் தெளிவாக இருக்கின்றன-குகைகளைத் தொட்டவர்களுக்குக் கடுமையான தண்டனை கிட்டும்.'' இருப்பினும் விஷ்ணுயத் இந்த கிராமச் சட்டங்களின் தடைகளை மீறி, தன்னுடைய மனைவி மீது வைத்த அன்புக்காக அவளது வலியைப் போக்கி, உயிரை மீட்க, குகைக்குள்

நுழைந்திருக்கிறார். ''துரதிர்ஷ்டவசமாக, நில நடுக்கத்தினால் நம் கோவில் சிதிலமாகியிருந்தாலும், அதன் சாராம்சம் மறையவில்லை. அது அப்படியே தான் இருக்கிறது.''

அனைவரும் மௌனமானார்கள்.

''எனக்குப் பெரிய குழப்பம். எனக்கு என்ன செய்வது என்றே புரியவில்லை. இந்த கிராமத்தில் மூத்தவன் என்பதால், இதன் பாரம்பரியத்தைக் காப்பது என் கடமை. ஆனால் அதை உடைக்க அனுமதிக்க முடியுமா?''

யாருக்கும் விடை தெரியவில்லை. மொத்த கிராமத்தையும் ஒரே குழுவாக ஒருங்கிணைக்கும் ஒரே புள்ளி அழிந்துவிடும். சோமாவை மக்களுக்குப் பரிச்சயப் படுத்திவிட்டால், அதுவும் பழங்குடியினரைப் போன்ற தீயவர்கள் கைகளில் கிடைத்தால், விஷயம் கட்டுக்கடங்காமல் போய்விடும்; ஒருவேளை அதர்மம் தலைதூக்கலாம் என்று கல்கி கருதினான். இதை நடக்காமல் அவன் தவிர்த்துவிட்டால், ஒருவேளை அவன் ஷம்பாலாவில் இருந்து கிளம்பக் கூட வேண்டாம். எல்லாம் முடிந்துவிடும். அதர்ம காலமும் கிடையாது, இருண்ட யுகமும் கிடையாது.

கல்கி குரலை உயர்த்தினான். ''நான் ஒன்றைச் சொல்ல வேண்டும்.'' மௌனம் உடைந்தது.

மற்ற மூத்தவர்களுடன் சேர்ந்து தேவதத்தாவும் கல்கியை ஆச்சரியமாகப் பார்த்தான். என்ன மாதிரியான எண்ணங்கள் அந்த மூத்தவனின் கெட்டியான மூளையில் ஓடுகிறதோ என்று கல்கி நினைத்தான். ஆனால் ஒன்றையும் வெளிக்காட்டாமல் தேவதத்தா தலையாட்டினான்.

கல்கி மேடை ஏறினான். வாழ்க்கை எவ்வளவு தூரம் மாறிவிட்டது, அவன் இப்பொழுது பேச்சாளன், உட்கார்ந்து கேட்பவன் அல்ல. ''சர்பஞ்ச் அவர்கள் குறிப்பிட்டது போல் அவை நம் பாரம்பரியம், நாம் அவற்றைப் பாதுகாக்கத் தான் வேண்டும். ஷம்பாலா ஒரு சிறிய கிராமமாக இருந்தாலும் அது இந்தளவுக்கு மதிக்கப்படுவதற்கு காரணம், நம்முடைய சிறப்பான பாரம்பரியம் தான். நாம் வீரர்கள் இல்லை தான், ஆனால் கடைசி மூச்சு இருக்கிறவரைக்கும் நாம் இதற்காகச் சண்டையிடுவோம். நம் உயிரையும் கொடுப்போம். நாம் போரில் கலந்து கொள்ளாவிட்டாலும், நம் கோவிலை யாராவது தகர்க்கவந்தால், சும்மா வேடிக்கைப் பார்த்துக் கொண்டு நிற்க மாட்டேன். நான் கண்டிப்பாகச் சண்டை போடுவேன். நிறைய பேர் சண்டையிட பயப்படலாம், அதுவும் சரிதான், தனியாகப் போரிடுவது கடினம், ஆனால் எல்லோருமாகச் சேர்ந்தால் ஒரு கூட்டணியாக நம் சக்தி அதிகரிக்கும், நாம் பெரிய ராணுவப் படையையே தகர்க்கலாம். நாம் நம் திடத்தைக் காட்டினால் வெல்லலாம்.''

152

சிலர் ஒப்புக்கொண்டு தலையாட்டினர், சிலர் மறுத்தனர்.

''நாம் ஆயுதங்களை எப்படிச் சேகரிப்போம்?'' என்று ரோஷன் மித்ரா கேட்டான். அவனுடைய பெற்றோர்கள் அந்தக் கேள்வியை அவன் கேட்டதால் அதிர்ந்தனர். அவன் கல்கியின் பேச்சைக் கேட்டு மனம் மாறிவிட்டானோ என்று கலங்கினர்.

கல்கிக்குச் சரியான காரணங்கள் இல்லை. அவன் லக்ஷ்மியை நோக்கினான், அவள் தர்மசங்கடத்துடன் தலையைக் குனிந்துகொண்டாள்.

''நம்மிடம் குறைந்த அளவு ஆயுதங்களே உள்ளன.''

''அது மிலேச்சர்களுக்குப் போதுமானதாக இருந்தது,'' லைலா சர்வேஷ் வெட்டிப் பேசினாள். அவளுடைய சகோதரர்களை விட திடகாத்திரமானவள். ''ஆனால் அரசாங்கம் உள்ள நகரத்திலிருந்து வரும் பெரும் படைக்கு அது பத்துமா?''

''நான் ஒன்று சொல்லட்டுமா?'' கீச்சென்ற குரல் வெளிப்பட்டது.

கல்கி, க்ருபாவைப் பார்த்ததும் தன் புருவங்களைத் தாழ்த்தினான். ''பெண்ணே, ஆயுதங்கள் தான் வேண்டுமென்றால் நாம் தயாரித்துக் கொள்ளலாம். நாம் வனப் பிரதேசத்தில், சுற்றி வர நிறைய மரங்கள் உள்ள இடத்தில் இருக்கிறோம்.''

''யார் நீ?'' லைலாவின் சகோதரன் அகஸ்த்யா கேட்டான்.

''ஆமாம், யார் நீ?'' என்று அந்தகாவும் அதையே கேட்டான்.

''என்னை க்ருபா, என்றே அழையுங்கள், சரியா?''

கல்கி சிரித்தான். க்ருபா ஆச்சார்யா எரிச்சலாகிறான்.

''ஆயினும் ஷம்பாலாவில் உள்ளவர்கள் வீரர்கள் கிடையாது, மகனே,'' மற்றொரு மூத்தவர் ஆரம்பித்தார். தேவதத்தாவும் ஒப்புக்கொள்பவர் போலத் தெரிந்தார்; ஆனால் வார்த்தையால் தெரிவிக்கவில்லை. ''நாம் அமைதியை நாடுபவர்கள். நம் முன்னோர்களும் சரி, நம் இளையோர்களும் சரி, அமைதிப் பேச்சுக்காகவே வாழ்பவர்கள்.''

''உண்மையைச் சொல்லப் போனால் நாம் அமைதியான காலத்தில் வாழவில்லை.'' கல்கியின் கண்கள் கோபத்தில் மின்னின. அவன் வார்த்தைகளை விஷம் போலக் கக்கினான். சூழலின் நிஜத்தைப் புரிந்து கொள்ளாதவர்களை, பின் வாங்குபவர்களைக் குறி வைத்தான். ''நம் முன்னோர்கள் என்ன செய்தார்கள் என்பது இப்போது அவசியம் இல்லை, நாம் இப்பொழுது என்ன செய்யப் போகிறோம் என்பதைத் தான் நாளைய வரலாறு எழுதும்.'' அவன் க்ருபாவைப் பார்த்தான். ''நீங்கள் என்ன வேண்டுமானாலும் சொல்லுங்கள், ஆனால் அவருக்கு இதைப் பற்றிக் கூடுதலாகத் தெரியும். நமக்கு பாராட்டத்தக்க வீரர்களும், புதிதாக சிந்திப்பவர்களும் தேவை. கோழைகள் அல்ல.'' அவன் தேவதத்தா பக்கம் திரும்பினான்.

பிறகு மூத்தவர்களைப் பேச விடாமல் தானே ஒரு நிலைபாட்டை எடுத்தான் கல்கி. ''கிராமத்து மூத்தவர்கள் என்ன செய்யப் போகிறார்கள்

என்பது எனக்குத் தெரியாது, ஆனால் நான் இதற்காக, என் நண்பர்களுடன் ஆள் எடுக்கப் போகிறேன். நாம் தயாராக இருக்கலாம், அதனால் மூத்தவர்களிடம் நான் கெஞ்சிக் கேட்டுக் கொள்கிறேன், இந்த மடலைப் புறக்கணித்துவிடுங்கள். நாம் புரட்சியாளர்கள் தான் என்ற தகவலை அனுப்புங்கள். அவர்கள் வரட்டும். இதற்கு என் கூட நிற்பேன் என்று உறுதி கூறுபவர்கள் என் வீட்டிற்கு நாளை மதியம் வாருங்கள். மற்றதை அங்கே பேசுவோம். நாம் ஏதோ ஒரு கிராமம், அவர்களின் அராஜகத்தை நடத்தலாம் என்ற எண்ணத்தை உடைப்போம்.''

இதைச் சொல்லிவிட்டு அவன் மேடையிலிருந்து இறங்கினான். வெகு சிலரே சன்னமாகக் கை தட்டினார்கள்.

35

வாசுகி தன் சகோதரிக்காக கோட்டையில் காத்திருந்தான். கோட்டை, கட்டி முடிக்கும் தருவாயில் இருந்தது, அவனுக்கு அறையும் ஒதுக்கப் பட்டுவிட்டது. ஐம்பதுக்கும் மேற்பட்ட நாகாக்கள் காலையும் இரவும் அதைக் காவல் காப்பார்கள். அவர்களை எந்தக் காரணத்துக்காகவும் அங்கிருந்து அனுப்புவதில்லை என்று உறுதி கொண்டான். யாராவது சோர்வு என்றால், காவலாளி பதவியிலிருந்து நிரந்தரமாக நீக்கப்படுவார்கள் என்று தனக்குத் தானே சூளுரைத்தான். உலுப்பி தளபதியாகப் பதவி ஏற்றான், தெருக்களில் கண்காணிப்பு, அணிவகுப்பு நடத்தி, தக்ஷக்கைக் கொன்றவனைக் கண்டுபிடிக்க முனைந்தான். அவன் உடலில் இருந்த காயத்தை வைத்து ஷமன் கூறியது, அது நாகா கத்தியால் ஏற்பட்டது என்பது தான்; நாகாக்கள் கத்தியால் தக்ஷக் கொலை செய்யப் பட்டிருக்கிறான், அதற்கென்று தனி லக்ஷணங்கள் உண்டு மெலிதாகவும், முனை வளைந்தும் இருக்கும்.

குவேராதான் இதைச் செய்தது என்பது அவனுக்குத் தெரியும். அவனுக்கு இதில் ஏதோ சம்பந்தம் இருக்கிறது. குவேராவுக்கு, வாசுகியின் மீது எப்போதுமே ஒரு பொறாமை உணர்வு உண்டு, அந்த மணியின் மீதும் ஒரு கண். தக்ஷினிகள் இடத்து நாகாக்களுக்கு அபிமானம் உண்டு; அவர்களுக்குப் பாதி அரசவை தகுதி உண்டு; அவர்கள் சுத்தமாகவும் இருப்பார்கள்.

ஆனால் இந்த அபிமானம் மாறியதற்குக் காரணம் குவேரா. அவர்களின் பெருமிதமான நாகமணியை, அவர்கள் சக்தியின் உறைவிடமான நாகமணியைத் திருட நினைத்தான். அதை சேஷாவைப் பிரார்த்தனை செய்வதற்காக வைத்திருந்தனர். விஷ்ணு கடவுளின் கழுத்தைச் சுற்றி இருந்த பாம்பு அது, அவரைக் காக்கும் பாம்பு. விஷ்ணுதான் நாகாக்களின் உயர்ந்த கடவுள். நாகபுரி, வாசுகியின் நகரம், அதற்கு அருகில் அதற்கான ஒரு கோவிலும் உண்டு. செம்பிலும், வெண்கலத்திலுமான ஒரு பெரிய சிலை உண்டு. அதன் தலையில் அந்தப்

பிரபலமான மணி இருந்தது. அது திருடு போனது. ஒரு யக்ஷன் அதை எடுப்பதை அவர்கள் பார்த்தார்கள். காலடித் தடங்கள் மிகவும் சின்னதாக அந்த வெறுக்கத் தக்க குவேராவினுடையவை போலவே இருந்தன.

வாசுகி, தக்ஷக்கின் உதவியுடன் அலக்பூரைத் தாக்கினான். யக்ஷர்கள் தங்கி இருந்த இடம் அது. மணல் மேட்டில் அதிகம் விளைச்சல் இல்லாத இடத்தில் இருந்தது அந்த ஊர். வாசுகி தோற்றுவிட்டான். ஆனால் பிறகு காளியுடன் பழங்குடியினருடன் ஒப்பந்தம் ஒன்றைச் செய்து கொண்டபோது, வாசுகி வைத்த ஒரே கோரிக்கை, குவேரா அந்த மணியைத் திரும்பத் தர வேண்டும், அப்பொழுது தான் தன் படைகளை அனுப்புவேன் என்று கூறினான். காளி அவனுக்குப் விரிவாக தெளிவுபடுத்தியதால், குவேரா வேண்டா வெறுப்பாக மணியைத் திருப்பிக் கொடுக்க ஒப்புக் கொண்டான்.

அவர்களிடையே இருந்த கடந்த கால வரலாறு அதுதான், எப்பொழுதும் குவேராவுடன் சண்டைதான், அன்புக்கு பதில் வெறுப்பே மிச்சம். ஒப்பந்தத்திற்கு சம்மதம் தெரிவித்தாலும் வாசுகிக்குக் குவேரா மீதான சந்தேகங்கள் இருந்தன. அவனுடன் வேலை செய்ய முடியுமா என்று யோசித்தான். ஆனால் காளி, அவனுக்கு அனைவரும் சமம், என்றும் எந்தத் தடையும் இருக்காது என்றும் உறுதி அளித்திருந்தான். ஆனால் அவை அனைத்தும் பாட்டி காலக் கதைகளாகப் பொய்த்துவிட்டன. இப்பொழுது அவன் நாகபுரியிலிருந்து ரொம்ப தொலைவில் இருந்தான், திரும்பவும் அங்கேயே சென்றுவிட ஆசைப்பட்டான். அவன் மக்களே அவனைக் கோழை என்று சொல்லிவிடலாம். அவனுடைய சொந்த அபிப்பிராயப்படி, அவன் கோழைதான், ஆனால் இப்பொழுது எதிரிகளின் சூழலில் இருப்பதாக உணர்ந்தான்.

கணிசமான நாகாக்களை அனுப்பி மானசாவைக் கூட்டிக் கொண்டு வரச் சொன்னான். நகரத்தின் உள்ளே நுழைந்து, கோட்டைக்குள் வருவதற்கு எந்த சிக்கலும் இருக்கக் கூடாது என்று எண்ணினான். ஒரு நாகா வருவது போன்று தெரியக் கூடாது என்ற முயற்சியை எடுத்துக் கொண்டான். கோட்டையின் கதவுகள் இரும்பினால் ஆனவை. அவற்றைப் பிடித்து மூடியிருந்த கயிற்றையும், கிளைகளையும் விடுவித்து அவற்றைத் திறந்தான். குதிரைப் படையும், கால் படையும் கூட வர, மூன்று குதிரைகள் இழுக்கும் ஒரு வண்டியில் அவன் சகோதரி வருவதை, கோட்டையின் மேலிருந்து அவனால் பார்க்க முடிந்தது. அவன் துரிதமாக நடந்தான், காவலாளிகள் கூட வந்தனர், கூலி ஆட்களைக் கடந்து-பிறப்பிலேயே நாகாக்களாக இருந்தவர்கள்-அவளை அணுகினான். இந்தக் கூலி ஆட்கள் மற்றவர்களாக இருக்கக் கூடாது என்று நினைத்தான். அது ஆபத்தில்தான் முடியும் என்று பட்டது. அவன் தன் தந்தை கொலை செய்யப் பட்டதைப் பார்த்திருக்கிறான்.

அப்பாவின் இறப்பின் நினைவு வந்ததும் அவனால் நேராக

நடக்க முடியவில்லை, காலடிகள் தடுமாறின, எப்படியோ சமாளித்துக் கொண்டு நடந்தான். மையமான அறைக்கு வந்தான். அங்கே நான்கு திசைகளிலிருந்தும் தண்ணீர் கொட்டியது. காவலாளிகள் மார்புக் கவசம் அணிந்திருந்தனர், அதில் பாம்புச் சின்னம் இருந்தது. அவர்களின் வாள்களின் பிடியில் சேஷாவின் தலை பொறிக்கப்பட்டிருந்தது.

மானசா வண்டியிலிருந்து இறங்கினாள். அவளுடைய ஒரு கையின் நீளம், மற்றதை விட சிறியதாக இருந்தது; வாசுகி இப்போதெலாம் அதைக் கவனிப்பதே இல்லை. அவள் ஊனத்துடன்தான் பிறந்தாள், நொண்டிக் கை என்று பலர் கேலி பேசினர், அப்பொழுதெல்லாம் வாசுகிக்குச் சட்டென்று எரிச்சல் ஏற்படும். அது கேலி பேசும் விஷயம் இல்லை. அது அவள் தவறு இல்லை. இப்பொழுது அவளும் கண்டு கொள்ளவில்லை, அது வெறுங்கையாக அப்படியே தொங்கும், அதை ஊதா வண்ண பட்டுத் துணியால் மூடியிருந்தாள். மேலே ஒரு நீல அங்கியை அணிந்திருந்தாள், அது அவளை அப்படியே அணைத்தபடி வழுக்கியது. அவளுடைய முடி நீளமாகவும், அடியில் இழுத்துப் பின்னிக் கட்டப்பட்டும் இருந்தது. அவளுடைய சகோதரனின் கண்களைப் போல அவளுடைய கண்களும் நீலமாக இருந்தன. அவள் அவனை இறுக்கி அணைத்தாள், அவள் தன்னுடைய சொந்த ரத்தம் என்பது அவனுக்கு உற்சாகத்தை அளித்தது. அவளைப் போல் ஒருத்தி இந்த நகரத்தில் இப்பொழுது அவனுடன் இருப்பது அவனுக்கு ஆறுதலாக இருந்தது.

''நீ வந்ததற்கு நன்றி.''

''எப்பொழுதுமே உனக்குத் துணையாக இருப்பேன்,'' என்றாள், பெரும்பான்மையான நாகா பெண்களைக் காட்டிலும் மானசாவின் குரல் கரகரப்பாக இருந்தது. ''நீ ஏன் உன் ஆட்களை இன்னும் நன்றாக உடை அணிந்து கொள்ளச் சொல்லவில்லை? அவர்கள் தோள்பட்டை வழியாக ஆடை நழுவுகிறது; வாளின் உறை கிழிந்திருக்கிறது; செருப்பும் அறுந்து தொங்குகிறது. இவை எல்லாமே சுமாராக வடிவமைக்கப் பட்டிருப்பதால், அவர்கள் இவற்றை அணிந்து போர் புரிந்தால், ஒரு மணி நேரம் கூட தாக்குப் பிடிக்க முடியாது.''

வாசுகி மிரட்டலாகப் பேசும் தன் அக்கா மானசாவையே பார்த்துக் கொண்டிருந்தான். அவனை விட அவள் உயரம், இப்பொழுது அவனைத் திட்டிக் கொண்டிருந்தாள். ''சரி, சரி, அமைதியாக இரு, அக்கா.'' வாசுகி அவள் கையைத் தட்டிக் கொடுத்து, இடுப்பை அணைத்து, அங்கிருந்து இழுக்காத குறையாகக் கூட்டிச் சென்றான்.

அவளுக்கு எப்பொழுதுமே வண்ணங்கள், துணிகள், வடிவமைப்பது, விசித்திரமான கனிகளையும், செடிகளையும் கொண்டு சாறு எடுப்பது போன்ற விஷயங்கள் ரொம்பப் பிடிக்கும். இந்த அழகு செய்து கொள்ளும் பெருமை ஒருபுறம் இருக்க, அவளுக்கு ஒற்றர்களைப் பற்றிய அறிவு கூர்மை அதிகம். போர்க்களங்களில் எப்படி அதிக நேரம்

உயிருடன் இருப்பது என்ற தந்திரங்கள் அவளுக்கு அத்துப்படி. போரின் போது அங்கியின் நீளம் ஒருவனின் ஆயுளைத் தீர்மானிக்கும்; அவன் முட்டியைக் காக்க அணியும் பட்டிகளிலிருந்து, போர் வாளின் வடிவம் வரை அவன் ஆயுளைக் காக்கும் வல்லமை பெற்றவை.

அவனுடைய அறையை அடைந்தார்கள். தூய்மையான வெண்மை நிறச் சுவர்கள். வெண்கலத்தில் தட்டுக்கள், கோப்பைகள், லோட்டாக்கள் என்று நறுவிசாக நீளமான மேசை மீது அடுக்கப் பட்டிருந்தன. அவன் அவளுக்கு மதுவை வழங்கிவிட்டு அவனும் ஊற்றிக் கொண்டான். அவனுக்குத்தான், மற்ற யாரையும் விட அப்பொழுது அது அதிகமாகத் தேவைப்பட்டது. தன் நாற்காலியில் அமர்ந்தான்.

''என்ன ஆயிற்று? உன் கடிதத்தில் நீ துரோகிகளுக்கு இடையே தள்ளப் பட்டிருப்பதாக எழுதியிருந்தாய்.''

''ஆமாம், அப்படித்தான் இருக்கிறேன். நான் நம்பும் ஆள் என் அருகில் இருக்க வேண்டும்.''

''கண்ணே, நான்தான் வந்துவிட்டேனே,'' என்று இளித்தாள். ''உனக்கு எப்போது வேண்டுமானாலும், உன் அக்கா உனக்காக முன்னே நிற்பாள்.''

வாசுகி பெருமூச்சை விட்டான். மதுவை அருந்தினான். கோப்பையை இதழ்களுக்கு அருகே வைத்து உறிஞ்சினான். வேதாந்தாவை உளவு பார்ப்பதற்காக தக்ஷக்கை அனுப்பியதிலிருந்து கதையைச் சொல்லத் தொடங்கினான்.

''தக்ஷக் போன்ற கனமான மண்டையனைப் போய் உளவு வேலைக்கு அனுப்புவாயா? அவனுக்கு ஒற்றனின் வேலையைப் பற்றி எதுவும் தெரியாது. ஒரு ஆளை அடித்து, உதைத்து, விஷயத்தைக் கறப்பது தான் உளவு ஆற்றல் என்று எண்ணுபவன். அது ஒரு கலை. பேசுவது, உடை உடுப்பது, நடந்து கொள்வது; இவை எல்லாமே ஒற்றனுக்கு அவசியம்.''

''எனக்குத் தெரியும், ஏதோ முட்டாள்தனம் செய்துவிட்டேன்.''

''இப்பொழுது எல்லாமே பரவாயில்லை.'' அவளுக்குப் பிடித்தமான மூன்று வார்த்தைகள் அவை. வாசுகி தன் வாழ்நாளில் பலமுறை அவற்றைக் கேட்கும் துர்பாக்கியத்தை அனுபவித்திருக்கிறான். ''நம் எதிரிகளை அழிக்க நமக்கு ஒரு புது திட்டம் தேவை. ஆனால் அதற்கு நாம் நம் எதிரிகளை அடையாளம் காண வேண்டும்.''

''எனக்கு இருவரைத் தெரியும்.''

''சிறப்பு. அந்த அழகன் ஆனால் வ்யாதியஸ்தன் காளி என்ன ஆனான்?''

''ஆமாம், அவனால் எதுவும் செய்ய இயலவில்லை. தன் வேலைகளைக் கூட சரியாகப் பார்த்துக் கொள்ள முடியவில்லை.'' வாசுகி நக்கலடித்த போது வாயில் இருந்த மிச்ச மது வழிந்தது.

''என்னது?'' அவள் அச்சப்பட்டாள். ''அவனும் அவன் தங்கையும் சரியான தேர்வாகத் தானே தெரிந்தார்கள். ஒருவரை ஒருவர் ஒத்து

வலிமையானவர்களாக இருந்தார்களே. அவர்களால் சமாளிக்க முடியவில்லை என்பது வியப்பாக இருக்கிறது.''

''அவன் சக்தியின்றி பிதற்றிக் கொண்டிருக்கான்.'' வாசுகி கோபமாகக் கோப்பையை மகோகனி மேசை மீது ஓங்கி வைத்தான். ''நேற்று தான் நடந்தது போல் இருக்கிறது. நம்முடைய ஆட்களிடமிருந்தே அவர்களின் அதிகாரிகளை ஏமாற்றித் தப்பியது நேற்று நடந்தது போலிருக்கிறது.''

''என் செல்லமே! நாம் அவர்களை எப்படித் தோற்கடித்தோம் என்று எனக்கும் நினைவிருக்கிறது.'' மானசா புன்னகைத்தாள். ''பழங்குடியினரிடையே உட் பூசல்களும் போர்களும் வழக்கமானவை தான். அதைக் கண்டு வியக்க வேண்டிய அவசியம் இல்லை. நம் சொந்த வாழ்க்கையில் நமக்கு நாகரீகம் இல்லை.''

''இதையும் வெல்வோம்.'' வாசுகி நின்றான், அவனுடைய அங்கி தரையில் புரண்டது. முன்னால் நடந்தான். ஒரு அரசன் என்று சொன்னாலும் அவன் உடல் சுத்தமானவன். மற்றவர்களுக்குப் போர் வடுக்கள் இருக்கும். இவன் சுத்தமாக வடுவின்றி வழுவழுப்பாக இருந்தான். போரில் முன்னணியில் இவன் பங்கேற்பதே இல்லை. ஒரே ஒரு முறை அவர்கள் இந்தரகர்ரில் போரிட்டபோது முன்னால் நிற்க வேண்டிய கட்டாயம் எழுந்தது, ஆனால் அதையும் காளி பார்த்துக் கொண்டான். ஆச்சரியம் தரும் விதமாக அவர்களை நிறுத்தினான். அப்பொழுது அவன் பெரிய அறிவாளியாகத் தென்பட்டான், ஆனால் இப்பொழுது ஏழையின் பன்றியை விட அவலமாக இருந்தான். ''உன்னிடம் ஏதாவது ஒற்றர்கள் இருக்கிறார்களா?''

''பொறுமை செல்லம்.'' அவள் முன்னால் வந்து திரும்பியிருந்த அவன் அங்கியைச் சரி செய்தாள். உள்ளே இருந்த பொன் வண்ணம் தெரியும்படி நிமிர்த்தினாள். ''ஒரு அரசன் தன் துணிகளை ஜாக்கிரதையாக அணிய வேண்டும்.''

வாசுகி தலை ஆட்டினான், வாய் இறுகியது. ''எனக்குத் தெரியும், என்னை மன்னித்துவிடு. இதே தவறைத் தொடர்ந்து செய்யாத அளவுக்கு நீ எனக்கு நன்றாகத் தான் கற்றுக் கொடுத்திருக்கிறாய்.''

''நம்மிடம் ஒரு கொலையாளி இருப்பானேயானால், அதி வேகமாகவும், யார் கண்ணில் படாமலும் செயல் படுபவனாக இருக்க வேண்டும். எதிரிகளின் தோளுக்கு அடியில் அவர்கள் அறியாமல் புக வல்லவன் வேண்டும். அவர்களே அறியாமல் அவர்களை வீழ்த்த வேண்டும்.'' அவள் தன்னுடைய கோணலான சிரிப்பை உதிர்த்தாள். ''இது போன்ற ஒற்றனை, பொறுமையாக, விதி தரும் வரை காத்திருந்து பெற வேண்டும். சேஷக் கடவுள் நம்மை வழி நடத்த வேண்டும்.''

வாசுகி ஒப்புக் கொண்டான். ''நீ சொல்கிறபடியே நடக்கலாம். ஆனால் காளியை என்ன செய்வது?''

அவள் எதுவும் சொல்லாமல், வாசுகியைத் தொடர்ந்து பார்த்தாள்.

"பழங்குடியினரிடையே அமைதியைக் கொண்டு வரலாம் என்று சொல்லி அதற்காக உழைத்தவரை அவன் நமக்கு வேண்டியவனாகத் தான் இருந்தான். அமைதி இல்லை என்றால், செல்லமே," அவள் உதடுகள் கொடூரமாக மேலே போயின, "அவனால் நமக்கு என்ன பயன்?"

160

36

அவர்கள் காத்திருந்தார்கள்.

கல்கி தன் வீட்டு வாசலில் சற்று நேரம் காத்திருந்தான்; தன்னை அறியாமல் தூங்கிவிட்டான். அவன் சோர்வாகிவிட்டான். தன் கிளைகளைக் குடைபோல குடிசை மீது விரித்த அந்த மரத்தின் மீது சாய்ந்து நின்று கொண்டிருந்தான் அர்ஜன். அவன் ஒரு காசை வைத்து விளையாடிக் கொண்டிருந்தான். அதை மேலே சுண்டி எறிந்து, சுழற்றினான். ஆர்வமின்றி விளையாடிக் கொண்டிருந்தான். லக்ஷ்மி புத்தகம் படித்துக் கொண்டிருந்தாள், அர்ஜன் அடிக்கடி எட்டிப் பார்த்துக் கொண்டிருந்தான். பாலா தன் கதையைச் சுத்தம் செய்து கொண்டிருந்தான்.

மூத்தவர்களிடம் மரியாதையுடன் நடந்து கொள்ள வேண்டும் என்று சுமதி கல்கியைக் கோபித்தாள். ஒரு முறை அவர்களைத் தன் பக்கம் ஈர்த்ததனால் அவன் கூட்டத்திற்குச் சென்று தனக்குத் தோன்றியதைக் கூறக் கூடாது என்றாள். இந்தக் காலத்தின் அவதாரம் தான் இவற்றைச் செய்கிறது என்ற விஷயம் அவனை அசத்தியது. கோவிந்த் அவனை இவற்றைச் செய்ய வைக்கிறாரா? ஆனால் அவர் தயிர் பிடிக்கும் என்று திருடித் தின்றவர் தானே? அவருக்கும் சொந்த விருப்பு, வெறுப்பு எல்லாம் கல்கியைப் போல இருந்தது, சில தவறுகளைக் கல்கியைப் போலச் செய்திருக்கிறார்; கல்கியின் பெரிய தவறே அவன் நீளமாகப் பேசுவது தான்; தன் சுற்றுச் சூழலை மறந்து பேசுவான்.

ஷுகோ அவன் தோளில் வந்து அமர்ந்ததும் அதற்கு ஒரு ரொட்டித் துண்டை அளித்தான். ஷுகோ தனக்கு வேண்டும் என்ற உணவை மிகவும் நேர்த்தியாக உண்ணும், அதனால் அது உண்ட பிறகுதான் கல்கிக்கு க்ருபா இன்னும் வரவில்லை என்பதே உதித்தது. வனத்தில் உள்ள இயற்கைப் பொருட்களைக் கொண்டு ஆயுதங்கள் செய்யலாம் என்று சொன்னவன் க்ருபாதானே, ஆனால் அவன் இன்னும் வரவில்லை. அவன் ஒரு ஆச்சாரியா, ஆனால் இது போன்று தாமதமாக வருவது பொருத்தமல்ல.

மஹாயுத்தம் காலத்தில் இருந்து, ஒரு மிலேச்சனைப் பற்றிய கதை இருக்கிறது. அவன் சிறந்த வில்லாளனாக ஆசைப்பட்டான், அதற்கான ஆற்றலும் அவனிடம் இருந்தது. அந்த யுகத்தின் கதாநாயகனுக்கு இவன் அச்சுறுத்தலாக அமைவான் என்று, மதிப்பிற்குரிய ஆச்சார்யா நினைத்தார். மிலேச்சனிடமிருந்து அவன் கட்டை விரலைப் பெற்றார். கட்டைவிரல் இல்லாமல் அந்த மிலேச்சனால் வில்லை உபயோகிக்க முடியவில்லை. இந்த சோகத்தினால் வில்லாளனாக வேண்டிய கனவை அவன் கைவிட நேர்ந்தது. ஆச்சார்யர்கள் புனிதமான காரியங்களை மேற்கொண்டாலும், அவர்கள் புனிதமானவர்கள் இல்லை என்பது கல்கிக்குத் தெரியும். இந்த உலகில் நன்மை, தீமை என்று தனித்து எதுவும் இல்லை. மக்கள் மட்டுமே இருந்தனர், அவர்களின் தேர்வின் விளைவுகள் பல பேரழிவுகளுக்கு வித்தாகின்றன. இந்தக் கதை ரொம்ப பொருத்தமாக இருந்தது, இதைப் புரிந்து கொள்ள முடிந்தது. மேலும், குருகுலத்தில் படித்ததில் இந்தக் கதை தான் கல்கிக்கு நினைவில் நின்றது. கல்கியை இது யோசிக்கவைத்தது, க்ருபா, நிஜமாகவே நல்லவன் தானா, ஏன் என்றால் பலமுறை அவன் கவனித்ததில் க்ருபாவின் எண்ணங்களும் செயல்களும் ஒத்துப் போகவில்லை.

தன்னுடைய மருமகன், மற்றும் துணைக்கு வந்தவனின் பெயர்களை, க்ருபா சொல்லாமல் மறைத்தது கல்கிக்கு வியப்பை அளித்தது. ஒருவேளை நேரம் சரியில்லையோ, என்று கூட சிந்தித்தான்; அவன் சரியான பாதையைத் தேர்ந்தெடுத்தபின் அவன் அதைச் சொல்லக் கூடும். அவனுக்கு விடைகள் கிடைக்கலாம்.

''யாரும் வருவது போலத் தெரியவில்லை, அண்ணா,'' அர்ஜன் லேசான நகைச்சுவையோடு கூறினான், ''ஒரு வேளை நீ பேசியது அவ்வளவு பெரிய தாக்கத்தை உருவாக்கவில்லையோ? உனக்கு ஏதாவது தாக்கம் ஏற்பட்டதா?'' என்று பாலாவைக் குடைந்தான்.

பாலா தன் கதையைத் துடைத்துக் கொண்டிருந்தான், அதனால் அவனுக்குச் சட்டென்று புரியவில்லை, ''உம்ம்...என்ன...?''

கல்கி சோகத்தில் தலையாட்டினான். ''என் மக்களே என் தீர்வில் நம்பிக்கை வைக்கவில்லை என்பதில் எனக்கு எந்த ஆச்சரியமும் இல்லை.'' அவன் லேசாக இருமி லக்ஷ்மியின் கவனத்தைப் புத்தகத்திலிருந்து மீட்கப் பார்த்தான். ஆனால் அவள் அசையாமல் அப்படியே இருந்தாள், புத்தகத்தின் பக்கங்களைப் புரட்டிக் கொண்டிருந்தாள். ''நல்லது, ஆதரவுக்கு நன்றி.''

அப்பொழுதும் அவள் எதுவும் சொல்லவில்லை.

''அவள் கேட்கவில்லை என்று நினைக்கிறேன்.''

லக்ஷ்மி நிமிராமல் வெடுக்கென்று பேசினாள், ''கேட்டுக் கொண்டு தான் இருக்கிறேன். ஆனால் பதில் சொல்ல விரும்பவில்லை.''

''எனக்கு ரொம்ப மகிழ்ச்சியாக இருக்கிறது, நீங்கள் எல்லோரும்

இப்படி இருப்பது, நன்றி.'' கல்கி கேலியாக நன்றி பாராட்டிவிட்டுத் தலையைத் திருப்பிக் காட்டை நோக்கினான்.

யாரோ தன்னை நோக்கி வருவதைக் கண்டான். அதிக உயரம் இல்லை, உடல்வாகிலும் சாதாரணமாக இருந்தான். ரோஷன் மித்ரா அவனுடன் வந்து கொண்டிருந்தான், மெதுவாக நடந்தான். பெரும்பாலானோர் அவனை நலிந்தவன் என்று ஒதுக்கினாலும், அவனுடைய பெற்றோர்களின் பண்ணையில், அறுவடை சமயத்தில் அவன் கோணிகளை ஏற்றி இறக்குவதை, கல்கி பார்த்திருக்கிறான். ரொம்பச் சிறியவனாகத் தெரிந்தாலும் அவனுள் வியத்தகு வலிமை ஒளிந்திருந்தது.

''இங்கே தான் நான்...நான் சேர்ந்து கொள்ளலாமா?''

''ஓ! கண்டிப்பாக!'' கல்கி நின்றான். ''எங்களுக்கு எப்படி உதவி செய்வாய்?''

''ஆயுதங்கள் செய்ய உதவுவேன்.''

''உனக்கு ஆயுதங்களை வடிவமைக்கத் தெரியுமா?''

ரோஷன் தெரியாது என்று மறுத்தான். ''எனக்கு யாராவது சொல்லிக் கொடுக்க வேண்டும். ஆனால் நான் சீக்கிரமாகக் கற்றுக் கொண்டு விடுவேன்.''

''இது நல்ல செய்தி,'' கல்கி தன் நண்பர்களைப் பார்த்தான், அவர்கள் தங்கள் சிரிப்பைக் கட்டுப்படுத்தச் சிரமப்பட்டார்கள். ''நீ சண்டையிட மாட்டாயா?''

''மாட்டேன். அம்மா என்னிடம் கூறினாள், நான் எதுவும் செய்து செத்துவிடக் கூடாது, என்று.''

''ஓ! அப்படியா.'' கல்கி புன்னகைத்தான். ''நீ வந்ததற்கு நன்றி ரோஷன்...''

''**பொறுங்கள்!**'' ஒரு குரல் அலறிற்று.

கல்கி திரும்பினான், மற்றவர்களும் திரும்புவதை உணர்ந்தான். அது லைலாவும் அவளுடைய இரண்டு சகோதரர்களும்; அவர்களுடன் சாகர், மாயா மற்றும் பத்து நண்பர்கள் வந்தனர். ஆனால் அவர்கள் வெறும் பத்து பேர் இல்லை; கல்கி சரியாகக் கவனித்திருந்தால் அவர்கள் நூற்று கணக்கில் இருந்தனர் என்பதை அறிவான். அவர்கள் பெரிய கூட்டமாக வந்தனர். பஞ்சாயத்து விதியை உடைத்து, பழங்குடியினரின் அகங்காரத்தை எதிர்த்துப் போரிடும் வாய்ப்பைப் பற்றி பரபரப்பாகப் பேசினார்கள். அவர்களைக் கோவிலைத் தோண்ட அனுமதிக்கக் கூடாது என்பதில் தீர்மானமாக இருந்தனர்.

லக்ஷ்மி புத்தகத்தை மூடினாள். பாலா நிமிர்ந்து நின்றான். அர்ஜன் காசுடன் விளையாடுவதை நிறுத்தினான்.

''இவர்கள் போதும் என்று நினைக்கிறேன், கல்கி,'' என்றாள் லைலா சிரித்துக் கொண்டே. ஆனிக்ஸ் கல்லைப் போல கருப்பான முடியைக்

கொண்டவள் லைலா. இமைகளின் முடி நீண்டு வளைந்திருக்கும், மெல்லிய இதழ்கள். அவளுடைய சகோதரர்கள் அவளைப் போல இல்லை. வாட்டசாட்டமாக வலிமையாக இருந்தனர். அப்படிப் பட்டவர்கள் தான் கல்கிக்குத் தேவை.

''இது தேவைக்கு மேலேயே, உம்ம்...நன்றி.'' கல்கி தலையை லேசாகக் குனிந்து அனைவரின் வருகையையும் வரவேற்றான். ''எல்லோரையும் எப்படி வழிக்குக் கொண்டு வந்தாய்?'' என்று லைலாவைப் பார்த்துக் கேட்டான்.

''நானா? நான் எதுவும் செய்யவில்லை. நான் என் சகோதரர்களைக் கூட்டிக் கொண்டு வரும் பொழுது இந்தக் கூட்டத்தைப் பார்த்தேன். அவர்கள் எல்லோரும் இந்தப் பக்கமாக வந்து கொண்டிருந்தனர்.''

''யார் அவர்களைக் கூட்டமாகச் சேர்த்தது?''

''வந்து...'' லைலா தன் கட்டைவிரலைப் பின்னால் காட்டினாள். அங்கே அவனுக்குப் பரிச்சயமான முகம் கூட்டத்தின் நடுவே தெரிந்தது. சாதரணமான வெள்ளைத் துணிகளை அணிந்து, தேவதத்தா கல்கியைப் பார்த்துப் பெரிதாகப் புன்னகைத்தார். அவனும் அவரை வரவேற்று தலையசைத்தான்.

''சர்பஞ்ச், ஐயா?'' அவனுக்கு அதிர்ச்சியில் மூச்சு வாங்கியது. இந்தக் கிழவன்,-கிழவனை மறைமுகமாகக் கோழை என்று கூட நினைத்திருக்கிறான், சூழலுக்கு முன் நின்று கல்கிக்காக இவ்வளவு பேரைச் சேர்ப்பான் என்று நினைத்துக் கூடப் பார்க்கவில்லை. ''என் மீது உங்களுக்கு நம்பிக்கை இல்லை என்று தானே நினைத்தேன்.''

தேவதத்தா ஆழ்ந்த மூச்சை இழுத்தபடி, ''இனி எதில் நம்பிக்கை வைப்பது என்றே தெரியவில்லை. ஆனால் எனக்கு ஒன்று கண்டிப்பாகத் தெரியும். நம் கோவிலை அந்தப் பழங்குடியினர் தாக்கினால் அந்த வருத்தத்தை என் வாழ் நாள் முழுவதும் மறக்க முடியாது என்பது மட்டும் நிச்சயம். எனக்கு வாழ்க்கையில் வருத்தம் அளிக்கக் கூடிய விஷயங்கள் அதிகம் இல்லை, என்பதால் உனக்குக் கை கொடுக்க எண்ணினேன்.''

கல்கியும், அர்ஜனும் சிரித்தார்கள்; அர்ஜன் அவன் தோளைப் பாசத்துடன் தட்டிக் கொடுத்தான். லக்ஷ்மி அவன் கைகளைப் பிடித்தாள், அவர்களின் உள்ளங்கைகள் உரசின. அவன் அப்பாவின் அந்திம காரியங்கள் நடந்த அன்று, அவன் அவளை முத்தமிடும் தருவாயில் இருந்தான், அப்பொழுது ஏற்பட்ட அதே மின்சாரம் இப்பொழுதும் அவனுள் பாய்ந்தது. சத்தம் கேட்டு வெளியே வந்த சுமதியைப் பார்த்தான் கல்கி. அனைவரும் அவளுக்கு வணக்கம் கூறினர். அவள் பேசவில்லை என்றாலும் மகிழ்ச்சியும், ஆச்சரியமும் பொங்க புன்னகைத்தாள்.

தேவதத்தா மடலை எடுத்தான், கல்கியின் முன்னால் தூக்கிப் பிடித்து, கிழித்தான், காற்றில் வீசினான்; கூடியிருந்த அனைவருக்கும் விஷயத்தைத் தெரிவிக்கும் வகையில் வீசினான். இனி கல்கியின்

பொறுப்பில் மொத்த கூட்டமும் இயங்கும், அவன் அவர்களை நல்ல விளைவுகளிடம் கொண்டு சேர்க்க வேண்டும்.

37

கல்கிக்குப் போரைப் பற்றிய எந்த விஷயமும் தெரியாது என்பதால், இவ்வளவு பேரைச் சமாளிப்பது கஷ்டம் என்று அர்ஜன் சொன்னது உண்மையாகிவிட்டது. அவர்கள் கல்கியின் வீட்டில் அமர்ந்திருந்தனர்; சுமதி அவர்களுக்குப் பாலும், தயிரும் கொண்டு வந்து விருந்து வைத்தாள்; நூற்றுக்கும் மேற் பட்டோர் தங்கள் பங்கை அளிப்பதாக உத்தரவாதம் கூறி விட்டுச் சென்றுவிட்டனர்.

''அவர்களுக்குக் கதையை எப்படி பிடிப்பது என்று நான் சொல்லிக் கொடுக்கிறேன்,'' என்றான் பாலா. வாய் நிறைய தயிரை அள்ளி உண்டபடி பேசினான். ''அவர்கள் வீரர்களாகிவிடுவார்கள்.''

''ஒரு சாதாரண மனிதனுக்குக் கதையை எடுத்துச் சுழற்றுவதில் அதன் பளுவினால் சிரமம் அதிகம்,'' என்றான் கல்கி. ''அனைவருக்கும் ஒரே விஷயத்தைக் கற்றுக் கொடுக்க வேண்டாம்.''

''ஆற்றல்-வாரியாக அவர்களைப் பிரிக்க வேண்டும்,'' என்றாள் லக்ஷ்மி. ''ஒவ்வொருவருக்கும் என்ன எளிதில் வருகிறது என்று கண்டுபிடிப்போம். அவர்களுக்குப் பிடித்த விஷயத்தைப் போரில் செய்யச் சொல்வோம்.''

''அவர்கள் ஷம்பாலர்கள், அவர்கள் அனைவரும் வன்முறையற்ற அமைதிப் பாதையைத்தான் தேர்ந்தெடுப்பார்கள்.'' கல்கி சற்று எரிச்சலுடனும், சோர்வுடனும் எழுந்தான். காலை விடிந்து விட்டது, யாருக்கும் பொட்டுத் தூக்கம் இல்லை, நேரம் ரொம்ப முக்கியம். ''நாம் மிலேச்சர்களை வென்றதற்குக் காரணம் அவர்களின் கூட்டம் நம்முடையதை விடச் சிறியதாக இருந்தது. ஆனால் பழங்குடியினரின் படையை எதிர்நோக்க நூறு பேர் போதாது. இதில் கொடுமை என்னவென்றால் அவர்கள் எப்படி சண்டையிடுவார்கள் என்று கூட நமக்குத் தெரியாது. நம் மக்களுக்கு நல்ல பயிற்சி கொடுக்க வேண்டும், அதுவும் வெகு சீக்கிரத்திலேயே, அவர்களைத் தேர்ச்சி பெற்றவர்களாக்க வேண்டும்.''

அர்ஜன் ஆமோதித்தான், அவன் விரல்கள் இதழ்களில் விளையாடின, அவன் இடுப்பிலிருந்த அறுவாள் அதன் உறையில் தொங்கிக் கொண்டிருந்தது. அவர்களின் அம்மா தான் அதை அவனுக்குப் பரிசாகக் கொடுத்ததாகக் கூறினான்; கல்கிக்குச் சற்று பொறாமையாகக் கூட இருந்தது, அம்மா தனக்கு எதுவும் கொடுக்கவில்லையே, என்று. அப்படியெல்லாம் யோசிக்கக் கூடாது தான், பொறாமை என்பது குழந்தையின் உணர்ச்சி. மேலும் அர்ஜனுக்கு சோமா கொடுத்த சக்தி இல்லாததால், அவனுக்கு ஆயுதம் அவசியம். இவ்வளவு பேர் அவனை நம்பி அவன் ஏதோ செய்யப் போகிறான் என்று கருதி அவனுடன் கூட நின்றது அவனுக்கு ஒரு குழப்பத்தை உண்டு பண்ணியது. அவன் வயதுப் பையனுக்கு இது கொஞ்சம் கடினம்தான். தன்னுடைய வாழ்வுக்கே அவன் முழு பொறுப்பு எடுத்து கொள்ளும் வயதில் இல்லை, இப்பொழுது மொத்த கிராமமும் அவன் கையில். ஏதோ ஒரு குருட்டு தைரியத்தில் சில வார்த்தைகளை நம்பிக்கையுடன் அவன் பேச, சாதாரணமான கிராமத்து வாசிகள் அதை நம்பிக்கை ஒளியாக எடுத்துக் கொண்டனர். ஆனால் அவன் அதனால் வெற்றி பெறுவான் என்பதில் எந்த நிச்சயமும் இல்லை.

வெற்றி பெறுவானா? எப்படி?

எதிர்மறையான எண்ணங்கள் அவன் உள்ளத்தை அரித்தன, அதனால், அவன் உறங்காமல், அனைவரின் நம்பிக்கை நட்சத்திரமாக விளங்குவதற்கு திட்டங்களை யோசித்தான். அவன் தூக்கம் கெட்டதற்கான காரணம் இதுதான். இப்பொழுது ஷம்பாலாவுக்கு ஒரு கதாநாயகன் தேவை, ஆனால் அதற்கு முன் அவன் பாலைக் குடித்து முடிக்கவேண்டும்.

''நமக்கு ஒரு குரு வேண்டும்,'' என்றான் அர்ஜன். ''ஒரு ஆச்சார்யா அவசியம். நான் வேண்டுமானால் உதவி கேட்டு குரு வசிஷ்டரை அணுகுகிறேன். அவர் மறுக்க மாட்டார். அவர் செய்த பயணம் மூலம் நிறைய பேருக்கு கதவைத் திறந்துள்ளார். அவர் அங்கிருந்து இங்கு வருவதற்கு ஒப்புக் கொண்டாலும், அது சிரமமாகவும், நேரத்தை வீணடிப்பதாகவும் தான் இருக்கும். நமக்கு வீணடிக்க நேரம் இல்லை.''

குரு?

லக்ஷ்மியின் புருவங்கள் கீழ் நோக்கி இருந்தன, அவள் யோசனையில் ஆழ்ந்தால் புருவங்கள் அவ்வாறு நெறியும். ''நானும் ஒப்புக் கொள்கிறேன். அண்டங்காக்கா சேதியை காளியின் அலுவலகத்தில் சேர்க்கும்போது, எனக்குத் தெரிந்து அவனுக்குப் படையைத் திரட்ட குறைந்தது பத்து நாட்களாவது ஆகும். பிறகு அவர்கள் இங்கே பயணிக்க வேண்டும்.''

''ஏன் அவ்வளவு நாட்களாகும், சிறுமியே?'' பாலாவின் குரல்

கரகரத்தது.

லக்ஷ்மி கண்கள் விரிய அவனைப் பார்த்தாள். கல்கிக்கு ஏன் என்று தெரியும். அவளைச் ‘சிறுமி’ என்று கூப்பிடுவது அவளுக்குப் பிடிக்காது. அவள் பெரியவள் என்ற எண்ணம். அவனுக்குத் தெரிந்து லக்ஷ்மி தான் ஒரே பெண் சிறுமியாக இருப்பதை விரும்பாதவள். கல்கி அப்படியில்லை, அவன் சிறு வயதையும் அதன் அப்பாவித்தனத்தையும் விரும்பினான். ''உம்ம்...ஆமாம்...ஏன் என்றால், நானும் கல்கியும் குறைவான ஆட்கள் என்பதால் ஒன்றரை நாட்களில் வந்து விட்டோம். ஆனால் ஒரு படை வர வேண்டுமானால் அதற்கு ஓய்வு நேரம், கண்டிப்பாகத் தேவை, அதனால் அதற்கு நேரம் பிடிக்கும். குறைந்தது மூன்று நாட்களாவது ஆகும்.''

அர்ஜன் ஒரு கேள்வியை முன்வைத்தான், ''அவர்கள் வருவது நமக்கு எப்படித் தெரியும்?''

''கிளிகளால் உயரப் பறந்து, வரும் எதிரிகளைக் கண்டறிய முடியும்!'' பாலா பரபரத்தான். ''சரியாகப் பயன் படுத்தினால் கிளிகள் மிகவும் அறிவான பறவைகள்.''

கல்கியைத் தவிர அனைவரும் ஷுகோவைப் பார்த்தனர், அதன் மூக்கில் தயிர் ஒட்டிக் கொண்டிருந்தது. அது தன் சிறகுகளைப் படபடத்து உரக்கக் கத்தியது.

கல்கியின் உடல் இறுகியது. ''நமக்கு உதவ ஒரு ஆளைத் தான் தெரியும். ஆனால் அவன் அவ்வளவு நம்பிக்கையானவன் அல்ல. உங்கள் இருவருக்கும் கூட அவனைத் தெரியும்,'' என்றபடி பாலாவுக்கும் அர்ஜனுக்கும் சைகை செய்தான்.

''எங்களுக்குத் தெரிந்த ஒரே ஆள்,'' அர்ஜன் ஆரம்பித்தான், கண்களைச் சுருக்கி பிறகு திகிலில் கண்களை விரித்தான், ''அய்யய்யோ, தயவு செய்து அப்படிச் சொல்லாதே! அவன் என்று சொல்லாதே!''

''துரதிர்ஷ்டவசமாக அவன் தான்,'' என்று கல்கி பதற்றமாகச் சிரித்தான்.

அர்ஜன் தன் உள்ளங்கையால் நெற்றில் அடித்துக் கொண்டான், பாலா அதைப் பற்றி யோசனையில் ஆழ்ந்தான்.

அவன் ஒரு சந்நியாசியைப் போல இருந்தான். அவர்கள் திரிந்து கொண்டே இருக்கும் பூசாரிகள், இது தான் மதம் என்று குறிப்பிட்டுச் சொல்ல முடியாது. பூசாரிகளைப் போல அவர்களுக்குக் கோவில்கள் கிடையாது. அவர்களுக்குப் பொருள் சேர்ப்பதில் ஈடுபாடு கிடையாது. அவர்கள் உலக விஷயங்களைத் துறந்தவர்கள். அவர்கள் அழுக்காகவும், மறக்கப் பட்டவர்களாகவும் இருப்பார்கள். அவர்கள் பயணங்கள்

செய்வதிலேயே குறியாக இருப்பார்கள். ஓரிடத்தில் தங்க மாட்டார்கள். ஒரு சந்நியாசியைப் போல்தான் க்ருபா இருந்தான். கல்லின் மீது சாய்ந்து கொண்டிருந்தான். அவன் முகத்தில் அமைதியான புன்னகை தவழ்ந்தது, அவன் கைகளை மார்புக்குக் குறுக்காகக் கட்டியபடி நின்றிருந்தான்.

கல்கியும் அவன் நண்பர்களும் அப்பொழுது தான் அந்த இடத்திற்கு நடந்து வந்தனர். அவர்கள் தள்ளாடும் குடிகாரனைக் கண்டனர். அவன் தலை தரையில் ஆடிக்கொண்டிருந்தது. கணக்கில்லா சுராக்களில் மது அருந்தியதற்கான அடையாளம் அவனைச் சுற்றிலும் கிடந்தன. கல்கியின் தீர்மானத்தைத் தற்சமயம் அவனுடைய நண்பர்கள் ஒப்புக் கொள்ள மாட்டார்கள் என்று அவன் அறிந்தான். ஆனால் க்ருபா தான் அவனுக்கு ஒரே நம்பிக்கை, அவன் ஒரு சாதாரண ஆச்சார்யனைக் காட்டிலும் மாறுபட்டவன். அவன் சிரஞ்சீவி, மஹாயுத்தத்தில் பெரிய பங்கு ஏற்று நடத்தி முடித்திருக்கிறான். அவனுக்கு ஆயுதங்கள் பற்றிய நுண்ணறிவு இருக்கும். இதை எல்லாம் அவன் நண்பர்கள் அறிய மாட்டார்கள், கடவுள்களுக்கும் கூடத் தெரியாமல் இருந்தால் நல்லது என்று எண்ணினான்.

''நான் தெரியாமல் தான் கேட்கிறேன், கல்கி, யார் வேண்டுமானாலும் குரு என்று சொல்லிக் கொண்டால் நீ நம்பிவிடுவாயா?'' அர்ஜன் கேட்டான். ''காட்டுக்கு உள்ளே செல்வதற்கு க்ருபா ஒரு சரியான வழிகாட்டியாக இருக்கலாம், ஆனால் பழங்குடியினருடன் போரிட அவன் நமக்கு உதவுவான் என்று எனக்கு நம்பிக்கை இல்லை.''

லக்ஷ்மி முனகினாள். ''ஆமாம். அவனைப் பார். அதிர்ச்சியை உண்டாக்குகிற தோற்றம். இவன் வந்து...''

''அடச் சே! நான் நம் ஆட்களை நன்றாகப் பயிற்சி பெறச் செய்வேன் கல்கி. எனக்கு ஒரு வாய்ப்பு கொடு!'' பாலா சட்டென்று பேசினான், அவனுடைய ஆர்வமும் உரத்த குரலும் க்ருபாவை லேசாக ஆட்டம் காண வைத்தது. அவன் சத்தம் செய்தபடி தன் உறக்கத்திலிருந்து விழித்தான்.

''எனக்கு என்ன ஏதாவது கெட்ட கனவா?'' க்ருபா சுற்றிலும் பார்த்தான், அவன் கண்கள் வெளிறிப் போய் இருந்தன. கண்களின் கீழே பைகள் தொங்கிக் கொண்டிருந்தன. கருவட்டங்கள் வேறு. அவன் வாய் இறுகி நாற்றம் அடித்தது. முடி சிடுக்காகி, பிசுக்குடன் இருந்தது. ''ஒரே இடத்தில் எப்படி நான் இவ்வளவு முட்டாள்களைச் சந்திக்கிறேன்?''

கல்கி தலையசைத்து மறுத்தான். அவன் ஏதாவது தவறாகப் பேசி சூழ்நிலையை மேலும் மோசமாக்க விரும்பவில்லை.

''நீ என்ன ஒரு ஆசார்யாவா, கிழவனா?'' பாலா க்ருபாவை இழுத்து அமர்த்தினான். அவனை ஆத்திரத்தில் உலுக்கினான். ''அப்படியா? எங்களக்கு கற்றுத் தர முடியுமா, கிழவா?''

கல்கி முன்னால் வந்து சிரமப்பட்டு பாலாவின் பிடியிலிருந்து

சிரஞ்சீவியை விடுவித்தான், அவன் தரையில் உருண்டு விழுந்து எழுந்து கொள்ள முடியாமல் தடுமாறினான்.

''ஆமாம், எனக்குத் தெரிந்தவற்றை சொல்கிறேன். ஒரு காலத்தில் இவன் ஒரு குரு, ஆனால்...உம்ம்ம்...சுராவுக்கு அடிமையாகிவிட்டான்; அதன் பிறகு எது சரி, எது தவறு என்று மறந்துவிட்டான். இப்பொழுது அவன் ஒரு தேசாந்திரி, சஞ்சாரி, சந்நியாசி.''

''அதிலும் ஒரு குடிகாரன்,'' என்றாள் லக்ஷ்மி முகம் சுளித்தபடி.

க்ருபா கல்கியையும் மற்றவர்களையும் அசட்டையாகப் பார்த்தான். ''நீங்கள் அனைவரும் என்ன உளறிக் கொண்டிருக்கிறீர்கள், நண்பர்களே? என் காலைத் தூக்கத்தை எதற்குக் கலைக்கிறீர்கள்? உங்களுடன் நிறைய அனுபவித்தாயிற்றே?''

''எங்களுக்கு உன் உதவி தேவை.'' கல்கி முன்னால் வந்து அவனைக் கடுமையாகப் பார்த்தான். ''கூட்டத்தில் ஆயுதங்களை காட்டிலிருந்து செய்யலாம் என்று சொன்னாய். போருக்கு ஆயுதங்கள் செய்யவும் பயிற்சி தரவும் உன் உதவி தேவை. அது இன்னும் பத்து நாட்களில் தொடங்கப் போகிறது.''

''இவன் நிஜமாகத் தான் சொல்கிறானா?'' க்ருபா கல்கியின் நண்பர்களைப் பார்த்துக் கீச்சுக் குரலில் கேட்டான். ''பத்து நாட்களில் பாதி வீரன் தான் கிடைப்பான், அதுவும் சரியான பாதி இல்லை. நான் உங்களுக்கு உண்மையைச் சொல்ல வேண்டுமே.''

''எனக்கு அக்கறை இல்லை. அது போதும் எனக்கு.''

க்ருபா அவனைக் குழப்பமாகப் பார்த்தான். ''நீ தீர்மானமாகத் தான் சொல்கிறாயா, நண்பா? அது போதுமா உனக்கு? நாம் எல்லோரும் சுமாரான வீரர்களைத் தயாராக்கி, போரை வெற்றி பெறலாம் என்று கனவு காணலாம். ஆனாலும் நீ சொல்வதை நான் எதற்காகக் கேட்க வேண்டும்?''

''ஏன் என்றால் அது தான் சரியான விஷயம்,'' என்று லக்ஷ்மி தீவிரமாகச் சொன்னாள்.

''சரியா? இதற்கு நான் எப்படி மரியாதையாக பதில் சொல்வது? பெண்ணே, சரி, தவறு என்பதெல்லாம், நல்ல பழக்க வழக்கம் உள்ள மனிதர்களுக்கு. துரதிர்ஷ்டவசமாக என்னுடைய ஒழுக்கங்களை நான் பல காலம் முன்பே தொலைத்துவிட்டேன்.''

''கூட்டத்தில் எனக்கு ஆதரவாகப் பேசினாய், அதனால் என் முடிவுக்கும் ஆதரவு அளித்தாய் என்று நினைத்தேன்.''

''இப்பொழுது என்ன கனவு கண்டேன் என்று கூட எனக்கு நினைவில்லை, கூட்டத்தில் பேசியதெல்லாம் எப்படி நினைவில் கொள்ள முடியும்? நான் நிறைய சொல்வேன் ஆனால் அதற்கெல்லாம் அர்த்தம் காணக் கூடாது. நான் சொல்வது புரிகிறதா, அல்லது வேறு வார்த்தைகள் பயன்படுத்திப் புரிய வைக்க வேண்டுமா?''

கல்கி தன் நண்பர்களை விட்டுவிட்டு அவன் அருகில் வந்தான். அந்த முட்டாள் கிழவனின் கைகளைப் பற்றி நிறுத்தினான். ''எங்களுக்கு ஒரு ஆச்சார்யா தேவைப் படுகிறார். நீ இதைச் செய்தால் நான் உன்னுடன் உனக்குத் துணை நின்றவனைச் சந்திக்க எந்த மலைக்கு வேண்டுமானாலும் வருகிறேன்.'' கல்கி கண் சிமிட்டாமல் அவனையே பார்த்தான்.

''மகேந்திரகிரி,'' அவன் குரல் உடைந்தது.

''என்ன?''

''எந்த மலை வேண்டுமானாலும் என்றாயே, அதைச் சொன்னேன்.''

கல்கி திருப்தியான பெருமூச்சுடன் அவனைத் தூக்கினான். ''சரி, ஏதோ ஒன்று.''

''நல்லது.'' க்ருபா தன் அங்கியைச் சரி செய்து கொண்டான். ''நான் உனக்கு உதவி செய்கிறேன்.''

கல்கியின் நண்பர்களுக்கு அவ்வளவு திருப்தி இல்லை. ஆனாலும் மகிழ்ந்தார்கள். அவர்களுக்கு உதவி கிடைத்துவிட்டது; அதனால் அந்த உதவி முக்கால் வாசி நேரமும் குடி போதையில் இருந்தால் தான் என்ன?

''முதலில் நாம் காட்டுக்குச் சென்று தேவையான மொத்தப் பொருட்களையும் சேகரிக்க வேண்டும். நமக்குப் பால் கூடத் தேவை.''

''பாலா? போருக்கா?'' என்றான் அர்ஜன்.

''சக்தி நண்பா. வலிமை. பால் தான் உடல் நலத்துக்கு ஏற்றது என்பார்களே, உனக்குத் தெரியாதா?''

லக்ஷ்மி வெட்டிப் பேசினாள், ''யாரும் அப்படிச் சொல்வதில்லை.''

''யாரோ கண்டிப்பாகச் சொல்லியிருக்கிறார்கள்.''

''யாரும் இல்லை. ஒருவர் கூட இல்லை.''

''யாரோ ஒருவர் சொன்னதாக எனக்குக் கண்டிப்பாகத் தெரியும், பெண்ணே.'' என்றான் சத்தமின்றி சிரித்தபடி. ''எனக்குக் கண்டிப்பாகத் தெரியும்.''

கல்கி நடுவில் தடுத்தான். ''யார் எப்போது என்ன சொன்னார்கள் என்பது, இப்பொழுது அவசியம் இல்லை. நாங்கள் நீ சொல்கிறபடி கேட்போம்; எங்கள் கூட்டாளிகளைச் சந்தித்து, ஒவ்வொருவரையும் ஒரு குறிப்பிட்ட வேலைக்குத் தேர்வு செய்.''

''சரி. உன் ஆணைப் படியே அனைத்தும் நடக்கும்.'' க்ருபா கேலிப் பணிவுடன் பேசினான்.

கல்கி அவனோடு நடந்தான், அவனுடைய நண்பர்கள் தொடர்ந்தார்கள், அப்பொழுது க்ருபா ஒரு மென்மையான வாக்கியத்தைக் கிசுகிசுத்தான்: ''உனக்கும் உன் தம்பிக்கும் வித்தியாசமான வழிகள் உள்ளன, ஒரு ஆளை சம்மதிக்க வைப்பதற்கு, நண்பா. உங்கள் இருவரிடமும் நான் கொஞ்சம் ஜாக்கிரதையாக இருக்க வேண்டும். இது நல்லதுக்குத் தான். உன் நண்பர்கள் நீ அருகில் இருக்கும்போது

சந்தோஷமாகத் தெரிகிறார்கள், ஆனால் நீ அறிய வேண்டியது, நீ அவதாரமாக மாற வேண்டுமானால், நீ சில தியாகங்கள் செய்ய வேண்டி வரும், அதனால் உன்னைச் சுற்றி நடப்பதை ரசித்துக் கொள்.'' அவன் அவனைக் கடந்து சென்றுவிட்டான். கல்கி கொஞ்சம் தள்ளி அவனைப் பின் தொடர்ந்தான், அவன் முகத்தில் அதிர்ச்சியும் ஆச்சரியமும் தெளிவாகத் தெரிந்தது.

172

38

சாதுவாகத் தன் படுக்கையில் படுத்தபடி கிடந்த காளி தன் வாழ்க்கையில் இவ்வளவு பயனற்றவனாக இதுவரை உணர்ந்ததில்லை. இறக்கும் தருவாயில் ஓய்வெடுப்பான் என்று நினைத்துக் கொண்டிருந்தான். அதற்கு முன்னால் அவன் ஓய்வைப் பற்றி யோசித்ததில்லை; ஓய்வு என்பது அற்பத்தனமான சந்தோஷங்களுக்கு இடம் கொடுப்பது என்று எண்ணினான். காளிக்கு மூச்சு முட்டுவது போல் இருந்தது. அவன் நுரையீரலில் அடைந்திருக்கும் தூசியினால் மட்டும் அல்ல, ஒரே அறையில் அடைந்து கிடந்ததாலும் அவனுக்கு அப்படித் தோன்றியது. அவன் தங்கை அவனுடைய உடல் நலம் குறித்து கவலைப் பட்டுக் கொண்டிருந்தாள். அதுவும் அவனுக்குக் கஷ்டத்தைத் தந்தது. அவள் எங்கே சென்றாள் என்று தன்னைத் தானே கேட்டுக் கொண்டான். அன்று முழுவதும் அவளைக் காணவில்லையே என்ற கவலை.

ஆனால் ஒரு விதத்தில் அது அவனுக்குச் சௌகரியமாகவும் இருந்தது.

காளி எழுந்து படுக்கையில் அமர்ந்தான். கால்கள் தரையைத் தொட்டன. தன் முதுகை நீட்டி சோம்பல் முறித்தான். படுக்கையிலேயே அதிக காலம் விழுந்து கிடந்தால் இறந்துவிடுவான் என்று நினைத்தான். அவன் கதவருகே சென்ற போது அவனுடைய இரண்டு தளபதிகளும் நின்று கொண்டிருப்பது தெரிந்தது. அவர்கள் உடல் கவசம் அணிந்தபடி எதிரும் புதிருமாக நின்று கொண்டிருந்தார்கள். காளியைப் பார்த்ததும் இருவரும் உஷாரானார்கள்.

''சௌகரியமாக இருங்கள்,'' என்றான் காளி. ஆழமாக மூச்சை இழுத்தான், இந்தச் சிறிய பேச்சு கூட அவன் தொண்டையைச் சிரமப்படுத்தியது.

கோகோ பயத்துடன் கேட்டான், ''அரசே, நீங்கள் ஓய்வெடுக்க வேண்டாமா?''

''எனக்குத் தெரியும் ஓயவெடுக்க வேண்டும் என்று, ஆனால்

அப்படிச் செய்ய எனக்கு விருப்பம் இல்லை.''

''இளவரசி துருக்தியின் ஆணைப் படி நாங்கள்...''

விகோகோவை ஒரு விஷப் பார்வை பார்த்தான் காளி. அவள் தன்னுடைய எஜமானனின் கண்களை நேராகச் சந்திக்கவில்லை. அந்த இரட்டையர்களைப் பார்க்கும் போது அவன் ரொம்பச் சிறியவனாக இருப்பதாகத் தோன்றியது. இருவரும் ஆறடிக்கு மேல் உயரம், வாட்ட சாட்டமாகவும், சுறுசுறுப்பாகவும் இருந்தார்கள்; அவர்கள் அருகில் அவன் ரொம்பப் பாவப்பட்டவனாக உணர்ந்தான்.

''எனக்கு வெளியே போகவேண்டும். நகரம் எப்படி இயங்குகிறது என்பதைப் பார்க்க வேண்டும்.''

''சரி, வேந்தே.''

இரட்டையர்கள் காளியை மெதுவாகக் கோட்டைக்கு வெளியே கைத்தாங்கலாக அழைத்துச் சென்றனர். வெகு நாள் கழித்து சூரியனின் இளங்கதிர்கள் அவன் மேல் படுவதை ஆனந்தமாக உணர்ந்தான். ரதத்தின் கதவை இரட்டையர்கள் திறந்தனர். இரண்டு வெள்ளைக் குதிரைகள் பூட்டப் பட்ட ரதம். அதைப் பார்த்தவுடன் காளி தலையசைத்து மறுத்தான்.

''என்னுடைய சொந்த குதிரை தான் எனக்கு வேண்டும்.''

கோட்டைக் காவலாளிகள் அதிர்ச்சியுற்றனர். இரட்டையர்கள் நம்ப முடியாமல் முன்னால் நடந்தனர். கோகோ ஆரம்பித்தான், ''இது உங்கள் முதுகுக்குப் பாதுகாப்பாக இருக்கும்.''

''என்னை இனி பாதுகாக்க வேண்டாம்.'' காளி தன் தளபதியை ஒரு நேசமான புன்னகையுடன் பார்த்து, கையைத் தட்டிக் கொடுத்தான். தன்னுடைய பிரச்சனையை அவன் புரிந்து கொள்வான் என்று நம்பினான். ''நகரத்தின் சாலைகளில் சவாரி செய்யும் போது நல்ல காற்றைச் சுவாசிக்க வேண்டும்.''

இரட்டையர்கள் அவ்வளவாக வாதம் செய்யாமல், அவன் பொறுமையாகக் காத்திருந்தபோது ஒரு குதிரையைக் கொண்டுவந்தார்கள்; அதுவரை அவன் காவலாளிகளை வேடிக்கை பார்த்தபடி நின்றான். அவனுடைய கோட்டையில் மட்டும் தான் காவலாளிகள்-மாணவ்கள், ராக்ஷஸ்கள், யக்ஷர்கள் மற்றும் நாகா படை வீரர்களாக இருப்பார்கள். யார் ஆற்றல் பெற்றவன் என்பதை மட்டுமே அவன் பார்ப்பான். தன்னுடைய அபிப்பிராயங்கள் தொழிலை பாதிக்கக்கூடாது என்பதில் குறியாக இருந்தான். ஒரு சிறிய தோட்டம் இருந்தது. அதில் காளி மற்றும் துருக்தியின் சிலைகள் வைக்கப்பட்டிருந்தன. சுற்றிலும் மரங்கள் இருந்த ரம்மியமான இடம். அரசாங்க அதிகாரிகள் யதார்த்தமாகத் தெருவில் நடந்தபடி அவர்கள் அலுவல்களுக்காகச் சென்று கொண்டிருந்தனர். அவர்கள் காளியைப் பார்த்ததும் குனிந்து வணங்கினர். அவன் சிரித்தபடி அவர்களுக்குக் கை அசைத்தான்.

குதிரை அவன் முன்னால் வந்தது. அவன் ஏறி அமர்ந்தான். முன் போலவே சக்தி வந்து விட்டதாக உணர்ந்தான். அவன் கருப்பு உடை அணிந்திருந்தான், அதற்கு மேல் கவசம் அணிந்திருந்தான். அவன் கழுத்தைச் சுற்றி ஒரு சிறிய சிகப்பு வண்ணத் துணியைச் சுற்றி இருந்தான். அதை வாய் வரை இழுத்து மூடினான். அவன் முகம் பாதி மறைந்துவிட்டது. அது அவனுக்கான பாதுகாப்பு, அவன் நுரையீரல்களில் புழுதி படியாமல் பாதுகாக்கவும் தான். குதிரை ஓடத் தொடங்கியது, இரும்புக் கதவுகளைக் கடந்து, கோட்டைக்கு வெளியே வந்து நகரை நோக்கி ஓடியது. இரட்டையர்கள் முன்னால் இருந்தார்கள். இரண்டு காவலாளிகள் பின்னால் வந்தனர்.

ரொம்ப நாள் படுத்துக் கிடந்த பிறகு வெளியே வருவதால் புதிதான காட்சிகளும், வாசனைகளும் அவனைத் தாக்கின. சந்தை மொத்தமுமாக சுறுசுறுப்பாக இயங்கிக் கொண்டிருந்தது. கடைக்காரர்களும், வாடிக்கையாளர்களும் சத்தமாகப் பேரம் பேசினார்கள். எல்லா இடத்திலும் மக்கள், காளியைப் பார்த்ததும் மரியாதை நிமித்தம் விலகி வழி விட்டு அமைதியானார்கள். அவர்கள் குசுகுசுவென பேசினார்கள், சிலர் பயத்தில் நடுங்கினர், சிலர் களிப்புற்றனர். அந்தச் சந்தை காளியின் யோசனையின் விளைவு. மொத்த வியாபார இடமாக விளங்கியது. வடக்குப் பிரதேசத்தின் மொத்த வியாபாரிகளும் அங்கே திரண்டு வந்து தங்கள் சரக்குகளை விற்பனை செய்தனர். அவர்களின் சம்பாத்தியத்தில் இருந்து நாற்பது சதவிகிதம் வரியாக வசூலிக்கப்படும். ஆனாலும் அது லாபகரமானது தான். பல சந்துகளில் புத்தகங்கள், பாத்திரங்கள், மற்றும் உணவு விற்பனை ஆவதைப் பார்த்தான். கடைகள் நெரிசலான இடங்களில் கட்டப்பட்டிருந்தன. மேலே வண்ணமயமான துணிகள் வைத்து நிழல் கொடுப்பதற்காகப் பந்தல் போல ஏற்பாடு செய்திருந்தனர்.

காவலாளிகள் துணைக்கு வர, காளி குதிரையிலிருந்து கீழே இறங்கினான். காவலாளிகளைப் பின் தொடர வேண்டாம் என்று சைகை செய்துவிட்டு, கோகோவுடனும் விகோகோவுடனும் நடந்தான். அவர்கள் அவன் கூடவே சென்றனர். அவன் சந்தைக்குள்ளே சென்றான். சிலர் பேரம் பேசிக் கொண்டிருந்ததால், நகரத்தின் புதிய தளபதி உள்ளே வந்ததையோ தாண்டிச் சென்றதையோ கவனிக்கவில்லை. காளியும் தான் யார் என்று காட்டிக் கொள்வதில் எந்த அவசரமும் காண்பிக்கவில்லை. அவன் ஒரு சக மனிதன் போல நடந்து கொள்ளவே விரும்பினான். மேசைக்குப் பின்னால் அமர்ந்திருந்த ஒரு மூதாட்டியைப் பார்த்ததும் அவன் கைகள் விரிந்தன. அவள் மேசையின் மீது நிறைய சீட்டுக்கள் இருந்தன. ஒவ்வொரு ஜோடி சீட்டின் மீதும் பல நவமணிகளை வைத்திருந்தாள்.

காளிக்கு சுவாரஸ்யம் தட்டியது. அவன் எப்பொழுதுமே விதி மீது நம்பிக்கை வைப்பவன். அவனுக்கு மூட நம்பிக்கைகளும் உண்டு.

ஜோசியத்தின் ஒரு பகுதி தான் குறி சொல்வது என்பதை காளி அறிந்திருந்தான். காளி அவள் அருகே சென்று அவளுக்கு எதிரே அமர்ந்தான். அவளுக்கு நீளமான கண்கள் இருந்ததால் அவள் ஒரு வேளை நாகாவாக இருக்கலாம் என்று பட்டது. அவை நீலமணி போல் பளபளக்காமல், தேய்ந்து வெளிறிக் காணப்பட்டன...அப்பொழுது தான் காளிக்கு புரிந்தது. அவள் குருடி, அதனால்தான், ''காளியான் சேத'' என்று தன் முழுப் பெயரையும் சொன்னான். இரண்டாவது பெயர் அவனுடைய குலப் பெயர், பலருக்கும் தெரியாது. அவன் அதைச் சொல்லி வருடக் கணக்காகிறது. அவனுக்கே கூட மறந்துவிட்டது.

''தொழில்?'' கேட்டபடியே அவள் சீட்டுக்களைக் குலுக்கினாள்.

''மத்திய-தர ஜாதி,'' என்றான் காளி.

''உம்ம்ம்.'' அவள் சீட்டுக்களை அவன் எதிரே பரத்தினாள். ''ஒன்றை எடு.''

''ஆனால் நான் இன்னும் உன்னைக் கேள்வியே கேட்கவில்லையே?'' அவனுக்கு சீட்டுக்களைப் பற்றி ஓரளவு தெரியும். அவன் சிறுவனாக இருந்த காலத்திலேயே அவை வளைய வந்தன. சிலர் முகத்தைப் பார்த்துச் சொல்வார்கள், சிலர் கையைப் பார்த்துச் சொல்வார்கள், சிலர் ஆளைத் தொட்டுப் பார்த்து, எந்த விதமான சக்தி அவர்களை இயக்குகிறது என்பதை வைத்துச் சொல்வார்கள். அவன் கண்களுக்கு முன்னால் அவை அனைத்துமே போலிதான். ஒருமுறை மாணவ்களையும், பழங்குடியினரையும் ஒன்று திரட்டுவதற்கு முன் அவன் குறி சொல்பவன் ஒருவனைச் சந்தித்தான். குறிகாரன் அது எளிதாக நடக்கும், ஆனால் அதற்கு அவன் ஒரு விலை கொடுக்க வேண்டி வரும் என்றான். ஒருவேளை குன்றி வரும் அவன் உடல் நலம் தான் அந்த விலையாக இருக்கலாம், அல்லது வேறு எதுவாகவோ இருக்கலாம்.

''ஒரு சீட்டை எடு,'' அந்த மூதாட்டி, உணர்ச்சிகள் இன்றிப் பேசினாள். அவள் முகத்தில் சுருக்கங்கள் ஏதும் இல்லை, ஆனாலும் அவள் வயதானவளாகத் தான் தெரிந்தாள். அது விசித்திரமாகத் தோன்றியது, அவள் கண்களில் அறிவு மின்னியது, அவள் குரல் இளமையாக ஒலித்தது. அவள் மற்ற நாகாக்களை ஒப்பிட்டால் மாநிறமாக இருந்தாள். அவள் கைகள் அவள் உடலுக்குப் பொருத்தமில்லாமல் சிறியதாக இருந்தன.

காளி சீட்டை எடுத்தான். அந்த மூதாட்டி சீட்டை மென்மையாகத் தொட்டாள், அதைத் தடவினாள், பிறகு அவள் எல்லாவற்றையும் வைத்திருந்த வெள்ளைத் துணியின் மீது அழுத்தமாக வைத்தாள்.

''நீ பொய் சொல்கிறாய்,'' என்றாள். ''உன் பெயர் மற்றும் உன் தொழிலைப் பற்றிப் பொய் சொல்கிறாய்.''

காளி சிரித்தான். அவள் அவனுடைய பொய்களைக் கண்டுபிடிப்பாள் என்று அவன் நினைக்கவில்லை. அவன் பொய்யில் ஏதாவது தடுமாற்றம்

தெரிந்ததா, அல்லது இது ஒரு மாயையா?

''சரி. எனக்குச் சொல்ல இஷ்டமில்லை.''

''அது ஒன்றும் பிரச்சனை இல்லை. ஏதாவது ஒரு சீட்டைத் தொடு.''

காளி தொட்டான். ''உன்னுடைய சக்திகள் அதில் வந்துவிட்டன.'' அவள் சீட்டுக் கட்டைக் குலுக்கிவிட்டு பிறகு திரும்பவும் பரத்தினாள். ''எவ்வளவு சீட்டுகளை நான் எடுக்க வேண்டும் என்று நீ சொல்கிறாய்?''

காளியின் மனதில் குறிப்பிட்ட எந்த எண்ணும் இல்லை. ஆனால் அவனுடைய வாய் தானாகவே ''மூன்று,'' என்றது. ''நான் எதுவும் கேள்விகள் கேட்க வேண்டாமா?''

''கேள்வி கேட்பவர்கள் குறிப்பிட்ட விடைகளை எல்லா பதில்களிலும் எதிர்பார்ப்பார்கள். அதை வைத்துத் தான் ஏமாற்று வேலைகளில் ஈடுபடும் தந்திரவாதிகள் பதில்களைச் சுற்றிச்சுற்றிப் பேசி மனதைக் கவர்கிறார்கள். அது ஒரு ஆளைப் படிக்கும் தந்திரம்; உள்ளார்வம், உறுதி மற்றும் உடல்மொழியைக் கொண்டு அந்தக் கேள்விக்கான விடையைக் கண்டு பிடித்துவிடலாம். மற்ற ஜோசியக்காரர்கள் எல்லாம் இவற்றைப் பயன்படுத்திதான் பணம் பண்ணுகிறார்கள்.'' அவள் ஜோசியத்தில் உள்ள அடிப்படைத் தவறுகளை ஆணித்தரமாகச் சுட்டிக்காட்டிவிட்டு சற்றே நிறுத்தினாள், காளிக்கு பிரமிப்பாக இருந்தது. ''எனக்கு எதிர்காலத்தைக் கணித்துக் கூறும் ஆற்றல் இருந்தது.'' அவள் பணிவாக இருக்க முயற்சி கூட செய்யவில்லை. ''நான் மற்றவர்களைப் போல அல்ல என்பதை நிரூபிக்கவே, என் கண்களை நானே எரித்துக் கொண்டேன். அப்பொழுது தானே நான் யாருக்குக் குறி சொல்கிறேன் என்பதைப் பார்க்க முடியாது. அவர்களுடைய சக்திகளை மட்டுமே என்னால் உணர முடியும்.''

காளியின் இதழ்கள் இறுகின. அவன் விறுவிறுவென்று பரத்திய சீட்டுகளிலிருந்து மூன்றை எடுத்தான். அவனுடைய வயிற்றைக் கலக்கியது, விரல் நுனிகள் சில்லிட்டன, பதற்றமான உற்சாகம் தொற்றிக் கொண்டது. அவள் மூன்று சீட்டுகளை உயர்த்தினாள், அவற்றைத் தன் உள்ளங்கையால் தடவிப் பார்த்தாள், அந்த சீட்டுகளின் சக்தியைச் சோதித்தாள். காளி எதற்காகவும் இவ்வளவு பதற்றத்துடன் இருந்ததில்லை. துருக்தியைப் போல அவனும் இவற்றில் எல்லாம் நம்பிக்கை வைக்கக் கூடாது. ஆனால் இது போன்ற மாயையும் அற்புதங்களும் அவனை எப்பொழுதுமே ஆர்வமாக்கின.

''ஹ்ம்ம்ம்.'' என்றாள். ''நான் பங்குதாரர்களைப் பார்க்கிறேன், அவர்கள் வலிமையானவர்கள்.''

காளி ஒப்புக் கொண்டான். ''ஆமாம். எனக்கு ஏற்கனவே இருக்கிறார்கள்...''

''இல்லை. இப்பொழுது இல்லை. நான் இந்த நேரத்தைப் பற்றிப் பேசவில்லை. நான் முன்பு நடந்ததைப் பற்றிப் பேசுகிறேன். உனக்கும், சம்பந்தமே இல்லாத யாரோ ஒருவரோ அல்லது கூட்டமோ, நீ முதலில்

பங்குதாரராவதற்கு அருகதையே இல்லை என்று நினைத்தவர்கள். அது காலத்தை மாற்றும். அவர்களைச் சரியாக உபயோகித்தால் நீ மா பெரும் சாம்ராஜ்ஜியத்தை உருவாக்கலாம்.'' அந்தப் பெண் பேசிக் கொண்டே இருந்தாள், காளி அது என்ன சீட்டு என்று எட்டிப் பார்த்தான். இருவர் கையைக் குலுக்கி ஒப்பந்தம் செய்வது போல் இருந்த சீட்டு. ''அவர்கள் நம்பிக்கையானவர்கள்.''

''நான் அப்படிச் செய்யவில்லை என்றால்?''

''உன்னுடைய சரிவுக்கு அது ஒரு காரணமாக அமையும்.''

காளிக்குக் கலக்கம் அதிகமானது. சரிவா? அவன் இந்த இடத்துக்கு வருவதற்காக நிறைய போராடியிருக்கான். அவன் எதோ ஒரு பங்குதாரரிடம் ஒப்பந்தம் செய்துகொள்ளவில்லை என்றால் இறந்து விடுவான் என்ற செய்தியை நம்ப முடியவில்லை. அவள் இரண்டாவது சீட்டை எடுத்தாள். அவள் அதைத் திருப்பிக் காட்டினாள். அதில் ஒருவன் வெள்ளைக் குதிரை மீது வந்து கொண்டிருந்தான், கையில் பளபளக்கும் வாள், நீண்ட முடி. அவள் கைகளால் முன்பு செய்த அதே விஷயங்களைச் செய்தாள்.

''உன்னைப் போன்ற மூளையும், வலிமையையும் கொண்டவன் உனக்கு எதிரியாக வருவான். அவன் உன்னுடன் சண்டையிட்டு உன்னை அழிக்கப் பார்ப்பான்.''

''அது பரவாயில்லை,'' என்றான் காளி அலட்சியமாக. அவன் ஒரு பெரிய பதவியில் இருப்பதால் அவனுக்கு எதிரிகள் இருப்பதற்கான வாய்ப்பு அதிகம். ஆபத்து இருக்கும் தான்.

''அவன் உன்னுடைய பரம வைரியாக இருப்பான். ஆனால் உன் அழிவுக்கு அவன் காரணமாக இருக்கமாட்டான்.''

அந்த வார்த்தைகள் அவன் இதயத்தைக் கிழித்தன. ஏற்கனவே அவன் நெஞ்சம் எரிந்துகொண்டு இருந்தது.

''அவன்...?''

''ஆமாம். உன் எதிரி ஆண் தான்.'' அவள் நிறுத்தினாள். மூக்கை உறிஞ்சினாள். ''ஆனால் ஒரு சிறிய பிரச்சனை இருக்கு. அவன் இன்னும் தயாராகவில்லை, அவன் இன்னமும் தேடிக் கொண்டிருக்கிறான்.''

கல்கி தலையசைத்தான். அவள் மூன்றாவது சீட்டை எடுத்தாள்.

''நீ நம்புபவர்கள் உனக்குத் துரோகம் விளைவிப்பார்கள்,'' அவளுடைய முகத்தில் ஒரு கோணல் சிரிப்பு தென்பட்டது.

காளியால் இதைச் சகித்துக் கொள்ள முடியவில்லை. அவன் சடாலென்று எழுந்ததில் அவன் அமர்ந்திருந்த நாற்காலி ஆடியது. ''இவை அனைத்தும் முட்டாள்தனம். ஒரு நல்ல விஷயம் கூடவா என்னைப் பற்றி கிடைக்கவில்லை?''

''உங்களுக்கு அதிகமான அதிகாரம் வருவதைப் பார்க்கிறேன், காளி மன்னா,'' அவள் குரல் குழறி அவள் சிரிக்க ஆரம்பித்தாள்.

அவளுக்கு என் பெயர் எப்படித் தெரிந்தது?

''அதைச் சரியாகப் பயன்படுத்திக் கொள்ளுங்கள், இல்லாவிட்டால் அதுவே உங்களை அழித்துவிடும்,'' என்று விஷமமாகச் சொன்னாள்.

சரியாக அந்த நேரம் அவன் முதுகில் ஏதோ வேகமாக நிகழ்வதை உணர்ந்தான். ஒரு கத்தி ஆழமாக அவன் முதுகைக் குத்தியது. அவன் கை அவன் பின்னால் சென்றது. அந்தக் கத்தியில் பற்கள் இருந்தன, அதை அவன் பிடுங்கினான். திரும்பி, தன்னைக் குத்தியது யார் என்று பார்க்க நினைத்தான். அவன் ஒரு நீளமான மேல் அங்கியை அணிந்திருந்தான். இரட்டையர்கள் ஏதோ ஒரு கூத்தை வேடிக்கைப் பார்த்துக் கொண்டிருந்தனர். அவர்களைக் கூப்பிட்டான். அவன் குரலைக் கேட்டதும் அவர்கள் ஓடி வந்தார்கள். நடந்த குழப்பத்தில் கொலையாளி தப்பி ஓடப் பார்த்தான்.

காளி நிலை குலைந்தான். ஆனாலும் அவன் கொலையாளின் கால்களை அழுத்தமாகப் பற்றிக் கொண்டான். கொலையாளி தடுமாறி கீழே விழுந்தான். காளி அவன் அங்கியை விலக்கினான். இரட்டையர்கள் வந்ததும் சருக்கேன்று அவர்கள் கத்திகளை அவன் கழுத்தில் செருகினர். அவன் கழுத்தைக் கிழித்தனர். எதுவும் புரியாமல் வேடிக்கை பார்த்து நின்றுகொண்டிருந்தவர்கள் மீது ரத்தம் தெறித்தது. சுறுசுறுப்பாக இயங்கிக் கொண்டிருந்த மொத்த சந்தையும் உறைந்தது. கோகோவும், விகோகோவும் காளிக்கு வழி அமைத்தார்கள். அவனைத் தூக்கிக் கொண்டு நடந்தார்கள். சுருக்கென்ற ஒரு வலி முதுகுத் தண்டில் வெட்டியது. அவன் மெதுவாகத் தலையைத் திருப்பி அந்த மூதாட்டி மறைவதைப் பார்த்தான்.

''நாம் செல்ல வேண்டும் வேந்தே.''

''கா...அந்த உடலைக் காமி.''

காளியை அவன் தளபதிகள் முன்னால் கொண்டு சென்றனர். சந்தைக்கு வெளியே நின்று கொண்டிருந்த காவலாளிகள் உள்ளே வந்தனர். கூட்டத்தை நெருங்கவிடாமல் விலக்கினர். காளி, மண்டியிட்டு அமர்ந்தான். அவன் கைகள் அந்தக் கொலையாளியை மூடியிருந்த அங்கியை விலக்கியது. காளி மிச்சமிருக்கும் தன் சக்தியைத் திரட்டி அதை கிழித்துத் திறந்தான்.

அவன் கண்ணெதிரே அது இருந்தது-நீலக் கண்கள் கொண்ட கொலையாளியின் மார்புக் கவசம். அதில் ஒரு பாம்பின் சித்திரம் பொருத்தப் பட்டிருந்தது.

39

நிஜம் முறைகளைவிட மோசமாக இருந்தது.

க்ருபாவுடன் இணைந்து வேலை செய்வது எவ்வளவு கடினம் என்பதை அர்ஜன் உணர்ந்தான். சாமர்த்தியமற்ற பதர் போல இருந்தான் க்ருபா. ஆனாலும் அர்ஜன் ரொம்ப தவறாக எடை போட்டுவிட்டான். அவன் தன்னார்வலர்களாக வந்தவர்களைப் பார்த்து:

''தங்குவதற்கு நமக்கு இன்னும் கொஞ்சம் பெரிய இடம் வேண்டும்,'' என்று சொன்னான்.

பாலாதான் முதலாவதாக மதிராவின் கோப்பை என்று பெயர் பெற்ற இடத்தைப் பரிந்துரைத்தான். அங்கு நடப்பது பாபகரமான செயல் என்று பலரும் எதிர்ப்புத் தெரிவித்தனர். ''இந்தப் புனிதமான காரியத்திற்குச் செல்லும் போது, மதங்களின் மீது நம்பிக்கையற்றவனின் குடிலில் தங்குவதா, என்ன?'' என்ற கேள்வி நிறைய மனங்களில் எழுந்தது. தேவதத்தா உரத்த குரலில் பதற்றமாகப் பேசினார்.

கூட்டத்திலிருந்து சற்றே விலகி நின்று கொண்டிருந்தான், மதிராவின் கோப்பையின் உரிமையாளன், அரிந்தம். அவன் தன்னுடைய சொந்தக் காரணங்களுக்காகத் தன்னார்வலனாகவும் சேர்ந்திருந்தான். தன்னுடைய விடுதியை யாரும் அழித்துவிடக்கூடாது என்ற எண்ணத்தில் தான் அவன் சேர்ந்திருந்தான் என்று அர்ஜனுக்குப் புரிந்தது. தளபதியின் பெரும் படை கிராமத்துக்குள் நுழைந்தால், விஷயங்கள் ரசாபாசமாகத்தான் முடியும், இது போன்ற ஒரு கடைவீதியிலுள்ள விடுதியைத்தான் முதலில் குறி வைத்து வரியை வசூலிப்பார்கள் என்பதை உணர்ந்தான். இதைத் தவிர ஏதோ ஓர் ஆழமான காரணம் இருப்பின், அதை அரிந்தம் வெளியிடவில்லை. இல்லை, மற்றவர்களைப் போல அவனுக்கும் ஷம்பாலா மீது அக்கறை இருக்கலாம். தங்களைச் சுற்றி ஆபத்து வந்தால் அனைவரும் எப்படி எல்லாம் மாறி விடுகிறார்கள் என்பதை நம்பவே கஷ்டமாக இருந்தது.

''மதிராவின் கோப்பைதான் அனைவரும் தங்க வசதியாக இருக்கும் பெரிய இடம்,'' என்று கல்கியும் ஆதரவு தெரிவித்தான். ''நான் அங்கு

செல்வதில்லை என்றாலும், இப்போதைக்கு அதுதான் சரியான இடம்.''

''அதோடு சேர்த்து எங்களுக்கு மதுவும், சாராயமும் கொடுங்கள்,'' என்று க்ருபா உற்சாகமானான். கல்கியின் கடும் பார்வையில் லேசாக உறைந்தான். மதிராவின் கோப்பைதான் அவர்களுக்கான பயிற்சி தளம் என்று முடிவாயிற்று. அர்ஜனுக்கு அது பெரிய பிரச்சனையாகத் தெரியவில்லை. ஆனால் பிறகு நடந்ததுதான் கடுமையான சிக்கலாக உரு மாறியது. அர்ஜனின் உடம்பு வளைந்து நெளிவு சுளிவோடு வேலை செய்ய சிரமப் பட்டது. மிலேச்சர்களுடன் நடந்த அசம்பாவிதமும், அதனால் அவன் முகத்தில் ஏற்பட்ட வடுவும் முதன் முறையாக நடந்த அனுபவம். தன்னையும் தன் மக்களையும் பத்திரமாக வைத்துக் கொள்ள நினைத்தான் அவன். ஏதோ கடவுள் அருள் பெற்ற குகைகளைக் காப்பதற்காக இவ்வளவு பேர் உயிரை இழக்க வந்திருக்கிறார்களா என்பது அவனுக்கு ஆச்சரியம்தான். இந்திரவன் எக்கேடு கெட்டால் என்ன என்று நினைத்தான். சொல்லப் போனால் கல்கிக்கும் அர்ஜனைப் போல சிலைகளைக் காப்பதைவிட மனிதர்களைக் காப்பதில்தான் ஈடுபாடு அதிகம் இருந்தது. ஆனால் இப்பொழுது அவனுள் ஏதோ ஒரு மாற்றம் நடந்துள்ளது.

தான் பார்த்ததை அர்ஜனால் மறக்க முடியவில்லை. அவை வெறும் மனித ஆற்றலுக்கு உட்பட்டவை அல்ல. யாராலும் அப்படிப்பட்ட ஒரு தாக்குதலை எதிர் கொண்டிருக்க முடியாது. அவன் மூலிகைகளால் அரைத்த விழுதைத் தன் காயத்தில் தடவிக் கொண்டும் வலி தெறித்துக் கொண்டு தானிருந்தது. இப்பொழுது அது வடுவாக மாறிவிட்டது. ஆனாலும் வலித்தது, ஏன் என்றால், எல்லோரும் அவனை இப்போது வேறு மாதிரி பார்க்கத் தொடங்கி விட்டனர். முன்பு தேவனைப் போன்ற தோற்றம் கொண்ட இளைஞனாக இருந்தவன், இப்போது மாறிவிட்டான்.

கல்கியின் மார்பில் பட்ட காயங்கள் யாருக்குமே சரியாகாத வேகத்தில் மறைந்து கொண்டிருந்தன. இது போல் தன்னைத் தானே சரி செய்து கொள்ளும் உடல் வாகு வேறு யாருக்கும் இல்லாததால், அவன் லக்ஷ்மியிடம் இந்தத் துரிதமான செயலைப் பற்றி விசாரித்தான். அதைப் பற்றி அவள் நகரத்தில் ஒருவேளை ஏதாவது படித்திருப்பாளோ என்று கருதினான்.

''ஏன் கேட்கிறாய்?'' என்றாள்.

அர்ஜன் பதில் சொல்லவில்லை.

''அது போன்ற விஷயங்களைப் பற்றி நான் கேள்விப் பட்டிருக்கிறேன், ஆனால் அவை மூடநம்பிக்கைகள் தான்,'' என்றாள் லக்ஷ்மி. பதில் அவ்வளவு திருப்திகரமாக இல்லை.

அவன் கல்கியையே கூட நேராகக் கேட்டிருப்பான், அப்படிப்பட்ட உறவு முறை தான் அவர்களுக்குள்ளே இருந்தது. ஆனால் அவனைத் தடுத்தது ஒரு வேளை பயமாக இருக்கலாம், அல்லது, தனக்குப்

புரியாத விஷயமாக இருக்கக்கூடும் என்று நினைக்கலாம். இந்த விஷயங்களில் எல்லாம் அர்ஜனின் மனம் அலைந்து திரிந்தது. க்ருபா மது அருந்துவதைப் பற்றிப் பேசாமல் சிலரை அழைத்துக் கொண்டு காட்டுக்குள்ளே சென்றான். அர்ஜனும் அவனுடன் சென்றான். கல்கி போகவில்லை. க்ருபா அங்கிருந்த பொருட்களைக் கொண்டு ஆயுதங்கள் செய்வதைப் பற்றிப் பேசினான்.

இயற்கையாகவே ஆயுதங்கள் செய்யும் அருங்கலையை அர்ஜன் கற்றுக் கொண்டான். உலோகம் மற்றும் இரும்பு ஆயுதங்களை, லக்ஷ்மியின் சித்தி கொடுத்திருந்தாள், அவற்றைப் போர் வீரனைப் போன்ற திடமான உடல் உள்ளவர்களுக்கு ஒதுக்கினார்கள். அதை எளிதாகத் தூக்கி, பளு சுமப்பவர்களுக்குக் கொடுத்தார்கள். அர்ஜன் அம்பு விடும் உபகரணங்களை எடுத்துக் கொண்டான்; போருக்கு நடுவில் நின்று சண்டையிடாமல் ஓரமாக நின்று செயல்படவே விரும்பினான். கேஷவ் நந்துடன் ஒத்தையாக நின்று, அர்ஜன் சண்டை போட்டிருக்கலாம், ஆனால் அவன் அப்படி செய்யவில்லை. எப்பொழுதுமே திட்டம் தீட்டுவதில் கவனம் செலுத்துவதைத் தான் விரும்பினான். அவனுக்கு உடலால் சண்டை போட அவ்வளவாகப் பிடிப்பதில்லை.

ஒரு மூங்கிலை வில் போல் வளைத்தான். சமயலறையில் பயன்படுத்தும் கத்தியை உபயோகித்து அதை இரண்டு பக்கமும் வெட்டினான். அதைப் பின்னால் இழுத்து வில் போல் வளைத்தான். நீளமான கம்புகளைப் பொறுக்கி அவற்றின் முனைகளைக் கூராகச் சீவி தயார் செய்தான்.

லைலா, மரங்களின் குச்சிகளை இறுகக் கட்டி ஒரு குத்தீட்டியைத் தயார் செய்து கொண்டாள், அதன் இரண்டு முனைகளும் கூராக இருந்தன. அரிந்தமும் அகஸ்தியாவும் கிட்டிப் புள் போல கயிற்றைக் கற்களில் கட்டிக் கொண்டனர். அதைச் சுழற்றும்போது தங்களையே காயப்படுத்திக் கொண்டனர். ரோஷன் மித்ரா ஒரு நல்ல கலைஞன். தன் கத்தியைக் கொண்டு அனைவருக்கும் நீளமான கம்புகளைத் தயார் செய்து கொடுத்தான்.

அனைவரிடமும் ஆயுதம் இல்லை என்றாலும் பரவாயில்லை, ஆனால் அனைவரும் யுத்தத்துக்குச் செல்ல ஒரு திட்டம் வைத்துக் கொள்ள வேண்டும் என்றான், க்ருபா. ''ஆயுதங்கள் தேவைப் பட்ட போது உபயோகிக்கப்படும் ஊக்குவிகள்தான். நாம் இந்த யுத்தத்தை ஆயுதங்கள் இன்றி வெற்றி பெற முயற்சிக்கவேண்டும்.''

சகோதர சகோதரியான சாகரும் மாயாவும் இருபுறமும் முனைகள் கொண்ட வாளை ஏந்தி வந்தனர். க்ருபாவிடம் எந்த ஆயுதமும் இல்லை. ஆனால் அவன் பாத்திரங்களை எரித்துக் கரியாக்கி அதனுடன் மரத்திலிருந்து வழியும் பாலைக் கலந்து, துத்தநாகம் மற்றும் கரியாலான சிறு உருண்டைகளை உருட்டிக் கொண்டிருந்தான். அர்ஜன் அவனருகே

நடந்தான். அவன் கையில் வில்லும் சணலால் ஆன அம்பறாத்தூணி நிறைய அம்புகளுடனும் நின்றான். அதீதமாக வேலை செய்ததால் அவன் தோல் எரிந்தது, கண்கள் இடுங்கின, சக்தி வடிந்தது.

"இது என்ன?" என்றன் அர்ஜன்.

க்ருபா மண்டியிட்டு அமர்ந்திருந்தவன், நிமிர்ந்தான். "தோழா, இவை தான் வெடிகுண்டுகள். ஒரு சிறு நெருப்பு தீண்டினால் போதும். இவை அவர்களுடைய பத்து வீரர்களைச் சாம்பலாக்கும். அவர்களை ஆச்சரியமடைய வைக்கும்."

"நாம் எப்பொழுது பயிற்சி தரப் போகிறோம்?"

"இன்னும் இரண்டு நாட்களில். அவர்கள் முதலில் ஆயுதங்களைச் செய்யட்டும். நான் கல்கியிடமும் பேச வேண்டும். அவர்கள் எந்தப் பக்கத்திலிருந்து வருவார்கள் என்று நமக்கு தெரியும் என்பதால் நாம் அவர்களைச் சதி செய்து வலையில் பிடிப்பது எப்படி என்று யோசிக்க வேண்டும். அவர்களை மூச்சுத் திணற வைக்க வேண்டும். வேறு வழியின்றி அவர்கள் திரும்பி ஓட வேண்டும்."

ஷம்பாலாவுக்குள் நுழைவதற்கு ஒரு வழி தான் உண்டு. ஆனால் அடர்ந்த காட்டினூடே வந்தால் தடங்கள் பல்வேறு கிளைகளாகப் பிரிந்து விளங்கும்.

"கல்கி எங்கே?"

"நான் அவனைத் தனியே பயிற்சி செய்யும்படி கூறியிருக்கிறேன். அவனுக்குச் சற்று தனிமை தேவை."

"அப்படியா," என்றபடி சந்தேகத்துடனேயே அர்ஜன் குரு என்று ஏற்று கொண்ட க்ருபாவிடமிருந்து விலகினான். அர்ஜன் திரும்பிப் பார்த்தபோது க்ருபாவும் அர்ஜனை அதே பார்வையோடு பார்த்துக் கொண்டிருந்தான்: சந்தேகப் பார்வை.

இருள் சூழ்ந்த இரவில் அவன் கிராமத்தின் எல்லையில் நின்றிருந்தான். அதை ஒரு மூங்கில் தட்டிதான் காத்துக் கொண்டிருந்தது. கதவு ஏதும் இல்லை. தன்னுடைய அண்ணனுடனும் அம்மாவுடனும் நின்று கொண்டிருந்தான். அம்மா ஜாக்கிரதையாக ஒரு குதிரை மேல் அமர்ந்து கொண்டிருந்தாள்.

"கிளம்பும் பொழுது விழுந்து விடாதே," என்று கல்கி சிரித்தபடியே எச்சரித்தான். அவளிடம் ஒரு பானையையும் அவள் துணிகள் கொண்ட மூட்டையையும் கொடுத்தான். சுமதி தன் துணிப்பையை ஜாக்கிரதையாகச் சுருட்டிக் கொண்டாள். "இந்தச் சமயத்தில் என் கிராமத்தை விட்டுப் பிரிந்து செல்ல எனக்கு மனம் இல்லை மகனே, புரிந்து கொள். என்னைத் தொந்திரவு செய்து கட்டாயப்படுத்தாதே."

அர்ஜனுக்கும் தெரியும் அவள் கிளம்ப வேண்டும் என்று. கல்கிக்கும் தெரியும். இருவருமே தந்தையை இழந்து விட்டனர். மிச்சம் இருக்கும் அம்மாவை இழக்கத் தயாராக இல்லை. ஏதாவது குழப்பம் நடந்து அவர்கள் இறக்க நேர்ந்தால் அம்மாவாவது உயிர் பிழைக்கட்டும் என்று கருதினார்கள். யுத்தத்தில் இறந்தாலுமே, சாவு என்பது அர்ஜனுக்கு நடுக்கத்தைத் தந்தது, அம்மாவை பத்திரப்படுத்திவிட்டோம் என்ற எண்ணத்துடன் தான், இறக்க வேண்டும் என்று எண்ணினார்கள்.

''எப்பொழுது நீங்கள் இருவரும் என்னை வந்து பார்ப்பீர்கள்?'' என்று சுமதி கேட்டாள்.

''இது அனைத்தும் முடிந்தவுடன்.''

''எவ்வளவு நேரம்? எத்தனை நாட்கள் என்று சரியாகச் சொல்லுங்கள்.''

கல்கியும், அர்ஜனும் ஒருவரை ஒருவர் பார்த்துக் கொண்டனர். ''நாங்கள் சீக்கிரமே உனக்குச் சொல்கிறோம். புறாவைத் தூது அனுப்புகிறோம்.''

சுமதி அவர்களைக் கலக்கத்துடன் பார்த்தாள், ஆனாலும் இறுகித் தழுவினாள். ''ஜாக்கிரதை. நன்றாகச் சண்டையிடுங்கள். எனக்குப் பெருமை சேருங்கள்.''

கல்கி கண்களில் நீர் கோர்த்துக் கொண்டது. அர்ஜன் அப்படியே உறைந்து நின்றான். ''பத்ரிநாத் ஆசிரமத்துக்குச் செல்ல நான்கு நாள் பயணம். ஜாக்கிரதை!''

''கவலைப் படாதே. சந்தேகம் எழுந்தாலே நீங்கள் சரியான பாதையில் தான் போகிறீர்கள் என்று அர்த்தம். இந்திரக் கடவுளின் வஜ்ரம் உங்களுக்குத் துணையாக இருக்கட்டும், குழந்தைகளே.'' சுமதி சிரித்தபடி கடிவாளங்களைப் பிடித்துக் கொண்டு நகர்ந்தாள்.

குதிரை வேகம் பிடிக்கும் வரை கல்கியும் அர்ஜனும் அங்கேயே நின்றனர். சீக்கிரமே அது நிழலில் மறைந்தது. அவர்கள் மனதை பயம் கவ்வியது.

''நாம் வெற்றி பெறுவோமா?'' என்று கல்கி வினவினான்.

அர்ஜனுக்கு ஆச்சரியம். அன்றைய தினம் அனைவரையும் போருக்குத் தோள் கொடுக்கும்படி கட்டாயப்படுத்தியவன். தங்கள் நிலங்களை அபகரிக்க அனுமதிக்கக் கூடாது என்று புரியவைத்தவன். அர்ஜனுக்கு இது தேவையில்லை. அவனுக்கு அதி சூரனாக ஆகும் ஆசை இல்லைதான்.

''இனி நமக்கு வேறு வழி இல்லை.'' அர்ஜன் பதிலளித்தான். மெதுவாக அண்ணனைச் சமாதானப்படுத்தினான். தன் கைகளை அவனுடையை வலுவான முதுகின் மீது போட்டு அணைத்துக் கொண்டான்.

40

துருக்தி வேலைப்பாடு நிறைந்த ஜன்னலருகே நின்றபடி சூரிய அஸ்தமனத்தை வேடிக்கை பார்த்துக் கொண்டிருந்தாள். வெள்ளைத் தோலும், தங்கநிறக் கண்களுமாகக் காளி சிறுவனாக இருந்த நினைவு மங்கத்தொடங்கியது. எப்பொழுதுமே அவளுடைய காவலனாக விளங்குபவன். இவன் தன்னுடைய ரொட்டியை நன்றாகச் சாப்பிட வேண்டுமே என்ற அச்சத்தில் அவள் சுமாராகச் சாப்பிட்டு விட்டு வயிறு நிரம்பியது என்று கூறினாலும் கூட அவன் அன்று பட்டினியாகவே அலைவான்.

''ஆமாம், நான் சாப்பிட்டுவிட்டேன்.''

ஆனால் துருக்திக்குத் தெரியும் அவன் பொய் சொல்கிறான் என்று. அவன் விலா எலும்புகள் புடைத்து, தோல் மங்கி முகம் பயங்கரச் சோர்வாகத் தெரிந்தது. அவன் வேலைக்காகத் தேடி ஒவ்வொரு இடமாக அலைந்தான். சுரங்கத் தொழிலாளியாக இருந்தான்; சாராயம் விற்கும் கடையில் வேலை, என்று தேவைக்கேற்ப அலைந்திருக்கிறான். ஆனால் விஷயம் சுமுகமாகச் செல்லாது. அவனுக்குச் சொந்தமான வருமானத்தைக் கூட கொடுக்காமல் அவனை விரட்டி அடித்துள்ளனர். உலகமே அவனுக்கும் துருக்திக்கும் எதிராகவே செயல்பட்டது. உலகம் ரொம்பக் கொடூரமானது, அப்பாவித்தனம் தோல்வியில் துவண்டுவிட்டது.

அப்பொழுது தான் அவன் தன்னுடைய குற்ற வாழ்க்கையை ஆரம்பித்தான்.

அனைத்தும் எப்படி காளியின் விருப்பத்துக்கு இணங்க திசைமாறியது என்று யோசித்துக் கொண்டிருந்தாள். கதவு திறந்தது. சிம்ரின் கவலையுடன் உள்ளே வந்தாள். அவள் கையில் கடிதம் ஒன்று சுருண்டு கிடந்தது.

துருக்தி அதைப் படிக்க வேண்டியதில்லை. அவள் முகமே காட்டிக் கொடுத்தது.

''அவர்கள் நம் கோரிக்கையை ஏற்கவில்லை தானே?'' என்று துருக்தி கேட்டாள்.

‘‘அவர்கள் தரப்பு நியாயப்படி அது கோரிக்கை இல்லை, ஆணை,’’ என்று சிம்ரின் பதிலளித்தாள்.

இப்படி ஒரு ஈவு இரக்கமற்ற மரியாதை இல்லாத வாக்கியத்துக்காக துருக்தி சிம்ரினை நாடு கடத்தியிருப்பாள், ஆனால் சிம்ரின் சொன்னது சரி. அது கோரிக்கையே இல்லை. கேவலமாகவும், கீழ்த்தரமாகவும் ஷம்பாலாவின் தலைவனுக்கு எழுதப்பட்ட கடிதம். கீகட்பூர் ராஜ்ஜியத்தின் மிகுந்த செல்வம் படைத்த ஜில்லா, ஷம்பாலா. அவள் ஷம்பாலாவுக்குச் சொந்தக்காரி போன்ற மிதப்பில் தன் இஷ்டத்தை நிலை நாட்ட விரும்பினாள். ஆனால் அவளுடைய கடைசி ஆசை கூடக் கிடையாது, இப்படி சம்பந்தமற்ற கிராமத்து ஆட்களுடன் யுத்தம் செய்வது. அதுவும் அரச ஆணையை மீறியதற்காக.

‘‘இதைப் பிரச்சனையின்றி சுமுகமாக முடிக்க வேண்டும் என்று எண்ணினேன். ரத்தம் சிந்துவதை விரும்பவில்லை. இதை ஏற்கவில்லை என்பதிலேயே அவர்களுக்கு யுத்தம் தான் விருப்பம் என்று தெரிவித்து விட்டார்கள்.’’ துருக்தி சிம்ரினிடம் வந்தாள். ‘‘நமக்கு ஷம்பாலவைப் பற்றி என்ன தெரியும்?’’

‘‘அங்கு படை ஏதும் இல்லை. ஆயுதக் கிடங்கும் இல்லை. அவர்கள் எப்படி நிராகரித்தார்கள் என்பது ஆச்சரியமாக இருக்கு. அவர்கள் கோழைகள். ரத்தத்தைப் பார்த்தால் மிரளுவார்கள். கத்தியும் தான்... இப்படிப் பட்ட கதைகளைத் தான் நான் கேள்விப்பட்டிருக்கிறேன். நாம் அங்கே சென்று அவர்களை அச்சுறுத்தலாம்.’’

‘‘நமக்கு அதற்குப் பெரும் படை தேவை.’’ துருக்தி உதடுகளை இறுக மடித்தாள். பெரிய கவனச் சிதறல். அப்படி என்றால் காளிக்குத் தெரிய வரும், அவன் யுத்தத்தை நிறுத்திவிடுவான். அவன் உடல் நலத்திற்காக ஒரு உள்நாட்டுப் போர் நடப்பதையும் மக்கள் இறப்பதையும் அவன் விரும்ப மாட்டான். ஆனால் அவனுக்குத் தெரியாதது என்னவென்றால், துருக்தி அவளுடைய அண்ணனுக்காக உலகையே அழிக்கத் தயங்கமாட்டாள் என்பது தான். ‘‘நான் அவனிடம்...’’

தரையில் ஒரு நிழல் விழுந்தது. திரும்பிய துருக்தி வேர்த்து வழியும் விகோகோவைப் பார்த்தாள். அவளுடைய மார்புக்கவசத்தில் ரத்தம்.

‘‘தேவி!’’

இல்லை.

விகோகோ மேலும் கூறினாள். ‘‘தங்களுக்கு ஒரு கெட்ட சேதி.’’

கோட்டைக்குள்ளேயே இருந்த மருத்துவமனைக்குள் துருக்தி ஓடினாள். துருக்தி துரிதமாக உள்ளே செல்லும் போது சிம்ரினும் அவளுடன் பறந்தாள். கோகோ வாசலில் நின்று கொண்டிருந்தான்,

சோகமாகவும் சோர்வாகவும்.

"உன் வேலை என் அண்ணனைக் காப்பது தானே? நீ என்ன செய்து கொண்டிருந்தாய்? அவன் மட்டும் இறந்தால் உன்னை நாடு கடத்தி விடுவேன்." துருக்தி வார்த்தைகளை வன்மத்துடன் துப்பினாள். கோபம் அவள் மனதினுள் ஆயிரம் உணர்ச்சிக் கலவையை ஏற்படுத்தியது, அடிபட்ட உணர்வு, காயம், பயம் என்ற கவலை புயல் போல் கொந்தளித்தது.

"கட்டளையை மீறியதற்கு மன்னிப்பு கோருகிறேன், தேவி..."

துருக்தி கைகளை மேலே உயர்த்தி, "வெறும் வார்த்தைகள் என் அண்ணனின் ரணத்தை ஆற்றாது."

மெழுகுவர்த்திகள் சுற்றிலும் எரிய அதன் நடுவே ஒரு பாயின் மீது அவள் அண்ணன் காளி கவிழ்ந்து படுத்திருந்தான். காயம் தெளிவாகத் தெரிந்தது, எலும்புகள் கண்ணில் தெரியும் அளவுக்கு ஆழம்.

"எப்படியிருக்கிறான்?"

"நல்ல வேளை," என்றார் ஷமன், காளியைச் சுற்றி வந்து அவனருகே மண்டியிட்டு நிறமற்ற ஒரு கலவையை அவன் காயத்தில் தடவினார், "வெட்டு காயம் முதுகுத் தண்டுக்கு வெகு அருகே, ஆனால் முதுகுத்தண்டில் இல்லை."

அவளை மூச்சுத் திணற வைத்த பயம், நீங்குவதைக் கண்டாள். அவள் இப்பொழுது பயப்பட வில்லை ஆனால் கவலைப் பட்டாள்.

"எவ்வளவு நாட்கள் இப்படி இருப்பான்?"

"எனக்குச் சில நாட்கள் அவகாசம் கொடுங்கள் தேவி," ஷமன் நிறுத்திவிட்டு நிமிர்ந்தார். "இயற்கையாகவே காயம் குணமடையட்டும். செயற்கையாக அதைத் துரிதப் படுத்தவேண்டாம்."

"உங்களிடம் நான் ஒன்று கேட்க வேண்டும்." மெழுகுவத்தி வட்டம் அவளையும், பிறந்தமேனியாகப் படுத்திருந்த அவள் அண்ணனையும் பிரிக்கும்படியாக வட்டம் அமைத்தது. அவள் அதைச் சுற்றி வந்து கேட்டாள், "நீங்கள் சோமாவைப் பற்றிக் கேள்விப் பட்டிருக்கிறீர்களா?"

'ஆமாம்,' என்றார் அந்தப் பெரியவர். "இப்பொழுது அழிந்து விட்ட அம்ருத மருந்து, சோமலதாவிலிருந்து எடுக்கப்பட்டது, வடக்கே இருக்கும் குளிர்ந்த மலைகளில் கிடைக்கும்."

"ஏன் அழிந்துவிட்டது?"

"உலகம் சுற்றிக் கொண்டே இருக்கும்; அது போகும் பாதையில் பல ஆச்சரியங்களைக் காட்டிவிட்டு நகரும்." இயலாமையில் இவ்வளவு விஷயங்களைத் தான் பெரியவரால் பேச முடிந்தது.

"அது ஒரு கல்லுக்குள் இருக்கும் என்று தானே நான் கேள்விப்பட்டேன்."

"நிறைய மருந்துகளைப் போல இதற்கும் பல உருவங்கள்; சில கல்லில், சில செடிகளில். எப்படியாக இருந்தாலும் அவற்றில் இருக்கும்

அம்ருதத்தை உறிஞ்சி எடுத்தாக வேண்டும்.''

அவளுடைய செருப்பின் அடி பாகம் காலை உறுத்தியதால் அவள் வட்டம் சுற்றுவதை நிறுத்தினாள்.

''அதைக் கல்லிலிருந்து எடுப்பது எவ்வளவு கடினம்?''

ஷமன் நின்றுவிட்டார். ''முதலில் அதை உடைக்க வேண்டும், பிறகு அதன் உள்ளே இருப்பதைக் கரைக்க வேண்டும்...''

''***எவ்வளவு கடினம்***?'' அவள் குரல் கரகரத்தது.

ஷமன்னின் கண்கள் பயத்தில் விரிந்தன. உதடுகள் துடித்தன. ''ரொம்பக் கடினம் இல்லை. என்னிடம் சரியான உபகரணங்கள் இருக்கும் பக்ஷத்தில்...ஆனால் இப்பொழுது சோமா கிடைப்பது கிடையாது. அவை அழிந்துவிட்டன.''

''எவ்வளவு நாட்கள்?'' அவள் குரல் அமைதி பெற்றது. ''அந்தத் திரவத்தைச் செய்ய எத்தனை நாட்கள் ஆகும்?''

''ஒரு வேளை மூன்று நாட்கள் அல்லது அதற்குக் கம்மியாகக் கூட ஆகலாம்,'' ஷமன் பணிவாகத் தலையாட்டினார்.

''நீங்கள் இதைத் தெரிந்து கொள்ள வேண்டும் என்று விரும்புகிறேன்,'' துருக்தி பேசியபடியே எழுந்து நின்றாள். அவளுடைய நிழல் ஷமன் முகத்தின் மீது விழுந்தது. அவர் அவளை அசௌகர்யமாகப் பார்த்தபடி காளியின் உடலின் அருகே நெளிந்தபடியே அமர்ந்திருந்தார். விளக்கொளி அவள் முகத்தில் நடனமாடியது. ஊதுபத்தியின் மணம் அவளை மூழ்கடித்தது. ''இந்த வேலையை முடித்தபின் உங்களுக்கு ஓய்வு தந்து விடுகிறேன். நீங்கள் இதைப் பற்றி யாரிடமும் பேசக்கூடாது. தவறியோ, வேண்டுமென்றேவோ நீங்கள் பேசிவிட்டால் உங்கள் தலையை என் இரண்டு கைகளாலேயே வெட்டிவிடுவேன், ஆயுதம் ஏதும் இன்றி.'' பற்களைக் கடித்தபடி அவள் அவரை பயமுறுத்தினாள். அவள் செய்வதைப் பற்றி யோசித்துப் பார்த்தால் அவள் அப்படி நடந்துகொண்டிருக்கலாம் என்று பட்டது.

ஷமன் தலையசைத்தார்.

''தலைவரின் உடல் நலம் பற்றி எனக்குத் தகவல் தெரிவித்துக் கொண்டே இருங்கள்.''

துருக்தி அங்கிருந்து புறப்பட்டு கதவருகே வந்ததும் ஒரு பெருமூச்சை விட்டாள். கோகோவும், விகோகோவும் அவளையே பார்த்துக் கொண்டிருந்தனர், வியர்த்து வழிந்து தடுமாறினார்கள். தன்னுடைய பலஹீனத்தை அவர்களிடம் காட்டக் கூடாது என்பதை உணர்ந்தாள். கஷ்டபட்டு எழுந்து நின்று, முகவாயை உயர்த்தி கைகளைப் பின்னியபடி நின்றாள்.

''மன்னிப்பு, அதற்காக முயல்பவர்களுக்கு மட்டுமே கிட்டும்,'' என்று இரட்டையர்களைப் பார்த்தபடி துருக்தி ஆரம்பித்தாள். சிம்ரின் அப்போது ஒரு வார்த்தையும் சொல்லத் துணியவில்லை. நடைபாதையின் நிழலில்

பதுங்கிக் கொண்டாள். துருக்தி தொடர்ந்தாள், ''என் அண்ணனின் உயிரை உங்கள் உயிர் போல் காப்பது மட்டும் உங்கள் வேலை இல்லை. அவன் உங்கள் உயிரைக் காப்பாற்றிய பொழுது அவனுக்கு ரத்தத்தினால் ஒரு சபதம் செய்தீர்களே, அது மட்டும் போதாது. நீங்கள் மேலும் ஒன்று செய்ய வேண்டும்.''

இரட்டையர்கள் பொறுமையாகக் காத்திருந்தனர்.

''பொய் சொல்லுங்கள்,'' துருக்தி கூறினாள். ''அவனுடைய தங்கை உள்ளே அந்தப்புரத்தில் தான் இருக்கிறாள் என்று பொய் சொல்லுங்கள். அவளுக்கு யாரையும் சந்திக்க விருப்பம் இல்லை. அவள் சோகத்தில் ஆழ்ந்து, துக்கமாக இருக்கிறாள். இந்தச் சூழ்நிலையில் தன் அண்ணனைக் காப்பாற்ற முடியவில்லையே என்ற ஏக்கத்தில் தவிக்கிறாள். எனக்காக இந்தப் பொய்யைச் சொல்லுங்கள், நான் உங்களை மன்னிக்கிறேன்.''

இரட்டையர்கள் விழித்தனர். அவர்கள் காளிக்குத்தான் சேவகம் செய்கின்றனர். ஆனாலும் துருக்திக்கு ஏமாற்றம் அளித்துவிட்டக் குற்ற உணர்ச்சியில் அல்லாடினர். அவர்கள் என்ன வேண்டுமானாலும் செய்வார்கள், துருக்தியிடம் நல்ல பெயர் எடுக்க.

''ஏன் என்றால் நான் கொஞ்ச காலம் இங்கே இருக்க மாட்டேன். ரக்டபா இங்கே விட்டுச் சென்றிருக்கும் படையையும் கூட்டிச் செல்கிறேன்.''

இரட்டையர்கள் ஒற்றுமையாகத் தலையசைத்தனர்.

''தலைவர் வாசுகியை நாங்கள் விசாரிக்கலாமா? ஒரு நாகா தான் நம் தலைவரைக் கொல்ல முயன்றவன்.'' கோகோ தான் தைரியமாகக் கேட்டான், ஏன் என்றால் விகோகோ வியர்வையில் குளித்து பேச்சுமூச்சின்றி நின்றாள். துருக்தி தலையசைத்தாள். ''இது அரசியல் விஷயம், காளி தான் இதை முடிவு செய்ய வேண்டும். நாம் அவனுடைய நலத்தை மட்டுமே கவனிக்க வேண்டும்.''

அவள் இரட்டையர்களை விட்டு அகன்றாள். சிம்ரின் அவளருகேயே நடக்க முயன்றாள். ''தேவி, உள்ளே என்ன நடந்தது.''

''புரிதல்கள்.'' துருக்தி முகபாவனை ஏதும் இன்றி நின்றாள். ஆனால் அவளுக்கு, சிம்ரின் அந்தக் கேள்வியை ஏன் கேட்டாள் என்று தெரிந்துதான் இருந்தது. துருக்தி முடிவு எடுப்பதைத் தள்ளிப் போட்டுக் கொண்டே இருந்தாள்; அவளிடம் பயம், கவலை, சந்தேகம் போன்றவை இருந்தன. அவள் ஷம்பாலாவுக்குச் சென்றால் அங்கே தேவையற்ற குழப்பம் விளையும். காளி மட்டுமே அந்த குழப்பங்களைத் தன்னுடைய அரசியல் சாதுர்யத்தாலும், பேரம் பேசும் தந்திரத்தாலும், தீர்வு காண்பான். ''என் வார்த்தைகளைக் குறித்துக் கொள் சிம்ரின்; அந்தக் குகைகளுக்குள் நான் செல்வதை இனி எதுவுமே தடுக்க இயலாது.''

41

மூன்று நாட்கள் சோர்வடையும் வரை பயிற்சி செய்தார்கள். க்ருபா அவனுக்கு சில யுக்திகளைக் கற்றுத் தந்தான்; முன்னோர்களின் பழக்கத்தில் இருந்த யுக்திகள். சோமாவை அருந்தியவர்களின் யுக்திகள். அவதாரங்களின் ஆத்மாக்கள் தொடர்பில் இருப்பவை என்று க்ருபா கல்கியிடம் கூறினான். அவர்கள் பூவுலகில் உயிருடன் உலவவில்லை என்றாலும் அவர்கள் தொடர்பில் இருந்தார்கள். அவன் தன்னுடைய ஆற்றல்களை ஒருமுனைப் படுத்தினால், யுக யுகங்களாக அவர்களுக்கு எல்லாம் ஏற்பட்ட பொதுவான அனுபவங்களை அவனால் உணர முடியும்.

கல்கி தியான நிலையில் அமர்ந்தான், ஆனால் அது அவனுக்குத் தொல்லையாகவே இருந்தது. அவனுக்கு அலுப்புத் தட்டி அவன் சீக்கிரத்திலேயே கண்களைத் திறப்பான். மல்லாந்து படுத்து வானின் நட்சத்திரங்களை எண்ணுவான். சில சமயம் அவன் நினைத்த மாதிரி நிகழ்வுகள் நடக்கவில்லை என்றால், அவன் தன் நேரம் வீணாக்கப்பட்டதோ என்று நொந்து கொள்வான். ஆனால் இது இப்படி நடக்கக் கூடாது. மற்றவர்களைப் போல அவனும் பயிற்சி எடுத்திருக்க வேண்டும். வித விதமான யுத்த யுக்திகளை அவன் கற்றறிந்திருக்க வேண்டும். இப்படி சம்மணமிட்டு அமர்ந்து, கண்களை மூடி இருக்கக் கூடாது.

இன்றும் அதே போல அமர்ந்து காத்திருந்தான். ஒரு மணி நேரம் சென்றிருக்கும், அவனைச் சுற்றி அனைத்தும் கரைந்தது போலிருந்தது. அவன் கண்கள் மூடியிருந்தாலும் அவன் இந்த பூமியில் இல்லாதது போல் உணர்ந்தான். கண்களைத் திறந்தால் அது தான் தெரிந்தது. இருள். எங்கும் நிறைந்திருந்தது. அவனை மூழ்கடித்தது. அவனுக்குப் பழக்கப்பட்ட உலகில் இருந்து அவனை இருள் மூழ்கடித்தது. அவன் மார்பு துடித்தது, இதிலிருந்து தப்புவதற்கு வழி தேடியது. திடீரென்று அவன் முன்னுக்குத் தள்ளப் பட்டான்.

அனைத்தும் தெளிவின்றித் தெரிந்தன. ஒரு குடிசை. ஒரு பெரிய பறக்கும் பறவை அதன் உச்சியில்; சட்டென்று கல்கிக்குப் புரிந்தது, அது பறவையல்ல; அது ஒரு இயந்திரம், மிகவும் முற்போக்கான இயந்திரம். அந்த இயந்திரப் பறவையிலிருந்து ஒரு மீசை வைத்த மனிதன் இறங்கினான்.

பிறகு கல்கி வேறு எங்கோ செலுத்தப்பட்டவன். அது ஒரு காடாக இருக்கலாம். அதே காட்டில்தான் சடை விழுந்த ஒருவன் அம்பைச் செலுத்தியதைப் பார்த்திருக்கிறான்.

''நன்று, ராகவ்.'' ராகவ்வுடன் மற்றொரு மனிதன் நடந்தான். அவன் ராகவ்வின் தோளைத் தட்டினான்.

கல்கி நிலைகுலைந்து விழுந்து ஒரு புறம்போக்கு நிலத்தில் இருப்பதைக் கண்டான். மயில் தோகை கொண்ட ஒருவன் வயல்களில் ஓடிக் கொண்டிருந்தான். அவனை ஒரு பெரும் அம்புப் படைத் துரத்தியது. அவன் அதை ஏய்த்தபடி ஓடிக் கொண்டிருந்தான். பதிலுக்கு அவன் தன்னிடமிருந்த ஒரு சக்கரத்தை ஏவினான். அது கல்கியை நோக்கிப் பாய்ந்ததால், அவன் பயத்தில் தன் கண்களை மூடிக் கொண்டான். திரும்பவும் கண்களைத் திறந்த போது அவன் வேறு இடத்தில் இருந்தான். இப்பொழுது அவன் குளிர் பிரதேசத்தில் இருந்தான், அது ஒரு வேளை மலையாகக் கூட இருக்கலாம்.

''நிஜமாகச் சொல்லப்போனால் உன்னை இங்கே சந்திப்பதில் ஆச்சரியம்தான்.''

கல்கி அந்தக் குரலைக் கேட்டுத் திரும்பினான். ஒரு பனிக் கட்டியின் மீது கால் மேல் கால் போட்டு ஒருவர் அமர்ந்திருந்தார். நீளமான தாடியும் ஜடாமுடியுமாக இருந்தார். முதுகில் பெரிய கோடாரி வைத்திருந்தார். உடலின் கீழ் பாகத்தில் புலித் தோலை அணிந்திருந்தார். கல்கிக்கு குளிர்ந்தது, ஆனால் அந்த மனிதரை எதுவும் பாதித்ததாகத் தெரியவில்லை.

''இப்படிப்பட்ட வா-வா-நிலையில் எப்படி சமாளிக்கிறீர்கள்?'' என்று கல்கி கேட்டான்.

''உனக்குக் குளிரவில்லை, குளிர்வதாக நீ நினைத்துக் கொண்டிருக்காய்'' என்றார் அந்த மனிதன். ''இது ஒரு கனவு நிலை. இது எதுவும் நிஜம் கிடையாது, எதுவுமே! ஒரு விரல் சொடுக்கும் நேரத்தில் நீ விழித்துக் கொள்ளலாம். நீ தியான யோகத்தில் இருக்கிறாய்.''

கல்கிக்கு இருப்பினும் குளிர்வது போன்றே இருந்தது. இந்த மனிதன் உண்மையில் என்னதான் சொல்ல விழைகிறார்?

''நீங்கள் யார்?''

''நீ,'' என்றபடி எழுந்தார். ''பல வருடங்களுக்கு முன்னால் நான் நீயாக இருந்தேன். நான்தான் ஆறாமவன்.''

அவனையறியாது கல்கியின் வாய் அரற்றியது, ''பிரபு பார்கவ் ராம்,''

பிறகு அவன் மரியாதையாக விழுந்து வணங்கினான்.

"பிரமிப்பாக இருக்கிறது. உன்னுடைய தொடர்பு கொள்ளும் ஆற்றல் அபாரம். அது வேலை செய்கிறது."

"அது எப்படி என்னால் உங்களுடன் தொடர்பு கொள்ள முடிகிறது, ஆனால் மற்றவர்களுடன் அல்ல?"

"அவை அனைத்தும் ஒரு படத் தொகுப்பு," என்றார் பார்கவ். "அவை வரலாற்றின் குறிப்புகள். நிகழ்ந்தவற்றை குறிப்பிடுபவை. அவையும் உன்னுடைய முந்தைய உடல்கள் தான்; நீ முயன்றால் அவற்றுடனும் தொடர்பு கொள்ளலாம். ஆனால் நான், நிஜமானவன், உயிருடன் சதையும் ரத்தமுமாக உனக்காகக் காத்திருக்கிறேன்."

"நீங்கள் தான் க்ருபாவுக்குத் துணை நின்றவர், இல்லையா?"

பார்கவ் ஆம் என்று தலையசைத்தார். "என்னுடன் நல்ல மனிதர்களின் சேர்க்கையை வைக்கத் தவறினேன். ஆனால் என் பக்கம் அதிக நபர்கள் இல்லை. மாருதி என்னை விட்டு விலகி தன் சுற்றத்தாரைக் காக்கச் சென்று விட்டான்..."

"மாருதியா?"

"அவனை உனக்கு பஜ்ரங் என்ற பெயரில் தெரியும்."

கண்டிப்பாக! குருகுலத்தில் கல்கி அவரைப் பற்றிப் படித்திருக்கிறான், எப்படி மாருதி ராகவ்வுக்கு உதவி புரிந்தான், ராக்ஷஸனை எதிர்த்தான்; அப்பொழுது அவன் ஒரு பழங்குடியினன். இன்று அவர்கள் எல்லோரும் வணங்க வேண்டிய கடவுள்களாக மாறி விட்டனர்.

"அவர்கள் எல்லோரும் நான்தான் என்கிறீர்களா?"

"நீ ஒரு பெரிய படத்தின் சிறிய பகுதி; நாம் அனைவருமே பிரபு நாராயணனின் ஒரு பகுதிதான். அவர் தான் நமக்குத் தேவையான சக்தியை அளிப்பவர்."

கல்கி குழப்பத்தில் தலையசைத்தான். "நமக்கு சோமா கிடைத்ததே நம் தேர்வினால்தான் என்று க்ருபாசாரியார் சொன்னார். மேலும் கோவிந்த் அதை நிறுத்தச் சொல்லிக் கட்டளையிட்டதாகவும் கூறினார், மற்றவர்கள் சோமாவால் பைத்தியம் ஆவதைத் தடுக்கச் சொன்னார். அவர் கூறிய அனைத்துமே அறிவியல் சாத்தியமாகப் பட்டது. ஆனால் நீங்கள் கூறுவதைப் பார்த்தால் இது விதிக்கப் பட்டது போல் தோன்றுகிறது."

"விதி என்பதை க்ருபாசாரியார் ஏற்க மறுக்கிறார். ஆமாம்; பார்க்கப் போனால் நாம் இருவரும் ஒன்று அல்ல. நாம் அனைவரும் தெரியாத்தனமாகவோ அல்லது வேண்டுமென்றேவோ சோமாவுக்கு எப்படியோ ஆட்படுத்தப் பட்டோம். ஆனால் நாம் அப்படி சோமாவை எடுத்துக் கொண்டது ஒரு சிறப்பான காரணத்திற்காகத்தான். நம் வாழ்நாளில் செய்ய வேண்டிய எதோ ஒன்றுக்காகத்தான். ஒரு ஆளுக்கு அதில் நம்பிக்கை இல்லை என்பதால், மற்றவர்களுக்கும் தடை விதிப்பதற்கு, அவருக்கு அதிகாரம் இல்லை." பார்கவ் சிரித்தார். "சரி,

192

சொல், உனக்கு எதில் நம்பிக்கை?''

கல்கி அமைதியானான். யோசித்தான், ஜாக்கிரதையாக வார்த்தைகளைத் தேர்வு செய்தான். அவன் ஒரு வினோதமான மனிதனைத் தன் கனவுகளில் சந்திக்கக் கூடிய கட்டாயத்தில் இருக்கிறான் என்பதை உணர்ந்தான். அவன் உயரமாக, அதிகம் பேசாத, இறுக்கமானவன், அவனுடைய புஜங்களில் நரம்புகள் புடைத்தன. கண்கள் தெறித்தன, மார்பு விரிந்தது. அவன் வயதானவன்தான் என்றாலும், ஒரு பாறாங்கல்லைப் போல வலிமையாக இருந்தான்.

''நான் இன்னும் புரிந்து கொள்ளவில்லை.''

''ஏன் என்றால், நீ இன்னும் உலகை எதிர்கொள்ளவில்லை. நீ உன் கூட்டில் வாழ்கிறாய், ஆனால் நீ அதை விட்டு வெளியேறினால், நாம் யார் என்ற கேள்விக்கு விடை கிடைக்கும்-நாம் அருள் பெற்றவர்களா இல்லை வெறும் தவறுகளா என்று புரியும்.''

கல்கி கண்களைச் சுருக்கினான். ''நம்மைப் போன்று இருந்த மற்ற அவதாரங்கள் இறந்து விட்டனர். எப்படி நீங்கள் மட்டும் இறக்கவில்லை?''

பார்கவ் அமைதி காத்தார். ''நீ என்னை வந்து சந்திக்கும்போது அந்த விவரங்களை உனக்குச் சொல்லப் பிரியப்படுகிறேன். நீ நிறைய கற்று, நிறைய இழந்தபின் உனக்கு அந்த விடைகள் விளங்கும்...'' அவர் வார்த்தைகள் தேயத் தொடங்கின. சட்டென்று திரும்பி உருவம் சரியாகத் தெரியாத ஒரு பெண்ணை நோக்கினார். அவள் அவரையே வெறித்துக் கொண்டிருந்தாள்.

கன்னத்தில் யாரோ ஓங்கி அறைந்தாற்போல் கல்கிக்கு நினவு திரும்பியது. அவன் எந்த பிம்பங்களையும் பார்க்கவில்லை, மாறாக அவன் எங்கே இருந்தானோ அங்கேயே திரும்பியிருந்தான்- புதர்களும், சுள்ளிகளும் நிரம்பி, குடை போல் பரந்த மரங்களுக்கிடையே மறைந்திருந்தான். சூரியன் பிரகாசமாக வீசினான். எலும்புகளை உலுக்கும் குளிர் இல்லை. அனைத்துமே ஒரே சமயத்தில், நிஜமாகவும், நிஜம் அற்றதாகவும் விளங்கின. அவன் விரல் நுனிகள் பனி போல் சில்லிட்டுப் போயிருந்தன. மறுபடியும் ஒரு அறை, கல்கி தன் குழப்பமான கனவிலிருந்து விடுபட்டான். தன் கைகளை நோக்கினான்.

''இந்த மைதானத்தில் என்ன செய்கிறாய்?'' லக்ஷ்மி அவனைக் கவலையுடன் நோக்கினாள்.

''நான் என்ன செய்து கொண்டிருந்தேன்?''

''நீ மயங்கிக் கிடந்தாய். கண்கள் திறந்தபடி, எதுவும் பேசாமல் இருந்தாய். எனக்குக் கவலையாகிவிட்டது.'' லக்ஷ்மி மண்டியிட்டு அவனை நோக்கினாள். ''உன்னைப் போன்ற முட்டாளுக்காக நான் ரொம்பக் கவலைப்பட்டேன். என்ன செய்து கொண்டிருந்தாய்?''

கல்கி பெருமூச்செறிந்தான். அவளிடம் அனைத்தையும் சொல்ல

நினைத்தான், ஆனால் அது விஷயத்தை இன்னும் விபரீதத்துக்குத் தள்ளும் என்று எண்ணினான். ''யாராவது வந்தால் எழுப்பும்படி ஷுகோவிடம் சொல்லியிருந்தேனே? எங்கே அந்த...'' அவன் சுற்றுப்புறத்தை நோட்டமிட்டான். லக்ஷ்மி அவன் முகத்தைச் சில அங்குலங்கள் திருப்பினாள்.

''சென்ற முறை செய்தது போல் இந்த முறை தலையிட மாட்டேன் என்றான்.''

''அட,'' கல்கிக்குத் தலை கிறுகிறுத்தது. ''அப்படியா,'' என்று செறுமினான். தன் குழப்பத்தை மறைக்கப் பாடுபட்டான். ''அதாவது, கண்டிப்பாக அவன் அதைச் சொல்லவில்லை என்று நினைக்கிறேன்.''

''சரி, நேராக அப்படிக் குறிப்பிடவில்லைதான், ஆனால் எனக்குப் புரிந்தது, உனக்கும் புரியவேண்டும்.''

கல்கி அவளையே நோக்கினான். சிரித்தான். அவனால் புன்னகையைக் கட்டுப் படுத்த முடியவில்லை. அவள் அவன் வாழ்வில் நிதானத்தைக் கொண்டு வருபவள், எப்பொழுதும் செய்வதை விட இப்பொழுது அதிக நிதானம் தேவைப்பட்டது. அவன் ஒரு குழிக்குள் சிக்கியிருக்கிறான், அவள் அவனை அதிலிருந்து மீட்டிருக்கிறாள். இந்த உலகத்தில் அவள் இன்றி அவன் எப்படி வாழ்வான்?

''எனக்குப் பயமாக இருக்கிறது,'' என்று அவன் கழுத்தைக் கட்டியபடி லக்ஷ்மி பேசினாள். ''நீ தெரிந்துகொள்ள வேண்டும், எனக்குப் பயமாக இருக்கிறது என்பதை; எனக்கு இறக்க விருப்பம் இல்லை.''

''நீ இறக்க மாட்டாய், இது சத்தியம்.'' கல்கி அவள் இடுப்பை வளைத்து இறுகக் கட்டிக் கொண்டான். அவர்கள் இருவரும் ரொம்ப நெருக்கமாக நின்றனர். அவள் இதயத்துடிப்பு அவனுக்குக் கேட்குமளவிலான நெருக்கம். அவள் மூச்சுக் காற்றை இவனால் நுகர முடிந்தது. ''எனக்கும் பயமாக இருக்கிறது. என் பயத்தை உலகுக்கே பறைசாற்ற வேண்டும் என்று தோன்றுகிறது.''

''எனக்குத் தெரியும். என்னால் பார்க்க முடிகிறது.''

''உன்னால் பார்க்க முடியும் என்று தெரியும். நீ எப்போதுமே அப்படித் தான்.''

''இது பரவாயில்லை, தெரியுமா,'' என்று தலைய வேகமாக ஆட்டினாள். ''நாம் பயப்படுவதில் தவறில்லை. இது ஒன்றும் உலகத்தின் முடிவல்ல. பரவாயில்லை.''

''எனக்கும் தெரிகிறது, இது பரவாயில்லை என்று. நானும் அதை உணர நினைக்கிறேன். பரவாயில்லை என்று உணர நினைக்கிறேன், ஆனால் என்னால் முடியவில்லை.''

''நான் இறந்துவிட்டால் என்ன ஆகும்?'' என்று லக்ஷ்மி கேட்டாள்.

கல்கி இதைப் பற்றி யோசித்திருக்கவில்லை. அந்த வலியை அவனால் சந்திக்க முடியாது. ''எனக்கு அப்படிப் பட்ட சாத்தியக் கூறைப்

பற்றி நினைக்க வேண்டாம். என் கண்களில் நீ ஒவ்வொரு நிமிடமும் வாழ்கிறாய். ஒவ்வொரு கண் சிமிட்டலிலும், ஒவ்வொரு மூச்சிலும் நீ இருக்கிறாய்.''

சற்று நேரம், இருவரும், ஒருவரை ஒருவர் பார்த்தபடி நின்றனர். இறுக்கமான அணைப்பில் இருந்தனர். கல்கியின் இதயத் துடிப்பு ஒரு முறை அடிக்க மறந்தது. அவன் முன்னால் சாய்ந்தான். அவள் இதழ்களைச் சந்திக்க ஏங்கினான். அவன் உதடுகள் உரசும் போது பல சத்தங்கள் கேட்டன. அவனால் எதுவும் செய்ய இயலவில்லை. கொம்புகள் ஊதப்பட்டன. கோவில் மணிகள் அடித்தன. நினைத்த காரியத்தை ஒத்தி வைக்க வேண்டிய கட்டாயம். இருவரும் எரிச்சலுடன் ஏக்கப் பார்வைகளை வீசிக் கொண்டனர். அவர்களுக்குள் அச்சம் பரவியது. ஊதும் கொம்பின் சத்தமும், மணியோசையும் எதைக் குறிப்பிடுகின்றன என்பதை அறிந்திருந்தனர்.

யுத்தம் தொடங்கிவிட்டது.

42

நுழைவாயிலில் எவ்வளவு பெரிய படை திரண்டுள்ளது என்பதைக் கண்டறிய, ஷுகோவை அனுப்பிவைத்துவிட்டு, கல்கி அனைவரும் காத்துக் கொண்டிருந்த மதீரா சாலீசுக்கு விறைந்தான். அங்கு நிறைய மூத்தவர்கள் வந்திருந்தனர். மொத்த சாராயக் கடையையும் அடைத்துக் கொண்டு கிராமத்து மூத்தவர்கள் அனைவரும் நின்று கொண்டிருந்தனர். சிலர் கவலையாக இருந்தனர், சிலர் யுத்தத்தைக் கை விடுவதாகப் புலம்பினர். கல்கியும் லக்ஷ்மியும் சேர்ந்து வருவதைப் பார்த்ததும் அவர்கள் அமைதியானார்கள்.

கல்கி கைகள் பக்கவாட்டில் தொங்க, முகத்தில் எந்தப் பாவனையும் இன்றி மக்களை நோட்டம் விட்டபடி முன்னால் நடந்தான். அனைவரும் பயந்து போயிருந்தனர், கவலையிலும் கையாலாகாத அச்சத்திலும் ஊறியிருந்தனர்.

கல்கி சொன்னான், ''என்னுடைய எண்ணத்தை உங்கள் மீது திணிக்க எனக்கு விருப்பம் இல்லை. ஆனால் உங்களுக்கு உங்கள் கிராமத்தின் மீது அக்கறை இருந்தால், வெளியில் நிற்கும் பூதங்களை வெறுத்தால், நீங்கள் இந்திரவன் சென்று குகைகளின் முன் நின்று அவர்கள் அவற்றைப் பாழ் பண்ணாமல் தடுக்க வேண்டும்.''

''அவர்கள் நம்மைக் கொன்று விட்டால்?'' என்று கூட்டத்துள் ஒருவன் கேட்டான்.

''கொல்ல மாட்டார்கள்.'' கல்கி உலர்ந்த இதழ்களை நாவால் ஈரப்படுத்தினான். கைகள் நடுங்க அவன் தொடர்ந்தான், ''நீங்கள் அனைவரும் ஒன்றாக நின்று எதிர்த்தால் கொல்ல மாட்டார்கள்.''

இன்னொருவன் கூட்டத்திலிருந்து குரல் கொடுத்தான், ''நாம் ஜெயிப்போமா?''

கல்கி மூச்சை இழுத்து விட்டான். அது ஒரு பயங்கரமான கேள்வி. அவன் உண்மையைப் பேச வேண்டுமானால் அது கடினம் என்று கூற வேண்டும், ஆனால் அவன் கைகளை மற்றொரு கை இறுகப் பிடித்தது;

அது இதமான சூட்டில் மென்மையாக இருந்தது. அது லக்ஷ்மியின் கை. அவள் ஆமோதிப்பதாகத் தலையை அசைத்தாள்.

"ஆம்," கல்கியினுள் ஜிவ்வென்று ஒரு சக்தி பாய்ந்தது. "நாம் வெற்றி பெறுவோமா என்ற அச்சமே நம்மைத் தோல்வியில் கொண்டு சேர்க்கும். நாம் நல்ல விதத்தில் நம்பிக்கை வைத்தால் இந்த இருளிலிருந்து மீண்டு எழுந்து, நம் பாரம்பரியத்தைக் களவாட வந்த அந்த பூதங்களைத் தோற்கடித்து விடுவோம்."

யாரும் எந்த வார்த்தையும் பேசவில்லை. அமைதி எங்கும் தவழ்ந்தது. கல்கிக்கு அது பிடிக்கவில்லை. அவனை நம்பத் தொடங்கியதற்கான அறிகுறி அது. அவனுக்கு அது தானே தேவை? ஆனால் அவர்களுடைய உணர்ச்சி சட்டென்று மாறி, அவன் மீது வைக்கப்பட்ட நம்பிக்கை அவனை ஏன் அச்சுறுத்துகிறது? பொறுப்பு எடுத்துக் கொள்ள அவன் ஏன் அஞ்சுகிறான்? நிறைய மக்களின் உயிர் அவன் கையில், நிறைய குடும்பங்களும், அவர்களின் குழந்தைகளும் அவன் மீது நம்பிக்கை வைத்து எதிர்பார்க்கிறார்கள். அவனால் முடியும் என்று நம்புகிறார்கள். அழுத்தம் கூடியது. ஒரு வேளை காலத்தைச் சுழற்றி, பின்னோக்கிச் செல்ல வைத்து மேடை மீது நின்று அரசாங்கத்துக்கு எதிராகத் தன்னுடைய எதிர்மறைப் போக்கைப் பிரசங்கம் செய்த அந்த நொடியை மாற்றி அமைக்கலாமா என்று கூட அவனுள் ஒரு சிறு ஏக்கம் தவித்தது. அவன் ஒரு சிறிய இடத்தில் பிறந்த கிராமத்துச் சிறுவன். இயலாத பெரிய கனவை கண்டு விட்டான்.

இல்லை!

இது போன்ற எண்ணங்களை நினைப்பதே தவறு. லக்ஷ்மியுடன் இருந்த தன் பிடியை இறுக்கினான். உள்ளே செல்வதற்கு முன் கிராமவாசிகளைப் பார்த்துத் தலையசைத்தான். காலம் மக்களை மாற்றும், ஆனால் நாம் தேர்ந்தெடுக்கும் விஷயங்கள்தான் மாற்றம் நல்லதா, கெட்டதா என்பதைத் தீர்மானிக்கும்.

சாராயக் கடையின் உள்ளே களேபரமாக இருந்தது. பாதி பேர் பாறாங்கற்கள், கற்கள் மற்றும் ஆயுதங்களைத் தூக்கிக் கொண்டு படிகளில் ஏறினர். சிலர் விளக்குகளுக்கும், மெழுகுவத்திகளுக்கும் அருகே நின்று வரைபடத்தை வைத்துக் கொண்டு குறிப்புகளை எழுதினர். வியர்வையையும், பரபரப்பையும் ஏந்திய வாசம் அங்கே பரவிக் கிடந்தது. அங்கிருந்த ஒவ்வொரு தன்னார்வலரும் கல்கியைப் பார்த்துத் தலையசைத்தனர். அது அவனைக் கண்டு கொண்டதற்கும் மேலும் ஆராதிக்கும் உணர்வுக்கும் ஆன அடையாளம். அவன் இந்தச் சில நாட்களில் அனைவரின் மதிப்பையும், மரியாதையையும் சம்பாதித்திருந்தான். ஆனால் அவர்கள் எல்லோரும் இளைஞர்கள், அப்பாவிகள். அவர்களால் போரிடமுடியுமா?

அவன் பிரதான அறையை அடைந்தான், அங்கே அரிந்தம் ஒரு

197

ஓரத்தில் அமைதியாக அமர்ந்திருந்தான். மையத்தில் வைத்திருந்த மேசை மீதிருந்த வரைபடத்தை க்ருபா பார்த்துக் கொண்டிருந்தான். தேவதத்தா, பாலா மற்றும் அர்ஜனுடன் நின்று கொண்டிருந்தார். அர்ஜனிடம் ஒரு புதிய ஆயுதம் இருந்தது, வில் மற்றும் அம்பு; அவனைப் போன்ற இளைஞனுக்கு அந்த ஆயுதம் சரியான தேர்வு. அவனைக் காட்டிலும் கூடுதல் பளு கொண்ட கதையை பாலா தூக்கிக் கொண்டிருந்தான். ஆனால் சிரமமின்றி அதைத் தூக்கினான். க்ருபாவைப் போல தேவதத்தாவும் எந்த ஆயுதமும் ஏந்தவில்லை.

கல்கியிடம் அவர், ஷம்பாலா கிராமத்தில் ஆயுதங்கள் என்பதே அசாதாரணம் என்றார். அது வேளாண்மை கிராமம் என்பதால் ஆயுதக் கிடங்கு கிடையாது என்றார். இப்பொழுது நிலை மாறிவிட்டது.

''நீ எங்கே இருந்தாய், தோழா?'' என்று க்ருபா வினவினான்.

கல்கி லக்ஷ்மியின் கைப்பிடியைத் தளர்த்தினான். மேசையைச் சுற்றி வந்தான். ''சரி, இங்கே என்ன நடக்கிறது?''

''உன் கிளி என்ன சொல்கிறது?''

அது இன்னும் திரும்பவில்லை. ஏதாவது அம்பு பட்டுவிட்டதா? அப்படி ஏதும் நடக்காமல் இருக்க வேண்டினான்.

''இந்த விடுதியின் மேல் தளத்திலிருந்து பார்த்தோம்,'' என்று அர்ஜன் மற்றவர்களைப் பேச விடாதபடி உரத்தக் குரலில் ஆரம்பித்தான். ''கிராமத்தின் நுழைவாயில் முழுவதும் மூடப்பட்டிருக்கிறது. வனத்தில் கூடாரங்கள் எழுப்பப் பட்டிருக்கின்றன. நாம் எதிர்பார்த்ததை விட படை வித்தியாசமாக இருக்கிறது.''

''அவர்களின் கவசத்தில் பாம்பு படம் இருக்கிறதா?'' இந்திரகர் வீதிகளில் நாகாக்கள் எப்படி ரோந்து வந்தார்கள் என்பதைக் கல்கி நினைவு கூர்ந்தபடி கேட்டான். அவர்கள் ஒருவேளை அங்கிருந்து இங்கே வந்திருக்கலாம்.

''இல்லை. சொல்லப் போனால் எந்த குறியும் இல்லை. வெறும் கவசம் தான்; எனக்கு நினைவிலிருக்கும் வரை சிலர் அதைக் கூட அணியவில்லை.''

உடனேயே ஒரு விபரீதத்தைக் கேட்டது போல லக்ஷ்மி நிலைகுலைந்து மண்ணில் அமர்ந்தாள். கல்கி அவள் உதவிக்கு வந்து அவளைக் கை தாங்கலாகப் பிடித்தான். ''என்ன ஆயிற்று?''

''எந்தக் குறியும் இல்லை என்றால் அவர்கள் எந்தக் கடவுளையும் கும்பிடவில்லை என்று பொருள்,'' என்றாள் லக்ஷ்மி. ''அப்படி என்றால்...''

''ராக்ஷஸ்,'' என்று முடித்தான் க்ருபா, அவன் குரல் கரகரப்பாகவும், கவலையாகவும் ஒலித்தது.

''ஐயோ,'' என்று சுவற்றில் ஒண்டிக்கொண்டபடி தேவதத்தா வருந்தினார்.

அனைவரும் ஏன் கவலையின் உருவமாக இருந்தார்கள் என்று

கல்கி அறிந்தான். அவன் குருகுலத்தில் கற்றபடி, பழங்குடியினர் ஒரு காலத்தில் மாணவ்களுடன் சேர்ந்து தான் வாழ்ந்தனர், பின்னர் பிரிந்துவிட்டனர். கிழக்கே இருந்த ஈளத்தின் தஷணன் ராஜா தான் முதன் முதலில் இவர்களிடமிருந்து பிரிந்து வந்த போராளி. தன் சுதந்திரத்திற்கும் வாழ்வாதாரத்திற்கும் போராடி கல்கி தொடர்பு கொண்டு பின்னோக்கிச் சென்றபோது அவனைப் பார்த்திருக்கிறான். அவன் தான் பறக்கும் பறவையிலிருந்து இறங்கிக் கொண்டிருந்த நபர்.

ராக்ஷஸ்களுக்கு மற்றொரு பெயர் சூறையாடுபவர்கள். அவர்களுக்கு எதன் மீதும் அக்கறைக் கிடையாது. அவர்கள் எதையும் பொருட்படுத்துவதும் கிடையாது. அவர்களில் ஒருவரையே கொன்று உண்ணும் வகையினர். அவர்களுக்கு பாவ புண்ணியம் எல்லாம் கிடையாது. அவர்கள் இருளின் ஜந்துக்கள். அவர்கள் பழங்குடியினர். பைசாசர்களைப் போல பைத்தியங்கள் கிடையாது. அபார மூளை வளம் கொண்டவர்கள். அவர்கள் கைக் கூலிகள் கிடையாது. இவர்கள் கருமை வண்ணம் கொண்டவர்கள். காலஞ்சென்ற தங்களுடைய தலைவர்களின் பெயர்களைக் கொண்டவர்கள். அவர்களுக்குக் கடவுள் இல்லை, ஏன் என்றால் அவர்கள் தங்களின் மீதே நம்பிக்கை கொண்டவர்கள்; அவர்கள் யுத்தங்களின் மீதும் அதன் முடிவுகளின் மீதும் நம்பிக்கைக் கொண்டவர்கள். அவர்களுக்குக் கவசம் தேவைப்படாததால் அவர்கள் அதை அணிவதில்லை.

''சர்பஞ்,'' என்றபடி கல்கி தேவதத்தாவை நோக்கினான். ''வெளியே நிறைய பேர் காத்துக் கொண்டிருக்கின்றனர்,'' என்றான், பலவீனமான அந்தக் கிழவனைப் பார்த்தபடி; அவனால் இங்கு எந்த உபயோகமும் இல்லை என்பதை உணர்ந்தான். ''அவர்களை நீங்கள் இந்திரவன்னுக்கு அழைத்துச் செல்லுங்கள். அவர்களை அந்தக் குகைகளுக்குக் காவலாக இருக்கச் சொல்லுங்கள். இந்திரக்கடவுள் அவர்களைக் காப்பார்.''

தேவதத்தா ஒப்புக் கொண்டார். ''வஜ்ரத்தின் இடி முழக்கம் உங்களை ரட்சிக்கட்டும், மகனே.'' அனைவரிடமும் விடை பெற்றுக் கொண்டு அவர் வேகமாக வெளியேறினார்.

அவர் செல்லும் போது, பாதி திறந்த கதவின் வழியாக ஒரு கிளி உள்ளே வழுக்கியபடி பறந்து வந்தது. அவன் எதுவும் சொல்வதற்குள், அர்ஜன் ஆத்திரமாக உள்ளே நுழைந்தான். ''நம் எதிரிகள் செல்ல ஆசைப்படும் அந்த ஒரு இடத்திற்கு இவ்வளவு பேரை அனுப்பியிருக்கிறாய். உனக்குப் புரியவில்லையா? இந்த மதம் சார்ந்த குழப்பங்களினால் உன் மூளை மழுங்கிவிட்டதா?''

கல்கிக்குத் தெரியும் அர்ஜனுக்கு நம்பிக்கை இல்லை என்று, ஆனால் அவன் ஆத்திரம் மிகவும் நிஜமானது என்பதால் அவர்களை கல்கி ஏன் அங்கே அனுப்பினான் என்ற காரணத்தை எடுத்துச் சொல்ல வேண்டிய கட்டாயம். ''நான் அவர்களை அனுப்பியதற்குக் காரணம், எந்த கடவுள்

அருளுக்காகவும் இல்லை; வெளியே பெருங்கூட்டமாகக் காவலுக்கு நின்றால், எவ்வளவு பெரிய படையாக இருந்தாலும், கடவுளின் சொந்தமான நிலத்தில் கொன்று வீழ்த்தமாட்டார்கள்.''

''அவர்கள் ராக்ஷஸ்கள், அவர்களுக்குப் புனிதத்தில் நம்பிக்கை இல்லை.'' அர்ஜன் நிதானமாக அமர்ந்தான். அவனுக்குச் சற்றே தர்மசங்கடமாக இருந்தது, தன்னுடைய ஆத்திரத்தையும் பிடிவாதத்தையும் கண்டு.

''ஆனால் மக்களை வழி நடத்திச் செல்பவருக்குக் கடவுளின் மீது நம்பிக்கை இருக்கிறதே,'' என்று நக்கலடித்தான்.

சகோதரர்களின் சண்டையை விலக்க, பாலா மரியாதையாக இருமினான். ''அது யார்? கிளியே! இந்த நொடியைப் பற்றிக் கொண்டு உனக்கு இருக்கும் எல்லையற்ற விஷய ஞானத்தை அவிழ்த்து விடு.''

கிளி அனைவரையும் பார்த்துக் கத்தியது. ''**பெண்! பெண்! உயரமான பெண்!**'' கல்கிக்கு விடை கிடைத்துவிட்டது.

''யார் அவர்களைத் தலைமை தாங்கி வருவது என்று புரிந்துவிட்டது.'' கல்கி ஷுகோவைத் தன் தோளில் அமர்த்தினான். அர்ஜன் இன்னமும் கோபமாக இருந்தான். க்ருபா மௌனமாகத் தன் கண் முன்னே நடக்கும் நாடகத்தை வேடிக்கை பார்த்தான்.

''தோழர்களே, இன்றைய தினம் நமக்குள்ளே சண்டையிடும் தினம் அல்ல. நாம் அவர்களை எதிர்த்துப் போராட வேண்டும்.''

கல்கி ஆமோதித்தபடி வரைபடம் அருகே வந்தான். ஷம்பாலாவின் படத்தைக் கூர்ந்து, ஆராய்ந்து படித்தான்.

''இங்கேதான் நுழைவாயில்,'' என்று கிராமத்தின் வடகிழக்கு மூலையைக் கை காட்டினான், ''தூண்கள் இரண்டு பக்கங்களையும் காக்கின்றன. நாம் நுழைவாயிலை அடைத்துவிட்டோமா?''

''இல்லை,'' என்றான் பாலா. ''ஆனால் தொலைவிலிருந்து வில்லாளர்கள் அவர்கள் மீது அம்பு எய்துவதற்கு தயாராக இருக்கிறார்கள்.''

''அவர்கள் ராக்ஷஸ்கள்,'' என்றான் க்ருபா. ''அவர்களின் தோல் சாமனியர்களுடையதை விட கடினம். மூங்கில் அம்பு அவர்களைத் துளைக்காது. அவர்களைத் திரும்பத் திரும்ப இம்சித்தால்தான் அவர்களை விரட்ட முடியும்.''

பாலாவின் வாய் இறுகியது. அவன் இதை எதிர்பார்க்கவில்லை.

''இதைப் பாருங்கள்,'' கல்கியின் விரல்கள், நீளமான முக்கோண வடிவிலான மலைகளின் மீது நடனமாடின. இரண்டு பக்க மலைகளும் நடுவில் சரிந்து இடம் கொடுத்தன. ''நாம் இரண்டு பக்கங்களிலிருந்தும், பாறாங்கற்களைக் கொண்டு வந்து, மேலிருந்து உருட்டிவிட்டால் என்ன? அது அவர்களை ஆச்சரியப்பட வைக்கும்.''

க்ருபா வரைபடத்தில் தெரிந்த மலைகளை உன்னிப்பாகப்

பார்த்துவிட்டு பரவாயில்லையே என்பது போலச் சிரித்தான். ''சரி தான், நல்ல யோசனை; உன் தம்பி செய்தது போலவே தான்; ஆனால் நிறைய நபர்களைக் கொல்லமுடியாது.''

''அவர்கள் வழியை அடைத்துத் தடை செய்யலாம் தானே?'' கல்கி கேட்டான். ''மற்றவர்களுக்குக் கொஞ்சம் காயமும் ஏற்படும்.''

''நடக்கும் என்றுதான் தோன்றுகிறது,'' என்றான் க்ருபா. ''அந்தப் பாறாங்கற்களின் தாக்குதலை மீறி வருபவர்களை என்ன செய்யலாம்? ஒரு நாளில் யுத்தம் முடிவதில்லை. பல நாட்கள் தொடரும். அவர்கள் அந்த கற்களைத் தகர்த்து முன்னேறலாம்.''

''உன்னுடைய வெடிகளை எறிய மக்கள் தயார் நிலையில் உள்ளனர்,'' என்றான் அர்ஜன்.

லக்ஷ்மி முன்னால் வந்து பேசப்படும் திட்டங்களைக் கவனித்தபடி கூறினாள், ''ஆமாம், அவர்கள் அங்கே இங்கே என்று தெரியும் மரங்களின் மீது அமர்ந்து வெடிகளை வீசலாம்.'' அந்த மலைகளைச் சுற்றியிருந்த அடர்ந்த காடுகளைச் சுட்டிக் காட்டினாள். ''ராக்ஷஸ்களுக்கு உயரம் என்றால் அச்சம் தானே?''

''அது பண்டைய காலம்,'' என்று க்ருபா தோள்களைக் குலுக்கினான். ''நிறைய நபர்கள் அந்த அச்சத்தை வென்று விட்டார்கள்.''

லக்ஷ்மியின் இதழ்கள் இறுகின.

''இருபுறங்களிலிருந்தும் கிட்டிப்புள்களை உபயோகிக்கலாம்,'' என்றான் அர்ஜன், ராக்ஷஸ்கள் வரும் பாதைக்கு எதிர் வழியைச் சுட்டிக் காட்டினான். அவர்கள் ஒரு வட்டத்திற்குள் பிடி படுவார்கள் போல் தெரிந்தது. ''நாம் தீ பற்றிய கற்களை எறியலாம்.''

கல்கி அனைத்து யோசனைகளையும் கேட்டபடி இருந்தான். ''நேருக்கு நேர் மோதும் சண்டைகள் இருக்காது, சரி தானே?''

''நாமே ஆசைப்பட்டாலும், அப்படிச் செய்ய இயலாது. அவர்கள் நிறைய பேர் இருக்கிறார்கள், நாம் சிலர் தான் இருக்கிறோம்.''

கல்கி ஷுகோவைப் பார்த்தான். ''எவ்வளவு?''

''**நிறைய!**''

''இது ரொம்ப உதவியாக இருக்கிறது, பறவையே!'' என்று எரிச்சலானான் பாலா.

''கிட்டிப்புள்களை எவ்வளவு தூரத்துக்கு நம்பலாம்?''

''நாம் இன்னும் அவற்றை ரொம்பப் பரிசோதிக்கவில்லை,'' அர்ஜன் ஒப்புக் கொண்டான். ''நாம் நினைத்ததை விட படை சீக்கிரமாகவே வந்துவிட்டது.''

லக்ஷ்மி சொன்னாள், ''நம்மிடம் இருக்கும் ஆயுதங்கள் மிஞ்சிப் போனால் ஒரு நாள் அல்லது இரண்டு நாட்கள்தான் தேறும்.''

கல்கி ஏமாற்றத்தில் தலையசைத்தான். இந்தப் பிரச்சனையை எப்படி சரி செய்வது என்று பிடி படவில்லை. ''அர்ஜன், உன்னுடைய

201

வில்லாளர்கள் பலரைக் கிழக்கில் நிறுத்து, சிலரை மலை மீது மேற்கில் நிறுத்து. தெற்கு காலியாகத்தான் இருக்கிறது, ஏன் என்றால் அங்கே சில குடிசைகள்தான் உள்ளன; அவற்றைப் பற்றிய அக்கறை படைக்குக் கிடையாது. நம் காலாட்படையிலிருந்து பத்து பத்து பேர்களாகப் பிரித்து ஒவ்வொரு வீட்டிற்கும் அனுப்பி அவர்கள் காலி செய்து இந்திரவன்னுக்கு சென்று விட்டார்களா என்று பார்க்கச் சொல். நம் வீடுகளில் யாரையாவது தனியாக ராக்ஷஸ் சந்திக்க நேர்ந்தால்... ஐம்பது ஆட்களாவது கோடரிகளும் வாள்களும் ஏந்தி நிற்க வேண்டும். லைலாவும் சாகரும் அவர்களுக்குத் தலைமை தாங்கி நடத்தட்டும்,'' கல்கி முடித்தான். ''இது அவர்களைத் திட்டமிட்டுத் தாக்க உதவும், அனைவரும் ஒரே இடத்தில் முட்டி மோத வேண்டாம்.''

''கேள்வி என்னவென்றால், அவர்கள் ஏன் இன்னும் உள்ளே புகவில்லை?'' ரோஷன் மித்ரா நகங்களைக் கடித்தபடி கேட்டான். கல்கி திரும்பி அவனைப் பார்த்தான். *நான் என் மனத்தின் இடத்திற்குத் திரும்பச் செல்லவேண்டும்.* ''காவல் இல்லாத நுழைவாயிலை அவர்கள் தாக்காதது சற்று விநோதமாகப் படவில்லை? அவர்கள் அதை முற்றுகையிட்டிருக்க வேண்டாமா?''

மொத்த அறையும் மௌனமானது.

''அவர்கள் தங்கள் ஆயுதங்களைச் சேகரித்துக் கொண்டிருக்கலாம், மரம் வெட்டுபவனே!'' என்று கோபமாக வார்த்தைகளை லைலா உமிழ்ந்தாள். ''நம்மைப் போல் அவர்களும் திட்டமிட்டுக் கொண்டிருக்கலாம்.''

''அல்லது...'' லக்ஷ்மிக்கு மூச்சு வாங்கியது. ''நான் படித்திருக்கிறேன், யுத்தம் அதுவரை தொடங்குவதில்லை...''

அவள் தன் வாக்கியத்தை முடிப்பதற்குள் கதவு பெரிய சத்தத்துடன் இடிக்ககப் படுவது கேட்டது. கல்கி கொஞ்சம் பொறு என்பது போல அவளுக்குச் சைகை காட்டிவிட்டு, என்ன சத்தம் என்று பார்க்கப் போனான்.

கல்கி கதவைத் திறந்தான். சரியான பல் வரிசையற்ற உயரமான மனிதன் நின்று கொண்டிருந்தான். பாதி பற்கள் உடைந்திருந்தன. மேலும் மூன்று நபர்கள் நின்று கொண்டிருந்தனர். அவர்கள் கரியைப் போலக் கருத்து இருந்தனர். தலைமுடி சடை விழுந்து காணப்பட்டது.

கல்கி இந்த்ரகர் சென்றிருந்தபோதும், இவர்களைச் சரியாகப் பார்த்ததில்லை, ஏன் என்றால் நகரத்தில் ராக்ஷஸ்கள் குறைவாகவே இருந்தனர். இருந்த சிலரும் காளி வேந்தனிடம் வேலைக்கு இருந்தனர். அவர்களைப் பார்த்ததுமே அவன் நினைத்து வைத்திருந்ததைப் போலவே இருந்தார்கள்- அசிங்கமாக, பூதாகாரமாக இருந்தாலும், மிலேச்சர்களைப் போன்ற மூடர்கள் இல்லை. அவர்கள் மிகவும் உயரம். ஏறத்தாழ பாலாவின் உயரம் அல்லது அதற்குக் கூடுதல்.

''தேவி துருக்தியிடம் இருந்து உனக்கு ஒரு தகவல்,'' என்றான் தூதுவன். அவன் குரலில் ஆழமான தக்ஷினியின் சாயல், ஏன் என்றால் அவர்கள் ஆதியில் இளவர்திக்குத் தெற்கே இருந்த ஈளத்திலிருந்து வந்தவர்கள்.

கல்கி மடலைப் பிரித்துப் படிக்கத் தொடங்கினான். க்ருபா அதை அசிரத்தையாகப் பார்த்துவிட்டு நகர்ந்தான். பாலா, லைலா, சாகர் என்று அனைவரும் வரிசையில் வந்து மடலைப் பார்த்தனர். திரும்பத் திரும்பப் படித்து தேவி துருக்தி அப்படி மடலில் என்னதான் எழுதியிருக்கிறாள் என்பதைப் புரிந்து கொள்ள முனைந்தனர்.

தூதுவன் தன்னுடைய குதிரையிடம் திரும்பினான். சாராய விடுதியைத் தன் சகாக்களுடன் கேவலமாகப் பார்த்தான். கேலியாகச் சிரித்தான், தன்னுடைய வட்டார மொழியில் பேசிக் கொண்டான். தயை காட்டாத தக்ஷினி; சூரியனின் தகிப்பில்தான் இவர்கள் கரிக்கட்டைகளாக மாறினார்கள் என்று ஒரு கதை உண்டு. மற்றும் பலர் அவர்களுடைய பாபச் செயல்கள்தான் அவர்களை கருப்பாக மாற்றிவிட்டது என்றும் நம்பினர்.

அவர்களின் திகிலான முகங்களைக் கண்ட பின்பும் கூட கல்கி இந்த அமானுஷ்ய கதைகளை நம்புவதாக இல்லை. அவர்கள்-ஆயுதங்களும், உடற்கட்டும் வித்தியாசமாக இருந்தாலும் அவர்கள் மாணவ் போன்றவர்கள்தான், ஆனால் அவர்கள் கூட்டத்தைச் சார்ந்தவர்கள் அல்ல. வேறு ஒரு கலாசாரத்தைப் பிரதிபலிப்பவர்கள். அப்படி என்றால் அவர்களைக் கொல்வதும் சாத்தியம்தான். அந்த எண்ணம் கல்கிக்குத் தெம்பைக் கொடுத்தது. நாம் காணும் வரைதான் பேய் என்பது நம்மை அச்சுறுத்தும். பார்த்தபின் அதுவும் ஒரு பிம்பம் தான்.

''உங்களைப் போன்ற கோணங்கிகளைத் துன்புறுத்த எங்களுக்கு விருப்பம் இல்லை. நீங்கள் நல்ல முடிவை எடுப்பீர்கள் என்று நம்புகிறோம்,'' என்று மொத்தமாக நால்வரும் நையாண்டி செய்தனர். பிறகு அவர்கள் குதிரைகளில் பறந்தனர். குதிரைகளின் குளம்புகள் புழுதியை வாரி இறைத்தன.

மடல் கூறியது: ''இப்பொழுதே சரணடையுங்கள், அல்லது இரு பக்கங்களிலிருந்தும் சிறந்த வீரர்களுக்கிடையே ஒரு நெருக்கமான சண்டை நடக்கட்டும். எந்தப் பக்கத்து வீரன் வெல்கிறானோ மற்றவன் போராட்டமின்றி விட்டுக் கொடுக்கவேண்டும்.''

''அவர்கள் வெற்றிபெற்றால்,'' லக்ஷ்மி யோசனையுடன் ஆரம்பித்தாள், ''அவர்கள் கிராமத்தைச் சூறையாடுவார்கள். ஆனால் நாம் வெற்றி பெற்றால் அமைதியாக வீடு திரும்புவோம்.''

யார் இந்த சண்டைக்குச் செல்ல வேண்டும் என்று கல்கிக்கு தெரியும்.

43

துருக்தி, இந்த்ரகர்ரிலிருந்து ஷம்பாலாவிற்கு வந்த பயணம் அவ்வளவு எளிதானதாக அமையவில்லை. ரதத்தில் பிராயணம் செய்தது கடினமாக இருந்தது. கூடாரங்கள் அமைத்து ஓய்வெடுத்து கொள்ளலாம் என்றாலும் அந்த இடம் மேடும் பள்ளமுமாக, கற்கள் நிறைந்திருந்தது. ஓயாது வன விலங்குகளின் சத்தம் அவள் தூக்கத்தைப் பாதித்தது.

இதற்கு நடுவே அவள் தளபதி மர்தாஞ்சாவிடம் பேசினாள். அவன் தான் ராக்ஷஸ்களின் படைத் தலைவன். மற்ற ராக்ஷஸ்களைப் போல அவன் உயரமாகவோ, அச்சுறுத்துபவனாகவோ இல்லை. அவன் அமைதியான தோற்றத்துடன் மென்மையாகப் பேசுபவனாக விளங்கினான். துருக்திக்கு ராக்ஷஸ்களைப் பற்றி பலவிதமான அபிப்பிராயங்கள் உண்டு. அவர்கள் சுத்தமாக இல்லை, பயமுறுத்துபவர்களாகத் தோற்றம் கொண்டவர்கள். ஆனால் இதைப் போன்ற அபிப்பிராயங்கள் அவர்களைக் கண்ட பின்னர் மாறி விட்டன.

ரக்டபாவும் காளியும் செய்து கொண்ட ஒப்பந்தத்தைப் புரிந்து கொள்ளும் வயதில் அவள் இருந்தது அவளுக்கு நினைவுக்கு வந்தது. மற்றவர்களுக்கு அது எப்படி நிகழ்ந்தது என்று தெரியாது; ஆனால் தக்ஷினிகள் காளிக்கு ஒரு கப்பலைப் பரிசாக ஏற்பாடு செய்து ரக்டபாவை ஈளத்தில் சென்று சந்திக்க வைத்து நல்லபடியாகப் பேச்சு வார்த்தை நடத்த உதவினார்கள். ஒரு மாதத்திற்கு மேல் போராடி அவனுக்கு நிறைய வாக்குறுதிகளைக் கூறி அவனைச் சம்மதிக்க வைத்து இளவர்த்தியின் சமவெளிக்கு அழைத்து வந்தான் காளி.

ராக்ஷஸ்கள் வன்முறை எண்ணம் கொண்டவர்கள் என்ற துருக்தியின் கருத்துக்கு மாறாக ரக்டபா மிகவும் அமைதியானவன். அவர்கள் பெரும் சிவ பக்தர்கள். வடக்கு ஈளத்தின் உட்பகுதியில், குளிர் பிரதேசத்தில் அவருக்குப் பாதுகாப்பான கோவிலை எழுப்பியுள்ளனர். அந்த இடத்திற்கு வருடத்திற்கு ஒரு முறை புனித யாத்திரை மேற்கொண்டனர். பல தப்பான கருத்துகள் ஈளத்தைப்பற்றி நிலவி வந்தன. நினைத்த

அளவு சூடான தேசம் இல்லை அது. சூரியன் தோலைச் சுட்டெரிக்கும் என்பது உண்மை ஆனால் இரவில் கடல் காற்று இதமாக வீசும். அவள் ஈளத்தில் இருந்த போது குளிர் காலத்தில் பனி விழுவதையும் அனுபவித்திருக்கிறாள். ரக்டபா தெளிவு படுத்தியபடிக்கு, அவர்கள் தோல் கருப்பாக இருப்பதற்கான காரணம் வெய்யில் அல்ல, மாறாக அவர்களின் மரபணு சார்ந்த பாரம்பரியம். நினைவு தெரிந்த நாட்களிலிருந்தே அவர்கள் கருப்பர்கள்தான்.

தளபதி மர்தாஞ்சா அவளுக்கு ரக்டபாவை நினைவூட்டினான். அவனிடம் ஒரு நட்பான புன்னகை, ராஜ களை கொண்ட அகலமான முகம், திரிசூலம் போன்ற பதக்கத்தைச் சங்கிலியில் அணிந்திருந்தான். ஆனால் அவன் முகத்தில் தனித்துத் தெரிவது அவனுடை இடது கண் தான். அது இழுத்து மூடி தைக்கப் பட்டிருந்தது. இப்பொழுது அது குணமாகிவிட்டது. அதை மூடிய தோலும் கருப்பாக மாறிவிட்டது. மர்தாஞ்சா சாவை வெகு அருகில் சந்தித்ததற்கான அடையாளம்.

கூடாரத்தில் ஷம்பாலாவின் வரைபடத்தை ஆராயும்போது தான் துருக்தி அவனிடம் கேட்டாள்: ‘‘உன் படை வீரர்கள் குறீயீடு எதுவும் அணிவதில்லை, ஆனாலும் நீ சிவனைக் கும்பிடும் ஒரு அடையாளத்தை அணிந்திருக்கிறாயே?’’

‘‘நாங்கள் சிவ பக்தர்கள் என்பதைப் பறை சாற்றிக்கொள்வதில்லை. கையில் பச்சை குத்திய அடையாளங்கள், தங்கத் தட்டுகளில் கடவுள்களின் பெயர்களைப் பொறிப்பது, போன்றவை எங்களுக்குப் பயனற்றதாகத் தோன்றுபவை, தேவி. நாங்கள் அப்படி இல்லை. நாங்கள் உண்மையில் நம்பிக்கை கொண்டவர்கள், அதனால் இது...’’ அவன் தன் மார்பைச் சுட்டிக் காட்டியபடி, அதில் கையால் குத்திக் கொண்டு இளித்தான். ‘‘இது தான் எங்கள் அடையாளம். இந்தப் பதக்கம் கூட இல்லை. இது என் அம்மா எனக்குக் கொடுத்தது. சிவன் எங்கள் உள்ளத்தில் இருக்கிறார், எங்கள் ஆத்மாவில் இருக்கிறார். பொருட்களில் இல்லை.’’

துருக்தி இந்த பிரம்மராக்ஷசைப் பார்த்து பிரமித்தாள். பிரம்மராக்ஷஸ்கள் தான் தலைவர்கள்; அவர்கள் பிராமணர்களாகப் பிறந்து பின்பு ராக்ஷஸ் குடியினருடன் இணைந்தவர்கள். இவர்கள் மெத்தப் படித்த, நிறைய செல்வம் கொண்ட, நிபுணர்கள். அவர்கள் கொல்லப்பட்டால் அடுத்த நபருக்கு அந்தப் பதவி கொடுக்கப்படும். மர்தாஞ்சா அப்படித் தான் அதைப் பெற்றான்.

அவர்கள் ஷம்பாலாவை நெருங்கிவுடன் மர்தாஞ்சாவினால் அங்குள்ள நிலவரத்தை ஊகிக்க முடிந்தது.

‘‘தேவி, ஆச்சரியப் படும்படியாக இங்கு யாருமே இல்லை, காலியாக உள்ளது.’’

‘‘அவர்கள் ஒளிந்து கொண்டிருப்பார்கள்,’’ என்றாள் அவள்.

ஆனால் அவள் குரல் அந்த செடிகளின் மீது வீசிய பலத்த காற்றில் கரைந்தது. மற்ற ராக்ஷஸ்கள் தங்கள் பயிற்சியை இடைவிடாது தொடர்ந்தனர். இரும்பு ஈட்டிகளைத் தூக்கிப் போட்டுப் பிடித்தனர், அவர்களின் கம்பங்களைச் சுழற்றினார். துருக்தி அங்கே இருந்த சிகப்பு கூடாரங்களையும், குதிரைகளையும் நோட்டமிட்டாள். சிம்ரின் அவள் பின்னாலேயே பயத்துடன் தன் ஆடைகளை இறுகப் பிடித்தபடி நின்றாள்.

அவர்கள் சோமாவுக்கு மிக அருகில் இருந்தபோதிலும் அது வெகு தொலைவில் இருப்பது போல தோன்றியது. அவர்கள் அப்படியே தாக்க முடியாது. எதிர்த்துப்போரிட படையே இல்லாமல், அவர்கள் எப்படி நுழைவார்கள்? அது ராக்ஷஸ்களின் பெயருக்கு இழுக்கு விளைவிக்கும் அவமானச் செயலாகும். அவர்கள் துணிவுடன், தற்காப்புக்காகவே போராடினார்கள்.

மர்தாஞ்சா இரண்டு ஆட்களை வேவு பார்க்க அனுப்பினான். மற்றவர்கள் நெருப்பினருகே வேட்டையாடப்பட்ட கரடி மாமிசத்தை வேக வைத்துக் கொண்டிருந்தனர். வேவு பார்த்தவர்கள் குதிரைகளில் திரும்புவதற்குள் அவர்கள் கரடி மாமிசத்தை உண்டனர்.

''தலைவரே, பாதி பேர் குகைகளுக்கு அருகில் இருக்கிறார்கள் மற்றவர்கள் வில் அம்பு வைத்து தயாராகுகிறார்கள். அவர்களிடம் சில வெடிகள் கூட இருக்கின்றன. சிலர் அங்குள்ள சாராய விடுதியில் பதுங்கியுள்ளனர்,'' என்றான்.

வறுத்த கரடியை உண்டபடி மர்தாஞ்சா தலையசைத்தான்.

துருக்தி பீன்சை உண்டு கொண்டிருந்த சிம்ரினை நோக்கினாள். ''அவர்களிடம் ஆயுதக் கிடங்கு கிடையாது, என்று கூறினாய்?''

சிம்ரின் ஏமாற்றத்தில் தலை குனிந்தாள். அவள் மிகவும் சோர்ந்து போய் இருந்ததால் வழக்கமான புத்திசாலித்தனமான பதிலைக் கூற முடியவில்லை.

''நமக்கு வாள்களில் இரும்பு தேவை இல்லை. கிழக்கில் நாங்கள் மூங்கில்களை வைத்துத்தான் பயிற்சி பெற்றோம், தேவி, மூங்கில் இரும்பை விட வலியது என்பேன் நான்,'' என்று மர்தாஞ்சா யோசனையாகத் தெரிவித்தான். ''அவர்கள் குறைந்தது ஐநூறு பேர்கள் என்கிறான். அவர்களை மொத்தமாகத் தாக்க முடியாது. அது அபத்தமான செயல், மேலும் அது மற்ற பழங்குடியினர் தலைவர்கள் மற்றும் உங்கள் அண்ணனின் கவனத்தை ஈர்க்கும். நமக்கு அந்தக் கவனம் தேவையற்றது, நாம் எச்சரிக்கையாகச் செயல்பட வேண்டும்.''

துருக்தி தலையசைத்தாள். ''இங்கு ஒரு ரத்த ஆறு ஓடுவதில் எனக்கு விருப்பம் இல்லை. வேதாந்தா மன்னனுக்கும், இந்த்ரகர்ருக்கும், ஷம்பாலா ஒரு முக்கியமான கிராமம். வேதாந்தா மன்னன் என்னையும் என் அண்ணனையும் கேவலமாகப் பார்ப்பார், அவர் பெயருக்குக் களங்கம் வரும்படி நடந்து கொண்டால். ஆனால் நாம் கண்டிப்பாக

வெற்றி பெறவேண்டும்.''

''நாம் மரியாதையுடன் அதைச் சாதிக்கலாம், தேவி. இருபக்கங்களிலிருந்தும் தேர்ச்சி பெற்ற வீரர்கள் சண்டையிடட்டும். யார் வெற்றி பெறுகிறார்களோ அவர்கள் தேவையான திட்டத்தைச் செய்து கொள்ளலாம்.''

துருக்தி சற்று நேரம் சிந்தித்தாள். அவன் சொன்னது சரி என்று பட்டது.

''அவர்களிடமிருந்து நான் அதிகம் எதிர்பார்க்கவில்லை. ஆனால் அவர்கள் தயாராகிறார்கள். நாம் செய்தி அனுப்பாவிட்டால் அவர்கள் நாம் எதிர்பார்க்காத பொழுது தாக்குவது உறுதி. நம் வீரர்களை இழக்க எனக்கு விருப்பம் இல்லை.'' அவன் வேலைக்கு வைக்கப் பட்டக் கூலிப்படையைப் போலப் பேசினான். துருக்தி அவனுக்குத் தங்கத்தையும், வெள்ளியையும் அள்ளி வழங்கியிருக்கிறாள்; இந்தப் பயணத்தில் அவனது நம்பிக்கையையும், தன்னிச்சை உணர்வையும் சம்பாதிப்பதற்காக.

''இருவர் போட்டி என்பது சரியாகத் தானே படுகிறது?''

''கண்டிப்பாக. மேலும் அவர்கள் நிறைய ஏமாற்றுத் திட்டங்களைத் தீட்டி வைத்திருப்பார்கள்,'' என்றான், ''வித்யாதர்களைப் போல.'' அந்த ஒற்ற மாயஜால வித்தைக்காரர்களைக் குறிப்பிட்டான். ''அவர்களுக்கென்று ஒரு குடி இருந்தது, ஆனால் இப்பொழுது சிதறிக் கலைந்துவிட்டனர். தெருக்கூத்திலும் நாடகக் கொட்டகைகளிலும் தான் தங்கள் கைச் சரக்கை அவிழ்த்துவிட்டு, மக்களை ஆச்சரியத்தில் தள்ளும் அவர்களை அபூர்வமாகப் பார்க்க முடிகிறது.''

''ஆனால் அவர்களிடம், நம்மிடம் உள்ளது போன்ற வலிமையான வீரன் இருக்க மாட்டான்.''

துருக்தி ராக்ஷஸ்களைக் கூர்ந்து கவனித்தாள்-அனைவருமே உயரமாகவும், அகலமாகவுமிருந்தனர், அவள் சிறியவள் போல் காட்சி தந்தாள். மாணவ்களும் சாதாரண உயரம்தான். ஆனால் நாகாக்களும், ராக்ஷஸ்களும் மரங்களைப் போன்று பெரியவர்களான தோற்றம் கொண்டவர்கள்.

''இந்தப் போட்டிக்கு யாரை அனுப்பப் போகிறாய்?''

''என்னிடம் கும்ப் இருக்கிறான்,'' என்றான். ''தஷணன் வேந்தனின் சகோதரர் பெயர் கொண்டவன், தேவி.''

''அவன் உன் மன்னனின் சகோதரனைப் போலத் தூங்கிவிட மாட்டான் என்று நினைக்கிறேன்,'' என்றாள் துருக்தி. அவள் தஷணனைப் பற்றிப் படித்திருக்கிறாள். அவனைப் பைத்தியக்காரன் என்றே பலர் கருதினர். ஆனால் அவன் அமைதியை நாடுபவன் என்று ரக்டபா சொல்லியிருக்கிறான். வெகு காலங்களுக்கு முன்பு தஷணன் வந்து இவர்களுக்கு ஈளத்தை வழங்கியிருந்தான். அதில் ஒரு நல்லத்

தீவை வெட்டி வழங்கியிருந்தான், அதில் தான் அவர்கள் வளமுடன் வாழ்ந்தனர்.

மர்தாஞ்சா சிரித்தான். "அவன் தூங்குவதைத் தவிர மற்றவற்றைச் சிறப்பாகச் செய்து முடிப்பான். அவன் மிகவும் உபயோகமானவன்."

துருக்தி தலையசைத்தபடி எழுந்தாள்; அவள் உணவை உண்டு முடித்துவிட்டாள். அதே சமயம் சிம்ரினும் எழுந்தாள். "எல்லாம் சரி, ஆனால் ஒன்றை மட்டும் நினைவில் கொள்." பலவீனமாக ஏதோ ஒரு உயிரை உலுக்கும் நோய் மற்றும் காயத்தால் அவதிப்படும் அண்ணனின் உருவம் மனதில் தோன்றி அவள் நெஞ்சை அடைத்தது. குரல் கம்ம, "நாம் *கண்டிப்பாக* வெற்றி பெற வேண்டும்."

208

44

அர்ஜன் எரிச்சலாகத் தலையசைத்து, ''அவர்கள் நம்மை கேலி செய்கிறார்கள்,'' என்றான்.

க்ருபாவும், ''ஆமாம்,'' என்றான். கைகள் இருபுறமும் தொங்க அவன் மற்றவர்களை நோக்கிச் சற்று முன்னேறினான். ''பண்டைய காலத்தில் அவர்கள் செய்வதைப் போலவே செய்கிறார்கள். நிறைய இழப்புகள் இன்றி தப்பிக்க இதுவே சிறந்த வழி. இந்த துருக்தி பொம்பளை யாராக இருந்தாலும்...''

''காளி வேந்தனின் கூடப் பிறந்த தங்கை,'' என்றாள் லக்ஷ்மி. மற்றவர்கள் அவளுக்கு இந்தத் தகவல் எப்படித் தெரிந்தது என்பது போலத் திரும்பிப் பார்த்தனர். ''என் சித்தி அவள் அராசாங்கத்தில் தானே வேலைப் பார்க்கிறாள், நினைவில்லையா?''

''எப்படியானாலும்,'' என்று க்ருபா தொடர்ந்தான், ''அவள் ரத்த ஆறு ஓடுவதை விரும்பவில்லை. அதனால் அதைத் தவிர்க்கும் வழியைத் தேர்ந்தெடுத்திருக்கிறாள். இந்த முறையின் படி அவள் தான் வெற்றி பெறுவாள் என்று அவளுக்குத் தெரியும். ஏன் என்றால் நம்மிடம் அவ்வளவு வலிமை கொண்ட வீரன் யாரும் இல்லை, ஆனால் அவளிடம் வன்மையான பழங்குடியினர் படை இருக்கிறது. அவள் எளிதாக நம்மைத் தோற்கடிக்கலாம். எப்படிப் பார்த்தாலும் இது நன்மைதான். ஒரு வேளை நாம் வெற்றி பெற நேர்ந்தால் அவர்கள் திரும்பச் சென்றுவிடுவார்கள்.''

அர்ஜன் கைகளைக் குறுக்கக் கட்டிக் கொண்டான். ''சரி, ஆனால் என்ன உத்தரவாதம்?''

''தோழா, இது ஒரு யுத்தம்,'' க்ருபா நக்கலாக நமுட்டுச் சிரிப்புச் சிரித்தான். ''இங்கு உத்தரவாதங்களுக்கு இடம் இல்லை. வார்த்தைகளும், வாக்குறுதிகளும் பரிமாறிக் கொள்ளப் படும். இருபுறமும் அதற்குக் கட்டுப் பட வேண்டும்.''

''இந்தச் சலுகையை நாம் ஏற்க மறுத்தால் நாம் பிணங்களைத் தான்

தேட வேண்டும்; அதற்கு இது பரவாயில்லை,'' என்றான் கல்கி.

''நாம் இதை மறுத்து, நமக்கு வலிமை இருக்கும் வரையில் சண்டையிட வேண்டும்,'' என்று லைலா வெட்டிப் பேசினாள்.

''அது சாமர்த்தியமான வழி இல்லை, பெண்ணே,'' என்று க்ருபா தலையசைத்து மறுத்தான். ''நமக்குப் பயிற்சி இல்லை, பலவீனமாகச் சிதறிக் கிடக்கிறோம். இப்போதைக்கு நமக்கிருக்கும் ஒரே வழி இந்தப் போட்டிதான்.''

''நாம் சற்று முன் பார்த்த உயர்ந்த கருத்த மனிதனுக்குச் சமமாக நம்மில் யாரைக் கண்டுபிடிக்க முடியும் என்று நான் அறியலாமா?'' என்று தொண்டையைச் செருமியபடி ரோஷன் மித்ரா கேட்டான்.

எல்லோரும் பாலாவின் பக்கம் திரும்பினர், அவன் அகங்காரச் சிரிப்புடன் தன் கதையை உயர்த்தினான். ஆனால் க்ருபாவும், லக்ஷ்மியும் தன்னையே தீவிரமாகப் பார்ப்பதைக் கல்கி கவனித்தான். பிறகு அர்ஜனைப் பார்த்தான். அவன் கண்கள் பாலாவை நோக்காமல் கல்கியையே பார்த்துக் கொண்டிருந்தது. அவர்களுக்குள் மௌனமான ஒரு ஒப்பந்தம் நடந்தேறியது. ஆனால் காளி வேந்தனின் தங்கைக்கு முன்னால் அவன் தன்னைத் தெரியப் படுத்திக் கொள்ளக் கூடாது என்று கல்கி எண்ணினான். அவன் எவ்வளவு வலிமையானவன் என்று அவள் அறிந்தால், அவனுள் இருக்கும் விஷயத்தைக் கண்டுபிடித்தால், அனைத்தும் கசப்பாக முடியும்.

அவர்கள் ராக்ஷஸ் படைக்கு எதிரே நின்றனர். கல்கி போட்டிக்கு ஒப்புக் கொண்டான், ஆனால் அதற்காகச் சில ஆயத்தங்களுடன் வந்தான். மலை மீது சிலர் நின்று கொண்டிருந்தனர், தேவி துருக்திக்கும் ராக்ஷஸ் படைக்கும் தெரியாதபடி பதுங்கியிருந்தனர். சமயம் கிடைத்தால் அவர்களைக் கற்களால் தாக்க தயாராக இருந்தனர். வில்லாளர்களும், கத்தி சுழற்றுபவர்களும் அவரவர் நிலையில் தயாராக இருந்தனர். வெடிகளால் தாக்குபவர்களும் கவனமாக இருந்தனர். இதன் விளைவுகளைக் கல்கி உணர்ந்திருந்தான். இவர்களால் ராக்ஷஸ்களைக் கொல்ல முடியாவிட்டாலும் அவர்களைக் காயப் படுத்தலாம், குருடாக்கலாம்.

லக்ஷ்மி பலரை கிராமத்துக்கு அனுப்பி அவர்கள் காலி செய்துவிட்டார்களா என்று பார்த்து வரச் சொன்னாள். லைலாவும் சாம்ராட்டும் ஐம்பது கஜ தூரத்தில் இந்திரவன் செல்லும் பாதையில் நின்றனர். அர்ஜனும் க்ருபாவும் கிழக்குப் படைக்குத் தலைமை வகித்தனர். ரோஷன் மேற்கில் அம்புகளால் துளைக்கக் காத்திருந்தான். சில வீரர்கள் தள்ளித் தள்ளி நின்று காவல் காத்தனர். அவர்கள் ராக்ஷஸ் முகாமிலிருந்து

விலகி நின்றனர். சிலர் மரங்களில் வில்லுடன் அமர்ந்திருந்தனர், பலர் மாட்டுவண்டிகளின் பின் பதுங்கியிருந்தனர். ஏதாவது குழப்பம் நடந்தால், ஆயுதங்களுடன் பாய்ந்து தாக்கிவிடுவார்கள். மூத்தவர்களும் தன்னார்வலர்களாக இல்லாதவர்களும் இந்த்ரவன்னில் இருந்தனர். அவர்களின் உயிரைக் காக்க உயிரைக் கொடுத்துப் போராடும் படை வீரர்களுக்காகப் பிரார்த்தனை செய்து கொண்டிருந்தனர். இரண்டு கோடாரி ஏந்திய தன்னார்வலர்கள் இருவர் பின்னே நிற்க, கல்கியும், பாலாவும் முன்னால் நின்றனர். அவர்கள் தயாராக வரவில்லை. ஆனால் துருக்தி தயாராக இருந்தாள். அவள் குதிரை மீது வர, ஆவலுடன் மற்றொரு பெண்ணும் ராக்ஷஸ் படை வீரர்கள் சிலரும் வந்தனர்.

இருவரில் துருக்தி யார் என்று அவனுக்கு எப்படிப் புலப்பட்டது? அவள் உள்ளே நுழைந்த தோரணைதான். அவளைச் சுற்றி ஒரு அதிகார வட்டம் இருந்தது. அவள் மோவாயைத் தூக்கியபடி பார்த்தாள். ஆனால் கல்கியை முக்கியமாக ஆச்சரியத்தில் ஆழ்த்திய விஷயம், அவள் அவன் வயது தான் இருப்பாள்...அல்லது அவனைக் காட்டிலும் சிறியவளாகக் கூட இருக்கலாம். அபாரமான அழகு. எதிரியின் அழகை ஒத்துக் கொள்வதே அவனைக் குழப்பியது. கையில் இருக்கும் விஷயத்தில் கவனத்தைத்திருப்ப நினைத்தான். துருக்தி அட்டகாசமான தங்கம் மற்றும் அரக்கிலான ஒரு மேலங்கியை அணிந்திருந்தாள். குதிரையின் கடிவாளத்தை இறுக்கப் பற்றியிருந்தாள், மொத்த மைதானத்தையும் மலைகளையும் நோட்டம் விட்டாள், குறிப்பாகக் கல்கியை எடை போட்டாள். அவளைப் போல் அல்லாமல் அவன் கிழிந்த மங்கிய ஆடைகளை அணிந்திருந்தான். அவளுக்கருகே இருந்த பெண் ஒரு வேளை அர்ஜன் வயது இருக்கலாம், ஆனால் அவள் அளவு அழகு இல்லை. அவள் அரச குடுமபத்தவள் என்பதைப் போல நடக்க முற்பட்டாலும், ஏதோ ஒன்று அவள் கிராமவாசி என்பதைக் காட்டிக் கொடுத்தது. அவளைத் தனித்துக் காட்டியது அவள் கையில் இருந்த ஏழு விரல்கள் தான். பெரும்பாலானோர் அது அதிர்ஷ்டம் என்று கருதினாலும் கல்கிக்கு அப்படித் தோன்றவில்லை. ஒரு அப்பாவி கிராமத்தை அழிக்கத் துடிக்கும் ஒருத்தியிடம் என்ன அதிர்ஷ்டம் இருக்க முடியும்?

''நீங்கள் போட்டிக்கு ஒப்புக் கொண்டதில் மகிழ்ச்சி. எங்கே யுத்தம் தான் வேண்டும் என்பீர்களோ என்று பயந்தேன். நாம் இருவருமே ஒரு நல்ல சமாதானத்துக்கு வந்திருக்கிறோம் என்று எண்ணுகிறேன்.'' துருக்தி புன்னகைத்தாள், அவள் குரல் மென்மையாக இருந்தது.

என்ன செய்கிறாள் அவள்? எதற்கு இவ்வளவு நல்ல முறையில் நடந்து கொள்கிறாள்? கேள்விகள் அவனைத் துளைத்தன, அவன் மனசாட்சியை உறுத்தின. நல்லபடியாக நடந்துகொள்பவர்கள் பயங்கரமான விளைவுகளையும் உண்டுபண்ணுவார்களே என்று அஞ்சினான்.

''இது தான் பாலா,'' என்று தன் நண்பனின் முதுகில் ஓங்கித் தட்டினான் கல்கி. பாலா முகத்தைச் சுளித்தபடி, மூச்சு வாங்க முன்னால் வந்தான்.

துருக்தி தலையசைத்தாள். ''தளபதி மர்தாஞ்சா,'' என்று ஒத்தக் கண்ணன் ராக்ஷஸ்சை சுட்டிக் காட்டினாள். அவன் மட்டுமே நெஞ்சக் கவசம் அணிந்து நின்றான். ''உன் வீரனைக் கூப்பிடு.''

மர்தாஞ்சா தன் வீரர்களுக்குச் சைகை காண்பித்தான். எதிரி அணியிலிருந்து ஒரு பூதாகாரமானவன் வருவதற்காகக் கல்கி காத்திருந்தான். ஆனால் ராக்ஷஸ் படையிலிருந்து ஒரு ஒல்லியான, குள்ளமான மனிதன் கையில் குத்தீட்டியுடன் வந்தான். அவன் வேஷ்டி மட்டுமே அணிந்திருந்தான். கருத்த உடலில் நிறைய காயத்தின் வடுக்கள் தெரிந்தன. தலையிலும் உடலிலும் சொல்பமான முடிதான் இருந்தது. ஆனால் அடர்ந்த தாடியுடன் காணப்பட்டான்.

பாலா கல்கியைப் பார்த்தான். இருவருமே இதை எதிர்பார்க்கவில்லை என்பதை அவர்கள் முகங்கள் காட்டிக் கொடுத்தன.

''அவன் பெயர் கும்ப்,'' என்று முக பாவனை ஏதுமின்றி துருக்தி அறிவித்தாள்.

கல்கிக்கு ஒரு நிம்மதிப் பெருமூச்சு வந்தது. பாலா ஒரு பயிற்சி பெற்ற காவலன், கும்ப் அவனில் பாதிதான் இருந்தான். பாலாவின் ஒரு அறை அவனை நிலத்தில் சுருண்டு விழச் செய்யும். அவன் மீண்டு எழவே முடியாது. கல்கி நிம்மதியாகப் பாலா முன்னேறுவதைப் பார்த்தான். அவன் கதை அழிவை ஏற்படுத்தத் துடித்தது.

போட்டி நடக்க வேண்டிய இடம் குறிப்பிடும்படியாக இல்லை. காட்டிற்கு நடுவே சற்றே மேடும் பள்ளமுமாக இருந்த ஒரு பரந்த வெளி. ஒரு பக்கம் பூக்களின் புதர்கள். நெடிதுயர்ந்த மரங்கள் குடை போல் விரிந்து கிடக்க, அவற்றை ஊடுருவி தேசலான வெய்யிலின் கதிர்கள் எட்டிப் பார்த்தன. அந்த இடமே காய்ந்த சருகுகளும், எரிக்கப்பட்ட இலைகளும், எண்ணையும் நிறைந்த வாசமாக இருந்தது. ஒரு வேளை இந்த ராக்ஷஸ்கள் தங்கள் மீது எண்ணையை அப்பிக் கொள்வார்களோ? எண்ணை நாற்றம் அடித்தது. அனைவரும் எண்ணையின் பளபளபில் மின்னினர். கவசங்கள் அணிந்து, ஆயுதங்களை ஏந்தி அவனுடைய ஏனோ தானோ படையைவிட தயார் நிலையில் இருந்தனர்.

''போட்டி தொடங்கட்டும்,'' என்று துருக்தி சைகை செய்தாள்.

இது தான்.

திறந்த வெளி வட்டமாக இருந்தது. அதையே போட்டியின் மைதானமாக, ஏற்றுக் கொண்டனர். ஒருவரை ஒருவர் சுற்றி வந்தனர். கும்ப் மேற்கொள்ளும் ஒவ்வொரு அடியையும் கல்கி கூர்ந்து கவனித்தான். கும்ப் அனாயாசமாக நடந்தான், மாறாக பாலா முன்னால் குனிந்து, கால்கள் வளைந்து தாவுவதற்குத் தயாராக இருந்தான்.

அப்பொழுதுதான் பாலா, கும்பைத் தாக்குவதற்காக ஓடினான், ஆனால் கதையுடன் இல்லை. தன்னுடைய உடல் வலிமையைத் தனக்கு சாதகமாக ஆக்கிக்கொள்ள நினைத்தான். கும்ப் உருண்டான், தாக்குதலைத் தவிர்த்தான், திறந்த வெளியிலிருந்து நகர்ந்தான். விரல் சொடுக்கும் நேரத்தில் கும்ப் விரைந்து செயல்பட்டான். பாலாவால் அவன் எங்கே சென்றான் என்று அறிய முடியவில்லை. அவன் திரும்பினான். கும்ப் நக்கலாகச் சிரித்தபடி அவன் பின்னே நின்று கொண்டிருந்தான்.

இப்பொழுது பாலா தன் கதையைப் பயன்படுத்த நினைத்ததைக் கல்கி உணர்ந்தான். தன் கையால் கதையை தலைக்கு மேல் பிடித்தபடி சுழற்றினான், அவன் வாய் ஒரு பெரும் கர்ஜனையை எழுப்பியது, அவன் கும்பை அடிக்கத் தயாரானான். ஆனால் கதை காற்றைத் தான் வெட்டியது. கும்ப் மறுபடியும் தப்பித்துக் கொண்டான். அவன் திரும்பவும் பாலாவின் பின்னால் நின்றான். அவன் எளிதாக பாலாவின் மீது ஏறி தன் குத்தீட்டியால் அவனைக் குத்திக் குதறியிருக்கலாம், ஆனால் அவன் அப்படிச் செய்யவில்லை. பாலா செய்த ஒவ்வொரு பயனற்ற தாக்குதலையும் அவன் ரசித்தவாறு நின்றான்.

ஒவ்வொரு அளவெடுத்த நகர்தலும் கும்பின் பிரமிப்பான ஆற்றலாக இருந்தது. அவன் பாம்பைப் போல ஊர்ந்து, நெளிந்து, நகர்ந்து, தவிர்த்து மறைந்தான். மற்ற ராக்ஷஸ்களைப் போல அவனுக்கு ஆஜானுபாகுவான சரீரமும் இல்லை. அவன் கைகள் குச்சி போலவும், வயிறு ஒட்டியும் இருந்தான். அவன் முகம் களையாகவும், துடிப்பாகவும் இருந்தது. அவன் புரியாத புதிர்.

பாலா திரும்பவும் முன்னால் சென்றான், ஆனால் தாக்க முடியாமல் நின்றான். அது அவனுள் ஒரு இயலாமையை ஏற்படுத்தியது. பாலா பொறுமையை இழப்பது கல்கிக்குப் புரிந்தது. அவன் ஆத்திரம் அடைந்தான், அவன் தொண்டை கோபத்தில் புடைத்தது. அவன் கோபமாகக் கத்தினான், மறுபடியும் விரைந்து குதிக்கும் கும்பைத் தாக்க யத்தனித்தான்.

மறுபடியும் கும்ப் பிடி கொடுக்காமல் தப்பினான்.

கல்கி துருக்தியையும் மர்தாஞ்சாவையும் பார்த்தான். அவர்கள் இதை ரசித்துக் கொண்டிருந்தனர்.

இல்லை. அவன் அவனைச் சோர்வடைய வைக்கிறான்.

அந்த ரகசியத்தை அவன் பாலாவிடம் பகிர்ந்து கொள்வதற்குள் அந்த ஆறு அடி, ஒன்பது அங்குலம் ஆன காவலாளி கும்பைத் தாக்க ஓடினான். அவன் நரித்தனமாகப் பக்கவாட்டில் ஒதுங்கினான், காற்றில் ஒரு அந்தர் பல்டியடித்தான், பிறகு பாலாவின் தோள்பட்டையில் அமர்ந்து கொண்டான். ஒரு கையால் அவனுடைய ஆயுதத்தைப் பறித்தபடியே, மற்றொரு கையால் அவன் தலையைத் திருகினான். அவன்

213

பாலாவை உடனே கொல்லவில்லை. பதிலாக அவன் தன்னைத் தள்ளி உந்தியபடி கீழே இறங்கினான். அதே வேகத்தில் பாலாவும் இருவரின் சுமை தாங்காமல் நிலைகுலைந்து மண்ணில் சரிந்தான். பாலாவிற்குத் தடுக்கியது, அப்பொழுது, கும்ப் பாலாவிடமிருந்து தன்னை விடுவித்துக் கொண்டு உருண்டோடினான். கும்ப் எழுந்து முன்னேறினான்; பாலா இன்னமும் தன் கால்களை நிலத்தில் ஊன்றி எழுவதற்கு முயற்சித்துக் கொண்டிருந்தான். கும்ப் திரும்பவும் ஒரு அந்தர் பல்டியடித்து, பாலாவின் நெஞ்சில் குத்தீட்டியைப் பாய்ச்ச முனைந்தான்.

ஆனால் அவனால் அப்படிச் செய்யமுடியவில்லை.

வியப்பில் கும்ப் நிமிர்ந்து பார்த்தான். யார் அவன் குத்தீட்டியை அவ்வளவு வேகத்தில் தடுத்தது?

அவன் குத்தீட்டியைப் பிடித்திருந்தது சாக்ஷாத் கல்கியேதான், அவன் முஷ்டி மடக்கி அந்த இரும்புக் கம்பை இறுகப் பற்றியிருந்தான். அதன் கூர் முனையைத் தன் வலிமை முழுவதையும் பயன்படுத்தி வளைத்துக் கொண்டிருந்தான். ஒரு சொட்டு ரத்தம் பாலாவின் மேல் விழுந்தது. பாலா இன்னும் என்ன நடந்தது என்ற அதிர்ச்சியிலிருந்து மீளவில்லை. கும்ப் பிரமிப்பில் ஆழ்ந்தான்; பலவீனமாக உணர்ந்தான், உடல் உதறத் தொடங்கியது.

கல்கி குத்தீட்டியை மேலும் இறுக்கியதில் அதன் கூர்முனை துண்டாக உடைந்தது. உடைந்த முனையைச் சிரமப்பட்டுத் தூக்கி அசுர சக்தியுடன் அதன் அடுத்த முனையை கும்ப் நெஞ்சில் நிறுத்தினான். பாலா நிலை குலைந்தது போலவே கும்பும் நிலத்தில் விழுந்தான். கல்கி முன்னால் நகர்ந்து, குத்தீட்டியை ஒரு பக்கம் எறிந்து விட்டு, மண் தரையில் அவனை மூச்சு முட்டத் தரதரவென்று இழுத்துச் சென்றான். அவன் வயிற்றுப் பகுதியில் சரமாரியாக கல்கி சில குத்துகளை விட்டான். வாயாலும் மூக்காலும் ரத்தம் வழிந்ததில் முன்னர் இருந்த முகக் களையை கும்ப் இழந்தான். அவன் பலவீனமானவனாகவும், கோழையாகவும் இப்பொழுது தெரிந்தான். துருக்தியையும், மர்தாஞ்சாவையும் கல்கி நோட்டம் விட்டான். அவர்கள் தீவிரமாக அவனைப் பார்த்துக் கொண்டிருந்தனர். அச்சத்துடனும் அதே சமயம் இவ்வளவு சிறப்பானதாகவும் தெரிந்த காட்சியைப் பார்த்துக் கொண்டிருந்தனர். கல்கி தங்களின் சிறந்த வீரனை துவம்சம் செய்வதை அப்படியே பார்த்துக் கொண்டிருந்தனர். பிறகு கல்கி அவன் குரல்வளையிலிருந்து தன் கைகளை விடுவித்துக் கொண்டான். கும்பின் உடல் சொத்தென்று நிலத்தில் விழுந்தது. கும்பை அவன் வியப்பில் ஆழ்த்தியதால் தான் அவனால் அந்த சிறந்த போர் வீரனை வெல்ல முடிந்தது. அது அவனுக்குச் சாதகமாக அமைந்தது.

கும்ப் தரையில் கிடந்தான். கல்கி கண்களைச் சுருக்கி அவனை முறைத்தான். அந்த ராக்ஷஸ்ஸின் மூக்கில் ரத்தம். கல்கி நிமிர்ந்து

பார்த்தபடி தன் உள்ளங்கையில் ஒட்டியிருந்த ரத்தத்தைத் துடைத்தான். தன் சட்டையிலிருந்து ஒரு துண்டைக் கிழித்து உள்ளங்கையைச் சுற்றிக் கட்டினான். ஏமாற்றத்துடன் அமர்ந்த துருக்தியின் முகத்தைப் பார்த்தான்.

பாலா எழுந்து நின்று கல்கியின் முகத்தைப் பிடித்தான். பாலா நடுங்கியது ஆச்சரியமான விஷயம்தான். ஒருவேளை அவன் சாவை அவ்வளவு அருகில் சந்தித்ததால் தன்னுடைய உடல் திண்மையைப் பற்றி அவனுக்கே சந்தேகம் எழுந்திருக்கலாம்.

''நாம் வென்று விட்டோம்,'' என்றான் கல்கி அமைதியாக. மர்தாஞ்சாவால் நம்பவே முடியவில்லை, தன்னுடைய சிறந்த வீரனை கேவலம் ஒரு கிராமத்தான் வென்றுவிட்டான் என்று. ஆனால் கல்கி அதைவிடச் சிறந்தவன் என்பதை அவன் அறிந்திருக்கவில்லை. ''நீ இப்பொழுது இங்கிருந்து செல்ல வேண்டும்...உடனே,'' என்று அவன் ஆணை பிறப்பித்தான். அவன் நகரத் தொடங்கியதும் அதே மென்மையான குரல் கேட்டது.

''நீ சண்டையில் முதலில் இல்லையே!''

''வந்து, உங்களுக்குத் தெரியாது, நான்தான் சண்டையில் வியப்பைச் சேர்க்கும் விஷயம் என்பது...''

துருக்தியின் முகத்தில் ஆத்திர அலை பரவியது. ''இப்படியா இதை நடத்துவாய்?''

கல்கி காளியின் தங்கையைப் பார்த்து தலையாட்டி ஆமோதித்தான்.

''அப்படியானால் சரி.'' துருக்தி மர்தாஞ்சாவைப் பார்த்து, ''இந்தப் பையனைப் பிடி. கிராமத்தைச் சூறையாடு.''

கல்கியின் உடல் இறுகியது. அவன் புரிந்து கொள்வதற்குள் பத்து ராக்ஷஸ்கள் அவனைச் சூழ்ந்தனர். அவன் பாலாவைப் பார்த்து அவன் கூட்டிக் கொண்டு வந்திருந்த இரண்டு காவலாளிகளுடன் ஓடுமாறு சைகை செய்தான். பாலா அப்படியே ஓடினான். கல்கி தன்னால் இயன்ற வரை எத்தனை ராக்ஷசஸ்களை அடித்து வீழ்த்த முடியுமோ வீழ்த்திச் சாய்த்தான். சிலர் பாலாவைத் துரத்தினர் ஆனால் பாலா வனத்துக்குள் விரைவாக மறைந்தான்.

அவர்கள் கல்கியைக் கொல்லாததால் அவனால் இயன்றவரை குத்துக்கள் விட்டான். அதற்குள் பிடிபட்டு அவன் கைகளையும், கால்களையும் அவர்கள் இறுக்கக் கட்டினர். கல்கியைக் குப்புறப் படுக்கப் போட்டனர். அவன் அண்ணாந்து வானத்தைப் பார்த்தான். ஒரு வினாடி தன் தந்தையின் உருவம் தெரிவது போலிருந்தது. அவனைக் கட்டையில் கட்டித் தூக்கிச் சென்றனர். அவன் முகத்தில் சாட்டையால் அடித்துக் கொண்டே சென்றனர். அவனைக் கட்டாயப்படுத்தி துருக்தியின் முன் மண்டியிட வைத்தனர். அவனால் பாலாவை எங்குமே பார்க்க முடியவில்லை, அதனால் அவர்கள் துணிவாகச் சண்டையிட வேண்டுமே என்று நினைத்துக் கொண்டான்.

"நீ ஒப்பந்தத்திற்கு துரோகம் விளைவித்தாய்."

"நீங்கள் விளையாடிய முறையிலேயேதான் நானும் விளையாடினேன்." துருக்தி குறுநகை பூத்தாள். அவளுடைய சாதுர்யமும், நரித்தனமும் தெளிவாகத் தெரிந்தது. கல்கியைப் பிடித்திருந்த ராக்ஷஸ்களிடம் உத்தரவு பிறப்பித்தாள், "அவனைக் கொல்லாதீர்கள்."

மர்தாஞ்சாவிற்கு ஆச்சரியம். "ஏன் தேவி?"

"உன்னுடைய பத்து ஆட்கள் சேர்ந்து ஒரு கிராமத்தானை அடக்கியிருக்கிறார்கள்," துருக்தி கண்களைச் சுருக்கினாள். கல்கியையே தீவிரமாகப் பார்த்தாள். அவளுடைய அனுமதியின்றி நிறைய பேர் அவனைச் சிறை பிடித்து நிறுத்தியிருந்தனர், "அவன் வெறும் கிராமத்தானாக இருக்க முடியாது."

கல்கி நிமிர்ந்து பார்த்தான். தன் கைகளால் முதுகில் இருந்த கட்டையின் மீது அழுத்தம் கொடுக்கப் பார்த்தான். எதிர் புறத்தில் கிராமவாசிகள் பாறாங்கற்களை யுத்த பூமிக்கு மேலே மலைகளில் நிறுத்தியிருப்பதைப் பார்த்தான்.

"இப்போது!" என்று கல்கி அலறினான்.

துருக்தியும், மர்தாஞ்சாவும் எதிர்பார்க்காத அதிர்ச்சியில் கத்தினர். கிராமவாசிகள் கற்களை உருட்டிவிட்டு அங்கிருந்து தப்பி ஓடினர். கற்கள் மலைச் சரிவில் ஒன்றின் மீது ஒன்று முட்டி மோதியபடி உருண்டன. ராக்ஷஸ்களை வீழ்த்தின. அவர்களின் கூடாரங்களை நாசப்படுத்தின. அவர்களின் உணவு மற்றும் கேடயங்களை அழித்தன. பெரிதாக உயிர் சேதம் ஏற்படாவிட்டாலும், மர்தாஞ்சாவின் கோபம் கட்டுக் கடங்காமல் தெறித்தது.

"இந்த மூடனை கூண்டில் இடுங்கள்! ஒவ்வொரு வீடாக அழியுங்கள். அவற்றைச் சூறையாடி, குகைகள் எங்கே இருக்கின்றன என்று கண்டு பிடியுங்கள்!"

கல்கியை இழுத்துக் கொண்டு சென்றனர். அவனால் ஒரே ஒரு விஷயம் தான் யோசிக்க முடிந்தது: *லக்ஷ்மி பாதுகாப்பான இடத்துக்குச் சென்றுவிட்டாளா?*

216

45

அர்ஜன் என்ன நடந்தது என்று சரியாகக் கூடப் பார்க்கவில்லை. வில்லாளர்கள், வில்லில் நாணைப் பூட்டி அவனுடைய ஆணைக்காகத் தயாராக இருந்தனர். இப்பொழுதும் அவனுக்கு வெகு தூரத்தில், மேற்குக் கோடியில் ரோஷன் மித்ரா தன் வில்லாளர்களுடன் காத்துக் கொண்டிருப்பது தெரிந்தது. கல்லின் பின்னால் ஒளிந்தபடி க்ருபாவும் அந்தப் பக்கம் இருந்தான். ஒன்றும் நடக்கவில்லை.

சட்டென்று அந்த சூடான, பசுமையான வயலின் நடுவே யாரோ ஓடி வருவது தெரிந்தது. அவன் கண்களில் திகில், வாய் பிளந்திருந்தது. அது யாரோ பூதாகாரமான...பெரிய...அட...பாலா. அவனுக்கு அந்த எண்ணம் எழுந்த உடனேயே, அது அசட்டுத்தனம் என்று ஒதுக்கினான், பாலாவாவது, யுத்தத்தைப் பார்த்து பயந்து ஓடுவதாவது.

இல்லை. அது பாலாவே தான்.

அவன் அவர்களை நெருங்கிக் கொண்டிருந்தான்.

''அம்புகளை எய்யாதீர்கள்,'' என்றான் க்ருபா, அர்ஜன் நினைத்ததை ஆணையாகப் பிறப்பித்தான்.

அவனை மறைத்த புதர்களுக்குப் பின்னாலிருந்து அவன் வெளியே வந்தவுடன், பாலாவின் பின்னால் இரண்டு காவலாளிகளும் ஓடி வருவதைப் பார்த்தான். அவர்களுக்கு சில கஜ தூரத்தில் ராக்ஷஸ்கள் அவர்களைத் துரத்திக் கொண்டு வந்தனர். அவர்கள் சாமானியர்களைப் போல ஓடவில்லை, அவர்கள் காற்றுடன் போராடியபடி ஓடினர். அந்தக் காற்றையே தாக்கிச் சமாளிப்பது போல ஓடினர். அவர்கள் காவாலாளிகளின் மீது கோடாரிகளுடன் பாய்ந்து அவர்கள் தலைகளைக் கொய்தனர். அவர்கள் பாலாவை நெருங்கிவிட்டனர். ஆனால் அதற்குள் க்ருபா அம்புகளை வீசுமாறு ஆணையிட்டான்.

இரண்டு ராக்ஷஸ்களையும் அம்புகள் குத்தின. பாலா எப்படியோ தடுமாறி வில்லாளர்களைத் தாண்டி அர்ஜன் மற்றும் க்ருபாவை நோக்கி வந்தான். அவன் புற்களையும் இலைகளையும் பற்றிக் கொண்டான்,

நிற்காமல் மூச்சு வாங்கினான், அர்ஜனிடம் தண்ணீர் கேட்டான்; அர்ஜன் கொண்டு வருவதற்கு விரைந்தான். வில்லாளர்கள் சோர்வடைந்தால் அருந்துவதற்காக அவர்கள் ஏரியிலிருந்து ஐந்து குடம் நல்ல தண்ணீர் தயாராக வைத்திருந்தனர். அர்ஜனின் உதவியுடன் பாலா தன் தாகத்தைத் தணித்துக் கொண்டான். குடித்து முடித்ததும் அவன் சொன்னான், ''அவர்கள் வருகிறார்கள். எல்லாம் முடிந்து விட்டது. அவர்கள் பிடித்து... வந்து...பிடித்து...'' மூச்சு விட சிரமப் பட்டான். ''அவர்கள் கல்கியைப் பிடித்து விட்டார்கள்.''

க்ருபா அர்ஜனைக் கவலையாக நோக்கினான்.

''நாம் அவனைக் காப்பாற்ற வேண்டும், தோழா,'' என்று அர்ஜனிடம் க்ருபா பரபரத்தான்.

''போட்டியில் யார் வென்றது?''

பாலா தலை கவிழ்ந்தான். அவன் தோற்றுவிட்டான்.

''நாம்தான். கல்கி என்னைச் சாவிலிருந்து காப்பாற்றினான்.'' அவனுக்கு அழுகை முட்டிக் கொண்டு வந்தது. ஆனாலும் அர்ஜனால் சோகத்தையும் தாண்டி ஏதோ ஒன்றைக் கவனிக்க முடிந்தது. அர்ஜன் ஏமாற்றத்தைப் பார்த்தான். ''அந்த வீரன்...ரொம்ப...ரொம்பக் குள்ளமாக இருந்தான். என்னால் அவனை...''

க்ருபா மண்டியிட்டு அவன் மேலங்கியைப் பிடித்து உலுக்கினான். ''குண்டா, நான் சொல்வதைக் கேள். உன்னுடைய மரமண்டையில் இதை ஏற்றிக் கொள்.'' அவன் இப்பொழுத்து முகத்தில் அடித்தாற் போல் பேசினான். சாதாரணமாகக் குடி போதையில் இப்படி அறைவது போல் பேசுவான் என்று யாரும் யோசித்திருக்க முடியாது. ''நாம் எல்லோரும் இறக்கும் தருவாயில் இருக்கிறோம். அதனால் எனக்கு உன் ஒப்பாரியைக் கேட்க சமயம் இல்லை. உன்னுடைய வலிமை மட்டுமே இப்பொழுது அவசியம்.''

''ஆனால் அவன் தோற்றத்தில் ரொம்ப சின்னவனாக, குள்ளமாக...''

க்ருபா பெருமூச்சு விட்டான். ''உன்னுடைய எதிரியை எப்பொழுதுமே, குறைவாக எடை போடாதே. தோற்றம், பெரியதா, சிறியதா என்பது பொருட்டல்ல; எதிராளிக்கு எங்கே அழுத்தம் கொடுக்க வேண்டும் என்ற கலை தெரிந்திருந்தால் போதுமானது.''

அப்பொழுதுதான் அவர்கள் அந்த கர்ஜனை சத்தங்களைக் கேட்டார்கள். க்ருபா முன்னால் அடி எடுத்தான், அர்ஜன் ஸ்தம்பித்து நின்றான். தேனீக்கள் கூட்டைச் சுற்றிக் குழுமுவது போல எங்கும் ராக்ஷஸ்கள் புற்றீசல்களைப் போல் குவிந்தார்கள். அவர்கள் கைகளில் கோடாரிகள், ஈட்டிகள், வாள்கள் மற்றும் குத்தீட்டிகள் இருந்தன. அர்ஜன் ஒளிந்து கொள்ள ஓடியபடியே தன் அம்பறாபையிலிருந்து அம்புகளை எய்த வண்ணம் இருந்தான். அவனை நோக்கி ஓடி வந்து கொண்டிருந்த ராக்ஷஸ் மீது அம்பு பாய்ந்தது.

அவர்கள் அனாயாசமாக ரோஷன் மித்ரா இருந்த திசையில் உள்ள குடிசைகளை ஆக்கிரமித்து விட்டதை அர்ஜன் கவனித்தான். சிலர் லைலாவின் குழுவை நோக்கிப் போய் கொண்டிருந்தனர். அங்கே தான் அதிகப் படியான காவலாளிகள் நிறுத்தப் பட்டிருந்தனர். ஒரு வேளை அவளால் அவர்களைத் தடுத்து நிறுத்த முடியலாம். ஒரு வேளை.

அப்பொழுது தான் ராக்ஷஸ்கள் அவனுடைய எல்லைக்குள் நுழைந்தனர். வில்லாளர்கள் பின்னால் இருந்த ஒரு குழு அவர்கள் மீது வெடிகளை எறிந்தது. முதலில் அவர்களுக்கு அது எதிர்பாராத தாக்குதலாக இருந்தாலும் பிறகு அவர்கள் அந்த சிறிய வெடிகளை அதிகமாகக் கண்டு கொள்ளவில்லை. வில்லாளர்கள் அம்புகளை ஏவினர், ஆனால் அவர்கள் அம்புகளிலிருந்து தப்பி நகர்ந்தனர். சிலரை அம்பு கழுத்திலும், நெற்றியிலும் தாக்கியதால் அவர்கள் நின்ற இடத்திலேயே சரிந்தனர்.

உயிருடன் தப்பிய ராக்ஷஸ்கள் பாய்ந்து வந்து வில்களைப் பிடுங்கிக் கொண்டு வில்லாளர்களைக் குத்திக் கொன்றனர். ஆழமாக வெட்டி அவர்களை இரண்டாகப் பிளந்தனர். அவனுடனே இவ்வளவு நாள் வாழ்ந்தவர்கள் அவன் கண் முன்னே வெட்டப்பட்டுச் சாவதை அர்ஜனால் சகிக்க முடியவில்லை. தன்னார்வலர்கள் கடுமையாகச் சண்டையிட்டனர், சிலர் ராக்ஷசஸ்களைக் கொல்லவும் செய்தனர். ஆனால் பெரும்பாலும் அவர்களால் சமாளிக்க முடியவில்லை. ராக்ஷஸ்களின் கடும் கோபத்துக்கு இரையானார்கள்.

பாலா மரத்தின் பின்னால் ஒளிந்திருப்பதை அர்ஜன் பார்த்தான். எப்படியோ பாதையில் கால் ஊன்றி ஓடி அவனிடம் சென்று அவன் இடுப்பைப் பிடித்து உலுக்கி,'' நீ என்ன செய்து கொண்டிருக்கிறாய்? எங்களுக்கு உதவு! போரிடு!'' அர்ஜன் மற்றொரு அம்பால் ஒரு ராக்ஷசைக் கொன்றான்.

''நான்...வந்து...எனக்குப் போராட...முடியுமா என்று தெரியவில்லை. நான் பலசாலி இல்லை...நான் தோற்றுவிட்டேன்...'' பாலாவின் கண்களில் இருந்த கண்மணி பெரிதாகி அவன் பீதியில் இருந்தான்.

''வலிமை என்பது ஒவ்வொருமுறையும் வெற்றி பெறுவது இல்லை, கீழே விழுந்தால் திரும்பவும் எழுந்திருப்பதாகும்.''

அப்பொழுது ராக்ஷஸ்கள் நெருங்கிவிட்டார்கள். வில்லில் நாணைச் சரி செய்து கொண்டு தயாராகும் நிலையில் ஒரு ராக்ஷஸ் அவனைப் பிடித்து ஒரு புறம் தள்ளினான். அவன் அடுத்து பாலாவைக் குறி வைத்துத் தாக்கினான்; பாலா அவனை எளிதில் திருப்பி அடித்திருக்கக் கூடும். ஆனால் அவன் பம்மி பின் வாங்கி அவன் கொடுத்த அடிகளையும், உதைகளையும் ஏற்றுக் கொண்டான். பாலாவிடம் இனி எதுவும் எதிர்பார்க்க முடியாது என்று அர்ஜனுக்குத் தோன்றியது. ஆனால் மாறாக க்ருபா அவனைப் பிரமிக்க வைத்தான், கைகளில் ஏந்திய

வாளால் பாலாவைத் தாக்கிய ராக்ஷசின் உடலைப் பதம் பார்த்தான்.

''குண்டா; எங்களைக் கல்கியிடம் அழைத்துச் செல்.''

''நாம் அனைவரும் இறந்துவிடுவோம்,'' என்றான் கோழையாக மாறிவிட்ட பாலா.

பெரும்பாலான வில்லாளர்களைக் கொன்று குவித்துவிட்டனர், ராக்ஷஸ்கள். மூன்று பேர் அர்ஜன்மீது பாயத் தயாராக இருந்தனர். அர்ஜனிடம் வில்லே இல்லை. க்ருபா தன் கைகளிலிருந்து ஒரு வாளை அர்ஜனிடம் நீட்டினான்.

மூன்று ராக்ஷஸ்களுக்குள்ளும் எதோ தொடர்பு இருந்தது போல ஒரே சமயத்தில் அவர்கள் சிரித்தனர். ஒருவன் அர்ஜன் மீது பாய்ந்தான், அர்ஜன் செய்வதறியாது தவிக்கும் போது அவனைத் தாக்கத் தொடங்கினர். ஒவ்வொரு முறையும் அவன் தலைக்குக் கோடாரி குறி வைக்கப்பட்ட போதும் அவன் சிரமப் பட்டு ஒதுங்கித் தடுத்தான். அவன் தன் முட்டிகளைப் பயன்படுத்தி ராக்ஷஸ்களின் முட்டிகளில் தாக்கினான். எப்படியோ கீழே விழுந்திருந்த வில்லைத் தேடிக் கண்டு பிடித்து, புல் தரையில் தடுமாறியபடி வில்லால் ராக்ஷசை அடித்தான். அவனுக்குப் பிடித்தமான விளைவு நேரவில்லை. அவன் கீழே குனிந்து பாய்ந்தான், அவனுடைய வாள் சூரிய ஒளியில் மின்னியது, அப்பொழுது ஒரு பெரிய உருவம் அவனின் எதிராளிகள் மீது பாய்ந்தது.

பாலா தான் அது என்று அர்ஜன் உணர்ந்தான். பாலா தன் கதையால் அவர்களை த்வம்சம் செய்து கொண்டிருந்தான். ராக்ஷஸ்களால் அவன் தாக்குதலுக்குப் பதிலடி கொடுக்க முடியவில்லை. அவர்கள் குழம்பினார்கள். பிறகு அவன் நெஞ்சு முழுவதும் தெறித்திருந்த ரத்தக் கறையைக் கண்டு கொள்ளாமல் க்ருபாவைத் தாக்க முயன்று கொண்டிருந்த ராக்ஷசை நெருங்கினான். பாலாவைத் தாக்கிய மூன்றாவது ராக்ஷஸ் ஏற்கனவே இரண்டாகக் கிழிந்து தொங்கினான் என்பதை அர்ஜன் கவனித்தான். எதோ ஒரு ரொட்டி துண்டைக் கிழிப்பது போல் அவனை நைய்யப் புடைத்திருந்தான் பாலா. தன் நண்பர்களுக்கு ஏற்பட்ட கதியைக் கண்ட க்ருபாவைத் தாக்க முற்பட்ட ராக்ஷஸ் பின்னால் நகர்ந்தான், பயத்தில் ஒரு மரத்தின் மீது ஒடுங்கினான். பாலா தன் கைகளில் கதையை அடித்தபடியே நெருங்கினான், அப்படியே அந்த ராக்ஷசைத் தவிடு பொடியாக்கி விடுவான் போலிருந்தது.

அவன் அதைச் செய்ய ஆயத்தம் ஆகும் போது க்ருபா அவனைத் தடுத்தான்.

''நமக்கு அந்த முகாமைப் பற்றிய தகவல் வேண்டும்.''

ராக்ஷஸ் கண்களை மூடித் திறந்தான். ''உண்மையாக, எனக்கு அந்த முகாமைப் பற்றி எந்த விவரமும் தெரியாது.'' அவன் பேச்சு குழறியது.

''அவனைக் கொன்றுவிடு,'' க்ருபா தோள்களைக் குலுக்கி தன் முகத்தில் வழிந்த ரத்தத்தைத் துடைத்தான்.

பாலா அவனைப் புடைக்கத் தொடங்கினான். அர்ஜன் அவனை நிறுத்தினான்.

''என்னை அச்சுறுத்துவதை நிறுத்துகிறீர்களா?'' என்று ராக்ஷஸ் கெஞ்சிக் கேட்டான். நிலத்தில் மண்டியிட்டு பிச்சை கேட்கத் தொடங்கினான். முதலில் அகங்காரமாக நடந்து கொண்டவன் உயிர்ப் பிச்சை கேட்கும் அளவுக்குத் தள்ளப்பட்ட கொடுமையைப் பார்க்கச் சற்றே விந்தையாக இருந்தது. ''கொன்று விடுங்கள்; சும்மா என் உயிரை வைத்து விளையாடாதீர்கள்...'' அவன் குரல் தேய தன் தாய்மொழியில் பேசத் தொடங்கினான்.

க்ருபா திரும்பவும் அவனைத் தூக்கி நிறுத்தினான். பயந்து போன ராக்ஷஸ் கேட்டான், ''உங்களுக்கெல்லாம் என்ன தான் வேண்டும்?''

''முகாமில் எத்தனை பேர் இருக்கிறார்கள்?''

''நிறைய.''

''அது ஒரு எண்ணிக்கை அல்ல. உன் சாமர்த்தியத்தை இங்கே காட்டாதே. அதுவும் இந்தச் சமயத்தில்.'' பாலா மரத்தைக் குத்தினான். அது ஆடியது.

வியப்பாக இருந்தாலும் பாலா திரும்பவும் தன் நிலைக்கு வந்ததைப் பற்றி அர்ஜனுக்கு மகிழ்ச்சிதான். சில வினாடிகளுக்கு பாலா தான் யார் என்பதையும், தன்னால் என்ன முடியும் என்பதையும் அறவே மறந்திருந்தான். முன்பு அவன் வித்தியாசமாக இருந்தாலும், முற்றிலும் மேன்மைத்தங்கிய தனித் தரத்துடன் விளங்கினான்; இப்பொழுது சாவின் விளிம்புக்குச் சென்றவனின் வாழ்க்கை எப்படி எல்லாம் புரட்டிப் போடப்படுகிறது என்று அர்ஜன் யோசித்தான். பாலா ஒரு சிறப்பான ஆளுமை; அவனைக் கண்டாலே அனைவரும் நடுங்குவார்கள். ஆனால் இப்பொழுது அவன் தனக்கு தானே அழுது கொண்டு நின்றானே? ஒவ்வொரு நபருக்கும் யுத்தத்தினால் சில பாதிப்புகள் ஏற்படும். அதில் ஒன்று அவர்களின் ஆத்மாவையே அழிந்துபோகச் செய்யும். ஆனாலும் நல்ல வேளையாக பாலா திரும்பிவிட்டான், தன் நண்பர்களைக் காக்கவேண்டும் என்ற கடமையுணர்ச்சியாக இருக்கலாம், அல்லது அர்ஜனின் எழுச்சி மிக்க வார்த்தைகள் அவனை உசுப்பியிருக்கலாம்.

''ஒரு நூ...நூறு பேர் இருக்கலாம்.''

''சரி,'' என்றான் க்ருபா. ''முகாமின் முக்கிய புள்ளிகள் என்ன?''

நிலத்தில் சற்றே மணல் திட்டாகக் கிடந்த இடத்தில் ஒரு குச்சியை வைத்து க்ருபா வரையத் தொடங்கினான். அவன் ஒரு செவ்வகத்தை வரைந்தான், அதனுள் வட்டங்கள் வரைந்தான்; வட்டங்கள் கூடாரங்களைக் குறித்தன; நக்ஷத்திர வடிவங்கள் ராக்ஷஸ்களைக் குறித்தன. ''சரி, நண்பனே, இப்பொழுது தெளிவாகச் சொல். யார் இருக்கிறார்கள், அவர்கள் எங்கே நிறுத்தப்பட்டிருக்கிறார்கள்?''

''நான்...நான்...இறந்து விடுவேன்,'' என்று அவன் இருமினான்,

''நான்தான் இதைக் காட்டிக் கொடுத்தேன் என்று அவர்கள் அறிந்தால்...''

''சரி, நீ சொல்லாவிட்டால் நாங்கள் என்ன செய்வோம் என்று நினைக்கிறாய்?'' பின்னால் இறந்து கிடந்த ராக்ஷஸ்களின் சடலங்களைக் க்ருபா சுட்டிக் காட்டினான்.

அடக் கடவுளே! இப்படியொரு சாகசப் பயணத்திற்கு அர்ஜன் தயாராகவே இல்லையே என்று நினைத்தான். அவனால் பயத்தையும், பரபரப்பான சூழ்நிலையில் சுரப்பிகள் வேகமாக வேலை செய்வதையும் உணர முடிந்தது. இந்த மொத்த சூழ்நிலையிலிருந்தும் தன்னுடைய வழக்கமான அமைதி மற்றும் பகுத்தறிவு சிந்தனையுடன் வெளியேற வேண்டுமே என்று நினைத்தான். அவர்கள் சரியான திட்டத்துடன் எதிரிகளை அணுகினால் அவர்களைக் கண்டிப்பாக வென்று விட முடியும் என்று தோன்றியது.

''சரி, சரி,'' என்றான் ராக்ஷஸ். வேறு வழியில்லாமல் சோகத்துடன் ஒப்புக் கொண்டான். மண்டியிட்டு அமர்ந்து மொத்த முகாமையும் க்ருபாவுக்கு விளக்கினான். ''உங்கள் நண்பனை, ஒரு வேளை கோவேரிக் கழுதைகளையும், குதிரைகளையும் கட்டி வைத்திருக்கும் இந்த இடத்தில் கூண்டில் அடைத்திருக்கலாம். இதுதான் எங்கள் தலைவியின் கூடாரம்...''

''துருக்தியா?''

''ஆமாம், அந்த கேடு கேட்ட பொம்பளையேதான்,'' என்று ராக்ஷஸ் வெம்பினான். ''அவளால் தானே நான் இங்கே மாட்டிக் கொண்டிருக்கிறேன்.''

''அந்த கூண்டு, தலைவியின் கூடாரத்திற்கு அருகில் உள்ளது.'' க்ருபா தலையசைத்தான். ''அப்படி என்றால் தீவிரமான கண்காணிப்பில்தான் வைத்திருப்பார்கள். எவ்வளவு பேரை முகாமில் விட்டிருக்கிறீர்கள்?''

''ஏறத்தாழ இருபதுதான் இருக்கும்; எதுவும் தப்பாக நடக்காமல் இருக்க.''

க்ருபாவுக்கு இந்தத் திட்டம் பிடிக்கவில்லை. ''நண்பா, நீ இனி அவனை என்ன வேண்டுமானாலும் செய்து கொள்ளாலாம்,'' என்றான் க்ருபா, பாலாவின் தோளைத் தட்டியபடி.

திரும்பவும் ராக்ஷஸ் கெஞ்ச ஆரம்பித்தான், மண்டியிட்டு, தரையில் கைகளைப் பரப்பி, அவன் மெல்ல எதையோ முணுமுணுத்தபடி இருந்தான். பாலா அவனது மண்டையில் தன் கதையால் ஓங்கி ஒரு போடு போட்டான். அவன் அப்படியே மயங்கி விழுந்தான்.

''நாம் இப்பொழுது என்ன செய்ய வேண்டும்?'' அர்ஜன் முன்னால் இரண்டடி வைத்து அந்தக் கிழ குருவைக் கேட்டான்.

''நாம் தப்பிக்க வேண்டும்.'' க்ருபா பாலாவையும் அர்ஜனையும் ஒரே சமயத்தில் பார்த்தபடி பேசினான். ''உன் அண்ணனை இங்கிருந்து விடுவித்துக் கொண்டு நாம் கிளம்பவேண்டும்.''

''ஷம்பாலாவின் கதி?''

க்ருபா நிமிர்ந்து நின்றான்; ஒரு தீர்மானத்துடன் அர்ஜனின் தோள்களைப் பற்றினான். ''ஷம்பாலா என்பது உலகின் ஒரு பகுதி தான். உலகையே காக்க வேண்டுமென்றால் ஒரு பகுதியைத் தியாகம் செய்வதில் தப்பில்லை. பெரிய படத்தை மனதில் வாங்கிக் கொள்.''

''நீ என்ன சொல்கிறாய்?''

''உன் அண்ணனுக்குத் தன்னைப் பற்றி தெரிந்ததைக் காட்டிலும் கூடுதலான சிறப்பு படைத்தவன், ''க்ருபா அனைத்தையும் வெளியிடத் தொடங்கினான்,'' இங்குள்ள மற்றவர்களைக் காட்டிலும் அவனைக் காப்பாற்றுவது எவ்வளவு முக்கியம் என்பதை உங்களுக்கு விளக்குகிறேன். அவன் இறக்கக் கூடாது, ஏன் என்றால், ஓ! அவன் இறக்க நேர்ந்தால்...ஷம்பாலா மட்டும் அழியாது. மொத்த இளவர்தியும் எரியத் தொடங்கும்.''

அர்ஜனுக்கு விஷயத்தின் தீவிரம் புரியத் தொடங்கியது. ஆனால் தன் அண்ணனுக்கு உலகையே காக்கும் திறமையும், வலிமையையும் இருந்தது என்பது ஆச்சரியத்தை விளைவித்தது. அவன் கேவலம் ஒரு கிராமவாசி தானே!

''சரி, எங்களை வழிநடத்து,'' என்றான் அர்ஜன்.

க்ருபா வனத்திற்குள் நுழைந்தான், பாலாவும், அர்ஜனும் மௌனமாக பின் தொடர்ந்தனர். சட்டென்று தன் மனதில் பட்டதை அர்ஜன் கேட்டான், ''பொறுங்கள், நாம் எதிரியின் கூடாரத்திற்குள் செல்லப் போகிறோம்; தப்பித்து வருவோமா இல்லையா என்றே தெரியாது. நாம் இறக்க நேர்ந்தால்?''

இயற்கைக் காட்சியைப் பார்த்தபடி க்ருபா தலையைச் சொறிந்தான். ''நாம் அவனைக் காப்பாற்றச் செல்லும் இந்தப் பணியில் நான் இன்னும் அதைப் பற்றிச் சிந்திக்கவில்லை,'' நக்கலாக இளித்தான்.

கடவுளே, இந்த நக்கல் சிரிப்பை நான் வெறுக்கிறேன் என்று அர்ஜன் நினைத்தான், ஆனாலும் அவனைப் பின் தொடர்ந்தான்.

46

அந்தக் குதிரை லாயத்தருகே அமர்ந்து கொண்டு ராக்ஷஸ்கள் குறுக்கும் நெடுக்கும் அலைவதைப் பார்த்துக் கொண்டிருப்பது கொடுமையாக இருந்தது. அவனை ஒரு கூண்டில் அடைத்திருந்தனர், அதில் எளிதாக இன்னும் பல பேரைத் திணிக்கலாம். அங்கே நிறைய இடம் இருந்தும் அவனுக்கு மூச்சு முட்டியது. கல்கி அந்தக் கூண்டை உடைக்க முயற்சிக்காமல் இல்லை. தன் சக்தி அனைத்தையும் திரட்டி அந்தக் கூண்டை வளைக்கப் பார்த்தான். அதை குத்தினான்; அதன் கம்பிகளைப் பிடுங்கப் பார்த்தான். ஆனால் ஒன்றும் நடக்கவில்லை. ஒருவேளை அந்த உலோகம் அப்படிப் பட்டதாக இருக்கலாம், அல்லது அவன் பலவீனப் பட்டுப் போயிருக்கலாம்.

நாக்கால் தன் உலர்ந்த உதடுகளை ஈரப் படுத்திக் கொண்டே அவன் தென்றலை அனுபவிக்கலானான். முகாம் மிகவும் சிறந்து நிர்வகிக்கப் பட்டு இயங்கிக் கொண்டிருந்தது என்று ஏற்கனவே அவன் அறிந்ததுதான். ஒரு பெரிய கூடாரம் நிறைய ஆயுதங்கள் குவிக்கப்பட்டிருந்தன; ராக்ஷஸ்கள் அங்கே சென்று தேவைப் பட்டதை தேர்ந்தெடுத்துக் கொண்டனர். சில பெரிய கூடாரங்களும் தென்பட்டன, அவை ஒரு வேளை துருக்திக்கும், மர்தாஞ்சாவுக்குமானதாக இருக்கலாம். பானைகளில் நீரும் சுராவும் சேமிக்கப் பட்டிருந்தன. தீ வளர்க்க வேண்டிய குழிகளில் தயாராக மரக் கட்டைகள் அடுக்கப் பட்டிருந்தன. இரு பக்கத்திலிருந்தும் கல்கிக்குத் தெளிவில்லாத அலறல்களும், கூக்குரல்களும் தான் கேட்டன. அவற்றில் எது அவன் அணி, எது ராக்ஷஸ் அணி என்று அவனால் இனம் கண்டு கொள்ள முடியவில்லை. *உண்மையே கேட்க முடியவில்லை என்றால் யாருக்காகப் பரிதாபப்படுவது?*

கல்கி பொறுமையை இழந்து திரும்பவும் அந்தக் கூண்டைக் குத்தினான், அது ஆட்டம் கண்டதே ஒழிய உடையவில்லை. அவன் தொடர்ந்து குத்தியதில் முஷ்டியிலிருந்து ரத்தம் வழிந்தது, வலி அவன் புஜங்கள் வரை பரவியது. தற்காலிகமாக அவனுக்கு மரத்துப் போனது.

காயங்களைக் கட்டு போட அவனிடம் எதுவும் இல்லாததால் அது சீழ் கோர்த்துக் கொள்ளும் என்று அஞ்சினான்.

''ஆத்திரம் நல்லதுதான்,'' என்று பின்னாலிலிருந்து ஒரு குரல் கேட்டது, ''ஆனால் அதை உனக்கு எதிராகப் பயன்படுத்தாதே.'' கல்கி திரும்பியபோது அங்கே துருக்தி தன் தோழியுடன் நின்று கொண்டிருந்தாள். சுற்றிலும் ஒலித்த யுத்த சத்தங்களினால் பாதிக்கப் படமால் துருக்தி அமைதியாக நின்றாள். அவள்தான் இந்த யுத்தத்தில் வெற்றி பெறப் போகிறாள் என்ற உறுதியுடன் நின்றாள்.

''நீ நினைத்தது போல நிகழ்வுகள் துரதிர்ஷ்டவசமாக நடக்கவில்லை.''

துருக்தி ஆமென்று தலையசைத்தாள். ''நான் உன்னிடம் ஒப்புக் கொள்ளத்தான் வேண்டும்.'' அவள் நிறுத்தினாள், பின் தொடர்ந்தாள், ''ஷம்பாலா போன்ற ஒரு சிறிய கிராமாத்திற்கு இது துணிவான முயற்சிதான். ஆனால் நீங்கள் அனைவரும் ஒன்றைப் புரிந்து கொள்ள வேண்டும்; நீங்கள் எதிர்ப்பது, பயிற்சி பெற்ற போர் வீரர்களை.''

''அவர்கள் பழங்குடியினர்,'' என்று கல்கி வேஷ்டியால் தன் ரத்தத்தைத் துடைத்துக் கொண்டான். ''எங்கள் அளவு பயிற்சிதான் அவர்களுக்கும் இருக்கு.''

''அவர்களைப் பழங்குடியினர் என்று அழைப்பதாலேயே அவர்கள் நாகரீகமற்றவர்கள் என்று கருதாதே. நான் உன்னை விட இந்த உலகத்தை அதிகம் பார்த்தவள். நான் நிறைய இடங்களுக்குப் பயணித்திருக்கிறேன், அதனால் உன்னிடம் ஒன்றைச் சொல்ல வேண்டும். தங்கள் பரம்பரையைப் பற்றியும் மூதாதையர்களைப் பற்றியும் கதை கட்டுவதில் மாணவ்களைப் போல மூர்க்கமானவர்கள் யாருமே கிடையாது.''

''நீ எந்தப் பழங்குடியைச் சார்ந்தவள்?'' என்று கல்கி அவளிடம் கடித்துத் துப்புவது போலக் கேட்டான். கோபம் உள்ளுக்குள் கொந்தளித்துக் கொண்டிருந்தது.

துருக்தி தன் நாக்கைக் கன்னத்தின் ஒரு பக்கத்தில் அடக்கிக் கொண்டாள். அவளிடம் விளையாட்டுத்தனமான ஒரு போக்கு இருந்தது, அது கல்கியைப் பாதித்தது; அவர்கள் யுத்தத்தின் நடுவே இருக்கிறார்கள் என்பதை நினைவூட்டியது.

''நான் ஒரு பழங்குடி இனத்தைச் சார்ந்தவள் போலவா இருக்கிறேன்?'' என்றாள் துருக்தி. அவள் தோழி பதில் பேசாமல் இருந்தாள். ''நான் யக்ஷனைப் போல குண்டாக இருக்கிறேனா, அல்லது நாகாக்களைப் போல நீலக் கண்கள் உடையவளா, அல்லது ராக்ஷஸ் போல கறுப்பியா? தயவு செய்து சொல்லு.''

அவளுக்கு இவை எதுவும் இல்லை. அவள் சிகப்பாக இருந்தாள், நீளமான முகம், வளைவுகள் கொண்ட உடல் வாகு.

''எங்களுக்குத் தெரியாத ஏதோ ஒரு பழங்குடியினமாக நீ இருக்கலாம்.''

துருக்தி தன் நாக்கைக் கன்னத்தில் அடக்கியபடியே யோசிக்கும் பாவனையில் இருந்தாள். ''அவர்கள் கூறுவது நாங்கள் அசுராஸ், நானும் என் அண்ணனும்.''

அந்தப் பேரைக் கேட்டதும் அவன் முதுகுத் தண்டு நடுங்கியது. *அவர்கள் அழிந்துவிட்டார்கள் தானே?*

''காளி,'' என்று தனக்குத் தானே முணுமுணுத்துக்கொண்டான்.

''உன் பெயர் என்ன?''

''கல்கி.''

''ஆ! அழுக்கை அழிப்பவன்!'' என்றாள். ''விந்தை என்னவென்றால் நீ அழுக்கில் நின்று கொண்டிருக்கிறாய்.'' சற்றே நிறுத்திவிட்டு தொடர்ந்தாள், ''உனக்கு அவன் பிரபு காளி வேந்தன்.''

''இந்த உலகில் தங்களைக் கடவுள்களாகப் பாவிப்பவர்களை நான் வணங்குவதில்லை.'' கல்கி சம்மணமிட்டு அமர்ந்து, தன் ரத்தம் வழிந்த கையைப் பிடித்துவிட்டுக் கொண்டான். அவன் முகம் எந்த பாவத்தைக்காட்டாமல், உள்ளுக்குள் இந்த கூண்டை விட்டுத் தப்பித்து ஷம்பாலா செல்ல வேண்டும் என்ற வேகம் ஓடிக் கொண்டிருந்தது. தான் உதவ வேண்டியவர்களுக்கு உதவ வேண்டுமே என்ற ஆதங்கம் எழுந்தது.

''ஒவ்வொரு கடவுளும் முதலில் மனிதனாகத் தான் இருந்தான்.'' துருக்தி புன்னகைத்தாள்.'' நாம் த்ரிமூர்த்திகளிலிருந்து தொடங்கலாம்-விஷ்ணு, பிரம்மா மற்றும் சிவா. அவர்கள் அனைவருமே முதலில் ப்ரஜாபதிகள், ஞானிகள், தொடக்கவாதிகள், முதல் மனிதர்கள். மூத்தவர்கள் வாழ்ந்து கொண்டிருந்த சமயத்தில் அவர்களும் அவர்களிடையே வாழ்ந்திருக்கிறார்கள். அவர்களுக்கு அப்பொழுது வேறு பெயர்கள் இருந்தன, அனைவருக்குமே, இப்பொழுது நாம் வணங்கும் அத்தனை தெய்வங்களுக்கும் வேறு பெயர்கள் இருந்தன.''

மூத்தவர்கள்...பிளவுக்கு முன் வாழ்ந்த நாகரீகம். கோவிந்த் போன்றோரை கொள்ளை நோய் தாக்கியது. அவர்களை இப்பொழுது நாம் தெய்வங்களாக வழி படுகிறோம்.

''அவர்கள் பிளவுக்குப் பிறகு பிறந்தவர்கள் என்று நாம் நினைக்கிறோம், ஆனால் உண்மையில் நாம் வேறு உண்மை உலகில் சஞ்சரிக்கிறோம்.'' இவ்வளவு இளம் பெண்ணுக்கு எப்படி இவ்வளவு அறிவு கூர்மை என்று எண்ணி கல்கி வியந்தான். ''விடியலிலிருந்து அவர்கள் இருக்கிறார்கள். இவற்றைப் பற்றி நீ அறிய வாய்ப்பில்லை ஏன் என்றால் நீயே படைத்த ஒரு சிறு உலகத்தில் வாழ்ந்து வருகிறாய்.''

கல்கி தோள்களைக் குலுக்கினான். ''உன்னுடன் உரையாடல் நடத்த எனக்கு விருப்பம் இல்லை. நான் வேதாந்தா மன்னனிடம் மட்டும் தான் பேசுவேன்.''

அந்தப் பெயரைக் கேட்டதும் துருக்தி பற்களைக் கடித்தாள். ''இந்த

நகரத்தைச் சுற்றியுள்ள கிராமங்களை நான் என்ன வேண்டுமானாலும் செய்யலாம் என்று மன்னன் எனக்கு அனுமதி தந்திருக்கிறான்.''

"நீ செய்திருப்பது அடிப்படை சட்ட திட்டங்களை மீறுவது என்பதை அவன் அறிந்தால் என்ன ஆகும்?''

"நீங்கள் போராடினீர்கள் என்று சொல்லிவிடுவேன். என்னைப் பழி வாங்க அவனிடம் என்ன ஆதாரம் இருக்கும்?'' கடைசி வார்த்தைகளைச் சொல்லி முடிப்பதற்குள் துருக்தி அகங்காரமாகச் சிரித்தாள். அவனைக் கேலி செய்வது போலிருந்தது.

கல்கி இறுகினான். ''என்னை என்ன செய்வதாக உத்தேசம்?''

''முக்கால் வாசி, உன்னைக் கூர்ந்து கவனிக்க விரும்புகிறேன். உன்னைப் போன்ற நல்ல பலசாலி இளைஞனைப் போருக்குக் காவு கொடுப்பது பயனற்றது. உன்னை ஒரு வேளை கேளிக்கைகளுக்கு காட்சிப் பொருளாக வைக்கலாம்,'' என்று களுக்கென்று சிரித்தாள்.

கல்கி தலையசைத்து மறுத்தான். ''என்னைக் கொன்று விட்டு மறு வேலையைப் பார். உனக்கும் எனக்கும் இது முடிந்துவிடும். உன் ஆட்களின் கைகளில் என் மக்கள் இறப்பதைப் பார்த்துக் கொண்டு பேசாமல் என்னால் இருக்க முடியாது,'' என்றபடி மெதுவாக அந்தக் கூண்டின் கம்பிகளைப் பற்றினான், அவன் கண்களில் நீர் கோர்த்துக் கொண்டது. ''இவ்வளவு நாட்களாக அவர்கள் என்னைச் சார்ந்து இருந்தனர், நான் அவர்களுடைய நல்ல நண்பனாக, அவர்களுடன் இறக்கக் கூட முடியாமல் போனது. என்னால் என் பொறுப்புகளை நிறைவேற்ற முடியவில்லை. நான்தான் குகைகளை உடைக்க நீங்கள் அனுப்பிய கோரிக்கையை, மறுத்து எதிர்த்தவன்.''

அவனையே சற்று நேரம் பார்த்தாள். குதர்க்கமான வெறுப்பு அவள் முகத்திலிருந்து மறைந்தது. அவளும் அங்கே குழப்பமாகத் தான் நிற்பது போலத் தெரிந்தது. கொஞ்சம் சோகமாகக் கூடத் தென்பட்டாள். அவள் கம்பிகளை நெருங்கி சில அங்குல இடைவேளையில் நின்றாள். ''நீ அப்படிச் செய்திருக்கக் கூடாது.''

''நான் உங்களையும், இந்த நகரத்தையும் காக்க நினைக்கிறேன். குகைகளின் உள் இருப்பதைத் தொடாமல் இருப்பதே நல்லது. அவை சபிக்கப்பட்டவை. அது வந்து...அது சரியாக வராது.'' தெரியாத்தனமாக சோமாவை அதர்மத்துக்குக் கொடுத்துவிட்டால், அதுவும் தீயவர்களான பழங்குடியினரில் ஒருவருக்குக் கொடுத்துவிட்டால் விளைவுகள் விபரீதமாக இருக்கும் என்பதை அவன் சொல்லவில்லை. அவனால் இயன்றவரை அதைத் தடுக்க நினைத்தான், ஏன் என்றால், அதர்மம் ஓங்கினால் இருட்டு யுகம் வந்து விடும்.

''நான் மன்னிப்புக் கேட்கிறேன்.'' அவள் குரல் உண்மையாகத் தான் ஒலித்தது, அவள் தர்மசங்கடத்தினால் கண்களைத் தாழ்த்தினாள். ''உங்களை அழிப்பதில் எனக்கு விருப்பம் இல்லை. நான் வந்து...நான்

227

கண்டிப்பாக அந்தக் கற்களை நெருங்க வேண்டும். அப்படி நான் செய்யாவிட்டால் அதனால் தீவிர விளைவுகள் உண்டாகும்.'' அவளும் கல்கியைப் போலவே ஏதும் செய்ய முடியாத நிலையில் இருந்தாள். ''அதைத் தடுக்கும் வகையில் எதுவும் நமக்குள் வரக் கூடாது என்று எனக்கு நானே வாக்கு அளித்துக் கொண்டேன்.''

கல்கி பெருமூச்சு விட்டான். ''தயவு செய்து அவர்களைக் கொல்லாதீர்கள்.''

அப்பொழுதுதான் மர்தாஞ்சா அவர்களின் உரையாடலை இடைமறித்தான். அவன் தூரத்திலிருந்து இவர்கள் பேச்சைக் கவனித்துக் கொண்டுதான் இருந்தான். அவன் அங்கே என்ன பேசுவது என்று தயங்கியபடியே நின்றான். துருக்தியே அவனை அருகில் வரும்படி சைகை செய்தாள்.

''இந்தப் பொடியன் உங்களை மதிக்காமல் நடந்து கொள்கிறானா, தேவி?'' என்று கேட்டபடி துருக்தியின் முன்னால் விறைப்பாக நின்றான்.

துருக்தி கல்கி மீது வீசிய பார்வை அவளுக்கு என்னவோ அவனுடன் கொஞ்சம் நாட்களாகப் பழக்கம் போல் இருந்தது. ''அப்படி இல்லை. இப்போதைக்கு அடக்கமாகத்தான் இருக்கிறான்.'' அவள் நிறுத்திவிட்டு யோசிப்பதைப் போல கல்கிக்கு பட்டது. ''வேறு எதுவும் செய்தி இருக்கிறதா?''

''ஆம் தேவி. நாங்கள் குகைகளைக் கண்டு பிடித்துவிட்டோம். அதற்கு செல்லும் பாதை காலியாகத்தான் இருக்கிறது.''

இல்லை! அப்படி என்றால், லைலாவும் சாகரும் ஒன்று காயப்பட்டிருக்க வேண்டும் அல்லது கொல்லப்பட்டிருக்க வேண்டும். மற்ற தன்னார்வலர்கள் குகைகளுக்குச் செல்லும் பாதையைக் காக்க முடியவில்லை.

''என் ஆட்கள் இன்னமும் கிராமத்தில் உள்ள வீடுகளைச் சோதனைப் போட்டுக் கொண்டு இருக்கிறார்கள்; குகைகளுக்குச் செல்லும் போது திரும்பவும் பின்னாலிருந்து ஒரு தாக்குதல் நடக்காமல் இருக்க.'' அவன் கல்கியை வன்மமாகப் பாத்தான். கல்கி பார்வையைத் தாழ்த்தாமல் நேராகப் பார்த்தான்.

அவன் பற்களைக் கடித்துக் கொண்டு எப்படியாவது தப்பிவிட வேண்டும் என்று யோசித்தான்.

''எவ்வளவு கிராமவாசிகள் கொல்லப்பட்டுள்ளனர்?''

''நிறைய, தேவி.'' மர்தாஞ்சா இளிப்பதைக் கல்கியால் பார்க்க முடித்து. ஆனால் அவன் அதைச் சிரமப்பட்டு அடக்கிக் கொண்டான்.

''உன் ஆட்களிடம் சொல், இனி யாரையும், துன்புறுத்த வேண்டாம் என்று. நான் சொல்வது புரிகிறதா?''

மர்தாஞ்சாவிற்குக் குழப்பம். புருவங்கள் முடிச்சிட, பார்வையற்ற கண் படபடவென்று அடித்துக் கொள்ள, ''தேவி, ஆனால்...''

''இல்லை வேண்டாம். ஆயுதம் ஏந்தியவனைக் கூட தாக்க வேண்டாம். அவர்களைப் பணிய வைக்கவேண்டும், கொல்ல வேண்டாம்.'' துருக்தி உறுதியாக ஆணையிட்டாள்.

இந்த நகரத்திலேயே முக்கியமான பெண்ணாக மாறிவிட்ட அவளைக் கல்கி நோக்கினான், அவள் சொல்லும் வார்த்தைக்குக் கட்டுப்பட்டு, படை தளபதியும் ராக்ஷஸ்களும் மரியாதையாகச் செயல்பட்டதைப் பார்த்து அசந்தான். ஆனால் அவள் தனக்கு இசைந்து நடந்ததை அவனால் நம்ப முடியவில்லை. அவன் வைத்த கோரிக்கையைக் கேட்டு நடந்தாள். அவள் தன் உணர்ச்சிகளை திறம்பட மறைத்தாலும் அவள் உள்ளில் ஒரு மனசாட்சி இயங்கிக் கொண்டிருந்தது.

''அப்படியே ஆகட்டும் தேவி, உங்கள் விருப்பம் போலவே,'' மர்தாஞ்சா மெல்லக் குனிந்து விடை பெற்றான்.

''நாம் கிளம்பலாம்,'' என்று துருக்தி தன் தோழியிடம் சொல்ல, அவர்கள் இருவரும் மர்தாஞ்சாவைத் தொடர்ந்தனர்.

கல்கி அவர்கள் செல்வதையே பார்த்துக் கொண்டு நின்றான், உடனேயே அவள் தோழி திரும்பி வந்தாள். அவள் கண்கள் மீன்களைப் போலப் பெரிதாக இருந்தன, அவள் தன் ஏழு விரல்களால் கூண்டின் கம்பிகளைப் பற்றினாள், அவள் இதழ்களில் பரபரப்பான புன்னகை விளையாடியது. ''அவன் உன்னைப் பற்றிய எல்லாவற்றையும் என்னிடம் சொல்லிவிட்டான். நீ சிறப்பான காட்சிதான், வெள்ளைக் குதிரை வேறு!''

அவள் கண்கள் பித்து பிடித்தது போல் பளபளத்தன. ஒரு நிமிடம் அவள் துருக்தியின் பணிவான, பணிப் பெண்ணாகத் தெரிந்தவள், மறுநிமிடம் வித்தியாசமாக நடந்து கொண்டாள்.

''யாரு?''

''அவன் வருவான், கவலைப் படாதே. ஓ! கண்டிப்பாக வருவான். அவனை விரைவிலேயே சந்திப்பாய்.'' அவள் புன்னகை விரிந்தது.

கல்கி அவள் விரல்களைப் பற்றினான், அவன் கையில் இருந்த ரத்தம் அவள் முஷ்டிகளில் ஒட்டிக் கொண்டது. அவள் பெரிதாக மூச்சு விட்டபடி கை விரல்களை விலக்கிக் கொண்டாள். ''எனக்கு அது யாரென்று தெரியவேண்டும். என்னை உனக்கு எப்படித் தெரியும்? யார் அந்த நபர்?''

அந்தப் பெண் கலகலவென்று மஞ்சள் பற்கள் தெரியச் சிரித்தாள். ''அவன்தான் உண்மையின் தூதன். என்னைப் போல் இல்லாமல் அவன் உனக்கு அனைத்தையும் எடுத்துரைப்பான். நான் இன்னும் தயாராகவில்லை என்று நினைக்கிறான். ஆனால் அவன் நீயும் தயாராக இல்லை என்றுதான் நினைக்கிறான். அவன் சொல்வது சரி என்று எனக்குப் புரிகிறது. நீ இன்னும் சிறுபிள்ளையாகவே இருக்கிறாய்,'' என்று சொல்லி மீண்டும் சிரித்தாள். அவளுக்கு விக்கலே வந்து விட்டது. உள்ளுக்குள்ளே கல்கிக்கு ஒரு உணர்ச்சிப் பிரளயமே ஓடிக்

கொண்டிருந்தது.

"**சிம்ரின்!**" என்ற கடுங்குரல் அந்தப் பக்கத்திலிருந்து வந்தது.

"நான் செல்ல வேண்டும்," என்றாள் சிம்ரின் என்ற அந்தப் பெண். "அவனின் அடிமை என்னைக் கூப்பிடுகிறாள்."

அவனுடைய அடிமையா?

அதைச் சொல்லிவிட்டு ஓடிவிட்டாள். இப்பொழுது கல்கிக்கு அவனுடைய கூண்டின் மீதான வெறுப்பு அதிகரித்தது. அவனால் ஒரு பக்கக் காட்சிகளை மட்டுமே பார்க்க முடிந்தது. பின்புறம் கேடயங்களால் மறைக்கப் பட்டிருந்தது.

தன் முன்னால் இரண்டு ராக்ஷஸ்கள் நிற்பதைக் கல்கியால் பார்க்க முடிந்தது. சில கஜ தூரத்தில் நின்று இருவரும் பேசிக் கொண்டிருந்தனர். அவர்கள் முதலிலிருந்தே நின்று கொண்டுதான் இருந்தனர், அதில் ஒருவன் மீது தனி கவனம் செலுத்தினான், ஏன் என்றால் அவன் கைகளில் சாவிக் கொத்து தொங்கியது.

நான் எப்படியாவது அந்தக் கர்மம் பிடித்த சாவிகளை எடுக்கவேண்டும். ஆனால் எப்படி?

அப்பொழுது தான் தலைக்கு மேலே சுற்றிக் கொண்டும் கத்திக் கொண்டும் பறந்த பறவையின் மீது அவன் பார்வை விழுந்தது. அது ஒரு கிளி. அவனை நினைக்கும்போது, கல்கியின் இதழ்களில் முறுவல் பரவியது, அவன் பிரிவை அவன் எவ்வளவு வருந்தினான், திடீரென்று காணாமல் போய்விட்டானே. ஆனால் அவன் திரும்பிவிட்டான். "ஷுகோ," என்று கடைசியாக நிம்மதிப் பெருமூச்சு விட்டான்.

230

47

லக்ஷ்மிதான் முதலில் அந்தக் கூக்குரல்களைக் கேட்டாள். தலையைச் சுழற்றிப் பார்த்ததில் ராக்ஷஸ்கள் அவர்களை நோக்கி வருவதும், உயரமான புல்வெளிகளைக் கடந்து வாய்களை விகாரமாகச் சுருக்கிக் கொண்டும் வருவதைப் பார்த்தாள். முக்கால்வாசிப் பேரை அவள் இந்திரவன்னுக்கு அனுப்பி விட்டாள், ஆனாலும் சில வீடுகள் காலியாகாமல் இருந்தன. அவள் பாதுகாப்பான இடத்தைத் தேடக் கஷ்டப்பட்டாள்; உள்ளே வந்து கொண்டிருந்த படையை உள்ளூர் வாசிகள் அம்புகளால் தாக்கி நிறுத்த முற்பட்டனர். பலரை அம்புகள் தாக்கினாலும், பலர் அதிலிருந்து தப்பி வீடுகளுள் புகுந்து நாசம் செய்தனர். லக்ஷ்மியுடன் இருந்த வாள் வீச்சாளர்கள், அவ்வளவு கனமான ஆயுதங்களை ஏந்தாவிட்டாலும் அவர்களைத் தடுக்க முற்பட்டு தோல்வியுற்றனர். ராக்ஷஸ்கள் விரைவாக இயங்கினர். பலரை இரு கூறாக வெட்டிச் சாய்த்தனர்.

அவள் எப்படியோ அந்தக் கல் குடிசைக்குள் தன்னை இழுத்துக் கொண்டு மறைந்தாள். உடைந்த ஜன்னல் வழியாக எட்டிப் பார்த்தாள். அப்பொழுது அவள் மரத்தில் பதுங்கியிருந்த தன்னார்வலர்களைப் பார்த்தாள். அவர்கள் ராக்ஷஸ்களின் மீது வெடிகளை வீசினர். சில வெடிகள் அவர்கள் முகத்தில் வெடித்தாலும் பல அவற்றின் இலக்கைத் தாண்டி எங்கேயோ விழுந்தன. ராக்ஷஸ்கள் இந்த சிறுபிள்ளைத்தனமான தாக்குதலைக் கண்டு இளித்துக் கொண்டிருந்ததை லக்ஷ்மி பார்க்க நேர்ந்தது. அவர்கள் அனைவரையும் அடித்துத் துவைத்தபடி மரங்களில் ஏறத் தொடங்கினர். தன்னார்வலர்கள் மரத்திலிருந்து குதிக்க முற்பட்டபோது, ராக்ஷஸ்கள் அவர்களின் உடைகளைப் பிடித்து இழுத்தனர். அவர்களை மரத்தோடு சாய்த்துப் பிடித்து, ஈட்டியால் நெஞ்சில் குத்தினர்.

இவர்கள் சைத்தானின் அவதாரங்கள்.

அவர்கள் முகத்தில் இவ்வளவு குரூரத்திற்கு இடையே ஒரு வித

231

பச்சாதாபமும் தெரியவில்லை. இது ஷம்பாலாவின் முடிவு என்பது அவளுக்குப் புரிந்தது. இப்பொழுது அவள் கல்கியை அவ்வளவு வெறுத்தாள், அவன் இந்த சண்டையைத் தொடங்கியதற்கு. அவன் எவ்வளவு பெரிய முட்டாள்! ஆனாலும் அவனுடைய முடிவு **உன்னதமான காரணங்களுக்காகத்தான். உன்னதமான இறப்பு, கோழையான வாழ்வைக் காட்டிலும் மேலானது.**

பட்டுப் போன ஒரு மரத்தின் குச்சியை உருவியபடி, லக்ஷ்மி வெளியே வந்தாள். குளிரில் அவள் கைகள் மரத்துப் போயிருந்தன. இந்த முயற்சி அவளைக் கொன்றுவிடும் என்று தெரிந்தாலும் அவள் இதைச் செய்தாக வேண்டும் என்ற கட்டாயத்தில் இருந்தாள். அவர்கள் எப்படி இருந்தாலும் அவள் ஒளிந்திருந்த இடத்தைத் தேடிக் கண்டுபிடித்து அவளைக் கொன்றுவிடுவார்கள். உயிர் தப்பிய ராக்ஷஸ்கள் அவளை மகிழ்ச்சியுடன் பார்த்துச் சிரித்தனர், சரியான வேட்டை கிடைத்த சந்தோஷத்தில் திளைத்தனர். அவள் புதிய இரை.

அவர்கள் அவளை நோக்கி முன்னேறினர். சிலர் அவளுடைய நண்பர்களின் ரத்தம் தங்களின் முகத்தில் வழிவதைக் கையால் துடைத்து உடம்பின் வேறு பகுதிகளில் தேய்த்துக் கொண்டனர்.

உடைந்த ஆயுதத்தை இறுகப் பற்றினாள் லக்ஷ்மி. அதன் கூரான முனைகள் அவள் கைகளைப் பதம் பார்த்தன.

''வாருங்கள், எல்லோரும் வாருங்கள்,'' லக்ஷ்மி ஆழமாக மூச்சு விட்டாள். இது ஒரு அசட்டுத்தனமான முடிவு என்பது அவளுக்கே தெரியும், ஆனால் அவளிடம் வேறு வாய்ப்புகள் இல்லை.

ஒரு ராக்ஷஸ் பின்னால் நின்றபடி என்ன நடக்கிறது என்று பார்த்துக் கொண்டிருக்கையில், கையில் கத்தியுடன் ஒருவன் நெருங்கினான்.

''உன்னைப் போன்ற அழகான பெண் இங்கே வரக்கூடாது,'' அவன் குரலில் காமம் வழிந்தது. அவன் கட்டைத் தொண்டையில் பேசினான். ''எங்களுடன் வந்து குடித்து கும்மாளம் போடு, சரியா? நீ ரசிக்காத எதையும் உனக்கு நாங்கள் செய்ய மாட்டோம்.''

அவன் அவளைப் பிடித்து இழுப்பதற்காக முன்னால் வந்தான். லக்ஷ்மி சட்டென்று பக்கவாட்டில் திரும்பி, உடைந்த கட்டையை அவன் நெஞ்சில் செருகினாள், அது பெரிதாகக் கிழித்து காயம் ஆக்கியது. அவன் உடலிலிருந்து ரத்தம் கொட்டியது, அவன் தாக்கப்பட்ட அதிர்ச்சியில் கீழே விழுந்தான். ரத்ரி சித்தி அவளுக்குப் புத்தகங்களை மட்டும் கற்றுக் கொடுக்கவில்லை, மனித உடல் கூறுகளில் பலவீனமான இடம் எது, மெல்லிய நரம்பு மண்டலம் எது, தீவிரமாகக் காயப்படுத்த வேண்டுமானால் எவ்வளவு அழுத்தம் கொடுத்துத் தாக்க வேண்டும் என்பதையும் சேர்த்தே கற்றுக் கொடுத்திருந்தாள்.

மேலும் இரண்டு ராக்ஷஸ்கள் வந்தனர், அவர்கள் கண்களில் கொஞ்சமும் இரக்கமின்றி அவளைத் தாக்க வந்தனர். இம்முறை அவள்

குச்சியை விட்டு விட்டு வெடியைப் பயன்படுத்தினாள். அந்த இருவர் நெருங்கியதும் அவள் காற்றில் உருள்வது போல உருண்டு போனாள். அவர்கள் குழப்பமாகப் பார்த்துக் கொண்டிருந்த போது அவள் வெடியை அவர்கள் மீது போட்டுவிட்டு, உடைந்த குத்தீட்டியால் ஒருவனின் காலைப் பதம் பார்த்தாள். மற்றவன் கத்தியை எடுத்ததும் அவள் பின் புறமாகக் குதித்து அதிலிருந்து தப்பித்தாள். மற்றவன் அவளை நோக்கி அதிரடியாக வந்தான், அவனைத் தவிர்க்க அவள் நகர்ந்தாள், பின்னால் நான்கு கைகள் அவளைப் பிடித்து இழுத்தன. அவள் போராடியபோது அவள் பின்னால் நிறைய பேர் வந்துவிட்டதை உணர்ந்தாள்.

''சின்னப் பெண் விளையாட நினைக்கிறாள். அவளுக்கு விளையாட்டை அளிப்போம்,'' என்று இளித்தனர்.

அவள் தன் கைகளையும், கால்களையும் உதைத்தபடி விடுபடப் போராடினாள். அவளை அவர்கள் தலைக்கு மேல் தூக்கிய போது கதறினாள். ராக்ஷஸ்கள் முன்னால் வந்து கண்கள் விரிய அவளை ஆச்சரியமாகப் பார்த்து ரசித்தனர். ''சுவாரஸ்யமாக இருக்கிறது,'' அவனுடைய முரட்டு கைகள் அவளின் இடுப்பை வருடியது.

ஒரு கூரான அம்பு ராக்ஷஸ்சின் தலையை நோக்கிப் பாய்ந்தது. அவன் கண்கள் என்ன நடந்தது என்பதை உணராமல் குழம்ப, அவன் கீழே விழுந்தான். மற்றொரு ராக்ஷஸ்சும், லக்ஷ்மியும் என்ன நடக்கிறது என்று திரும்பிப் பார்த்தனர். லக்ஷ்மியும் கல்கியும் இந்த்ரகர்ரிலிருந்து கொண்டு வந்த அதே ரதத்தில் ரோஷன் மித்ரா வந்து கொண்டிருந்தான். அவனுக்கு முன்னால் நின்ற இரண்டு வில்லாளர்கள் சர மாறியாக அம்பு விட்டனர்.

மேலே தூக்கிப் பிடித்த லக்ஷ்மியை அப்படியே ராக்ஷஸ்கள் தரையில் விட்டனர். அவள் முதுகு உடைந்து, முதுகுத் தண்டில் சுறுசுறுவென்று வலி ஏறியது. சற்று நேரத்திற்கு அவளுக்கு எதுவும் கண்ணுக்குத் தெரியவில்லை, கேட்கவும் முடியவில்லை. அவள் கண்கள் ஆகாயத்தை நோக்கின, வலியைக் கட்டுப் படுத்துவதற்காக அவள் ஆழமாக மூச்சு விட்டாள். அவள் தன் நினைவைத் திருப்புவதற்காக, இடது பக்கம் திரும்பினாள், ரோஷன் மித்ரா அம்புகளுடன் நின்றான். அவன் ஷம்பாலா காடுகளில் இருந்து பயணப்பட்டு இந்தக் காட்டுமிராண்டிப் பழங்குடியினரை அழிக்க வந்திருப்பான். அவளைக் கீழே போட்ட ராக்ஷஸ்சைப் பார்த்தாள் அவன் ரதத்தில் ஏற முற்பட்டான். ரோஷன் அவனைத் தடுத்தான். அவன் கீழே வந்தான்; ரதத்தின் சக்கரங்கள் உடைந்தன. ரதம் லக்ஷ்மியை நோக்கி உருண்டது. அந்த சக்கரத்தைப் பிடித்துக் கொண்டு, அச்சாணியை உருவியபடி லக்ஷ்மி மெதுவாக எழுந்தாள். அதை அவள் தனக்குச் சாதகமாகப் பயன் படுத்திக் கொண்டாள். ரதம் சுக்கு நூறாக ஒடிந்துவிட்டது. மூன்று ராக்ஷஸ்கள் முகத்தில் அம்பு துருத்த கீழே கிடந்தனர். ஒருவன் ஒரு வில்லாளனைக்

கொன்றுவிட்டு, கீழே விழுந்து விட்ட ரோஷனுக்குக் குறிவைத்தான்.

லக்ஷ்மி ஓடினாள், ராக்ஷஸ்சை நோக்கி அவள் கால்கள் ஓடின, அவள் காற்றில் குத்தியபடியே ஓடினாள், அவள் கண் முன் அனைத்தும் பனிமூட்டமாகத் தெரிந்தது. அவள் கைகள் எதையோ இடித்த அழுத்தத்தில் பின் நோக்கி நகர்ந்தன. அவள் கண்களைத் திறந்து பார்த்தபோது அவளிடம் இருந்த குத்தீட்டி அவன் தலையில் செருகப்பட்டிருந்தது. லக்ஷ்மி மூச்சு வாங்கியபடி தரையில் விழுந்தாள், ராக்ஷஸ் இறந்து கிடந்தான்.

ரோஷன் தவழ்ந்து சென்று லக்ஷ்மியைச் சமாதானப்படுத்த முனைந்தான், அவள் தன்னைச் சுற்றியிருந்த அவலத்தைப் பார்த்து விம்மத் தொடங்கியிருந்தாள். லக்ஷ்மி கஷ்டப்பட்டு எழுந்து நின்றாள், ஆனால் அவள் எதையும் கேட்கும் நிலைமையில் இல்லை. அவர்கள் தோற்றுவிட்டனர்; அவள் ராக்ஷஸ் படை சோமா குகைகள் பக்கம் திருப்பிவிடப் பட்டதைப் பார்த்தாள்.

உடைந்த ரதம், இறந்த ராக்ஷஸ் சடலங்கள், நிறைய கிராம வாசிகளின் பிணங்கள், ஷம்பாலாவின் புனிதமான நிலத்தை ஆக்கிரமித்தன. எல்லாமே முடிந்துவிட்டது போன்ற உணர்வு ஏற்பட்டது.

ரோஷன் நொண்டியபடியே லக்ஷ்மி கூறுவதை கவனித்தான், ''நாம் சென்று மேலும் பல வீடுகளைச் சோதிக்க வேண்டும்.''

''சோமா குகைகளின் கதி?'' என்று கேட்டான்.

''நாம் வீடுகளைச் சோதிக்காமல் அங்கே போக முடியாது.''

''அவர்கள் வருகிறார்கள்,'' ரோஷன் லக்ஷ்மியின் தலையைத் தட்டிக் கொடுத்தபடி உறுதியாகக் கூறினான்.

லக்ஷ்மி பின்னால் பார்த்தாள். திரளான ராக்ஷஸ்கள் வீடுகளை நோக்கி வந்தனர். லக்ஷ்மியும் அவளின் நண்பனும் கீழே நடந்தனர், மலைச் சரிவில் நிறைய குடிசைகள் இருந்தன.

அவர்களைச் சுற்றி இவ்வளவு இருள் கவிந்ததை லக்ஷ்மியால் ஏற்க முடியவில்லை. ரோஷன் அருகிலிருந்த குடிசைக்குச் சென்று தனது கால்களுக்கு ஓய்வு கொடுத்தான். வேறு ஒரு ஷம்பாலா குடும்பத்தின் வீட்டில் ஒளிந்தபடி அவர்கள் ஓய்வெடுத்தனர். தாகத்திற்குத் தண்ணீர் தேடும் அவசியத்தைப் புறக்கணித்துவிட்டு ரோஷனின் ஆடைகளை லேசாக விலக்கி அவன் காயத்தைப் பார்வையிட்டாள். அது பெரிதாக வீங்கியிருந்தது.

''அய்யய்யோ!'' ரோஷன் எட்டிப் பார்த்துவிட்டு உடனே முகத்தைத் திருப்பிக் கொண்டான். ''இது தற்கொலைதான், எனக்குத் தெரியும். இது தற்கொலைதான். என் அம்மா அப்படித்தான் என்னிடம் சொன்னாள்...''

லக்ஷ்மி அவன் முகத்தில் ஓங்கி ஒரு அறை விட்டாள். ''வாயை மூடு, சரியா!'' அவளால் ஒரு ஆண்மகனை அப்படி அடிக்க முடியும் என்று அவளே உணர்ந்ததில்லை, ஆனால் எளிதாகச் செய்துவிட்டாள்.

234

அவளுள் ஆத்திரம், சோகம், மற்றும் சூழ்நிலை ஏற்படுத்திய பரபரப்பினால் சுரப்பிகள் ஓடிய வேகம் என்று கொந்தளித்தன. அவள் தன் துப்பட்டாவிலிருந்து ஒரு துண்டைக் கிழித்து காயத்தைக் கட்டினாள். ''நாம் ரத்தத்தை...''

அப்பொழுது அவள் அந்தக் கூக்குரல்களைக் கேட்டாள். அவை குடிசையின் உள்ளே இருந்து வந்தன. முன் போலவே அவள் ஜன்னல் வழியாக எட்டிப் பார்த்தாள். ராக்ஷஸ்கள் உள்ளே நுழைந்து கொண்டிருந்தனர். அவர்கள் மூன்று பேர்தான் என்றாலும் அவர்கள் பத்து கிராமவாசிகளுக்குச் சமம். லக்ஷமியும், ரோஷனும் அவர்களுடன் மல்லுக் கட்டும் நிலையில் இல்லை. இருவருக்குமே அடிபட்டிருந்தது. அவர்கள் இருவரிடமும் எந்த ஆயுதமும் இல்லை.

''இங்கே இரு.''

லக்ஷமி தெரியாத அந்த நபரின் வீட்டிற்குள் ஏதாவது ஆயுதம் கிடைக்குமா என்று தேடினாள். அவள் வரவேற்பு அறையில் தேடினாள், சட்டி பானைகளைத் தேடினாள். எரிந்து கொண்டிருந்த அடுப்பையும் ஒரு கத்தியையும் கண்டாள்.

அப்பொழுது தொப்பென்ற சத்தம் கேட்டது.

ஐயோ!

ரோஷன் இருந்த அறைக்குள் லக்ஷமி நுழைவதற்குள் மீண்டும் தொப்பென்ற சத்தம் கேட்டது. அது ஒரு வேளை சமையல் அறையிலிருந்து வந்திருக்கலாம். அவள் கீழே குனிந்து கம்பளத்தை நகர்த்தினாள். கீழே செல்லும் ஒரு சுரங்கப்பாதையை மூடிய சில கம்பிகளைப் பார்த்தாள். அவள் கூர்ந்து நோக்கியபடியே கம்பிகளை நகர்த்தி இருட்டுக்குள் இரண்டு நபர்கள் இருப்பதைக் கண்டாள்.

அவர்கள் ஒளிந்து கொண்டிருந்தனர்.

அங்கு இருப்பது யார் என்று அவளுக்குத் தெரியவில்லை. அதனால் அவர்களிடம் பேச நினைத்தாள். ''என் பெயர் லக்ஷமி. நான் ஷம்பாலாவிலிருந்து வருகிறேன். தயவு செய்து பதில் சொல்லுங்கள்.''

யாரும் பதில் சொல்லவில்லை.

''நீங்கள் பயப்பட வேண்டியதில்லை. நாம் அனைவரும் ஒன்று சேர்ந்து இங்கிருந்து தப்பிக்கலாம். நீங்கள் அங்கேயே பதுங்கியிருந்தால் தீவிரமான விளைவுகளுக்கு ஆளாவீர்கள்.''

அப்பொழுது அவளுக்கு ஒரு குரல் கேட்டது. தீனமாக, ''வணக்கம்'' என்றது.

அதைத் தொடர்ந்து, ''வாயை மூடு!'' என்றொரு குரல் கேட்டது.

இருவர் இருக்கிறார்கள் என்பது லக்ஷமிக்கு ஏற்கனவே தெரியும்.

''கவலைப் படாதீர்கள், மேலே வாருங்கள்.'' அவள் தன் கையை நீட்டினாள். ''ஒரு பிரச்சனையும் வராது என்று நான் உறுதியாகக் கூறுவேன்.''

அவள் சற்று நேரம் காத்திருந்தாள். அவள் தேறாது என்று முடிவு செய்து நகரப் போகும் போது மற்றொரு கை அவள் கையைப் பற்றியது. இறுகப் பற்றி இருவரையும், ஒவ்வொருவராக மேலே ஏற்றினாள். அது ஒரு அம்மாவும் பெண்ணும், சேற்றில் மூழ்கியிருந்தனர். வீட்டிற்குள் சாக்கடை போவதற்காக அப்படிப் பட்ட குழிகள், நிறைய வீடுகளில் உண்டு.

''உன் பெயர் என்ன?'' என்று லக்ஷ்மி அந்த பயந்து போயிருந்த பெண்ணைக் கேட்டாள்.

''ஆர்த்தி,'' என்று பதிலளித்த பெண், ''இவள் பியா,'' என்றாள்.

நான்கு வயது கூட நிரம்பாத, நெற்றி மீது சுருண்ட முடியை உடைய அந்தச் சிறுமியைப் பார்த்து லக்ஷ்மி, ''வணக்கம், பியா'' என்றாள். ''இங்கே ஏன் ஒளிந்து கொண்டிருந்தீர்கள்?''

ஆர்த்தி அவளை நம்ப முடியாமல் பார்த்தாள், ஷம்பாலாவிலிருந்து இன்னொருத்தி உயிர் தப்பியது ஆச்சரியமாக இருந்தது.

''பேசு, பெண்ணே.''

''நான்...நான்...பயந்துவிட்டேன்.''

''மற்றவர்களுடன் நீ ஏன் இந்த்ரவன் போகவில்லை?''

''என்...என்னை...என் கணவன் என்னை வீட்டை விட்டு வெளியே போக வேண்டாம் என்று சொல்லியிருந்தார்.''

''அவர் இப்பொழுது எங்கே?'' லக்ஷ்மி குழம்பினாள். அவனும் ஒரு வேளை இறந்திருக்கலாம், இந்தக் கேள்வி கேட்டது எவ்வளவு அபத்தம் என்று உணர்ந்தாள். அவள் மூளை எப்பொழுதும் சுறுசுறுப்பாக வேலை செய்யும் ஆனால் இப்போது அவளால் சரியாகச் சிந்திக்க முடியவில்லை. அவள் நிறுத்தி நிதானமாக யோசித்துவிட்டுச் செயல்பட வேண்டும். எப்பொழுதுமே வாழ்வின் எல்லா நிலையிலும் அவள் அப்படி தான் நடந்து கொள்வாள்.

''எ...எனக்கு தெரியாது. அவர் திரும்ப வரவே இல்லை.''

நல்லதுக்குத் தான் என்று தோன்றியது.

லக்ஷ்மிக்கு அந்தப் பெண்ணை நினைத்தால் ரொம்பப் பரிதாபமாக இருந்தது. அவள் எவ்வளவோ அனுபவித்துவிட்டாள். தன் குழந்தையுடன் எவ்வளவு காலமாகக் குழிக்குள் அடைபட்டிருக்கிறாளோ!

''இந்தக் குடிசையில் ஏதேனும் மூலிகைகள் இருக்கிறதா என்று சொல்லுங்கள்,'' என்றாள் லக்ஷ்மி.

அந்தப் பெண் குழம்பினாள், புருவங்கள் முடிச்சிட்டன.

''என் நண்பனுக்காக, அவன் வெளியே காத்திருக்கிறான்.''

''எவ்வளவு பேர் இருக்கிறார்கள்?'' ஆர்த்தி பரிதவித்தாள். ''எவ்வளவு பேர் உயிருடன் தப்பினர்?''

மேம்போக்காக லக்ஷ்மியால் இதற்குப் பதிலளிக்க முடியவில்லை. இந்தப் பக்கம் குறைவானவர்களே தப்பினர், ஆனால் இந்திரவன்னுக்குச்

செல்லும் பாதையில் இருக்கும் நிறைய பேர் உயிருடன் இருக்கிறார்கள்.

"அதைப் பற்றியெல்லாம் கவலைப்படாதே. நல்ல சிந்தனையுடன் இரு. நாம் உயிருடன் மீள்வோம். இது உறுதி."

"அவர்கள் வெளியே இருக்கிறார்களா? அடிக்கடி சத்தம் கேட்கிறது. அவர்களுக்குக் கட்டைக் குரல்கள்..." என்று குரல் தேய்ந்தது. முணுமுணுக்கத் தொடங்கினாள். பியா அழ ஆரம்பித்தாள். லக்ஷ்மி குழந்தையைத் தட்டி சமாதானப்படுத்தியபடியே அந்தப் பெண்ணிடம் மிரட்டலாகச் சொன்னாள், "நீ இப்படிப் பேசுவதை நிறுத்து. குழந்தை பயப்படுகிறாள்."

"இங்கே இப்படி மாட்டிக் கொண்டிருக்கும் அவஸ்தையைப் பற்றி உனக்கு எதுவும் தெரியாது."

"ஆமாம் தெரியாது தான்," அவள் ஒப்புக் கொண்டாள். அவளுக்குக் கொடூரமாக இருந்தது.

தான் சேகரித்த மருத்துவ மூலிகைகளை ஆர்த்தி, லக்ஷ்மியிடம் காண்பித்தாள். அவை அதிகமாகவே இருந்தன. அவள் முன்னர் பார்த்த அடுப்பிற்கருகில் சேகரித்து வைத்திருந்தாள். லக்ஷ்மி அந்தத் தழைகளை எடுத்து முகர்ந்தாள். கல்கியின் காயத்திற்கு இவள் கட்டு போட உபயோகித்த அதே இலையின் வாசம். ஷமனின் உதவியை நாடாமல், தன்னுடைய உள்ளுணர்வு கூறும் வைத்தியத்தை லக்ஷ்மி அதிகம் நம்பினாள்.

"இங்கு ஏதாவது ஆயுதங்கள் இருக்கின்றனவா?" என்று லக்ஷ்மி வினவினாள்.

"ஆயுதங்களா? சுத்தமாக இல்லை, நாங்கள் வெறும் மீனவர்கள்..."

வீட்டின் நுழைவாயிலில் பெரிய களேபரம் நடந்து கொண்டிருந்தது. தலையைச் சட்டென்று திருப்பிப் பார்த்த லக்ஷ்மிக்கு ஏதோ தப்பாகப் பட்டது. அவள் மெதுவாக முன் நுழைவாயிலுக்குச் செல்லும் பாதையில் நடந்தாள். இரண்டு ராக்ஷஸ்கள் வீட்டை நோட்டம் விட்டபடி இருந்தனர். அவள் கண்கள் ரோஷன் மித்ராவைத் தேடியது. ஒரு சிறிய கோடாரி அவன் மண்டையை இரண்டாகப் பிளந்திருந்தது. அவனுடைய உயிரற்ற கண்கள் லக்ஷ்மியை நோக்கித் தெரிந்தன.

லக்ஷ்மி திகிலில் மூச்சு விட மறந்து ஆர்த்தியைப் பார்த்தாள்.

என்னை மன்னித்துவிடு. லக்ஷ்மியின் கண்கள் குளமாகின.

"திரும்பவும் கீழே சென்று விடுங்கள்," என்று சத்தமின்றி லக்ஷ்மி வாயசைத்தாள்.

ஆர்த்தியும், பியாவும் திரும்பவும் ஒளிந்து கொண்டனர், அவர்களை மேலே கூட்டி வந்ததற்கு லக்ஷ்மி தன்னையே நொந்து கொண்டாள். ராக்ஷஸ்களிடமிருந்து தப்பி விடலாம் என்று லக்ஷ்மி நினைத்தது எவ்வளவு முட்டாள்தனம். அவர்கள் நகரத் தொடங்கியதும், லக்ஷ்மி குழியைத் திரும்பவும் கம்பளத்தால் மூடினாள், ஆனால் அவர்கள்

நகர்ந்த சத்தம் ராக்ஷஸ்களை உஷாராக்கி விட்டது. அவர்கள் அறைக்குள் வேகமாக வந்தனர்.

லக்ஷ்மி தன் கண்களை மூடி தேவிக்குப் பிரார்த்தனை செய்து விட்டுத் திரும்பி கண்களைத் திறந்தபோது அவர்கள் கைகளில் இரண்டு புறமும் பளபளக்கும் கத்தி மின்னியது. அவர்கள் உணர்ச்சி இன்றி அவளையே வெறித்தனர். வேக வேகமாக மூச்சு வாங்கியபடி அவளை நெருங்கினர். லக்ஷ்மி வேண்டுமென்றே அவர்கள் பார்க்கக் கூடாது என்று கம்பளத்தின் மீது நின்றாள், ஆனால் அது சரக்கென்று சத்தம் எழுப்பியது.

அய்யஹோ.

''அது என்ன?'' என்று கட்டைக் குரலில் ஒரு ராக்ஷஸ் கேட்டான்.

லக்ஷ்மி பதில் சொல்லவில்லை.

''யாரையும் கொல்லக் கூடாது என்று நமக்கு உத்தரவு,'' என்றான் ஒரு ராக்ஷஸ்.

''இவள் தானே நம் நண்பனின் தலையை இரண்டாகப் பிளந்தது?'' என்றான் மற்றவன். ''இறப்பின் பெரிய அழகு என்னவென்றால், ***எப்பொழுது*** கொல்லப்பட்டார்கள் என்று யாராலும் கூற இயலாது.''

சமயலறையில் இருந்து கொண்டு வந்த கத்தியை லக்ஷ்மி உபயோகித்தாள். அதைக் காற்றில் ஓங்கிக் குத்த வந்தபோது அவர்கள் சட்டென்று குனிந்து தப்பினர். அவள் மணிக்கட்டைப் பிடித்து அவளைச் சுவற்றில் தள்ளினர். அவளைச் சுற்றி தூசு பறந்தது, அவள் தரையில் சரிந்தாள், அவளுக்கு வாந்தியே வரும் போல் இருந்தது. ராக்ஷஸ்கள் கம்பளத்தை நகர்த்திக் கம்பிகள் வழியாகக் குனிந்து ஆர்த்தியும் பியாவும் ஒளிந்திருந்த குழியைப் பார்த்தனர்.

''சுவாரஸ்யமாக இருக்கிறது,'' என்று ராக்ஷஸ் இருமினான். ''உன்னுடைய நண்பர்களைக் காப்பாற்றுகிறாயா, என்ன?''

லக்ஷ்மி பதிலேதும் கூறவில்லை. மற்றொரு ராக்ஷஸ் அவளைப் பிடித்து அவளைச் சுவற்றில் முட்டினான். இம்முறை லக்ஷ்மி விழாதபடி அவனுடைய அடர்ந்த கைகள் தடுத்தன. அவனிடமிருந்து விலகுவதற்காக அவள் பலம் கொண்ட வரை அவனைத் தள்ளினாள். குழிக்கு அருகில் இருந்த ராக்ஷஸ் தன் இடுப்பு பெல்டிலிருந்து ஒரு சிறிய வட்டக் கல்லை எடுத்தான். ''உன் நண்பர்களுக்கு நன்றி.''

க்ருபா செய்து கொண்டிருந்த வெடி தான் அது.

ராக்ஷஸ் அந்த வெடியைக் குழிக்குள் போட்டான். லக்ஷ்மி நெஞ்சே எரியும் வரை கத்தினாள். குரூரமான மனச்சாட்சி அற்ற கொடுமையைக் கண்டு அவளுக்குத் தலை சுற்றியது. அது குழிக்குள் வெடித்தது. சோகமான விஷயம் என்னவென்றால் அவளுக்குச் சத்தம் கூடக் கேட்கவில்லை. ஒரு சத்தமோ போராட்டமோ கேட்கவில்லை.

தயவு செய்து ஒன்றும் ஆகியிருக்கக்கூடாது.

தன் வாழ் நாளிலேயே லக்ஷ்மி இவ்வளவு அவலமாக உணர்ந்ததே

இல்லை. அவள் எலும்புகள் வரை அவளுடைய குற்ற உணர்ச்சி ஊடுருவியது.

''சரி, இப்போது உன்னை என்ன செய்வது?''

''கொஞ்சம் விளையாடலாமா?'' என்றான் மற்றவன்.

''ம்ம்ம்ம்...'' முதலாமவன் இளித்தான். ''அவளை வெளியே கொண்டு செல்.''

அவள் கால்கள் தரையில் தரதரவென்று இழுக்கப் படுவதை லக்ஷ்மி உணர்ந்தாள், அடுத்து என்ன நடக்கப் போகிறது என்று அவளால் ஊகிக்கக் கூட முடியவில்லை.

48

ஷுகோ ஏதாவது செய்வான் என்று கல்கி நம்பினான், ஆனால் ஷுகோ ராக்ஷஸ் காவலாளிகள் தலை மீது பறந்தான், ஆனால் அவர்கள் பார்வைக்குத் தப்பியபடி இருந்தான். அதைப் பார்த்து கல்கிக்குச் சிரிப்புதான் வந்தது.

ஏதாவது செய். வா.

அப்பொழுது தான் பார்த்தான் ஷுகோ கூண்டின் கம்பிகளில் பறந்து வந்து அமர்ந்து கிறீச்சிட்டான். காவலாளிகள் அதைப் பார்த்துவிட்டு உடனே அவனது காலைப் பிடிக்கப் பார்த்தனர். அவர்கள் காலைப் பிடித்ததுடன் ஷுகோ தப்பிக்கப் பார்த்தான், ஆனால் முடியவில்லை. கல்கி பயத்தில் மூச்சு விடக் கூட மறந்தான். அவன் புலம்ப ஆரம்பித்தான், காவலாளிகளின் கவனத்தைத் திருப்ப சரமாரியாகக் கெட்ட வார்த்தைகளில் திட்டினான்.

''ஏய், அற்பப் பதரே! அழுக்கு விலங்கே! பசுஞ்சாணி கூட உன்னைவிட வாசமாக இருக்கும்.''

அவன் கால்களைப் பற்றியிருந்த ராக்ஷஸ்சால் நம்ப முடியவில்லை. ஒருவரை ஒருவர் பார்த்துக் கொண்டனர். கல்கியாலேயே தான் இப்படி அவதூறு சொன்னதை நம்ப முடியவில்லை. அந்த நிமிடம் ஷுகோ அவன் மீது எச்சம் இட்டதால் தன்னையும் அறியாமல் ராக்ஷஸ் தன் கைகளை எடுக்க ஷுகோ தப்பினான்.

''அதை ஏன் விடுவித்தாய்?'' என்றுது ஒரு ராக்ஷஸ்.

''அது என் மீது எச்சம் இட்டது'' என்று மற்றவன் பதிலளித்தான். ராக்ஷஸ் தன் கால்களைத் துடைத்துச் சுத்தம் செய்தான். ''கடவுளே! கிளியின் எச்சம். ஏற்கனவே இன்றைய பொழுது சரியாக விடியவில்லை. மேலும்...''

''கேவலமாக மாறிவிட்டதா?'' என்று கல்கி பரிந்துரைத்தான்.

''ஆமாம், ஆமாம்,'' என்றான் ராக்ஷஸ்.

முதலாமவன் அவன் முதுகில் தட்டினான். ''கைதியுடன் ஒத்துப்

போகாதே. அவனுடன் பேசவே கூடாது எனது தலைவரின் உத்தரவு.''

''நான் பேசவில்லை. வெறும் ஒப்புக்கொள்கிறேன்.''

''அது பேச்சோடு சேர்ந்ததுதான். நான் தலைவனிடம் சொல்லிவிடுவேன்.''

கல்கி தொண்டையைச் செருமியபடி அவர்கள் பேச்சை இடைமறித்தான். ''நீ அவ்வளவு பெரிய கோழிமுட்டியாக இருக்க வேண்டாம், சரியா?''

''அதுதானே,'' என்றான் இரண்டாமவன். ''அவன் எப்பொழுதும் இப்படித்தான். நான் எதையுமே ஒழுங்காகச் செய்யமுடியாது, இவன் மேலிடத்தில் சொல்லிவிடுவானோ என்ற அச்சத்தினால்.''

இவர்களின் கவனத்தைச் சிதறடிப்பது கல்கிக்கு நல்ல கேளிக்கையாக இருந்தது, ஆனால் அவன் கண்கள் என்னவோ பெல்டில் தொங்கிய சாவிக் கொத்தின் மேலேயே இருந்தது. ஷுகோ அவற்றை எடுக்க அவன் உதவ வேண்டும். அவன் மென்மையாக சீட்டி அடித்தான், அதன் மூலம் ஷுகோவை வழி நடத்தினான்.

''நீ என்ன செய்கிறாய்?''

''என்ன?'' என்று கல்கி எரிச்சலாகக் கேட்டான்.

''அது என்ன சத்தம்?'' என்று சற்றே மிரட்டலாக அடுத்தவன் கேட்டான்.

முதலாமவன் தோள் குலுக்கி,'' நீ இப்படி இருப்பதை நிறுத்திக் கொள்கிறாயா?'' என்றான்.

''ஆமாம், உன்னால் முடியுமா?'' என்று கல்கியும் சேர்ந்து கொண்டான்.

''அவன் யாருக்கோ எதோ விஷயத்தைச் சொல்கிறான்,'' என்று மிரட்டினான் இரண்டாமவன்.

''யாருக்குச் சொல்கிறான்? இங்கே யார் இருக்கிறார்கள்?'' என்றபடி சுற்றும் முற்றும் பார்த்துவிட்டு, ''இங்கே யாரும் இல்லை. நம் ஆட்கள் தான் குழுமி இருக்கிறார்கள். அதனால் நீ கவலைப்படுவதை நிறுத்து!'' இரண்டாமவனின் மார்பைத் தட்டிப் பேசினான்.

''எனக்கு அது வலிக்கும் என்று உனக்குத் தெரியும்,'' என்றபடி தன் நெஞ்சை நீவி விட்டுக் கொண்டான்.

''சரியாகச் சொல்ல வேண்டுமென்றால், நீயும்தான் கைதியுடன் பேசினாய். உன்னைப் பற்றிய தகவலும் மேலிடத்திற்குச் செல்ல வேண்டும்.''

''நான் விசாரித்ததை எல்லாம் குறிப்பிட முடியாது.''

''விசாரணை மட்டும் பேச்சு இல்லையா?''

''அது...வந்து...'' இரண்டாமவன் சற்று யோசித்தான், பரபரத்தான் பிறகு கைதியை ஏறிட்டான். ''நீ சொல்லு. என் விசாரணை உன்னுடன் பேசுவதற்கு தொடர்பானது தானே?''

கல்கி தோள் குலுக்கினான். ''உன் விசாரணை பேச்சைப் பற்றியது என்பதால், கண்டிப்பாக நீயும் என்னுடன் பேசினாய்.''

''அடடே!'' முதலாமவன் பெருமையில் திளைத்தான்.'' உன்னைக் கண்டு பிடித்து விட்டோம், கோழி மூட்டி!''

இரண்டாமவன் முகம் சுருங்கியது.

இவை அனைத்துமே பயனற்றதாகத் தோன்றியது, அவன் கண்கள் சாவிக் கொத்தின் மீதே இருந்தன. இன்னும் சற்று நெருங்கி நின்றால், கல்கியாலேயே சாவியை எடுத்துவிட முடியும். கல்கி அவர்களின் பேச்சை இடைமறிக்காமல் கேட்டுக் கொண்டிருந்தபோது, ஷுகோ மெதுவாக அவர்கள் அருகில் பறந்தான். தன் கால் நகங்களால் ஒரு ராக்ஷஸ்ஸைப் பிராண்டினான். ராக்ஷஸ் அவனை அடிக்கக் கையை ஓங்கினான் ஆனால் ஷுகோ நகர்ந்துவிட்டான்.

''இங்கிருக்கும் பறவைகளுக்கு என்ன வந்தது?'' என்று அலுத்துக் கொண்டே தன் முகத்தில் வழிந்த ரத்தத்தைத் துடைத்தான்.

''அவை உன்னை வெறுக்கின்றன,'' என்று இரண்டாமவன் இளித்தான், கடைசியில் முதலாமவனை நக்கலடிக்க ஒரு வாய்ப்பு கிடைத்த சந்தோஷத்தில்.

முதலாமவன் முகத்தைச் சுளித்துக் கொண்டு துடைத்துக் கொண்டான்.

கல்கி திரும்பவும் மென்மையாகச் சீட்டி அடித்தான். ஷுகோ முன்னால் வந்து இரண்டமாவன் முகத்தைக் கீறிவிட்டு அவன் பிடிப்பதற்குள் மேலே பறந்துவிட்டான்.

''நான் அந்தக் கிளியைச் சுடப் போகிறேன்!'' என்று இரண்டாமவன் வலியில் தவித்தான். ''நான் என் வில்லைக் கொண்டு வருகிறேன்.''

ஷுகோ மெதுவாகச் சாவியை இழுப்பதைக் கல்கி பார்த்தான். அப்பொழுது தான் யாரும் எதிர்பார்க்காமல் ஒரு பூதாகாரமானவன் உள்ளே கதையுடன் நுழைந்தான்.. பாலா! அடுத்த பக்கத்திலிருந்து க்ருபாவும் அர்ஜனும் வந்தனர். இரண்டு ராக்ஷஸ்களும் அவர்களை வியப்புடன் பார்த்தனர்.

''**ஊடுருவிகள்!**'' முதலாமவன் அலறினான்.

அவன் மேலும் கத்துவதற்குள் பாலா அவன் கழுத்தைப் பிடித்து நெறிக்கத் தொடங்கினான். இரண்டாமவன் நெஞ்சில் அர்ஜன் அம்பைத் துளைத்தான். அவன் தடுமாறி கூண்டுக்கு அருகில் விழுந்தான்.

''நீங்கள் இங்கே வந்ததில் கடவுளுக்குத்தான் நன்றி சொல்ல வேண்டும்,'' என்றான் கல்கி, நிம்மதிப் பெருமூச்சை விட்டபடி. ஆனால் உடனேயே ராக்ஷஸ்கள் அங்கே குழுமத் தொடங்கினர். ஐந்து பேர், நீளமான ஈட்டிகளுடன் வந்தனர்.

பாலாவும் அர்ஜனும் இறக்கக் கூடாது.

அவர்கள் தயார் ஆவதைப் பார்த்தான். க்ருபா வாளை எடுத்தான், அதை நேர்த்தியாகச் சுழற்றினான். க்ருபாவினிடத்தில் ஒரு நரித்தனம்

இருந்தது; பொதுவாக குடிகாரன் போல் திரிந்தாலும் தேவைக்கேற்ப அவனால் தந்திரமாகச் செயல்பட முடிந்தது. அவனுக்கு வாள் சுழற்றுவதில் நல்ல பயிற்சி போலத் தெரிந்தது. அவன் அந்தரத்தில் சுழன்று தரையைத் தொடும் போது ராக்ஷஸ்களின் கைகளையோ கால்களையோ வெட்டினான்.

பாலா வெறும் உடல் பலத்தை நம்புபவன். கும்பை அவனால் எதிர்க்க முடியாவிட்டாலும் இங்கே அவன் சண்டையிடுவதைப் பார்த்தால் ராக்ஷஸ்கள் ஏதோ மரபொம்மைகள் போலத் தெரிந்தனர். அடுத்தடுத்து ஒருவனின் குரல்வளையை நெறித்தபடியே, மற்றொருவனைக் கதையால் விளாசினான். ஒரு குத்தீட்டி அவன் முதுகில் பாய்ந்தபோது அவன் வலியால் துடித்தாலும் அதைப் பிடுங்கி ராக்ஷஸ்சின் கண்களைக் குத்தினான்.

அர்ஜன் தான், தாக்குதலுக்கு அவ்வளவாக தயாராக இல்லை. தாக்குதல்களைத் தடுப்பதற்கு முற்பட்டான். அவன் தடுக்க முற்பட்டாலுமே ராக்ஷஸ்களின் கோபத்திற்கு ஆளானான்.

அவர்களைத் தாக்கும் ராக்ஷஸ்களின் எண்ணிக்கை அதிகரித்தபடியால் கல்கி தன் நண்பர்களுக்கு உதவ எண்ணினான். அவன் ராக்ஷஸ்சின் உடம்பை எட்டிப் பிடித்து மெதுவாக, அங்குலம் அங்குலமாக அவன் பெல்டை நெருங்கிக் கொண்டிருந்தான். அவனைக் கூண்டின் பக்கமாக இழுத்தான். ஆனாலும் சாவி அவனுக்கு எட்டவில்லை. அவன் முயற்சிக்கும்போது சாவி மீது கால்களை வைத்தான் ஒரு ராக்ஷஸ். கல்கி அவனை நிமிர்ந்து பார்த்தான். அவன் கல்கியின் கைகளை மிதித்தாலும் கல்கி அவன் கணுக்காலைப் பிடித்து இறுக்கினான். அவன் நகங்கள் அவனுடைய சதையைப் பதம் பார்த்தன. ராக்ஷஸ் வலியால் துடித்தான். கல்கியின் கைகளில் ரத்தம் வழிந்தது, ராக்ஷஸ் வலி பொறுக்காமல் உடல் நடுங்கினான். ராக்ஷஸ் நிலை குலைந்து கீழே விழும்வரை ஷுகோ அவனைக் கொத்தியது. பிறகு க்ருபா தன் வாளால் அவன் தலையைப் பிளந்தான்.

க்ருபா கல்கியைப் பார்த்துக் கண்ணடித்தான்; அவன் வயதுக்கு மிகவும் உஷாராகவும், சுறுசுறுப்பாகவும், க்ருபா தென்பட்டான். ஷுகோ கீழே பறந்து வந்து சாவியைத் தேடி எடுத்து கல்கியிடம் கொடுத்தது. கல்கி அவன் தலையைத் தட்டிக் கொடுத்துவிட்டு விரைந்து சென்று பூட்டைத் திறந்தான்.

கல்கி கூண்டைவிட்டு வெளியேறினான், ஷுகோ பறந்து வந்து அவன் தோளில் அமர்ந்தது, கூண்டின் கதவு திறந்து கிடந்தது. கடைசியில் அவன் வெளி வந்துவிட்டான்; அவன் வெளியேறியதற்கு இயற்கையே அவனுக்கு வாழ்த்துக்கள் தெரிவித்தது போல இருந்தது. சூரியன் மேக மூட்டத்தின் இடையே எட்டிப்பார்த்தது. காற்று தென்றலாக வீசியது. அர்ஜன் கத்திகளின் வீச்சுக்குள் அகப்படாமல் போராடிக்

கொண்டிருந்தான். ஒரு ராக்ஷஸ் கத்தியால் அர்ஜனை குத்த வந்தபோது கத்தி அப்படியே நின்றது. கல்கி ராக்ஷஸ்சின் முதுகின் மீது ஏறி அமர்ந்தான். ராக்ஷஸ் குழம்பிப் போய் பின்னால் பார்த்தான். கல்கி அவன் கையிலிருந்த கத்தியைத் தட்டி கீழே விழ வைத்தான், பிறகு அவனைக் குத்தினான், அவன் கீழே விழந்தான்.

அவன் தன் தம்பியை எழுப்பி நிறுத்தி வாரி அணைத்தான். அர்ஜனின் சிறிய கைகள் அவன் உடலைக் கட்டிப் பிடிக்க முற்பட்டது.

''நீ இல்லாதது எனக்கு வருத்தம்.''

''என்னை மன்னித்துவிடு.'' என்றான் கல்கி.

அவ்வளவு ராக்ஷஸ்களைக் கொன்று வீழ்த்துவது என்பது அவ்வளவு எளிதில்லை, ஆனாலும் அவர்கள் முயற்சியைக் கை விட முடியாது. கல்கி கத்தியைப் பயிற்சி இன்றி அசட்டையாகச் சுற்றினான். கத்தி பக்கவாட்டில் விழுந்தது. கோணலாக விழும்பொழுது ஒரு ராக்ஷஸ்சின் கட்டை விரலை வெட்டியது. வலியில் அலறியபடி அவன் ஓடி வந்து கல்கியைத் தாக்கினான். கல்கி சட்டென்று ஒதுங்கிக் கொண்டான். அவன் இப்பொழுது அர்ஜனைத் தாக்க எண்ணினான். அர்ஜன் அவன் மீது அம்பை எய்தான். ராக்ஷஸ் ஒருவன் கல்கியைப் பின்னாலிருந்து பிடித்து கீழே நிலத்தில் தள்ளினான். நடந்தது புரிந்தபோது கல்கிக்கு வயிற்றை வலித்தது. முதுகுத் தண்டு வலியில் தெறித்தது. இரண்டு பெரிய கைகள் அவனைத் தூக்க முற்பட்டபோது கல்கி அவன் வயிற்றில் உதைத்தான். ராக்ஷஸ் பின்னால் நகர்ந்தான், கல்கி கிடுகிடுவென்று எழுந்து சுற்றும் முற்றும் ஏதாவது ஆயுதம் கிடைக்குமா என்று பார்த்தான். கிடைத்த குத்தீட்டியைப் பயன் படுத்தி ஓடி வந்த ராக்ஷஸ்சின் கழுத்தில் ஆழமாகச் செருகினான்.

பாலா தன்னுடைய வழக்கமான தைரியத்தை வரவழைத்துக் கொண்டு, ஒரு கையால் ஒரு ராக்ஷஸ்சைப் பிடித்துக் கொண்டு மறுகையில் இருக்கும் கதையால் அவனைத் தொடர்ந்து மண்டை உடையும் வரை அடித்தான். அர்ஜனிடம் அம்புகள் தீர்ந்துவிட்டன; அவன் கீழே கிடந்த கோடாரியை எடுத்து இலக்கில்லாமல் சுற்றினான். அதற்குள் அவனை ஒரு ராக்ஷஸ் பற்றிக் கொண்டான்.

கல்கி தன் தம்பியைக் காப்பாற்றுவதற்காக அந்த ராக்ஷஸ்சின் இடுப்பைப் பிடித்து இழுத்தான். தன் சக்தி அனைத்தையும் திரட்டி அந்தப் பழங்குடியினத்தவனைத் தூக்கித் தலைக்கு மேல் வீசினான். விழுந்த வேகத்தில் ராக்ஷஸ் உடனே செத்துவிட்டான். க்ருபாவால் தன்னுடைய ஆற்றலினால் ஒரே சமயத்தில் இரன்டு ராக்ஷஸ்களைச் சமாளிக்க முடிந்தது; அது மட்டுமல்லாமல் தந்திரமாக அவர்கள் இருவருமே ஒருவரையொருவர் குத்திக் கொல்லும் படி செய்தான்.

கல்கி முட்டி வலிக்க எழுந்து நின்றான். தனக்கு மீறிய சண்டையை நிகழ்த்துவதை உணர்ந்தான். மூச்சு வாங்க சற்றே ஓய்வெடுத்தான். ஆனால் அவனைக் கவலைக்கு ஆளாக்காமல் க்ருபாவே ராக்ஷஸ்களைக்

கொன்று குவிக்கும் பொறுப்பை ஏற்றான். ஒவ்வொரு முறையும் குறி தவறாமல் அவர்களின் மண்டையைத் துளைத்தான்.

அர்ஜன் காயமடைந்தான். அர்ஜனைப் போன்ற இளைஞன் இப்படி ஒரு கொடூரமான யுத்தத்தில் பங்கேற்பான் என்று கல்கி நினைத்துக் கூடப் பார்த்ததில்லை. ஆனாலும் கல்கி கவலைப் பட்டதை விட அர்ஜன் இந்தப் போரில் பிரமாதமாகப் பங்கேற்றிருக்கிறான். மற்ற வீரர்கள் என்ன செய்வார்களோ அதை அவனும் செவ்வனே செய்திருக்கிறான்.

உயிருடன் இருக்கிறான்.

கல்கி தன் நண்பனான பாலாவை ஆரத் தழுவி எவ்வளவு இறுக்கமாக முடியுமோ அப்படி அணைத்துக் கொண்டான். அவர்கள் அணைப்பிலிருந்து விடுபட்டதும், வேறு யாருக்கும் ஏற்பட்டதை விட அதிக காயங்கள் ஏற்பட்ட பாலா எதுவும் நடக்காதது போலவும், வலி இல்லாததுப் போன்ற பாவனையில், ''என்னை மன்னித்துவிடு. எனக்குக் கூடுதல் தன்னம்பிக்கை, சகோதரா.''

''இல்லை, அது பரவாயில்லை. நாம் இருவருமே அந்தத் தப்பைச் செய்தோம்.''

''நீ எப்படி சமாளித்தாய்?'' என்று பாலா கேட்டான்.

கல்கியின் வாய் இறுகியது. அந்தக் கதையை பின்னொரு சமயம் தான் சொல்ல வேண்டும். அவர்கள் இருவருக்கும் நடுவில் கையில் வாளேந்தி க்ருபா வந்தவுடன், கல்கி சந்தோஷமடைந்தான். க்ருபா கூறினான், ''நான் இந்த வாளை ஏந்தி ரொம்ப காலம் ஆகிறது. இதுவரை ஒன்றைக் கையில் எடுக்கவில்லை, நண்பா. இப்பொழுது நினைத்தால் விந்தையாக இருக்கிறது. இந்த அனைத்து வாள்களையும் தங்களுடன் வைத்திருந்த ஒரு குடும்பத்தை எனக்குத் தெரியும். அந்த குடும்பத்தின் ஒரு பகுதி எனக்கும் சொந்தமானது என்று வைத்துக கொள்ளுங்கள்.''

''இப்பொழுது நாம் என்ன செய்வது?'' அர்ஜனும் முன்னால் வந்ததும் அவர்கள் ஒரு வட்டமாக நின்றனர்.

''நாம் இங்கேயே அதிக நேரம் தங்க முடியாது. அவர்கள் வேறு ஆட்களுடன் திரும்புவார்கள். ஒருவேளை அவர்கள் குகைகளை அடைந்திருக்கலாம்,'' என்று க்ருபா விளக்கமளித்தான்.

''நான் போக வேண்டும்,'' என்றான் கல்கி. அவனுக்குச் செய்ய வேண்டிய பொறுப்பு ஒன்று இருக்கிறது என்பது நினைவுக்கு வந்தது. என்ன நடந்தாலும் சரி, அவன் கிராமவாசிகளைக் காப்பாற்றியே ஆக வேண்டும்.

லக்ஷ்மி. அவள் உயிருடன் இருக்க வேண்டுமே.

அவனுக்கு அருகில் இருந்த ஒரு குதிரையில் ஏறிக் கொள்ளத் தயாரானான், ஷுகோ அவன் தோள்களில் தொற்றிக் கொண்டது. அவன் கடிவாளத்தைப் பிடித்து குதிரையை நிறுத்தி அதன் மீது அமர்வதற்கிருந்த தோலாலான (saddle) இருக்கையைக் கட்டினான். க்ருபா தொண்டையைச்

செருமினான்.

"நீ போய் அந்த கிராமத்தைக் காப்பாற்ற நினைப்பதைப் பற்றி எங்களுக்கெல்லாம் பெருமைதான், ஆனால் நாம் இப்பொழுது கிளம்ப வேண்டும்," என்றான் க்ருபா.

கல்கி குழம்பிப் போய்த் திரும்பினான். "எங்கே போக வேண்டும்?" அவன் பாலாவையும் அர்ஜனையும் பார்த்தான். அவர்கள் தர்மசங்கடத்துடன் பார்வையைத் தாழ்த்தினார்கள்.

"உனக்கு எங்கே என்று தெரியும்."

"என்னால் இப்பொழுது போக முடியாது," என்றான் கல்கி பற்களைக் கடித்துக் கொண்டே.

"அப்படி என்றால் நாங்கள் இங்கே வந்ததே பிரயோஜனம் இல்லை," என்று க்ருபா உறுமினான். "நீ கிளம்ப வேண்டும், உனக்குப் புரியவில்லை..."

கல்கி தன் கையை உயர்த்தி அவனைப் பேச விடாமல் தடுத்தான், "எனக்கு அக்கறை இல்லை. எனக்கு என்ன புரிந்தது, என்ன புரியவில்லை என்பதைப் பற்றி எனக்கு அக்கறை இல்லை." அவன் இருக்கையை இழுத்து வைத்து அமர்ந்தான். கடிவாளத்தை இறுகப் பற்றினான். "ஆனால் உனக்கு ஒன்று புரியவில்லை என்பது தெரிகிறது. அங்கே இருப்பவர்கள் உண்மையான மனிதர்கள்; அவர்கள் உயிருக்குப் போராடுகிறார்கள். நான் இந்த யுகத்தைக் காக்க வந்தவன் என்கிறாய். என் கிராமத்தைக் கூட காக்க எனக்கு வக்கில்லை என்றால் நான் எப்படி என் நாட்டைக் காப்பேன்?" சங்கடத்துடன் நெளிந்த பாலாவையும், அர்ஜனையும் பார்த்தான். "நான் திரும்ப வருவேன். நீங்கள் போய் காட்டில் பதுங்கி இருங்கள்."

"நாங்கள் மறைந்து கொண்டு இருக்க முடியாது," என்றான் அர்ஜன்.

கல்கி குதிரையைத் திருப்பினான். அவர்கள் சொல்வது சரி என்று கல்கிக்குத் தெரிந்தது. "சரி, இந்திரவன்னுக்குச் சென்று அவர்களைத் தடுங்கள். அவர்கள் திட்டங்களை நிறைவேற்றாமல் இருக்கத் தடங்கல்கள் விளைவியுங்கள்."

"நீ எங்கே போகிறாய்?"

"நான் கிராமம் முழுவதும் என்ன நடக்கிறது என்று நோட்டம் விடப் போகிறேன். பிறகு உங்களுடன் வந்து இணைந்து கொள்கிறேன்." லக்ஷ்மி என்ன ஆனாள் என்று கண்டுபிடிக்க வேண்டும்.

க்ருபா முன்னால் இரண்டு அடி எடுத்துவைத்து, குதிரையை அமைதிப் படுத்தினான். அவன் கல்கியை நெருங்கி நின்று பார்த்தான். குரல் தேய்ந்து சின்னதாக ஒலித்தது. "அதர்மம் எழுவதை உன்னால் தடுக்க முடியாது. அதைத் தடுக்க நான் குகைகளை மூடினேன், ஆனால் அது என்னை எங்கு கொண்டு நிறுத்தியிருக்கிறது பார். நீ தப்பிப் பிறந்தாய்...அவனும் தான்..."

246

கல்கி கேட்கவில்லை. க்ருபா என்ன சொல்ல வருகிறான் என்பதைக் கேட்க அவன் விரும்பவில்லை. அவன் கடிவாளத்தை இழுத்ததும் குதிரை நகரத் தொடங்கியது. காற்று அவன் முகத்தைக் கிழிப்பது போல் பலமாக வீசியது. அவன் குனிந்து உட்கார்ந்தான். அவன் செல்ல வேண்டிய இடத்தைக் கண் மூடிப் பார்த்தான்.

அவன் வருகிறான்.

49

துருக்தி குதிரையில் நிதானமாகப் பயணித்துக் கொண்டிருந்தாள்.
அவளுக்கு முன்னால் ராக்ஷஸ் படையும் சென்று கொண்டிருந்தது. சிலர்
நடந்தும் சிலர் குதிரைகளிலும் பயணித்தனர். கருப்பு ஆண் குதிரையில்
தளபதி மர்தாஞ்சா அவளுடன் பயணித்துக் கொண்டிருந்தான். சிம்ரின்
ஒரு பலவீனமான குதிரை வைத்திருந்தாள், ஆனால் அவளுடைய
உருவத்துக்கு அது பொருத்தமாக இருந்தது. அவள், முன்பை விட
சந்தோஷமாகவும், வித்தியாசமாகவும் தென்பட்டாள்.

"ஷம்பாலா பார்ப்பதற்கு நல்ல இடமா?" என்று வம்பாக துருக்தி
வினவினாள்.

உடனேயே சிம்ரின் முகத்தில் தவழ்ந்த மந்தஹாசப் புன்னகையைத்
துடைத்தபடி, "இல்லையே, தேவி. அப்படி சொல்லிக் கொள்ளும்
படியாக இல்லை."

"இல்லையா?" என்று துருக்தி வியப்புடன் கேட்டாள். அவள் பொய்
சொல்லியிருக்க வேண்டும் ஏன் என்றால் ஷம்பாலா பார்ப்பதற்கு
அருமையான இயற்கை காட்சிகள் கொண்ட இடம். துருக்தி நிறைய
பயணங்கள் செய்திருந்தாலும் இது போல ஒன்றைப் பார்த்ததில்லை.
ஏரிகள் சுத்தமாகத் தெள்ளத் தெளிவாக இருந்தன. பூக்கள் மலர்ந்திருந்தன;
அவ்வளவு அழகு ஆனால் அவற்றில் ரத்தக் கறை படிந்திருந்தன.
வனங்களின் பச்சை நிறம் அவ்வளவு பசுமையாக இருந்தது,
பார்ப்பதற்கு நிஜம் இல்லையோ என்ற பிரமிப்பை ஏற்படுத்தியது. இந்த
இயற்கை அழகுக்கு நேர்மாறாக நிலத்தில் வேறு சில சம்பவங்கள் நடை
பெற்றுள்ளன. சடலங்கள் இறைந்து கிடந்தன. சில அப்பொழுதே அழுகத்
தொடங்கிற்று. சில உடல்கள் கொஞ்சம் துடித்துக் கொண்டிருந்தன.
இத்தனை அழிவும், உயிர்ச் சேதமும் துருக்தியின் ஆணைக்கு மாறாக
நடந்துள்ளன.

சோமா குகைகளுக்கு அருகில் வந்துவிட்டாள். அந்த இடத்தை
இந்திரவன் என்றும் அழைத்தனர். துருக்தி இந்திரக் "கடவுளைப்" பற்றிப்

248

படித்திருக்கிறாள். நிறைய புத்தகங்கள் அவரை அஞ்சவோ, கெஞ்சவோ வேண்டிய கடவுள் இல்லை என்றும், அவன் ஒரு பைத்தியக்காரன்; இளவர்தியின் மீது அவனுடைய எதிரிகளான தானவ்கள் கொண்ட அக்கறையினால், பழி வாங்க நினைத்தவன் என்றும் குறிப்பிட்டன. அவள் படித்த வரையில் இருவரும் போட்டியும் போரும் இடும் சகோதர கும்பல் என்பதுதான். ஒரு பக்கம் தானவ், அவர்கள் நிஜமாகவே பூதாகாரமானவர்கள். அவர்கள் கூண்டோடு அழிந்திருக்கலாம், அல்லது மறைவில் இருக்கலாம். அவர்களைச் சமீபத்தில் யாரும் பார்த்ததில்லை. அவர்கள் ஒன்பதடிக்கு மேல் உயரம் என்றும் அவர்கள் கைகள் சாதாரண கதவுகளை விடப் பரந்திருக்கும் என்றும் வதந்திகள் சுற்றின. அவர்களுக்கு எதிர்புறம் சுராக்கள், இந்திராவைப் போன்றோர். சுராக்களைப் பொறுத்தவரை தானவ்கள் குரூபிகள், கலப்பினத்தவர்கள், அனைவருக்கும் கெட்ட பெயரைச் சம்பாதித்துத் தருபவர்கள். இந்திராவும் அவன் கூட்டாளிகளும் அவனுடைய பங்காளிகள் பலரைக் கொன்றுவிட்டனர். பலரை மூலிகை மருந்து கொடுத்து எழுந்திருக்கவே முடியாத நெடுந்துயிலுக்கு ஆளாக்கினர். ஆனால் துருக்திக்குத் தெரியும், நெடுந்துயில் என்பது விஷம் கொடுப்பது என்பதுதான்.

இந்தக் கதைகள்தான் அவள் படித்தவை. புராணங்கள் விந்தையானவை. பெரும்பாலானோர் எது சரி எது தவறு என்று விவாதித்தனர். சரியான விடை என்று ஒன்றில்லை என்று அறிந்திருந்தாலும் விவாதித்தார்கள். வரலாறு நிகழ்வுகளைப் பார்த்தவர் யார்? வெற்றியாளர்கள் வரலாற்றைத் தங்களுக்குத் தேவையானபடி திரித்து அமைத்தனர்.

ஆர்கிட் மலர்கள் தொடுவானம் வரை பறந்து கிடந்தன, சூரிய ஒளியில் மின்னின. இயறகை என்றால் அவளுக்குக் கொள்ளை விருப்பம். எப்பொழுதுமே அதில் அவளுக்குக் கூடுதல் விருப்பம். ஒரு வேளை அந்த விருப்பம் தானாகவே அமையாமல் அவளாகவே வளர்த்துக் கொண்டதாகக் கூட இருக்கலாம். அவள் இளவர்த்தி முழுவதும் பயணித்து விட்டாள். இந்த நாடு என்ன வளங்களைக் கொண்டது என்பதை அறிந்திருந்தாள். இருப்பினும், பெரிய பிளவுக்குப் பின் அனைத்துமே சற்று மந்த நிலையை எட்டியதாகவே அவள் கருதினாள். தீயும் ரத்தமும் கலந்த ஒரு திராவக வாசனையை நல்ல தென்றலின் மணம் அடக்கியது. பழங்கள் மற்றும் பூக்களின் வாசம் தூக்கலாக அடித்தது. அவள் சிரித்தாள், அவளின் உணர்வுகளில் மாற்றம் ஏற்பட்டது. பறவைகளின் ஓசை ரம்மியமாக ஒலித்தாலும் நடுவே மக்களின் ஓலங்களும் கேட்டன. அவள் தன்னை அறியாமல் கண்களை மூடிக் கொண்டாள் என்பதை உணரவில்லை. பிறகு மெல்லக் கண்களைத் திறந்து பார்த்தால் எங்கிருக்கிறோம் என்பதே புரியவில்லை. சோமா குகைகளின் வாசலில் பெருங்கூட்டம் காத்திருந்தது.

இந்தக் கிராமத்தின் இடங்களிலேயே மிகவும் சாதாரணமாகத் திகழ்ந்தவை இந்தக் குகைகள் தான். கடவுள் நம்பிக்கை கொண்ட மற்ற கிராமங்களைப் போல இவர்களும் அங்கே ஒரு கோவில் எழுப்பியிருந்தனர். அவற்றில் சில வாசகங்கள் பொறிக்கப் பட்டிருந்தன. சில சிலைகள் வைக்கப் பட்டிருந்தன. இந்திரக் கடவுளின் வஜ்ரத்தை வணங்குவதற்கு ஏற்ற மாதிரி கோவில் அமைக்கப்பட்டிருந்தது. கூட்டம், ஒரு ஓரமாகப் பாறைகள் பக்கமாகக் குகைகளுக்குச் செல்லும் பாதையில் நின்றது. பயத்தில் அந்த இடத்தை அணைத்துக் கொண்டு நின்றது போலத் தோன்றியது.

அவளும் மர்தாஞ்சாவும் குதிரைகளிலிருந்து இறங்கினார்கள். அவள் பாதையை நோக்கி நடந்தாள். அவள் அமைதியாக அவர்களைப் பார்த்தாள். அவர்கள் உள்ளே செல்ல முடியாமல் தடுத்தபடி நின்றனர். அது அந்த கிராமத்தானின் திட்டமாகத் தான் இருக்க வேண்டும், அவன் தானே அவர்களை வழி நடத்தும் தலைவன். கிராமத்தானின் உருவம் சற்று வித்தியாசமாகத் தான் இருந்தது. அவன் சாதாரண இளைஞன் இல்லை. அவனைச் சுற்றி இருந்த எதோ ஒரு வித்தியாசமான வட்டத்தை அவளால் என்னவென்று குறிப்பிட முடியவில்லை. அவன் சிறந்த அழகன், வினோதமான கண்கள், நீளமாகப் புரளும் முடி, செவ்வகமாகச் செதுக்கிய முகவாய். மூக்கு சற்று கோணல் தான். இவை அனைத்தும் ஒரு பொருட்டே இல்லை, அவனிடமிருந்து வெளிப்பட்ட ஒரு சக்தி வாய்ந்த ஒளி அவள் வேறு ஒருவனிடம் மட்டுமே பார்த்திருக்கிறாள்-காளி. துருக்தி கவனித்த வரை காளியால் அந்த ஒளிக்கு உயிர் கொண்டு வர முடியும். ஆனால் இந்த இளைஞனோ அந்த ஒளியுடனே பிறந்தது போல் இருந்தான். மேலும் அவன் பேசிய விதம் அவனுக்கு நிஜமான அக்கறை இருந்ததை எடுத்துக் காட்டியது. துருக்தி சந்தித்துள்ள நிறைய ஆண்களும் பெண்களும், உலகின் மீது மிகவும் அக்கறை கொண்டவர்கள் போல் நடித்தாலும், திரைக்குப் பின்னால் ஒவ்வொரு சம்பவத்தையும் தங்களுக்குச் சாதகமாக மாற்றிக் கொள்வதிலேயே குறியாக இருப்பார்கள். ஆனால் அந்த இளைஞன் அப்படி இல்லை. அவனுக்கு நிஜமான மனசு, அவன் வாக்கியங்களில் அன்பு நிறைந்து வழிந்தது. அவன் நல்லவன். இப்படிப் பட்ட உலகில் இவனைப் போல் ஒருவனைக் காண்பது அரிது. அதனால்தான் அவள் யாரையும் துன்புறுத்தமாட்டேன் என்று வாக்கு அளித்திருந்தாள். அவளுடைய குற்ற உணர்வு மட்டும் அல்ல, அவனின் அதீத அக்கறையும்தான் அப்படி நடக்க உந்தியது. இந்த எண்ணங்கள் அவளைக் குழப்பின, கண்கள் சிவந்தன, அவள் வாழ்வில் அவள் ஒரு இளைஞனைப் பற்றி இவ்வளவு யோசிப்பாள் என்று நினைத்துக் கூடப் பார்த்ததில்லை. அவள் தன் எண்ணங்களைக் கலைப்பது போலத் தலையசைத்து எதிரே நின்ற கும்பலை எதிர் நோக்கினாள்.

பயந்த, பரபரத்த கிராமவாசிகளின் முகங்களைக் கண்டதும் அவள் இதயத்தில் பெரும் பள்ளம் வந்ததுபோல உணர்ந்தாள். அவர்களை எல்லாம் அவள் காயப்படுத்தியிருக்கிறாள் என்பதை அவளால் ஏற்கவே முடியவில்லை. ஏதோ ஒப்புக்குப் படை என்று அவர்கள் திரட்டிய நிறைய கிராமவாசிகளைக் கொன்றிருக்கிறாள். அந்த அகம்பாவியான இளைஞன் தலைமையில் இடையூறாக வந்தவர்களைத் தாக்கியிருக்கின்றனர். அவர்கள் செய்த‍தை அவள் அருகில் இருந்து பார்க்காவிட்டாலும், யுத்தம் கோரமாக ரத்தம் வழிந்து காணப்பட்டது. இனி இதற்கு மேல் சேதம் வேண்டாம் என்று கருதினாள். அவள் சோர்வடைந்தாள், நிறைய இறப்பு அவள் தலையில் ஓடிக் கொண்டிருந்தது. அனைத்தையும் விட்டு விட்டு அவளுக்குத் தேவையானதை மட்டும் எடுத்துக் கொள்ள விரும்பினாள். துருக்தி உள்ளங்கைகளைக் கோர்த்தபடி முன்னால் நடந்தாள். சிம்ரின் அவளுக்குப் பின்னால் மர்தாஞ்சாவுடன் நடந்தாள்.

கூட்டத்திலிருந்து ஒரு கிழவன், சொல்பமான முடியுடன், சுருக்கங்கள் விழுந்த முகத்துடன், கண்களில் நிறைய அறிவு தெறிக்க முன்னால் வந்தான்.

''அவர்கள் அனைவரும் இறந்துவிட்டார்களா?'' அவன் முகபாவம் ஏதும் இன்றி துருக்தியைக் கேட்டாலும் அவனுக்குள் இருக்கும் வலியை அவளால் புரிந்துகொள்ள முடிந்தது.

துருக்தியின் முகம் சுருங்கியது. ''என்னை மன்னித்துவிடுங்கள்,'' என்றாள்.

''எங்களையும் கொல்லத்தானே இங்கே வந்திருக்கிறாய்?'' என்று கேட்டான்.

''உங்கள் பெயர் என்ன?''

''தேவதத்தா,'' என்று மூச்சு வாங்கக் கூறினான்.

''கடவுள் கொடுத்தது,'' என்று மென்மையாகப் புன்முறுவலிட்டாள்.

''நான் அதைத் தவிர வேறு எதுவாக வேண்டுமானாலும் இருக்கிறேன். ஏன் என்றால் நான் இந்தக் கிராமத்துக்குத் துக்கத்தையே கொண்டு வந்திருக்கிறேன்.''

துருக்தி சோகமாக நின்ற அந்த வயோதிகரைப் பார்த்தாள், தலையை ஆட்டினாள். ''நீங்கள் ஒப்புக் கொண்டிருக்கலாம். உங்களுடைய சமய நம்பிக்கைகளைக் கட்டிக் காப்பது முக்கியம் தான், ஆனாலும், அப்பாவி மக்களின் உயிர் விலை உயர்ந்ததல்லவா?''

''நீங்கள் இன்னும் என் கேள்விக்கு விடை அளிக்கவில்லை. எங்கள் அனைவரையும் கொன்று விடுவீர்களா?'' அவனுடைய பலவீனமான கால்களை மடித்து மண்டியிட்டு கேட்டான்.

''இல்லை, அப்படிச் செய்யமாட்டேன்,'' என்று நேரடியாகப் பதிலளித்தாள். ''இன்னும் கூடுதல் எதிரிகளை சம்பாதித்துக் கொள்வதில்

விருப்பம் இல்லை. நான் ஒருவனுக்கு அவனுடைய நண்பர்களைக் காயப்படுத்தமாட்டேன் என்று வாக்கு அளித்திருக்கிறேன்.''

ஒருவேளை அந்தக் கிழவனின் கண்களில் சட்டென்று தெரிந்த மின்னல் கீற்றோ, அல்லது அவன் தலையை ஆமோதித்ததோ, என்னவோ, ஆனால் அவள் யாரைக் குறிப்பிடுகிறாள் என்று அவனுக்குப் புரிந்தது போலவே இருந்தது.

''யாரோ உங்களைத் தடுத்து நிறுத்தியதாகக் கூறுவது விந்தையாக இருக்கிறது.'' கிழவன் தலையைக் குனிந்து கொண்டு பேசியதால் அவன் முகபாவம் அவளுக்குப் புரியவில்லை. ''நான் நினைக்கும் அதே மனிதன் தான் நீ சொல்பவனாக இருந்தால், அவன் தான் என்னிடம் உன் தொப்புளில் கத்தியைச் செருக வேண்டும் என்று சொன்னவன்.''

அவன் உடனே குதித்தான். கிழவனுக்கு எங்கிருந்து அவ்வளவு தெம்பும் சுறுசுறுப்பும் வந்தது என்று புரிவதற்குள் அவன் எங்கிருந்தோ ஒரு கத்தியை உருவிவிட்டான். அனைவரும் பயந்தாலும், இதை எதிர்பார்த்த துருக்தி சட்டென்று விலகினாள். அவள் கத்தியின் பிடியைப் பிடித்து, இரண்டு கைகளாலும் கிழவனின் கைகளைப் பற்றி, சட்டென்று மடக்கித் திருப்பி அவன் மீதே பாய்ச்சினாள். இப்பொழுது கிழவனே தன்னைக் குத்திக் கொண்ட திகிலில் பின் வாங்கினான்.

துருக்தி தன்னைத் தற்காத்துக் கொள்ளும் கலையில் தேர்ச்சி பெற்றிருந்தாள். ஆச்சரியமான தாக்குதல்களுக்கு அவள் இது வரை சென்றதில்லை என்றாலும், அவளுக்குப் பிடித்தது எதிராளியை வலியில் மெதுவாகத் துடிக்கத் துடிக்கக் கொல்வதுதான் என்றாலும், அவளுடைய ஆற்றல் கொண்டு அவளால் தாக்குதலை, எதிர் தாக்குதலாக மாற்ற முடிந்தது. தேவதத்தா வயிற்றில் பாய்ந்த கத்தியைப் பிடித்தபடி தரையில் நிலைகுலைந்தார். மேலங்கி அவருடைய ரத்தத்தில் தோய்ந்தது.

யாரையும் கொல்வதில்லை என்று தான் துருக்தி வாக்களித்திருந்தாள். ஆனால் இது தற்காப்பு என்பதால் அவள் வாக்குத் தவறவில்லை என்று சமாதானம் செய்து கொண்டாள். இம்முறை அவள் சற்று முன்னால் நகர்ந்தாள் அவள் கண்களில் இரக்க பாவம் ஏதும் இன்றி, புருவங்கள் மேலே ஏறி, உதடுகள் கோடு போல் இறுகி, ஆத்திரத்தின் உருவமாக நின்றாள். அவள் தன் கால்களைத் தேவதத்தாவின் வயிற்றில் பாய்ந்த கத்தியின் மீது வைத்து அழுத்தினாள். கத்தி ஆழமாக அவர் சதையைப் பதம் பார்த்தது. ஒரு கால் புழுதி படிந்த தரையிலும், மற்றொன்றை அவர் வயிற்றிலும் வைத்து அனைவரையும் ஏறெடுத்துப் பார்த்தாள்.

''என்னை இதற்கு மேலும் பரிசோதிக்காதீர்கள். நான் உங்களிடம் வேண்டுகிறேன்,'' ஆனால் அது ஆணை போலத்தான் பறந்தது, அவளுடைய வழுக்கும் வசீகரக் குரல் அதிகாரமாக உரக்க ஒலித்தது, ''தயவு செய்து இந்த இடத்தை விட்டு அகன்று விடுங்கள். நாங்கள் முடிக்கும் வரை நீங்கள் எங்கே இருக்க வேண்டும் என்று தளபதி

சொல்வார். ஆனால் இன்று நாங்கள் இந்த குகைகளைத் திறக்கத் தான் போகிறோம். யாருமே, என் உத்தரவு, யாருமே எங்களைத் திரும்பவும் தடுத்து நிறுத்த முற்படாதீர்கள்.''

50

கல்கி எல்லா இடங்களிலும் தேடித் பார்த்துவிட்டான். கிராமமே அழிந்துவிட்டது, குடிசைகள் நிர்மூலமாக்கப்பட்டன, பல சூறையாடப்பட்டன. துருக்தி அழிவு வேலையில் ஈடுபட வேண்டாம் என்று முடிவெடுத்திருந்தாலும் ராக்ஷஸ்கள் அவர்கள் நாச வேலையைச் செய்திருந்தனர். சொல் பேச்சு கேட்கும் பாவனையில் தோன்றினாலும், அப்படி தான் நடந்து கொள்கிறார்களா? பெருத்த சோகம் கவிழ்ந்தது, கல்கியின் நண்பர்கள், அம்மாவின் நண்பர்கள் என்று பலரும் பசுமை நிறைந்த வயல்களில் சடலங்களாகக் கிடந்தனர். அவன் நகரத்திலிருந்து கொண்டு வந்திருந்த ரதம் சிதைந்து கிடந்தது. சக்கரங்களைக் காணவில்லை. மேற்குப் பக்கம் லைலாவின் பிணம், மற்ற கிராமவாசிகளின் பிணங்களோடு கிடந்தது. எல்லாம் முடிந்துவிட்டது. அவன் செய்த சிறந்த திட்டங்கள் தவிடு பொடியாகிவிட்டன. அவன் நிறைய இழந்து விட்டதால் ஆழ்ந்த துயரம் அவனைக் குற்ற உணர்வுக்குத் தள்ளியது.

கல்கி மெதுவாகக் குதிரையுடன் மலைச் சரிவில் இறங்கினான். அவன் தேர்ச்சி பெற்ற குதிரை வீரன் அல்லாததால், குடிசைகள் ஆக்கிரமித்த சரிவுகளில், குதிரைப் பயணம் சற்று கடினமாகத் தான் இருந்தது. ஆழ்ந்த மூச்சுடன் அவன் மேலும் பயணத்தைத் தொடர்ந்தபோது அங்கொன்றும் இங்கொன்றுமாக குடிசைகள் தென்பட்டன, அவற்றைச் சுற்றியும் பிணங்கள்தான் மண்டிக் கிடந்தன. பறவைகளின் சலசலப்புக்குப் பதிலாக கோபமான உறுமல்கள் கேட்டன.

எங்கிருந்து சத்தம் வருகிறது என்று புரிந்தது, ஆனால் யார் அவர்கள்?

அவன் குதிரையை நிறுத்திவிட்டு இறங்கினான். கையில் கோடாரியுடன் மெள்ள நகர்ந்தான், குனிந்து ஊர்ந்தான். அங்கே ஒரு குடிசையின் வாசலில் ரோஷன் மித்ராவைப் பார்த்தான். அவன் உயிரற்ற கண்கள் எங்கோ வெறித்தன, அவனை இழுத்து வந்து குடிசையின் வாயிலில் அமர்த்தி அவன் மீது ராக்ஷசி பாஷையில் ஏதோ எழுதி வைத்திருந்தனர்.

என்ன மாதிரியான ஜந்துக்கள் மற்றொரு உயிரை இப்படிச் செய்வார்கள்?

''**லக்ஷ்மி!**'' என்று அலறினான். அவளிடம் இருந்து ஏதாவது பதில் வருமோ என்று எதிர்பார்த்தான். அவனுக்குப் பயம் விட்டுப் போனது, இனி பயந்து என்ன ஆகப் போகிறது? அவன் இறக்க நேர்ந்தாலும் ஒன்றும் இல்லை. அவன் உள்ளுக்குள் இறந்தே விட்டான். அவன் அலறினான். அவன் உள்ளுணர்வு சொன்னது அவள் குகைகளுக்குத் தான் சென்றிருப்பாள் என்று. ஆனால் அதில் ஏதாவது அர்த்தம் இருந்ததா? அவன் யோசித்தான். அவள் இங்கே தான் இருந்திருக்க வேண்டும், அவனைப் பொறுத்தவரை அவளை நன்கு அறிந்திருந்தான், உயிரே போகிற நிலைமையாக இருந்தாலும் அதைத் தியாகம் செய்து அவள் இங்குதான் இருப்பாள்.

இல்லை.

அவன் மறுபடியும் அவள் பெயரைக் கூப்பிட்டான்.

ஆனால் இம்முறை அவனுக்கு ஏதோ சத்தம் கேட்டது.

''**கல்க்...**'' அவள் குரல் தேய்ந்தது.

குரல் கேட்ட திசையை நோக்கி, கல்கி ஓடத் தொடங்கினான், கோடாரி பிடித்த கை வியர்த்தது. அவள் எந்த வித ஆபத்தில் இருந்தாலும் அவன் அவளைக் காப்பாற்றுவான். கல்கி முன்னால் நகர்ந்து கடைசியில் அந்தக் காட்சியைக் காண நேர்ந்தது. மூன்று ராக்ஷஸ்கள் சேர்ந்து அவளைத் தரையில் இழுத்துக் கொண்டு சென்றனர். அவளுடைய நீண்ட முடியைப் பிடித்து இழுத்துச் சென்றனர். ஒருவன் அவள் கால்களைக் கட்டிப் பிடித்து இழுத்தான்.

ராக்ஷஸ்கள் ஒருவரை ஒருவர் பார்த்துக் கொண்டு, கல்கியைப் பார்த்துப் பேச்சு மூச்சின்றி மலைத்தனர்.

கோபம் அனல் பறக்க, கல்கி அவர்களை நெருங்கினான், தரை அதிர்ந்தது. மண் பறந்தது, கல்கியின் வாய் உலர்ந்தது. அவன் கால்கள் விரைந்தன. ராக்ஷஸ்கள் இப்படிப் பட்ட ஒருவனை எதிர்பார்க்கவில்லை, கிடைத்த ஆயுதங்களைக் கொண்டு தயாரானார்கள். சூரியனின் நிழலில் கல்கி கருப்பாக மின்னினான். அவன் கண்கள் வேறு வண்ணத்தில் இருந்தன. முன்னேறி வந்த ஒரு ராக்ஷஸ் கையில் ஒரு குத்தீட்டி இருந்தது. அதை அவன் கல்கியின் மீது பாய்ச்ச நினைத்தான்.

ஆனால் கல்கி தன் கைகளால் அதைப் பிடித்துத் திசை திருப்பினான். அதை ராக்ஷஸை நோக்கிப் பிடித்து அவன் நெஞ்சில் குத்தினான். முழு ஈட்டியையும் அவனுள் பாய்ச்சி அவனை அப்படியே தூக்கினான். பிறகு ஈட்டியின் மறு முனையைத் தரையில் நட்டான். மற்ற இரு ராக்ஷஸ்களும் செய்வதறியாமல் பார்த்துக் கொண்டு நின்றனர்.

கல்கி ஏதும் செய்ய வேண்டியதில்லை, ஏனென்றால் லக்ஷ்மி சட்டென்று எழுந்து நின்று ராக்ஷஸ் மீது கல்லை எறிந்தாள். கல்கி அவளிடம் ஒரு

கோடாரியை எறிந்தான். அவள் அதன் கைப் பிடியைப் பிடித்துக் கொண்டு ராக்ஷஸின் கழுத்தைப் பிளந்தாள். ராக்ஷஸின் தொண்டைக் குழியிலிருந்து ரத்தம் குபுகுபுவென்று வெளியேறி அவன் உடலை நனைத்த கோரக்காட்சி காண சகிக்கவில்லை. அவன் உயிரின்றி கீழே சரிந்தான்.

கல்கி லக்ஷ்மியைப் பார்த்தான். இருவரும் அமைதியான பார்வையைப் பரிமாறிக் கொண்டனர். யாரோ ஒருவரையாவது காப்பாற்ற முடித்ததே என்று சந்தோஷப்பட்டான். அவன் தன் கால்களை விரைவாக நட என்று கட்டளையிட்டான், பாய்ந்து சென்று அவளை அணைத்துக் கொள்ள விரும்பினான்.

ஆனால் அவன் மெதுவாகத் தான் நடந்திருக்கிறான்.

அவன் கண்கள் லக்ஷ்மியில் பின்னால் நிழலாடியதைக் கவனித்தது. அவள் கல்லால் அடித்த ராக்ஷஸ் தான் அது. அவன் கையில் நீளமான குத்தீட்டி இருந்தது. அதை அவன் லக்ஷ்மியின் நெஞ்சில் ஆழமாகப் பாய்ச்சினான். தேசலான புன்னகையுடன் லக்ஷ்மி கீழே சரிந்தாள். எந்த கிராமத்தின் மீது அவள் அன்பும்-வெறுப்பும் கொண்டிருந்தாளோ அதன் மண்ணில் அவள் தலை சாய்ந்தது.

நடந்ததைப் பார்த்த கல்கியால் தன் கண்களை நம்பமுடியவில்லை. அவனைச் சுற்றி எல்லாமே சுழன்றது போலிருந்தது. இருந்தாலும் அவன் அவளைக் காப்பாற்றியே ஆக வேண்டும் என்று துடித்தான். கல்கி எந்த ஆயுதங்களையும் பயன்படுத்தவில்லை. பாய்ந்து சென்று அவன் மீது அமர்ந்து அவனைக் கீழே வீழ்த்தி, பலம் கொண்ட வரை அவனை அடித்து அவனைப் பிளந்து ரத்தம் கக்க வைத்தான். ராக்ஷஸ்சும் முடிந்த வரை போராடினான். தன் வலுவான கைகளால் கல்கியைப் பிடித்துத் தள்ளினான். கல்கி அந்த அழுத்தத்தை உணர்ந்தாலும் திரும்பவும் எழுந்து நின்றான். அவன் புயலெனப் பாய்ந்து ராக்ஷஸின் முதுகில் ஓங்கி அடித்தான். ராக்ஷஸ் கீழே விழுந்தாலும் தன் சக்தியைப் பிரயோகித்துப் புரண்டு படுத்தான்.

''உன்னால் என்னை ஒன்றும் செய்ய முடியாது,'' என்று ராக்ஷஸ் அவனை வெறுப்பேற்றினான்.

கல்கி அவன் பிடியிலிருந்து விடுபட நினைத்தாலும் அவன் கல்கியை விட இரண்டு மடங்கு வலிமையானவனாக இருந்தான். அவர்களைச் சுற்றிலும் பரந்திருந்த மணலில் ஒரு கைப் பிடி எடுத்து ராக்ஷஸின் கண்களில் தூவினான். மண் அவன் கண்களை உறுத்த கண்களைத் தேய்த்தபடி ராக்ஷஸ் அலறினான். கல்கி பலத்தைத் திரட்டி அவனை உதைத்துக் கொண்டே இருந்தான். லக்ஷ்மியின் கைகளிலிருந்து உருண்ட கோடாரியை பயன்படுத்தி ராக்ஷஸின் மண்டை ஓட்டில் நச்சென்று அடித்தான். ராக்ஷஸின் ரத்தம் கல்கியின் முகத்தை மறைத்தது. அவனைக் கொன்று விட்டானா...ஆனால்...

அவன் லக்ஷ்மியை நோக்கி ஊர்ந்தான். முதல் காரியமாக அவள்

நெஞ்சில் பாய்ந்திருந்த ஈட்டியைப் பிடுங்கி எறிந்தான். அவளுடன் அவன் கழித்த அத்தனை நொடிகளும் அவன் மனக் கண் முன்னே திரைக் காட்சி களாகத் தெரிந்தன, எவ்வளவு முறை காப்பாற்றியிருக்கிறான், குழந்தைப் பருவத்தில் எவ்வளவு நேரம் அவளுடன் செலவிட்டிருக்கிறான், அவள் திரும்பி வந்த தினம் அவன் ஆனந்தப்பட்டான், அவளை முதலையிடமிருந்து காப்பற்றினான், அவளுடன் இந்த்ரகர்ருக்குப் பயணப் பட்டு அங்கே ஒரு பிரச்சனையில் மாட்டிக் கொண்டான், அவன் அவளை முத்தமிட முயற்சிக்கும்போது ஷூகோவால் தடுக்கப்பட்டான். ஆனால் இந்தக் கணம் மருத்துவ உதவி தேவைப்பட்டபோது யாரும் இல்லை.

அப்பொழுது அங்கு எவருமே இல்லை.

லக்ஷ்மி இன்னும் சுய நினைவுடன் இருந்தாள். அவள் கண்கள் கண்ணாடி போல் உணர்வின்றித் தெரியத் தொடங்கினாலும் அவள் நினைவு தப்பவில்லை. கல்கி அவளைத் தன் நெஞ்சாரத் தழுவினான். கைகளை அவளுக்கு வாகாக அவள் முதுகில் வைத்துக் கொண்டான். அவள் காயப்பட்டிருந்ததால், இருமும்போது ரத்தம் தான் வந்தது.

இல்லை. இப்படி நடக்கக் கூடாது.

''பரவாயில்லை, ஒன்றும் இல்லை, இதை விட மோசமான சூழல்களைச் சந்தித்திருக்கிறோம், அவற்றிலிருந்து மீண்டிருக்கிறோம். இதிலிருந்தும் மீளுவோம், சரியா?'' அவன் வார்த்தைகளைப் பலமுறை திரும்பத் திரும்பச் சொன்னான். பரபரத்தான். ''சரியாகிவிடும். தயவு செய்து இறந்து விடாதே.'' அவன் அவளை இறுக அணைத்துகொண்டு நெற்றியில் முத்தமிட்டான்.

''என்னை...ம...மன்னித்துவிடு,'' அவளுக்கு மூச்சு இறைத்தது. ''நான் மக்களைக் கைவிட்டுவிட்டேன்.'' அவள் குரல் தீனமாகக் கேட்டது. ''நீ ஏன் இப்படி இருக்கிறாய் என்ற ரகசியத்தைக் கண்டறிய, நான் மே..மேலும் பிரயத்தனப் பட்டிருக்க வேண்டும்.''

''எனக்கு இப்பொழுது தெரியும், லக்ஷ்மி. உன்னிடம் பகிருவதற்காகக் காத்திருந்தேன்.'' அவன் கண்களில் நீர் வழிந்தது, சூடான எரியும் அருவி அவன் கண்களில் வழிந்தன, அவன் கன்னங்களைச் சுட்டெரித்தன. ''நான் ஒரு மாதிரியான, பாதுகாவலன்.''

''பாதுகாவலனா?'' அவள் முகத்தில் மென்மையான புன்னகை நடனமாடியது. ''நீயா?''

அவன் களுக்கென்று சிரித்தான். ''அதானே, நம்பமுடியவில்லை, இல்லையா?''

''அவர்கள் ஒருவேளை சரியாகப் புரிந்து கொள்ளவில்லையா?''

''ஆமாம்,'' கல்கியின் தாடை இறுகியது, அவன் முறுவல் மறைந்தது. ''வா போகலாம்.''

''இல்லை வேண்டாம்,'' அவளுடைய வெளிறிய கைகள் மெல்ல அவன் மார்பைத் தொட்டன. ''உன்னையே வருத்திக் கொள்ளதே. நான்...

வந்து…'' அவள் முனகினாள். "என்னைக் காப்பாற்றும் நிலையைத் தாண்டி விட்டேன்.''

கல்கி முகம் சுளித்தான். அழுகையைக் கட்டுப்படுத்திக் கொண்டான்.

"இந்த நிகழ்ச்சியால் மக்களைக் காப்பாற்றும் காவலனாக நீ இருக்க முடியாது என்று நினைத்துக் கொள்ளாதே, ஏன் என்றால் நான் எங்கோ படித்திருக்கிறேன்.''

"ஓ! உன்னுடைய குப்பைப் புத்தகங்களா?'' என்று சிரமப்பட்டுச் சிரித்தான்.

"ஆமாம், அந்தக் குப்பைப் புத்தகங்கள்தான்,'' என்று முறுவலித்தாள், "நான் படித்திருக்கிறேன், கதாநாயகர்கள் துக்கத்திலிருந்து தான் உருவாக்கப்படுகிறார்கள், என்று.''

"இந்த துக்கத்தை நான் அனுபவிக்க வேண்டுமென்றால், எனக்குக் கதாநாயகனாகவும் உலகைக் காக்கும் பாதுகாவலனாகவும் ஆக விருப்பம் இல்லை. ஒரு பெண்ணை விரும்பும் இளைஞனாகவே இருந்துவிட்டுப் போகிறேன்.'' அவளை இறுகப் பிடித்துக் கொண்டான். "ஷம்பாலாவில் வளர்ந்த பையன், எந்தப் பொறுப்பும் இன்றித் திரியும் சுதந்திரப் பறவை. அப்படி வளரத்தான் ஆசை.''

மெதுவாக அவள் கைகளால் அவன் கன்னங்களை வருடினாள். "கல்கி, நம் இருவருக்குமே தெரியும், இனி அப்படி நடக்க வாய்ப்பில்லை என்று.''

கல்கி தலையசைத்து ஆமோதித்தாலும், தன்னுடைய ஒரு செயலால் அவன் அத்தனையையும் இழக்க நேரிடும் என்று நினைக்கவில்லை. இந்த நொடி அவன் தன் வாழ்வில் நடந்த அனைத்துக்காகவும் வருந்தினான். அவன் அவதார் என்று கேள்விப் பட்ட அந்தச் செய்தியையும் வெறுத்தான்.

"என்னை முத்தமிடு,'' என்றாள், "இம்முறைத் தடுக்க யாரும் இல்லை,'' என்றாள், சிரித்துக் கொண்டே.

கல்கி தலையசைத்து ஒப்புக் கொண்டான். அப்படியே செய்தான். அவனால் எவ்வளவு மென்மையாக முத்தமிட முடியுமோ அவ்வளவு மென்மையாக முத்தமிட்டான். அவர்கள் இருவரின் கண்ணீரும் கலந்தன. அப்பொழுது தான் அவள் உதடுகள் ஜில்லென்று அசைவற்றுப் போவதை உணர்ந்தான். அவன் குனிந்து பார்க்கும்போது அவள் கண்கள் மூடின.

அவள் போய்விட்டாள்.

கல்கியின் மார்பு தவித்தது. அவன் போட்ட கூச்சலை ஆடுகளும், நரிகளும் கேட்டன. பறவைகள் அச்சத்தில் கூட்டை விட்டுப் பறந்தன. அவன் போட்ட காட்டுக் கூச்சல் அவன் எதிரிகளுக்கு அவன் வருகிறான் என்பதை உணர்த்தியது.

51

துருக்தி அனைத்து கிராமவாசிகளையும் ஒருபுறம் ஒதுங்க வைத்தாள். தேவதத்தாவுக்கு நிகழ்ந்ததைக் கண்டதும் யாருக்கும் அவளுடைய இலக்குக்குக் குறுக்கே வர தைரியமில்லை. அவர்களை ஒரு புறமாக அமரவைத்து ராக்ஷஸ்களைக் காவலுக்கு வட்டமாக வரச் சொன்னாள். யாராவது நெளிந்தால் கூட ஈட்டிகளைக் கொண்டு குத்தினர்.

அவள் குணப்படுத்தும் வஸ்துவோ எதுவோ அதை நெருங்கி விட்டாள். பாறைகள் பின்னால் இருந்தது. பாறைகளைக் குடைந்து ஆணிகளைச் செருகி அவற்றைக் கயிற்றால் ஐந்து குதிரைகளுடன் இணைத்திருந்தான் மர்தாஞ்சா. குதிரைகளின் மீது ராக்ஷஸ் வீரர்கள் தயாராக அமர்ந்திருந்தனர். அவர்கள் எதிர்புறம் இழுக்கத் தொடங்கினர். ஒவ்வொரு முறை இழுக்கும் போதும் பாறை லேசாக அசைந்து கொடுத்தது. ஆனாலும் அது குகை வாயிலை விட்டு நகரவில்லை.

குகைகளின் பாதையில் துருக்தி நின்று கொண்டிருந்தாள். மர்தாஞ்சா அவளை நோக்கி வேகமாக ஓடி வந்தான். அவன் காவலாளிகளைத் தாண்டி அவளருகே வந்து மூச்சிறைக்க, ''தேவி, பாறை அங்கே மாட்டிக் கொண்டிருக்கிறது. இன்னும் கூலிகளைப் பயன் படுத்த வேண்டும் என்று நினைக்கிறேன்.''

''உன் ஆட்களை உபயோகப்படுத்து.''

''அதையும் தாண்டி கூடுதலாக வேண்டும், தேவி.''

துருக்தி பற்களைக் கடித்தாள். ''கூடுதல் ஆட்களுக்கு ஏற்பாடு செய்ய முடியுமா?''

''முயன்றால், முடியும்.''

அது சாமர்த்தியமான பதில்.

துருக்தி இந்த பதிலைக் கேட்டு புன்னகைத்தாள், தன் காவலாளிகளிடம் இருந்து நகர்ந்து கிராமவாசிகளைப் பார்வையிட்டாள். அவர்கள் வயல்களில் ஒடுங்கிப் போயிருந்தனர். ஒருவரை ஒருவர் அணைத்துச் சமாதானம் தேடினர். அவர்களைப் பொறுத்த வரையில்

இவள்தான் தீவினையின் மொத்த உருவமாகத் தெரிவாள், ஆனால் அவளுடைய காரணங்களை அவர்கள் அறிய மாட்டார்கள். அவர்கள் எவ்வளவோ கடவுள்களுக்குப் பிரார்த்தனைகளும், கோரிக்கைகளும் வைத்தாலும் பிளவுக்குப் பிறகு மாணவ்கள் வேறுபட்டு விட்டார்கள் என்பதை அவர்கள் உணரவில்லை.

''கிராம வாசிகளைப் பயன் படுத்திக் கொள்ளுங்கள்,'' என்றாள் துருக்தி. ''அவர்களை வேலையில் இறக்குங்கள்.''

''அப்படியே, தேவி,'' என்று மர்தாஞ்சா தன் கண்களை மூடித் திறந்தான்.

கிராமவாசிகளைக் காவல் காத்துக் கொண்டிருந்த தன் ஆட்களிடம் அவன் உத்தரவு பிறப்பித்துக் கொண்டிருந்தான். துருக்தி யோசனையில் ஆழ்ந்தாள். மர்தாஞ்சாவிடம் உள்ளே என்ன இருக்கிறது என்று அவள் கூறவில்லை, அந்தக் கேள்வியை அவன் எழுப்பாமல் இருப்பதற்காகத் தான் அவனுக்குக் கூடுதலாகப் பணம் கொடுத்து கூட்டி வந்திருந்தாள். ஆனாலும் அவன் ஒரு ஆண், அதுவும் ராக்ஷஸ் பழங்குடியினத்தைச் சேர்ந்தவன். அவன் புத்திசாலி. உள்ளே ஏதோ ஒரு விலைமதிப்பற்ற பொருள் இருக்கிறது என்பதை அவன் உணர்ந்திருப்பான்.

தங்கமும் செப்பும் மட்டும் அவனை அந்தப் பாறாங்கல்லை விடுவிக்க உதவவில்லை. என்ன இருக்கிறது என்ற ஆர்வமும் சேர்ந்தே செயல்பட்டது. மர்தாஞ்சா ஒரு புத்திசாலியான தளபதி; அவன் துருக்தியின் பேச்சுக்குக் கட்டுப் பட்டவன் போல நடந்து கொண்டாலும் அவனுக்குள் ஏதோ ஒரு உத்வேகம் பதுங்கியிருக்க வேண்டும். ஆனால் இப்பொழுது அவனைப் பற்றிக் கவலைப்படுவதை விடுத்து உள்ளே அவர்கள் கூறியது போல் ஏதும் இருக்கிறதா என்று பார்க்கும் நேரம். அவளுக்கு நிச்சயமாக அச்சமாக இருந்தது. தன்னுடைய இலக்கிற்காக மக்களைத் தங்களின் மகன்கள், மகள்கள் மற்றும் கணவனையோ, மனைவியையோ இழக்க வைத்திருக்கிறாள் அவள். இந்த இலக்கு ஒருவேளை பயனற்றதாக இருந்தால் அவளால் அவளையே மன்னித்துக் கொள்ளக் கூட முடியாது. அவள் கண்டிப்பாகத் தன்னையே வெறுப்பாள். மேலும் சிம்ரின் தான் இவை அனைத்துக்கும் காரணம் என்பதால் அவள் சிம்ரினையும் மன்னிக்க மாட்டாள். அவள் சொல்லியிருக்கவில்லை என்றால் சோமாவைப் பற்றி இவள் அறிய வாய்ப்பில்லை.

கிராமவாசிகளும் கைகொடுக்க ஆரம்பித்தனர். வெட்டறுவாளால் குகைகளைச் சுற்றி மண்டிக் கிடந்த புதர்களை அப்புறப்படுத்தத் தொடங்கினர். உதவ மறுத்தவர்களை ராக்ஷஸ்கள் கயிற்றால் தாக்கினர். கொஞ்சம் கொஞ்சமாக அந்தப் பாறாங்கல் நகரத் தொடங்கியது. கிராமவாசிகள் பிளவு பட்டிருந்த சிறு ஓட்டைகளில் கை விட்டு நகர்த்தத் தொடங்கினர்.

அவளுக்கு வலியை அளித்த காட்சி என்றாலும் அவள் தன் இலக்கின்

வெகு அருகில் வந்துவிட்டாள்.

''**துருக்தி!**'' அந்தக் குரல் அவளை ஆச்சரியத்தில் ஆழ்த்தி அவள் எலும்புகளை உறைய வைத்தது.

பரபரப்புடன் தன் கழுத்தைத் திருப்பிக் குரல் வந்த திசையை நோக்கினாள். அவள் பார்த்துவிட்டாள். அவள் காவலாளிகளுக்கு அருகே கல்கி நின்று கொண்டிருந்தான். அவன் வேஷ்டி ரத்தத்தில் ஊறியிருந்தது, கையில் கோடாரி ஏந்தி, மார்பில் ரத்தமும் புழுதியும் உலர்ந்து ஒட்டிக் கொள்ள நின்றான்.

அவன் ஓடினான். கடிவாளம் நின்றது. மர்தாஞ்சா தன் ஆட்களுக்கு உத்தரவு பிறப்பித்தான், அவர்களை ஓடிப் போய்ப் பிடிக்கும்படி உத்தரவிட்டான். துருக்தியைச் சூழ்ந்திருந்த இருபது காவலாளிகள் அவனைப் பிடிக்கத் தொடங்கினர். பெரும்பாலானோரைக் கல்கி உதறித் தள்ளினான், கண்மூடித்தனமாக அவர்களைக் குத்தியும், உதைத்தும் தாக்கினான். சிலரை கோடாரியால் குத்திக் கொன்றான். அவன் இங்கே நிற்கிறான் என்றால் வெட்டவெளியைச் சுற்றி நிறுத்தப் பட்டிருந்த காவலாளிகள் அனைவரும் மாண்டுவிட்டனர் என்பதே பொருள்.

இவன் எப்படித் தப்பினான்?

''**நீ அனைவரையும் கொன்றுவிட்டாய்!**'' அவன் உடலை ராக்ஷஸ்கள் பிடித்துவிட்டாலும் அவர்களிடமிருந்து திமிறிக் கொண்டு அலறினான்.

''**நான் உன்னைக் கொல்லப் போகிறேன்!**'' பற்களைக் கடித்தபடி மிரட்டினான்.

''வீரர்களே!'' மர்தாஞ்சா அழைத்தான், ''அவனைக் கொன்றுவிடுங்கள்!''

ஒரு ராக்ஷஸ் கையில் கத்தியுடன் கல்கியின் கழுத்தை வெட்டி வீழ்த்தத் தயாரானான்.

தன்னுடைய தவிப்பின் முடிவுக்கு அருகில் வந்துவிட்டதை துருக்தி உணர்ந்தாள். தாக்குதல் நடப்பதற்கு முன் சிம்ரின் துருக்தியின் காதில் கிசுகிசுத்தாள். ''தேவி, ஏற்கனவே அடிபட்டவனை நீங்கள் தாக்கக் கூடாது. நீங்கள் நினைவில் கொள்ளுங்கள், அவன் தனியானவன், சிறப்பானவன். அவன் ஆத்திரம் அடங்கினால் அவனை உங்களுக்குச் சாதகமாகப் பயன் படுத்திக் கொள்ளலாமே. பழங்குடியினருக்கு எதிராக ஏவலாமே? பழங்குடியினர், தலைவர் காளிக்கும் உங்களுக்கும் எதிராகச் சதி செய்கிறார்களே.''

துருக்தி தன் புருவங்களை உயர்த்தினாள்.

''நிறுத்துங்கள்!'' என்று துருக்தி கத்தினாள். அவள் அப்படிச் செய்தது சிம்ரின் கூறியதற்காக இல்லை, கிராமவாசிகளை மேலும் வருத்தப்படவைக்க அவள் பிரியப்படவில்லை. சிம்ரின் சொல்லுவதும் சரிதான். அவள் சிறுவயதில் புத்தகங்களில் படித்திருந்த பழங்காலாத்து

அவதாரப் புருஷர்களுக்கு ஈடான சக்தி கல்கியிடம் இருந்தது.

மர்தாஞ்சா மெதுவாக அவள் அருகே வந்து அவளைக் குறுக்கிட்டான். ''என்னை மன்னித்துவிடுங்கள் தேவி, அவன் நம் படை வீரர்களை அனாயாசமாகக் கொன்று குவிக்கிறான். நாம் அவனுக்கு நேரும் துன்பத்தை ஒரு உதாரணச் செய்தியாக மற்றவர்களுக்குத் தெரிவிக்க வேண்டும். அவன் முகாமில் என்ன செய்தானோ தெரியாது, எப்படியோ தப்பிவிட்டானே!''

''அவனுக்குத் தண்டனை நகரத்தில் காத்திருக்கிறது,'' என்று அவனைப் பார்த்தாள். ''அவன் வீரர்களைக் கொன்றான் அல்லவா? நம் சட்டப்படி அவன் நம் பழங்குடித் தலைவர்கள் மற்றும் காளி வேந்தனுக்கு எதிரே நிறுத்தப் பட வேண்டும். அவனுக்கு மரண தண்டனை அளிப்பதற்கு முன் அவர்களின் தர்பாரைச் சந்திக்க வேண்டும்.''

ஒரு வேளை கல்கி அங்கே வந்த பிறகு அவள் எவ்வளவு எடுத்துச் சொல்லியும் அவள் சொல்வதைக் கேட்கவில்லை என்றால் அவள் அவனைத் தன் அண்ணனிடம் விட்டுவிடத் தீர்மானித்தாள். அவளுக்கு அந்தத் தலைவலி வேண்டாம்.

''நான் நினைத்தேன்,'' என்று இருமியபடி அவள் அருகில் வந்து மெல்லிய குரலில் நரித்தனமாகக் கேட்டான் மர்தாஞ்சா, ''நீங்கள் இதை யாரும் அறியாமல் வைக்க வேண்டும் என்று.''

துருக்தி தலையசைத்து ஆமோதித்தாள், ''அப்படித் தான் இருக்க வேண்டும். அவர்களைப் பொறுத்தவரை இது வேறு வழி இல்லாமல் போராட்டத்தை ஒடுக்க நாம் எடுக்கவேண்டிய நடவடிக்கை என்று சொல்லிக் கொள்ளலாம். பழங்குடியினருக்கு எதிரே ஒரு போராட்டாம் தொடங்க சதி செய்தார்கள் என்றும் குறிப்பிடலாம்.''

மர்தாஞ்சா அவளையே நம்பமுடியாமல் பார்த்தான். எப்படி இவ்வளவு சிறிய வயதில் அவளால் உணர்ச்சிகளற்ற கடின முடிவுகளை எடுக்க முடிந்தது, அதே சமயம், உணர்ச்சிக் கொதிப்பான வசீகரமான பெண்ணாகவும் இருக்க முடிந்தது என்று யோசித்தான். துருக்தி இதழ்களை இறுக்கி மடித்தாலும், அவளுடைய நூதனத் திட்டம் அவளுக்கே வேடிக்கையாக இருந்தது. ''நீங்கள் உங்கள் வேலையைத் தொடருங்கள். தாமதிக்க வேண்டாம். அந்த இளைஞன் இன்னும் தொடர்ந்து இங்கே இருந்தால் அவன் உங்கள் படையைத் துவம்சம் செய்து விடுவான்.''

கல்கியைக் கயிற்றால் கட்டி, அவன் வாயை துணியால் கட்டி, அவன் கழுத்தின் அருகே ஐந்து குத்தீட்டிகளை நிறுத்தியிருந்தார்கள். அவன் திமிறினால் அவனே ஈட்டியில் குத்திக் கொண்டு இறந்துவிடுவான்.

''உன்னுடைய நன்மைக்காகத்தான் சொல்கிறேன், அசையாதே. உன்னைக் காப்பாற்றத்தான் முயற்சிக்கிறேன். உன்னைக் கொலை செய்யும்படி வைத்துவிடாதே.'' துருக்தி அமைதியாகச் சொன்னாள்.

தன்னால் இயன்றவரைத் தன்னுடைய உணர்ச்சிகளைக் கட்டுப்படுத்திக் கொண்டு விறைப்பாக இருக்க முயன்றாள்.

கல்கியின் கண்கள் ஆயிரம் வார்த்தைகள் பேசின. அவள் அவனுக்கு உதவி செய்கிறாள் என்பதையே கருத்தில் கொள்ளாதவன் போலிருந்தான். அவள் உதவியை ஏற்பதைவிட இறப்பது மேல் என்பது போன்ற எண்ணத்தில் இருந்தான். ஆனால், அவள் மீதுள்ள அவனுடைய கோபமும், வெறுப்பும் மட்டுமே அவன் கண்களில் தெரிந்தன. *உணர்ச்சிக்குவியலாக இருப்பவன் ஒரு பயங்கரமான மனிதன்.*

துருக்தி கயிறு கட்டியிருந்த அந்தக் குதிரைகளின் மீது கவனத்தைச் செலுத்தினாள். அவள் முன்னேறி நடந்த போது அவளுடைய அங்கி தரையில் உரசியபடி வந்தது. அவளுடைய இலக்குக்கு வெகு அருகில் அவள் வந்துவிட்டாள் என்று புரிந்து கொண்டாள். அவளுடைய கண்கள் பிரகாசமாயின. பாறை ஒருவழியாக அந்தக் குகையின் வாயிலை விட்டு அசைந்து கொடுத்தது. கிராமவாசிகள் பாறையைச் செதுக்கியபடி இருந்தனர். குதிரைகள் கயிற்றை இழுத்தன. பிறகு பாறை நகர்ந்தது. அது உருண்டோடியதால் அனைவரும் ஓடினர், சிலர் மிதிபட்டனர்.

துருக்தி, மர்தாஞ்சாவிடம் சொன்னாள், ''நீ அவர்களைப் போய் கவனி. நான் உள்ளே என்ன இருக்கிறது என்று பார்க்கிறேன்.'' அவள் ராக்ஷஸ்சை அங்கிருந்து அனுப்ப வேண்டும் என்று நினைத்தாள். உள்ளே இருக்கும் சோமாவை ராக்ஷஸ்கள் பார்க்க வேண்டாம் என்று நினைத்தாள். மர்தாஞ்சா, தன்னுடைய ஆட்களைச் சேகரம் செய்து ஒதுங்கிப் போய் வயலில் நின்றான். சிலர் கத்திக் கொண்டிருந்த கல்கியைத் தடுத்து நிறுத்துவதற்காகக் காவல் நின்றனர். அவனால் சரியாகக் கூடக் கத்த முடியவில்லை, அவன் வாய் அடைக்கப் பட்டிருந்தது. அவனைச் சற்றும் வருத்தம் இன்றி முறைத்துவிட்டு, குகைக்குள் என்ன இருக்கிறது என்று பார்பதற்காக ஆவலாக நகர்ந்தாள். அவள் இதயம் படபடவென்று துடித்தது.

''நான் உள்ளே சென்று நல்லதைத்தான் பார்க்கவேண்டும் என்று நம்பிக்கைக் கொள். இல்லையென்றால்...,'' என்று சிம்ரினை முறைத்தாள். அவள் தன்னுடைய அச்சத்தை மிடறு விழுங்கினாள்.

மூன்று ராக்ஷஸ்கள் அவளைத் தொடர்ந்தனர். ஒருவன் தீப்பந்தங்களைக் கொளுத்தினான். அவை சுறுசுறுவென்று சத்தம் எழுப்பின. குகை ஈரமும் பழைய வாசனையுமாக இருந்தது. அவள் ஒரு பந்தத்தை குகையின் சுவற்றுக்கு அருகே பிடித்தாள்...

எதுவும் தெரியவில்லை.

அவள் சிம்ரின் மீது ஒரு பார்வையை வீசினாள். அவளும் இவளையே பார்த்துக் கொண்டிருந்தாள்.

கொஞ்சம் முன்னேறியதும் சுவர்கள் நீலக் கல்லின் ஒளி பட்டு ஒளிர்ந்ததை துருக்தி பார்த்தாள். அந்தக் கல் சுவர்களில் எழுத்துக்கள்

பொறிக்கப் பட்டிருப்பதைப் பார்த்தாள். அவற்றில் நிறைய குறியீடுகளும், எழுத்துக்களும் இருந்தன. அவள் ஒரு எழுத்தைத் தொட்டுப் பார்த்தாள். அந்த குறீயீடு முடிவில்லாத (infinity) கோணல் மாணலான கட்டமைப்பில் இருந்தது.

''மன்னித்துவிடுங்கள் தேவி. எனக்குச்...எ...எனக்குச் சொல்லப்பட்டது...வந்து...''

''உனக்கு இது என்னவென்று தெரியுமா?'' தன் அசட்டுப் பணிப்பெண்ணை இந்தக் கேள்வியைக் கேட்டபோது துருக்தியின் முகம் வெளிறியது. ''இது நம் அனைவரையும் காக்கும் கடவுளான விஷ்ணுவின் குறியீடு.'' அவள் அடுத்த குறியீட்டைத் தடவினாள். அது விந்தையான வடிவில் இருந்தது. இது ஒரு குதிரையின் வடிவம். வெள்ளைக் குதிரை.'' பிறகு கடைசி குறியீட்டுக்கு வந்தாள், ''இது வெற்றியைக் குறிப்பது.''

''தேவி, நான் இவற்றையெல்லாம்...'' அவள் குரல் அந்த குகையில் எதிரொலித்ததை துருக்தி கவனித்தாள்.

துருக்தி ஆள் காட்டி விரலை இதழ்களில் வைத்து சிம்ரினை மௌனமாக்கினாள். அவள் முன்னால் நடக்கத் தொடங்கினாள். குகையிலிருந்து எதோ ஒரு திரவம் கொட்டிக் கொண்டிருந்தது. அவள் அதைத் தொட்டுப் பார்த்தாள், அது ஒரு நீல நிறத் திரவம். ஒரு வேளை அந்தத் திரவம் அந்த நீலவண்ணத்தைக் குகையின் சுவற்றின் கசிவிலிருந்து பெற்றிருக்கலாம்.

''இப்பொழுது பேசு,'' என்று அந்தப் பெண்ணிடம் கூறினாள்.

''சரி,'' என்று சிம்ரின் பணிவாகச் சொன்னாள்.

''உரக்கப் பேசு!'' என்று துருக்தி எரிச்சலடைந்தாள். அவளால் சிம்ரின் பேசுவதைக் கேட்க முடியவில்லை, ஏன் என்றால் அவள் பேச்சே உரக்க எதிரொலித்தது, அது எதனால் என்று அவள் புரிந்து கொண்டாள்.

துருக்தி ராக்ஷஸ் கையிலிருந்து ஒரு தீப்பந்தத்தை வாங்கி முன்னால் எறிந்தாள்.

''தேவி!'' என்று சிம்ரின் ஆச்சரியத்தில் கிறீச்சிட்டாள்.

ஆனால் அந்த தீப்பந்தம் செய்த விஷயம் அசாதாரணம். அது உடைந்தது. தீப் பற்றியது. அந்தத் தீயிலிருந்து வெளிச்சம் வெளியேறியது. எதிரே இருந்த சுவற்றில் நீலக் கற்கள் வெளியே தாறுமாறாக துருத்திக் கொண்டிருந்தன. வேடிக்கை என்னவென்றால் தீ தான் அவளுக்கு சோமாவைக் காட்டிக் கொடுத்தது.

''இது தான்,'' என்றாள் அவள்.

சிம்ரின் முகம் மிளிர்ந்தது. ''ஆமாம் தேவி, நான் சொன்னது சரிதான்.''

துருக்தி முன்னால் நகர்ந்தாள். அவள் முகத்தில் புன்னகை நடமாடியது. அவள் அந்த நீலக் கல்லைத் தொட்டுப் பார்த்தாள். அதைப் பிடித்து இழுத்து ஒரு துண்டை உடைத்தாள். அவள் அதை முதலில்

ஒரு படிகம் என்றே கருதினாள். ஆனால் அது வளைந்து கொடுத்தது. மென்மையாக இருந்தது. அவள் இரு முனைகளையும் உடைத்தாள், அதிலிருந்து அவள் கையில் விந்தையான நீலத் திரவம் சொட்டியது.

அவள் அதை முகர்ந்து பார்த்தாள். ஆனால் அதில் எந்த வாசமும்... இல்லை.

அவள் விரலால் தொட்டு நக்கியும் பார்த்தாள், சுவை ஏதும் இல்லாத திரவம்.

''இது தான் என்பது உறுதியா?''

சிம்ரின் பெருமையில் திளைத்தாள். ''ஆமாம், தேவி. உங்கள் அண்ணனுக்கான மருந்தைக் கண்டுபிடித்துவிட்டோம்.'' அவள் அவளைப் பார்த்து சிரித்தாலும், அந்த சிரிப்பில் ஏதோ ஒரு மர்மம் இருந்தது போலத் தோன்றியது. துருக்தியால் அதைப் புரிந்து கொள்ள முடியவில்லை. ஒரு வேளை அவளுக்கே உரிய அந்தச் சந்தேகபுத்தி அவளை அப்படி யோசிக்க வைத்திருக்கலாம். அவள் சந்தோஷமாகத் தான் இருக்க வேண்டும். அவள் சிரமப்பட்டுச் சிரித்தாள், ஏன் என்றால் அவளுக்குத் தெரியும், ஒரு உயிரைக் காப்பதற்காக அவள் பல உயிர்களைக் காவு கொடுத்திருக்கிறாள்.

52

அர்ஜன் எல்லாவற்றையும் பார்த்துக்கொண்டு இருந்தான். துருக்தியோடு ராக்ஷஸ கும்பல் வெளியேறிய அன்று இவர்கள் வெளியே வந்தார்கள். அதுவரை நிலத்தில் கிடந்த பழங்களைச் சாப்பிட்டு உயிரைக் கையில் பிடித்துக் கொண்டிருந்தார்கள். இங்கு நடந்த எல்லாவற்றிற்கும் அர்ஜன், க்ருபா மற்றும் பாலா ஆகியோரே காரணம் என்று கருதிய மக்கள் அவர்களைப் பார்த்துக்கொண்டிருந்த போது, முழுவதும் களைப்படைந்த நிலையில் ஷம்பாலாவை நோக்கி மிக மெதுவாக அர்ஜன் நடக்கத் தொடங்கினான்.

ஆனால் அவன் அவர்களை லட்சியம் செய்யவில்லை. பிணங்கள் சேகரிக்கப்பட்டுச் சிதையில் அடுக்கப்பட்டு எரியூட்டப்பட்டன. நடந்திருந்த வன்முறை எதுவும் பாதிக்காமல் இருந்த அவனுடைய வீட்டை அவர்கள் அடைந்தபோது அவன் பேசினான், ''நீங்கள் என்னைப் போக அனுமதித்திருக்க வேண்டும்.''

''அங்கு நீயும் கொல்லப்பட்டிருப்பதற்கா?'' பாலாவைப் பார்த்துக் கொண்டே க்ருபா கூறினான். ''நண்பா, சில சமயங்களில் நீ உன் சகோதரனை விட முட்டாள்தனமாகப் பேசுகிறாய்.''

கல்கி ஏற்கனவே குகைகளை அடைந்து விட்டான். ஒரு ராக்ஷஸ் கும்பல் அவனைப் பொறி வைத்துப் பிடித்துக் கட்டிப்போட்டு இருந்தனர், வாயில் துணி அடைத்து பேசமுடியாமல், அசையமுடியாமல் இருந்த அவனை அடிபணியச் செய்வதற்காக மண்டியிடச் செய்திருந்தனர். இவற்றை எல்லாம் பார்த்த அர்ஜன் பாய்ந்து சென்று அவர்களைத் தாக்க நினைத்த போது அர்ஜனை க்ருபா தடுத்தான், பாலா அவனை இழுத்துக்கொண்டு சென்றான்.

''உன் சகோதரனின் கதிதான் உனக்கும் நேரிடும். அரசவையில் உள்ள பெண்ணுக்கு உன் சகோதரனைப் பிடிக்கும், ஆனால் உன்னைப் பிடிக்காது. அதனால் ஜாக்கிரதையாக இரு,'' என்று க்ருபா எச்சரித்தான்.

அந்தக் கிழவன் எப்போதும் முட்டாள்தனமாகத்தான்

பேசுவான் என்பதால் அர்ஜுன் அவன் சொன்னதைக் கேட்கவில்லை, ஆனால் பாலாவுக்கு அதுதான் முடிவு என்பது தெரியும். கல்கியைக் காப்பாற்றுவதற்கு அவர்களால் எதுவும் செய்ய முடியாது. அவர்கள் கவனமாக, சாதுரியமாகச் செயல்பட வேண்டும்.

இப்போது தன் குடிசைக்கு முன்னால் நின்று கொண்டிருந்த அர்ஜுன், ''லக்ஷ்மி எங்கே?'' என்றான்.

க்ருபாவும் பாலாவும் ஒருவரை ஒருவர் பார்த்துக்கொண்டனர்.

''சரி சரி, இது எதுவும் நம் திட்டப்படி நடக்கவில்லையே?'' என்று முட்டியை மடக்கியவாறு அர்ஜுன் கேட்டான்.

''சரியாகச் சொல்வதானால், நண்பா, முதலில் நமக்குத் திட்டம் என்று எதுவும் இல்லையே; ஆனால் நாமும் கல்கியும் உயிருடனாவது இருக்கிறோமே. அந்த விதத்தில் அதுவே சிறந்தது,'' என்றான் க்ருபா..

தலை அசைத்து அதை ஏற்ற அர்ஜுன், மறுமுறை கிராமத்தைப் பார்த்தான். அங்கு வசித்தவர்களில் பாதிக்கும் மேற்பட்டவர்கள் கொல்லப்பட்டுவிட்டார்கள். ''என்னால் இங்கு இருக்க முடியாது.''

''ஆம் உன்னால் முடியாது என்றுதான் நினைக்கிறேன். ஏனென்றால் இப்போது...'' என்று மகிழ்ச்சியோடு சிரித்தவாறு ஆரம்பித்தான் க்ருபா.

''இப்போது ஒன்றுமில்லை,'' என்று சொல்லியவாறு அவனைத் தடுத்த அர்ஜுன் குடிசைக்குள் நுழைந்தான். அங்கு இருந்தவற்றைக் கலைத்துத் தன் துணிகளைப் பொறுக்கிக் கொண்டான். உள்ளே நுழைந்த தன்னை தன் தாய் வரவேற்பாள் என்று ஏதோ ஒரு காரணத்தால் எதிர்பார்த்தான். ஆனால் அங்கு ஒருவரும் இல்லை. தாயை அனுப்பியதற்கு அர்ஜுன் மகிழ்ச்சி அடைந்தான்.

இல்லாவிட்டால் மற்றவர்களைப் போல் அவளும் கொல்லப்பட்டிருப்பாள். அந்த எண்ணம் அவன் இதயத்தில் வலியை ஏற்படுத்தியது.

''எங்கு போவதாக இருக்கிறாய்?'' என்று படபடப்புடன் கேட்டான் அந்த முதியவன். அவன் மிகவும் தொந்தரவு கொடுத்தான். அவன் ஒரு குரு, இருந்தாலும் அந்தக் கிராம மக்களுக்குச் சண்டை போட அவன் எதுவும் கற்றுத் தரவில்லை. அது அவனுடைய தவறும் தான்.

''எனக்குத் தெரியவில்லை. இன்னும் முடிவெடுக்கவில்லை.''

அர்ஜுனைத் தடுப்பதற்காக அவன் தோள்மீது கை வைத்தான் பாலா. அது கனமாக இருந்ததை அவனால் உணரமுடிந்தது; தவிர அதில் ரத்தம் பிசுபிசுத்துக் கொண்டிருந்தது. போருக்குப் பிறகு தான் குளிக்கவில்லை என்பதை அப்போதுதான் அர்ஜுன் உணர்ந்தான். ஏரித் தண்ணீரில் ஒரு முழுக்குப் போடலாமோ என்று முதலில் நினைத்தான், ஆனால் ஒரு

தோல்விக்காக தம் உயிரைக் கொடுத்த ஆண் பெண்களின் சாம்பல் அந்த ஏரியில் கலந்திருக்கும் என்ற எண்ணம் அவனைத் தடுத்தது.

''உன் சகோதரனுக்கு நாம் உதவ வேண்டும்.''

''அவன் போய்விட்டான்,'' என்று பேச்சை வெட்டினான் அர்ஜன். ஒரு மேல் துணியைக் கொண்டு தன் மார்பை மூடிக்கொண்டான், மற்றொன்றால் தான் எடுத்துச் செல்ல வேண்டிய துணிகளை மூட்டையாகக் கட்டினான். ''அவன் இறந்து விட்டான்.''

''அப்படி நாம் விட்டுவிட முடியாது, நண்பா. நீ எவ்வளவு வருந்துகிறாய் என்பது எனக்குத் தெரியும்...''

''வருத்தமா?'' இடைமறித்தான் அர்ஜன். ''நீ மிகவும் குறைத்துச் சொல்கிறாய். பயங்கரமான சோகத்தில் இருக்கிறேன். அவன் இடத்தில் நான் இருந்து மரணம் அடைந்து இருக்க வேண்டும். அங்கு வெளியில் இருப்பவர்கள் எங்களையும் என் குடும்பத்தையும் வெறுக்கிறார்கள். என்னால் என் தாயைக் கூட இங்கு திரும்பக் கொண்டு வர முடியாது. இவ்வளவு நாள் இருந்த இடம் போல் இனிமேல் ஷம்பாலா இருக்காது. எல்லாமே முடிந்துவிட்டது. மனித இனத்தையே காக்க வந்தவன் எங்கோ சிறையில் வாடிக் கொண்டிருக்கிறான்.''

க்ருபா தோளைக் குலுக்கி, ''உன்னோடு இரத்த பந்தம் உள்ளவனைப் பற்றி நல்ல வார்த்தைகளைச் சொல்கிறாயே,'' என்றான்.

''அவனோடு எனக்கு இரத்த பந்தம் இல்லை. நான் யாருக்கும் உறவில்லை.''

புருவத்தை நெறித்துக் கொண்டான் க்ருபா. ''அதுபற்றி என்ன என்று எனக்குத் தெரியாது ஆனால் எங்கேயோ போக வேண்டும் என்று நீ நினைப்பது முட்டாள்தனமானது. உன் மக்களுக்கு நீ இது மாதிரி செய்யக்கூடாது. உன் சகோதரனுக்கு நீ கடமைப்பட்டுள்ளாய், நீ அவனைக் காப்பாற்ற வேண்டும்.''

கடமை? அவனுக்கு எந்தக் கடமையும் இல்லை, யாரிடமும்.

தன் பொருட்களை எடுத்துக் கொள்வதற்காக அவன் தன் அறைக்குள் நுழைந்தான். எங்கோ செல்வதான அவனுடைய பயணத்தின் போது உதவக்கூடிய முக்கியமான புத்தகங்களைக் கனத்த இதயத்தோடு பார்த்தான். அந்த எண்ணம் அவனை அச்சுறுத்தியது. ஒருவேளை அவன் தன் தாயிடம் செல்லலாம். ஆனால், அவள் பல பல கேள்விகளைக் கேட்பாள், அவற்றிற்குப் பதில் சொல்ல அவனுக்குப் பயமாக இருக்கும், முக்கியமாக கல்கி இப்போதைக்கு உடனடியாக வரப்போவதில்லை.

ஆனால் உண்மையில் எது அவனைத் தடுக்கிறது? அந்த மனிதர்களா, அல்லது தவிர்க்க முடியாத அவர்களுடைய தோல்வியா? தோல்விதான் அவனை அச்சுறுத்துகிறதா? குருகுலத்தில் இருந்தவரை அவன் எப்போதுமே வெற்றி பெற்றுக் கொண்டே இருந்தான். மிலேச்சர்களுடன் போரிடும் போதும் அவன் கல்கியுடன் இணைந்து வெற்றி பெற்றான்.

அந்த நேரங்களில் எல்லாம் தோல்வி என்பது ஒரு சொல் மட்டுமே; ஆனால் இப்போது அது நிதர்சனம் ஆகிவிட்டது.

அந்த நேரத்தில் அங்கிருந்த அறுவாளைப் பார்த்தான். மிலேச்சர்களைச் சந்திக்கப் போனபோது அந்த அறுவாளைத்தான் அவன் தாய் அவனிடம் கொடுத்தாள். அவர்களுக்கு எதிராக அதை அவன் பயன்படுத்தவில்லை, ஏனெனில் அவனிடமிருந்து அவர்கள் அதை எடுத்துக் கொண்டு விட்டார்கள். அவர்களுடைய கூடாரத்திலிருந்து பின்னர் அதை அவன் கைப்பற்றினான், பிறகு அதை அவன் கவனிக்கவே இல்லை.

இப்போது நடந்தவற்றை நினைத்துப் பார்க்கும்போது வில் அம்புக்குப் பதிலாக அறுவாளை மட்டுமே பயன்படுத்தி இருக்க வேண்டும் என்பது உறுதியாயிற்று.

ஒரு தோல்விக்குப் பிறகு கோழைகள் எல்லாவற்றையும் விட்டுவிடுவார்கள். ஆனால் ஒரு தோல்விக்குப் பிறகு எழுந்து நிற்பவர்களே உண்மையில் வென்றவர்கள்.

கல்கியைத் தேடுவதை அவன் ஏன் தவிர்க்க வேண்டும்? எப்போதும் பிரியவே கூடாது, ஒன்றாகவே இருக்க வேண்டும் என்று அவனிடம் அவன் தாய் கூறியிருக்கிறாள். அப்படியிருக்கும்போது அவன் ஏன் எல்லாவற்றையும் துறக்க வேண்டும்? என்ன ஆயிற்று இப்போது? மௌனமாக அங்கு நின்று கொண்டு நடந்து முடிந்து போன சம்பவங்களில் தன் பொறுப்பு என்ன என்பதை நினைத்துப் பார்த்தான்.

ஏதோ ஒன்று என்னைப் பிடித்து ஆட்டுகிறது. ஒருவேளை அது குற்ற உணர்வோ, வருத்தமோ அல்லது தோல்வியோ; தலையைக் குலுக்கியவாறு தனக்குள்ளே கேட்டுக் கொண்டான்.

''உனக்குள்ளேயே முணுமுணுத்துக் கொள்வது எங்களுக்கு சுவாரஸ்யமாக இல்லை என்பதைச் சொல்வது நேர்மையற்றது இல்லை,'' என்று எரிச்சலூட்டும் படியாக இளித்துக்கொண்டே சொன்னான் க்ருபா. ''கையில் அந்தப் பொருளை வைத்துக் கொண்டே நீ எதைப் பற்றி நினைக்கிறாய் என்று நான் கேட்கலாமா?''

அர்ஜன் திரும்பினான். குரல்கள் கேட்கத் தொடங்கின. நொடிப்பொழுதே ஆனாலும் அந்த ஆழ்ந்த மௌனம் மறைந்துவிட்டது. பெருமூச்சு விட்டவாறே, ''நாம் இங்கிருந்து போய் விட்டால் ஷம்பாலாவிற்கு என்ன ஆகும்?'' என்றான்.

''நான் உனக்கு ஒரு கதை சொல்கிறேன்,'' என்று சொல்லிய க்ருபா, கைகளை நீட்டியவாறு இரவில் அர்ஜன் படுக்கும் பாயில் நிதானமாகச் சாய்ந்து உட்கார்ந்து, ''பல ஆண்டுகளுக்கு முன்னால் ஒரு போர் நிகழ்ந்தது, கிட்டத் தட்ட பிளவின் சமயம், அந்தப் போரின் முடிவு மிகவும் பரிதாபத்துக்குரியது. பலர் தங்கள் உயிரை இழந்தனர். பலர் அதை மறந்தும் விட்டனர். அது மிகவும் மோசமான போர்..''

''அந்த மஹாயுத்தம் போலவா?'' என்ற அர்ஜன், பிரபு அர்ஜுனின்

269

காலத்தை (அவர் பெயரைத் தான் இவன் பெற்றிருக்கிறான்) நினைவு கூர்ந்தான். அந்த அர்ஜுன் அந்தப் போரில் மிக முக்கியப் பங்கை வகித்திருந்தார், தன்னிகரில்லா வில்லாளி என்று புகழ் பெற்றிருந்தார்.

பதற்றத்துடன் எச்சிலைக் கூட்டி விழுங்கினான் க்ருபா. ''ஆம் ஏறக்குறைய அந்த மஹாயுத்தம் நான்கு ஆண்டுகளுக்கு நீடித்தது. ஆம். பெருநகரங்கள், நகரங்கள் மற்றும் கிராமங்கள் எல்லாம் தீ வைத்துக் கொளுத்தப்பட்டன. எல்லாக் காலத்துக்குமான அந்த மஹாயுத்தம் ஆயிரக்கணக்கானவர்களின் வாழ்க்கையைப் பெரிய அளவுக்குப் பாதித்தது. அதன் பிறகு பிளவு கொடும் தாக்கத்தை ஏற்படுத்தியது. அது அந்த மஹாயுத்தத்திற்குப் பிறகு நடந்தது.'' க்ருபா தலையை ஆட்டினான். ''நடந்தது என்னவாக இருந்தாலும் நான் சொல்ல வருவது என்னவென்றால் பல மோசமான சம்பவங்களை இந்த நாடு எதிர்கொண்டுள்ளது, ஆனாலும் திரும்ப எழுந்து தன் கால்களில் நின்று, மேலே சென்று கொண்டிருக்கிறது. தாமதம் ஆகலாம், ஆனால் குணமடைகிறது. உனக்குப் பொறுமை இருந்தால் எல்லாமே குணமடையும்.''

அதைத் தலை அசைத்து அர்ஜுன் ஒத்துக் கொண்டான்.

''மேலும், சில சமயங்களில் நீயோ நானோ அதைப்பற்றி எதுவும் செய்ய முடியாது. அதை நம்மால் துரிதப்படுத்தவும் முடியாது. நடப்பதை சும்மா பார்த்துக்கொண்டு தான் இருக்க முடியும்.''

தன்னோடு பேசுவதைவிட க்ருபா தனக்குள்ளேயேதான் பேசிக் கொள்கிறான் நிச்சயமாக என்பதை அர்ஜுன் உணர்ந்தான்; ஆனால் க்ருபா தன் இளிப்பினால் அதைத் துண்டித்தான். ''எது எப்படியாக இருந்தாலும், நான் சொல்ல நினைத்ததைச் சொல்லிவிட்டேன்; சொன்னது தெளிவாக இல்லை என்றால் நான் மிக மிகக் களைப்பாக இருக்கிறேன், நான் தூங்கவும் இல்லை, குடிக்கவுமில்லை என்பதுதான் காரணம். நண்பர்களே, நான் குடிக்கவே இல்லை. நான் மதிராவின் சாலீசுக்குப் (மதுக் கிண்ணம்) போக வேண்டும்...''

பாலா சத்தமாகப் பெருமூச்சு விட்டான்.

க்ருபா பதட்டத்துடன் சிரித்துவிட்டு, ''இல்லை என்றால், நம்முடைய சிறந்த பெரிய நண்பர் என்ன சொல்கிறாரோ அதை நாம் செய்ய வேண்டும்.''

அர்ஜுன் எப்போதுமே புத்தகங்களையும் அவை என்ன சொல்கிறதோ அவற்றையும் நம்பினான்; ஆனால் விஷயங்கள் எப்போதுமே முரண்பட்டன. ஒரு சமயத்தில் ஒருவர் எதையோ எழுதுகிறார், மற்றொரு நேரத்தில் அதற்கு வேறு ஒரு பொருள் சொல்லப்படுகிறது. அவை உண்மையாக இல்லை. மிருகத்தனமாக, இயல்புக்கு மாறாக நரகத்திலிருந்து நேரே வந்தவர்கள் போலத்தான் ராக்ஷஸ்கள் எப்போதும் கருதப்பட்டார்கள். ஆனால் நேருக்கு நேர் பார்க்கும்போது

அவர்கள் புத்திசாலிகளாகத்தான் தெரிந்தார்கள். நிச்சயமாக அவர்கள் ஆபத்தானவர்களதான், ஆனால் பெருந்தன்மையான ஒரு தோற்றமும் அவர்களிடம் இருந்தது. அந்த அளவுக்கு ஒன்றும் அவர்கள் மிருகத்தனமாக இல்லை. அவன் வாழும் உலகில் எல்லாமே ஒன்றுக்கொன்று தொடர்பு உள்ள முரண்பாடுகள், தவிர அவரவர் மனநிலை சார்பானவை. எது உண்மை எது பொய் என்பது அந்தந்த மனிதரின் நடத்தை பற்றிய மதிப்பீடாகவே இருந்தது.

''அப்படியானால் என்ன செய்யலாம் என்று தீர்மானித்திருக்கிறீர்கள்?'' என்று அர்ஜன் கேட்டான்.

''ஆஹா, கடைசியில்!'' என்று குழந்தையைப் போல் கை தட்டினான் க்ருபா. ''நீ சரியான பாதைக்குதான் திரும்பி இருக்கிறாய் என்பதில் எனக்கு மகிழ்ச்சி. ஏனென்றால் என்னுடையது மிகச் சிறப்பான திட்டம்.''

''ஊத்தவாயனே, பேசு,'' என்றான் பாலா.

''நாம் இந்த்ரகர்ருக்குச் செல்கிறோம். அவனை எங்கே கூட்டிக்கொண்டு போய் இருக்கிறார்களோ அங்கு போக வேண்டும். நாம் கல்கியை விடுவிக்க வேண்டும். அவனை வடக்கே என் நண்ப...இல்லை என் நண்பன் இல்லை எனக்குத் தெரிந்த ஒருவரிடம், ஏனென்றால் சோமாஸ் வெளியேறிவிட்டதால்.''

''அவர்கள் எதையும் தூக்கிக் கொண்டு போவதை நாம் பார்க்கவில்லையே...'' அர்ஜன் சோமாஸ் பற்றிய அந்தப் புராணக் கதையை இன்னும் நம்பவில்லை; ஆனால் கல்கியை வெற்றிப் பெருமிதத்தில் பார்த்தது அவன் முடிவுகளை மாற்றியிருந்தது.

அர்ஜன் பேச்சில் குறுக்கிட்ட க்ருபா, ''இல்லை அவர்கள் எடுத்துக் கொண்டார்கள், அது பெரிய அளவில் இருந்தது. அவர்கள் மூட்டையாகத் தூக்கிக்கொண்டு போயிருப்பார்கள். ஆனால் ஒன்று மட்டும் நிச்சயம், சிறு அளவில் கூட அந்த நீல நிற திரவம் மிச்சம் இருந்திருந்தால் நமக்கு மிகப் பெரிய ஆபத்து காத்திருக்கிறது; ஏனெனில் மிகப்பெரிய அளவில் கெட்ட விஷயங்களை நாம் சந்திக்க நேரிடலாம். அவற்றை எதிர்த்துப் போரிட நமக்கு உன் சகோதரன் தேவை. அதற்கு அவன் தன்னைத் தயார்படுத்திக் கொள்ள வேண்டும், ஐம்பக்கும் மேற்பட்ட காவலாளிகள் சூழ்ந்திருக்கும் அந்த அரசவைப் பணக்காரப் பெண்மணியை எதிர்ப்பது போன்ற முட்டாள்தனமான செயலில் ஈடுபடக்கூடாது. அந்த இளைஞனுக்கு அறிவு சற்றுக் குறைவு, அதைத் தன் உடல் வலிமையால் ஈடு கட்டுகிறான்.''

அர்ஜன் பாலாவைப் பார்த்தான். ''எல்லாம் சரி, இப்போது என்ன செய்யலாம்?''

''இப்போதுதான் உன்னிடம் சொன்னேனே.''

''நாம் கல்கிக்கு உதவி செய்யவில்லை என்றால் என்ன நடக்கும் என்பதை விவரமாகச் சொன்னாய். ஆனால் அவனைச் சிறையில்

இருந்தோ அல்லது மரண தண்டனையிலிருந்தோ எப்படி விடுவிப்பது என்று சொல்லவில்லையே?'' என்றான் அர்ஜன்.

க்ருபா ஒரு நிமிடம் யோசித்தான். சிறு அமைதி நிலவியது. ''நாம் இந்த்ரகர்ருக்குச் செல்வோம்.''

அர்ஜனும் பாலாவும் சரி என்று தலையாட்டினார்கள். ''பிறகு?''

''அதற்குப் பிறகு,'' புத்திசாலியைப் போல் க்ருபா சிரித்துக்கொண்டே, ''நாம் மேம்படுத்துவோம்,'' என்றான்.

அர்ஜன் விருப்பமின்றி தலையாட்டினான். ஒன்றை மட்டும் நினைத்தான்.

பழையபடி ஆரம்பித்துவிட்டது.

பாகம் இரண்டு

காளியின்
எழுச்சி

53

அவன் இப்போது இங்கு இருந்திருக்க வேண்டும்.

அந்த அடர்த்தியான பனிமூடிய இரவில், அவனுடைய எலும்புகள் உறைவதான குளிரில் வேதாந்தா காத்திருந்தான். அடை மழைக்கு பிறகு இந்த்ரகர்ரில் வசிப்போருக்கு தட்பவெப்ப நிலை பாதகமாக மாறிவிடும்.

அந்த நகரின் நடு மையத்தில் இருள் சூழ்ந்த நடு இரவில் கோட்டைக்கு வெளியிலான சந்திப்புகளை அவன் அறவே வெறுத்தான். வேதாந்தாவிற்கு அது மிகவும் அபாயகரமானது. நுரையீரல்கள் சீர்கேடு அடைந்திருப்பதை அவன் உணர்ந்தான். அவனுடைய உடல்நலச் சீர்கேட்டுக்கு முகர்வுப் புலன்கள் மட்டும் காரணம் இல்லை; தாக்குவதற்காக இருளில் ஒளிந்து கொண்டு இருக்கும் எதிரிகளும்தான். சுவர்களில் எதிரிகளின் பெயர்கள் ரத்தத்தால் எழுதப்பட்டிருந்தன. இன்னமும் அவன்தான் அரசன் என்று மதிக்கப்பட்டான். ஆனால் குறிப்பாக காளியின் உத்தரவின் பேரில் மூர்க்கத்தனமான ஒப்பந்தத்தைச் செய்து கொண்ட பிறகு அவனுக்கு விரோதிகள் மேலும் அதிகரித்தனர்.

சாதாரணமாக முன்பே கொலைகள் அங்கு அதிகம், ஆனால் தன்னுடன் இணைந்து செயல்பட்டால் யாரும் எந்தத் தொல்லையும் கொடுக்கமாட்டார்கள் என்று குவேரா வேதாந்தாவிற்கு ஆணையிட்டுச் சொன்னான். அவனுடைய நகரின் மையத்திற்குள் அவன் நுழைந்தால் பாதுகாப்பாக இருப்பான் என்று உறுதியாகச் சொன்னான். மேலும் அதை நிச்சயப்படுத்திக்கொள்ள அதிக ஆட்களைக் கொண்டு வர வேண்டாம் என்றும் சாதாரண மனிதர்களைப் போல் காவலாளிகள் வர வேண்டும் என்றும் சொல்லியிருந்தான்.

ஆனால் இன்று இரவு தெருக்கள் எல்லாம் வெறிச்சோடிக் கிடந்தன. காவலாளிகள் சற்று தள்ளி அங்கங்கு நின்றிருந்தனர். யாரும் வேதாந்தாவைத் தாக்க முடியாதவாறு எச்சரிக்கையாகத் திரண்டிருந்தனர். கட்டிடங்கள் மேல் அவன் பாதுகாப்பிற்கு வில்லாளர்கள் தயாராக இருந்தனர்.

தான் எச்சரிக்கையாக இருக்க வேண்டும் என்று வேதாந்தா எண்ணினான்.

இன்று இரவு தையல்காரன் கடைக்கு அருகில் யக்ஷ அரசனை அவன் சந்திப்பதாக இருந்தது. இந்த்ரகர்ரின் வடக்குப் பக்கத்தில் ஒரு கடைதான் இருந்தது. அது நகரத்தின் தூய்மையான பகுதி. அங்கு பணக்காரர்களும் பிரபுக்களும் மட்டுமே நடந்து செல்வார்கள். கிராமங்களில் இருந்து புலம்பெயர்ந்து வந்த உழவர்கள் கிழக்கு அல்லது மேற்குப் பகுதிகளில் பணிபுரிந்தனர், குறிப்பாக மீன் பிடித்தல் ஏற்றுமதி தவிர மற்ற வியாபாரச் செயல்பாடுகள் அதிகம் நடைபெறும் மேற்குப் பகுதியை அவர்கள் அதிகம் விரும்பினார்கள்.

குவேராவுடன் இணைந்து தான் செயல்படுவதை வேதாந்தாவால் நம்ப முடியவில்லை. இணையக்கூடிய ஜோடியே இல்லை அவர்கள். ஆனால் அதைத்தான் குவேரா விரும்பினான் பொருத்தமற்ற அவர்கள் இணைவது சந்தேகத்தைத் தராது என்று நம்பினான். பழங்குடியினத்தவரும் மாணவ்வும் இணைந்து பணிபுரிவார்கள் என்பதை யாரும் நம்ப மாட்டார்கள், அவர்களை ஏறெடுத்தும் பார்க்க மாட்டார்கள்.

அதையே தான் வேதாந்தாவும் முதலில் நினைத்தான். குவேராவுடன் இணைந்து செயல்படுவதை அவனும் விரும்பவில்லை, ஆனால் அந்த அரசன் தானாகவே கோட்டைக்குள் சந்திக்க வந்து விட்டான்.

''பிரபுவே, உங்களுக்கு மூச்சு முட்டுகிறது என்பது எனக்குத் தெரியும்,'' என்று மற்றவர்களைப் போல் பயங்கரமாகக் கத்தாமல் மெல்லிய குரலில் சொன்னான். அவன் சொற்களில் ஒரு இனிமை இருந்தது, முட்டை வடிவச் சொட்டைத் தலையோடு இருந்தான். அவன் காலடியில் ஒரு கீரிப்பிள்ளை சுருண்டு கிடந்தது. பேசுவதற்காக வேதாந்தா அருகில் சென்றால் அது அவனைப் பார்த்துச் சீறும்; குவேரா அதைத் தட்டிக் கொடுப்பான். ''உனக்கு விதிகள் பிடிக்காது, நீ நம்பினாலும் நம்பாவிட்டாலும் எனக்கும் பிடிக்காது. காளியின் பயணங்களுக்கு நான் முதலீட்டாளர் மட்டுமே. இவை என்னுடையவை அல்ல. உண்மையில் உன்னை தாக்குவதற்கு நான் மிகவும் தயங்கினேன். காளி தான் என்னை வற்புறுத்தினான்.''

வேதாந்தா அவன் சொன்னதைப் பொறுமையாகக் கேட்டான், ஆனால் ஒரு வார்த்தையையும் நம்பவில்லை. புத்திசாலித்தனமாக அவன் சொன்ன பொய்களை அவன் பாராட்டினான். அவை வஞ்சகமான பொய்கள் தாம். இருப்பினும் அதைப்பற்றி அவன் கவலைப்படவில்லை, ஏனெனில் குவேரா எதற்காக வந்திருக்கிறான் என்பது இவனுக்குத் தெரியும்.

ஆதரவு.

''முதலீட்டாளராக இருப்பது நல்ல பலன்களைத் தரும் என்றுதான்

நான் நினைத்திருந்தேன்,'' என்று பதிலடி கொடுத்தான்.

குவேராவிற்கு வெளிறிய உள்ளுக்கிழுத்த முகம். ''ஆமாம், அது உண்மை என்பதை ஏற்றுக் கொள்கிறேன். ஆனால் உனக்கு ஒன்று புரிய வேண்டும், மனிதனுக்குத் தேவைகள் உண்டு. தங்க நகரமான அலக் போன்ற இடத்திலிருந்து நான் வருவதை...'' என்று சொல்லிக்கொண்டே போனான்.

வேதாந்தா தலையை ஆட்டினான். அவன் மைய நகரத்தைப் பற்றிக் கேள்விப்பட்டிருக்கிறான். இளவர்த்திக்குக் கிளம்புவதற்கு முன்பு தெய்வங்கள் தம்முடைய செல்வங்களை அங்கு வாரி இறைத்து விட்டுச்சென்றதை பலர் புராணம் சார்ந்ததாக நம்பினார்கள். ஆனால் வேதாந்தா இவற்றைக் கட்டுக் கதைகளாகவே கருதினான்.

''அது தெய்வங்களின் கருவூலம்,'' என்று சிரித்தவாறு கூறிய குவேரா தொடர்ந்தான். ''அதைப்பற்றி நம் நகரம் பெருமை கொள்கிறது. ஆனால் நாம் நேர்மையாக யோசிப்போம். இந்தத் தெய்வங்களை வெறித்தனமாக நம்பும் மக்கள் கூட்டம் சூழ்ந்துள்ளது. அந்த மக்கள் மதங்களுக்குத் தெய்வங்களை அரசர்களாக ஆக்கினார்கள். நம்முடைய கருவூலம், நினைவில் கொள், அதுதான் மிகவும் பெரியது, என்பதை உறுதிபடச் சொல்ல நிறைய மக்கள் உள்ளனர். அங்கு உள்ள எல்லாச் செல்வங்களையும் ஒன்று திரட்ட நாங்கள் பெருமுயற்சி எடுத்துக்கொண்டோம்; இளவர்த்தியின் வங்கி என்று சொல்லலாம். நான் மிகைப்படுத்திச் சொல்லவில்லை என்றுதான் நினைக்கிறேன்.''

துளிக்கூட மிகையில்லை என்று பல்லைக் கடித்தவாறு நினைத்தான் வேதாந்தா.

''ஆனால் இது என் கதையின் பின்புலம் மட்டும்தான். செல்வத்திற்கு அதிபதியான குபேரனின்-எங்கள் வட்டார மொழியில் குவேர்-பெயர் எனக்கு வைக்கப்பட்டுள்ளது என்பது உண்மை. இந்தப் பெயர் எனக்கு மிகவும் பொருத்தமாக இருக்கும் என்று என் தந்தை எண்ணினார். ஏனெனில் நான் பிறந்தது செல்வச் சூழலில், நியாயமாக அதே மாதிரி உலகச் சூழலில்தான் நான் இறப்பேன் என்று நினைத்திருப்பார்.''

உண்மையை முழுவதுமாக அவன் வெளிப்படுத்த வேண்டும் என்று வேதாந்தா காத்திருந்தான். ஆனால் அந்த மனிதன் சரியாகப் பேச வில்லை. முக்கிய கருத்தைச் சொல்லாமல் சுற்றிவளைத்துப் பேசிக் கொண்டிருந்தான்.

''பொருள் உதவி கேட்டு காளி என்னிடம் வந்தான். குறிப்பாகச் சொல்ல வேண்டுமென்றால் ராக்ஷஸ்கள் நாகாக்கள் மற்றும் யக்ஷாக்கள் இணைந்த கூலிப்படையை வாங்குவதற்கு வந்தான். மேலும் நான் நேரிடையாக அங்கு இருக்க வேண்டும் என்று வற்புறுத்தினான். அவன் என்னிடம் ஒரு வேண்டுகோளை வைத்தான். அந்தத் திட்டத்தில் அவனுக்கு உதவுவது சிறப்பானது என்று நான் கருதினேன், அதனால்

என் திட்டத்தை உன்னிடம் சொல்ல நான் இங்கு வந்து இருக்கிறேன்.''

''அது என்ன திட்டம்?'' வேதாந்தா பொறுமை இழந்தான். ''எனக்கு உடனே பதில் தேவை,'' என்றான்.

''அந்த பதில் சொல்லப்படும்,'' என்று கேலியாக சொன்னான் குவேரா. ''உலகை ஆளுவதான ஒரு மனிதனின் தேடுதலுக்கு வெறும் முதலீட்டாளனாக மட்டும் இருக்க நான் விரும்பவில்லை. உண்மையில் நான் அதை நம்பவில்லை. மஹாயுத்தத்திற்குப் பிறகு சிதறிப்போன நாடுகளை ஒன்று சேர்ப்பது மிகவும் கடினமான செயல், அதில் காளி முழுமூச்சாக இறங்கி இருக்கிறான். ஆனால் இப்போது வேறு ஒருவர் தலைமை ஏற்பதற்கான காலமும் வந்திருக்கிறது.''

வேதாந்தாவிற்கு அதற்கான பதில் தெரியும். ''இரு நானே ஊகிக்கிறேன், அந்தத் தலைவன் நீ தான்.''

கனிவோடு சிரித்தான். ''இல்லை பிரபு, நான் இல்லை. அது நீங்கள் தான்.''

''நானா?''

''ஆம்,'' என்று அவன் சிரித்தான். ''ஆனால் அதற்கு ஒரு விலை உண்டு.''

இப்போது உண்மை வெளிவந்தது. குவேரா இவனுக்குப் புகழாரம் சூட்டலாம், வெற்றுரைகளைப் பேசலாம், ஆனால் அவனுக்கு உள்ளார்ந்த ஒரு நோக்கம் இருந்தது. தொடக்கத்திலேயே வேதாந்தாவால் அதைப் புரிந்து கொள்ள முடிந்தது. ஆனால் அவன் காத்திருந்தான், ஏனெனில் பொறுமை என்பது ஒரு நல்ல குணம்.

''இதில் நாம் இருவர் மட்டுமே சம்பந்தப்பட்டு இருப்போம்.''

''இதைச் செய்வதால் எனக்கு என்ன நன்மை கிடைக்கும்?'' கண்களைக் குறுக்கியவாறு வேதாந்தா கேட்டான்.

''செல்வமும் வியாபாரமும். அலக் பணக்கார நகரம். நானும் நீங்களும் இணைந்து ராக்ஷஸ்கள் மற்றும் நாகாக்களின் பிரதேசங்களைக் கைப்பற்றினால் என்னிடம் உள்ள செல்வத்தில் அதிக அளவு உங்களுக்குக் கொடுப்பேன்.''

''நிறுத்து, நீ கைப்பற்றப் போகிறாயா? உன்னால் அது எப்படி முடியும்? இளவர்த்தியின் பணக்கார நகரமாக அலக் இருக்கலாம், ஆனால் அதனிடம் பழங்கால படைகள் மட்டுமே இருக்கிறது.''

''அங்கு தான் நீங்கள் வருகிறீர்கள். நீங்கள் ஆட்களைக் கொடுங்கள், நான் பணம் கொடுக்கிறேன்.''

''அந்தப் பிராந்தியங்களைக் கைப்பற்ற என்ன திட்டம் வைத்திருக்கிறாய்?''

அந்த அறையைச் சுற்றும் முற்றும் பார்த்தான் குவேரா. வேதாந்தாவின் படிக்கும் அறையில் ஒரு தொட்டியில் இருந்த செடியைப் பார்த்தான். அவனுக்குத் தாவரங்கள் மீது மிகுந்த பற்று உண்டு. அலக்

நகரில் பல்வகைச் செடிகளை வைத்திருக்கிறான்.

குவேரா அதிலிருந்த மலரைப் பறித்தான்.

"என்ன தைரியம் உனக்கு," என்று கோபமாகக் கத்தினான் வேதாந்தா.

"இதே மாதிரிதான்," என்று சிரித்தான். "அவர்களை வேரோடு வெட்ட வேண்டும். அந்தப் பிரதேசங்கள் தலைவர்களுக்குச் சொந்தமானவை; தலைவர்களே இல்லையெனில் ஆள்வதற்குப் பிரதேசங்களும் இல்லை."

ஒரு நிமிடம் யோசித்தான் வேதாந்தா. இது ஒன்றும் மோசமான யோசனை அல்ல.

"அப்போது, காளி என்னாவான்?"

"அவன் ஒரு களிமண் பதுமை மட்டுமே. நம் தேவைகளுக்கேற்ப அதை நடிக்க வைத்துக் கொள்ளலாம். அவன் ஏதாவது பிரச்சனைகளை உருவாக்கினால் தரையில் வைத்து அவனைத் தேய்த்து விடலாம்," என்று சொல்லிச் சிரித்தான்.

வேதாந்தாவிற்கு அவன் திட்டம் புரிந்தது. தன் படைகளைக் கொடுத்து பதிலுக்குப் பணத்தைப் பெற்றுக்கொள்ள வேண்டும். எல்லாப் பழங்குடிகளின் தலைவர்களையும் கொன்றுவிடவேண்டும். தேவைப்பட்டால் காளியையும் கூட.

"உனக்குப் பல பிரதேசங்கள் கிடைக்கின்றன, எனக்கு என்ன கிடைக்கும்?"

"பழங்குடிகளின் விவகாரங்களில் தலையிடுவதில் உங்களுக்கு விருப்பம் இல்லை என்று நான் நினைத்தேன். அது எத்தகைய பெயரை கொடுப்பதாக இருக்கும்? நான் போட்ட திட்டப்படி காளியின் ஆதிக்கத்தில் இருக்கும் எல்லா நாடுகளும் உங்களுக்குத் திரும்பக் கிடைக்கும், இந்த்ரகர் மீண்டும் உங்களுக்குக் கிடைக்கும், பொம்மை போல் இல்லாமல் முழு அதிகாரத்தோடு."

எல்லாவற்றையும் மீண்டும் பெறுவது என்ற கற்பனையே மிகவும் கவர்ச்சிகரமாக இருந்தது.

வேதாந்தா எழுந்து, "இல்லை, இந்த பயங்கரத் திட்டத்தில் நாம் வெற்றி பெற்றாலும் கூட நீ என் முதுகில் குத்த மாட்டாய் என்பதற்கு என்ன உத்தரவாதம்?"

"நான் நம்பிக்கைக்குரியவன் இல்லையா?" என்று கூறிச் சிரித்தான்.

வேதாந்தாவின் சிந்தனை ஓட்டம் நிகழ்காலத்திற்குத் திரும்பியது. நிச்சயமாக அவன் நம்பிக்கைக்கு உரியவன் அல்ல தான், ஆனால் அவன் உபயோகமானவன். அவன் பழைய பாதைக்கு திரும்பிய பிறகு குவேராவையும் கொன்று விடலாம். அது அவனுக்குப் பெரிய பிரச்சனை இல்லை. ஒருவகையில் பார்த்தால் அவனுடைய நீதிநெறிகளுக்கும் நியாயங்களுக்கும் எதிராகச் சென்று

பழங்குடியினரோடு இணைந்து செயலாற்றுவது பயங்கரமானது தான். மற்ற பயங்கரமான எதிரிகளைச் செயல் இழக்கச் செய்வதற்கு எதிரி ஒருவனை நண்பனாக்கிக் கொள்வது சிறந்தது. அதனால் முதலில் அவர்கள் வாசுகியைப் பிடிக்கச் சென்றார்கள். வாசுகியின் வலது கரமாகத் திகழ்ந்தவனை வலையில் வீழ வைக்க சாமானியர்கள் மீது தனக்கிருந்த செல்வாக்கை வேதாந்தா பயன்படுத்தினான்.

இப்போது அந்த நிழல்கள் அவன் கண்முன் தெரிந்தன. அவர்கள் யக்ஷர்கள், சிறிய உருவத்தினர் ஆனால் சிறந்த திறமைசாலிகள்; அவர்களுடைய இடுப்புப் பட்டையிலிருந்து சிறு கத்திகளும் நீண்ட வில்களும் தொங்கிக் கொண்டிருந்தன. சிறிது நேரத்தில் குவேரா உள்ளே நுழைந்தான். அவனுடைய கீரிப்பிள்ளைக்கு உணவு கொடுத்துக் கொண்டிருந்தான், கொடுத்த உணவு கண்கள் என்பதை வேதாந்தா அறிந்தான்.

"சில மனிதர்களை இன்று கவனித்தேன்." ஒரு கண்ணைத் தூக்கி அதற்கு எறிந்தான்.

"எதற்காக?"

குவேரா சுற்றும்முற்றும் பார்த்தான். "இந்த இடத்திற்கு அடுத்த முறை நான் உங்களை அழைக்கக்கூடாது என்று எனக்கு நினைவூட்டுவதற்கு."

"*யாரை நீ கவனித்தாய்*?" வேதாந்தா கேட்டான்.

"ஓ! கூட இருந்த சில நாகாக்கள்."

"நாகாவா? வாசுகிக்கும்...?"

"ஆ! அதைப்பற்றிக் கவலைப்படாதீர்கள், அவர்கள் என்னுடைய பிரச்சனை இல்லை; தவிர தான் இரண்டு ஆட்களை இழந்திருப்பது கூட வாசுகிக்குத் தெரியாது."

"நீ ஏன் அப்படிச் செய்தாய்?"

"என் தலைவனே, அதற்காகத்தான் நான் இங்கு உங்களைக் கூப்பிட்டு இருக்கிறேன். உயிர், உடமைகளுக்கு ஆபத்தான நிலையில் நாம் இப்போது இருக்கிறோம், ஏனெனில் காளிக்கு மற்றொரு எதிரி இருக்கிறான்."

"எதிரியா?" என்று வேதாந்தா வியந்தான்.

"ஆம் ஆம், அவன் கோட்டையை விட்டு வெளியே சென்றபோது ஒரு கொலை முயற்சி அவன் மீது நடத்தப்பட்டது, அதை முயன்றது வேறு யாரும் அல்ல ஒரு நாகா தான். யார் இதற்குப் பின்னால் இருந்தது என்பதை அறிந்துகொள்ள அவர்கள் இனத்தின் மீது பாய்ந்து குதறினேன்."

"அது வாசுகியாக இருக்க முடியாதா?"

"வாசுகி தன் சொந்த ஆளையே அனுப்புவது முட்டாள்தனமானது. வேறு இனத்தவர் யாரையாவது கூலிக்கு அமர்த்துவதை அவன் செய்திருப்பான். ஓ, அவன் யாராக இருந்தாலும் இந்த ஆள் ரொம்பப்

280

புத்திசாலி. இந்தப் பழி நாகா இனத்தவர் மீது விழ வேண்டும் என்று அவன் விரும்பினான். அவனுடைய ஆதரவாளர்களே அவனுக்கு எதிராக முயற்சிப்பார்கள் என்று நீங்கள் நினைக்கிறீர்களா?''

வேதாந்தா தலையாட்டினான். ''காளி இப்போது எங்கே?''

''ஒருவேளை அவனுடைய மரணப்படுக்கையில்,'' என்றான். ''ஆனால் அச்சப்படாதீர்கள். அவனுடைய சகோதரி உங்களுடைய கிராமங்களில் ஒன்றிலிருந்து மருந்து கொண்டு வந்து இருக்கிறாள்.''

வேதாந்தாவின் கால்கள் மரத்துப் போயின. ''எந்த கிராமம்?''

''ஷம்பாலா.''

வேதாந்தா தலையை அசைத்தான், ''என்ன தைரியம் அவளுக்கு? நான் இல்லாத போது அங்கே போவதற்கு?''

வேதாந்தாவின் தோள்களில் குவேரா தட்டினான். ''தலைவா, அமைதியாக இருங்கள். காளிக்கு ஆத்திரம் ஊட்டுவது நம் வேலை அல்ல. சிறிது காலத்தில் அவன் சரியாகி விடுவான், அதிகாரத்தை எடுத்துக் கொள்வான். எதுவாக இருந்தாலும் அந்தக் கிராமங்களின் அதிகாரம் அவன் சகோதரிக்குக் கொடுக்கப்பட்டது, அப்போது நீங்களும் கையெழுத்திட்டீர்கள், மறந்துவிட்டீர்களா? பாவம் நீங்கள், ஆனால் இந்த விஷயத்தில் இதை நாம் நமக்குச் சாதகமாகப் பயன்படுத்திக் கொள்ள வேண்டும்.''

''சாதகமாகவா? அப்படி பயன்படுத்திக்கொள்ள உன்னிடம் என்ன திட்டம் இருக்கிறது?''

குவேராவின் உதடுகளில் அந்த எளிமையான சிரிப்பு நடனமாடிக் கொண்டிருந்தது. ''என் தலைவா, கவலைப்படாதீர்கள். அதை என்னிடம் விட்டுவிடுங்கள்.''

54

ஒரு கூட்டத்தை எப்படிக் கவர்ந்து ஒன்று சேர்க்க முடியும் என்பது அவளுக்குத் தெரியும்.

அந்த பரபரப்பான சாலையில் கையில் மேளமும் அதை அடிக்கக் குச்சிகளையும் வைத்துக்கொண்டு பத்மா நின்றிருந்தாள். அடிக்கடி மேளத்தைக் குச்சிகளால் தட்டி மக்களின் கவனத்தைத் தன் பக்கம் இழுத்துக்கொண்டிருந்தாள். அவள் நண்பனும் கூட்டாளியுமான ஆகாஷ் எல்லோரும் கேட்கும்படியாகக் கத்திக்கொண்டிருந்தான்.

''கேளுங்கள்! கேளுங்கள்! என் அருமை மக்களே! மதிப்பீடு செய்வதற்கான நேரம் இதுதான். எல்லாமே சரியாகி விடும் என்ற அந்த துரதிஷ்டமான திட்டத்தைப் பழங்குடியினரோடு சேர்ந்து நாம் ஏற்றுக் கொள்ளும்படி தீய எண்ணங்கள் உடைய நம் அரசர் நம்மை மயக்கி வைத்துள்ளார். ஆனால் அது அப்படி இல்லை, எல்லாமே சரியாகிவிடாது.''

அவனுடைய குரல் கரகரப்பானது. அதனால் பேசுவதற்கு அவனைப் பத்மா அனுமதித்திருந்தாள். நல்ல அழுத்தமான ஒரு குரல் வேண்டும், ஆனால் அது பத்மாவுக்கு இல்லை, அல்லது தனக்கு இல்லை என்று அவள் நினைத்திருந்தாள்.

''நம்முடைய பணிகள் மற்றும் வாய்ப்புகளை அவர்கள் திருடிக் கொள்கிறார்கள், ஒரு சந்தையை ஏற்படுத்திக் கொண்டு நம்மை வரைபடத்திலிருந்தே துரத்துகிறார்கள்.'' இந்தப் பேச்சால் கூட்டம் கூடியது, பத்மா மகிழ்ச்சி அடைந்தாள். இது அந்த மாதத்தில் இரண்டாவது முறையாக நடக்கிறது; ஆனால் இவர்கள் பேச்சைக் கேட்க எப்போதும் மக்கள் கூடினார்கள். ''என் அருமை நண்பர்களே, நம்மிடம் அவர்கள் கூறிய பொய்களை மறந்து விடுங்கள். இந்த நகரில் எதுவுமே முன்னேற்றம் அடையவில்லை. எதுவுமே!''

கூட்டம் அதிகரித்தது, ஆகாஷ் கூறுவதை தலையசைத்து ஆமோதித்தார்கள். ஏனெனில் அவன் அழகானவன், வசீகரமானவன்.

அவன் மிகவும் திறமையாகச் சொற்களைப் பயன்படுத்தினான்; அவளுடைய இரண்டாவது சகோதரனை நினைவூட்டினான். கூடப்பிறந்தவனின் நினைவு வந்ததும் கண்களை மூடிக்கொண்டாள். அன்பு மற்றும் இறப்பு, இவற்றைச் சுற்றி ஓடிக்கொண்டிருந்த எண்ணங்களைத் தனக்குள் இழுத்துக்கொண்டாள். இந்த நிகழ்வில் தன் நினைவுகளை அவள் இருத்திக்கொள்ள வேண்டும். இந்தப் பிரச்சாரத்தில் அவள் அக்கறை காட்டவில்லை. இது அரசனை நிராகரிப்பது மட்டுமே, தவிர, மக்களை யோசிக்க வைக்க வேண்டும், ஏனெனில் அது முக்கியமானது. ஒரு கருத்தை மக்களிடம் விதைக்க வேண்டும், அது செயலாக மாறும்போது ஒரு புரட்சியை உண்டாக்கும்.

''வாருங்கள் எல்லோரும்! வாருங்கள்! நம் அரசரைப் பற்றி மேலும் உண்மைகளைக் கேளுங்கள். வெளிப்படையாக அவர் ஒருவருக்கு உதவியாக இருக்கிறார்...அவர்,'' ஒரு ரகசியத்தைச் செல்வது போல் குரலை தாழ்த்தியவாறு ''அவர் ஒரு முட்டாள்,'' என்றான். பின்னால் திரும்பி ஒரு ஓவியத்தை எடுத்துக்கொண்டு வந்தான். அது கையால் வரையப்பட்ட சுமாரான ஓவியம், ஆனால் அது தெளிவாக இருந்தது, நீண்ட முடியோடு கூடிய காளியின் உருவம், சிறு கீற்றுகள் போன்ற கண்கள், ஆனால் கேலிச் சித்திரத்தில் இருப்பதுபோல் மிக நீண்ட மூக்கு.

''நீண்ட மூக்கு உடையவர்களைப் பற்றி என்ன சொல்லுவார்கள்?'' புருவத்தை உயர்த்தி விஷமத்தனமாகப் பார்த்தான். எல்லோரும் சிரித்தார்கள். யாருமே இதை நம்பி இருக்க மாட்டார்கள், நட்ட நடுவில் தெருவில் நின்று இவற்றையெல்லாம் சொல்லிக் கொண்டிருக்கிறார்கள். தெரு பிரச்சாரகர்களின் தலைவி ரத்ரி ஒரு தகுந்த இடத்தையும் நேரத்தையும் தேர்ந்தெடுக்கும்படி கூறியிருந்தாள். அதிகாலை நேரத்தில் நாகாக்கள் நகர சோதனை வருவது குறைவாக இருக்கும்.

போன முறை கூட இதே மாதிரி ஒரு செயலைச் செய்ய முயற்சி செய்தார்கள். கையால் வரைந்த சுவரொட்டிகளை நகரம் முழுவதும் ஒட்டி இருந்தார்கள். விதவிதமான சொற்களால்: **நீங்கள் தோற்றுப் போன அரசு!** என்று கேலி செய்திருந்தார்கள். அவை எல்லா இடங்களிலும் காணப்பட்டன. பழங்குடியினரை அவை பாதிக்கவில்லை ஆனால் நாகாக்களின் கவனத்தை அது கவர்ந்தது. பத்மாவையும் ஆகாஷையும் நகரத்தின் எல்லை வரை துரத்தினார்கள். ஆற்றில் குதித்த அவர்கள், எதிர்க்கரையில் உள்ள மேற்குப் பக்கத்தை அடைய தண்ணீரில் மிதந்து கொண்டே சென்றார்கள்.

பழங்குடியினருக்கு ஆதரவு அளிப்பது சரியானதுதான், ஆனால் அது சரியான அளவில் இருக்க வேண்டும் என்று ரத்ரி சொல்லி இருந்தாள். மாணவ்களின் வாழ்க்கையை அது கெடுப்பதாக இருந்தால் அத்தகைய அதிகாரமும் சமத்துவமும் போலியானதே.

வானத்தில் பறந்து வந்த ஓர் ஆந்தை, பத்மாவின் வெள்ளி நிற

முடிக்கு அருகில் அவளுடைய தோளில் தன் சிறு உடலைப் பதித்து உட்கார்ந்தது. இவ்வளவு சிறுவயதில் அவளுடைய முடி எப்படி இவ்வாறு வெண்மை ஆகிவிட்டது என்று எல்லோரும் ஆச்சரியம் அடைந்தார்கள், ஆனால் அது பரம்பரையாக வருவது அல்ல. சில ரசாயனப் படைப்புகளைக் கொண்டு அவள் தன் தலை முடியின் உண்மை நிறத்தை மறைத்துக் கொண்டிருந்தாள். அதற்குக் காரணங்கள் உண்டு. அவளுடைய வாழ்க்கையில் ஒரு பெரிய துக்க சம்பவம் நிகழ்ந்துள்ளது; அவளுடைய முகத்தை அரசன் அடையாளம் கண்டுகொண்டால் நிச்சயம் மரண தண்டனைதான். இதில் அவள் ஒரு தவறும் செய்யவில்லை, அவள் சகோதரர்கள் அரசனுக்குத் செய்தவை தான் காரணம். இந்தப் பழங்குடியினரை இணைத்துக் கொள்வதற்கு முன்பேகூட அவர்கள் அரசனுக்குப் பெரிய அளவு ஆதரவு தெரிவிக்கவில்லை. சர்வாதிகாரத்திற்குப் பதிலாக மக்களாட்சியை அவர்கள் எதிர்பார்த்தார்கள்; உண்மையைச் சொல்வதானால் அவர்களுடைய எதிர்ப்பு சரியான பலனை அளிக்கவில்லை. அவருடைய தலைவிதிக்கு மாறாக விஷயங்கள் ஊசலாடத் தொடங்கின, அவற்றின் பயங்கர விளைவுகளைப் பத்மா எதிர்கொள்ள வேண்டி இருந்தது.

அந்த ஆந்தையின் காதோரத்தில் முத்தம் இட்டாள். அது அவளைப் பார்த்து விழித்து விட்டு அழகாகத் தன் கண்களைச் சுருக்கிக் கொண்டது. அதன் கால்களில் கட்டப்பட்டிருந்த ஒரு ஓலையை அப்போது அவள் பார்த்தாள். ஒரு கையால் மேளத்தை அடித்தவாறு மற்றொரு கையால் ஓலையை எடுத்தாள். சற்று சிரமப்பட்டு ஒரு கையால் அதைப் பிரித்தாள். அதைப் பார்த்தவுடன் என்ன நடந்தது என்பதை புரிந்து கொண்டாள்.

உன் வழியில் அவர்கள் வருகிறார்கள். அவள் புதியவள்.

- ரத்ரி

சட்டென்று அவள் கண்களை உயர்த்திப் பார்த்தாள். மேளம் அடிப்பதை நிறுத்தினாள். அடிப்பதைத் தொடரும்படி ஆகாஷ் கண்களால் சைகை செய்தான்; ஆனால் பத்மா தலையாட்டி மறுத்தாள்.

''நாம் உடனே இங்கிருந்து போக வேண்டும்.''

சுற்றி இருந்த மக்களைப் பார்த்து அழகாக ஒரு புன்முறுவல் பூத்தான். அவளை நெருங்கி மெதுவான குரலில், ''சும்மா கவலைப்படாதே, எல்லாம் சரியாக இருக்கிறது.''

''நம்மைப் பிடித்து விடுவார்கள், ரத்ரி செய்தி அனுப்பி இருக்கிறாள்.''

அவள் பேச்சைத் தடுத்தான். ''ரத்ரி அதீத பயத்தில் இருக்கிறாள், எப்போது அந்த முட்டாள்தனமான நூலகத்திற்கு சென்றாளோ அப்போதிலிருந்து அவள் அப்படித்தான். கவலைப்படாதே, மேளத்தைத்

தட்டு.''

அதே நேரத்தில் அந்த ஒலி அவள் காதில் விழுந்தது. வேகமாக வந்த குதிரைகளைப் பார்த்தாள். அரசாங்கத்தின் எதிரிகளுக்கு வெகு அருகில் இருப்பதை நினைத்துப் பயந்தவர்களாக, அம்மக்கள் உடனே கலையத் தொடங்கினார்கள்.

இல்லை.

குதிரைகளில் நான்கு நாகாக்கள் அவள் முன் வந்தார்கள், அவர்களுக்கு நடுவில் ஆனிக்ஸ் (onyx) கறுப்பு நிறத்தில் மிக நீண்ட பின்னலோடு ஒரு பெண் இருந்தாள்.

''இங்கு இப்போது என்ன நடக்கிறது? ஒருவேளை தேசவிரோதச் செயல் ஏதாவதோ, என் கண்ணே,'' என்று கேட்டாள் அவள்.

அது ஒரு அச்சுறுத்தலாகச் சொல்லப்பட்டிருக்க வேண்டும், ஆனால் ஒரு கவர்ச்சிகரமான சொல்லாக வெளிவந்தது. ஒருவேளை அந்தப் பெண் நாகாக்களுக்காகச் செயல்படுபவளாக இருக்கலாம் ஆனால் அவள் தன்னை காட்டிக் கொண்ட விதம் வழக்கமான தளபதிக்கு உள்ளதுபோல் இல்லாமல் அதைவிடக் கூடுதலான அதிகாரம் உடையவள் போல் தோன்றினாள். அவளுடைய முகவாய் மேல்நோக்கி இருந்தது, கூரான மூக்கு, தவிர புருவங்கள் நெறித்து இருந்தவிதம் எல்லாமே அதிகார தோரணையைக் காட்டுவதாக இருந்தன.

''அவர்களைக் கொல்ல வேண்டாம். போலியான இந்தப் புரட்சியாளர்களை நான் விரும்புகிறேன்,'' என்று சொல்லி மகிழ்ச்சியோடு கை தட்டினாள்.

என்ன இது...

அந்தச் சமயத்தில்தான் முதல் நாகா கத்தியோடு ஆகாஷை நெருங்கினான். அவன் முனகியவாறு கீழே விழுந்தான். பத்மா ஏதாவது செய்தாக வேண்டும். இன்னொரு நாகா நெருங்கி வருவதை அவள் பார்த்தாள். அவர்களைச் சுற்றி நின்றிருந்த கூட்டம் மெதுவாக அங்கிருந்து நழுவியது. அவர்கள் நெருங்கியபோது பத்மாவும் ஆகாஷும் தப்ப முடியாதவாறு அங்கிருந்த செங்கல் கட்டிடச் சுவரோடு ஓரம்கட்டப்பட்டார்கள். மேளத்தை ஒரு பக்கம் தூக்கிப்போட்ட அவள்...

பத்மா சீட்டி அடித்ததும் அவள் தோளில் இருந்த ஆந்தை பறந்து சென்று எதிரிலிருந்த நாகாவின் முகத்தைத் தாக்கியது. அவன் கீழே விழுந்தான். அந்த நாகா உயரமானவன். சதைப்பிடிப்புள்ள ராக்ஷஸ்கள போல் இல்லை. ஆனால் அவர்கள் பாம்பு போல் உடல் முழுவதும் பச்சை குத்திக் கொண்டிருந்தார்கள். அவர்கள் முரட்டுத்தனமாகத் தோற்றமளித்தாலும் அவர்களுள் ஒருவனை ஒரு பறவை கீழே தள்ளிவிட்டது. அந்தப் பறவையின் தாக்குதலைக் கண்டு அவர்கள் குழம்பிப் போய்விட்டார்கள், அதைச் சாதகமாக்கிக் கொண்ட பத்மா சுவரைத் தாண்டிச் செல்லும்போது இரண்டு கத்திகளை வெளியே

285

எடுத்தாள். ஆகாஷை நெருங்கி அச்சுறுத்தியவன் மீது கத்தியை வீசினாள்.

ஆகாஷ் கத்தினான்.

பத்மா கண்களை உருட்டி அவனைப் பார்த்து முறைத்தாள். அவன் அவளுக்கு உதவாமல் இருந்ததோடு பெரிதாகச் சத்தம் போட்டுக் கொண்டிருந்தான். எல்லாப் பக்கங்களிலும் அது எரிச்சலை ஊட்டியது. எதிர்க்கக் கூடியவளாகவும் ஆபத்தானவளாகவும் அவள் தோற்றம் அளித்ததால் மற்ற நாகாக்கள் அவளை நோக்கி வந்தார்கள். அரசவை அதிகாரிகளை அவள் கொன்றிருந்ததால் தூக்குக் கயிறோ அல்லது கழுத்து சீவப்படுவதோ உறுதி. அந்தக் காட்சியைப் பார்ப்பதே பயங்கரமானது என்றால் அந்த பயங்கரச் சடங்கை அனுபவிப்பது எவ்வளவு கொடூரமானது என்பது அங்கிருந்த மற்றவர்களைவிட அவளுக்கு நன்றாகத் தெரியும்.

அவளால் அந்த நாகாக்களைக் கொல்ல முடியாது என்பதை அவள் அறிவாள். தன் கத்தியை அவள் பயன்படுத்தவில்லை, மாறாகத் தன் பையிலிருந்து பணா எனப்படும் செப்பு நாணயங்களை-வெளியில் எடுத்தாள். சிவப்பு நிறத்தில் வழக்கத்தைவிட அதிக வட்டமாக இருந்தன. அவற்றில் இந்த்ரகர்ரின் சின்னம் வித்தியாசமாகச் செதுக்கப்பட்டிருந்தது. எதிரில் இருந்த நாகாக்களின் காலடிகளில் தூக்கி எறிந்தாள். அவற்றின் மீது கால் வைத்த நாகாக்கள் நிலைகுலைந்து தடுமாறினார்கள்.

பத்மா சிரித்தாள். அவர்கள் தடுமாறி எழுந்துகொள்வதற்குள் ஒருவனை மண்டியிடச் செய்தாள். அவன் பின்புறமாக விழுந்தான். சமாளித்து எழுந்த மற்றவன் பெரிய கத்தியை நீட்டியவாறு அவளை நோக்கி முன்னேறினான். அவனிடமிருந்து ஒதுங்கி நகர்ந்தபோது, தலைகுப்புறத் தரையில் விழுந்து அவன் பின்னால் உருண்டாள். தன் முன் இருந்தவனின் தோளைத் தட்டினாள். குழம்பிப்போய் திரும்பிய அவனை முகத்தில் குத்தினாள்.

அடுத்தவனிடத்தில் ஆயுதம் ஒன்றுமில்லை, ஆனால் அவன் மற்றவர்களைவிடப் பெரியவனாக ஆஜானுபாகுவாக இருந்தான். அவன் தன் முஷ்டியை ஆட்டினான்.

''நான் உன்னைக் கொல்லப் போகிறேன்.''

சே.

''இனி நல்லவளாக இருக்க நான் விரும்பவில்லை.'' தன்னிடமிருந்த கத்திகளில் ஒன்றை எடுத்த பத்மா எதிரே இருந்த நாகாவின் கவசம் மூடி இருக்காத அவனுடைய மார்பின் மேல் பகுதியில் அதைச் செலுத்தினாள். குனிந்து பார்த்த அவன் அதை வெளியே எடுத்தான். ரத்தக்குழாயில் கத்தி குத்தி இருப்பதை அப்போதுதான் உணர்ந்தான். ரத்தம் பீரிட்டு அடித்தது, அவன் மயங்கி விழுந்தான்.

ஆகாஷின் மீது விழுந்த அந்த உடலை விரைந்து சென்று அவள்

பிடித்து இழுத்தாள். அதை ஒரு பக்கமாகத் தூக்கி எறிந்து விட்டு அதில் நிமிர்த்தியவாறு பாய்ந்திருந்த கத்தியை வெளியில் எடுத்தாள்.

"நாம் போகலாம்."

ஆகாஷ் எழுந்து நின்றான், அவன் உடல் நடுங்கிக்கொண்டிருந்தது, எச்சிலைக் கூட்டி விழுங்கினான். அவர்கள் திரும்பியபோது மேலும் பத்து நாகாக்கள் முன் தான் நிற்பதை பத்மா உணர்ந்தாள். அவர்கள் எல்லோரிடமும் வேல்கள் இருந்தன; அவற்றைக் கேடயங்களால் மறைத்துக் கொண்டு இருந்தனர். சாமானிய பெண்ணான அவளைப் போன்ற ஒருத்தியுடன் போரிடத் தயாராக இருந்தார்கள். இவர்கள் இருவரின் கழுத்தில் இருந்து சில அங்குல இடைவெளியில் ஆயுதங்களுடன் அவர்கள் நின்றிருந்தார்கள்.

எப்படி இவ்வளவு விரைவாக அவர்களால் இங்கு வர முடிந்தது?

"அடக்கடவுளே, நாம் செத்தோம். இதற்குத்தான் நான் அப்போதே சொன்னேன் போய் விடலாம் என்று. தயவுசெய்து எங்களை ஒன்றும் செய்து விடாதீர்கள். நான் இறக்க விரும்பவில்லை," என்று கதறினான் ஆகாஷ்.

நீ விளையாடுகிறாயா?

பத்மா அவனை முறைத்தாள், ஆனால் தோள்களை நிமிர்த்தியவாறு ஆகாஷ் முன் வந்து நின்றாள். அவள் சிறிதும் அச்சம் அடையவில்லை, ஏனெனில் மரணத்தைவிட மோசமானதை அவள் பார்த்திருக்கிறாள், அனுபவித்திருக்கிறாள்.

அது பெரும் துயரம்.

"தப்பி விட முடியும் என்று உண்மையிலேயே நீ நினைத்தாயா, கண்ணே,?" கருப்புக் குதிரையின் மேலிருந்த அந்தப் பெண்மணி கேட்டாள்; மேலும் சிலருடன் இணைந்து இவர்களைச் சுற்றி நின்று கொண்டார்கள்.

"யாரை எதிர்க்கிறாயோ அவர்களை நீ குறைத்து மதிப்பிடக் கூடாது."

பத்மா வாயைத் திறக்கவில்லை.

"அந்தப் பையனைப் பிடியுங்கள். எங்கே அனுப்பவேண்டுமென்று உங்களுக்கே தெரியும்," என்று அந்தப் பெண்மணி கட்டளையிட்டாள்.

"மன்னிக்கவும், மன்னிக்கவும்," என்று ஆகாஷ் கதறினான். அதற்குள் பத்மாவைத் தள்ளி விட்டு நாகாக்கள் ஆகாஷைக் கைப்பற்றினர்.

மேலும் ஒருவன் போய்விட்டான்.

உண்மையில் அவள் வருத்தப்படவில்லை. நிச்சயமாக அவன் உதவியாகத்தான் இருந்தான், ஆனால் அவள் நோக்கத்தைத் தடம் புரளச்செய்துவிட்டான். கருப்புக் குதிரையிலிருந்து அந்தப் பெண் கீழே இறங்கினாள். அவள் கால்கள் நிலத்தைத் தொட்டவுடன் கிளிங் என்று ஒரு சத்தம் எழுந்தது. அவள் காலில் அணிந்திருந்த ஒரு சிறிய கொலுசை பத்மா பார்த்தாள். அவளுடைய ஒரு கை முடமாகவும் மற்றொன்று

செயல்படுவதாகவும் இருப்பதைப் பத்மா கவனித்தாள்.

''அடிபட்டவர்களை மருத்துவமனைக்கு எடுத்துச் செல்லுங்கள். நாளைக்குள் அவர்கள் குணமடையவில்லையென்றால் நாடு கடத்தப்பட்டனர் என்று சொல்லுங்கள்,'' பத்மாவைக் கவனிப்பதற்கு முன் அந்தப் பெண் சொன்னாள். அவளுடைய நீல விழிகள் வானத்தின் நிறத்தைப் பிரதிபலிப்பதாக இருந்தன.

''என் பெயர் இளவரசி மானசா, நான் தலைவர் வாசுகியின் சகோதரி.'' அந்த அரசகுல நாகப் பெண்மணி பத்மாவை கூர்ந்து நோக்கினாள். ''உன் நண்பனுக்கு ஏற்பட்டதைப் பற்றி கவலைப்படமாட்டாய் என்று நான் நினைக்கிறேன். உன் இலட்சியத்திற்கு அவன் ஒன்றும் பெரிதாக உதவவில்லை. உனக்கு உதவாதவர்கள் வாழவேண்டும் என்பது அவசியம் இல்லை,'' என்றாள்.

பத்மா தரையில் வீசிய காசுகளின் மீது அவள் நடந்து வந்தாள். ''இந்த நாணயங்கள் மஹாயுத்தத்தின் போது உபயோகத்தில் இருந்தன. உனக்கு எப்படி அவை கிடைத்தன?'' என்று கேட்டாள்.

மஹாயுத்தத்தின்போது எந்த நாணயங்கள் புழக்கத்தில் இருந்தன என்பது அவளுக்கு எப்படி தெரியும்?

''நான் நாணயங்களைச் சேகரிப்பவள்,'' என்றாள் பத்மா. ஏழு வயதில் இருந்து அவள் இவற்றை விரும்பிச் சேகரிக்கிறாள்.

மானசா அந்த நாணயத்தைத் திருப்பிக் கொடுத்தாள். நாகா இளவரசியின் தயாள குணத்தை வியந்தவாறு அதை எடுத்துக்கொண்டாள். தோளிலிருந்து ஊசலாடிய பையில் போட்டுக் கொண்டாள்.

''உன் தலைமுடி எனக்குப் பிடித்திருக்கிறது,'' என்றவள் முடியினுள் கைவிரல்களை விட்டு விளையாடினாள். அவள் விரல்நகங்களில் கருஞ்சிவப்பு நிறத்தில் வண்ணம் தீட்டியிருந்தாள். ''இது இயற்கையான முடியா?'' என்றாள்.

பத்மா தலையாட்டி மறுத்தாள். சுவாரஸ்யமில்லாத சந்தைப் பகுதியில் நாகா பாதுகாவலர்களால் சூழப்பட்டிருந்த அந்த நொடியில் தனக்கு ஒரு அம்மா இருப்பதாக உணர்ந்தாள்.

''நீ சிறப்பானவள் என் கண்ணே,'' என்று அவளுடைய வெள்ளை முடியினுள் தன் கை முஷ்டியைச் சுற்றி தொடர்ந்து விளையாடியவாறு அவள் கூறினாள். ஒரு குலுக்கலைப் பத்மா உணர்ந்தாள். ''மிகச் சிறப்பானவள். ஒரு பெண். மிகச் சிறியவள், தன்னைக் காத்துக் கொள்ளப் பயிற்சி பெற்ற ஆட்களையும் எதிர்க்கக் கூடியவள்-என்ன ஒரு காட்சி, கடவுளால் புறக்கணிக்கப்பட்ட இந்த நகரில் இதைப் பார்க்கத் தான் இவ்வளவு நாட்களாகக் காத்திருந்தேன். மாணவ்களைப் போல் இல்லாமல் நல்ல கல்வியையும் போர் நுணுக்கங்களையும் சிறப்பாக அளிப்பதில் நாகாக்கள் பெருமை கொள்கிறார்கள். வேவு பார்ப்பது என்ற சிக்கலான கலையில் அவர்கள் தேர்ச்சி பெற்றவர்கள்; அதிலும்

குறிப்பாகப் பெண்கள் ஆண்களை விட மிக முக்கியமானவர்கள். ஆண்களுக்குத் தத்துவம் கற்றுக் கொடுக்கப் படுகிறது. ஆனால் மது மற்றும் சுரா அவர்களுக்குக் கிடைத்தால் அதிலேயே மூழ்கிவிடுவார்கள். அதேநேரத்தில் அறிவையும் அமைதியையும் பெண்கள் கட்டாயம் கூவி வரவேற்கின்றனர். ஒரு நாகாவை நீ எனக்கு நினைவூட்டுகிறாய்.''

''நீ செய்த வேலையை ஏன் செய்தாய்?''

பத்மா அமைதியாக இருந்தாள். நாட்டுக்கு எதிராக எது சொன்னாலும் அது தேசத் துரோகமாகும்.

''நீ அரசனை வெறுக்கிறாயா?''

பத்மா நிமிர்ந்து அவளைப் பார்த்தாள்.

''ஆ, இங்குதான் நாம் இருவரும் இணைகிறோம், ஏனெனில் நானும் அவனை வெறுக்கிறேன்,'' என்று சொல்லி மெலிதாகப் புன்னகைத்தாள். ''என் கண்ணே, நாம் இருவரும் இணைந்து செயலாற்றினால் மிகச் சிறப்பானதை நம்மால் சாதிக்க முடியும். நான் சொல்வதை ஏற்றுக் கொள்வதாக இருந்தால் என் அலுவலகத்தில் வந்து என்னைப் பார்,'' என்றாள்.

அப்படியானால் ஊரைச் சுற்றி வந்து பிரச்சாரம் செய்பவர்களை ஏன் தடுக்கிறாள்? நாட்டை ஆள்பவர்களை வெறுக்கும் மக்களை ஒரு கூட்டமாகக் கட்டமைக்க முயற்சிக்கிறாளா? ஆனால் ஏன்? அரசனுக்கு எதிராக அவளிடம் என்ன இருக்கிறது?

''இவை எல்லாம் முடிவற்ற கடினமான விவகாரமாக எனக்குத் தோன்றுகிறது. இறுதியில் கிடைப்பதோ மிகக் குறைவான பலன்தான்.'' அவள் கைகளைப் பற்றிக்கொண்டு நாகாக்கள் பின் தொடர நடக்கத் தொடங்கினாள். ''எனக்குப் பலன்கள் பிடிக்கும். நிறைய நாட்கள் காத்திருந்த பிறகு ஒரு நல்ல முடிவு கட்டாயம் கிடைக்கவேண்டும், நான் சொல்வது சரிதானே?''

பத்மா தலையாட்டினாள். அந்த நாகா இதன் மூலமாக எங்கு செல்கிறாள் என்பது அவளுக்குத் தெரியவில்லை, ஆனால் அதில் தனக்கும் ஒரு பங்கு உண்டு என்பது புரிந்தது. தவிர உண்மையில் அதிகாரம் என்பது எப்படி இருக்கும் என்று இன்று வரை அவளுக்குத் தெரியாது.

''தவறான இலக்கை நோக்கி நீ கடுமையாக உழைக்கிறாய். நான் சொன்னபடி நீ செய்தால் உண்மையான பலன் உனக்குக் கிடைக்கும், நீ வெறுக்கும் அந்த மனிதனை நாம் இருவரும் சேர்ந்து ஒழித்துவிடலாம்.''

''என்னைப்போல் வேறு யாராவது இருக்கிறார்களா?''

''உன்னைத் தவிர வேறு யாரும் இந்த உணர்வை என்னிடம் ஏற்படுத்தவில்லை, கண்ணே. நீ செய்யும் சலுகைகளுக்காக நீ விரும்பியது எல்லாம் உனக்குக் கொடுக்கப்படும்,'' என்றாள் மானசா.

நாகா கோட்டையின் நுழைவாயிலாக உள்ள ஒரு கட்டிடத்தை அவர்கள் அடைந்ததை பத்மா உணர்ந்தாள். பழங்குடியினரை

இணைத்துக் கொண்ட பிறகு அவர்களுக்குப் பொருத்தமான இடங்களில் கோட்டைகள் கட்டப்பட்டன; அவற்றைக் கட்டுவதற்கு மானசா அவர்களுடன் இணைந்து செயலாற்ற வேண்டி இருந்தது. பலருக்கும் அந்த யோசனை பிடிக்கவில்லை, ஆனாலும் அந்த முழு கோட்டையும் மிக அழகாக இருந்தது. எதை நினைப்பது, எதை நினைக்காமல் இருப்பது என்பது அவளுக்குப் புரியவில்லை. ஆனால் நீண்டகால பலனை எண்ணிப் பார்த்தால் மானசாவுடன் இணைவது நன்மை தரும் என்பதை உணர்ந்தாள். ஒன்று, அவள் கொல்லப்படலாம், அல்லது மதிக்கப்பட்டு வெகுமதி அளிக்கப்படலாம். ஆனால் முதலானதை அவள் பொருட்படுத்தவில்லை; எப்படியாவது வேதாந்தாவைப் பழிக்குப்பழி வாங்கிவிட அவளால் முடிந்தால் அவள் மரணத்திற்கு அஞ்சவில்லை.

கோட்டையின் தாழ்வாரங்களில் நடந்து சென்று அவர்கள் ஒரு சிறு கதவை அடைந்தார்கள். காவலர்கள் நகர்ந்து சென்றார்கள், பத்மாவின் இதயத் துடிப்பு அதிகரித்தது. அவள் எதிரியின் இடத்தில் இருக்கிறாள்; அவள் எதிர்த்துப் போரிட்டுக் கொண்டிருந்த இடங்களுள் இதுவும் ஒன்று; ஆனால் இப்போது அதன் நடுவில் அவள் நின்று கொண்டிருக்கிறாள். சிறைச்சாலைக்கு ஆகாஷை இழுத்துக் கொண்டு சென்ற காட்சி அவளுக்கு நினைவுக்கு வந்தது, ஆனால் சிறையிலிருந்து விடுதலை பெற ரத்ரி அனுமதிக்கலாம். இந்த எண்ணங்கள் மனதைச் சூழ்ந்துகொள்ள அவள் அனுமதிக்கக் கூடாது என்று எண்ணினாள்.

அவள் உட்கார்ந்திருந்த அந்த பிரம்மாண்டமான அறையின் அழகை அலமாரிகளில் இருந்த புத்தகங்கள் கெடுத்தன. அவள் புத்தகங்களை வெறுத்தாள். சிலவற்றை எடுத்துப் புரட்டிப் பார்த்தாள், ஆனால் பலதரப்பட்ட அவள் வேட்கைக்கு அவை தீனி போடவில்லை.

''நான் என்ன செய்ய வேண்டும் என்று நீ நினைக்கிறாய்?''

''ஓ அதைச் சொல்கிறேன், ஆனால் முதலில்...'' அவள் மேஜை இழுப்பறையிலிருந்து மற்றொரு பையை எடுத்து மேஜை மீது போட்டாள்.

பத்மா அதைப் பார்த்தாள், அதைத் திறப்பதற்கு முன் குழப்பமடைந்தாள்: அதனுள் தங்கம் மற்றும் வெள்ளிப் பணங்கள், கர்ஷபணங்கள், சுராஷ்ட்ரா மற்றும் சோழிகள் ஆகியவற்றைப் பார்த்ததும் அவள் சிரித்தாள். வெளியில் எடுத்து அவற்றைப் பார்த்தாள். இப்போது அவை புழக்கத்தில் இல்லை என்றாலும் நாணயங்கள் சேகரிப்பவர்க்கு அவை பொக்கிஷம் ஆகும்.

''நானும் ஒரு மாதிரி நாணயங்களைச் சேகரிப்பவள் தான். கண்ணே, நம் இருவருடைய விருப்பங்களும் ஒரே போல் உள்ளதே,'' என்றாள் மானசா.

பத்மா நிமிர்ந்து பார்த்தாள்.

''இவை எல்லாவற்றையும் நீயே வைத்துக் கொள்ளலாம்,'' என்றாள்.

பத்மா உடனே பையிலிருந்து கையை எடுத்துக் கொண்டாள். அது ஒரு உயிரைப் பறித்தற்காகக் கொடுக்கப்பட்ட பணம். அதற்கு ஒரு விலை உண்டு. அதைக் கொடுக்க அவள் தயாராக இருக்கிறாளா?

''கவலைப்படாதே.''

''உங்களுக்கு நான் என்ன செய்ய வேண்டும்?'' என்று மறுமுறை ஆனால் சற்று அழுத்தமாகக் கேட்டாள்.

''ஓ... அதை விளையாட்டாகச் செய்துவிடலாம்,'' என்று அவள் சொன்னபோது அவள் கண்களில் ஒரு பிரகாசம் தெரிந்தது. ''எப்படி இருந்தாலும் விளையாடுவதற்கு உனக்கு நிச்சயமாக ஆயுதங்கள் உண்டு.''

''என்னால்...என்னால் முடியாது.'' எல்லாவற்றையும் முழுவதுமாக மறுப்பது கடினமாக இருந்தது. ''என்னால் முடியாது இந்த மாதிரியான வேலை செய்ய...உங்களுக்காக.''

''எனக்காகச் செய்ய முடியாதா? நான் கள்ளம் கபடமற்றவள். உனக்குத் தெரிந்ததைவிட அதிக அளவு அமைதிக்கும் அஹிம்சைக்கும் நாம் ஒன்றாக இணைந்திருக்கிறோம் என்பதை நீ புரிந்து கொள்ள வேண்டும்.'' மேஜையின் மீது தன் கையை வைத்தாள். பின்னாலிருந்து ஒரு பயங்கரமான குரல் கேட்டது. பத்மா திரும்பினாள். அழகான கருப்பு முடி உடைய மனிதனைப் பார்த்தாள். தூய நீலக் கண்களைக் கொண்ட அவன் முகத்தில் நிதானமாகத் தவழும் ஒரு புன்னகை இருந்தது. கருநீல நிறத்தில் ஒரு நீண்ட அங்கியை அணிந்திருந்தான். மரியாதை சிறிதும் இல்லாத அரசகுல கர்வத்தோடு மானசாவைச் சுற்றிக்கொண்டு முன்னால் வந்தான்.

''அவள் சரியாகச் சொல்கிறாள்,'' என்று சீறுவது போல் சொன்னான்.

அந்த ஒரு சீறலே தெளிவாக அவனை யார் என்று காட்டியது-வாசுகி, நாகாக்களின் இளவரசன் அல்லது அரசன் என்பதை. முதலில் தலைமையைக் குறிக்கும் பல பெயர்கள் நாகாக்களுக்குக் கிடையாது. அதனால் தங்கள் பெயர்களுக்குப் பொருத்தமானதைச் சூட்டிக் கொண்டனர். அப்படித்தான் மக்கள் பேசிக்கொண்டனர்.

தானாகவே மானசாவின் குரல் வஞ்சனை தெறிக்கக் கரகரப்பாக மாறியது. ''எப்படியிருந்தாலும் முடிவு இது மாதிரி தான் இருக்கும்-நான் சொல்வதைச் செய்து விட்டு, இந்த அரசவையின் மதிப்பு மிகுந்த ஊழியனுக்கு என் நன்றியைத் தெரிவிக்கும் அடையாளமாக இந்த அழகான நாணயங்களை எடுத்துக் கொள், அல்லது அரசு அதிகாரியைத் தாக்கியதற்காக நாளைக்கு நீ கொல்லப்படுவாய்.'' அவளுடைய கை முட்டி இறுகியது, அவளுடைய புன்னகை நட்பை வெளியிடுவதாக இல்லை.

''இனிமேல் தேர்வு உன் கையில், என் கண்ணே.''

55

காளி ஓடிக்கொண்டே இருந்தான், எவ்வளவு நாழிகை என்பதைக் கூட மறந்துவிட்டான்.

அவன் சிரமப்பட்டுக் கண்களைத் திறந்த போது அவை நேரே பாய்ந்தன. அவன் ஒரு வெள்ளைச் சலவைக் கல்லால் ஆன பீடத்திற்கருகே வந்தான், அதன் ஜில்லென்ற சுவற்றில் சாய்ந்து கொண்டான். அங்கிருந்த ஆழமற்ற குட்டையில் இருந்த அதன் நீரில் தன் விரல்களால் அளைந்தான். அவன் எந்த மாதிரியான மனிதனாக மாறிவிட்டான் என்பதை அந்தத் தண்ணீர் பிம்பம் பிரதிபலித்தது. அவன் மாறிவிட்டான். நோய் அவனுடைய தோலைத் தின்றிருந்தது. உடல் ஒல்லியாகிவிட்டது. கை கால்கள் குச்சிகுச்சியாக இருந்தன. முடி குறைந்து விட்டது. அவன் வழுக்கையாகிக் கொண்டிருந்தான். அவனுக்கு அதில் விருப்பம் இல்லை. அவனை அழகானவன் என்றே தான் இவ்வளவு நாட்கள் அனைவரும் கருதினர். ஆனால் இப்பொழுது அவனை அப்படிக் கருத முடியாது.

அவனுடைய அன்பான தங்கையின் அனுசரணை இல்லை என்றால் அவன் ஒருவேளை இறந்திருப்பான். நோய், மேலும் குத்துப்பட்ட வலி இரண்டுமாக அவனை உலுக்கியது. துருக்தியின் உதவியால் அவன் மீண்டு வந்து விட்டான் என்பதை அவனால் நம்பவே முடியவில்லை. நாகாக்களின் நீலக் கண்களின் கண்மணி போல நீல நிறம் கொண்ட ஒரு திரவத்தை அவனுக்கு வழங்கினாள். அதில் நிறமோ, வாசமோ, ருசியோ இல்லை. அதை ஒரே விழுங்கில் குடித்து விட்டான். சில நாட்கள் கழித்து அவன் திரும்பவும் ஒரு விழுங்கு எடுத்துக் கொண்டதும் குணமடைவதை உணர்ந்தான்.

அது மூன்று நாட்களுக்கு முந்தைய கதை.

இப்பொழுது அவனுடைய வலிமை திரும்ப வந்ததாக உணர்ந்தான். பலவீனமான நிலை மாறியது. அது என்ன திரவமோ, அதனால்தான் அவன் அதிலிருந்து உயிர் மீண்டான்.

கோட்டையின் உள் அவனுடைய காவலாளிகளும், அதிகாரிகளும் பணி புரிந்து கொண்டிருந்தனர். அவனுக்கு அதன மீது அக்கறை இல்லை. அவன் தன் அரசியலை மறந்தான். எழுந்து நின்று சோம்பல் முறித்தான், அவன் கண்கள் அவன் பிம்பத்தை நோக்கின. அது மெதுவாக மாறியது. மெதுவாக ஊர்ந்து வெளியே வந்து பார்த்தான், அப்பொழுது அவனுக்குத் தோன்றியது, அவன் மாறவில்லை-தண்ணீர் தான் சிவப்பாக மாறியது. ரத்தம்.

அது அடர் நிறமாகவோ, கெட்டித் தன்மையோ அடையவில்லை. அது லேசாக இருந்ததால் அவனுடைய பிம்பத்தைப் பிரதிபலித்தது. அவன் கேவலமாக இருந்தான். அவன் தோல் சுருங்கி, வழுக்கை விழுந்து முடியே இல்லாமல் இருந்தான். தன்னுடைய தொழு நோயை மறைப்பதற்காக விந்தையான துணி ஒன்றைக் கழுத்தில் சுற்றி இருந்தான். அந்த சமயம் நிறைய காட்சிகள் ஒன்றோடொன்று இணைந்து அவன் கண் முன்னே ஓடின. அவனுக்கு அவை என்னவென்று புரியவில்லை. தலைவலி மண்டையைப் பிளந்தது, இறப்பைவிட எதோ ஒரு கொடூரமான உணர்வை அனுபவித்தான். அவன் உடல் லேசாகி, முட்டி மடிய கீழே விழுந்தான். அவன் கண்கள் அந்த ரத்தத் தண்ணீரையே வெறித்துக் கொண்டிருந்தன; அவனை நோக்கிப் பல உருவங்கள் வருவதை அவன் தண்ணீரில் பிம்பங்களாகப் பார்த்தான். அவனுக்கு அருகே அந்த உருவங்கள் நின்றன. சோகமான விஷயம் என்னவென்றால் அந்த உருவங்கள் அனைத்துமே எரிந்து போயிருந்தன.

''எங்களைக் காப்பாற்றவில்லையே, அண்ணா. எங்களைக் காப்பாற்றவில்லையே.'' எரிந்த ஒரு குழந்தையின் பிம்பம் கூறியது. வேறு எதோ உலகத்திலிருந்து அந்தக் குரல் கேட்பது போல அது எதிரொலித்தது. ''நீ எங்களை விட்டுவிட்டாய், உன்னுடைய சகோதரர்களை தீக்கிரையாக விட்டுவிட்டாய்,'' நிறைய குரல்கள் சேர்ந்து ஒலித்தன. தண்ணீர் ஆத்திரமாகக் கொதித்தது, நுரைகள் கொப்பளிக்கக் கொந்தளித்தது.

என்ன நடக்கிறது?

''நான் என்னையே எப்படி இந்த பாவத்திலிருந்து மீள வைப்பேன்?'' என்று கதறினான். ''எப்படி நடந்து கொள்வது? நீங்கள் என்னிடம் வருகிறீர்கள், நான் என்ன செய்ய வேண்டும்?''

''எங்களைக் கௌரவப் படுத்து,'' என்றார்கள் ஒத்த குரலில், அவர்கள் குரலின் ஒலி உயர்ந்தது.

''எப்படி கௌரவிப்பது? நான் என்ன செய்ய வேண்டும்?''

தண்ணீரிலிருந்து கைகள் வெளியே வந்தன, எரிந்த விரல்களையுடைய பேய்கள் அவனுடைய கழுத்தைப் பிடித்து இழுத்தன. மூச்சு அடைத்தது, மொத்தமாக அந்த ரத்தத் தண்ணீருக்குள் அவன் இழுக்கப் பட்டான். அவன் கண்கள் விரிந்தன, அவனுடைய எரிந்த சகோதரர்களைப்

பார்த்தான். அவர்களுக்கு முகம், கண்கள் என்று எதுவும் இல்லை; ஒரு அடையாளமற்ற பிண்டமாக இருந்தனர். அவர்கள் எரிந்த சடலங்கள் போலவே திகிலூட்டுபவர்களாக இருந்தனர்.

"உன்னுடைய அடிப்படை அடையாளங்களைக் கௌரவி; உன் பாரம்பரியத்தைத் தேடு," என்று கூறி அந்தக் கைகள் அவனைத் தள்ளிவிட்டன. ரத்தத் தண்ணீரிலிருந்து அவன் வெளியே தூக்கி அடிக்கப்பட்டான்.

பயங்கரமான தொடர் இருமல் கவ்வியது. அவன் அதே இடத்தில் தான் உட்கார்ந்திருந்தான் என்பதை உணர்ந்தான். அவன் ஈரமாகக் கூட ஆகவில்லை. தண்ணீர் நீல நிறமாக இருந்தது...அனைத்தும் அமைதியாக இருந்தது. அது எதோ கெட்ட கனவு. மாயை! என்று சொல்லிக் கொண்டான். ஏன்? அவனுடைய பாரம்பரியத்தைக் கண்டு பிடிக்கச் சொல்லி, இறந்தவர்களிடமிருந்து ஒரு தகவல்-இது வெறும் நோயினால் மட்டும் அல்ல. இது ஒரு குறியீடு, காளிக்குப் புரிந்தது, எதோ ஒரு விபரீதமான குறியீடு.

அவனுடைய பாரம்பரியம் இருட்டானது, சந்தேகமானது என்பது அவனுக்கே தெரியும். அவனுடைய கிராமம் எரிந்ததற்குக் காரணம், அதை எரித்தவனுக்கு காளியின் பூர்வீகம் தெரிந்திருந்தது, அவன் எந்த விதமான குடும்பத்தை மறைத்து வைத்திருந்தான் என்பதும் தெரிந்திருந்தது. அவனுடைய பாரம்பரியம் தொழு நோய் போன்றது; அவர்கள் அசுராக்கள். மிகவும் விபரீதமானவர்கள். வாழ்க்கையில் தொழு நோயாளிகள் என்று ஒதுக்கப்பட்டவர்கள், அவர்களைச் சாத்தான்கள் என்றும் குறிப்பிடுவார்கள், ஆனாலும் அவர்கள் அப்பாவிகள். அனைத்து அசுராக்களும் வளர்ந்து இருட்டு யுகத்திற்குள் செலுத்தப் படுவார்கள், அது எதிர்காலத்தைச் சார்ந்தது, அங்கே கொலை, மற்றும் குழப்பம்தான் சஞ்சரிக்கும். கலவரம் தான் உலகை ஆளும். துருக்திக்குத் தவிர அவர்கள் யார் என்று ஒருவருக்கும் தெரியாது. அது அபாயம் என்பதற்காக மட்டும் அல்ல, அந்த விஷயத்தை அறிந்து கொண்ட பின்னர், அவர்கள் பார்க்கும் பார்வை அவனுக்குப் பிடிக்காது. அவர்கள் கணிப்புக்கு அவன் ஒரு மர்மமாகவே இருந்துவிட்டு போகட்டும். அதுவே நன்மைக்குத்தான் என்று அவன் கருதினான்.

எங்கும் ஓட வேண்டாம் என்று முடிவு செய்து அயர்ச்சியுடன் தன் அலுவலகத்துக்குச் சென்றான் காளி. வழியில் குவேராவைச் சந்தித்தான். அவன் தன்னுடைய வழக்கமான நடையில் தன் குண்டு உடம்பைச் சுமந்து கொண்டு மெதுவாகக் கோட்டைக்குள் வந்து கொண்டிருந்தான். அழகான பெண்டாட்டியுடனும் சில யக்ஷாக்களுடனும் வந்தான்.

நகரத்தின் மொத்த நிதியையும் நிர்வகிப்பவன் அவன். ஆனால் முதல் பார்வைக்கு அவன் எளிமையான தோற்றத்துடன் தென்பட்டான்.

"உனக்கு உடம்பு சரியாகிவிட்டது போல இருக்கிறது."

''ஆமாம், நான் உயர் குழு சந்திப்புக்கு வருவேன்,'' என்றான் காளி.

அவன் இங்கே என்ன செய்து கொண்டிருந்தான்? ஆனால் அவனை அவ்வளவு விவரங்கள் கேட்கவில்லை, அது முகத்தில் அடித்தாற் போலத் தோன்றும். குவேரா தன்னைத் தப்பாக நினைப்பதை காளி விரும்பவில்லை, ஏன் என்றால் அவன்தான் முதலில் கீகட்பூரையும், இளவர்த்தியைச் சார்ந்த வடக்கு ராஜ்ஜியங்களையும் அழிக்கச் சம்மதித்தவன்.

''இப்பொழுது குழு கூடப் போகிறதா?''

''ஆமாம். கூட்ட வேண்டும்.''

''நான் ரொம்பக் கேள்விகள் கேட்பது போலத் தோன்றினால், என்னை மன்னித்துவிடு,'' என்று குவேரா சிரித்தான். ''ஆனால் உன் முதுகு எப்படி இருக்கிறது?'' அவன் கேள்வி கேட்டதற்குக் கொஞ்சம் கூட வருத்தப்பட்டதாகத் தெரியவில்லை.

அவனுடைய குண்டு முகத்தைக் குத்தி உடைப்பது காளிக்கு உற்சாகத்தைத் தரும் விஷயம் தான், ஆனால் அவன் அப்படிச் செய்யவில்லை. அவன் வேறு ஏதோ காரணத்தினால் சோகமாக இருந்தான். அவன் எப்பொழுதுமே, அமைதியும், நிதானமுமாகத் தான் இருப்பான், ஆனாலும் ஏதோ ஒரு பரபரப்பை அவன் கைகளிலிருந்தும், மார்பிலிருந்தும் விடுவிக்க நினைத்தான். அந்தப் பரபரப்பு அவனைக் கனமாக உணர வைத்தது. ஏதோ காரணத்தினால் படபடப்பாகவும், ஆத்திரமாகவும் உணர்ந்தான்.

''உனக்கு நிறைய விஷயங்கள் தெரிந்திருக்கிறது, ஆனால் அவை உனக்கு நல்லதுக்கு இல்லை, குவேரா,'' என்றான். குரலில் சமாதானத்துடன் லேசான மிரட்டலும் எட்டிப் பார்த்தது.

''நான் பணிவாகவும், அதே சமயம் தெரிந்து கொள்ளும் ஆர்வத்திலும் இருக்கிறேன்,'' என்று குவேரா ஆரம்பித்தான். ''ஆனால் உன் மீது சதி தீட்டியது ஒரு நாகா என்று கேள்விப்பட்டேன், ஆனாலும் கடவுள்கள் உன் மீது கருணை கொண்டு உனக்கு மறு வாழ்வு கொடுத்துவிட்டனர்.''

காளி தலை ஆட்டியபடி தன்னுடைய அலுவலகத்துக்கு நகர்ந்தான். அவனைக் குனிந்து வணங்கினார்கள் காவலாளிகள், அவர்களைப் பார்த்து காளி பதிலுக்குத் தலையசைத்தான். ''அனைவரையும் விட உனக்கு நன்றாகத் தெரியும் எனக்குக் கடவுள் நம்பிக்கை இல்லை என்று. அப்படிப்பட்ட கடவுள்கள் யாரும் இல்லை. அவர்கள் அனைவரும் மானிடர்கள் தான்.''

''எனக்குத் தெரியும். மதத்தின் மீது உனக்கு உள்ள அவநம்பிக்கை எனக்குப் புரிகிறது.''

கோவில் பூசாரிகளின் எதிர்ப்பு காளிக்கு அயர்ச்சியைக் கொடுத்தது. பூசாரிகளைப் பொறுத்தவரை மாணவ்கள் தான் முதலில் பிறந்தவர்கள், உயர்ந்தவர்கள் அதனால் அவர்கள் தான் ராஜ்ஜியத்தை ஆள வேண்டும்.

பழங்குடியினர் பிற்படுத்தப் பட்டவர்கள், வளர்ச்சி குன்றியவர்கள் என்று கருதப்பட்டனர். கோவில்களின் மீது இதற்காக எந்த நடவடிக்கையையும் காளி எடுக்கவில்லை. கோவில்கள் வழிபட வேண்டிய இடங்கள். ஆக்ரோஷமான மதக் கலவரம் வேண்டாம் என்று நினைத்தால் கடவுள்களைத் தொடாமல் இருப்பது தான் நல்லது. அவர்கள் பேசிக் கொண்டே அலுவலகத்தை அடைந்துவிட்டார்கள். ''உன் மீது நடந்துள்ள தாக்குதல் என்பது என் மீது ஏற்பட்டது போலத் தான் ஆகும். அதனால் அந்த நாகாக்கள் ஏன் புரட்சி செய்தார்கள் என்பதைக் கண்டு பிடிக்கிறேன்.''

காளி தன் இருக்கையில் அமர்ந்து ஆலோசனையில் இருந்தான்.

''அவன் புரட்சி செய்தான் என்று நீ நினைக்கவில்லையா?'' குவேரா முன்னால் நகர்ந்து எதிர் இருக்கையில் அமர்ந்தான். ''அடக் கடவுளே! அது வாசுகியின் வேலை என்று நினைக்கிறாயா?''

குவேரா கதையைத் திரித்து மறித்து எங்கே கொண்டு வருகிறான் என்பதில் காளிக்கு ஒரு கசப்பு இருந்தது. ஆனால் அவனால் ஒப்புக் கொள்ளாமலும் இருக்க முடியவில்லை. அதனால் அவன் நேரே விஷயத்துக்கு வந்தான். ''கோகோவும், விகோகோவும் விசாரிக்கிறார்கள். அவர்கள் அந்த நாகா இந்தப் பகுதியைச் சார்ந்தவன் இல்லை என்கிறார்கள், அவன் வாசுகியின் படையைச் சார்ந்தவன் கண்டிப்பாக இல்லை.''

''அப்பொழுது அது வாசுகியாக இருக்க வாய்ப்பு இல்லை.'' குவேரா முக பாவம் எதுவும் இன்றி பின்னால் சாய்ந்து அமர்ந்தான். ''அவன் வெளியாள் ஒருவனைக் காசு கொடுத்து கூட்டி வந்து இவ்வளவு அபாயத்தை எதிர்கொள்வானா? அப்படிச் செய்தால் உனக்கு அவன் மீது சந்தேகம் வராது என்று எண்ணினானா? ஆனால் அவன் அப்படிபட்டவன் இல்லை.''

காளி பற்களைக் கடித்தான். இந்த குண்டன் என்னதான் சொல்ல வருகிறான்?

''அது வாசுகி இல்லை என்றுதான் நான் நினைக்கிறேன். அவனுக்கு உன்னை ரொம்பப் பிடிக்கும். அவனுக்கு உன் மீது நம்பிக்கை அதிகம். என்னுடைய பணமும் தேவைப்பட்டது தான், ஆனால் அவன் தான் குறிப்பாக இருந்தான்...''

காளி தன் கைகளால் முன்னால் இருந்த மேசை மீது ஓங்கிக் குத்தி யக்ஷா அரசனைத் தடுத்து நிறுத்தினான். ''தக்ஷக் இறந்ததும் அவன் என்னைத்தான் குறை சொன்னான். அவனே அதைத் தீர்ப்பதாகவும் சொன்னான். அவனுடைய தீர்வு எனக்கு ஏற்புடையதாக இருக்காது என்றான்.''

குவேரா அப்பாவி போல தன் புருவங்களை உயர்த்தினான். ''அடக் கடவுளே! அப்படி என்றால் அவன்தான் உனக்குக் கண்டிப்பாக

குறி வைக்கிறான். அவன் தன்னுடைய வேற்றுமைகளை ஒதுக்கி வைத்துவிட்டு நல்லவனாகச் செயல் படுவான் என்று நினைத்தேன். அவனிடமிருந்த மணியை நான் ஏன் திருடினேன் என்று உன்னிடம் சொல்லவே இல்லை. அவனுக்கு அதன் மீது மதிப்பு அதிகம். எனக்குப் பளபளக்கும் பொருட்கள் பிடிக்கும் என்பதால் நான் அதை எடுக்கவில்லை. அவனுடைய அகம்பாவத்தை அழிக்க நினைத்தேன். அந்த மணிக்காக அவன் என்னிடம் கெஞ்சியது எனக்குப் பிடித்திருந்தது. பாம்புகள் எந்த இடத்தில் இருக்க வேண்டுமோ அது அவனை அங்கே கொண்டு சேர்த்தது...தெரியுமா?''

கீரிப்பிள்ளை, குவேராவின் கழுத்தை இறுகக் கட்டிக் கொண்டது. குவேரா அதற்குப் பெயர் கூட வைத்திருந்தான், ஆனால் காளி அதைப் பற்றி யோசிக்கவில்லை. காளிக்கு அந்த விலங்கின் மீது பெரிய அக்கறை கிடையாது, ஆனால் எப்படி இந்த விலங்கும், வாசுகிப் பாம்பும் அடித்துக் கொண்டன என்பது வேடிக்கைதான்-இயற்கையாகவே அவை எதிரிகள், வாழ்விலும் அப்படியே.

''நமக்கு இன்னும் திட்டவட்டமாகத் தெரியாது,'' என்றான், காளி ஆழமாக மூச்சை இழுத்து விட்டான். ''இவை எல்லாம் இப்போதைக்குக் கற்பனைகளே.''

''எனக்குத் தெரியும். நீ சரியான விஷயத்தைத் தான் செய்வாய், என்று நம்புகிறேன், காளி. நீ அடிபடுவதைப் பார்த்துக் கொண்டு என்னால் சும்மா இருக்க முடியாது. நீ வலிமையுடன் திரும்பிவிட்டாய், உனக்குப் பணமும் கிடைக்க வேண்டும் என்று நான் நினைக்கிறேன்.''

காளி காலை ஓங்கி மிதித்தான். ஒரு சிறிய மரப்பெட்டியில் வைத்திருந்த பகடைகளை எடுத்தான். அவற்றைத் தரையில் எறியப் போகிறவன் போல அதைக் கைகளில் வைத்துத் தேய்த்துக் கொண்டான். அவனுக்குள் ஏற்படும் அழுத்தத்தைப் போக்க அதைத் தடவிக் கொடுத்தான்.

''ஒரு வேளை வாசுகி மீது குற்றம் ஊர்ஜிதம் ஆனால், நாம் ஏதாவது திட்டம் போட வேண்டாமா?'' மெதுவாக குவேரா விஷயத்துக்கு வந்தான். காளி மௌனத்தை ரசித்தபடி அமர்ந்திருந்தான். காளி வேண்டாம் என்று சொல்வதற்குள், கதவு தட்டப்பட்டது, தன்னுடைய கனமான உடல் கவசத்துடன் கோகோ உள்ளே நுழைந்தான்.

''வேந்தே, தெருவில் பொறுக்கித்தனம் செய்து கொண்டிருந்த ஒருவன் பிடி பட்டிருக்கிறான். வாசுகி பிரபுவின் அக்கா மானசா தேவி அவனைப் பிடித்திருக்கிறாள்,'' என்றான் கோகோ.

காளியும் குவேராவும் ஒரு பார்வையைப் பரிமாறிக் கொண்டனர். அவர்களுடைய உரையாடலைக் கொஞ்சம் கூட அறிந்திராத ஒரு மூன்றாம் நபர் எப்படி அவர்கள் பேசிக் கொண்டிருந்த அதே ஆளைப் பற்றிய பேச்சை எடுப்பான்? இது தற்செயல் என்று கொள்ளலாமா?

"அவன் என்ன செய்தான்?" என்று காளி வினவினான். குற்றவாளிகள் எந்தக் குற்றத்தை வேண்டுமானாலும் செய்திருக்கலாம், அவர்கள் உயர் அதிகாரியின் முன் நிறுத்தப்பட்டு, அவர்களின் தண்டனை தீர்மானிக்கப்படும்.

கோகோ உள்ளே நுழைந்து ஒரு மடித்த காகிதத்தை வைத்தான். "அரசாங்கத்துக்கு எதிராக அவன் சதி செய்து, தகவல்களைத் தப்பாகப் பரப்பி, பொது மக்களிடம் ஒரு எதிர்மறைத் தாக்கத்தை உண்டு செய்ய முயற்சித்தான்."

காளி அலட்சியமாக அந்தக் காகிதத்தை எடுத்துப் பிரித்தான், "மக்கள் தாக்கத்தை ஏற்றுக் கொண்டார்களா?"

"நான் அங்கே இல்லை, வேந்தே, ஆனால் நான் அறிந்த வரையில் மக்கள் மனம் மாறவில்லை என்றே தோன்றுகிறது."

காளி காகிதத்தைப் பார்த்தான். அவன் முகத்தை வரைந்து அதில் கெட்ட வார்த்தைகள் எழுதப்பட்டிருந்தன.

"அவனை நாடு கடத்தலாமா, அல்லது ஐம்பது நாட்கள் சிறையில் வைக்கலாமா, வேந்தே?"

காளி தலையைச் சொறிந்தபடி விளக்கின் நெருப்பைக் கொண்டு காகிதத்தை எரித்தான். இதைப் பார்த்து வியப்படைந்த குவேராவின் முகத்தைப் பார்த்தான். குவேராவின் முகத்தில் கவலைக் கோடு ஓடுவதைப் பார்த்து காளி ஆனந்தப்பட்டான்.

"அவன் எங்கே?"

"வெளியே நிற்கிறான், வேந்தே." என்றான் கோகோ.

காளி கதவைத் திறந்து வெளியே வந்தான். குவேராவும் கோகோவும் அவனைப் பின் தொடர்ந்தனர். விகோகோ இரண்டு மாணவ் காவலாளிகளுடன் குற்றவாளியைப் பிடித்தபடி நின்றாள். அவன் சிறுவனாகத் தெரிந்தான். இருபதுகளுக்குள் தான் இருக்கும் அவன் வயது. அவனுக்குத் தேவனைப் போன்ற அழகான முகம். அவனைப் போன்ற ஒருவன் காளிக்கும் அவன் மக்களுக்கும் எதிராகப் பிரச்சாரம் செய்வது காளிக்கு வியப்பாக இருந்தது. எவ்வளவு கடின உழைப்புக்குப் பிறகு காளி இந்த நிலைக்கு வந்திருக்கிறான் என்பதை அறியாத மக்கள் இப்படிச் செய்வது அவனுக்கு எரிச்சல் அளித்தது.

சிறுவன் சங்கடமாகத் தலை குனிந்து நின்றான். அவனருகில் காளி நடந்து வந்த போது அவன் தன்னுடைய குற்றத்துக்காக வருந்துபவன் போலத் தான் தெரிந்தது. ஆனால் காளிக்கு வேறு திட்டங்கள் மனதில் ஓடின. காளி ஒரு வார்த்தை கூட அவனிடம் பேசவில்லை, அவனையும் எதுவும் பேசவிடவில்லை. ராக்ஷஸ்கள் கையில் வைத்திருந்த குத்தீட்டியைப் பிடுங்கினான். அவனுடைய மார்பில் ஆழப் பாய்ச்சினான். அவன் அந்த ஈட்டியை லாவகமாகப் பிடித்தபடி குற்றவாளியின் உடல் அதிலிருந்து தொங்க நடக்க ஆரம்பித்தான். அவன் தாழ்வாரங்களில்

நடந்து வெயில் அடிக்கும் இடத்திற்கு வந்தான். மணிக்கட்டைச் சுழற்றி ஈட்டியைத் தரையில் நட்டான். கூர்முனை சூரிய ஒளியையே மறைக்கும் அளவு உயரமாகக் காட்சி அளித்தது. சிறுவனின் உடல் ஈட்டியில் துடித்தது. அதனால் அது இன்னும் ஆழமாகப் பாய்ந்தது. அவனுடைய சதை மெதுவாக ஈட்டியில் வழுக்கத் தொடங்கியது.

கோட்டையிலிருந்த பிரபுக்களும், பெண்களும் இதைத் திகிலுடன் பார்த்தனர். ஒருவருக்கொருவர் பேச பயந்து கிசுகிசுத்தனர். காளி திரும்பி, குவேரா, கோகோ மற்றும் விகோகோவைப் பார்த்தான். குவேரா ஆச்சரியத்தில் சிலையாக நின்றான். காளிக்கே தன் செயல் ஆச்சரியத்தைத் தந்தாலும் அது களிப்பையும் தந்தது.

"இதைக் கேள்," என்று கோகோவிடம் நிதானமாகப் பேசினான், "ஒரு ஓவியனை அழைத்து இதை அப்படியே வரையச் சொல். இதை நகரம் முழுவதும் பரப்பு. அரசாங்கத்திற்கு எதிராக யார் செயல்பட்டாலும் இந்த கதிதான் என்பதைப் பறைசாற்று. இந்தச் சமூகத்தின் அவலத்தைக் கண்டு எனக்குச் சோர்வாகிவிட்டது." காளி கொட்டாவி விட்டான். குவேராவிடம் திரும்பி, "நான் படுத்துக்கொள்ளப் போகிறேன்," என்றான்.

குவேரா வியப்பிலிருந்து விடுபடாமல் அவனையே சற்று நேரம் பார்த்துக் கொண்டிருந்தான். "வந்து..." என்று மென்மையாக இருமினான், "ஆமாம் நீ ஓய்வெடு. சோர்வாக இருப்பாய்."

காளி திமிராக தலையாட்டினான். அவன் குவேராவிடம் இருந்து நகர்ந்தான், அவன் பின்னால், குத்துப் பட்டு தொங்கிக் கொண்டிருந்த உடல்; கூட்டம் சேர ஆரம்பித்துவிட்டது; ஆனால் காளியின் திமிரான புன்முறுவல் தொடர்ந்து அவன் முகத்தில் தவழ்ந்தது. அனைத்துப் பழங்குடி தலைவர்களுக்கும் அவன் ஒரு திட்டம் வைத்திருந்தான். வாசுகிக்கும் ஒரு திட்டம் இருந்தது, ஆனால் அதற்குக் கூடுதல் நாட்களாகும், ஆனால் குவேரா அவனுடன் கொண்ட சந்திப்புக்கு ஒரே ஒரு அர்த்தம்தான் இருக்க முடியும்-குழுவிலிருந்து இனி அவன் யாரையும் நம்ப முடியாது. அவன் தன்னையும் தான் நம்பும் ஒரு சிறிய வட்டத்தையும் கொண்டு தான் இனி செயல் பட வேண்டும்.

இவ்வளவு யோசனைகளிலும் அவனுக்கு ஒரு வேடிக்கை எண்ணம் உதித்தது. அவனுடைய பரபரப்பு மறைந்துவிட்டது, அதற்கான காரணம் என்னவென்று அவனுக்குத் தெரியும்.

56

கல்கியின் காதுகளில் பிரபு ராகவ் மெதுவாக மூச்சு வாங்குவது போலப் பேசினான், ''வில்லை விரல்களால் பிடிக்கக் கூடாது. அதை உன் கையில் பிடித்துக் கொள்.'' ராகவ் அதைச் சுற்றி நடந்தான்; அவனுக்கு இளஞ்சிவப்பான உடல், பளீரிடும் கண்கள், கல்கியையே தொடர்ந்து உற்று நோக்கியபடி, ஒரு காலை மடக்கி ஒரு காலைப் பின்னால் வைத்து நிற்கும் படி கற்றுக் கொடுத்தான். ''எப்பொழுதும் இது போல நிற்கப் பழகிக் கொள். விரல்கள் வில்லின் மேல் இருக்கட்டும்.''

கல்கி தலையசைத்தான். அவன் கன்னத்தில் வியர்வைத் துளி வழிந்தது. அவன் வில்லை இறுகப் பற்றிக் கொண்டான். அம்பைத் தயாராக நாணில் ஏற்றி அண்ணாந்து பார்த்தான்.

''நீ அம்பை விடும் பொழுது,'' ராகவ் கடினமான குரலில் பேசினான். அவன் குரல் ஆழமாகவும் நேரடியாக விஷயத்துக்கு வரும் தோரணையிலும் இருந்தது, ''வில்லை ஏந்திய கையைத்தான் இலக்கை நோக்கி நகர்த்த வேண்டும்.''

''நான் எதைத் தாக்க வேண்டும்?'' கல்கி தனக்குத் தானே கிசுகிசுத்துக் கொண்டான். ''எனக்கு முன்னால் இருக்கும் பனிப் பிரதேசத்தில் வாழும் எல்க் என்ற மிருகத்தையா?'' புல்லை மேய்ந்து கொண்டிருந்த எல்கைக் கவனித்தான், இருவர் புதருக்குப் பின்னால் மறைந்திருப்பதை அறியாமல் மேய்ந்து கொண்டிருந்தது.

ராகவ் இல்லை என்று மறுத்தான். ''நமக்கு இருக்கும் அதே ஆன்மா விலங்குகளுக்கும் உண்டு. அதை மறக்காதே.'' அவன் வில்லை மரத்தை நோக்கி நிமிர்த்தினான். ''மரத்தில் அடித்து ஒரு சிறிய கிளையைக் கீழே விழ வை.''

கல்கி ஒப்புக் கொண்டான். ஒரு விலங்கை அடிக்கலாமா என்று யோசித்ததற்காகக் குற்ற உணர்வுக்கு ஆளானான். ஆனால் ராகவ் அவனுக்குக் கொடுத்த விளக்கம் கல்கிக்கு அவன் மீது கூடுதல் மரியாதையை ஏற்படுத்தியது. அவன் இப்படி ஒரு பசுமையான

300

இயற்கைக் காட்சியில் இருப்பான், தவளைகள் கத்தும், ஆந்தைகள் கத்தும், தென்றல் சீட்டி அடிக்கும் என்றெல்லாம் எதிர்பார்க்கவில்லை. அனைத்திலும் தெரிந்த அழகுணர்ச்சி அது நிஜம் இல்லையோ என்ற அச்சத்தை ஏற்படுத்தியது. அவன் மனப் பயணத்தில் அவனுடைய பிம்பத்தை அவனே அந்தக் காட்சியில் செலுத்தினான். அவனால் பார்கவ் ராமைச் சந்திக்க முடியவில்லை ஆனால் மனத்தால் உந்தும் காட்சிகளைப் பற்றி மேலும் அறிய முடிந்தது. தனக்கு முந்தைய அவதார்களுடன் எப்படி இணைவது என்பதையும் கற்றுக் கொண்டான். அவர்கள் நேரத்தைப் பயன்படுத்தி ஏற்படும் பிம்பங்கள், ஆழ் மனதில் உறைபவை, அதனால் அவர்களின் மூலம் யுத்தத்துக்குத் தேவைப்பட்ட சில திறன்களை அவனால் கற்க முடிந்தது.

கல்கி அம்பை எய்தான். அது காற்றைக் கிழித்துக் கொண்டு சென்ற பொழுது ஸ்ஸ்ஸ் என்ற சத்தத்தை எழுப்பியது. கிளையை அடித்தது, ஆனால் அதனால் கிளைக்கு எந்தச் சேதமும் நிகழவில்லை. அம்பு கீழே விழுந்தது.

கல்கி மனதுக்குள் சபித்துக் கொண்டான், கால்களைத் தரையில் உதைத்தான்.

ராகவ் அம்புக்கு அருகில் சென்று அதை எடுத்தான். ''கலங்காதே!'' அவன் திரும்பவும் கல்கி அருகில் வந்து அந்த அம்பைக் கொடுத்தான். ''எது கீழே விழுகிறதோ, அதைத் திரும்பப் பொறுக்கிக் கொள்ளலாம்.''

கல்கி தலையசைத்தான். அவன் அந்த அம்பைத் திரும்பவும் பெற்றுக் கொண்டான். அவனுடைய இலக்கு மங்கலாகத் தொடங்கியது. தன்னைச் சுற்றியுள்ள நிஜம் உடைவது போலத் தோன்றியது. ஒரு மென்மையான ஒலி அவன் காதில் ரீங்காரம் செய்தது...

''**ஐயா! ஐயா!**'' அவனுடைய நினைவுகளின் நடைபாதைகளில் இந்தக் குரல் ஒலித்தது.

அவன் திரும்ப இந்த உலகுக்கு வந்தான். அவன் உடல் குலுங்கியது. அவன் சிறையில் இருக்கிறான் என்பதை உணர்ந்தான். அது சிறியதாகவும், செத்த எலிகள் மற்றும் சாக்கடை நாற்றத்துடனும் இருந்தது. சுவர்களில் இருந்து கருப்பு நீர் கசிந்தது. அவன் தியான நிலையில் அமர்ந்திருந்தான். பிறகு சம்மணமிட்ட கால்களை விரித்தான். குரல் வந்த திசையை நோக்கி நகர்ந்தான். அவனுடன் அதே குழியில் இருந்த மற்றொரு கைதி தான் கூப்பிட்டான்.

''நீ எதற்காக உள்ளே வந்தாய்?''

''கொலை,'' என்றான் கல்கி.

''உன்னைப் பார்த்தால் ஒரு சிறிய கிராமத்திலிருந்து வந்தவன் போலத் தெரிகிறாய்?''

கல்கி ஆம் என்று ஒப்புக்கொண்டான்.

''எந்த கிராமம்?''

''ஷம்பாலா.''

அவனால் கைதியின் முகத்தைப் பார்க்க முடியவில்லை, ஆனால் அவர்கள் அனைவரையும் கூண்டில் அடைக்கும் போது பார்த்திருக்கிறான். பிறகு அவர்களை நகரத்தின் நடுவே நிறுத்தி விசாரணை செய்வார்கள். எந்தக் காரணமும் இன்றி சாட்சிகளைக் கூட தயார் செய்வார்கள், ஆனால் கல்கிக்கு எதனால் என்று தெரியும். மற்ற கைதிகளுக்குள் ஒரு பயத்தை ஏற்படுத்துவதற்காகத் தான். அவர்கள் புரட்சி செய்தால் இறக்க நேரிடும் என்ற எச்சரிக்கையை அதன் மூலம் விடுத்தார்கள்.

கூட இருந்த கைதிக்கு எந்தப் பெயரும் இல்லை, அப்படியே இருந்தாலும், அவனுக்கே அது மறந்து விட்டது. அவன் முகத்தில் திட்டுத் திட்டாகத் தாடி. தலை வழுக்கை. நடவடிக்கைகள் க்ருபாவைப் போல இருந்தாலும் அவனுக்கு அவை க்ருபாவை நினைவு படுத்தவில்லை. க்ருபா கண்களில் ஒரு கயமைத் தனம் மின்னும். இவன் கண்கள் சோகமாகவும், அயர்ச்சியாகவும் இருந்தன.

''நீ இங்கே ஏன் இருக்கிறாய்?''

''நான் அப்பாவி.''

''நாம் எல்லோருமே அப்பாவிகள்தானே?''

''உன்னைப் பற்றி எனக்குத் தெரியாது. ஆனால் நான் செய்யாத குற்றங்களுக்கு என்னைத் தண்டித்துவிட்டார்கள்,'' என்று அந்தக் கிழவன் புலம்பினான். ''உனக்கும் அப்படித்தானா?''

''ஹ்ம்ம்ம்...''

''நீ மௌனமான ஆள்தான்.''

''நான் அப்படி ஆகிவிட்டேன்.''

''மௌனமாக இருப்பவர்களுக்கு என்றே தனியான ஒரு நரகம் இருக்கு,'' என்று கை கொட்டி சிரித்தான், கல்கியால் சிரிக்காமல் இருக்க முடியவில்லை. ''பிரச்சனை ஏற்படும் பொழுது.''

''இங்கே ஒரு பிரச்சனையும் இல்லையே.''

''பிரச்சனை வெளியுலகில்தான் நடக்க வேண்டும் என்று இல்லை,'' என்று சொல்லி நிறுத்தினான், அவனுக்கு மூச்சு இறைத்தது. ''வெளியே உனக்கு ஒரு குடும்பம் இருக்கு தானே?''

''தெரியவில்லை. இருக்கலாம்.'' அர்ஜனும் பாலாவும் பாதுகாப்பாக இருக்கிறார்களா என்று யோசித்தான்.

''இந்த நகரத்தில் உனக்கு யாரையாவது தெரியுமா?''

நேரடியாகத் தெரியாது, ஆனால் அவனுக்கு லக்ஷ்மியின் சித்தி ரத்ரியைத் தெரியும்.

''என்னிடம் ஒரு சிறிய விஷயம் இருக்கிறது. வெளியில் இருக்கும் யாருக்காவது ஏதும் தகவல் தெரிவிக்க வேண்டுமானால் என்னிடம் சொல்லு. சரியா? என்னால் உனக்கு அதில் உதவ முடியும். நான்

அந்த உதவியை ஒரு விலைக்குத் தான் செய்வேன். ஆனால் உனக்கு இலவசம்.''

கல்கி புன்னகைத்தான். ''எனக்கு என்ன சிறப்புச் சலுகை?''

''உன்னைப் பார்த்தால் நல்ல பையன் போலத் தெரிகிறாய். பூத்துப் போன கண்களுக்கு ஒரு இனிய காட்சி என்று கூட சொல்லலாம்,'' என்று சிரித்தான்.

அப்பொழுது அவர்கள் உரையாடலை நிறுத்த வேண்டியிருந்தது. செருப்பொலி கேட்டது. காவலாளிகள் நகர்ந்து கொண்டனர். கல்கியின் கூண்டைத் திறந்து விட்டனர். கல்கியைச் சங்கிலிகளால் பிணைத்தனர். அவனைக் குனியும்படி கட்டாயப் படுத்தினர்.

வந்தது துருக்தி தான். அவள் வழக்கம் போல் கம்பீரமாக நின்றாள். அர்ஜனைப் போலவே அவளும் உதடுகளை மடக்கி இறுக்கினாள்; யோசிக்கும் போது கை விரல்களைத் தாளமிட்டாள். கல்கி அவளை அடிக்கடி பார்த்துவிட்டதால் அவனுக்கு அவள் மீது இருந்த வெறுப்பு சற்று அடங்கியது. அவள் இங்கே மதிக்கத் தக்க பதவியில் இருந்தாலும், அவள் முகத்தில் ஏனோ ஒரு சோகம் இழையோடியது. அவள் எங்கே சென்றாலும் அவள் உண்மையாக நினைப்பதையும், உணர்வதையும் அவள் கண்கள் திரையிட்டன. அவளைப் பார்த்தால் வெறுப்புக்குப் பதில் பரிதாபம் தான் தோன்றியது.

''நீ அதைப் பற்றி யோசித்தாயா?''

தினமும் அவள் அதே விஷயத்தைத் தான் கொண்டு வந்தாள்: ஆவலுடன் வேலை செய்யுமாறு கூறினாள். கல்கி அவன் தலையை அசைத்து மறுத்து, ''என் வீட்டை அழித்த பெண்ணுடன் வேலை செய்வதைக் காட்டிலும் நான் இறந்து விடுவேன்.'' அவள் கேட்ட அபத்தமான கேள்விக்கு உண்மையான பதில் அது. அவன் அவளுக்கு வேலை செய்வான் என்று எப்படி அவள் கணக்குப் போட்டாள்? மற்ற எல்லாக் காரணங்களையும் விட்டுத் தள்ளினாலும் இவள் காரணமாக சிறையை விட்டு வெளியே வந்தாலே அவனால் ஏற்றுக் கொள்ள முடியாது போல இருந்தது. அதனால் அவன் தன்னையே வெறுக்கக் கூடும். அவனே தப்பிக்க வேண்டும் என்று கருதினான்.

''இல்லை, நன்றி.''

துருக்தி திரும்பிப் பார்த்தாள். மற்றொரு கைதியின் கண்கள் கம்பிகளிலேயே இருந்தன. துருக்தி காலைத் தரையில் மிதித்துச் சைகை செய்ததில், நாகாக்கள் ஓடி வந்து அந்தக் கைதியைச் சிறையின் எதிர்ப் பக்கம் தள்ளினர். அவர்கள் கத்திகளை அவன் கழுத்தில் பொருத்தினர்.

''அவனைக் காயப்படுத்தாதீர்கள்,'' என்று கல்கி கெஞ்சினான். ''அவன் ஏற்கனவே நிறைய கஷ்டப்பட்டு விட்டான்.''

துருக்தி காவலாளிகளிடம் அவனை விட்டு விடுமாறு உத்தரவிட்டாள்.

துருக்தி மண்டியிட்டு முதல் முறையாக அவனைக் கெஞ்சும்

பாவனையில் பார்த்தாள். "தயவு செய்து, உன்னிடம் கெஞ்ச வேண்டாம் என்று பார்க்கிறேன், ஆனால் அப்படிச் செய்தால் தான் நீ பணிவாய் என்றால், அதற்கும் நான் தயார்." அவள் குரல் அவ்வளவு மென்மையாக ஒலித்ததில் நாகாக்களுக்கு அவள் பேசியது காதில் விழவில்லை. "நான் உன்னை இங்கே சிறை வைத்திருக்கிறேன் என்று என் அண்ணனுக்குத் தெரிய வந்தால் அவன் உனக்கு மரண தண்டனை தான் விதிப்பான். எனக்கு அதில் இஷ்டம் இல்லை."

கல்கி கண்களைச் சுருக்கினான், "ஏன்?"

ஒரு நிமிடம் அவள் முகத்தில் எந்தப் பாவமும் இல்லை. அவள் தன் எண்ணத்தைக் கலைத்துக் கொள்வது போல் தலையசைத்தாள். "நீ எனக்குப் பயன்படுவாய்."

"அதற்கு எனக்கு என்ன கிடைக்கும்?"

"மரணத்தில் இருந்து விடுதலை."

"உன்னால் நான் ஏற்கனவே பல கொடுமைகளை அனுபவித்துவிட்டேன்." லக்ஷ்மியின் நினைப்பு அவன் கண்முன் தோன்றியது. அவளுடைய நினைப்பே அவன் நெஞ்சைக் குத்தி ரணம் ஆக்கியது. அவளைப் பற்றி நினைக்கப் பிரியப் படவில்லை, ஆனாலும் நினைக்காமல் இருக்க முடியவில்லை.

"மரணத்திலிருந்து விடுதலையே கிடையாது, வாழ்விலிருந்து மட்டுமே விடுதலை கிடைக்கும்."

"என் அண்ணனைக் காப்பாற்றுவதற்காக என்ன செய்ய வேண்டுமோ அதை நான் செய்தேன். அவன்தான் எனக்கு உலகம். அவன் எனக்கு எவ்வளவு முக்கியம் என்று உன்னால் புரிந்து கொள்ள முடியாது," என்று நிறுத்தினாள், கண்களில் வழிந்த கண்ணீரைக் கட்டுப் படுத்திக் கொண்டாள். "அவன் நன்றாக இருக்க வேண்டும் என்றுதான் ஆசைப்பட்டேன்..."

கல்கி கண்களைக் குறுக்கிக் கேட்டான், "அவனுக்குக் கொடுத்து விட்டாயா? சோமாவை?"

"ஆமாம்," அவள் புருவங்கள் உயர்ந்தன, "ஏன்?"

"அவனுக்கு ஏதாவது பக்க விளைவுகள் உண்டாயிற்றா?"

"நீ என்ன சொல்கிறாய்?"

அப்படி என்றால் இல்லை என்று அர்த்தம். சோமாவை எளிதாக இரண்டு பேர் மட்டும்தான் உட்கொள்ள முடியும்-தர்மம் மற்றும் அதர்மம். அவன் தசைகளில் அழுத்தம் ஏறியது.

"இல்லை, அப்படி இருக்காது." கல்கி முஷ்டியை மடக்கினான். "வேறு யாருக்காவது கொடுத்தாயா?"

துருக்தி தலையசைத்து மறுத்தாள்: "இல்லை."

"தயவு செய்து புரிந்து கொள், நான் உனக்கு வேலை பார்க்க வேண்டுமானால், நீ அதை வேறு யாருக்கும் கொடுக்கக் கூடாது. மேலும்

304

என்ன நடந்தாலும் இனி உன் அண்ணனுக்கு அதைக் கொடுக்காதே,'' கல்கியின் கண்கள் துருக்தியின் கண்களைப் பதற்றமாகச் சந்தித்தன.

துருக்தி அவனைப் பார்த்தாள், பிறகு தலையாட்டி ஒப்புக் கொண்டாள். ''அவன் உடல் நலம் திரும்பவும் குறைந்தால், என்ன செய்வது?''

''மக்களின் உடல் நலத்தில் சோமா ஏற்படுத்தும் விளைவுகள் பற்றி உனக்குத் தெரியவில்லை.''

''என்ன விளைவுகள்?''

''அது மக்களைப் பைத்தியம் பிடிக்க வைக்கும் என்று கூறப் படுகிறது. ஒரு சாதாரண மனிதனுக்கு அதன் சக்தி மிகவும் அசாதாரணமாகும்.'' ஆனால் காளி ஒரு சாமானியனா? துருக்தி அசுரா என்றால் அவனும் தான். அப்படி என்றால் அசரீரி வாக்கு...பலித்து விடும். இந்த உலகில் கலவரத்தை உண்டு பண்ணவே அசுராக்கள் பிறக்கிறார்கள். புதிரில் அனைத்தும் சரியாகப் பொருந்தியது.

துருக்தி எழுந்து நின்றாள், ''உன் வார்த்தைகள் எனக்குப் புரியவில்லை. என் அண்ணனுக்கு மன வலிமை அதிகம். நீ கேள்விப்பட்டவை அனைத்துமே கிராமத்துக் கட்டுக் கதை! வேறொன்றும் இல்லை. நான் அவனுக்குக் கொடுத்ததை ஷமன்கள் பரிசோதித்துப் பார்த்து விட்டனர். அது யாருக்கும் தீங்கு விளைவிக்காது. கொஞ்சம் அவனுக்காகச் சேமித்து வைத்திருக்கிறேன், எதிர்காலத்துக்காக, அவன் அதை எடுத்துக் கொள்வதை எதாலும் தடுத்து நிறுத்த முடியாது. அதனால் நீ இப்படி இருப்பதை நிறுத்து...''

கல்கி தன் சங்கிலிகளைத் தூக்கினான், அவற்றின் கனத்தை அவனுடைய உடல் உணர்ந்தது, அவன் தசைகள் முன்பைவிட அதிகம் இறுகின, அவன் அந்த ராஜகுமாரியைப் பார்த்தான். ''நீ ஒரு முட்டாள். உண்மையை உணர மறுக்கிறாய். அறிவியல் உன் மூளையைக் குழப்பிக் கெடுத்து விட்டது!''

அவ்வளவுதான். கனல் பறக்கும் துருக்தியின் கண்கள் இனி இந்த உரையாடலை நடத்தப் போவதில்லை என்று அறிவித்தன. அவள் கூண்டை விட்டு விலகிக் கதவைத் தாளிடுவதை கல்கி பார்த்தான்.

''அவனைச் சங்கிலிகளால் பிணைத்து அவன் வருத்தம் தெரிவிக்கும் வரை அவனை விடாதீர்கள். என்னைப் பார்த்து என்னுடன் வேலை செய்வதற்கு இணங்கும் வரை அவனை விடாதீர்கள். அப்பொழுது தான் அவன் வெளியே வரலாம்.''

அவனைப் பிணைக்கைதியாக வைப்பது என்ற நிலை என்ன என்று கல்கி அறிவான்-இருட்டு அறையில் ஒரு வாளி தண்ணீரில், அவனைக் கட்டி, தலையை மட்டும் வெளியே வைத்து விடுவார்கள்; எலும்புகள் வரை விறைத்து ஜில்லிட்டுப்போகும். கல்கிக்கு அது எதுவும் பிடிக்காது என்று தெரியும்.

"அப்பொழுதும் அவன் பேசவில்லை என்றால், என்ன செய்வது, தேவி?" என்று தயங்கியபடி ஒரு நாகா கேட்டான்.

அவனை ஒரு முறை பார்த்தாள். முகத்தின் மென்மை கோபத்தில் மறைந்துவிட்டது. "அவன் தவிக்கட்டும். எனக்கு அக்கறை இல்லை." அப்படிச் சொன்னாலும் அவளுக்கு அக்கறை இருந்தது; அவள் கதவருகே செல்வதற்குள், அவளுடைய அக்கறையை லேசாக அவள் முகம் கோடி காட்டியது. அதே சமயம் கல்கி தன்னைப் பக்கத்துக் கைதியிடமிருந்து பிரிக்கும் கம்பிகளுக்கருகே ஓடினான். அவன் குரலில் கலக்கம் இருந்தது.

"அரசாங்க அதிகாரி ரத்ரிக்கு ஒரு தகவல் தெரிவிக்க வேண்டும்."

நாகாக்கள் முன்னால் வந்து அவனைப் பிடித்தனர். அவனுடைய சங்கிலிகளைப் பிடித்து வேகமாக இழுத்தனர். அவன் பின்னால் விழுந்தான்.

"அவளிடம் என்ன சொல்ல வேண்டும்?" என்று கைதி கெஞ்சினான்.

"அவளிடம் சொல்," அவனைக் கூண்டுக்குள் தர தரவென்று இழுத்தனர். இரண்டு நாகாக்கள் அவனை இழுக்கும்போதே அவன் குரலை உயர்த்தினான். "அவளிடம் சொல்லு, அதாவது, ஒருவேளை காளிதான் அதர்மமாக இருக்கலாம்-அதாவது இந்த்ரகர்ரின் தலைமைப் பொறுப்பில் இருக்கும் காளிதான் அதர்மமாக இருக்கலாம்...**இருட்டு யுகம் தொடங்கிவிட்டது!**"

இதைச் சொல்லி முடிப்பதற்குள் கல்கி முழு இருட்டில் தள்ளப்பட்டான், கடைசி கீற்று வெளிச்சத்தில், கூட இருந்த கைதியின் முகத்தில் தெரிந்த திகில் உணர்வு மட்டுமே திரும்பத் திரும்ப அவன் மனக் கண்ணின் முன் தெரிந்தது.

57

கல்கிக்குக் கிடைத்த வாய்ப்பு கூட அர்ஜனுக்குக் கிடைக்கவில்லை, அவன் இந்த்ரகர்ருக்குப் போனதில்லை. அர்ஜனை முதலாவது, யாரும் அனுமதிக்கவில்லை, மேலும் அவனுக்குமே அங்கு செல்ல விருப்பம் இல்லை. தன்னுடைய வீட்டின் சுகங்களைத் துறக்கத் தயாராக இல்லாத சோம்பேறி அவன். அவனுக்குள் ஒரு ஆசை உலகைச் சுற்றி பார்க்க வேண்டும் என்று கனன்றாலும் அது அவன் சோம்பேறித் தனத்திற்கு எதிர்மறையாகவே இருந்தது. ஷம்பாலா தன்னை மூச்சு முட்ட வைக்கிறது என்று கல்கி நினைத்தாலும், அர்ஜனுக்கு அந்தக் கிராமம் ரொம்பப் பிடிக்கும். ஆனால் அதற்காக அவன் அங்கேயே நிரந்தரமாகத் தங்கவேண்டும் என்றும் விருப்பபடவில்லை. கீகட்பூரைத் தாண்டி நிற்கும் பல நாகரீகங்களையும் பார்க்க விரும்பினான்.

அவன் நகரத்திற்கு வந்த பொழுது அங்குள்ள காவலாளிகள் அவனை அனுமதிக்கவில்லை. அவன் ஒரு கிராமத்தான் என்று அனுமதிக்கவில்லை. க்ருபா காவலாளியிடம் நைச்சியமாகப் பேசி அனுமதி கோர முற்பட்டான், அதாவது அந்த நாகாவின் கையில் சில செப்புக் காசுகளை அழுத்தி, ''தோழா, நாங்கள் அப்பாவி கிராமவாசிகள். நகரத்தின் சிறப்பைப் பார்க்க வந்திருக்கிறோம்.'' தன் கைகளைக் கூப்பி, ''தயவு செய்து எங்களை அனுமதியுங்கள்,'' என்றான்.

நாகா ஒப்புக்கொண்டான். அர்ஜன் அது பண விரயம் என்று கருதினான். அவர்களிடம் ஏற்கனவே குறைந்த அளவு பணம் தான் இருந்தது. இந்த்ரகர் செல்லும்பொழுது அவர்கள் குரு வசிஷ்டைப் பார்த்து விட்டுச் செல்ல நினைத்தார்கள். குருகுலத்தில் வசிஷ்டரிடம் பேசிய பொழுது அவர் க்ருபா எந்த ஒரு குருகுலத்தைச் சேர்ந்தவனாகவும் தெரியவில்லை என்றது சற்று விநோதமாக இருந்தது. ஒவ்வொரு ஆசார்யாவும் ஒருவருக்கொருவர் எப்படியாவது தொடர்பு உள்ளவர்களாகத்தான் இருப்பார்கள். ஆனாலும் ராம ராஜ்ஜியத்தில் இருந்த ஒரு பிரபலமான குருவின் பெயரைக் கொண்ட வசிஷ்டாவுக்கு

க்ருபாவைப் பற்றிய எந்த தகவலும் இல்லை.

இந்தத் தகவலுக்கு அர்ஜன் எந்தவிதமான உணர்சிகளையும் காட்டவில்லை. அவன் கைகள் தரையில் உள்ள கூழாங்கற்களைத் தடவின. க்ருபா அவன் அருகில் அமர்ந்திருந்தான். அர்ஜன் எதுவும் பேசவில்லை, ஆனால் பாலா எங்கே என்று மட்டும் குழப்பமாக இருந்தது, அவனுக்கு-ஒருவேளை தங்குவதற்கான வசதிகளையும் ஏற்பாட்டையும் செய்கிறானோ?

''எனக்கு ஒரு சகோதரி இருந்தாள்,'' என்றான் க்ருபா, ''என் பெயரை ஒத்தது தான் அவளுடைய பெயரும், க்ருபி. அவள்தான் எனக்கு எல்லாம்.'' என்று தொடர்ந்தான். ''நாங்கள் வளரும் சமயத்தில் ரொம்ப விளையாட்டுத் தனமாக இருந்தோம். எங்கள் காதலர்களைத் தேர்ந்தெடுத்தோம், எங்கள் யுத்தங்களில் சண்டையிட்டோம்.''

''என்ன யுத்தம்?''

அவன் பதிலேதும் சொல்லாமல் அமைதியாக இருந்தான்.

''நான் உனக்கு இதை எல்லாம் ஏன் சொல்கிறேன் என்றால் நீ கல்கியைப் பிரிந்து தவிப்பதனால், தோழா.'' சூரிய ஒளியில் அவனுடைய சாம்பல் நிறக் கண்கள் பளபளத்தன. ''அவன் உன்னுடைய சொந்த அண்ணனாக இல்லாமல் இருக்கலாம்...''

''நான் அப்படிச் சொல்லவில்லை,'' என்று அர்ஜன் அவனை வெட்டிப் பேசினான்.

''எனக்குத் தெரியும், எனக்குத் தெரியும். ஆத்திரம் நம்மை விஷத்தைக் கக்க வைக்கும், ஆனால் அந்த விஷம் கொடுக்கும் காயம் ஆறவே ஆறாது என்பதை நாம் புரிந்து கொள்ள வேண்டும்,'' என்றான்; எதோ ஒரு நினைவில் இதயம் உடைந்தவன் போலிருந்தான்.

அர்ஜன் தலையாட்டினான். ''உன் சகோதரி எங்கே?''

அவன் சங்கடமடைந்தான்; பார்வையைத் தாழ்த்தினான். ''அவள் இறந்து விட்டாள். என்னைப் போன்றவர்களுக்குச் சாபக் கேடு,'' என்று திமிராக இளித்தான். ஆனாலும் அவன் பேச்சில் ஆழ்ந்த துக்கம் இருந்தது.

உன்னைப் போலவா? அர்ஜன் குழப்பத்தில் புருவத்தை உயர்த்தினான். அவன் எதுவும் கேள்வி கேட்பதற்குள் க்ருபா தொடர்ந்தான். ''உனக்கு வருத்தமாக இருக்கிறது என்று எனக்குத் தெரியும் தோழா; என் வாழ்நாளில் நான் நிறைய முறை மன்னிப்புகளைக் கேட்டிருக்கிறேன், ஆனாலும் அதனால் எந்தப் பிரயோசனமும் இல்லை. யாருக்கும் அதில் அக்கறை இல்லை. நாம் அப்படிப்பட்ட உலகில் தான் வாழ்கிறோம்.''

அவன் எழுந்து நின்று தன் கைகளை நீட்டினான். ''ஒருவருடைய குடும்பத்தில் யாராவது இறந்துவிட்டால், எல்லோரும் வருத்தம் தெரிவிக்கிறார்கள் ஆனால் அவர்கள் வருத்தப்படுவதில்லை. அது ஒரு

துக்கமான எண்ணம் மட்டுமே.''

''அப்படிப்பட்டவர்களுக்காக நாம் ஏன் தொடர்ந்து சண்டையிடுகிறோம், நம்பிக்கை வைக்கிறோம்?'' என்றான் அர்ஜன்.

க்ருபா பேசுவதை நிறுத்தினான். பிறகு, ''ஏன் என்றால், மக்களுக்குள் இருக்கும் இருளுக்கும் அப்பால் எதோ ஒரு நல்ல குணம் அவர்களுக்கு இருக்கிறது. நான் அவர்களின் அந்த நல்ல குணத்தை நிறைய முறை அடையாளம் கண்டு கொள்ளும் அளவுக்கு இந்த உலகில் நீண்ட நாட்கள் வாழ்ந்திருக்கிறேன். அதனால் உலகில் இருக்கும் அந்தச் சின்ன நல்லதுக்காகத்தான் நாம் போராடுகிறோம்; போராட்டம் இருக்கும் வரை நல்லது நிலைக்கும் என்று நான் நம்புகிறேன். நான் அக்கறையற்றவன் போலத் தெரியலாம், ஆனால் எனக்கு இவற்றில் எல்லாம் நம்பிக்கை இருக்கிறது. நான் இந்த உலகில் உயிர் வாழ்வதில் மகிழ்ச்சி; தோழா, பல சமயங்களில் மகிழ்ச்சியாக இருப்பதே ஒரு நல்ல விஷயம்தான். எப்பொழுதாவது உன் வாழ்க்கையின் அருமையைப் புரிந்து கொண்டாடு. அதில் எந்தத் தவறும் இல்லை.''

அர்ஜன் இளித்தான். ''நேர்மறையான எண்ணங்கள் உன்னுடைய ஆளுமையில் மிகவும் அரிது. ஏதோ தப்பு நடந்திருக்கிறது. என்ன அது?''

''உண்மையைச் சொல்லப் போனால், நான் உணர்ச்சிகளால் பாதிக்கப்பட்ட சூழ்நிலைக் கைதி. முன்பு நான் கோபக்காரன்; வெகு காலம் முன்பு கோபத்தில் நான் செய்யக்கூடாததைச் செய்து விட்டேன்.'' என்று மிடறு விழுங்கினான், ''ஆத்திரம் என்னை ஆட்கொள்ள அனுமதித்து விட்டேன், அதுவே என்னுடைய செயல்களையும் நிர்ணயித்தது.''

''என்ன செய்தாய்?''

க்ருபாவின் கண்களில் நீர்த் துளிகளைப் பார்த்தான் அர்ஜன். அவனால் நம்பவே முடியவில்லை!

''உனக்குக் கோபம் இருக்கிறது என்று எனக்குத் தெரியும்,'' அர்ஜன் கேட்ட கேள்விக்குப் பதில் சொல்வதைத் தவிர்த்து, க்ருபா தொடர்ந்தான், ''தோற்றுவிட்டதால் உனக்குக் கோபம், மக்களைக் கை விட்டதால் கோபம், அந்தச் சந்திப்பில் கல்கி எழுந்து பேசியதால் கோபம். ஆனால் அவன் தரப்பில் இருந்து பார்த்தால் அவன் நல்லதுக்காகத் தான் செய்தான் என்பது புரியும். இந்த உலகத்தில் கோபத்தைத் தணிக்கும் நல்ல மருந்து, விஷயத்தை மற்றவர் பார்வையிலிருந்து பார்ப்பதுதான்.''

நல்லது அதுதான். குரு வசிஷ்டாவின் ஆசிரமத்துக்குச் செல்லும் வழியில் கல்கி யார் என்றும் அவன் என்னவெல்லாம் சாதிக்கக் கூடியவன் என்றும்-அவனுடைய சிறப்புகள் என்ன என்பதையும் அர்ஜன் அறிந்து கொண்டான். இந்த நாளில், இந்த யுகத்தில் அவை எல்லாம் சாத்தியம் என்று கூட அவன் நினைக்கவில்லை. அவனைப் பொறுத்தவரை இவை

அனைத்துமே மனித மூளைக்கு அப்பாற்பட்ட நிகழ்வுகள்.

தற்பொழுது அர்ஜன் இந்த்ரகர் என்ற சுறுசுறுப்பான நகரத்தில் பயணித்துக் கொண்டிருந்தான். பல இடர்பாடுகளை அனுபவித்தான். பாலாவுக்கு இவற்றால் எந்தக் கஷ்டமும் இல்லை. அவனைப் பார்த்தவுடனேயே நகரவாசிகள் அவனைச் சுற்றிச் சென்றனர் அல்லது விலகினர். பாலா மாணவ் தானா என்ற சந்தேகம் கூட அர்ஜனுக்கு எழுந்தது. அவன் ஒரு வேளை தானவ் குடியிலிருந்து வந்திருக்கலாம்-அவர்கள் மிகவும் பூதாகாரமானவர்கள். ஆனால் அவர்கள் இனம் அழிந்துவிட்டது. அவர்களுடைய சந்ததிகள் இன்னமும் சுற்றிக் கொண்டிருக்கிறார்கள் என்று சிலர் சொன்னாலும் அதை உறுதிசெய்துகொள்ள கண்ணால் கண்ட சாட்சிகள் இல்லை. இரண்டு பெயர்கள் அனைவரையும் அச்சுறுத்தின-தானவ் மற்றும் அசுரா. இந்திரக் கடவுள் இளவர்தியில் இருந்த சமயத்திலிருந்தே இருந்த மூத்த பழங்குடி இவை.

அர்ஜன் மெதுவாகப் பிரதான தெருவுக்கு வந்தான். எல்லா இடத்திலும் சலசலவென்ற பேச்சு சத்தம், நாகாக்கள் மூலைகளில் நின்றபடி இவர்களைக் கண் காணித்தனர். ஒவ்வொரு கட்டிடத்திலிருந்தும் வண்ண மயமான கொடிகள் பறந்தன. காற்றில் மசாலாவின் மணம் தூக்கலாக இருந்தது. அர்ஜனுக்கு அது பரிச்சயமற்ற வாசம். மொத்தத் தொகுதியிலும் பிரகாசமாக எண்ணை விளக்குகள் எரிந்தன.

''இதுதான் லக்ஷ்மியின் சித்தி வீடாக இருக்கும்,'' க்ருபா நகரின் வரைபடத்தை வைத்துக் கொண்டு கூறினான். அதை நாகாவின் பையிலிருந்து களவாடிவிட்டான். க்ருபவால் பல காரியங்கள் செய்ய முடியும் என்று அர்ஜன் உணர்ந்திருந்தான், ஆனால் அவன் ஒரு திருடனாக முடியும் என்பது இது வரை தெரியவில்லை.

கட்டிடத்தை நெருங்கி கதவைத் தட்டினர். கதவு திறக்கப் பட்டது ஆனால் உடனே யார் என்று அவர்களால் கண்டு கொள்ள முடியவில்லை. கீழே குனிந்த போது இருமல் சத்தத்தைக் கேட்டனர். அப்பொழுது ஒரு சிறிய மனிதன் அவர்கள் கவனத்தை இழுத்தான். ஒரு யக்ஷாவை அதுவரை அவர்கள் நேருக்கு நேர் சந்தித்ததில்லை. வெகு காலமாகவே பார்த்ததில்லை. நாகாக்கள் கொள்ளை அழகு, செதுக்கிய நேர்த்தியான முகங்கள், வடிவான உடல் வாகு. ஆனால் அதற்கு நேர் மாறாக யக்ஷாக்கள் சிறிய உருவம் கொண்ட அழுக்கான பேர்வழிகள். கதவினருகில் நின்றவன் அப்படியில்லை.

''யார் நீங்கள்?'' என்று கடித்துத் துப்பினான் கேள்வியை. அவனுக்கு எலியைப் போல் கிறீச்சிட்ட குரல். ''இந்த பூதத்துடன் என்ன செய்கிறீர்கள்?'' என்று பாலாவைக் காட்டினான்.

அர்ஜன் புன்னகைத்தான். ''நாங்கள் ரத்ரி தேவியைத் தேடி வந்திருக்கிறோம்.'' அவன் கதவுக்குப் பின்னால் பார்க்க முயற்சித்தான்

ஆனால் யக்ஷா கதவை மூடிவிட்டான்.

அர்ஜன் கதவை மறுமுறை தட்டினான்.

"நான் என்ன உடைத்துக் கொண்டு வர வேண்டுமா?" பாலா பின்னாலிருந்து கேட்டான். "அது எளிதாக இருக்கும். அந்தச் சிறிய மனிதனை வெளியே எறிந்துவிட்டு நாம் உள்ளே செல்லலாம்."

"ஆமாம், வந்து, அதற்குப் பிறகு அவளிடம் எந்த முகத்தை வைத்துக் கொண்டு உதவி கேட்பது?"

கதவு வேகமாகத் திறந்தது. "யார் நீங்கள்?" என்று யக்ஷா திரும்பவும் கேட்டான்.

"என் பெயர் அர்ஜன்ஹாரி, இது க்ருபாசார்யா, இவன் பாலச்சந்திரா."

"சரி," என்று யக்ஷா தலையசைத்தான். "நீங்கள் அனைவரும் யாராக இருந்தால் எனக்கென்ன?"

"நீ தானே நாங்கள் யார் என்று சற்று முன் கேட்டாய்?"

"அதற்கு அர்த்தம் நீங்கள் ரத்ரி தேவிக்கு என்ன உறவு என்பது தான்," என்று ஆழமாக மூச்சை இழுத்து விட்டான். "எனக்கு உங்கள் பெயர்கள் தெரியாது. பெயர்கள் என்னவாக இருந்தாலும் அதைப் பற்றி எனக்கு அக்கறை இல்லை. என்னைப் பொறுத்தவரையில் நீங்கள் யாரோ. சொல்லப் போனால் யாரோ என்பதைக் காட்டிலும் குறைவு. என்னைப் பொறுத்தவரை நீங்கள் உயிரோடவே இல்லை. அதனால் தயவு செய்து "

"நான் அந்தக் கதவைக் கண்டிப்பாக உடைக்கப் போகிறேன்," பாலா அறிவுறுத்தினான். தயாரானான்.

யக்ஷா பயந்துவிட்டான். அப்பொழுது உள்ளே இருந்து வழுக்கும் குரல் ஒன்று கேட்டது. "**குமார்!**"

"என்னம்மா?"

"யாரது?"

"யாரோ அர்ஜன் ஹரி."

"ஹரியா?" குரலில் ஒரு சுவாரஸ்யம் ஏறியது. புத்தகங்கள் கீழே விழும் சத்தம் கேட்டது. கதவருகே ஒரு பெண்மணி வந்தாள், சிறிய மனிதனைப் பின்னால் தள்ளிவிட்டு, "நீ கல்கி ஹரிக்கு என்ன உறவு?" என்றாள்.

"ஆமாம், தேவி. அவன் என் அண்ணன்," என்று அர்ஜன் புன்னகைத்தான்.

ரத்ரி முன்னால் வந்து அர்ஜனின் குரல்வளையைப் பிடித்தாள். அவள் மணிக்கட்டில் மெல்லிய வளைகள் ஆடின. கண்களில் மை தீட்டியிருந்தது, சுருட்டை முடியைத் துணியால் கட்டியிருந்தாள். அவள் உடல் தங்கவண்ண ஆடையால் மூடப்பட்டிருந்தது, அதன் மீது ஒரு சால்வை போர்த்தி அதை வெள்ளி உடை ஊசி குத்தியிருந்தாள். அவள் அணிந்திருந்த எந்தப் பொருளும் அர்ஜனைப் பாதிக்கவில்லை. அவள்

முஷ்டி அவனுடைய முகத்தின் வெகு அருகில் இருந்தது. அவனுக்கு அது ஏன் என்று புரியவில்லை.

''உன் அண்ணன் என் மகளை ஏமாற்றி அவளிடம் ஆயுதங்களைக் கொண்டுவரச் சொல்லிவிட்டான். அவன் எங்கே? அவள் எங்கே?''

அவனுடைய குரல்வளையிலிருந்து அவள் கையை எடுக்கும்வரை அர்ஜன் அமைதியாக இருந்தான்.

''உங்களுக்கு ஒரு கெட்ட சேதி, தேவி.'' தான் கெட்ட செய்தியின் தூதுவன் என்பது அர்ஜனுக்குச் சங்கடமாக இருந்தது.

உள்ளே அமர்ந்து அவர்களுக்கு அவள் கொடுத்த பானத்தை அர்ஜன் குடித்துக் கொண்டிருந்தான். அது சுரா அல்ல. அதனால் க்ருபாவுக்குப் பிடிக்கவில்லை. பல நாட்களாகக் குடி போதையில் இல்லாதது அவனுக்குச் சிரமமாக இருப்பதாகக் கூறினான் க்ருபா.

ரத்ரியின் வீடு முழுவதும் புத்தகங்களால் நிரம்பியிருந்தன; அதை நூலகம் என்றே தப்பாகப் புரிந்துகொள்ளும் அளவுக்கு. அர்ஜனுக்கு அளவு கடந்த சந்தோஷம்; ரத்ரி அவர்களுக்குச் சாப்பிட ஏதாவது கொண்டு வருவதற்காக உள்ளே சென்ற பொழுது அர்ஜன் அறையில் உள்ள புத்தகங்களை நோட்டம் விட்டான், சிலவற்றைத் தேர்வு செய்து அவற்றைப் படித்து விட்டுத் திரும்பக் கொடுக்க அனுமதி கேட்கலாமா என்று யோசித்தான். ஆனால் இப்போதைக்கு ரத்ரியால் எதுவும் பேசவோ செய்யவோ முடியாத நிலைமை. அவள் அழவும் இல்லை.

''அவளுக்கு என்னைப் போல் ஆகவேண்டும் என்று ஆசை,'' என்று கடைசியில் ரத்ரி மௌனத்தை உடைத்தாள். ''அவளுக்கு நூலகத்தில் பணி செய்ய ஆசை.''

அர்ஜன் ஆமோதித்தான்.

''அவளைப் பார்த்தீர்களா? அவளுக்குச் சரியான இறுதிச் சடங்கு நடை பெற்றதா?''

''எங்களால் முடியவில்லை. நாங்கள் வலுக்கட்டாயமாகக் கிளம்ப வேண்டி வந்தது,'' என்று க்ருபா பொய் சொன்னான். ''கிராமவாசிகள் உடல்களைச் சேகரித்தனர். எங்களை நகரத்துக்கு அனுப்பி நிர்வாகம் எப்படிச் செயல்படுகிறது என்று அறிந்துவரச் சொன்னார்கள். குழுவிடம் எப்படி இந்த ஒருதலைபட்சமான படுகொலைகளுக்கு நிவாரணம் தேடுவது என்று கண்டறியச் சொன்னார்கள்.''

ரத்ரி தலையசைத்தாள். ''ஆமாம்! நான் எதுவும் வழி காட்ட முடியும் என்று நீங்கள் நினைத்தால் என்னால் எதுவும் செய்ய முடியாது. என்னை வரவேற்பிலிருந்து நூலகத்திற்கு மாற்றிவிட்டார்கள். அதனால் என்னை மன்னித்துவிடுங்கள்.''

''பரவாயில்லை! உங்களிடம் தகவல் சொல்ல வந்தோம்.'' அர்ஜன் முன்னால் சாய்ந்தான். ''பழங்குடி...'' என்று எதோ சொல்ல வந்தான். குமாரைப் பார்த்தான். அவன் கவனிக்கவில்லை என்பது புரிந்தது. ''நிலைமை மாறிவிட்டது. கொடுங்கோலர்கள் வந்தால் பயங்கரவாதம் தான் நடக்கும்.''

''ஆமாம். இந்த்ரகர்ரின் அரசன் என்ற தன் கடமைகளை வேதாந்தா மன்னன் கூட மறந்துவிட்டான்,'' என்று பல்லைக் கடித்தாள் ரத்ரி. ''நீங்கள் அனைவரும் யுத்தத்தில் எப்படி உயிர் தப்பினீர்கள்?''

''வந்து, நாங்கள் மாற்றி யோசித்தோம், தேவி,'' என்று க்ருபா இளித்தான்.

''நீ அழுக்காகவும் கோமாளி போலவும் இருக்கிறாய். நீ நிஜமாகவே ஆச்சார்யாவா?'' என்று கேட்டாள் ரத்ரி.

''கொலையாளி போல என் குற்றத்தை ஒப்புக் கொள்கிறேன்,'' என்று க்ருபா குனிந்து வணங்கினான். ''ஒப்பீடு சரியில்லை என்றாலும் நான் ஆச்சார்யாதான்.''

ரத்ரி தன் பானத்தைக் கீழே வைத்தாள். எழுந்து நின்று ஒரு அறிவிப்பைச் செய்தாள், ''அப்படி என்றால் உயிர் வாழும் கலையை அறிந்திருக்கிறீர்கள். உங்கள் அண்ணனை விடுவிக்கத் தான் வந்திருக்கிறீர்கள் என்று நினைக்கிறேன். உங்கள் கிராமத்தை அழித்தவர்களைப் பழி வாங்க வந்திருக்கிறீர்கள். என்னுடன் வேலை செய்தால் நீங்கள் இரண்டையுமே அடையலாம். ஆனால் அதற்கான பயிற்சியும் நேரமும் வேண்டும்.''

''வந்து...இவை அனைத்தையும் நீங்கள் இவன் எதிரில் கூறவேண்டுமா...?''

''குமாரா?'' ரத்ரி அவன் முதுகை நட்பாகத் தட்டினாள். ''இவன் நல்லவன். இவன் என் நம்பிக்கைக்குப் பாத்திரமானவன், குவேராவுக்கு அல்ல.''

''ஏன் அப்படி?'' என்று க்ருபா கேட்டான்.

''ஏன் என்றால், கிழவனே,'' என்றான் குமார் ரத்ரியின் பிடியிலிருந்து விடுவித்துக் கொண்டு, க்ருபாவின் அருகில் நடந்து வந்தான்; அவன் முகம் கோபத்தில் கோணலாகி இருந்தது, ''அனைத்துப் பழங்குடியினரும் தங்கள் அரசர்களின் ஆணைக்கு உட்படும் வெறியர்கள் அல்ல. சிலருக்குச் சுயமாகச் சிந்திக்கும் தன்மை இருக்கிறது.''

ரத்ரி கை தட்டினாள். ''அப்படியானல் சரி, நமக்கு ஒரு அணி உருவாகிவிட்டது!''

''நாங்கள் என்ன செய்ய வேண்டும்? நாகாக்களின் மண்டைகளைப் பிளக்க வேண்டுமா?'' என்று தலையைச் சொறிந்தபடி கேட்டான் பாலா.

''வன்முறை பதில் அல்ல,'' என்றாள் ரத்ரி, ''மஹாயுத்தத்தில் கோவிந்த் கூட அனைவரையும் வென்றது தன் உடல் வலிமையால்

அல்ல, புத்தி கூர்மையினால் தான்.''

அர்ஜன் முறுவலித்தான். ''உங்களை மதவாதியான பெண் என்று நான் நினைக்கவில்லையே.''

''நான் அப்படி அல்ல. ஆனால் அதனால் புராணங்களிலிருந்து சில நல்ல கருத்துக்களை எடுத்துக் கொள்ளக் கூடாது என்பது கிடையாது.'' ரத்ரியும் அவனைப் பார்த்து முறுவலித்தாள்.

''என் இனிமையான தேவியே! அதெல்லாம் சரி. ஆனால் உங்கள் திட்டம் என்ன? மொத்த நகரமும் எங்களுக்கு எதிராக இருக்கிறது. அவர்களின் எண்ணிக்கை கூடுதல். நாமோ...'' க்ருபா இழுத்தான். ''நாம் அவர்களை எப்படித் தடுத்து நிறுத்துவது?''

''என்னிடம் ஒரு பெண் வேலை செய்கிறாள். அவள் உதவி செய்வாள். ஆனால் அவள் இப்போது எங்கே இருக்கிறாள் என்று தெரியவில்லை. சமீபத்தில் அவள் ரொம்பச் சோம்பேறியாகி விட்டாள்,'' என்று ரத்ரி யோசனையில் இறங்கினாள். ''ஆனால் கவலைப்படாதீர்கள். எப்படியாவது சரி செய்யலாம். அரசாங்கத்துக்கு எதிராக நாம் வெறுப்பை விதைக்க வேண்டும். அனைவரின் மனதிலும் சந்தேக விதையை விதைத்துவிட்டால், நம்மூலம் புரட்சி வெடிக்கும்.''

பிரச்சாரம். அர்ஜன் அதைப் பற்றிப் படித்திருக்கிறான்; அரசாங்கத்தை எதிர்த்துப் போராடுவது, உணமையைப் பரப்பி, மக்கள் தவறான தலைவனின் பின்னால் செல்வதைச் சுட்டிக் காண்பிப்பது. ஆனால் இப்பொழுது காட்டுமிராண்டித்தனமான ஆட்சி நடப்பதால் இவை வேலை செய்யுமா? ஆனால் தங்குவதற்குத் தலைக்கு மேலே ஒரு கூரை கிடைத்துவிட்டது. கையில் சூடான பானம், சுற்றிலும் தனக்கு இணக்கமாக யோசிக்கும் கூட்டம். இப்போதைக்கு இந்தத் திட்டத்திற்கு அவன் ஒப்புக் கொள்ள வேண்டும். அதற்குள் அவன் வேறொரு திட்டம் தீட்டி கல்கியை மீட்டுக் கொண்டு மலைகளுக்குச் செல்ல வேண்டும்.

அர்ஜன் க்ருபாவைத் தனியாக அழைத்துச் சென்றான். பாலா ஒரு சிறிய தலையணையின் மீது அசௌகரியமாக அமர்ந்திருந்தான். ''இந்தத் திட்டம் பரவாயில்லை. நீ சொல்வது போல குகையிலிருந்து சோமாஸ் வெளியே எடுக்கப் பட்டிருந்தால், நமக்கு நடுவே அதர்மம் நடக்கும் வாய்ப்பு இருக்கிறது இல்லையா?''

''ஆமாம். அது வந்து அவ்வளவு விரைவாக...ஆனால்...''

அப்பொழுது கதவு திரும்பவும் தட்டப்பட்டது. அர்ஜன் அதை அலட்சியப் படுத்தினான், குமார் கதவைத் திறக்க விரைந்தான்.

''நாம் வேறொரு திட்டம் யோசிக்கும் வரையில் அந்தப் பெண்ணின் திட்டத்தைப் பயன்படுத்தலாம். அவளுடன் இருந்தால் தெருக்களில் சுதந்திரமாக நடக்கலாம். தகவல்களைச் சேகரிக்கலாம், கல்கியைக் காப்பாற்றலாம்.''

''உனக்கு வேறு எந்த திட்டமும் இப்போதைக்கு இல்லையா?'' என்று

பற்களைக் கடித்தபடி அர்ஜன் கேட்டான்.

க்ருபா தலையாட்டினான். ''என்னிடம் ஒரு திட்டம் இருக்கிறது. ஆனால் அதற்குச் சிறையின் இடம் தெரிய வேண்டும். சோமாஸின் இடமும் தெரிய வேண்டும்.''

''நீ சோமாஸைப் பயன்படுத்தப் போகிறாயா?''

''ஆமாம். அப்படிதான் என்று வைத்துக் கொள்,'' என்று தோளைக் குலுக்கினான் க்ருபா.

''அதிலிருந்துதானே நாம் ஓடிக்கொண்டிருந்தோம்,'' என்று நிறுத்தினான், ''இபொழுது அதைத் தேடி ஏன் செல்ல வேண்டும்?''

''மாற்றி யோசித்தத் திட்டத்திற்கு அது தேவை.''

''நீ ஏற்கனவே திட்டம் இட்டுவிட்டால் அதை 'மாற்றி யோசிப்பது' என்று எப்படிக் கொள்ள முடியும்?'' என்று அர்ஜன் அவனைத் திருத்தினான்.

''சரி, அதைத் திட்டம் என்றே வைத்துக் கொள்,'' என்று க்ருபா இளித்தான்.

அர்ஜன் தலையசைத்து மறுத்தான். க்ருபா தலையில் இருக்கும் எண்ணம் கண்டிப்பாகக் கேடு கெட்டதாகத் தான் இருக்கும். ஆனால் இப்போதைக்கு அவனை எதிர்க்க அர்ஜனிடம் வேறு நல்ல மாற்றுத் திட்டம் இல்லை.

ரத்ரி தன் கையில் சுருட்டிய மடலுடன் உள்ளே வந்தாள். ''உன் அண்ணனிடம் இருந்து ஒரு சேதி வந்திருக்கிறது, அர்ஜன்.''

இதயம் துடிக்க அர்ஜன் முன்னால் வந்தான். ''உங்களிடம் இதை யார் கொடுத்தது?''

''தெருப் பையன்.''

''அவர்களை நம்பலாமா?''

''அதர்மம் என்றால் என்ன? இருட்டு யுகம் என்றால் என்ன? இதைப் பற்றி நான் எங்கோ படித்திருக்கிறேன்...'' அவள் யோசித்தாள். சேதியைத் துண்டு துண்டாகச் சொன்னாள்.

அர்ஜன் க்ருபாவைப் பார்த்துக் கிசுகிசுத்தான். ''சரி, உன்னுடைய திட்டம் எதுவாக இருந்தாலும், நாம் அதை விரைவில் நடத்தி முடிக்க வேண்டும். இப்பொழுதே இது சரியான பாதையில் போவதாகத் தெரியவில்லை.''

58

கீகட்பூரைப் பகிர்ந்து கொண்டவர்களுக்கு எதிராகச் சதித் திட்டம் தீட்டுவது, அல்லது அவர்களுக்கு எதிர்மறையாக வேலை செய்வது போன்ற செயல்களில் ஈடுபடாத சமயங்களில் வேதாந்தா தன் மகள் ஊர்வசியின் படுக்கை அருகில் அமர்ந்து அவளுக்குக் கதாநாயகர்கள் மற்றும் தீயவர்களின் கதைகளைப் போதிப்பான். ஆனால் இன்று அவன் கையில் ஒரு விளக்கை ஏந்தி அவள் அறைக்குள் வருவதற்குள் அவள் உறங்கிவிட்டாள். சில சமயம் அவனுடன் ஒரு காவலாளி வருவான். அவன் இரவில் வெளியே போக வேண்டுமென்றால் அவனுடன் ஒரு காவலாளி விளக்கைப் பிடித்துக் கொண்டு வருவான். ஆனால் ஊர்வசி அறைக்கு செல்லும்போது அப்படிக் கிடையாது. அவள் இல்லத்திலேயே படித்தாள், அதனால் கோட்டைச் சுவர்கள் எப்பொழுதும் அவளைப் பாதுகாப்பாகவே வைத்திருந்தன. பத்து காவலாளிகளின் பொறுப்பில் இருந்ததால் அவளை யாரும் தாக்க அஞ்சுவார்கள்.

அவன் காளியிடம் சரணடைந்ததற்கான பாதி காரணமே ஊர்வசி தான். அவள் அவனுடைய அழகான ராஜகுமாரி. அழகான முகம், தங்கத்தினாலான இதயம், அவளுடைய அம்மாவை ஒத்து இருந்தாள். அவனுடைய அகம்பாவத்தால் அவளுடைய வாழ்வு பாழாவதை அவன் விரும்பவில்லை. காளியுடன் சேர்ந்து வேலை செய்வது, அவனிடம் கோபம் கொண்டு போரிட்டு, தோற்பதைக் காட்டிலும் மேலானது. நகரம் தொலைந்தால் திரும்பப் பெறலாம், ஆனால் மகளைத் தொலைத்து விட்டால் பெற முடியாது.

இன்று அவன் வருவதற்கு முன்பே அவள் உறங்கிவிட்டாள். அவன் உள்ளே வந்து அவளைப் பார்த்துப் புன்னகைத்தான். ஒருவேளை இன்று அவளுக்குக் கதை கேட்கும் ஆர்வம் இல்லாமல் இருக்கலாம் அல்லது சோர்வடைந்திருக்கலாம். அவன் புத்தகங்கள் மூலம் அவளுக்குப் படிப்பு மட்டும் அல்லாமல் போர்களையையும் கற்றுக் கொடுத்தான்; வாளைக் கையாளுவது எப்படி, குதிரையேற்றம் போன்றவை. இந்த

உலகில் வாழ சில ஆற்றல்கள் வேண்டும், அரசவை வாழ்வு என்பது எப்பொழுது வேண்டுமானாலும் மாறக் கூடிய நோய். அரசு, பட்டம், மரியாதை போன்றவை வரும், போகும். நாளை ஒரு வேளை அது வேதாந்தாவிடமிருந்து பறிக்கப் படலாம். ஒரு போர் வீரனைப் போல அவள் வெளியே சென்று போரிடக் கற்க வேண்டும்.

''அப்பா?'' என்றது மென்மையான குரல்.

''உன்னைத் தொந்தரவு செய்ததற்கு மன்னித்துவிடு; நீ தூங்கவில்லை என்று நினைத்து வந்தேன்...''

அவள் குறிக்கிட்டுப் பேசினாள், ''நான் உங்கள் மகள். என்னிடம் நீங்கள் மன்னிப்பெல்லாம் கேட்க வேண்டாம்.'' அவள் படுக்கையில் நகர்ந்து அமர்ந்து வேதாந்தாவைப் பார்த்தாள். அவளுக்குப் பதின்மூன்று வயதுதான் ஆகிறது. மெழுகுவத்தி வெளிச்சத்தில் அவள் முகம் பிரகாசமாகத் தெரிந்தது. வேதாந்தா மிகவும் அன்பு செலுத்திய ஒருத்தியை அந்த முகம் நினைவூட்டியது.

''உன்னைப் பார்த்தால் எனக்கு உன் அம்மா நினைவு வருகிறது.''

அவள் நீளமாக இளித்தாள். ''அம்மாவைப் பற்றிச் சொல்லுங்கள்.''

வேதாந்தா தலையசைத்து மறுத்தாள். ''வேறொரு சமயம் சொல்கிறேன், என் கண்மணியே.''

''எப்பொழுதும் அப்படித்தான் சொல்கிறீர்கள்,'' என்று முகம் சுளித்தாள். ''கடந்த காலத்தில் நடந்தவற்றிலிருந்து ஏதோ ஒன்றைச் சொல்லித் தப்பித்துவிடுகிறீர்கள், அப்பா. உங்களுடைய பழைய தோல்விகள் உங்கள் நிகழ் காலத்தையும், எதிர்காலத்தையும் பாழாக்காமல் இருக்கும்படி பார்த்துக் கொள்ளுங்கள்.'' அவள் கட்டிலின் தலைமாட்டில் சாய்ந்து கொண்டாள்.

''இதை எங்கிருந்து கற்றுக் கொண்டாய்?''

''நீங்கள் சொல்லும் அதே கதைகளிலிருந்து தான்.''

வேதாந்தா களுக்கென்று சிரித்தான். அவன் வார்த்தைகளில் அவனே சிக்கிக் கொண்டான். அவன் தலையைத் திருப்பினான், ஏதோ செடியின் வாசம் அவன் மூக்கைத் துளைத்தது, அவனுக்கு அது என்னவென்று தெரியும். அவன் ஜன்னலருகில் இருந்த செடியின் பக்கம் நடந்தான். அதன் இலைகள் ஒரு தாமரைபோல் விரிந்தன. அது இளம் பச்சை நிறத்தில் இருந்தது. அவன் அதை மென்மையாகத் தொட்டான். ''நீ *தவறுதலாக* இதைத் தொலைக்காமல் வைத்துக் கொண்டிருப்பதைப் பற்றி எனக்கு மகிழ்ச்சி,'' என்றான். அவன் கொடுக்கும் செடிகளை எப்படியோ அறியாமல் அவள் தொலைத்துவிடுவாள். அவன் முட்டாள் அல்ல. அவனுக்குத் தெரியும் அவளுக்கு அந்தப் பரிசுகள் பிடிக்கவில்லை என்று. ஆனால் அவளுக்கு அவற்றின் மதிப்பு தெரியாது என்பதால் அவன் அவளை மொத்தமாகக் குறை சொல்வதில்லை.

''ஆமாம், இது சென்றமுறை கொடுத்த செடியை போல அவ்வளவு

மோசமான வாசம் இல்லை.''

''இது தீய சக்திகளை விரட்டும் தன்மை கொண்டது.'' வேதாந்தா செடியை மெல்லத் தட்டிக் கொடுத்தான்.

''இந்தச் சிறிய பொருட்கள் மீது உங்களுக்கு இருக்கும் அன்பு என்னை அச்சுறுத்துகிறது,'' என்று ஊர்வசி இளித்தாள்.

''உனக்கு மட்டும் விந்தையான பொழுதுபோக்குகள் இல்லையா என்ன?'' வேதாந்தா அவளுடைய சிறிய பேனாகத்தியை வைத்து அவள் செதுக்கும் மரபொம்மைகளைச் சுட்டிக் காட்டினான். ''நம்முடைய ஆசைகள், நம்முடைய குணங்களைக் குறிக்கின்றன, நிஜத்தில் நாம் எப்படிப் பட்டவர்கள் என்று ஆசைகளைப் பார்த்தால் தெரியும்.''

அவன் நாற்காலியிடம் நடந்து சென்றான். ''இந்தச் செடியைத் தொலைக்காதே, பெண்ணே. நான் இதை ஒரு குறிப்பிட்டக் காரணத்துக்காக வாங்கி இருக்கிறேன். நாம் இப்பொழுது பணத்தில் திளைக்கவில்லை. நாம் சிரமமான சூழலில் இருக்கிறோம். நாம் ஜாக்கிரதையாக இருக்க வேண்டும். ஒவ்வொரு அடியும் சிந்தித்து வைக்க வேண்டும்.''

ஊர்வசி தலையாட்டி ஒப்புக் கொண்டாள். ''கவலைப்படாதீர்கள். ஜாக்கிரதையாக இருப்பேன். எப்பொழுது பழங்குடியினரைத் தொலைத்துக் கட்டுவீர்கள்?''

''சீக்கிரத்தில்,'' வேதாந்தா ஊர்வசியிடம் பழங்குடியினரைச் சேர்த்துக் கொள்வதைப் பற்றி, முன்னால் சில சந்தேகங்களை எழுப்பியிருந்தான். ஆனால் இப்பொழுது அவர்களுள் ஒருவனுடன் அவன் வேலை செய்வதை அவளுக்குத் தெரிவிக்கவில்லை. ''நீ உன் தாயைப் போலவே என்னைக் கேள்விகள் கேட்கிறாய்.''

''அவள் இறந்துவிட்டதால் கோட்டையின் ஆணை யாராவது ஒருவர் பார்த்துக் கொள்ள வேண்டுமே!''

வேதாந்தா முறுவலித்தான். அவளை இறுக அணைத்துக் கொண்டான், அவளும் தன் கைகளால் அவனைத் தழுவினாள். சற்று நேரம் அவர்கள் அப்படியே இருந்தார்கள். கதவு தட்டப் பட்டது.

''யாராயிருந்தாலும், இப்பொழுது தொந்தரவு செய்யாதே!'' என்று வேதாந்தா கர்ஜித்தான்.

''வேந்தே!'' அது பயத்தில் கிசுகிசுப்பாகக் கேட்டது.

வேதாந்தா பெருமூச்சு விட்டான். அவன் ஊர்வசியைப் பார்த்து ''நீ அப்பா செல்லம்,'' என்று சத்தமின்றி சொன்னான். வெறுப்பாக முகத்தைச் சுளித்தபடி கதவைத் திறந்து வெளியே சென்றான். அவன் வெளியே சென்றதும் அந்தப் பையன் வியர்த்து விருவிருக்க, மூச்சு வாங்கியபடி நின்றான். கண்டிப்பாக அவனை ஏதோ பாதித்தது. ஆனால் அதை விட கொடுமையாக அவனுடைய வெள்ளி நெஞ்சக்கவசம் முழுவதும் ரத்தம் தெறித்திருந்தது.

''என்ன நடந்தது?''

''வேந்தே,'' இளம் காவலாளியின் கண்கள் விரிந்தன, ''ரத்த ஆறு ஓடுகிறது.''

தரையில் தெறித்திருந்த ரத்தத்தின் மீது வேதாந்தா நின்று கொண்டிருந்தான். அவன் இரவில் சுறுசுறுப்பாக இயங்கும் விபசார விடுதியில் நின்று கொண்டிருந்தான். ஆனால் காலையில் அது சாதாரண விடுதி போலக் காட்சி தரும். வேதாந்தா அதன் உள்ளே நடந்து சென்றான், தெரிந்த அத்தனை முகங்களும் கழுத்தறுபட்டுக் கிடந்தன.

வேதாந்தா பின்னால் நின்ற விடுதி நிர்வாகஸ்தன் விம்மினான். அவன் சென்ற இடம் எல்லாம் கூடவே சென்றான். வேதாந்தா எந்த அறைக்குள் சென்றாலும் அதே கோரக் காட்சிதான் தெரிந்தது, ஆண்கள் கழுத்தறுபட்டுக் கிடந்தனர். தலையணைகள் அனைத்தும் ரத்தம் தோய்ந்து கிடந்தன. விபச்சாரிகள் ஓடிய ரத்தக் கால் தடங்கள் தரையில் தெரிந்தன. அங்கு நிலவிய நாற்றம் குடலைப் புரட்டியது. தன்னுடைய மேலங்கியால் முகத்தை மூடியபடி வேதாந்தா அனைத்தையும் பார்வையிட்டான்.

அவர்கள் ஏதோ ஆட்கள் கிடையாது. அவர்கள் அவனுடைய மந்திரிகள், மற்றும் சேனாதிபதி. அவனுக்கு இனி யாரும் இல்லை என்பதுதான் அவன் மனதில் ஓடிய முதல் எண்ணம். அதைப் பற்றி நினைப்பதைக் கை விட்டான். அவன் கதவை மூடிவிட்டு மேலங்கியை விலக்கி ஆழ்ந்து மூச்சு விட்டான்.

''அவர்கள் ஏன் விபசார விடுதிக்கு வந்தனர்?'' என்று காவலாளியைக் கேட்டான். நிர்வாகஸ்தன் அருகிலேயே இருந்தான், ஆனால் பதில் ஏதும் கூறவில்லை. அவன் நின்றபடி ஆடிக் கொண்டிருந்தான், அதிர்ச்சியிலிருந்து மீண்டதாகத் தெரியவில்லை. ''அவர்கள் எதைக் கொண்டாடிக் கொண்டிருந்தார்கள்?''

காவலாளி வாயைத் திறக்கவில்லை, ஆனால் நிர்வாகஸ்தன் பேசத் தொடங்கினான்.

''வேந்தே, அவர்கள் அடிக்கடி கூட்டமாக வந்து என் பெண்களுடன் கொட்டம் அடிப்பார்கள்.''

சட்ட விரோதமான செயல்களில் தன்னுடைய மந்திரிகள் பங்கேற்றார்கள் என்பதை வேதாந்தாவால் நம்ப முடியவில்லை. அவன் இவ்வளவு நாட்கள் கட்டிக் காத்த சமூகத்தை, தார்மீகத்தை எதிர்த்து நடந்திருக்கிறார்கள். அவன் ஏன் விஷ்ணுவுக்கும், சிவனுக்கும், இந்திரனுக்கும் கோவில் கட்டினான்? இவர்கள் ஏன் இப்படி சீரழிந்து சுற்றிக் கொண்டிருக்கிறார்கள்? அந்த எண்ணம் அவனுக்கு ஆழ் மனது வரை அசாத்திய வெறுப்பைத் தந்தது. அவர்கள் இறப்பு

மட்டுமன்றி, அவர்கள் அவனுடைய சட்டதிட்டங்களுக்கு எதிராகச் செயல்பட்டிருக்கிறார்கள் என்பது அவனை முடக்கியது. அவர்கள் அப்படி நடந்து கொண்டதற்கான நோக்கம் அவர்கள் வேதாந்தாவின் ஆட்சியை மதிக்கவில்லை என்று தானே அர்த்தம்.

''பெண்கள்? அவர்கள் யாரும் என்ன நடந்தது என்பதைக் கவனிக்கவில்லையா?''

''வேந்தே! நான் இன்னும் விசாரணை செய்யவில்லை. அவர்கள் பார்த்த விஷயத்தினால் அவர்கள் பலத்த அதிர்ச்சிக்கு உள்ளாகியிருக்கிறார்கள்.''

ஐந்து மந்திரிகள் இறந்திருக்கிறார்கள், இவன் என்னடாவென்றால், அவனுடைய விபச்சாரிகளின் அதிர்ச்சியைப் பற்றிப் பேசிக் கொண்டிருந்தான். அவனுடைய கழுத்து எலும்பைப் பிடித்து உலுக்கி, தன் பால் அவனை இழுத்தான் வேதாந்தா. ''அவர்களைக் கொண்டு வந்து என் முன் வரிசைப்படுத்து. ஒவ்வொருத்தியையும் நான் இப்பொழுதே பார்த்தாக வேண்டும்.''

நிர்வாகஸ்தன் தலையை ஆட்டிவிட்டு அவசரமாக நகர்ந்தான். பொறுமையாகத் தன் ஐந்து காவாலாளிகளுடன் வேதாந்தா காத்திருந்தான். விபச்சாரிகள் வரிசைப்படுத்தப்பட்டனர். அவர்கள் அனைவரும் குட்டையான உடைகளை அணிந்திருந்தனர். அவர்கள் போர்த்தியிருந்த வெள்ளை ஆடை அவர்கள் மார்புகளைக் கூட சரியாக மூடவில்லை. தன மனைவியைத் தவிர வேறு எந்த பெண்ணின் உடலையும் தோலையும் அவன், இவ்வளவு நெருக்கத்தில் இவ்வளவு தாராளமாகப் பார்த்ததில்லை. அவன் தன் மனைவியை மிகவும் நேசித்தான். அவள் உடலையும், மனதையும் சேர்த்து நேசித்தான்.

அவன் மெதுவாக அவர்கள் அருகே நடந்தான், ஒவ்வொருத்தியின் முகத்தையும் கூர்ந்து கவனித்தான். அவர்கள் முகத்தில் தோன்றும் ஏதாவது பாவத்தைக் கண்டறிய முடியுமா என்று பார்த்தான். சட்டென்று நின்றான்.

''நீ என்ன பாரத்தாய்?'' என்று அவளைக் கேட்டான்.

''நான்...வந்து...'' அவள் முகம் சந்தேகப்படும்படியாக இருந்தது. கேள்விகளை யாரும் கேட்டு விடக் கூடாதே என்பது போன்ற கவலை தெரிந்தது. அவளிடம் எதுவோ ஒன்று சரியில்லை.

தலையசைத்து மறுத்தபடி வேதாந்தா அவள் தலை முடியைக் கொத்தாகப் பிடித்தான். நிர்வாகஸ்தன் மூச்சை உள் வாங்கினான். அது போலி முடி. அவன் அந்த முடியைத் தூக்கித் தரையில் வீசினான். அவன் முன்னால் நின்றது பெண் வேடம் இட்டிருந்த ஒரு ஆண். ''உன்னை நீ விற்க வேண்டும் என்றால் அதை எப்படி வேண்டுமானாலும் செய்யலாமே. அது உன்னுடைய விருப்பம். ஆனால் அதற்காக அவமானப்பட்டு ஒரு பெண்ணின் உருவத்தில் எதற்கு ஒளிந்து

கொள்கிறாய்?''

அவன் பல நகரங்களுக்குப் பயணம் செல்லும் போது, அவனைப் போன்ற மன்னர்கள் பல சமயம் சொல்லும் புகார் இதுதான். விபச்சார விடுதியிலிருந்து பெண்ணை அனுப்பச் சொன்னால், பெண் வேடம் இட்ட ஆண்கள் அனுப்பப்படுகிறார்கள். இப்படித் தங்களை விற்ற ஆண்கள் அவர்கள் சொந்த விருப்பத்தில் அப்படி நடந்து கொள்கிறார்கள். கடவுள்களின் விருப்பத்துக்கு எதிரானது தான் இப்படிப் பட்ட ஒரு தேர்வு. ஆனால் அந்தச் சட்டங்கள் எவ்வளவோ பழமையானவை. அப்பொழுது இருந்த சூழல் வேறு, வேதாந்தாவுக்கு அதைப் பற்றி எல்லாம் அக்கறை இல்லை. ஆனாலும் கீகட்பூரில் விபச்சாரம் சட்டத்துக்குப் புறம்பானது.

''நீங்கள் அனைவரும் சுற்றி இருக்கும் போது என்னுடைய மந்திரிகள், ஒவ்வொருவராகக் கொல்லப்பட்டனர். நீங்கள் யாரும் எதுவும் பார்க்கவில்லை என்கிறீர்களா?'' அவன் குரலில் உணர்ச்சிகள் ஏதும் இன்றி, கேட்பவரை அச்சுறுத்தும் பாவனையில் இருந்தது. அவர்கள் மருண்டனர். ''ஒன்று நீங்கள் நடந்தவற்றைச் சொல்லலாம், அல்லது இந்த விடுதி சட்டத்துக்கு புறம்பாக விபச்சாரம் நடத்தியதற்காக இழுத்து மூடப்படும். நீங்கள் அனைவரும் சிறையில் அடைக்கப் படுவீர்கள்.'' அவர்கள் உண்மையைச் சொன்னாலும் அதைத் தான் செய்யப் போகிறான். இருந்தாலும், அவர்களைப் பேச வைக்க இது ஒரு உந்துதலாக இருக்கலாம்.

நிர்வாகஸ்தன் அழத் தொடங்கினான். அவன் கோழை: ஆனால் எதோ ஒரு தயக்கம் தெரிந்த அந்தப் பெண்ணின் அருகில் வேதாந்தா நகர்ந்தான். ''என்ன? நீ எதோ சொல்ல விரும்புகிறாய்?''

''நாங்கள் அவர்கள் அருகில் படுத்திருந்தபோது தான் இவை அனைத்தும் நடந்தது.'' அந்தப் பெண்ணின் வார்த்தைகளில் எதோ விஷயம் இருந்தது. அவனை நிமிர்ந்து பார்க்க அவள் அஞ்சினாள், ஆனால் அவள் குரலில் பயம் இல்லை. ''நாங்கள் தூங்குவதற்காகவே அந்த ஆள் காத்திருந்தது போல் இருந்தது.''

''அனைவரும் தூங்கிவிட்டீர்கள்?''

''தூங்கிவிட்டோம், ஆமாம்.'' என்று மொத்தமாகச் சொன்னார்கள்.

வேதாந்தா கண்களைச் சுருக்கினான். அவன் மந்திரிகள் திட்டமிட்டுக் கொல்லப் பட்டிருந்தனர். ஒரு வேளை அவர்கள் குடித்த மதுவில் எதோ மருந்து கலந்து, வேலையை எளிதாகிவிட்டார்கள் போலத் தெரிந்தது. ''யாராவது எதையாவது பார்த்தீர்களா?''

ஒரு கை உயர்ந்தது. வேதாந்தா அவள் அருகே சென்றான்.

''என்ன?''

அந்தப் பெண்ணுக்கு நீலக் கண்கள். அவள் நாகாவாக இருக்கலாம். ''நான் கொஞ்சம் முன்னதாகவே எழுந்துவிட்டேன். நான் அந்த உருவத்தைப் பார்த்தேன்.''

இது எதோ விஷயம் போல இருக்கிறது.

"சரி, தயவு செய்து சொல்லு." அவன் பொறுமையாக இருந்தாலும் அவன் மனதை ஆர்வம் அரித்தது.

"அந்த ஆள் என்னைப் பார்த்தான்...வந்து...அந்த உருவம் ஓடியது, ஜன்னல் வழியாக ஓடியது."

"அது என்ன அணிந்து கொண்டிருந்தது?"

"முகத்தை ஒரு மேலங்கி மறைத்தது; மொத்தமாக மூடியிருந்தது."

"ஏதாவது தனிப்பட்டுத் தெரிந்ததா?" அந்தப் பெண் முனைந்து யோசித்தாள், வேதாந்தா பொறுமையாகக் காத்திருந்தான். அவள் வாய் இறுகியது, கண்கள் சுருங்கியது. அவள் யோசித்தாள்.

"ஆமாம்," என்று மூச்சு விட்டாள். அவளுக்கு நினைவுக்கு வந்ததால் அவள் கண்கள் விரிந்தன. வேதாந்தாவின் இதயம் வேகமாக அடித்தது. அந்தக் குற்றவாளியைக் கண்டு பிடிக்க இது உதவலாம். "அந்த உருவம் யாரோ, ரொம்ப வேகமாக ஓடினான். அவன் ஜன்னலிலிருந்து குதித்த போது, காற்றடித்ததால் என்னால் முடியைப் பார்க்க முடிந்தது."

"என்ன?"

"நான் வெறும் முடியைத் தான் பார்த்தேன்."

"அதில் என்ன விசேஷம்?"

"வேந்தே!" என்றாள், "அது வெள்ளி நிறத்தில் இருந்தது. இந்த ஊரில் எவ்வளவு பேர் வெள்ளி முடியுடன் சுத்துகிறார்கள்?"

59

காளி வேந்தன் மர்தாஞ்சாவைத் தேடிக் கண்டு பிடிப்பதைப் பற்றி அவ்வளவாகக் கவலைப்படவில்லை. அனைத்து ராக்ஷஸ்களைப் போல அவன் தன்னுடைய கட்டிடத்தில் அமர்ந்திருக்கலாம், அல்லது தன்னுடைய வீரர்களுக்குத் தெருவில் பயிற்சி அளித்துக் கொண்டிருக்கலாம். அல்லது விடுதியில் சுரா அருந்திக் கொண்டு வாழ்வின் சிறு சந்தோஷங்களை அனுபவித்துக் கொண்டிருக்கலாம். கோகோவும் விகோகோவும் அவனை அப்படிப் பட்ட ஒரு விடுதியில் போதை ஏறி கிடப்பதைப் பார்த்தார்கள்.

காளி உள்ளே நுழைந்தபோது அவன் சாராய வாசத்துடன் காணப்பட்டான். ஒரு ராக்ஷஸ்சை இப்படிப் பார்ப்பது அபூர்வம். அவர்கள் தெற்கிலிருந்து வந்த ஒழுக்கம் நிறைந்தவர்கள். அவர்கள் கடின உழைப்பால் முன்னுக்கு வந்தவர்கள். அவர்கள் அசாதாரணமானவர்கள்; இருந்த போதிலும், இந்தத் தளபதி இப்படிக் கிடந்தான். ரக்டபாவுக்குத் தெரிந்தால் மர்தாஞ்சாவினால் இப்படிப்பட்ட கதிக்கு எந்த விளக்கம் அளிப்பதும் கடினமாகிவிடும். மர்தாஞ்சாவைப் போல அல்லாமல் ரக்டபாவுக்கு ஒரு நாளும் மோசமான நாளாக அமைவதில்லை. அவன் மோசமான நாட்களை நல்ல நாட்டகள் என்றும், நல்ல நாட்களைச் சிறப்பான நாட்கள் என்றும் நினைப்பவன். ஒரு வேளை ஒரு கண் தான் இருப்பது மர்தாஞ்சாவை உபத்திரவிக்கிறதா?

அடிபட்டவன் தன் மீதே அதிகக் குற்றங்களைக் காண்பான், அடி ஏதும் இல்லாதவனுக்கு ஒப்பிடும்போது.

காளியின் காலணிச் சத்தம் கேட்டு மர்தாஞ்சா நெளிந்தான். ஆனாலும் பாதி உறக்கத்தில்தான் கிடந்தான். குடிக்காத அவனுடைய காவலாளிகளைக் காளி பார்த்தான், அவர்கள் அவன் பின்னால் மண்டியிட்டபடி இருந்தனர். காளிக்கு எப்பொழுதுமே இப்படிப்பட்ட மரியாதை ரொம்பப் பிடிக்கும். அது அவனுக்குத் தன்னம்பிக்கையை அளித்து அவனைப் பற்றியே அவன் சிறப்பாக உணர உதவிற்று. காளி கால் மேல் கால் போட்டபடி எதிரிலிருந்த நாற்காலியில்

அமர்ந்தான். அவன் எதுவும் செய்யவில்லை. அவனையே பார்த்தபடி அமர்ந்திருந்தான். வலிமையான மனிதர்களைக் கூட சரக்கு பரிதாபமானவர்களாக மாற்றிவிடும். அதனால்தான் அவனிடம் ஏராளமான கெட்ட பழக்கங்கள் இருந்தாலும், இது ஒன்றை மட்டும் அவன் தீண்டுவதே இல்லை.

கோகோ முன்னால் நகர்ந்து மர்தாஞ்சாவை உலுக்கினான். அவன் ஒரு நிமிடம் பேச்சு மூச்சின்றி காணப் பட்டான். பிறகு தான் புரிந்தது, காளியின் காவலாளி தான் அவனை உலுக்கி எழுப்பும் தைரியத்தைப் பெற்றவன் என்று. அவன் பரபரப்பாக எழுந்தான். கையிலிருந்த மது சிந்தியது. அவன் காளியை நோக்கினான்.

''மன்னித்துவிடுங்கள்,'' அவன் கஷ்டப்பட்டுக் கண்களைத் திறந்து மூடினான். ''நான் வந்து...''

''பரவாயில்லை,'' காளி கையை அசைத்தான், நட்பாகச் சிரித்தான். ''கவலைப்படாதே. நம் அனைவருக்கும் ஓய்வு தேவை, சரிதானே?''

மர்தாஞ்சா அவனையே ஒரு நிமிடம் உற்று நோக்கினான். இந்த்ரகர்ரில் புகுந்து புறப்பட்டு அதை அபகரித்த காளி வேந்தனா இப்படிப் பேசுவது?

''சற்று நேரம் வரை, எனக்கு உடல் சுகமில்லை. நான் ஓய்வெடுத்துக் கொண்டேன். இப்பொழுது சரியாகி விட்டது.''

''உன் முடிக்கு என்ன ஆயிற்று?''

காளியினுள் ஒரு கோபம் புகுந்தது. யாருமே அவன் முடியைப் பற்றிப் பேசக்கூடாது. ஒரு சிறிய தளபதி அதுவும் ஒரு குப்பை பழங்குடி, தளபதி கண்டிப்பாகப் பேசக் கூடாது. அவனுடைய மண்டையில் அங்கும் இங்குமாக ஏதோ முடிக் கற்றைகள் வளர்ந்து கொண்டிருந்தன. அவன் முகம் நாளுக்கு நாள் மங்கிக் கொண்டே வந்தது. ''அது வந்து...எனக்கு வந்த நோயினால். இனி எல்லாம் சரியாகி விடும்.''

மர்தாஞ்சா அவனுக்கு ஏற்பட்ட கையாலாகாத்தனத்தைப் புரிந்து கொண்டிருக்க வேண்டும். அவன் முன்னால் சாய்ந்தான்.

''உங்களுக்குத் தெரியுமா? உங்களுக்கு என்ன நேர்ந்தது என்று நான் கேள்விப்பட்டேன்.''

''வதந்திகள் விஷம் என்பதை நீ அறிவாய் தானே?''

''ஆனால் அவை உண்மையாக இருந்தால், அதாவது வதந்திகள், வேந்தே, நான் கண்டிப்பாக நினைக்கிறேன், உங்களுக்கு விஷம் அளிக்கப்பட்டது என்று,'' காளியைப் பார்த்து மர்தாஞ்சா அசட்டுத்தனமாகச் சிரித்தான். ''நான் எதையும் சுட்டிக் காட்டவில்லை வேந்தே.'' அவன் பேசும் பொழுது அவனுடைய வார்த்தைகள் பாதி விழுங்கியும், குழறியும் இருந்தது. பேச்சு சுத்தமாக இல்லை. அவன் பேச்சு கோர்வையாகவும் இல்லை என்பதை காளி உணர்ந்தான். ''நீங்கள் உங்கள் முதுகைப் பாதுகாக்க வேண்டும். ஈளத்தில் ஒரு

பழமொழி உண்டு: வெற்றியாளர்களின் முதுகில் குத்திய அம்புகள் அவர்கள் நேசித்தவர்களுடையதாகத் தான் இருக்கும்.''

காளி ஆமோதித்தான், ''நானும் அதைக் கேள்விப்பட்டிருக்கிறேன். அதனால் நான் இவர்களை வைத்திருக்கிறேன்.'' அவன் கோகோவையும் விகோகோவையும் சுட்டிக் காட்டினான். அவர்கள் பெயரை அவர்களுடைய வேந்தன் சொன்ன உடனே அவர்கள் மேலும் நிமிர்ந்து நின்றார்கள்.

''நம்பிக்கையானவர்கள்,'' மர்தாஞ்சாவும் பதிலுக்குத் தலையை ஆட்டினான். ''வேந்தே நீங்கள் என்னை வந்து பார்க்கும் பெருமையை எனக்கு எதற்கு அளித்தீர்கள்? நான் என்ன செயல் செய்தேன்? நல்லதா தீயதா?''

தன்னுடைய சட்டைப் பையிலிருந்து காளி ஒரு சிறிய குப்பியை எடுத்தான். அதிலிருந்து அவன் ஏதோ அருந்தினான். ''என்ன இது, உண்மையில்?'' என்று அந்தக் குப்பியைச் சுட்டிக் காட்டினான்.

மர்தாஞ்சா அந்தக் குப்பியில் இருந்த நீல நிற திரவத்தைப் பார்த்தான். ''எதற்கு ஒரு சாதாரண ராக்ஷஸ்சைப் பார்த்து இந்தக் கேள்வியைக் கேட்கிறீர்கள், வேந்தே?''

''ஏன் என்றால்,'' காளி முன்னால் சாய்ந்து தன விரல்களைக் கோர்த்தபடி, அறையின் நிழலில் அவன் முகம் பாதி மறைந்திருக்க,'' நான் கேள்விப் பட்டவரை நீங்கள் இருவரும்தான் இதைச் செய்தீர்கள். அது நல்லதல்ல. துருக்தி நினைத்ததைச் செய்யும் ஒரு குழந்தை. அவள் ஒரு திகிலைப் பார்த்ததால் அதற்கு விடை காணத் துடித்தாள். அவள் தன் அண்ணனை ஒருவேளை இறக்கும் தருவாயில் பார்த்ததால், அவனுக்கு உதவி புரிய நினைத்தாள்; விளைவுகளைப் பற்றிக் கவலைப் படவில்லை. ஆனால் பிரச்சனை அது அல்ல. இல்லை! அவள் குணப்படுத்த தேர்ந்தெடுத்த இடம் தான் பிரச்சனை. இப்போ,'' அவன் குப்பியை எடுத்து அதில் பளபளக்கும் நீல திரவத்தைப் பார்த்தான். ''இது என்ன என்று எனக்குத் தெரிந்தாக வேண்டும். இது எதோ ஒரு மூலிகைக் கஷாயம் என்று அவள் கூறுகிறாள். ஆனால் நான் அதை நம்பத் தயாராக இல்லை. இது வேறு எதோ என்பது வரை எனக்குப் புரிகிறது. இந்த உலகத்திற்கு அப்பாற்பட்டது.''

மர்தாஞ்சா அவனைக் கோபித்தான், ''நீங்கள் ஏன் உங்கள் தங்கையைக் கேட்கக் கூடாது?''

காளியால் முடியாது. அவள் சொல்வதைச் சந்தேகிப்பதாக அவளிடமே சொல்ல முடியாது. அப்படிச் செய்தால் அவள் அவனை வெறுப்பாள். முதலிலிருந்தே அவர்கள் அன்பு நிபந்தனைகளுக்கு அப்பாற்பட்டது. இதுவரை அதன் குறுக்கே எதுவும் வந்தது இல்லை. அவனும் அவளும் ஒரு பக்கம், உலகம் மறுபக்கம் என்றே பழகிவிட்டார்கள்.

"நீங்கள் அவள் அருகே பயப்படுகிறீர்கள், வேந்தே! ஏன் என்று எனக்குப் புரியவில்லை, அவள் வெறும் பெண் தானே. ஒரு பெண் எப்படி உங்களை அச்சுறுத்த முடியும்?"

"அவள் என் தங்கை."

"நம் கலாசாரத்தில் அதெல்லாம் ஒரு பொருட்டே இல்லை," மர்தாஞ்சா தோள்களைக் குலுக்கினான். "பெண்டாட்டிகள், சகோதரிகள், விபச்சாரிகள், நமக்கு அனைவரும் ஒன்றே."

ராக்ஷஸ் தங்கள் பெண்களுடன் சுதந்திரமான உறவு முறைகள் வைத்திருந்தனர். அவர்களின் மூதாதையர்கள் உறவுகளுக்குள்ளாகவே உடலுறவு கொண்டவர்கள்.

"ஆண்கள்தான் உலகின் பளுவைச் சுமப்பவர்கள், வேந்தே," என்று இளித்தான்.

"நீ எப்படி இப்பொழுது சுமக்கிறாயோ அவ்வளவு நன்றாக அவர்களும் சுமப்பார்கள் என்று நம்புகிறேன்."

மர்தாஞ்சா இளிப்பதை நிறுத்திவிட்டு, காளியை ஏளனமாகப் பார்த்தான்." உங்களுக்கு இது என்ன என்று தெரியவேண்டும். இது உலகிற்கு அப்பாற்பட்டதுதான். என் ஆட்கள் சொல்வதை நம்பினால் இது கடவுள் கொடுத்தது. இது அமிர்தம், இதற்கு மாய சக்தி உண்டு. இதைச் சரியான விகிதத்தில் உட்கொள்ளவில்லை என்றால் இது உங்களைப் பைத்தியமாக அடிக்கும். ஏன்? அது உங்களைப் பாதிக்கவில்லையா?"

"உனக்கு எப்படி இந்த விஷயங்கள் தெரியும்?"

"உதவி செய்பவன், யாருக்கு, எதற்கு என்ற விஷயங்களைத் தெளிவாகத் தெரிந்து கொண்டுதான் உதவ வேண்டும்," என்று மர்தாஞ்சா விளக்கம் அளித்தான்.

"நீ இதை எடுத்துக் கொள்ள விரும்பவில்லையா?"

மர்தாஞ்சா சிரித்தான். "தெரியவில்லை. எனக்கு இதற்கு அனுமதி இருக்கிறதா என்றே யோசிக்கவில்லை."

"எப்பொழுது உன்னை எது தடுத்திருக்கிறது?"

அவன் கடகடவென்று சிரித்தான். "வேந்தே! என்னை நீங்கள் சரியாகப் புரிந்து வைத்திருக்கிறீர்கள்."

"நீ இதை ஏன் உபயோகிக்கவில்லை என்றால், துருக்தி யாரையும் இதை அண்ட விடவில்லை. அவள் நகரத்தில் எங்கேயோ ஒளித்துவைத்திருக்கிறாள், அது எங்கே என்று உனக்குத் தெரியாது. இந்த அமிர்தத்தைத் தேடி அலைந்து கடைசியில் இங்கே வந்து மாட்டிக் கொண்டாய். சுரா தான் அமிர்தம் என்று கருதி அருந்துகிறாய்," காளி விளக்கம் அளித்தான். "அவள் வைத்திருக்கும் கிடங்கை நான் கண்டு பிடித்துவிட்டேன் என்று சொன்னால் என்ன செய்வாய்?"

"எப்படிக் கண்டு பிடித்தீர்கள்?"

"உன் ஆட்களைவிட என்னுடைய ஒற்றர்கள் சிறப்பானவர்கள்."

தன்னுடைய இரண்டு தளபதிகளை மறுபடியும் காளி சுட்டிக் காட்டினான்.

மர்தாஞ்சா அவர்களைக் களிப்புடன் பார்த்தான். ''நீங்கள் அனைவரும் எப்படிச் சந்தித்தீர்கள் என்பதைத் தெரிந்து கொள்ள ஆவல். அது ஒரு சிறப்பான கதையாகத் தான் இருக்கும்.''

''நாங்கள் அனைவருமே கதையின் மாந்தர்கள், தளபதி,'' என்று காளி முறுவலித்தான்.

களஞ்சியத்தில் நின்று கொண்டிருந்த காளிக்கு உலோக மணமும், கற்களின் மணமும் ஒரு சேர வந்தது, அவன் அந்தக் கிடங்கின் வாயிலுக்குக் காவலாளிகளைப் பணித்தான். சோமா என்று அழைக்கப்படும் கற்கள் அனைத்தும் அங்கே இருந்தன. துருக்திக்கு அவை அங்கே இருப்பது தெரியாது. ஒவ்வொரு கல்லும் வெளியில் கரடுமுரடாக இருந்தாலும் உள்ளே நீல நிற திரவத்தை கொண்டிருந்தது. அவை பலவண்ணக் கதிர்களை அந்த சுவர்களில் தெளித்தன.

மர்தாஞ்சா உள்ளே நுழைந்தான். கற்களைத் தொட்டுப் பார்த்தான். காளி தன் இடத்திலேயே நின்றான். கைகளைப் பின்னால் கட்டியபடி நின்றான். மர்தாஞ்சா ஆனந்தப் படுவதை வேடிக்கை பார்த்தான்.

''எனக்கு இங்கே இருப்பதில் சந்தோஷம்.''

''உனக்குச் சந்தோஷம் என்பதில் எனக்கும் சந்தோஷம்,'' என்றான் காளி.

மர்தாஞ்சா இதைக் கேட்டதும் குழப்பமாகத் திரும்பினான், கண்களை மூடித் திறந்தான். ''நீங்கள் ஏன் இதைச் செய்கிறீர்கள், வேந்தே?''

காளி பாவமற்ற முகத்தை வைத்துக் கொண்டான். ''இந்தக் கற்கள் என் வலிமையை எனக்குத் திருப்பித் தந்தன. அதனால் இவை உன் கண்களுக்கு உதவும் என்று நினைத்தேன்.''

''ஓ! அவை வெளியே எடுக்கப்பட்டுவிட்டன.''

''இந்த மாயை எதையும் செய்யும்.''

''இப்பொழுது நீங்கள் மாய மந்திரத்தை நம்புகிறீர்களா?''

காளி முன்னால் வந்தான். ''நான் இப்பொழுது நிறைய விஷயங்களை நம்புகிறேன். இது என் மனதை இந்தப் பிரபஞ்சத்திற்குத் திறந்துவிட்டது போல ஆக்கிவிட்டது. இப்பொழுது கடவுள்கள் இருக்கிறார்கள் என்பதை என்னால் ஏற்க முடிகிறது, நான் வெறுக்கவில்லை.''

''இவை எல்லாம் கேட்க நன்றாக இருக்கின்றன, ஆனால் வேந்தே, நான் உங்களிடம், உண்மையை எதிர்பார்க்கிறேன், ஆனால் அது மட்டும் இன்னும் வரவில்லை. உங்களுடைய நல்ல மனது தான் காரணம் என் கண் பார்வையைத் திரும்பிக் கொண்டு வர, என்பதை நம்பக் கஷ்டமாக இருக்கிறது.''

"நல்ல மனது என்பது எவ்வளவு அரிதாகிவிட்டது? நான் உதவ நினைத்தாலும் அதைக் குதர்க்கமாகப் பார்க்கிறாய்?"

"நன்றாகச் சொன்னீர்கள்," மர்தாஞ்சா தலையசைத்தான். "சரி, உண்மையில் உங்களுக்கு என்னிடம் இருந்து என்ன வேண்டும்?"

காளியும் மர்தாஞ்சாவும் பத்து மீட்டர் இடைவெளியில் இருந்தார்கள். அவர்கள் ஒருவரை ஒருவர் நோக்கியபடி, கண்களைக் கூடச் சிமிட்டாமல் இருந்தனர். மர்தாஞ்சா பதிலுக்காகக் காத்திருந்தான். காளி பதில் சொல்ல எந்த அவசரமும் காட்டவில்லை. மர்தாஞ்சாவுக்குத் தெரியும், இதில் எந்த நல்ல எண்ணமும் இல்லை என்று. அவன் ஒன்றும் சேவை மையம் நடத்தவில்லை. ஆனாலும் அப்படி முகத்தில் அடித்தாற்போலப் பேச அவனால் முடியவில்லை.

"சரி, ரக்டபா இங்கே இல்லை. எனக்கு உதவி தேவை. அலுவலகத்தில் நிறைய எதிரிகள் இருக்கிறார்கள். நம்பிக்கைக்குப் பாத்திரமான ஒரு ஆள் தேவை. உன் சேவைக்குப் பதிலாக உனக்கு அமிர்தம் தரப்படும். என் கஜானாவிலிருந்து தங்கமும் தரப்படும்."

"அது தானே!" என்று சிரித்துக் கொண்டே முன்னால் வந்தான். "என்னை நீங்கள் கண்டிப்பாக நம்பலாம். எனக்கு வேண்டியது கிடைத்தால் நான் கண்டிப்பாக உங்கள் பக்கம்தான்."

"உனக்கு வேண்டியதைத் தானே இப்போ நான் தந்தேன்."

ராக்ஷஸ் நரித்தனமாகச் சிரித்தான். "சரி. நான் உங்களுடன் சேர்கிறேன்."

காளி சிரித்தபடி ஒப்பந்தத்தைப் பேசி முடித்த அடையாளத்திற்குக் கை குலுக்கினான்.

"நீங்கள் இப்பொழுது என்னை நம்புவதால் சொல்கிறேன். உங்கள் தங்கை கூட்டி வந்த கைதியை எச்சரிக்கையுடன் நடத்துங்கள்."

கைதி? புருவங்களை உயர்த்திய காளியின் வாய் இறுகியது.

"அடக் கடவுளே! அப்படி என்றால் அவள் உங்களிடம் அந்த விஷயத்தையும் கூறவில்லையா?" மர்தாஞ்சா காளியின் தோளைத் தட்டினான். "நான் நினைக்கிறேன், நீங்கள் அவளுடன் ஒரு நீளமான உரையாடலை நடத்த வேண்டும். அவளுக்கு அந்தக் கிராமத்துப் பையன் மீது ஒரு கண்."

328

60

அவள் முகத்தில் எதோ ஒரு வித்தியாசம் தெரிந்தது. விளக்கடியில் அவள் முகம் ஜொலித்தது. அவள் கண்களில் கருமையான மை, அவள் கன்னங்களில் இளஞ்சிவப்பு நிறம் பளபளத்தது. அவளுடைய ராஜ பரம்பரையான கன்ன எலும்புகள் தெளிவாகத் தெரிந்தன. காளி கதவருகில் நின்று கொண்டு அவளைத் தயக்கமாகப் பார்த்தான். உள்ளே செல்வதா வேண்டாமா என்று தயங்கினான். ஆனாலும் உள்ளே சென்றான், ஏன் என்றால் அவன் எதற்கும் அஞ்சாதவன். அவனை அச்சுறுத்தும் பயத்திற்கு அவன் ஒரு முற்று புள்ளி வைக்க வேண்டும். அவளுக்கு மிகவும் கடமைப் பட்டிருக்கிறான் என்ற அவன் எண்ணமே தவறு. அவள்தான் அவனுக்குக் கடமை பட்டிருக்கிறாள். அவளைத் தீயிலிருந்து காப்பாற்றும் போது, மற்ற சகோதர சகோதரிகளை விட்டு விட்டு இவளைத் தேர்ந்தெடுத்தான்.

அவள் நீளமான இரவு அங்கியை அணிந்திருந்தாள். சுமாராக இருட்டாக இருந்த அந்த அறையில் அவள் கண்கள் அவனையே நோக்கின. அவள் முகபாவம் மாறியதைக் கல்கி உணர்ந்தான். அவள் அவன் பக்கமாகத் திரும்பவில்லை. அவள் சிரித்தது பிம்பமாக அந்த பளபளவென்ற பித்தளைத் தட்டில் தெரிந்தது. அவன் அங்கே வந்ததில் சந்தோஷம் என்பதைக் காளிக்குத் தெரிவித்தாள்.

காளி அவளருகே நடந்து அவள் தோள்களைப் பிடித்து விட்டான். இறுகப் பற்றிக் கொண்டு, ''இன்றைக்கு எப்படி இருக்கிறாய்?'' என்றான்.

''சுவாரஸ்யமாக இருக்கிறது,'' என்றாள் அவள்.

இருவரின் பார்வையும் அந்தப் பித்தளைத் தட்டில் சந்தித்துக் கொண்டன, ஏதோ அவர்கள் நேரில் சந்திக்கப் பயந்தது போல. அவர்களின் திரையைக் கிழித்த நிஜ முகங்களைச் சந்திக்கத் தயங்கியது போன்ற பிரமை.

''நாம் வீடு வாசல் இன்றி பசியுடன் சுற்றிக் கொண்டிருந்த போது, நீ நமக்காக வேண்டிக் கொண்டதாகச் சொன்னது நினைவிருக்கிறதா?''

அவள் முகத்தில் ஒரு ஆச்சரியக் கோடு தெரிந்தது. ''நிஜமாகவா? நானா? அவ்வளவு பேரில் நானா?''

காளி சிரித்தபடி சற்று நேரம் மௌனமானான். ''ஆமாம், நீயே தான். அப்பொழுது உனக்குக் கடவுள் நம்பிக்கை இருந்தது. நாம் எல்லோருமே சிறுவயதில் நம்பிக்கையுடன் தான் இருக்கிறோம். நாம் வளரும் பொழுதுதான் நம்பிக்கை என்ற விஷயம் அதிகமாகப் பேசப் படுகிறது என்பதை உணர்கிறோம்.''

''நான் எதைப் பற்றிப் பிரார்த்தனை செய்தேன்?'' அவள் தன் கைகளுக்கு எதோ களிம்பைத் தடவிக் கொண்டே கேட்டாள். அவனுக்குத் தாக்குதல் நிகழ்ந்த சந்தையில் கிடைக்கும் விலை உயர்ந்த களிம்பு அது என்று காளிக்குத் தெரியும். ஆனாலும் அந்த சீட்டைப் படித்த பெண்மணி யார் என்பதைக் கண்டுபிடிக்க முடியாமல் போனது ஒரு வருத்தம்தான். அவள் காளியின் எலும்புகள் வரை ஊடுருவும் அமானுஷ்யத்தை உண்டு பண்ணிவிட்டாள். ஆனால் அவள் ஒன்றை மட்டும் தெளிவாகக் குறிப்பிட்டிருந்தாள். அவனைச் சுற்றிலும் அதிகாரம் இருந்தாலும் அவன் அதை ஊழலுக்காகக் கொஞ்சமும் பயன்படுத்த மாட்டான். ஒருவேளை சோமாவின் சக்தியைத் தான் அந்த வயதான பெண்மணி சொன்னாளோ? ஆனால் அவள் சொன்னதில் அவனுக்குக் கவலையைத் தந்த விஷயம், அவனுக்கு மிகவும் நெருக்கமாக இருக்கும் ஒரு நபர் தான் அவனுக்குத் துரோகம் விளைவிப்பார்கள் என்பதுதான். அது அவளாக இருக்குமா?

இல்லை. அப்படி இருக்க வாய்ப்பில்லை. அவள் நம்பிக்கைக்குப் பாத்திரமானவள். ஆனால் எல்லோருமே நொடிப் பொழுதில் மனதை மாற்றிக் கொள்ளக்கூடியவர்கள் தானே?

கைதியிடம் எச்சரிக்கை.

அவளுக்கு அந்த கிராமத்துப் பையன் மேல் ஒரு கண்.

அந்தப் பையன் யார் என்று அவனுக்குத் தெரியாது. ஆனாலும் அவனைப் பற்றிய நினைவே அவனுக்கு ஆழ்ந்த வெறுப்பை விளைவித்தது. அவன் நுரையீரல்கள் எரிந்தன. அவன் இதுவரை உணர்ந்திராத ஒரு உணர்ச்சியால் ஆட்கொள்ளப்பட்டான்.

பொறாமை.

அந்த உணர்ச்சியைக் கரைப்பதற்காக, அவள் கையிலிருந்த களிம்பைப் பிடுங்கினான். அவள் வியக்கும்படி அவன் அதை அவளுக்குத் தடவ ஆரம்பித்தான். அவள் முகத்தில் ஒரு குழப்பம் தோன்றியது. பிறகு அவளுக்கு அசூயை தோன்றியது.

''என்ன பிரச்சனை?''

காளி கேட்கவில்லை. அவன் களிம்பைத் தடவும்போழுது அவன் கண்கள் விரிந்தன. அவன் விரல்கள் அவளின் மென்மையான தோலில் வட்டமாக நகர்ந்தன. ''நீ நமக்காக வேண்டிக் கொண்டாய், நம்முடைய நலனுக்காக. நமக்குத் தேவையானதை கடவுள் கொடுக்க வேண்டும், ஏன்

என்றால் நாம் அதற்குத் தகுதியானவர்கள். அது தான் நல்ல வாழ்வு. பிரார்த்தனைகள் மதிப்பற்றவை என்று நான் சொல்லும் பொழுதும், நீ அதிகமாக நேசிக்கும் ஒருவர் சொல்வதைத் தான் கேட்க வேண்டும் என்று நான் சொல்லும் பொழுதும், அந்த நபர், நான்தான் என்று சொல்வாய்.''

துருக்தியின் புருவம் உயர்ந்தது. ''களிம்பு போதும்.''

அவள் எழுந்திருக்க முற்பட்டபோது, காளி அவளது தோளை அழுத்தி அமரவைத்தான். அவள் தாடை இறுகியது. அவள் கண்கள் ஆச்சரியத்தில் விரிந்தன, அவன் அவள் தலையைப் பிடித்துவிடத் தொடங்கினான். அவன் கண்கள் அவள் கண்களைச் சந்தித்தன, அவன் பற்களை நறநறவென்று கடித்துக் கொண்டான். அவன் மெதுவாக விரல்களைக் கழுத்துப் பக்கம் இறக்கினான். அது அவள் தொண்டையை நெறிப்பது போல் இறுக்கமாக இருந்தது. கைகள் அவளுடைய நீளமான முடியைக் கோதி திரும்பவும் நெற்றிக்கு வந்தன.

''நிறுத்து.'' அவள் முகத்தைப் பிடித்தான், மற்றொரு கை அவள் இடுப்பை வளைத்தது, அவன் மெதுவாக அவள் மார்பகத்தை நோக்கிக் கைகளை நகர்த்தினான். ''என்ன...'' அவன் விரல்கள் அவள் வாய்க்குள் சென்றன. ஆனால் அவள் அவற்றைக் கடிக்கவில்லை. ஒருவேளை அவளுக்குப் பிடித்திருக்கலாம், அல்லது அவளுக்கு அசௌகரியமாகவும் இருக்கலாம். அவன் செய்வது தவறு என்று தெரியும். இருந்தாலும் அவன் அதைச் செய்தாக வேண்டும். அவன் அதை ஒரு அண்ணனின் கடமையாகப் பார்த்தான்.

அவன் அவள் முகத்தை விட்டான். அவனுடைய இரண்டு கைகளும் இப்பொழுது அவள் கழுத்தில் இருந்தன. ''நீ என்னிடம் சொல்லாமல் எனக்குப் பின்னால் சென்று எனக்கு மருந்தைக் கொண்டுவந்தாய். அதனால் எனக்கு உன்மீது அன்பு தான் தங்கையே. ஆனால் நீ ஒரு கிராமத்தானைக் கொண்டு வந்தாய், ஒரு கிராமத்தையே அழித்தாய். அவற்றை என்னிடம் சொல்லாமல் செய்தாய். பிறகு எனக்கு உதவும் மருந்தை ஒளித்து வைத்தாய். இது என்ன விளையாட்டு? என் முகத்திற்கெதிரே திரும்பத் திரும்பப் பொய் சொல்வாயா...'' அவனுக்கு வந்த ஆத்திரத்தில் அவனுக்கு வியர்த்தது, ''நான் அதைச் சட்டை செய்ய மாட்டேன், ஏன் என்றால் நீ என் தங்கை என்பதாலா?''

அவள் தன் கைகளை அசைத்து அவன் பிடியிலிருந்து விலக நினைத்தாள். எதையாவது பிடிக்க முடியுமா என தேடினாள், ஆனால் எதுவும் கிடைக்கவில்லை. அவள் முகம் சிவந்தது. காளி அவள் முன்னால் வந்தான். அவன் தலையைக் குனிந்து மென்மையாக அவள் தோள்களில் முத்தமிட்டான். தட்டு என்ற கண்ணாடியில் அவள் கண்களைப் பார்த்தான். ''என்னுடைய அன்பை உனக்கு அடி பணிதல் என்று தவறாகக் கருதி விட்டாய். என்னுடைய மௌனத்தை, கருணை

என்று தப்பாக எடை போடாதே. நான் திரும்பி வந்துவிட்டேன். நீ கூட என்னிடமிருந்து விஷயங்களை மறைக்க முடியாது. இனி என்னிடம் இருந்து எதையும் மறைக்கத் திட்டமிட்டாதே.'' அவளுக்கு மூச்சு முட்டியது. அவள் கண்கள் பரபரத்தன. ஆனால் அவன் அதைக் கண்டுகொள்ளவில்லை. ''நீ என் தங்கை என்பதையே மறந்துவிடுவேன்.''

அவள் கழுத்தை விட்டான்.

அவள் தரையில் நிலை குலைந்தாள். இருமலும் இழுப்புமாக மூச்சு விட்டாள். காளி அவளுடைய படுக்கைக்கு நடந்து சென்று தன்னைச் சரி செய்து கொண்டான். அவளுக்கு மூச்சு இறைத்தது. அவள் மூச்சு சீரானதும், அவள் நெற்றியில் நரம்பு புடைக்க, அவனை வெறுப்புடன் பார்த்தாள். அவளுடைய கோபத்தை அவன் பார்த்துவிடக் கூடாதே என்று சிரமப்பட்டுக் கட்டுப் படுத்திக் கொண்டாள்.

''நீ...என்னை...நம்பவில்லையா?'' என்று கழுத்தை நீவியபடி கேட்டாள்.

காளி தோளைக் குலுக்கினான். ''சொல்லப் போனால், நான் இப்பொழுது யாரையுமே நம்பவில்லை. அதனால் உன்னை மட்டும் குறிப்பிட்டுச் சொல்ல முடியாது.''

''நான் அந்தப் பையனை நம்...பயன்படுத்த...''

காளி தன் விரல்களை உயர்த்தினான். ''அவனை நமக்கு எதிராகத் திருப்பாதே. உனக்கு ஒரு ஆளைக்கூட்டுச் சேர்த்துக் கொள்ள என்றுமே நான் சொன்னதில்லை.''

''நம் நண்பர்கள் நம் எதிரிகளாக மாறுவதால், நம் பக்கம் ஒரு வலுவான வீரன் வேண்டும் என்று நினைத்தேன்.''

''மறைப்பதைவிட கொடுமை வேறு என்னவாக இருக்க முடியும்? நீ உதவிக்கு ஆள் வேண்டும் என்று நினைப்பதே தவறு. உன் அண்ணனால் அனைத்தும் செய்து முடிக்க முடியும்,'' என்றபடி காளி அறையை விட்டு நகரத் தொடங்கினான்.

ஆனால் அவன் எங்கே செல்லப் போகிறான் என்று தெரியும்.

அவன் அந்த கிராமவாசியைச் சந்திக்கப் போகிறான்.

அவன் சிறையின் நடைபாதையில் நடந்தான். நிறைய கைதிகள் யார் வருவது என்று பார்க்கும் ஆவலில் எட்டிப்பார்த்தனர். நள்ளிரவுக்கு மேல் ஆகிவிட்டது. அது காளி என்பதை அறிந்ததும் பயத்தில் ஒதுங்கினர். ஒருவன் அப்படிச் செய்யவில்லை. அவன் நிறைய கெட்ட வார்த்தைகளைத் தேர்ந்தெடுத்துக் காளியை அவமானப்படுத்தினான்.

காளி அவனருகே நடந்தான். அவன் ஏதோ ஒரு வினோதமான பதக்கத்தை அணிந்திருந்தான். கைதி தன்னுடைய நாக்கைத் துருத்தி

அழகு காட்டினான். ''நீ வெளியாள். எனக்கு உன்னைப் பார்த்து எந்த பயமும் இல்லை. உன்னைப் பார்த்தாலே குமட்டுகிறது!'' திரும்பவும் நாக்கைத் துருத்திப் பழித்துக் காட்டினான்.

அந்த நிலையில் யாராக இருந்தாலும் என்ன செய்வார்களோ அதைத்தான் காளி செய்தான்.

அவன் நாக்கைப் பிடித்து இழுத்தான், அது எளிதாகக் கையோடு வந்தது. காளி அதை விசிறி அடித்தான். அந்த ஆள் அலறியபடி பின்னால் விழுந்தான்.

பயத்தில் கோகோ ஸ்தம்பித்ததைக் காளியால் பார்க்க முடிந்தது. விகோகோ அவனது விலாவில் குத்தினாள்.

''நாம் அவனை, வந்து...வேந்தே...மருத்துவமனையில் சேர்க்கலாமா?''

காளி அழுது கொண்டிருந்த அந்த முட்டாளைப் பார்த்தான். ''இல்லை அவன் அப்படி இருப்பது தான் எனக்குப் பிடித்திருக்கிறது.'' அவன் இளித்தபடியே முன்னால் நகர்ந்தான்.

சிறைக் காவலாளிகள், பயத்தில் ஒடுங்கினர். அவனை உள் சிறைக்கு அழைத்துச் சென்றனர். இந்த்ரகர் நகரத்தில் இருந்த தெருக்களைக் காட்டிலும் கோணல்மாணலாக இருந்தன சிறைப் பாதைகள். இவற்றை எப்படி வேதாந்தா கட்டினான் என்று யோசித்தான். ஆனால் வேதாந்தா, தூக்கு தண்டனையில் நம்பிக்கை கொண்டவன் இல்லை; திருத்துவதில் நம்பிக்கை வைத்தான். ஆனால் காளி வந்து அனைத்தையும் மாற்றிவிட்டான். அவன் நிறைய ஊழல் பேர்வழிகளைச் சந்தித்திருக்கிறான். சிறை தண்டனை ஒருவனையும் மாற்றாது என்று அவன் கருதினான். ஒரு முறை தண்டித்தால் ஒருவன் திருந்திவிடுவான் என்று அவன் நம்பவில்லை. அவன் கண்டிப்பாக அந்தக் குற்றத்தைச் செய்வான், அப்படித்தான் இருந்தார்கள் அவர்கள் அனைவருமே.

கிராமத்தானை அடைத்து வைத்திருந்த சிறைக்கு வந்து விட்டான். அவன் என்ன பெரிய ஆள் என்று துருக்தி அவன் மீது மையல் கொண்டுள்ளாள்? உலகிலேயே யார் மீதும் இது வரை துருக்தி காதல் கொண்டதில்லை. இவனிடம் என்ன சிறப்பு? அவன் மனதில் பொறாமையும் அசூயையும் குடி கொண்டது. அவன் மிகுந்த அழகனா, மிகுந்த நல்லவனா, அல்லது மிகுந்த அப்பாவியா? அதை விடக் கொடுமை, காளி மனதில் தோன்றும் பொறாமை நல்லதுக்குத் தானா? அண்ணனாக அவன் செய்ய வேண்டிய கடமை சரிதான், ஆனால் பொறாமை தவறு. அது விந்தையான உணர்வு. அவன் அதை அடக்கினான்.

சிறைக் கதவு திறந்தது. அங்கு வாளி நீரில் நடுங்கியபடி ஒரு இளைஞன், முக்கால் நிர்வாணமாக அமர்ந்திருந்தான். நாகாக்கள் முன்னால் வந்து அவனைப் பிடித்து இழுத்தனர். அவனைப் பல

இரும்புச் சங்கிலிகளால் பிணைத்திருந்தனர். எதோ ஒரு சங்கிலி அவனைக் கட்டுப்படுத்த முடியாது என்பது போல. ஏன் அப்படி? ஒரு கிராமத்தானுக்கு எதற்கு இவ்வளவு சங்கிலிகள்? அவனை முன்னால் இழுத்து வந்தனர். அவன் ஒரு பழுப்புக் கோமணம் மட்டும் கட்டிக் கொண்டிருந்தான். அவன் அதீத வலியில் இருந்ததால், அவன் சற்று நேரம் நிமிர்ந்து கூடப் பார்க்கவில்லை. கடைசியில் பார்த்தபோது, காளிக்கு எதுவும் அசாதாரணமாகத் தெரியவில்லை. அவனுக்கு நல்ல வலுவான, தசைப் பிடிப்பான உடல் வாகு. நல்ல உயரம், காளியைவிட உயரம். அதனால் என்ன சிறப்பு?

"நீ தான் எல்லாராலும் பேசப்பட்ட கைதியா?" காளி அவனைச் சுற்றி நடந்தான், பல நாகாக்கள் அந்தச் சங்கிலிகளைப் பிடித்து இழுத்தபடி அவன் கழுத்தையும் பிடித்துக் கொண்டு நின்றனர்.

கிராமத்தான் எதுவும் பேசவில்லை.

"உன் பெயர், என்ன அது?"

இளைஞன் பதில் பேசவில்லை.

"பரவாயில்லை. எனக்குச் சிறிது நேரத்தில் தெரிந்து விடும்," காளி நக்கலடித்தான். "என் தங்கை உன் மேல் பாசமாக இருக்கிறாள். நீ எங்களுக்கு உதவியாக இருப்பாய் என்று நம்புகிறாள்."

அப்பொழுது அந்த இளைஞன் நிமிர்ந்து பார்த்தான். ஈரமான முடி அவன் கண்களில் விழுந்து மறைத்தது. "நீ தான் காளியா?"

காளி முன்னால் வந்தான். இடுப்பில் கைகளைப் பொருத்தியிருந்தான். புருவங்களை உயர்த்தி, அதாவது புருவத்தில் என்ன பாக்கியிருந்ததோ, அதை உயர்த்தினான். "ஆ! உனக்கு என் பெயர் தெரியுமா?" அவன் பேசுவதை நிறுத்திவிட்டுத் தனக்குத் தானே சிரித்துக் கொண்டான். "உன் கிராமத்தை அழித்த பிறகும், நீ எங்களுக்கு உதவுவாய் என்று என் தங்கை எப்படி நினைக்கிறாள், என்பது விந்தையாக இருக்கிறது. இது வேடிக்கை தான், இப்படித் தான் தனக்கு மீறிய காரியங்களில் ஈடுபடுபவர்கள் நடந்து கொள்வார்கள். அவள் சிறுமி. அவளுடைய சுரப்பிகள் செய்யும் கூத்து. உன்னைத் தர்பாரில் நிறுத்தாமல் இருக்கப் போலி வழக்கை ஜோடிக்கிறாள்."

அவன் முகத்தில் ஒரு பாவமும் இல்லாமல் கல்கியையே நோக்கினான். "ஆனால் உன்னைத் தூக்கிலிருந்து காப்பாற்ற முடியாது. உன்னுடைய தூக்குதண்டனையை ஒரு பொதுக்கூட்டத்தில் வைத்துக் கொடுக்கப் போவதில்லை. என் தங்கை அவளுடைய தவறை உணர வேண்டும். அவள் யாரை வேண்டுமானாலும் விரும்பலாம் என்று இருக்கக் கூடாது. அதற்கும் மேலே அவள் போலி வழக்கு தொடுக்கத் துணிந்தது அதை விடப் பெரிய தவறு. அதனால் அவள் கேட்டுக் கொண்டபடி வழக்கு நடத்தப் போகிறோம். நீ ஏன் அப்படிச் செய்தாய் என்று சொல்லு; என்னுடைய அரசாங்க அதிகாரிகளை ஏன் வெட்டிச்

சாயத்தாய் என்று தெரிய வேண்டும். அதற்கு விளக்கம் அளித்தால் உன்னை விடுவிக்கிறேன். உனக்கு வேண்டியதை நீ செய்யலாம்...சிறை உன்னைப் பாதிக்கிறது என்று புரிகிறது...''

இளைஞன் சட்டென்று நாகாக்களைத் தள்ளி விட்டான். நிலம் அதிர்ந்தது. வாளியிலிருந்த நீர் சிந்தியது, அவன் தசைகள் இறுகின, முகத்தில் ஓடிய நரம்புகள் புடைத்தன.

''நீ சிறப்பானவன்தான்,'' காளி அவனிடமிருந்து சில அங்குலங்களே விலகி நின்றான். அவர்கள் வெகு அருகில் நிற்பது போன்ற தோற்றம்தான் தெரிந்தது. ஆனால் இளைஞனால் காளியை நெருங்க முடியவில்லை. அவன் கட்டப் பட்டு இருந்தான். ''நீ அதீத விசேஷமானவன். எனக்கு அது பிடிக்கும். எப்படி இதைச் செய்கிறாய்?''

''நான் உன்னைத் துரத்திக் கொண்டு வருவேன், காளி, கண்டிப்பாக, வருவேன்,'' என்று வார்த்தைகளைக் கடித்துத் துப்பினான். ''என் மீது நீ வழக்குக் தொடுக்க முடியாது, அதுவும் உன்னைப் போன்ற சாதாரண மக்கள் அதைச் செய்ய முடியாது. உங்களுக்கு அந்த சக்தியோ, அதிகாரமோ கிடையாது. விஷ்ணு மட்டுமே நம்மை மன்னித்து வழி நடத்துபவர்.''

காளி கேலியாகச் சிரித்தான். ''ஓ! மதப் பைத்தியம் வேறா? உன்னிடம் இருந்து இவ்வளவு வெறுப்பைச் சம்பாதிக்க நான் என்ன செய்தேன்? ஆனால் எனக்குப் பரபரப்பாக இருக்கிறது. நீ கண்டிப்பாக என்னைத் தொடரவேண்டும். நீ கும்பிடும் கடவுள்களுக்கெல்லாம் கடவுள், நீ சொர்க்கத்துக்கோ, நரகத்துக்கோ செல்லும்போது உன் வழக்கை நடத்தட்டும். ஆனால் நீ இங்கு உயிர் வாழும் வரை,'' காளியின் புன்னகை மறைந்தது, ''நான்தான் உன் கடவுள், உன்னுடைய விஷ்ணு.'' என்று வெறுப்பை உமிழ்ந்தான். ''எப்படி என்று உனக்குக் காட்டுகிறேன்.''

அவன் தன விரல்களை, நாகாக்களைப் பார்த்து சொடுக்கினான். ''மண்டியிடு.''

இளைஞனைக் கீழே தள்ளினர். அவன் மண்டியிடுவதைத் தடுக்க முயன்றான். ஆனால் அவனைத் தொடர்ந்து சாட்டையால் அடித்துக் கொண்டே இருந்ததில் வேறு வழியின்றி மண்டியிட்டான்.

''பார்த்தாயா?'' காளி அவன் தலையைத் தட்டினான். அவன் நாய் போல உறுமினான். காளி இளித்தான். அவனுக்கு அப்பாவிகளைத் துன்புறுத்துவது பிடிக்கும். இளைஞனை, யாரோ காளியைப் பற்றி தவறாக விஷயங்களைச் சொல்லி, வழிநடத்தியிருக்கிறார்கள். அதனால் தான் அவனுக்கு வெறுப்பு மண்டியிருந்தது.

''அவனைத் திரும்பவும் சிறையில் அடையுங்கள். இப்படியே போனால் அவனால் வழக்கைச் சந்திக்க இயலாது. அவனை அங்கே பொதுமக்களுக்கு எதிரே நிறுத்த வேண்டும். துருக்தி அவனைப் பார்க்க வேண்டும். அவளுடைய தேர்வுகள் தான் இவனுடைய சாவுக்குக்

காரணம் என்பதை அவள் புரிந்து கொள்ள வேண்டும். அவள் பார்த்து வருத்தப்படவேண்டும். அண்ணனுக்குப் பின்னால் போய் சதி வேலை பார்க்கக் கூடாது என்று அவளுக்குப் புரிய வேண்டும்.'' அவன் மற்றவர்களுக்குச் சொல்வதை விட தனக்கே சொல்லிக் கொள்வது போல் இருந்தது. அவன் தன் எண்ணங்களில் கரைந்துவிட்டான். சிரமப்பட்டு சுதாரித்துக் கொண்டான்.

அவன் கதவருகே சென்றபோது, சங்கிலிகள் சத்தமிடுவதைக் கேட்டான். காளி திரும்பிப் பார்த்தான், இளைஞனின் முடி பின்னால் தள்ளப்பட்டிருந்தது. அவன் நெற்றியும் கண்களும் தெரிந்தன. அவன் கண்கள் இருள் கவிந்து புகையின் கருப்பில் இருந்தன.

''நான்...வந்து...உன்னை...அங்கு...சந்திக்கிறேன்...'' என்றான்.

ஆனால் அந்த இளைஞனின் கண்களில் பயத்துக்கு பதில் வேறு எதோ ஒன்று தெரிந்தது. எதிர்பார்ப்பு. அதன் பிறகு அவன் யாரும் யோசிக்காத விஷயத்தைச் செய்தான்.

அவன் சிரித்தான்.

61

முன்பு போல கேவலமான இடத்தில் நிற்காவிட்டாலும், அதே போல வேதாந்தா காத்துக் கொண்டிருந்தான். அவன் தன் ஆட்கள் வெட்டுப்பட்ட விடுதியின் வாசலில் நின்றான். அனைத்துச் சடலங்களும் அப்புறப்படுத்தப் பட்டாலும் அவன் நிர்வாகஸ்தனிடம் ரத்தத்தைக் கழுவாமல் அப்படியே வைக்கச் சொன்னான். அதை அனைவருக்கும் காண்பிக்க நினைத்தான். குவேராவின் திட்டத்தினால் அவனுடைய மக்களுக்கு நேர்ந்த தீங்கைக் காண்பிக்க நினைத்தான். குவேரா அதற்குப் போதுமான அளவு மன்னிப்புக் கேட்க வேண்டும் என்றும் கருதினான்.

அந்தச் சம்பவம் நடந்து சில நாட்கள் கடந்துவிட்டாலும், அவனால் அதை மனதில் இருந்து நீக்க முடியவில்லை. அவனைக் கவலையும் கோபமும் ஆட்டி வைத்தது. அவன் பயந்தான். நீளமான வெள்ளி முடி கொண்ட பெண் தன் கழுத்தை அறுப்பது போல கனவு கண்டான். அவனுடைய அறையில் இரண்டு ஆட்கள் எப்பொழுதும் காவலுக்கு இருந்தனர். கால்களில் மணியைக் கட்டிக் கொண்டு நடந்து கொண்டே இருக்கச் சொன்னான். அவர்கள் சோர்வடைந்தால் மணி அடித்து வேதாந்தாவை எழுப்பியது. அவன் விழித்துக் கொண்டு அவர்களை மிரட்டினான். மணிகள் எச்சரிக்கையாக ஒலிக்க வேண்டும்; யாரோ அறைக்குள் நுழைந்துவிட்டனர், அல்லது வேண்டாதவர்கள் வந்து விட்டனர் என்று எச்சரிக்கை தரும். ஊர்வசியின் அறைக்குக் காவலாக ஐந்து பேர் நியமிக்கப் பட்டிருந்தனர்.

"பெரிய உருவங்கள் என்னையே பார்த்துக் கொண்டு என் அறையிலேயே இருப்பது எனக்குப் பிடிக்கவில்லை," என்றாள் ஊர்வசி. ஆனால் அவளுக்கு விஷயத்தின் தீவிரம் புரியவில்லை.

இப்பொழுது அதிகாரபூர்வமாக இந்த்ரகர் ஒரு போர் பூமி என்று அறிவிக்கப் பட்டுவிட்டது. அவனுக்கு அது பிடிக்கவில்லை ஏன் என்றால், அவன் இப்பொழுது தனக்கு இருக்கும் காவலை விடக் கூடுதல் காவல் ஊர்வசிக்கு நியமிக்க வேண்டும். அவளைத்

தெற்குபக்கம், தக்ஷினிகளிடம் அனுப்ப யோசனை எழும்பியது. அங்கே அவனுக்குச் சில நண்பர்கள் இருக்கிறார்கள். உதவி கேட்டுச் செல்பவர்களுக்கு உடனே கரம் நீட்டி உதவுபவன் விபிஷனா. வேதாந்தாவின் நம்பிக்கைக்குப் பாத்திரமானவன். ஆனால் வேறு ஒரு எண்ணம் தோன்றியது. தெற்கிலும் வேதாந்தாவுக்கு எதிரிகள் இருந்தனர். அந்த ஊர்களில் நிலைமை இன்னுமே மோசம், ஏன் என்றால் அவர்களை வேதாந்தா போரில் வீழ்த்தியிருக்கிறான். அவர்களிடம் சந்தைக்காகவும், எல்லைக் கோடுகளுக்காகவும் சண்டையிட்டிருக்கிறான். அதனால் அவன் ஜாக்கிரதையாக இருக்க வேண்டும்.

இப்பொழுது அவன் ஒவ்வொரு ஆணையும் பெண்ணையும் திட்டமிட்டுச் சிறையில் தள்ளிய விடுதி வாசலில் நின்று கொண்டிருந்தான். வேதாந்தா வேலைக்கு நியமித்திருந்த நிர்வாகஸ்தன், இந்த விடுதியை மரியாதைக்கு உரியதாக நடத்த ஆர்வமாக இருந்தான். ஆனால் எந்த அறைகளில் கொலைகள் நடந்தனவோ அவற்றை அப்படியே வைக்கச் சொல்லியிருக்கிறான்.

இரவு வெகு நேரம் ஆகிவிட்டது. வேதாந்தா யக்ஷ ராஜாவுக்காகக் காத்திருந்தான். அவனை விடுதி நிர்வாகஸ்தன் சந்தித்துக் கேட்டான், ''இங்கு ஒரு விருந்தாளி இருந்தார் அரசே! அவரே தனக்கான ஒரு அறையை ஏற்பாடு செய்து கொண்டு விட்டார். நான் எவ்வளவு தடுத்தும்...''

''*அந்த* அறைகளைக் கொடுக்கவில்லையே?''

''இல்லை, இல்லை, அரசே!'' என்று அவன் நடுங்கினான். ரத்தம் ஒரு வேளை அந்தப் பாவப்பட்ட மனிதனை அச்சுறுத்தியிருக்கலாம். ''கண்டிப்பாக இல்லை.''

''பரவாயில்லை, அவன் அங்கேயே தங்கட்டும். அந்த மாடிக்குக் காவலர்களை அனுப்புங்கள், அவன் நகர்ந்தால் நமக்குத் தகவல் தெரிவிக்கச் சொல்லுங்கள்,'' என்று வேதாந்தா ஆணை பிறப்பித்தான்.

அவன் தனியார் விடுதிக்கு மதிப்புக் கொடுத்தான், ஆனால் சட்டத்துக்குப் புறம்பாக நடப்பவைகளுக்கு அல்ல. மதக் கொள்கைகள் நிரம்பியிருந்த இந்த்ரகர் நகரை அவனுடைய அப்பா அவனுக்குக் கொடுத்தார். அவன் கடவுளுக்கெல்லாம் கடவுளான, மும்மூர்த்திகளில் முதல் மூர்த்தியான விஷ்ணுவைக் கும்பிடுபவன். ஒவ்வொரு வாரமும் ஊர்வசியுடன் மண்டியிட்டுக் கும்பிடும் கடவுள்களில் ஒருவன், விஷ்ணு. அனைவரும் வழிபடுவதற்காகப் பொதுவில், நகரின் நடுவில் அவனுக்காக ஒரு பெரிய தங்க விக்ரகம் வைத்திருந்தான். அனைவரும் அங்கு சென்று வழிபட்டனர். ஆனால் இப்பொழுது பழங்குடியினர் வந்துவிட்டதால் கடவுளை வழிபட்ட வேதாந்தா நாத்திகம் பேசுகிறான் என்று அனைவரும் தவறாக எடைபோட்டனர். அது உண்மை அல்ல.

வேதாந்தாவுக்கு இப்பொழுது உண்மை புரிந்தது. மாணவ்களுக்கு

இருப்பது போலவே அவர்களுக்கும் அவர்களுடைய கலாசாரம், பழக்கவழக்கங்கள், ஆசாரங்கள் அனைத்துமே இருந்தன. அவர்கள் அனைவரும் ஒரே நம்பிக்கை வட்டத்துக்குள் தான் பயணித்தனர், ஆனால் அவர்கள் இழந்த போர்களினால் அவர்கள் இன்று விலக்கப் பட்டுத் தனிமை படுத்தப்பட்டனர்.

எதற்காக அப்படி நடந்தது என்பதை வேதாந்தா அறியவில்லை.

பழி வாங்குவது. அவ்வளவுதான். இதன் பின்னால் யாராக இருந்தாலும், குவேரா, வாசுகி அல்லது காளி என்று யாராக இருந்தாலும், அவர்களைச் சும்மா விடப்போவதில்லை. ஆனால் இப்போதைக்கு அவன் குவேராவை நம்பினான். அவன் இதைச் செய்ய வாய்ப்பில்லை. அது வேதாந்தாவுடனான அவனுடைய உறவை பாதிக்கும்.

காத்திருப்பு முடிந்துவிட்டது. நல்ல பூக்களின் மணம் வீசியது, யக்ஷ அரசன் தெருவில் நுழையும் பொழுதே வாசம் தூக்கியது. கண்களைப் பறிக்கும் வண்ணங்களில் அங்கியும், நிறைய நகைகளும் அணிந்து வந்தான். சென்ற தடவைக்கு இம்முறை அவன் சோர்வாகக் காணப்பட்டான். அவனுடைய சக்தி அனைத்தும் வடிந்தாற் போல இருந்தான்.

''என்னை எதற்கு அழைத்தீர்கள்?'' என்று கலவரத்துடன் கேட்டான்.

வேதாந்தாவும் எதற்கு என்று யோசித்தான். ஆனால் அவனைக் கேள்விக் கணைகளால் துளைத்தான். அவனை அறைகளுக்கு அழைத்துச் சென்று ஒவ்வொன்றாகத் திறந்து காட்டினான். ''நீ பார்க்கும் அனைத்து விரிப்புகளும், ரத்தக் கறையுடன் இருக்கின்றன.''

''அரசே, நான் நவீன உடைகளின் ரசிகன்தான். அதற்காக எனக்கு ஏதேதோ வடிவங்களைக் காட்டும் சமயமா இது? நாம் இப்பொழுது ஒரு அரசியல் போராட்டத்தைச் சந்தித்துக் கொண்டிருக்கிறோம்.''

''இவை வடிவங்கள் அல்ல,'' என்று வேதாந்தா அவனை அருகே அழைத்தான்.

குவேரா கிட்டே வந்து தொட்டுப் பார்த்ததும் மூச்சே நின்று விட்டது அதிர்ச்சியில். அவை உலர்ந்த ரத்தம். அவன் திரும்பினான், எப்பொழுதும் போல வெளிறித் தெரிந்தான். ஆழமாக மூச்சை இழுத்து விட்டான். ''எனக்கு ரத்தத்தைப் பார்க்கும் வலு கிடையாது, எனக்கு அது ஒவ்வாமை.'' என்றான்.

''நீ தக்ஷகாவின் ரத்தத்தைப் பற்றிக் கவலைப் படவில்லையே?''

''அது நாக ரத்தம். வேறு வாசம் கொண்டது.''

நாகாவின் ரத்தத்தில் எதுவும் சிறப்பான விஷயம் இருப்பதாக வேதாந்தா உணர்ந்ததில்லை. அவன் அதைப் பார்த்திருக்கிறான், அதே நிறம் தான். ஆனால் குவேராவைப் போல முகர்ந்ததில்லை.

''இது சர்வ நிச்சயமாக மாணவ் ரத்தம்,'' என்று பட்டென்று பேசினான். ''இதை எதற்கப்பா எனக்குக் காண்பிக்கிறாய்?''

"இது என் மக்களின் ரத்தம்," என்றான் விளக்கும் அளிக்கும் தொனியில். "என்னுடைய மந்திரிகளும், சேனாதிபதியும் ரத்தம் சிந்தியிருக்கிறார்கள்."

"அரசே! நான் எதுவும் செய்யவில்லை. நாம் எது செய்தாலும் அதை புத்திசாலித்தனமாக யோசித்து முடிவு எடுப்போம்."

"இது நமக்கு எதிராகத் திரும்புகிறது என்பது உறுதி."

"யார் பொறுப்பு என்று கண்டுபிடித்துவிட்டீர்களா?"

வேதாந்தா தலையாட்டிவிட்டுக் கடைசி அறைக்குக் குவேராவைக் கூட்டிச் சென்றான். அங்கே தான் வெள்ளி முடி கொண்ட கொலையாளியைப் பார்த்திருக்கிறார்கள். "செய்தது வித்தியாசமான நபர். வெள்ளி முடி வைத்துக் கொண்டிருப்பவர்."

"நான் என் தகவல் சொல்லிகளை ஊர் முழுக்க அனுப்பி விஷயத்தைப் பரப்புகிறேன்," என்றான். "அது அவ்வளவு கடினம் அல்ல. ஏன் என்றால் நீங்கள் சொல்வது போல முடியின் நிறம் விநோதமானது. யாராவது கண்டிப்பாகப் பார்த்திருப்பார்கள்."

வேதாந்தா நம்பாதது போலப் பார்த்தான். ஆனால் குவேராவிடம் நிறைய தகவல் சொல்லிகள் இருந்தனர். அவர்கள் மாறுவேஷம், ஒற்றர் வேலை என்று இருந்தனர்.

"மூன்று அறைகளா? யாருக்கோ உங்கள் மீது பெரும் வெறுப்பு இருக்கும்," என்று வேதாந்தா கதவைத் திறப்பதற்கு முன்பே குவேரா கூறினான்.

"என்ன சொல்கிறாய்? இது யாரோ கூலிப்படையின் வேலை."

"இருக்கலாம். ஆனால் கூலிப் படை இவ்வளவு ரத்தம் சிந்த மாட்டார்கள். வந்து வேலையைக் கச்சிதமாக முடித்துவிட்டுச் செல்வார்கள். யாரைக் காலி பண்ண வேண்டும் என்று சொன்னால் மட்டும் போதும்," என்று குவேரா விளக்கினான். "அவர்கள் அடிப்பது அம்பு, கத்தி அல்லது விஷம். ஆனால் இது அந்தப் பாதையில் செல்லவில்லை. அவள் ஒருவேளை உன் ஆட்களுக்கு மருந்து கொடுத்துத் தூங்க வைத்துக் கொலை செய்திருக்கிறாள். மற்ற விபசார பெண்கள் அனைவரையும் விட்டுவிட்டாள். அதனால் நம் எதிரி, யாராக இருந்தாலும், உங்களை வெறுக்கும் ஒருவரைச் சந்தித்திருக்கிறாள். உங்கள் மீது பொறாமையோ, வெறுப்போ கொண்ட நபர் யார் என்பதைக் கண்டுபிடிக்க வேண்டும். யாரையாவது குறிப்பாக நினைவுக்குக் கொண்டு வர முடியுமா?"

வேதாந்தாவுக்கு நினைவு வரவில்லை. அவன் அனைவருக்கும் உதவி தான் செய்வான். "தக்ஷிணியாக இருக்குமா?"

"இங்கே தக்ஷிணிதாக்குதல் என்பது பெரிய கலவரத்தை ஏற்படுத்தும்." குவேரா கண்களைச் சுருக்கினான். "அதுவும் இப்போது எதுக்கு? உங்களை இப்படி ஒடுக்க நினைக்க மாட்டான்; அவன்

உங்களுடன் போர் நடத்தி அவமானப்படவைக்கத் தான் யோசிப்பான்.''

''அது சரி,'' என்ற வேதாந்தாவின் மூளையில் யாராக இருக்கும் என்ற கேள்விதான் ஓடிக் கொண்டிருந்தது. அவன் வேஷதாரிகளையோ, திருடர்களையோ அழித்ததனாலா? அவன் கீகட்பூர் காடுகளில் சிலரை வேட்டையாடியிருக்கிறான், ஆனால் அவர்கள் மிலேச்சர்கள். அதனால் யாருக்கு இவன் மீது பழி வாங்கும் உணர்வு ஓங்கியிருக்கும்? அவன் கதவைத் திறந்தான். அது காலியாக இருக்கும் என்று எதிர்பார்த்தான். ஆனால் அவர்களுக்கு முதுகைக் காட்டியபடி ஒல்லியான மனிதன் நின்று கொண்டிருந்தான். அவன் இறுக்கமான மேலாடையை அணிந்திருந்தான். அவனிடம் இரண்டு கத்திகள் இருந்தன. ஜோடனை செய்யப்பட்ட காலணிகளை அணிந்திருந்தான். அவன் தலை முடி திட்டுத் திட்டாக இருந்தது, அவன் தோல் நோய்வாய்ப்பட்டது போலிருந்தது. அவன் ரத்தம் தோய்ந்த தலையணைகளைக் கூர்ந்து கவனித்துக் கொண்டிருந்தான்.

அவன் திரும்பினான். அவன் முகம் கோரமான கலவையாக இருந்தது. முகத்தில் இருந்த அங்கங்கள் தேவதை போல் அழகாகச் செதுக்கப் பட்டு இருந்தன. ஆனால் அவனுடைய தோல், வியாதி வந்து பாம்புச் சட்டை போல திட்டுத் திட்டாக இருந்தது.

''உங்களுடைய கேளிக்கையை இடைமறித்ததற்கு மன்னிக்கவும்,'' என்று காளி இளித்தான். ''உங்களுக்கு மதுவும் கொடுக்கப் பட்டதைக் கண்டு மகிழ்ச்சி.'' அவன் குவேராவும், வேதாந்தாவும் நின்ற இடத்திற்கு நடந்தான். அவர்கள் இருவரும் திகிலடைந்து பின்னால் நகர்ந்தனர். ''என்னைப் பார்த்துப் பயப்படாதீர்கள். நானும் உங்களைப் போலவே அமைதியைத் தான் நாடுகிறேன்.''

''எங்களை எப்படிக் கண்டுபிடித்தீர்கள்?'' என்றான் வேதாந்தா முகபாவத்தை நேராக வைத்தபடி.

''என்னுடைய தளபதிகளின் எண்ணிக்கையை அதிகரித்து, என்னுடைய நம்பிக்கையான நண்பர்களைக் கண்காணித்தேன்.'' அவன் மெல்ல தன இரண்டு கைகளையும் குவேரா மற்றும் வேதாந்தாவின் தோள்கள் மீது போட்டுக் கொண்டு, ''என் நண்பர்கள் என்ன செய்கிறார்கள் என்று பார்க்க நினைத்தேன். நீங்கள் இருவரும் வித்தியாசமாக நடந்து கொள்ளும் வரை எனக்கு அந்த எண்ணம் தோன்றவேயில்லை. முக்கியமாக வேதாந்தா, நீ, பழங்குடியினரின் தோழமையை எதிர்ப்பவன், நீயா? என்னால் இந்த விந்தையான போக்கை நம்பவே முடியவில்லை.''

குவேரா காளியின் கைகளைத் தட்டிவிட முயற்சித்தபடி கேட்டான், ''உனக்கு என்ன வேண்டும்?''

''உங்கள் இருவருக்கும் என்ன வேண்டுமோ அதேதான்,'' என்றான் காளி, ''நாம் அனைவரும் இணைந்து அதற்காகத்தான் வேலை பார்க்க

வேண்டும். நம் அனைவருக்கும் ஒரே எதிரி தான்.''

"அவன்தானா, நிஜமாகவா?'' வேதாந்தா கேட்டான்.

காளி வேதாந்தாவை உற்றுப் பார்த்தான், அது அவனைப் பாதிக்கிறதா என்று கவனித்தான். ''அவனாகத் தான் இருக்க முடியும்,'' என்றான் காளி. ''இல்லையென்றால் எங்கள் தரப்பில் அது உண்மையாக தவறுதான்.''

வேதாந்தாவால் தன்னுடைய இறந்து போன மனைவி மற்றும் மகளின் காட்சியை நினைக்காமல் இருக்க முடியவில்லை. காளி அவர்களுடைய சந்திப்பில் மூக்கை நுழைத்துவிட்டான், அதனால் அவனிடம் உதவி கேட்பதில் தேர்வு செய்ய எதுவும் இல்லை.

62

க்ருபாவும் பாலாவும் மக்களைத் திசை திருப்ப உரக்கப் பேசவேண்டும், டமாரம் அடித்து அறைகூவ வேண்டும், சுவரொட்டிகள் மூலம் விளம்பரப் படுத்த வேண்டும் என்றார்கள். அர்ஜனிடம் வேறு பாதை இருந்தது. இந்த விளம்பரங்களும் பிரசாரமும் ரத்ரியைச் சமாதனப் படுத்துவதற்கு தானே, அவளிடம் சிறையை உடைக்கும் திட்டத்தைச் சொல்ல முடியாது. கையில் ஒரு ஆப்பிளைக் கடித்தபடி அவன் சிறைக்கு வெளியே சாதாரணமாக நடப்பது போல நடந்து, அங்கே இருந்த கட்டிடக் கலையின் நுணுக்கங்களை நோட்டம் விட்டான். பார்த்ததை வைத்துக் கொண்டு அவன் உட்கார்ந்து வரைபடங்களும் திட்டங்களும் வரைந்தான்.

சந்தைவழியாக நடக்கும்போது அவன் ஒரு நாள் ஷுகோவைச் சந்தித்தான். அந்தப் பறவையை அவன் மறந்தே விட்டான். ஷுகோ கல்கியைப் பற்றி விசாரித்தபோது அர்ஜனால் உண்மையைத் தவிர வேறு எதுவும் சொல்ல முடியவில்லை. தன்னுடனேயே இருக்குமாறும், பறந்து செல்ல வேண்டாம் என்றும் ஷுகோவிடம் கேட்டுக்கொண்டான்.

க்ருபாவும், பாலாவும் அவனுக்குப் பக்கத்தில் நின்றனர், ஷுகோ அவன் தோளில் அமர்ந்து தயிர் சாப்பிட்டுக்கொண்டிருந்தது, அர்ஜன் படத்தை விளக்கினான். ''சிறை மட்டுமே இந்த நகரத்தில் வட்ட வடிவில் இருக்கும் அற்புதக் கட்டிடம்.'' அவன் ஒரு வட்டத்தை வரைந்தான். ''சுற்றிலும் வளைவுகள், பார்த்தீர்களா?''

''எதை வைத்துக் கட்டியிருக்கிறார்கள்?'' பாலா கைகளைக் குறுக்கே கட்டிக் கொண்டு கேட்டான்.

''இரும்பு, என்று நினைக்கிறேன். என்னால் தொட்டுப் பார்க்க முடியவில்லை.''

''சரி, தோழா, மேலே சொல்லு.'' க்ருபா காகிதத்தைத் தொட்டான்.

''ஆமாம், அதனால்...'' சிறையின் பிரதான வாயிலில் அர்ஜன் எதோ குறியீடுகளை வரைந்தான்.

"இவை என்ன?" என்று பாலா திகிலாகக் கேட்டான்.

க்ருபா கண்களை இறுகி மூடியபடி அவை என்ன என்று புரிந்துகொள்ள முயன்றான். "இவை கண்களுக்குப் புலப்படாத கிருமிகள் போல் தெரிகின்றன. இவற்றை ஏன் வரைகிறாய், நண்பா?"

"அது ஒரு சந்தைக் கடை, முட்டாளே!"

"அது கடை போலத் தெரியவில்லை. கேவலமாக இருக்கிறது."

அர்ஜன் முகம் சுளித்தான். "நான் ஓவியன் அல்ல. அதனால் தயவு செய்து என்னை மன்னித்து விடுங்கள்." அவன் சந்தைக் கடைகளைக் குறித்துக் கொண்டான். "நகரத்தில் ஐந்து கடை வீதிகள் உள்ளன, அவற்றிலேயே பெரியது இது. விநோதமாக இது சிறையை எதிர் நோக்கி இருக்கிறது."

"நம்மைப் போல் உள்ளே நுழைய விரும்புபவர்களுக்குத் தடையாக," என்று க்ருபா கூறினான். "சரி, வேறு என்ன?"

"அருகிலேயே ஒரு புறா தபால் நிலையம் செயல்படுகிறது," என்றான் அர்ஜன். "ஒரே ஒரு நம்பிக்கையானவன் தினமும் சாப்பாட்டு வண்டியைத் தள்ளிக் கொண்டு உள்ளே வருகிறான்."

"கைதிகளுக்கு உணவு," என்றான் க்ருபா. "அப்படித் தான் நாம் உள்ளே நுழைய முடியும்," என்றன் க்ருபா.

"எப்பொழுதும் ஒரே ஆள் தான். அதனால் யாராவது பார்த்தால்..."

க்ருபா வெட்டிப் பேசினான். "நாம் கொஞ்சம் கற்பனைச் சரக்கு சேர்த்துச் செயல் பட வேண்டும். சிறைக்கு அந்தப் பக்கம் என்ன இருக்கிறது?" என்று நிறுத்தினான். "அதுவும் நமக்கு இன்னொரு வழியாக அமையலாம்."

"அவர்கள் அதைச் 'சுரங்கத் தெரு' என்று அழைக்கிறார்கள். அங்கே ஆயுதங்கள் செய்யப் படுகின்றன."

"அப்படியென்றால், அது என்ன?" சிறையைச் சுற்றி அர்ஜன் வரைந்திருந்த மற்றொரு வட்டத்தைச் சுட்டிக் காட்டிக் கேட்டான் க்ருபா.

"கம்பிகள். மொத்தச் சிறையைச் சுற்றியும் முள் கம்பிகள், பல் வைத்த கம்பிகள் போடப்பட்டுள்ளன. அதன் வழியாக உள்ளே நுழைவது கடினம்," என்று அர்ஜன் பதிலளித்தான்.

க்ருபா அதை பாலாவுக்குக் காட்டினான். "ஏதோ ஒன்று அதை உடைக்க வேண்டும். அதைச் சுரங்கத் தெருவிலிருந்தே எடுத்துக் கொள்ளலாம். நம் முகத்தை மறைக்க மூன்று முகமூடிகள் தேவை."

"பின்னால் உள்ள வழியாக எப்படிச் சிறைக்குள் நுழைவீர்கள்? அங்கே கதவே கிடையாது."

க்ருபா சிரித்தான், "தோழா, நாம் கதவைச் செதுக்க வேண்டும்," என்றான்.

அன்று க்ருபா என்ன சொன்னான் என்பது அர்ஜனுக்கு விளங்கவில்லை. ஆனால் அவன் சிறைக்குள் சென்று அதன் முக்கிய அமைப்பை அறிந்து கொள்ள எண்ணினான். அதைத்தான் க்ருபாவும் அவனிடம் சொல்லியிருந்தான். அதைக் கண்டு பிடிக்கும் முயற்சியில் இறந்துவிடாதே என்றும் எச்சரித்திருந்தான். அப்படியானால் அவர்களுக்கு ஒரு கை குறையும், அது பிரச்சனையாகிவிடும் என்றான்.

அர்ஜன் க்ருபாவுக்குத் தன் மீது அக்கறை என்று நினைத்தான்.

சந்தேகப்படும்படியாக இருந்த ஆச்சாரியாவின் மர்மமான திட்டம் எளிது போலத் தோன்றினாலும் புதிராகத்தான் இருந்தது. சிறைக்குள் எப்படி இருக்கிறது என்று அவனுக்குத் தெரியவேண்டும். அங்கு இல்லாத ஒரு பின்கதவு வழியாகச் செல்லலாம் என்கிறான். இது எப்படிப்பட்ட அறிவு ஜீவித்தனமான திட்டம் என்பதை க்ருபா விளக்கமாக அக்குவேறு, ஆணி வேறாக எடுத்துச் சொல்லும்வரை அர்ஜனால் புரிந்துகொள்ள முடியவில்லை. அவர்கள் சோமாஸ் வைத்திருந்த களஞ்சியத்தைச் சென்று திருடவேண்டும் என்றான் க்ருபா.

''நாம் சென்று அப்படியெல்லாம் திருடிவிட முடியாது.''

''எனக்கும் தெரியும். எப்படியாவது அதைச் செய்யத் திட்டமிடுகிறேன்.''

அர்ஜனுக்குத் திருப்தியாக இல்லை, ஆனால் அவனிடம் மாற்று யோசனை எதுவும் இல்லை.

''நம் வாழ்வையே சிதைத்துவிட்ட அந்த சோமாஸை வைத்து என்ன செய்யப் போகிறாய்?''

''அதை வைத்து குண்டுகள் செய்யப் போகிறேன்,'' என்று க்ருபா இளித்தான்.

பாலாவும் அர்ஜனும் ஒருவரை ஒருவர் பார்த்துக் கொண்டனர்.

''அதை எப்படிச் செய்ய வேண்டும் என்று உனக்குத் தெரியுமா?'' அர்ஜன் கேட்டான்.

''என்னுடைய மருமகனுக்கு எப்படிச் செய்வது என்று சொல்லிக் கொடுத்தேன், ஆனால் அது எங்கள் திட்டப்படி அமையவில்லை,'' என்று க்ருபா நினைவு கூர்ந்தான். ''ஆனால் எனக்கு எப்படிச் செய்வது என்பது தெரியும். ஆமாம். நமக்குச் சிறிதளவு இருந்தால் கூட போதும், ஆரம்பித்துவிடலாம். மஹாயுத்தம் நடந்தபோது நிறைய பேர் சோமா கலந்த குண்டுகளைப் பயன்படுத்தினர். அவற்றை அஸ்த்ரா என்று அழைப்பார்கள். நாம் அதைப் பின்கட்டுக்கு எடுத்துச் சென்று அதைப் பயன்படுத்தி, கதவைப் பிளக்க வைக்கலாம். சிறைக்குள் சென்று, கல்கியை விடுவித்து, உடனேயே அங்கிருந்து தப்பித்துவிடலாம்.'' அவன் சொல்லி முடித்ததும் ஒரு நிமிடம் மௌனம் நிலவியது. பிறகு அர்ஜன் ஆரம்பித்தான்.

''அது வேலை செய்யவில்லை என்றால்?''

"அது வேலை செய்யாது என்ற சாத்தியக்கூறும் உண்டு." என்றான் க்ருபா, "அதனால், அது வேலை செய்யாவிட்டால், நாமும் இறந்து, மற்ற கைதிகளையும் கொன்றுவிடுவோம்."

அர்ஜன் இயலாமையால் தலையைப் பிய்த்துக் கொண்டான். "மற்றவர்களைக் கொலை செய்யாமல் இருக்க என்ன செய்யப் போகிறோம்?"

"அதைச் சரியான இடத்தில் வைக்க வேண்டும். அதற்கு நீ சிறைக்குள் சென்று சரியான இடத்தைக் கண்டுபிடிக்க வேண்டும்."

அதனால் அவன் சிறை வாசலில் நின்று கொண்டிருந்தான், கையில் மற்றொரு ஆப்பிளை வைத்திருந்தான். திட்டம் அபத்தமாகவும், சரிவர தொடர்பில்லாமலும், நிறைய மாறும் விஷயங்களைச் சார்ந்ததாகவும் இருந்தது. க்ருபா பைத்தியகாரத்தனத்தின் மொத்த வடிவம். இது போன்ற அபத்தமான திட்டங்களைக் கொண்டு வந்தான். கடவுள்கள் சில தேர்ந்தெடுத்த வீரர்களுக்குக் கொடுத்ததுதான் அஸ்த்ராஸ் என்று கேள்விப்பட்டிருக்கிறான். ஆனால் க்ருபா அப்படி இல்லை என்கிறான். அர்ஜனுக்குத் தெரியும், அவர்களுடைய குழுவில் பணியாற்ற இன்னொரு ஆள் தேவைப்பட்டது. ரத்ரியுடன் வேலை செய்யும் பெண்ணை அவன் பார்த்திருக்கிறான். தேவதை போன்ற முகமும், வெள்ளி முடியும் கொண்டவள். ஆனால் அவன் அவளைச் செயலில் பார்த்திருக்கிறான். வேகமாகவும் ஆற்றல் மிக்கவளாகவும் தெரிந்தாள். ரத்ரியின் வீட்டு வாசலில் அனைவருக்கும் அவள் பயிற்சி தந்தபோது பார்த்திருக்கிறான்.

அர்ஜன் அவளையே முறைத்துப் பார்ப்பதைக் கவனித்த ரத்ரி அவனிடம், "அவள் பெயர் பத்மா," என்றாள். "நான் அவளை வளர்க்க எடுத்துக் கொண்ட போது அவள் அநாதை. அவள் கண் முன்னே அவளுடைய அனைத்துச் சகோதர சகோதரிகளும் கொல்லப்பட்டனர்."

எப்பொழுதுமே உணர்ச்சிகளை வெளிக் காட்டாத ரத்ரி இப்படிச் சோகமாக இருப்பது அதிசயமாக இருந்தது. "யார் அப்படிச் செய்தது?"

"நான் பலமுறை கேட்டுவிட்டேன் ஆனால் அவள் பதில் சொல்லவில்லை."

அர்ஜனுக்கு விந்தையாக இருந்தது. அவளை அவனுக்கு வேறு எந்த விஷயத்துக்காகவும் பிடிக்கவில்லை, ஏன் என்றால் அவனுக்குப் பெண்களின் மீது சுவாரஸ்யம் இல்லை. ஆனால் இவள் வித்தியாசமாக இருந்தாள். அவளுள் ஒரு வீரன் ஒளிந்திருப்பது தெரிந்தது. பின்னர் ஒரு முறை அவள் சொல்லிக் கொள்ளாமல் பல மணி நேரம் காணாமல் போய் விட்டாள் என்று ரத்ரி அவளைக் கோபித்தாள்.

''எனக்கு இது பிடிக்கவில்லை. நீ என்ன செய்கிறாய் என்றே என்னிடம் சொல்லாமல் இருப்பது எனக்குப் பிடிக்கவில்லை. நானாகக் கண்டுபிடித்து, அது தவறு என்று தெரிந்தால் உன்னை இந்த வீட்டை விட்டே வெளியே அனுப்பிவிடுவேன்.''

பத்மா அமைதியாக இருந்தாள். பிறகு நிதானமாகச் சொன்னாள், ''நீங்கள் ஏற்கனவே ஒரு மாதிரி தெரிந்து கொண்டு விட்டீர்கள். இந்த ஆட்களை நம் திட்டத்தில் ஏற்றுக் கொண்டு விட்டீர்கள்.''

''அவர்கள் நமக்கு உதவி செய்கிறார்கள்.''

''அவர்கள் வெறும் முட்டாள்கள்.''

அவள் மோசமாகச் சொன்னாலும் உண்மையைத் தானே சொல்கிறாள்.

ஆனால் தற்பொழுது அவனுக்கு அந்தப் பெண் மீது அக்கறை இல்லை. நகரத்துக்குள் தன் வண்டியைத் தள்ளியபடிச் சென்றவனையே கூர்ந்து நோக்கினான். அவனிடம் அனைத்து உணவு வகைகளும் இருந்தன. தன் தோளில் அமர்ந்திருந்த ஷுகோவுக்குச் சீட்டி அடித்தான் அர்ஜன். ஷுகோ தலையசைத்தான், சட்டென்று வண்டியோட்டி முன்னால் பறந்தான். தன்னுடைய சிறிய அலகால் ஒரு பெரிய ரொட்டியைத் தூக்கினான். பயந்து போன அந்த ஆள் ஷுகோவைத் துரத்தத் தொடங்கினான். ஷுகோ அவனுக்குப் போக்குகாட்டியபடி பறந்தான்.

இதுதான் அவனுக்குக் கிடைத்த வாய்ப்பு.

அர்ஜன் அவசரமாக நடந்து வண்டியை அடைந்தான். ஒரு மேல் அங்கியால் தன் முகத்தை மூடிக்கொண்டு சந்தைக்குள் சென்றான். தன் பின்னால் திரும்பிப் பார்த்தான், அந்த ஆள் வண்டியைத் தேடிக் கொண்டிருந்தான்.

அர்ஜனால் சிரிக்காமல் இருக்க முடியவில்லை. அவன் சிறைக் கதவுகளை அடைந்தான். கடை வீதியில் நிறைய பேர் இயங்கிக் கொண்டிருந்தார்கள், பூ வாசம், உணவு வாசம், உரக்க விற்கும் குரல்கள், கத்தல்கள், வாங்குவோரும், விற்போரும் குழுமியிருந்தனர். மக்கள் பேரம் பேசிக் கொண்டிருந்தனர், விறபனைக்கு வைக்கப்பட்டிருந்த பொருட்களை நோட்டம் விட்டனர்.

சிறைக் கதவை இரண்டு நாகாக்கள் காவல் காத்தனர். அவர்கள் கைகளில் வாள் இருந்தது. அர்ஜனைப் பார்த்ததுமே அவர்கள் சிறைக் கதவைத் திறக்க ஆரம்பித்தனர். ஆனால் உடனே நிறுத்தினார்கள். ஒரு நிமிடம் அர்ஜனுக்கு உச்சி குளிர்ந்த்தது, களிப்பில் திளைத்தான். அப்புறம்தான் புரிந்தது, அவர்கள் எதோ தவறைக் கண்டுபிடித்து விட்டார்கள். அர்ஜன் நின்று, எதோ இருமுவது போல நடித்தான். நாகா அவன் முன்னால் வந்தான். அர்ஜனின் மொத்த முகத்தையும் அங்கி மறைத்திருந்தது.

''யார் நீ?''

அர்ஜன் இருமினான், ''நான்தான்.'' அவன் திரும்பவும் இருமினான். ''எனக்கு உடம்பு சுகமில்லை. ரொம்ப மோசமான ஜுரம் இன்று.'' அவன் இதயம் படபடத்தது. அவன் விரல்கள் ஜில்லிட்டுவிட்டன. தன்னால் இயன்றவரை ஒரு கனத்த கட்டைக் குரலில் பேச முயன்றான். காவலாளியின் சந்தேகத்தைத் தீர்க்கும்படி பேசப் பார்த்தான்.

''அப்படியானால் நீ வந்திருக்க வேண்டியதில்லையே.''

''கடமை, தம்பி.''

''நீ ஏன் இப்படிப் பேசுகிறாய்?''

அர்ஜன் தும்மினான், அவனுடைய மூக்கு நாகாவின் மார்புக் கவசத்தில் படும் தூரத்தில் அவன் இருந்தான். மூக்குச் சளியை அவன் மீது தெறித்தான். அவனுக்கு பயம் பிடித்துக் கொண்டது. ''அட விடுப்பா! அவனை உள்ளே விடு. அசிங்கப்படுத்துகிறான்.'' நாகா முகத்தைச் சுளித்தபடி தன் கவசத்தில் சிந்தியிருந்த சளியைச் சுத்தம் செய்தான்.

அங்கிக்குள் சிரிப்பை மறைத்தபடி அர்ஜன் மெதுவாக நகர்ந்தான். சிறைக்குள் உணவு எடுத்துச் செல்பவனின் உயரமும், அர்ஜனின் உயரமும் ஒத்துப் போனதில் அர்ஜனுக்கு ஒரு சிறிய சமாதானம். அவன் உள்ளே சென்றதுமே, கைதிகள் அவனைச் சூழ்ந்தனர். அவர்கள் அவனைச் சுற்றி நடந்தனர், நாகாக்கள் அமைதியாக நின்றனர், அவர்கள் உள் சிறை வளாகத்தைக் காவல் காத்தனர். அர்ஜன் எப்படியாவது உள்ளே செல்ல வேண்டும்.

முற்றத்தில் கைதிகள் தங்களுக்குப் பிடித்த உணவை உண்டனர். சிலர் பழங்களைத் தேர்ந்தெடுத்தனர், சிலர் பால் குவளைகளை எடுத்துக் கொண்டனர். அர்ஜன் மெதுவாக உள்ளே இருந்த நடைபாதைக்குள் சென்றான். அவன் கண்கள் கட்டிட அமைப்பை நோட்டம் விட்டபடியே இருந்தன. ஆனால் எதுவுமே அவனைச் சிறையின் பின் கட்டுக்கு எடுத்துச் செல்லவில்லை. எல்லாமே முன்னால் இருப்பதுபோலத் தான் தோன்றியது.

இருட்டிலிருந்து புலம்பிய கைதிகளின் குரல்களைக் கேட்டபடியே அர்ஜன் நிறைய ஜன்னல்கள் இருக்கும் இடத்திற்கு வந்தான். ஆனால் ஒவ்வொரு ஜன்னலும் திரும்பவும் சிறை முற்றத்தை நோக்கித் தான் அமைக்கப்பட்டிருந்தது.

கோட்டையின் உள் அமைப்பு அதிகமாகக் குழப்பியது. அர்ஜன் நிறைய இருட்டு நடைபாதைகளைக் கடந்து சென்றான். நாகாக்களுக்கு டிமிக்கி கொடுத்தபடி நகர்ந்தான். இறுதியாக அவன் பார்த்த கடைசி ஜன்னல் அவனுக்கு வெளியே செல்லும் வழியாகப் பட்டது. அந்த ஜன்னல் வழியாகப் பார்த்தபோது அவனால் சிறையின் பின்புறத்தைப் பார்க்க முடிந்தது. அது சுரங்கத் தெருவை நோக்கி இருந்தது. அதன் சரியான இடத்தை எண்ணிக்கையில் வைக்க நினைத்தான், ஆனால் அவன் ஜன்னல்களின் எண்ணிக்கையை மறந்துவிட்டான்.

அர்ஜனுக்கு ஒரு எண்ணம் தோன்றியது. ஏதாவது தாக்குதல் நடந்தால் தன்னைக் காத்துக் கொள்வதற்காக அர்ஜன் ஒரு ஆயுதத்தை ஏந்தி வந்திருந்தான், அவன் அதை ஜன்னல் கம்பிகளுக்கு இடையே சொருகினான். அவன் சிறைக்கு வெளியே இருந்து பார்த்தால் இந்த ஆயுதமும் ஜன்னலும் புரியும் என்று நினைத்தான். அந்த ஜன்னல் அருகில் தான் அவர்கள் வெடிகுண்டை வெடிக்க வைக்கவேண்டும்.

அர்ஜன் திரும்பவும் தன் வண்டிக்குச் சென்று ஒவ்வொரு சிறையாக உணவு வழங்கினான். அப்பொழுது தான் அவன் மீது எந்தச் சந்தேகமும் வராது. அவன் வெளியே செல்லும் வரை நடித்தாக வேண்டும். கூண்டு போன்ற சிறைகளுக்கு அருகே நாகாக்களின் எண்ணிக்கை குறைவாக இருந்தது. ஆனால் கொஞ்ச தூரத்திலேயே ஒரு கூண்டுக்குப் பக்கத்தில் நாகாக்கள் நடமாட்டம் அதிகமாகக் காணப்பட்டது. அவன் முன்னால் நகர்ந்தவுடன், சில நாகாக்கள் ஆப்பிளும், வாழைப்பழங்களும் தங்களுக்கு எடுத்துக் கொண்டார்கள், இளித்தபடி..

''இங்கே சூடாக இல்லையே? எதற்கு இப்படிப்பட்ட உடைகளை அணிந்திருக்கிறாய், கிழவா?'' என்று ஒரு நாகா கேட்டான்.

அர்ஜன் தொண்டை கரகரத்தது போல ஒரு சத்தம் செய்தான். நாகாக்கள் காவல் காத்த கூண்டைத் தட்டினான்.

''அவன் உணவு சாப்பிடுவதில்லை.''

அர்ஜன், அவன் யார் என்பதைக் கண்டு கொண்டான். அவனுக்கு ஆச்சரியமாகவே இல்லை. அது கல்கியே தான். அவன் நிமிர்ந்து படுத்திருந்தான். பெரிய தாடி வளர்ந்திருந்தது. அவனுடைய தலை முடி நீளமாக வளர்ந்திருந்தது. அவன் முன்பைவிட பலவீனமாகவும், உடம்பு சுகம் இல்லாதது போலவும் தெரிந்தான். அர்ஜனின் வயிறு பயத்திலும், நிம்மதியிலும் புரண்டது.

அர்ஜன் தன் குரலைக் கட்டையாக்கிக் கொண்டான். ஆழமாக ஒலித்தது. ''காவலாளிகளுக்கு ஏதோ கேளிக்கையாம். உங்கள் இருவரையும் அங்கே யாரோ அழைக்கிறார்கள்.''

''கேளிக்கையா?'' நாகா அடுத்தவனைப் பார்த்தான். ''நாம் இல்லாமல் கேளிக்கையா?''

''அவர்கள் ஆனால் அப்படித்தான் செய்கிறார்கள்.''

''நீ இவன் மீது ஒரு கண் வைத்துக் கொள், கிழவனே, நாங்கள் ஒரு நொடியில் வந்து விடுகிறோம்.''

அர்ஜன் மெதுவாகத் தலையசைத்தான். ''சரி சரி. நான் இங்கேயே நிற்கிறேன், நீங்கள் போய் வாருங்கள்.''

இரண்டாவது நாகாவுக்கு அவ்வளவாகத் திருப்தியில்லை. அவன் முதலாமவனைக் கேட்டான், ''இங்கிருந்து நகரக் கூடாது என்றுதான் நமக்கு உத்தரவு.''

''உத்தரவா? ஐயோ!'' அர்ஜன் உறுமினான்.முதலாமவனும்

உறுமினான். ''கொஞ்சமாவது அனுபவி, பாம்பே!''

''ஆமாம், சந்தோஷமாக அனுபவி,'' என்றான் முதல் நாகா. ''இருட்டில் இப்படி நிற்பது சலிப்பாக இருக்கிறது.''

அர்ஜனும் உடனே ஒப்புக் கொண்டான்.

இரண்டாவது நாகா இளிக்கத் தொடங்கினான். ஆனாலும் அவன் அவ்வளவாக ஒத்துப் போவதாகத் தெரியவில்லை. பிறகு அவனும் தலையசைத்து முதல் நாகாவுடன் அந்தக் கதை கட்டிய கேளிக்கைக்குப் புறப்பட்டான். ஒவ்வொரு பழங்குடியினர் கூட்டத்திலும் முட்டாள்கள் மண்டித் தான் கிடக்கிறார்கள் என்று அர்ஜன் நினைத்துக் கொண்டான். அவன் முன்னால் நகர்ந்து கூண்டின் கம்பிகளைப் பற்றியபடி கல்கியைப் பார்த்தான். ஒரு நிமிஷம் அவனைப் பார்த்து பரிதாபம் தோன்றினாலும், அவனிடம் இருக்கும் நேரம் ரொம்பக் குறைவு.

''ஐயோ!''

''என்ன?'' என்று கல்கி முனகினான். அவனுக்கு ஒருவேளை தூக்கம் வரலாம்.

''போ!'' அவன் குரல் கரகரத்துப் போய்விட்டது.

''நான்தான், அர்ஜன்,'' அர்ஜன் கிசுகிசுத்தான்.

ஒரு நிமிட மௌனத்திற்குப் பின் கல்கி கண்களைத் திறந்தான். அவன் எழுந்து நின்றான், புருவங்கள் மேல் நோக்கி வளைந்தன, கைகள் நடுங்க முன்னால் வந்தான். எதோ கனவைப் பார்ப்பது போல அவன் கண்கள் மலர்ந்து விரிந்தன.

''அர்ஜன்?'' அவன் கைகளை வெளியேவிட்டான். இருவரும் தோள்களைப் பற்றி கம்பிக்கு நடுவே அணைத்துக் கொண்டனர்.

''எல்லாம் நல்லதாக நடக்கும்.''

''நீ எங்கேயோ தப்பி ஓடிவிட்டாய் அல்லது இறந்து விட்டாய் என்று கவலைப் பட்டேன்.'' கல்கி, கண்களில் வழிந்த கண்ணீரைத் துடைத்துக் கொண்டான். அவன் மிகவும் சோர்வாகக் காணப்பட்டான். பாதி இறந்து விட்டான் போன்ற தோற்றம்.

''க்ருபா தான் என்னை இங்கே கூட்டி வந்தான்,'' என்றான் அர்ஜன். ''உன்னை எப்படியாவது வெளியே கொண்டு வந்துவிடுவோம்.''

''என் செய்தி கிடைத்துத்தான் இங்கே வந்தாயா?''

''ஆமாம்,'' என்று அர்ஜன் சற்றே நிறுத்தினான்.''நம் வாழ்வே மாறிவிட்டது என்பதை உணர்கிறாயா? இங்கிருந்து உன்னை வெளியே கொண்டு வந்ததும் நாம் மலைகளை நோக்கிச் செல்ல வேண்டும்.''

''அவன் என்னிடம் நேற்று வந்தான்.''

''யாரு?''

கல்கி பக்கவாட்டில் பார்த்தான், அவன் கண்கள் வெறுப்பை உமிழ்ந்தன. ''காளி.''

''என்ன நடந்தது?''

''அவனுடைய தங்கை என்னை விரும்புகிறாள் என்று நினைக்கிறான்.''

அர்ஜன் தோள் குலுக்கினான். ''ஏன் எல்லா பெண்களுக்கும் உன்னைப் பிடிக்கிறது? எனக்கு என்ன குறை?'' கல்கி இதைக் கேட்டதும் பெருமை பொங்கச் சிரித்தான். பழைய கல்கியின் பெருமிதம் லேசாக எட்டிப் பார்த்தது. ''அவன் அவளைப் பாதுகாக்க நினைக்கிறான், அல்லது பொறாமைப் படுகிறான். அவள் இதயத்தை நான் திருடிவிட்டேன் என்று கருதுகிறான், அதனால் அவன்தான் ராஜனுக்கு ராஜன் என்று கோலோச்ச வேண்டும் என்ற மிதப்பில், என்னை அவள் முன்னால், பொதுமக்களின் முன்னால் தூக்கிலிடப் போகிறான்.''

''வழக்கு விசாரணை இல்லாமலா?'' அர்ஜனுக்கு ஆச்சரியமாக இருந்தது. அவன் நகரத்தின் சட்டத் துறையைப் பற்றிப் படித்திருக்கிறான். மரண தண்டனை என்பது கடைசி கட்டம் தான், அதுவும் சமீபத்தில் வந்த பழக்கம் தான். ஜூரி எனப்படும் நீதி வழங்கும் குழு அமர்ந்து தலையெழுத்தைத் தீர்மானிப்பார்கள். கல்கி தரப்பில் அவன் செய்தது அனைத்துமே தற்காப்புக்காக செய்தது என்று வாதாடலாம். ஆனால் அர்ஜனுக்குத் தெரியும் கல்கி அதை எப்படியாவது மாற்றும்படியாக எதாவது செய்து விடுவான்.

''அவனைப் பொறுத்தவரை வழக்கு, விசாரணை போன்றவை ஒரு கண் துடைப்புதான். அவன் நினைத்த முறையில்தான் இதை முடிப்பான்.'' கல்கி துப்பினான். அவன் நிஜமாகவே கோபமாக இருந்தான். ஆனால் அவன் தன்னைச் சுற்றி நடக்கும் அனைத்தின் மீதும் கோபமாக இருந்தான்.

''நீ தப்பிப்பதற்கு என்ன வழி வைத்திருக்கிறாய்?''

''உனக்கு அந்தத் திட்டம் பிடிக்காது.'' அர்ஜனின் உதடுகள் இறுகின. அவனிடம் வெடிகுண்டு திட்டத்தை முழுவதுமாகச் சொன்னான். கல்கி முகம் சுளித்தான்.

''அந்த வெடியை வெடிக்க வேண்டிய இடத்தைக் கண்டுபிடித்துவிடாயா?''

''கண்டுபிடித்து விட்டேன் என்றுதான் நினைக்கிறேன்,'' என்றான் அர்ஜன்.

''திட்டம் முன்னேறும்போது தேவைப்பட்ட இடத்தில் மாற்றிக் கொள்.'' கல்கி அவன் தோள்களைக் கெட்டியாகப் பிடித்துக் கொண்டு செ ான்னான், ''முக்கியமாக, ஜாக்கிரதையாக இரு. உன் உயிரைப் பணயம் வைப்பதற்கு பதில் நான் சந்தோஷமாகச் சாவை வரவேற்பேன்.''

அர்ஜன் தலையசைத்து மறுத்தான். ''நானும் அப்படித்தான் உணர்கிறேன். நான் இருட்டு யுகத்தின் பாதுகாவலன் அல்ல. அது நீ தான். நீ தான் அங்கே போய் அனைத்தையும் பாதுகாக்க வேண்டும்; நீ இறந்துவிட்டால், அல்லது காளிக்கு நீ தான் அவனை அழிக்கப் போகிறவன் என்று தெரிந்துவிட்டால், அவன் இந்த நொடியே

உன்னைக் கொன்றுவிடுவான். இப்போதைக்கு அவன் உன்னை ஒரு விளையாட்டாகத் தான் கருதுகிறான்.''

கல்கி யோசித்தான். ''அவனை நான் அதர்மம் என்றே யோசிப்பதில்லை.''

''ஏன்?''

''அது எதோ ஒரு உள்ளுணர்வு என்று வைத்துக் கொள்.''

''ஆனால், நான் நினைத்தேன்...''

''ஆமாம். எனக்குத் தெரியும். நான் அப்படித்தான் உன்னிடம் சொன்னேன். ஆனால் நான் அவனைச் சந்தித்தபோது எனக்கு அப்படித் தோன்றவில்லை.''

அர்ஜன் தலையசைத்தான். அப்படியானால் அனைத்தும் மாறிவிடும். ஆனால் அவனால் வேறு எதுவும் பேசமுடியவில்லை, ஏன் என்றால் மணி அடிக்கத் தொடங்கியது.

''அது ஒரு எச்சரிக்கை மணி. நீ உள்ளே இருக்கிறாய் என்று அவர்களுக்குத் தெரிந்துவிட்டது போல. ஓடு.''

ஆழமான காலணிச் சத்தம் கேட்டது. உள்ளே வந்த ஊடுருவியை உரக்கக் கூப்பிட்டனர்.

கடைசியாக அவனை அணைத்துக் கொண்டு அர்ஜன் வெளியே செல்ல நினைத்தான். ஆனால் வெளியேற வழியே இல்லை. ஜன்னல்களில் கம்பிகள் இருந்தன. நடைபாதைகள் குழப்பின. அவன் தன்னை மூடியிருந்த அங்கியைக் களைந்தான், நடைபாதையின் கடைசிக்கு வந்தான். முற்றத்தில் இருப்பது புரிந்தது. அனைத்துக் கைதிகளும் அவனையே பார்ப்பது தெரிந்தது. நாகாக்கள் அவனைத் தொடர்ந்தனர்.

ஏதாவது செய்ய வேண்டும் என்று அர்ஜனுக்குப புரிந்தது. அவன் தன் வெட்டரிவாளைச் சுவற்றில் செருகி, அதைப் பிடித்துக் கொண்டு சரசரவென்று ஏறினான். நாகாக்கள் தரையில் நின்றபடி அலறினர். கீழே சூழ்ந்துகொண்டு கத்தினர். அர்ஜன் தொடர்ந்து ஏறினான். எப்படியாவது அந்த அரிவாள் அந்த கல்சுவற்றில் வழியைக் கண்டுபிடித்துவிடாதா என்று ஏங்கினான். அவன் சாவுக்கு வெகு அருகில் இருப்பதை உணர்ந்தான். இன்னும் ஒரு முறை அரிவாளைக் குத்தும்போது, அரிவாள் சுவரில் பதிய மறுத்தது. இனிமேல் அந்த அரிவாளால் அவனுடைய எடையைத் தாங்க முடியாது போல் இருந்தது. அவனுடைய விரல்கள் கற்களின் நடுவே இருந்த ஓட்டைகளைத் தேடின. அப்பொழுது அவனை நோக்கி ஒரு அம்பு வந்தது. அது அவனை விடுத்து, கல் சுவரைப் பதம் பார்த்தது. அவன் அந்த அம்பைப் பிடித்துக் கொண்டு மேலே ஏறினான். முதல் அம்பு அவனைத் தாக்காவிட்டாலும், இரண்டாவது அம்பு குறி தவறவில்லை. அது அவன் கணுக்காலில் குத்தியது. அவன் சட்டென்று நகர்ந்ததால் கீழே விழத் தெரிந்தான், ஆனால் அரிவாள் அவனைக் காப்பாற்றியது.

''முன்னேறு,'' என்று சொல்லிக்கொண்டாலும் அவனுக்கு வியர்வை வழிந்தது, அவன் கீழே குனிந்து பார்க்கவில்லை, பார்த்தால் பயத்தில் கீழே விழுந்துவிடுவான் என்ற அச்சம் பயமுறுத்தியது. கைப் பிடியை நழுவ விட்டுவிடுவானோ என்றும் பயந்தான். அவன் எப்படியோ சுவற்றின் மீது ஏறிவிட்டான். அதன் உச்சிக்கு வந்துவிட்டான். நாகாக்கள் கத்தத் தொடங்கினர். அவன் சுவற்றின் மீது உட்கார்ந்து சிரித்தான், ஆனால் அவன் கணுக்காலில் குத்திய அம்பின் வலி தாங்க முடியாததால் அவன் குப்புற விழுந்தான். அவன் கீழே போய்க் கொண்டிருந்தான் என்பதை உணர்ந்தான். அவன் முடி பறந்தது. சட்டென்று வேகம் கூடியது. அவன் எப்படியோ தன் உடலை நெளித்துக் கீழே விழத் தயாரானான். அவன் கீழே விழுந்து கொண்டே இருந்தான். ஒரு மென்மையானது எதன் மீதோ விழுந்தான். அது ஒரு விவசாயியின் வண்டி. விவசாயி விழுந்த அதிர்வில் கத்தினான். ஆனால் அர்ஜன் தன் வாயிலிருந்து வைக்கோலைத் துப்பினான். அந்த வண்டி நல்ல வேளையாகச் சிறையின் சுவரை ஒட்டி நிறுத்தப்பட்டிருந்தது.

இது ஒரு அற்புதமான நிகழ்வு தான்.

ஆழமாக மூச்சை இழுத்தபடி அவன் வைக்கோல் வண்டியை விட்டு இறங்கினான். விவசாயிக்குக் குனிந்து வணக்கம் சொல்லி நன்றி தெரிவித்தான். பிறகு ரத்ரியின் வீட்டை நோக்கி நடந்தான். அவன் ஏதாவது செய்ய வேண்டும் என்று நினைத்தான். கல்கி சொன்னது சரிதான். அவர்கள் எப்படியாவது மாற்றி யோசித்து வழக்கு விசாரணைக்கு வருவதற்கு முன் அந்தச் சோமாவைத் திருட வேண்டும். அப்பொழுது தான் அவனைத் தப்பிக்க வைக்க முடியும். அவன் தலையில் நிறைய விஷயங்கள் ஓடிக் கொண்டிருந்தாலும், ஒன்றே ஒன்று அவன் மனதில் தொக்கி நின்றது. கல்கி ஏன் காளி அதர்மம் இல்லை என்று சொன்னான்?

63

ரத்ரியுடனான தன் தொடர்பை முடித்துக் கொள்ள நினைத்தாள் பத்மா. அவள் தன்னைப் பற்றி மட்டுமே நினைப்பவள். அதனால் அவள் ரத்ரியை இனி நம்புவதாக இல்லை. பத்மா அவளை விட்டு விலக முடிவெடுத்தாள். அவள் மானசாவுடன் இருப்பதையும் தவிர்க்க நினைத்தாள். ஏதாவது ஒரு தொலை தூரக் கிராமத்தில் தங்க நினைத்தாள்.

எதனால் இப்படி ஒரு சட்டென்ற வெறுப்பு, ரத்ரி மீது?

அவளைப் பொறுத்தவரை ரொம்பப் பழக்கமில்லாத ஆண்களை வீட்டில் சேர்ப்பது முட்டாள்தனம். பல வருடங்களாக பத்மா நம்பிக்கையைச் சம்பாதிப்பதற்காகப் போராடியிருக்கிறாள், ஆனால் இந்த மூன்று முட்டாள்கள், பிரச்சாரத்தைப் பற்றி ஒன்றுமே தெரியாதவர்கள், வதந்தியைப் பற்றியோ நிர்வாகத்தைப் பற்றியோ அக்ஷரம் கூடத் தெரியாதவர்கள் அவளின் நம்பிக்கையைக் கை சொடுக்கும் நேரத்தில் சம்பாதித்து விட்டனர். அவர்கள் அங்கே இருக்க வேண்டும் என்பதற்காக இருக்கிறார்கள். அவர்கள் ரத்ரியின் அக்கா மகளின் நண்பர்கள் என்று சொன்னாலும், பத்மாவுக்கும் லக்ஷ்மியைப் பிடிக்கும் தான், அவள் உயிருடன் இருந்தவரை; ஆனால் அவளின் இறப்பு இந்த மூன்று ஆண்களை அவளுடைய வீட்டுக்குக் கொண்டுவந்ததை அவளால் ஏற்றுக் கொள்ள முடியவில்லை.

பத்மாவைப் பொறுத்தவரை சாவு என்பது மிகவும் எளிது. அவளுடைய சகோதரர்களைச் சிலுவையில் அடித்து எரித்தது, இப்பொழுது எல்லோரும் சிம்மாசனத்தில் சட்டப்படி உட்கார வைக்க ஆசைப் படும் அரசன் தான். ஆனால் பத்மா அதற்கு ஒத்துப் போகவில்லை.

லக்ஷ்மி காணாமல் போய்விட்டாள் என்ற செய்தியை, ரத்ரி, அறிவித்ததும், பிறகு அவள் இறந்ததை அறிவித்த போதும் கூட பத்மா ஆச்சரியப்படவில்லை. சாவு என்பதை பத்மா ஒப்புக் கொண்டாள். அவளுக்கு இது போன்ற விஷயங்களில் பெரிய அக்கறை கிடையாது.

எல்லோரும் ஒரு நாள் இறப்பார்கள், என்பதை அறிந்திருந்தாள். அவள் உலகின் விளிம்பில் எப்பொழுதும் ஏற்படும் ஒரு கலவரத்தில் தான் வாழ்ந்தாள். இது ஒரு சோகமான விஷயம் என்பதை அவளே அறிந்திருந்தாலும் அவளால் எதுவும் செய்ய முடியாது, ஏன் என்றால் அவள் அப்படித்தான் படைக்கப் பட்டிருந்தாள். அப்படித்தான் வளர்ந்தாள்.

ஆகாஷ் தொலைந்து போனது கூட ஒரு பெரிய சம்பவமாக அவளை உறுத்தவில்லை. காளிவேந்தனின் கோட்டையில் ஏதோ பெரிதாக நடக்கப் போகிறது என்று அனைவரும் கூக்குரலிட்டதால் அவளும் சென்று பார்த்தாள். பத்மா எப்படியோ ஒளிந்து கொண்டு உள்ளே சென்று பார்த்தாள். அவளுடன் வேலை செய்த சக தோழன்- ஆகாஷ். அவனைக் கழுவில் ஏற்றி எந்த விதமான காரணமும் இன்றி வன்முறை உபயோகப்படுத்தப்பட்டுக் கொல்லப்பட்டான். காளி தான் கீகட்பூரை மிகவும் தகுந்த முன்னேற்றப் பாதையில் செலுத்தும் அரசன் என்று கருதினாள். ஆனால் அவனும் இப்பொழுது பல பைத்தியக்காரச் செயல்களைச் செய்கிறான். அவனுடைய தளபதிகளான, இரட்டையர்களைப் பார்த்தும் அவளுக்குக் கவலை தான். அவர்கள் முகத்தில் ஒரு பாவமும் இல்லை.

அவள் தலையைக் கொண்டையிட்டு ஒரு துணியால் அதை மூடியபடி நாடகம் நடக்கும் அரங்குக்குச் சென்றாள். பொம்மலாட்டம், விகடம் போன்றவை திறந்தவெளியில் கடைவீதியில் நடைபெற்றன. ஆனால் நாடக அரங்கம் வேறு மாதிரியான ஒரு விலங்கு. கம்பீரமான பெரிய அரங்கு. நகரின் பிரபலங்கள் வந்து போகும் இடம். ஒரு கல் மேடையின் மீது கட்டப்பட்ட மூடிய அரங்கு.

வாசுகி கூப்பிட்டு அனுப்பியிருக்காவிட்டால் பத்மாவால் அரங்குக்குள் நுழைந்திருக்க முடியாது. வாசுகிக்காக அமைக்கப்பட்ட பிரத்யேக இடத்திற்குச் சென்றாள். அங்கே அவன் தனியாகத்தான் அமர்ந்திருந்தான். வெற்றிலை மென்று கொண்டிருந்தான். பத்மா நாடகத்தைப் பார்த்தாள். முகமூடியும் விலங்கு ஆடைகளும் அணிந்த ஆண்களும் பெண்களும் நடித்தார்கள். இசைக் கருவிகளின் சத்தம் அரங்கை நிரப்பியது.

பத்மா படிகள் ஏறி மேலே சென்றாள். அரசவையில் சற்று குறைந்த பதவியில் இருந்த பிரமுகர்கள் கீழே அமர்ந்திருந்தனர். அவள் மேலே சென்றதும், கத்தரிப்பூ நிறத்தில் இருந்த திரைச்சீலைகள் பிரபுக்களையும், மற்ற பிரபலங்களையும் பாதி மறைத்தன. இரண்டு நாகா காவலாளிகள் நின்றுகொண்டு அவளை உள்ளே அனுப்புவதற்கு முன் பரிசோதித்தனர்.

அவள் கையில் கத்தி வைத்திருந்தாலும் உள்ளே அனுப்பப்பட்டாள். ஒருவேளை பத்மாவால் தனக்கு எந்த ஆபத்தும் இல்லை என்று வாசுகி சொல்லியிருப்பான்.

அவள் உள்ளே நுழையும்போது வாசுகியின் முதுகுப் பக்கம் தான் தெரிந்தது. பத்மா தான் வந்ததை அறிவிக்க வேண்டி வரவில்லை. அவனே பேசத் தொடங்கினான். ''விபசார விடுதியில் நல்ல வேலை செய்தாய்.'' பத்மாவால் அவன் முகத்தைப் பார்க்க முடியவில்லை என்றாலும் அவன் சிரிக்கிறான் என்று புரிந்தது. ''அதை ரகசியமாக முடித்திருக்கலாம், ஆனால் நீ அப்படிச் செய்யவில்லை.''

அதற்கு ஒரு காரணம் இருந்தது. மானசா அவளுக்குச் செல்லும் இடத்தையும், உத்தரவையும் கொடுத்திருந்தாள். ஆனால் வேலையை அவள் விரும்பிய விதத்தில் செய்ய சுதந்திரம் அளித்திருந்தாள். பத்மா எவ்வளவு குரூரமாகச் செய்ய முடியுமோ அதைத் தேர்ந்தெடுத்தாள்.

''உட்கார்.'' வாசுகி ஒரு சிறு மேடையைக் காட்டினான்.

அவள் அமர்ந்தாள். வாசுகி அவளை இங்கே எதோ முக்கியமான காரணத்திற்காகத் தான் கூப்பிட்டனுப்பியிருப்பான். அப்படித்தான் அவளுக்கு வந்த குறிப்பு சொல்லியது.

''நீ உன் வேலையை நன்றாகச் செய்தாய்,'' என்று திரும்பினான். அவன் வாய் வெற்றிலை போட்டதால் சிவந்திருந்தது. ''ஆனால் அது தான் முடிவு என்று ஆகிவிடாது. இப்பொழுது காளியின் முறை.''

அவளுக்கு ஆச்சரியமாக இருந்தது. சற்று நேரம் முன்னால் தான் அவனைப் பற்றி நினைத்தாள்.

''அவனைக் கொல்ல வேண்டுமா?''

''ஓ! இல்லை!'' என்று கைகளை ஆட்டினான். ''அவன் திரும்பவும் பலவீனமாகி விட்டால் அவன் நமக்கு உதவியாக இருப்பான் என்கிறாள் மானசா. பொம்மையை ஆட்டுவிப்பது, எளிது தானே?''

''நான் என்ன செய்ய வேண்டும்?''

''என் அக்கா...'' அவளிடம் ஒரு குறிப்பைக் கொடுத்தான். ''நகரத்தில் சில பையன்களை ஓட விட்டிருக்கிறாள். குழுவின் ஒவ்வொரு அசைவையும் அவர்கள் கண்காணிப்பார்கள். காளியின் உடல்நலம் மோசமாகிக் கொண்டிருந்தது. ஆனால் அவன் இப்பொழுது குணமாகிவிட்டான். ஆச்சரியமாக இருக்கிறது இல்லையா? அவனுக்கு எதோ உதவி கிடைத்தது. எதோ வினோதமான மூலிகை அல்லது எதுவோ...அவன் ஒரு குறிப்பிட்ட இடத்திற்குச் செல்கிறான்...'' அவன் குறிப்பைச் சுட்டிக் காட்டினான். ''அடிக்கடி அங்கே சென்று அதை உட்கொண்டு தன் உடல்நலத்தைத் தேற்றி வருகிறான். உள்ளே எவ்வளவு இருக்கிறது என்று எனக்குத் தெரியாது.''

பத்மா குறிப்பைத் திறந்தாள். அது ஒரு வரைபடம் போல் தெரிந்தது. கோணல் மாணலாகச் செய்யப்பட்டிருந்தாலும் இடம் எங்கே இருக்கிறது

என்பதை அவளுக்குத் தெளிவாகக் காட்டியது. ''உள்ளே நான் சென்றால் என்ன செய்ய வேண்டும்?''

''அனைத்தையும் எரித்துவிடு,'' என்று இளித்தான். அவன் பற்கள் சிகப்பாக இருந்தன. ''கடைசி துகள் வரை எரித்துவிடு. அந்தத் துகளை என்னிடம் கொண்டுவா. நானும் அது என்ன என்று செய்து பார்க்க வேண்டும்.'' அவன் களுக்கென்று சிரித்தான்.

''வேதாந்தாவின் கதி என்ன?''

''அடுத்ததாக அவனிடம் வரலாம்.''

''எனக்கு அவனும் வேண்டும்; எப்பொழுது அவன் கோட்டைக்குள் என்னை விடப் போகிறீர்கள்...?''

வாசுகி கையை உயர்த்தி அவளை நிறுத்தினான். ''இதில் பொறுமையைக் கடைபிடிக்க வேண்டும் என்று மானசா சொல்லச் சொன்னாள். அவனுடைய ஆட்களை உனக்குக் கொடுத்தாள் தானே? அவனை மோசமாக முடக்கிவிட்டாய். அவனைக் கொலை செய்வது என்பது இப்போது நடக்காது என்றாள். அவன் மீது பழி தீர்க்க வேண்டும் என்றால் அவன் உயிருக்கு உயிராக நேசிப்பதைப் பறித்துவிடு.''

''யாரது?'' அவள் காதுகள் உஷாராயின.

''அதைப் பற்றிக் கவலைப் படாதே. மானசா வெகு விரைவில் அந்த விஷயத்தைக் கண்டுபிடித்துச் சொல்வாள்.'' அவன் தலையசைத்தான். அவன் முகத்தில் எந்த உணர்ச்சியும் இல்லை.

அவள் இது வரை கேட்டதில் அந்தத் திட்டம் நன்றாகத் தான் இருந்தது. பத்மா ஒப்புக்கொண்டாள். ''என்னால் என்ன செய்ய முடியும் என்று பார்க்கிறேன்.'' அவள் திரும்பும் முன் நாடகத்தை மறுபடியும் பார்த்தாள். வண்ணங்கள், நடிகர்கள் என்று அனைவரையும் கூர்ந்து கவனித்தாள், சிரித்துக் கொண்டாள்.

''நீ என்ன நாடகமே பார்த்ததில்லையா பெண்ணே?'' என்று வாசுகி கேட்டான். அவன் குரல் மென்மையானது.

பத்மா இல்லையென்று தலையசைத்து மறுத்தாள்.

''அமர்க்களமாக இருக்கிறது, இல்லையா?''

பத்மா சிரித்தாள். அவள் சிரித்து, பல வருடங்கள் ஆகிவிட்டன. ''ஆமாம்'' கோவேரிக் கழுதையின் உடை அணிந்த பெண்ணை அந்தப் பையன் கூட்டிச் செல்லப் பார்த்தான். ''என்ன கதை? அவர்கள் ஏன் நடனமாடிக் கொண்டே இருக்கிறார்கள்?''

''காட்சிகளிலேயே மிகவும் சக்தி வாய்ந்த தொடர்பு நடனம் தான். அது தான் அழகானதும் கூட. உன்னிப்பாகக் கவனித்தால் கதை உனக்கே புரியும்.''

பத்மா மேடையை நோக்கிக் கண்களைத் திருப்பினாள். ''இவை அனைத்தும் உனக்கு எப்படித் தெரியும்?''

''என் அப்பா சிறந்த மனிதர்; அவர் கலைகளை ஆதரித்தவர்; அதில்

பயிற்சியும் பெற்றவர். அதனால் நாங்கள் எங்களுடைய பாரம்பரிய கலை, கலாசாரத்தில் அதிகப் பரிச்சயம் பெற வேண்டும் என்று கருதினார். எனக்கு நிறைய விஷயங்கள் சொல்லிக் கொடுத்தார்.'' முன்பு போல குரலில் தீய த்வனி இல்லை. குரல் ஆழமாக மாறியது.

''அவருக்கு என்ன ஆயிற்று?''

''கொல்லப்பட்டார். அது நடந்தபோது எனக்குப் பதினாறு வயசு தான்,'' என்றான். ''ஒரு குடியை வழிநடத்த மிகவும் இளம் பிராயம் என்று நீ நினைக்கலாம். இந்தக் கேள்வியைச் சுற்றி ஒரு உள் நாட்டுப் போரே நடந்தது. நானும் மானசாவும், ஒரு சின்னக் குழுவும் தான் என் அப்பாவையும், என் பதவியையும் பறித்துக் கொண்டவர்களுக்கு எதிராகப் போராட வேண்டியிருந்தது.'' அவன் மூச்சை ஆழமாக இழுத்து விட்டான். அவனுடைய கலவரமான இறந்த காலம் அவன் கண் முன்னால் ஓடியதோ என்னவோ. ''தேவைக்கு அதிகமாகப் பேசியிருந்தால் என்னை மன்னித்துவிடு. நான் அடிக்கடி என்னுடைய வாழ்க்கையை அலசுவேன்.''

பத்மா அவனுக்கு வெகு அருகில் அமர்ந்து அவளுடைய முதுகைத் திரைச்சீலைகளுக்குக் காட்டியபடி பாதி மறைந்து நாடகத்தைப் பார்த்துக் கொண்டிருந்தாள். ''நான் இங்கேயே அமர்ந்தபடி இன்னும் சற்று நேரம் பார்க்கலாமா? இதில் இருக்கும் கலை நயத்தையும், அழகியலையும் தெரிந்து கொள்ள ஆசை.''

''நிச்சயம், பெண்ணே! மக்கள் இது போன்ற விஷயங்களில் ஈடுபாடு கொள்ள வேண்டும் என்பதை நான் ஆதரிப்பேன்.'' ஆனால் அவள் அவனைப் பார்க்கவில்லை.

எதற்காகவோ அவனுடைய அப்பாவின் சாவு அவள் மனதில் பாதிப்பை ஏற்படுத்தியது. தன்னுடைய சகோதரர்களுடன் அவள் கொண்ட உறவை நினைவூட்டியது. அவர்களிடமிருந்து அவள் நிறைய கற்றுக் கொண்டிருக்கிறாள், வாள் பயிற்சி, அம்பு விடுவது. அவர்கள் போர் வீரர்கள் என்பதால் அவளையும் அப்படிப் பட்ட வீராங்கனையாக மாற்றிவிட்டனர். அவளுடைய மூன்று அண்ணன்களும் வேதாந்தாவின் காவலர்கள். நான்காமவன் அவர்களுக்கு இளையவன் என்பதால் பயிற்சி எடுத்துக் கொண்டிருந்தான். அவர்களைப் போலவே பத்மாவும் அந்தப் படையில் சேர்ந்து முதல் பெண் சேனாதிபதியாகவேண்டும் என்று ஆசைப்பட்டாள். ஆனால் அப்பொழுது தான் அந்தத் துயரச் சம்பவம் நடந்தது.

''இதுவும் உங்கள் அப்பா உங்களுக்குக் கற்றுக் கொடுத்ததா?''

''ஆமாம் இந்தக் குப்பையைச் சாப்பிடுவதற்கும் அவர் தான் கற்றுக் கொடுத்தார்...'' அவன் சாப்பிட்டுக் கொண்டிருந்த வெற்றிலையைச் சுட்டிக் காட்டினான். அதை மடித்தான். ''நான் இதை ஆரம்பித்தபொழுது...'' அவன் குரல் தேய்ந்தது.

பத்மா திரும்பினாள். அவன் வாக்கியத்தை முடிக்கவில்லை என்பதை உணர்ந்தாள். அவன் கழுத்து அறுக்கப்பட்டிருந்தது. அவனுடைய ரத்தத்தினாலேயே அவன் குரல்வளையில் மூச்சுமுட்டியது. அவன் கண்கள் உயிரின்றி அவளைப் பார்த்தன. அவன் வாய் தன்னிச்சையாகத் திறந்து மூடியது. அவன் முகத்தில் லேசான ஆச்சரியம் நிலவியது.

அவள் கண்கள் மேலே பார்த்தன; இதைச் செய்தது காளியின் தளபதிகளில் ஒருத்தியான விகோகோ. தங்க நிற முடியுடையவள். வாசுகியின் சடலத்தின் மீது ரத்தம் சொட்டும் கத்தியைப் பிடித்திருந்தாள். அவளுடைய புன்னகையில் அடுத்த இலக்கு பத்மாதான் என்பது தெளிவாகத் தெரிந்தது.

359

64

அந்தத் தாக்குதலை இமைக்கும் நொடியில் தடுத்தாள் பத்மா.

விகோகோ தன்னுடைய கத்திகளால் அவளைத் தொடர்ந்து குத்துவதற்கு முயன்றாள். அதற்குள் எப்படியோ தேடி பத்மா தன்னுடைய கத்தியை எடுத்தாள். சட்டென்று உருண்டு பத்மா அவள் கால்களைத் தாக்கினாள், அவளைக் கீழே தள்ளப் பார்த்தாள். அதைச் செய்ய முடியவில்லை. முரட்டுத் தள்ளலில் பத்மா சுவற்றிற்கு அருகே தள்ளப்பட்டாள்.

விகோகோ அவள் மீது பாய்ந்தாள். கத்தியால் பத்மாவின் மண்டையைக் குறி பார்த்தாள். பத்மா மறுபடியும் அதைத் தவிர்த்து ஒதுங்கினாள். அவள் துரிதகதியில் வேலை பார்த்தாள். இருவருமே ஆயுதங்களைத் தயாராகத்தான் வைத்திருந்தனர். தலைகளை முட்டிக் கொண்டனர். கண்கள் சந்தித்துக் கொண்டன. பத்மா தன்னுடைய முட்டியை மடக்கி, அழுத்தம் கொடுத்து மேலே குதித்து, விகோகோவை வியப்பில் ஆழ்த்தினாள். அவள் விகோகோவின் தலை மீது குதித்து கத்தியின் பிடியினால் ஓங்கி உச்சி மண்டையில் அடித்தாள். அதனால் விகோகோ கீழே விழுந்தாள். ஆனால் அதனுடன் அனைத்தும் முடியவில்லை. பத்மா அவளைக் குத்த முயன்றாள். விகோகோ அவளைத் தள்ளிவிட்டாள். பத்மா தன் நிலை தடுமாறி கீழே விழுந்தாள். ஆனால் இந்த உயரமான பெண்ணுடன் சண்டை போட்டுக் கொண்டே இருப்பது என்பது சற்று நேரத்திற்கு மேல் சாத்தியம் இல்லை என்பதை உணர்ந்தாள்.

தடுமாறியபடியே அவள் வெளியேறினாள். விகோகோ எழுந்து கொள்வதற்குச் சிரமப்பட்டாள். வெளியே நாகா உடல்கள் சரமாரியாக அடுக்கப்பட்டிருப்பதை பத்மா கண்டாள். சடலங்கள் ஒன்றன் மேல் ஒன்றாகக் குவிக்கப்பட்டிருந்தன. பத்மா வேகமாக ஓடினாள். அந்தக் கூட்டம் நிரம்பிய அரங்கில் விகோகோ அவளைத் தொடர்ந்தாள். அவளுடைய கொண்டை சுவற்றில் பட்டு அவிழ்ந்தது. அவளுடைய

வெள்ளி முடி நீளமாகத் தொங்கியது. ஏதாவது செய்தாக வேண்டும் என்பதை பத்மா உணர்ந்தாள். அவள் வேகமாக ஓடி படியிறங்கி அங்கிருந்த காவாலாளிகளை ஏமாற்றிவிட்டு ஓடியதை விகோகோ நிதானமாகப் பார்த்தபடி நின்றாள்.

பத்மா செல்வதற்கு ஏதாவது வண்டி கிடைக்குமா என்று தேடினாள். விகோகோ அவளுடைய குதிரையின் மீது ஏறிக் கொண்டாள். தானும் ஒரு குதிரையைக் கொண்டு வரவில்லையே என்று பத்மா தன்னையே நொந்து கொண்டாள். பத்மா முழுஆற்றலோடு ஓடினாள், அவளுடைய ஓட்டத்தின் அயர்ச்சியில் அவளுக்கு மார்பு வலித்தது. சற்றுத் தொலைவில் உள்ள ஒரு வட்டத்தை எட்டினாள், விகோகோ ஒரு பெரும் படையுடன் தன்னைத் துரத்தவில்லையே என்று மகிழ்ந்தாள்.

வட்டத்தை விட்டு நகர்ந்து, குறுகலான தெருக்களுக்குள் புகுந்தாள், எங்காவது நின்று தன் மூச்சைத் திரும்பப் பெற நினைத்தாள். ஆனால் குளம்பின் சத்தம் அவளை ஓய்வெடுக்க விடவில்லை. பத்மா வாழ்வில் இவ்வளவு அச்சப்பட்டதில்லை. என்றாவது இறப்போம் என்று அறிந்திருந்தாள். வேதாந்தாவைக் கொன்ற பின்பு தான் என்று தீர்மானமாக இருந்தாள். ஆனால் இப்பொழுது அவளுடைய இலக்கை அடையாமலேயே அவள் இறக்க நேரிடும். இந்தச் சாவு அவளைக் கண்டிப்பாக அச்சுறுத்தியது. மற்ற சமயங்களில் அவள் இறப்பைப் பற்றி அக்கறை கொள்ளாதவளாகத் தான் இருந்தாள்.

குதிரை அவள் பின்னால் வந்தது. அவளை நெருங்கியே விட்டது. விகோகோவின் வாள் ஓடுகின்ற பத்மாவின் உடலுக்கு வெகு அருகில் இருந்தது. சட்டென்று அவள் வாளைச் சுழற்றியபோது, பத்மாவின் நீண்ட முடி துண்டாக வெட்டப்பட்டது. அவள் முடி இழுப்பதைக் கண்டு கொள்ளாமல் பத்மா ஓடினாள் ஏதாவது செய்யாவிட்டால் இந்த காலித் தெருவில் இறந்து கிடக்க வேண்டியது தான் என்பது பத்மாவுக்குப் புரிந்தது.

அவளுக்கு ஒரு எண்ணம் உதித்தது.

பத்மா எவ்வளவு வேகத்தைக் கூட்ட முடியுமோ அவ்வளவு வேகமாக ஓடினாள், அதனால் விகோகோவும் தன்னுடைய குதிரையை வேகமாக ஓட்ட வேண்டியதாயிற்று. பத்மா சட்டென்று நின்றாள். குதிரை வேகம் குறையாமல் ஓடியது. அப்பொழுது தான் பத்மா என்ன செய்திருக்கிறாள் என்று விகோகோவுக்குப் புரிந்தது. பத்மா சிரமமாக மூச்சு வாங்கினாள். அவள் நெஞ்சம் விம்மியது. விகோகோ குதிரையைப் பிடிக்கத் தடுமாறினாள். பத்மாவின் பக்கம் திரும்ப நினைத்தாள். தன் மூச்சைச் சீராக்கிக் கொண்டு, பத்மா தன் கத்திகளை உருவினாள்.

இப்பொழுது அவர்கள் எதிரும் புதிருமாகச் சந்திக்கும் நேரம்.

குதிரை அவளை நோக்கி ஓடியது, பத்மா அதை நோக்கி ஓடினாள். பத்மா தன் ஓட்டத்தின் வேகத்தைப் பயன்படுத்திப் பாய்ந்தாள்.

அந்தரத்தில் தலைகுப்புறக் குதித்தாள். விகோகோவைக் குதிரையிலிருந்து தட்டிவிட்டாள். ஆனால் அதற்குள் விகோகோ தன்னுடைய வாளால் பத்மாவின் தோலைக் கிழித்தாள். விகோகோ தரையில் நிலகுலைந்தாள். குதிரை தன்னிச்சையாக ஓடியது. பத்மா சிரித்தபடி அதன் மீது அமர்ந்தாள். அவள் ரத்ரியின் வீட்டிற்குப் பயணத்தைத் தொடங்கினாள். விகோகோ நிதானமாகத் தன் குதிரையை பத்மா ஓட்டிச் செல்வதைப் பார்த்தபடி நின்றாள். அவள் அதைப் பின்தொடரவில்லை. அவள் கையில் வாள் இன்னமும் இருந்தது, முகத்தில் தாக்குதலுக்கான கோபம் இருந்தது.

பத்மா தன் மேல் பகுதியில் பட்ட காயம் ஆழமானது என்பதை உணர்ந்தாள். ரத்ரியின் வீட்டை அவள் அடைவதற்குள் நிறைய ரத்தம் இழந்திருந்தாள். அவள் குதிரையை நிறுத்தவே இல்லை, விகோகோ தொடருவாளோ என்ற அச்சத்திலேயே அவள் வெகு தூரம் வந்துவிட்டாள் என்று தெரிந்தும் பயணித்துக் கொண்டே இருந்தாள். ரத்ரியின் வீட்டுக்கு முன்னால் பத்மா குதிரையிலிருந்து இறங்க முயற்சித்தாள், ஆனால் அவளுக்கு வலி கூடியது. அது சாதாரணமான குதிரை அல்ல. இறங்கிய பின் இரண்டடி நடப்பதற்குள் அவளுக்கு கால்கள் தொய்ய ஆரம்பித்தன. அவள் அப்படியே நிலத்தில் சரிந்தாள். அவள் கண்களை இமைத்தாள். அவள் கண்களை மூடுவதற்கு முன் அவள் பார்த்த காட்சி அவள் முன்னால் நின்ற பறவையைத் தான், அது ஒரு கிளி போல் தோன்றியது. அது உரக்கக் கிறீச்சிட்டது. கனவு போல் அவள் அதைத் துரத்த நினைத்தாள். ஆனால் அது நகரும் வழியாக இல்லை.

பிறகு அனைத்தின் மீதும் இருள் கவிந்தது.

பத்மா கண் விழித்தபோது அவளுடைய காயத்துக்குக் கட்டுப் போடப் பட்டிருந்தது. அவள் அணிந்திருந்த பொத்தான் போட்ட மேல் அங்கி நீக்கப் பட்டிருந்தது. அவள் எதிரில் ஒரு பூதாகாரமான மனிதன் பாலா என்ற பெயரில், கையில் சூப்போடு நின்றான். நூலகத்தின் அருகே அர்ஜன் என்ற பையன் நின்று கொண்டிருந்தான். அவன் அவளுடைய கடைசி சகோதரனை நினைவூட்டினான். பிறகு அந்தக் கிழவன், அவளுக்குத் துர்சொப்பனங்களை அளிப்பவன்.

"என்னுடைய ஆடைகளை களைந்தீர்களா?"

"மேலங்கி மட்டும் தான் பெண்ணே, புரிந்துகொள்" என்றான் கிழவன். "நீ மோசமான நிலையில் இருந்தாய்."

ஏன் அப்படி என்பது பத்மாவுக்கு நினைவுக்கு வந்தது. விகோகோவினால் தான் அந்த நிலைமை. அவளை உயிருடன்

விடக் கூடாது என்ற அவளின் தீர்மானமும் ஆற்றலும் அவளை அதிசயிக்க வைத்தது. பத்மாவுக்குத் தெரியும், அவள் விகோகோவை வெல்லவில்லை என்று. அவள் கற்று வைத்திருந்த கழைக் கூத்தாடி ஆற்றல் தான் அவளுக்கு உதவியது.

''நன்றி,'' பத்மா மெதுவாகச் சொன்னாள். ''நான் இறந்திருக்கலாம். இது...'' அவள் அர்ஜனைப் பார்த்தாள். ''ரத்ரிக்கு இது தெரியுமா?''

அர்ஜன் இல்லை என்பது போல் தலையசைத்து மறுத்தான். ''நீ ஒரு பழங்குடியுடன் சண்டையிட்டதை அவள் விரும்பமாட்டாள் என்று நினைத்தோம்.'' அவளுக்கு முன்னால் நடந்து வந்தான். வாசுகி அவளுக்குக் கொடுத்த குறிப்பை அவளிடம் தந்தான். அந்தக் காகிதத்தின் மேலே ஒரு பாம்புக் குறி இருந்தது. ''இன்று இரவு நீ ஏதோ பிரச்சனையில் மாட்டிக் கொண்டாய் என்று எங்களுக்குத் தெரியும், ஆனால் நாங்கள் உன் அந்தரங்கத்தில் குறுக்கிட விரும்பவில்லை.''

பத்மா பேசுவதற்கு முன் பாலா அனைவரையும் அமைதிப்படுத்தினான். ''சூப்பைக் குடி, இளம் பெண்ணே. அதற்குப் பிறகு உடம்பு கொஞ்சம் குணமாகும்.'' பத்மா தலையசைத்து ஏற்றுக் கொண்டாள், வாசுகியின் குறிப்பை விளக்கக் கொஞ்ச நேரம் எடுத்துக் கொண்டாள். ஏதாவது காரணம் கற்பிக்க வேண்டும். சூப்பை வாங்கிக் கொண்டு பாத்திரத்தின் விளிம்பில் வாய் வைத்து உறிஞ்சிக் குடித்தாள். ''என்னால் விளக்க முடியும்.''

''பெண்ணே, தயவு செய்து புரிந்துகொள், நீ வேண்டியதை விளக்கலாம், ஆனால் அவற்றைக் கேட்கும் நிலையில் நாங்கள் இப்பொழுது இல்லை,'' என்றான் க்ருபா. ''உன்னைப் போலவே நாங்களும் பொய்யர்கள் தான். நாங்கள் பழங்குடியினரை நிறுத்தவோ அரசியலை மாற்றவோ இங்கே வரவில்லை.''

''ரத்ரியிடம் ஏன் பொய் சொன்னீர்கள்?''

''மறைந்து கொள்ளத் தான்,'' என்று க்ருபா பதிலளித்தான். ''நீ ஒரு பழங்குடியினனுக்கு உதவ மறைந்து கொண்டது போலத் தான்.''

பத்மா மறுத்தாள், ''உங்களுக்குப் புரியவில்லை. நீங்கள் நினைப்பதை விட இக்கட்டானது. எனக்கு முடிக்க வேண்டிய ஒரு இலக்கு இருக்கு.''

''எங்களுக்கும் ஒரு கடமை இருக்கிறது,'' என்றான் அர்ஜன்.

பத்மா குடித்தபடியே கேட்டாள், ''நான் நினைக்கிறேன், உங்களுக்கு என் உதவி தேவை.''

''உதவி இல்லை,'' என்றான் அர்ஜன், அவள் மீது எறிந்த குறிப்பைக் கையில் எடுத்தபடி. ''இது எந்த இடம்? நான் நகரத்தின் வரைபடத்துடன் ஒப்பிட்டு பார்த்துவிட்டேன். இதை எங்கேயோ பார்த்திருக்கிறேன். இது எந்த இடம்? அதில் ஏதோ எழுதியிருக்கிறது, 'காளியின் குகை' என்று.''

பத்மா மூச்சை ஆழமாக விட்டாள். அவர்களுக்கு உதவும் எண்ணம் அவளுக்கு இல்லை. ஆனால் அவள் இப்பொழுது எந்த எஜமானனுக்கும்

வேலை செய்யவில்லை; அதாவது மானசாவுக்குத் தன் அண்ணனின் படுகொலை பற்றித் தெரியும் வரையில். ''அங்கே தான் அவனைக் குணப்படுத்திய மூலிகையை அவன் பதுக்கி வைத்திருக்கிறான்.''

''மூலிகை என்றா சொன்னாய்?'' க்ருபா களிப்புடன் சிரித்தான். பத்மா அவனிடம் உலக ரகசியங்களைப் பகிர்ந்து கொண்ட களிப்பில் இருந்தான். ''நன்றி, அவ்வளவுதான், மிக்க நன்றி.''

எதோ நடந்திருக்கிறது என்பதைப் பத்மா புரிந்து கொண்டாள். ''நீங்கள் இங்கே ஏன் வந்தீர்கள்?''

''அது உனக்குச் சம்பந்தமில்லாத விஷயம், பெண்ணே! நாங்கள் உன் விஷயத்தைப் பற்றி உன்னைக் கேட்டோமா?''

''உங்களுக்குப் புரிகிறதா?'' பத்மா கேட்டாள், ''நான் ரத்ரியை விட்டு விலகுவதாகத் தான் இருந்தேன்; அதனால் என்னைப் பற்றி நீங்கள் அவளிடம் போட்டுக் கொடுத்தாலும் அது என்னைப் பாதிக்காது. ஆனால் நான் கிளம்புவதற்கு முன் உங்களைப் பற்றிய சகல விஷயங்களை அவளிடம் சொல்லாமல் இருக்க மாட்டேன்.''

அர்ஜன் க்ருபாவைக் கோபமாகப் பார்த்தான், அவன் முட்டாள்தனமாக நடந்து கொண்டதற்காக. பிறகு பத்மாவை நேசத்துடன் பார்த்தான்.

''நாங்கள் என் அண்ணனை விடுவிக்க வந்திருக்கிறோம்.''

''வாயை மூடு தம்பி,'' என்றான் க்ருபா கோபமாக.

''இல்லை, நாம் அவள் உதவியைப் பயன்படுத்திக் கொள்ளலாம்,'' என்றான் அர்ஜன் எரிச்சலாக. ''அவளுக்கு இந்த நகரமும் அதில் உள்ள இடங்களும் அத்துப்படி. நம்மை விட நன்றாகத் தெரியும். அவள் நம்மை வழி நடத்தலாம்.''

''ஆமாம், அவள் தன் சூப்பைக் கூட சீக்கிரம் குடிக்கிறாள், தோழா,'' என்ற பாலா அவளிடம் இருந்து அந்தப் பாத்திரத்தை வாங்கிக் கொண்டான். ''பிரமாதம், சிறுமியே!''

க்ருபா தன்னுடைய கீழ்ப்படிதலுக்கான சம்மதத்தை முணுமுணுத்தான்.

''அண்ணனா? யாரு?''

''கல்கி.''

அவள் அந்தப் பெயரைக் கேள்விப்படவில்லை என்பதை அர்ஜன் புரிந்து கொண்டான்.

''அதனால்தான் நாங்கள் இங்கே இருக்கிறோம். இந்த இடம்,'' அந்தக் குறிப்பைச் சுட்டிக் காண்பித்தான், ''அவனைக் கண்டுபிடிக்கும் வழியாக அமையலாம்.''

''இந்த இடத்தின் விசேஷம் என்ன?'' என்றாள் பத்மா.

க்ருபா இடைமறித்தான். ''அதில் இருக்கும் ஒரு பொருளை வைத்து நாங்கள் குண்டு தயாரித்து, கல்கி அடைபட்டிருக்கும் சிறையைத் தகர்க்கப் போகிறோம்-போதுமா? சந்தோஷமா?''

பத்மாவுக்கு வெடிகுண்டுகள் இருப்பதைப் பற்றியே தெரியாது. தீப் பந்துகள் கேள்விப்பட்டிருக்கிறாள். வெடிகுண்டுகள் விநோதமானவை, அவற்றைச் செய்ய திறமையும் ஆற்றலும் அவசியம். இவர்கள் மூவரிடமும் இருப்பதாக பத்மா நம்பவில்லை. ஆனால் அவளுக்கு ஒரு எண்ணம் ஏற்பட்டது. ''குண்டுகளை யார் தயாரிப்பார்கள்?''

''நான்தான். என் குற்றத்தை ஒப்புக்கொள்கிறேன்,'' என்று க்ருபா தன் கையை உயர்த்திச் சொன்னான். அவன் தரையில் வேகமாக நடை பயின்றான். இவ்வளவு விஷயங்களும் அவளுக்குத் தெரிந்துவிட்டதே என்ற ஆதங்கமாகவும் இருக்கலாம்.

''இவனால் செய்ய முடியுமா, என்ன?''

''அவன் ஒரு ஆச்சாரியா,'' என்றான் அர்ஜன்.

''ஆச்சாரியர்கள் குருகுலத்தில் அல்லவா இருப்பார்கள்?''

''நான் அப்படிப்பட்டவன் இல்லை! போதுமா?'' என்று க்ருபா உறுமினான்.

அர்ஜன் பத்மாவின் அருகே குனிந்தான். அவள் கண்களை நேராகச் சந்தித்தான். ''நான் பொய் சொல்லவில்லை. அவன் அதில் தேர்ந்தவன். என்னை நம்பு.''

''சரி, நான் உங்களுக்குக் கிடங்குக்குள் செல்ல உதவுகிறேன். உங்களுக்குத் தேவையானவற்றை எடுத்துக் கொண்டு கிளம்புங்கள்.'' பத்மா இரு பக்கமும் விளையாடி தன் இலக்கை அடைய நினைத்தாள்.

''ஆனால் பதிலுக்கு எனக்கு ஏதாவது கைம்மாறு செய்ய வேண்டும்.''

க்ருபா நடப்பதை நிறுத்தினான். ''நீ சொல்வதைக் கேட்கலாம், பெண்ணே!''

''எனக்கும் இரண்டு வெடிகுண்டுகள் வேண்டும். எனக்கே எனக்கு.''

''அதை நீ எதற்குப் பயன்படுத்துவாய்?'' க்ருபா புருவங்களை உயர்த்தினான். ''அவை விளையாட்டுப் பொருட்கள் அல்ல என்பது புரிகிறதா, பெண்ணே? சரியான அளவில் பயன்படுத்தினால், ஒரு முழு இடத்தையே அழித்துவிடும்.''

பத்மா தன் புருவங்களை உயர்த்தினாள், கேலியாகப் பார்த்தாள், ஆனால் எதுவும் சொல்லாது வாய் மூடி இருந்தாள். ''அதனால்தான் அதைப் பயன்படுத்த வேண்டும்.''

65

தன்னுடைய இரண்டு நம்பிக்கைக்குகந்த காவலாளிகள் கோகோ மற்றும்
விகோகோ சூழ வாசுகியின் இறுதி ஊர்வலத்தைப் பார்வையிட்டான்
காளி. துக்கம் என்ற முகமூடிக்குப் பின்னால் அவனால் தன் சிரிப்பைக்
கட்டுப் படுத்த முடியவில்லை. இன்றும் அவன் கருப்பு வேஷ்டியை
அணிந்திருந்தான், மேல் அங்கி அவனுடைய செதுக்கிய உடலைப் பாதி
மூடியிருந்தது. கண்ணாடி முன்னால் நின்று கத்தியால் தன் தாடியைச்
சவரம் செய்து சீராக வைத்திருந்தான். அவனுடைய சொட்டை தலையில்
முடி ஆங்காங்கே முளைத்திருந்தது. அவனுக்குத் தான் குரூபி போல
இருப்பதாக எண்ணம், ஆனால் கோகோ அவன் அழகன் என்றான்.
அவன் அப்படி நினைக்கவில்லை. தோல் உரிந்து சீழ் கோத்த அவன்
முகத்தைப் பார்க்க அவனுக்கே அருவருப்பாக இருந்தது. அவன்
முகத்தில் தோல் தொங்கியது. அவனுக்கு அவனுடைய முடியின் கவர்ச்சி
மீது மிகுந்த ஈடுபாடு, ஆனால் இந்த உடல்நலக் குறைவால், அவன்
அந்தப் பெருமையையும் தியாகம் செய்ய வேண்டியிருந்தது.

இறுதிச் சடங்கு முடிந்துவிட்டது. குழுத் தலைவர்கள் அனைவரும்
வந்திருந்தனர். வேதாந்தாவுக்கு இன்னமும் காளியைப் பார்த்தால் பயம்.
ஏன் என்றால் காளிக்கு மாணவ் கண்களில் பயத்தைப் பார்ப்பதில் ஒரு
குதூகலம். குவேராவுக்கு ஒரு மகிழ்ச்சி, அதிக சந்தோஷம், அவன்
முகத்தில் புன்னகை பளிச்சிட்டது. அவர்களுடைய ரகசிய சந்திப்பில்
தான் ஊடுருவிய அந்த தினத்தைக் காளி நினைவு கூர்ந்தான்.

"உனக்கு என்ன வேண்டும்?" என்றான் வேதாந்தா.

"உனக்கு வேண்டிய அதே விஷயம் தான். எனக்குப் பின்னால்
வேலை பார்த்த அனைவரையும் முடிக்க வேண்டும். முதலில்
வாசுகியில் தொடங்க வேண்டும்." கல்கி பதிலை அப்படிச்

சொன்னாலும் அவனுடைய மறைந்திருந்த மிரட்டலை அவர்கள் புரிந்து கொள்ளவில்லை.

மற்றவர்களைப் பொறுத்தவரை, காளிக்கு மெதுவாகப் பைத்தியம் பிடித்துக் கொண்டிருக்கிறது. அவன் கண்களை இமைக்கும் நேரம் வரை கூடக் காத்திராமல் வாசுகியின் கதையை முடித்தது வேதாந்தாவுக்கும், குவேராவுக்கும் ஆச்சரியத்தை விளைவித்தது. வாசுகி தான் இந்த்ரகர்ரின் காவலுக்குப் பொறுப்பு. வாசுகியினால்தான் மொத்த நகரமும் சட்டங்களுக்கு உட்பட்டு அமைதிப் பூங்காவாகத் திகழ்ந்தது. ஆனால் யோசிக்காமல் அப்படியே அவனைக் கொலை செய்துவிட்டான் காளி.

காளிக்கு ஒரு கனவு உண்டு. பழங்குடியினர் அனைவரையும் ஒன்றாகத் திரட்டி, மாணவ்களுக்கு எதிரான ஒரு வலுவான படையாக அமைக்கவேண்டும் என்ற ஆதங்கம்தான். இருவருக்கும் இடையே நடந்த போரால்தான் கிராமம் எரிந்தது, அவனுடைய சகோதர சகோதரிகள் இறந்தனர். அவனுடைய பெற்றோர்கள் இறந்த பின் அவன்தான் தன்னுடைய மொத்த குடும்பத்தையும் பார்த்துக் கொண்டான். ஆனால் அவர்கள் அனைவரும் கொடூரமாக இறந்தனர். அது பரிதாபகரமான விஷயம். காளியால் அதை மறக்கவே முடியாத சம்பவம். இந்த இரண்டு பேரும் சண்டையிடவில்லை என்றால் மற்ற குடும்பங்களையாவது தன்னுடையது போல சின்னாபின்னமாகாமல் காப்பாற்றலாமே என்பதுதான் காளியின் ஆசை. அதனால்தான் அவன் சமாதானம் பேசினான்.

ஆனால் இப்பொழுது அந்தச் சமாதானம் வேலை செய்யவில்லை. அவன் நினைத்ததை விடக் கடினமானதாக இருந்தது. அவன் வேறு ஏதாவது செய்தாக வேண்டும். வன்முறை, குறைவான காலத்துக்கு தான் அவர்களைச் சேர்த்து ஒட்டவைக்கும். துருக்தியை எப்படிக் கேவலப்படுத்திவிட்டான் என்று யோசித்தான். அவன் செய்தது தவறாகவே இருக்கலாம், ஆனால் அப்போதைக்கு அதுதான் சரியான வழியாகப்பட்டது. அவளைச் சீர்படுத்த வேண்டுமானால் அதற்கான காரணங்கள் அவனிடம் இருந்தன. அவன் பெற்றோர்கள் வஞ்சிக்கப்பட்டதால் தான் இறந்தனர். அவனும் அந்த வழியில் சென்றுவிடுவானோ என்று அஞ்சினான். இளவர்தியைப் பொறுத்தவரை அசுராக்கள் அழிந்து போன ஒரு இனம்.

உங்கள் பாரம்பரியத்தைக் கண்டுபிடியுங்கள்.

அவன் அதைச் செய்தாக வேண்டும். அவன் அசுரா ராஜ்ஜியத்தின் மூலை முடுக்குகள் வரை சென்று அவர்களின் உண்மையான மொழி, மற்றும் அழிக்கப்பட்ட கலாச்சாரத்தைப் பற்றி அறிய வேண்டும். அவன் வந்தேறிகளின் வாரிசு, அதைத்தான் அவன் பெற்றோர்கள் செய்தார்கள், ஏன் என்றால் சொந்த பூமியிலிருந்து விரட்டப்பட்டனர். காளிக்கு அதைப் பற்றித் தெரிந்த விவரங்கள் குறைவு, அவன் அப்பொழுது

சிறுவனாக இருந்தான். அவன் தந்தை அவனுக்கு நிறைய கதைகள் சொல்லியிருக்கிறார்.

ஷம்பாலா கிராமத்து இளைஞனின் உயிரைக் காளி எடுப்பதற்குக் காரணம், துருக்தி மட்டுமல்ல, அவனை ஒரு உதாரணமாக ஆக்க வேண்டும். மரண தண்டனை அரியது, ஆனால் அந்தக் கிராமவாசி, முதல் காட்சிப் பொருளாக இருப்பான். விரல் சொடுக்கும் நேரத்தில் அதை அரங்கேற்றிவிடலாம். பயம் நகரத்தைக் கவ்வ வேண்டும். மூச்சுத் திணறி, மக்கள் அவனிடம் மண்டியிட வேண்டும். அப்படி நடக்க வைத்தால்தான் காளியால் அரசியல் கொலைகளையும், பிரிவினைகளையும் நிறுத்த முடியும். போலித்தனம் உயிருக்கு உலை வைக்கும். இப்பொழுது காளி கபடத்தின் வழி நடக்கிறான். ஆனால் அரசியல் கொலைகளுக்கு முற்றுப் புள்ளி வைக்கவேண்டுமானால் அவன் சில கடும் எடுத்துக்காட்டுகளை முன் வைக்க வேண்டும். வாசுகியின் கொலை தற்காப்பு என்றுதான் கொள்ள வேண்டும். அது காளியினுடைய ஆளுமை சார்ந்தது.

இறுதிச் சடங்குகள் முடிவடைந்தன. வாசுகியின் உடல் மற்றவர்களுடைய உடல்கள் போல எரிக்கப்படவில்லை. ஆனால் பொற்காசுகள், ஆபரணங்கள் மற்றும் நாக சிலையுடன் மண்ணில் புதைக்கப்பட்டது. அவன் நாகாக்களின் சடங்குகளைப்பற்றிக் கேள்விப்பட்டிருக்கிறான். அவர்கள் மறுபிறப்பில் நம்பிக்கை உள்ளவர்கள்.

காளிக்கு இந்த அபத்தங்களில் நம்பிக்கை இல்லை. இருப்பது ஒரு ஜன்மம், அதை நிறைவாக வாழ வேண்டும் என்று காளி நினைத்தான்.

மானசா கண்களில் நீர் வழிய அவர்களைப் பார்த்தாள். அவளுடைய முடமான கை உதறியது, ஏனோ இந்த துக்கத்தை ஏற்க முடியாதது போலத் துடித்தது. அவள் விருட்டென்று அங்கிருந்து நகர்ந்தாள்.

ஒரு வார்த்தையும் பேசவில்லை; வார்த்தைகளுக்குத் தடையுண்டு, செயலுக்கு இல்லை.

காளி அவள் விலகிச்செல்வதைப் பார்த்தான். அவள் சென்றதும் குவேராதான் முதலில் குதித்தான். ''அவள் பெரும் பிரச்சனையாக மாறுவாள் தளபதியே. அவள் கோபமாக இருக்கிறாள். அதனால் கண்டபடி செயலில் இறங்குவாள். அவளை நீங்கள் கொலை செய்யவேண்டும், அல்லது அவளை எங்களிடம் விட்டுவிடுங்கள்.''

காளி குவேராவையே பார்த்தான். அவன் எப்பொழுதுமே ஒரு நெருடல் தான். ''நான் அவளிடம் பேசுகிறேன்,'' என்றான் காளி.

''பேசுவதால் என்ன பயன்?'' என்றான் வேதாந்தா சற்றே குழப்பத்துடன். ''நாம் குவேரா செய்ததைத் தான் முடிக்க வேண்டும்.''

''அவளைக் கொன்றால் நாகாக்கள் கலவரம் செய்வார்கள். நம் நகரத்தில் அவர்கள் முக்கிய பங்கு வகிக்கிறார்கள். அசட்டுத்தனம் உங்கள் மூளையை ஆக்கிரமிக்க அனுமதிக்காதீர்கள். அது பலவீனமான

368

மூளைகளைத் தாக்கும் வல்லமை கொண்டது.'' காளி முகம் சுளித்தபடி நகர்ந்தான். மற்றவர்கள அதிர்ச்சியில் ஆழ்ந்தனர்.

அவன் ஏதாவது செய்யவேண்டும் என்பதை அறிவான்.

ஆனால் அதற்கு அவன் பொறுத்திருக்கவேண்டும்.

அவன் தன்னுடைய புத்தக அறையில் அசுராக்களைப் பற்றிய ஆராய்ச்சியைத் தொடர்ந்து கொண்டிருந்தான். புத்தகங்களைப் புரட்டினான். நூலகத்திலிருந்து நிறைய வரலாற்றுப் புத்தகங்களைத் தருவித்திருந்தான். அந்தக் காலத்து சமூகத்தைப் பற்றி அறிந்து கொள்ள எடுத்துக் கொண்ட முயற்சிகள் பலனளிக்கவில்லை. ஆழமாகவோ, அதிகமாகவோ அறிந்து கொள்ள முடியவில்லை. இருந்த குறிப்புகள் அனைத்தும் கேள்விப்பட்டதோ, அல்லது போகிற போக்கில் குறிக்கப்பட்டவையாகவோ தான் இருந்தன. அவனுக்கு ஏமாற்றம் தான் மிஞ்சியது. சிலர் அசுராக்கள் தீய சக்திகள் என்று சொல்லியிருந்தனர், சிலர் அவர்கள் நரகத்திலிருந்து வந்த சாத்தான்கள் என்றனர். ஆனால் இது எதுவுமே உண்மை அல்ல.

குப்பியிலிருந்து சோமா ரசத்தை ஒரே விழுங்கில் குடித்தான். முதலில் அதில் எந்தச் சுவையும் இல்லை. ஆனால் மெதுவாக உள்ளில் இருந்து அவன் தோலில் ஒரு இளம் சூடு பரவியது. அவனுக்கு அது இதமாக இருந்தது.

அவன் கையில் பிடித்துக் கொண்டிருந்த புத்தகம் மாறத் தொடங்கியது. பக்கங்கள் வேகமாகப் புரண்டன. அவை அவன் முகத்தில் அடித்தது போல் இருந்தன. புத்தகங்களின் பக்கங்கள் வடிவங்களை மாற்றிக் கொள்ள ஆரம்பித்தன. ஆனால் அவை என்ன என்று முதலில் அவனுக்குப் புரிபடவில்லை. பிறகுதான் புரிந்தது பக்கத்தின் வடிவம் ஒரு மனிதனின் முகம் போல் தோற்றம் அளித்தது.

''உன் பாரம்பரியத்தைத் தேடு,'' என்று அது காளியிடம் கூறியது. ''அவற்றைத் துறந்து விடாதே; அவை தான் உன்னுடைய விடிவுக்கு உன்னை அழைத்துச் செல்லும்.''

அவன் புத்தகத்தைத் தரையில் வீசி எறிந்தான். இது அவன் கைகளை மீறிய விஷயமாக மாறிக் கொண்டிருந்தது. வியர்வைத் துளிகள் அவன் முகத்தில் மின்னின. வேறு வழி இன்றி அந்தக் குரல்களுக்குச் செவி சாய்த்தான். அவனுக்குள் என்னதான் நடக்கிறது? ஏன் அவனுக்குப் பைத்தியம் பிடித்தது போல இருந்தது? அவன் பித்தன் போல நடந்து கொள்வதை நிறுத்த வேண்டும்.

விடிவுகாலமா? அந்தக் குரல்கள் எந்த விடியலைப் பற்றிப் பேசுகின்றன?

காளி புத்தகத்தின் அருகே நடந்து சென்று அதைக் கையில் எடுத்தான். அது இப்பொழுது சாதாரணமாகத் தான் தெரிந்தது. அதிலிருந்து எந்த முகமும் அவனுடன் உரையாடவில்லை. அது அப்படியே தான் இருந்தது. காளி பெருமூச்சு விட்டபடி, புத்தகத்தை மூடிவிட்டு, வழிந்த வியர்வையைத் துடைத்தான்.

அப்பொழுது யாரோ கதவத் தட்டினார்கள். உள்ளே வரும்படி உத்தரவிட்டான் காளி. கோகோ, பரிச்சயமான அந்த உருவத்தை உள்ளே அனுப்பினான்.

அது மானசாவே தான்.

அவளுடைய பளபளக்கும் உடைகள், முடமான கை சகிதம் அமைதியாக நின்றாள். காளி மேசையின் அந்தப் பக்கம் நடந்து வைக்கோல் நாற்காலியில் அமர்ந்தான். அவனுடைய விரல்கள் நெற்றியைத் தாளமிட்டன.

''நீ என்னை அழைத்திருந்தாய்.'' மானசாவின் குரல் கத்தியைப் போல கூர்மையாகவும், உணர்வற்றும் இருந்தது.

''ஆமாம், கூப்பிட்டேன்,'' என்ற காளி, ''அமர்ந்து கொள்,'' என்றான்.

மனாசா தன்னையே வலுக் கட்டாயப் படுத்திக் கொண்டது போல அமர்ந்தாள். அவளுடைய ஒவ்வொரு அசைவிலும் அவளுடைய விருப்பமின்மை தெரிந்தது.

''நீ நகரத்தை விட்டுக் சென்றுவிடும் திட்டம் பற்றி யோசிக்கவில்லை என்று நம்புகிறேன்.''

மானசா உடனே பதில் அளிக்கவில்லை. அவள் மௌனமாக இருந்துவிட்டு மெதுவாகச் சிரித்தபடி தலையாட்டினாள். அவள் சிரிப்பிலும் ஒரு கோபம் தெரிந்தது. ''உனக்குத் தெரியுமா, என் தம்பியும், என் அப்பாவைப் போலவே கொலை செய்யப்பட்டான். வஞ்சனை. கழுத்து வெட்டிச் செத்தான். அதே செயல் முறை தான் கையாளப் பட்டிருக்கிறது.''

காளி தலையசைத்தபடி தன் வருத்தத்தைத் தெரிவித்தான். அவன் ஆழ்ந்த மன்னிப்பையும் தெரிவிக்கிறான் என்று மானசா புரிந்து கொள்வாள் என்று நினைத்தான். ''நான் உன் தந்தையைப் பற்றிக் கேள்விப்பட்டிருக்கிறேன். அவர் சிறந்த மனிதர்.''

''நான் இந்த நகரத்தை விட்டு செல்வதாக இல்லை, அன்பே,'' என்றாள். அவனைக் கூர்ந்து பார்த்தாள். அவள் கண்களில் ஒரு வெறுப்பும், சோகமும் தெரிந்தது. ''நான் அவசியம் தேவைப்படுகிற இந்த இடத்தை விட்டு அகலுவதாக இல்லை. வாசுகியும் அதைத்தான் விரும்புவான் என்று எனக்குத் தெரியும்.''

அவளுக்குள் ஏதோ மறைவான ஒரு உறுதி உருவாவது போல் இருந்தது. காளியால் அதை உணர முடிந்தது. அவள் திட்டமிட்டுச் செயல்படுபவள். ''வாசுகிக்கு யார் இதைச் செய்திருப்பார்கள் என்று

என்னால் ஊகிக்க முடியவில்லை.''

''ஓ! யாரெல்லாம் இதில் இணைந்திருக்கிறார்கள் என்பதை நான் நன்றாக அறிவேன்.'' அவள் காளியின் மீது செலுத்திய பார்வையின் கூர்மையில் ஒரு எண்ண ஓட்டமும் தென்பட்டது. ''உன் உடல் நலம் எப்படி இருக்கிறது? நீ திடீரென்று பிரமாதமாக இருக்கிறாய்? சிலர் இதை அற்புதம் என்றே கருதலாம், ஏன் என்றால் நீ பல நாட்கள் நோயின் பிடியில் தளர்ந்து போய் இருந்தாய்.''

''துருக்தி எனக்கு உதவினாள்.'' துருக்தியின் நினைவு கொடுத்த இறுக்கத்தில் காளியின் உதடுகள் இறுகி மடங்கின. அவன் அவளிடம் மன்னிப்புக் கேட்க மறந்துவிட்டான். அவன் மீது அவள் அடங்காக் கோபத்தில் இருப்பாள். இந்தக் கழிசடை சந்திப்பு முடிந்தவுடன் அவளிடம் மன்னிப்புக் கேட்க வேண்டும் என்று நினைத்தான். ''வாசுகி என்னைப் பார்க்க வந்திருந்தான்.''

''அவன் உன்னை அச்சுறுத்தினான் என்று எனக்குத் தெரியும், காளி,'' என்றாள் அவனை மரியாதையின்றி பெயர் சொல்லி விளித்தாள். அவள் மேல்பூச்சு எதுவுமின்றி முகத்தில் அடித்த பாவனையில் பேசினாள். ஒரு விதத்தில் காளிக்கு மகிழ்வு தான். அவள் உண்மையாக இருந்தாள். ''உன்னை யாரோ நாகா, அதற்குப் பிறகு தாக்கியிருக்கிறான். ஆனால் அது நாங்கள் இல்லை. வாசுகியின் கொலையில் உனக்கும் சம்பந்தம் இருக்கிறது என்று எப்படியாவது எனக்குத் தெரியவந்தால் நான் உன்னை உயிருடன் தோல் உரிப்பேன். நீ எனக்கு ஒரு பெருத்த ஏமாற்றம்.''

காளி ஆமோதித்தான். ''நீ தீர்மானமாகக் கண்டு பிடிப்பாய். உன் விசாரணையில் கோகோவையும் விகோகோவையும் கூடப் பயன் படுத்திக் கொள்ளலாம். அவர்கள் உனக்கு உதவுவார்கள்.''

''அன்பே, ஏற்கனவே என் பணியில் இருக்கும் ஆட்களை அனுப்பிவிட்டேன். யார் என்று கண்டுபிடிக்கச் சொல்லியிருக்கேன். என் நலனில் நீ அக்கறை கொள்ள வேண்டாம்.'' அவள் என்னவோ காளியின் நலத்தில் குறி வைப்பதைப் போலப் பேசினாள். காளிக்கு அழுத்தமும் மனவலியும் விரைவிலேயே அளிக்கப்போகிறவள் போல் தென்பட்டாள்.

''நல்லது,'' என்று காளி இருமினான். அவன் தொண்டையில் ஏதோ சிக்கிக் கொண்டது போல இருந்தது. ஒருவேளை, சோமாவின் பின் விளைவுகளாக இருக்கலாம். அவன் வாயில் ஒரு வினோத சுவையுடன் இருமலும் பற்றிக் கொள்ளும். குடலே வெளியே வரும்படி இருமியபின் தானாக நின்றுவிடும்.

''நான் உன்னை இங்கே அழைத்ததன் காரணம், நம் நகரத்தில் நடக்கப் போகும் வழக்கைப் பற்றிப் பேசத்தான். வாசுகி நீதிபதிகள் குழுவில் இருந்தான். அவன் இறந்துவிட்டதால், உனக்கு அந்தப் பொறுப்பைக் கொடுக்கலாம் என்று நினைக்கிறேன்.''

அவளிடம் ஏதாவது எதிர்பார்க்கிறானா என்ற எண்ணத்தில் மானசா

காளியைக் கவனித்தாள். காளி முகத்தில் எந்த உணர்ச்சியும் இல்லை. அவன் ஏதாவது உணர்ச்சியைக் காட்டினால் அது இந்தப் பாம்பின் சந்தேகத்தையும், வெறுப்பையும் தான் சம்பாதிக்கும் என்று அவனுக்குத் தெரியும். நிர்வாகத்தின் சுமுகமான செயல் பாட்டுக்கு மானசா அவசியம், ஆனால் ஒரு சிறிய காரணத்துக்காகக் கூட அவள் கத்தியால் இவன் முதுகில் குத்த அஞ்சமாட்டாள் என்று காளிக்கு தெரியும். அவள் இன்னமும் அவனுக்கு அவசியம் என்பதைப் போல பாசாங்கு செய்யவேண்டும். அவளைச் சமாதானப் படுத்தும் எண்ணம் காளிக்குக் கொஞ்சம் கூட இல்லை. அவள் அரசாங்கத்திற்குத் தேவை என்பது போன்ற மரியாதையை அவளுக்கு அளிக்க வேண்டும்.

''நீ எடுக்கப் போகும் தீர்மானத்திற்கு நான் உதவ வேண்டுமா?''

''நியாயப்படி, குழுதான் தீர்மானம் பிறப்பிக்கும். ஆனால் நாம் அதை ஏற்றுக்கொள்ளலாம் அல்லது மறுக்கலாம்.''

''குறிப்பாக யாரை விசாரணைக்கு எடுத்துக் கொள்ளப் போகிறோம்?''

காளி தோள் குலுக்கி எதோ தனக்கு அதில் பெரும் அக்கறை இல்லாதது போல் காண்பித்துக் கொண்டு, ''முக்கியமாக யாரும் இல்லை. சாமானியர்கள் தான். அது கசையடியோ, சூடு போடுவதோ எதுவாக இருப்பினும் எந்தத் தண்டனை என்பதை நாம் தீர்மானிக்க வேண்டும். நிறைய வழக்குகள் ஒரே நாளில் விசாரணைக்கு வரலாம். சாதாரணமான விஷயம் தான். வர விருப்பம் இல்லை என்றால் நீ வர வேண்டாம்.''

மானசா தலையசைத்தாள், ''நகரத்தின் செயல்களில் பங்கேற்பது எப்பொழுதுமே மகிழ்ச்சியானது தான்.''

இது காளிக்கு ஆச்சரியத்தைக் கொடுத்தாலும் அவன் அதை வெளிக் காண்பிக்கவில்லை. உணர்சிகளற்ற மரக்கட்டை போன்ற முகம், கண்கள் குரூரமாக அவளையே நோக்கின.

''வாசுகி இறந்துவிட்டதால் நான் அதிகாரத்தை மேற்கொள்வதாக ஒரு கடிதம் அனுப்ப இருக்கிறேன். உன்னுடைய எதோ ஒரு சாதாரண வழக்கின் நீதிபதியாக இல்லாமல் நகரத்து நாகாக்களின் தலைமைப் பொறுப்பை ஏற்கப் போகிறேன். நான் தனிப்பட்ட முறையில் பாதுகாவலர்களின் எண்ணிக்கையை அதிகரிக்கப் போகிறேன்; மறுபடியும் இப்படி ஒரு சம்பவம் நடக்காமல் தவிர்க்கப் போகிறேன். குறைந்தபட்சம் என் மக்களுக்காவது இப்படி நடக்கக் கூடாது.''

மானசா எழுந்தாள். குரல் கிசுகிசுப்பாகக் கேட்டது. ''நீ தப்பான கரடியைச் சீண்டிவிட்டாய், காளி. இனி உன்னைச் சுற்றி எரியப் போகும் நகரத்தைப் பார், என் அன்பே.'' பேசியபடியே கதவை அறைந்து சாத்திவிட்டுச் சென்றாள். அதன் பிறகு அறையில் ஆழ்ந்த மௌனம் சூழ்ந்தது.

காளி தன் நாற்காலியில் அமர்ந்திருந்தான். அவன் தவறானதை நிஜமாகவே சீண்டிவிட்டனா? ஆனாலும் அவனைச் சுற்றி போட்டி

இல்லாமலா போகும்? அவன் செயல்களினால் ஒரு பிரச்சனை உருவாகாவிட்டால் அதில் என்ன சுவாரஸ்யம் இருக்கும்? அவள் வழிக்கு வருவாள். ஆனால் அவள் பழைய நிலைக்குத் திரும்ப மாட்டாள். காளி அவளை இரும்புப் பிடியில் வைத்திருப்பான். எதிர்ப்பை எப்படி அடக்குவது என்பதை அவன் ஆலோசிக்கவேண்டும்.

எதிர்ப்பு என்றால் மொத்த குழுவும்தான், அவனைத் தவிர.

66

இனி தன்னை யாராலும் ஆச்சரியத்திற்கு உட்படுத்த முடியாது என்று அர்ஜன் கருதினான். அவன் அனைத்தையும் பார்த்து விட்டதாகவும், சுருண்டு மீளாத் துயிலில் கிடக்க வேண்டும் என்றும் நினைத்தான்.

ரத்ரி வீட்டில் ஒரு அறையில் அவர்கள் கூடியிருந்தார்கள். முடிந்தவரை மறைத்துக் கொண்டு மெழுகுவத்தியின் மெல்லிய வெளிச்சத்தில் அமர்ந்திருந்தனர். அர்ஜன் ஒரு மூலையில் விரல்களை இடுப்பில் வைத்தபடி நின்றிருந்தான். அரிவாள் அவன் இடுப்புக் கயிற்றில் தொங்கிக் கொண்டிருந்தது. அது எளிதாக இருக்காது என்று தெரிந்தாலும் திரும்பவும் ராக்ஷஸ்களுடன் போரிடுவதைப் பற்றி நினைத்தால் மலைப்பாக இருந்தது. அவர்கள் என்னவெல்லாம் செய்யக் கூடியவர்கள் என்பதை உணர்ந்திருந்தான். கொடூரமான, ரத்தம் வழிந்த ஷம்பாலாவின் மண்ணை நினைத்துப் பார்த்தால், அவனுக்கு எலும்பு வரை உலுக்கியது.

''நமக்கு இன்னும் அதிகமான நபர்களின் உதவி தேவை,'' என்றாள் பத்மா. அவள் பேச்சு வித்தியாசமாக இருந்தது. அவள் பேசிய முறையும் சரி, உபயோகித்த வார்த்தைகளும் சரி, ஒரு வித்தியாசம் தெரிந்தது. அவள் அர்ஜனுக்கு அவ்வளவாகப் பழக்கமற்ற வட்டார வழக்கை உபயோகித்தாள். ராக்ஷஸ் பேசுவது அவனுக்குத் தெற்கை நினை வூட்டியது. ஆனால் அவர்களுக்கு ஒரு ஆழமான உச்சரிப்பு இருந்தது.

''அதை ரகசியாமாகச் செய்தால் என்ன?'' என்று பாலா வினவினான்.

''ரகசியம் உதவாது,'' என்று பத்மா தலையசைத்து மறுத்தாள். கிடங்கைச் சுற்றி அவள் வரைந்திருந்ததைக் காண்பித்தாள்.

அவள் அவசரமாக வரைந்திருந்தாலும், நேர்த்தியாகச் செய்ததைப் பார்த்து அர்ஜன் வியந்தான். அவள் கைகளுக்கும் நல்ல பக்குவம் இருந்தன என்று நினைத்தான். ஆனால் வரவர அந்தப் பெண் என்ன செய்தாலும் அது அர்ஜனுக்குத் தனிச் சிறப்பாகத் தான் தோன்றியது என்பதை அவனே உணர்ந்தான்.

வரைபடம் கிடங்கின் இருப்பைத் தெளிவாகக் காட்டியது. சிறையைப் போலவே அதுவும் அனைத்துப் பக்கமும் மூடப்பட்டிருந்தது. மேலே கூரை இல்லாமல் வளைவுகள் இருந்ததால் நாள் முழுவதும் காவலாளிகள் கண்காணித்தனர். உள்ளுக்குள்ளே குவிந்த மாடம் இருந்ததாகவும் அதன் உள்ளே சோமா இருக்கலாம் என்றும் பத்மாவிடமும், அர்ஜனிடமும், ஷூகோ சொல்லியிருந்தது.

''முக்கால் வாசி அங்கு தான் அது மறைத்து வைக்கப் பட்டிருக்கிறது என்றே கொள்வோம். அப்படியானால் நாம் அந்த இடத்தை நன்கு தேடிப்பார்க்க வேண்டும். அதற்கு நிறைய ஆள் பலம் தேவை.''

''நாம் ரத்ரியிடம் கேட்கலாமே?'' என்றான் பாலா மறுபடியும்.

அர்ஜன் பாலாவைக் கூர்ந்து கவனித்தான். ரத்ரி என்ற பெயரைச் சொல்வதற்குள் பாலாவுக்கு முகம் சிவந்துவிட்டது. இது விந்தையாகப் பட்டது. அர்ஜன் பலமுறை பாலாவும் ரத்ரியும் பேசிக் கொண்டதைப் பார்த்திருக்கிறான். பாலா காதல் வயப்படும் ஆளாகவே அவனுக்குத் தோன்றியதில்லை. ஆனால் அர்ஜன் தனக்கு ஏற்பட்டிருக்கும் மாறுதல்களிலேயே நேரத்தைக் கழித்ததால், சுற்றி நடக்கும் சில்லறை விஷயங்களில் கவனத்தைச் செலுத்தவில்லை.

''நாம் அவளிடமிருந்து நிறைய மறைக்கிறோம், மக்களே,'' என்றான் பாலா.

''யாருக்கெல்லாம் குற்ற உணர்ச்சி, பாரேன்,'' என்று க்ருபா கண்களை உருட்டினான். ''வேறு யாருக்காவது அப்படித் தோன்றுகிறதா, இல்லை இவன் மட்டும்தான் இப்படிச் சுற்றுகிறானா?''

அர்ஜனும் ரத்ரியிடம் இதைச் சொல்லிவிடலாம் என்ற அபிப்பிராயத்தில் தான் இருந்தான், ஆனால் அதனால் என்ன பலன்? ஒன்றும் இல்லை. ''நீ என்ன பரிந்துரை செய்கிறாய்?'' என்று அர்ஜன் கேட்கும் போதே, பத்மா தன்னிடம் இருந்த ஒரு தங்கக் காசை எடுத்தாள். அது பழமையானதாக இருந்தது. அதன் விளிம்புகளைத் தடவியபடியே, அதை வைத்து விளையாடிக் கொண்டிருந்தாள் என்பதைக் கவனித்தான்.

''நாம் ஆட்களை வேலைக்கு அமர்த்தலாம்,'' என்றாள் பத்மா.

''அது யாராக இருக்கும், பெண்ணே?'' என்றான் க்ருபா. ''ராக்ஷஸ்களின் வலிமையை ஈடுகட்டும்படி நம்மால் யாரையும் கண்டுபிடிக்க முடியாது.''

பத்மா ஆமோதித்தாள், ''முடியாதுதான். ஆனால் அவர்களைப் பார்த்து அஞ்சாதவர்களைக் கண்டுபிடிக்கலாமே.'' அவள் சற்றே நிறுத்திவிட்டு ஆழ்ந்து மூச்சை வாங்கினாள். தன் சக்தி அனைத்தையும் கூட்டி மெதுவாக, ''மிலேச்சர்கள்,'' என்றாள்.

அர்ஜன் ஒரு நிமிடம் அங்கேயே உறைந்தான். அவன் கேட்டதைத் தான் அவள் சொன்னாளா என்ற சந்தேகம் எழுந்தது. அவன் க்ருபாவைப் பார்த்தான், அவனும் அதே அதிர்ச்சியில் விழித்தான். பாலா தலையாட்டி

தோள் குலுக்கி தரையில் அமர்ந்தான். தன் வாழநாளில் இனி ஒருமுறை மிலேச்சர்கள் பற்றிய பேச்சு எழும்பும் என்று அர்ஜன் நினைக்கவே இல்லை.

''ச ச! இதைத்தவிர என்னவாக வேண்டுமானாலும் இருக்கலாம்.'' அர்ஜன் மிரட்டலாக க்ருபாவைப் பார்த்தான். ''சோமாவிலிருந்து அஸ்த்ராக்கள் செய்வதைத் தவிர உன்னிடம் வேறு எந்தத் திட்டமும் இல்லையா?''

''வேறு எந்த நல்லத் திட்டமும் இல்லை, நண்பா.'' க்ருபா யோசனையுடன் பேசினான்.

''இது சரியான வழியில் போவதாகத் தெரியவில்லை,'' என்றபடி அர்ஜன் பாலாவுடன் அமர்ந்தான்.

பத்மா அவனை நம்ப முடியாத வியப்பில் பார்த்தபடி கேட்டாள், ''மிலேச்சர்களுடன் உனக்கு என்ன விரோதம்?''

''அந்த கேடுகெட்டவர்கள், எங்களைத் தாக்கினர்!'' என்றான் பாலா. ''அவர்கள் அர்ஜனின் தந்தையைக் கொன்றவர்கள்!''

பத்மாவின் கண்களில் துளிக்கூட வருத்தம் இல்லை. ''ஆமாம், என் சகோதரர்கள் கொல்லப்பட்டனர். நானும் அதற்குப் பழி தீர்க்கப் பாடுபடுகிறேன். இப்போது இங்கே மாட்டிக் கொண்டு அவஸ்தைப்படுகிறேன் பாருங்கள். கோழைகள் கூட்டம்...துக்கத்தையும் அபிப்பிராயத்தையும் தூக்கி எறிந்துவிட்டு வேலை செய்யத் தயங்கும் கோழைகள் கூட்டம்.''

அவள் அர்ஜனைக் கவனமாகப் பார்த்துக் கொண்டே அவன் முன் மண்டியிட்டாள், அவன் கைகளைப் பற்றிக் கொண்டாள். ''உனக்கு மிலேச்சர்களைப் பற்றிய கவலை உண்டு என்பது எனக்குப் புரிகிறது. அவர்கள் நல்லவர்கள் இல்லை என்பதை நானும் ஒப்புக் கொள்கிறேன்; ஆனால் நம் பக்கத்தில் நின்று தோள் கொடுக்க நமக்கு இப்பொழுது நல்லவர்கள் தேவை இல்லை. தீயவர்களை அழிக்க தீயவர்கள் தான் வேண்டும்.''

''இந்த மிலேச்சர்களை எங்கிருந்து கண்டு பிடிக்கப் போகிறாய்?''

''சாராய விடுதிகள், அங்கேதான் குடித்துவிட்டுச் சுற்றிக் கொண்டிருப்பார்கள்.'' அவள் விளையாடிக் கொண்டிருந்த தங்கக் காசைக் காண்பித்தாள், ''நாம் இதைப் பழைய பொருட்கள் வாங்கும் கடையில் நல்ல விலைக்கு விற்று விட்டு அந்த பணத்தைக் கொண்டு மிலேச்சர்களை வாடகைக்கு எடுக்கலாம்.''

அர்ஜன் ஒரு நிமிடம் யோசித்தான். இதைத் தவிர்த்து வேறு என்ன வழிகள் இருக்கின்றன என்பதை நினைத்துப் பார்த்தான். அவனுக்கு இந்தத் திட்டம் சுத்தமாகப் பிடிக்கவில்லை. ஆனால் வேறு எந்த வழியும் புலப்படவில்லை. அவன் திரும்பவும் நேராக சிறைக்குள் செல்வதைப் பற்றி யோசித்தால் நாகாக்கள் அவனைக் கொன்று விடுவார்கள். சென்ற

முறையே அவர்கள் கொடுமையாகத் தான் தாக்கினார்கள், அடிபட்ட கணுக்கால் இன்னமும் வலியைக் கொடுத்தது.

அவன் முகத்தில் இருந்த வடு எரிந்தது. கேஷவ் நந்த் அதை வெட்டியது இன்னமும் நினைவில் நின்றது. அவனால் வலியைத் தாங்க முடியுமா என்ற விஷப் பரீட்சையாக அது அமைந்தது. அப்பொழுது தோன்றியது, அப்படிப்பட்ட ஆள் ஒருவன் தன் அணிக்குத் தேவை என்று. ராக்ஷஸ்கள், மிலேச்சர்களைப் போலவே தான், பழி பாவத்துக்கு அஞ்சாதவர்கள்.

''சரி,'' என்று அர்ஜன் தலையசைத்தான்.

அர்ஜன் சாராய விடுதிக்குள் நுழைந்த உடனேயே மிலேச்சர்களைப் தூரத்தில் பார்த்து விட்டான். அவன் நினைத்தது போல விடுதி, மதிரா சாலிஸ் போல் மட்டமான இடமாக இல்லை. சாராயத்தை கலக்கும் மேடை மீது அர்ஜனின் கண்கள் சென்றன. அது ஆச்சரியத்தைத் தரும் இடமாக இல்லைதான். ஆனால் வியப்பைத் தந்த விஷயம், சாராயத்தைக் கலந்தது ஒரு கந்தர்வ். கந்தர்வ்கள் வெள்ளைத்தோல் கொண்டவர்கள், வெளிர் நீலக் கண்கள் கொண்டவர்கள். நீளமான கூர் மூக்குடைய முகங்கள். அவர்கள் மன்னர்களுடைய கைப்பாவைகள். மன்னர்களைச் சரியாகக் கவனித்து மகிழ்விப்பார்கள். வரலாற்றுக் குறிப்புகளின்படி ஆதி கந்தர்வ்கள் இந்திரக் கடவுளுக்குப் பணிவிடை செய்து கொடுப்பவர்கள்.

மதிமயக்கும் அப்சரஸ்கள் நடந்து கொண்டிருந்ததை அர்ஜன் பார்த்தான். ஆண்களையும், பெண்களையும் மயக்கிக் கொண்டிருந்தனர், அப்சரஸ்கள். அவர்கள் கந்தர்வ்களைப் போல இருந்தாலும் மேலும் அழகாக இருந்தனர். அவன் முகத்தைத் திருப்பிக் கொண்டாலும் அவர்கள் அவனைச் சூழ்ந்து கொண்டனர். அவன் அவர்களை நிராகரித்தான். அவர்கள் மிகவும் சிறுபான்மையினர் என்பதால் அவர்களுக்குக் குரல் கொடுக்க யாரும் இல்லை. அவர்கள் மற்ற பழங்குடியினருடன் வருடாவருடம் இருப்பிடத்தை மாற்றிக் கொண்டே இருப்பார்கள்.

''உனக்குப் பெண்களின் மேல் ஈர்ப்பு கிடையாதா?'' என்று பத்மா நக்கலாகச் சிரித்தபடி கேட்டாள். கோப்பைகளைக் கைகளில் ஏந்தியபடி, உரக்க திட்டியபடி, பச்சிஸி விளையாடிக் கொண்டிருந்த ஆண்களை நோக்கி நகர்ந்தாள் பத்மா. இந்த நினைவு அவனுக்கு வடுவாக மாறி அவன் எலும்புகளைச் சில்லென்றாக்கியது; அவன் பச்சிஸி விளையாடித் தோற்றும் கூட உயிருடன் தப்பினான்.

''இல்லை, எனக்குக் கிடையாது,'' என்றான் அர்ஜன்.

''அப்பொழுது ஆண்கள் மீதா? அது அரிது இல்லையா?''

அது ஏன் அரிது? ஷம்பாலாவிலேயே ஓரின விருப்பம் உண்டு.

ஆனால் அதை மக்களிடம் ஒப்புக் கொள்ளும் தைரியம் அவர்களிடம் கிடையாது. அர்ஜன் தன்னுடைய விருப்பத்தைப் பற்றி முன்னரே அறிந்திருந்தாலும், அதை உணர முயன்றது இல்லை. அவன் வரிசையாகத் திகிலூட்டும் சம்பவங்களிலேயே மாட்டிக் கொண்டு விட்டான்.

அர்ஜன் பின்னால் காத்துக் கொண்டிருந்தான், பத்மா மிலேச்சர்களை அடைந்துவிட்டாள். மிலேச்சர்கள் அவளைப் பார்த்த பிறகும் அவளைக் கண்டு கொள்ளவில்லை, அதனால் அவள் லேசாக இருமி அவர்கள் கவனத்தை ஈர்க்கப் பார்த்தாள்.

''உனக்கு என்ன வேண்டும், பெண்ணே?'' என்று ஒருவன் கேட்டான். அவனுக்கு அடர்த்தியான கருப்பு தாடி இருந்தது. ''எங்களுக்கு விருப்பம் இல்லை,'' என்றான்.

பத்மா ஏதும் பேசாமல் மேசை மீது காசுகள் கொண்ட பையை அலட்சியமாக எறிந்தாள். பணத்தைப் பார்த்ததும் அவர்கள் உறைந்தனர். சிலர் முகத்தைத் திருப்பிப் பார்த்தனர், அப்சரஸ்கள் கண்கள் மலர அமர்ந்திருந்தனர். பிரதான மனிதன் எழுந்தான். ''தத்தாத்ரேயா,'' என்று தன்னை அறிமுகப்படுத்திக் கொண்டே பத்மாவுடன் கை குலுக்கினான்.

''பத்மா, இது என் நண்பன் அர்ஜன்,'' என்றாள். தத்தாத்ரேயா முன்னால் நகர்ந்து கைகளை நீட்டி திரும்பவும், ''தத்தத்ரேயா'' என்றான். அர்ஜன் கைகளைக் குலுக்கவில்லை. அது அபத்தமான செயல் என்று தெரிந்தாலும் சும்மா இருந்தான். அவர்களுடன் நட்பாக இருக்க வேண்டும் என்று புரிந்தாலும் அவன் மனம் ஒப்பவில்லை.

''உன் பிரச்சனை என்ன, சிறுவனே?''

''அவனை விடு,'' என்றாள் பத்மா. ''உன்னைப் போன்றவர்களுடன் அவனுக்குச் சில முரட்டு அனுபவங்கள்.''

''எந்தக் கிராமம்?'' என்று கொடுமையாக இளித்தான். அவனைப் போன்றவர்களுடன் நல்ல அனுபவம் இல்லை என்பது அவனை பாதிக்கவில்லை. அவன் மீனைப் போலக் குடித்திருந்தான்.

''ஷம்பாலா.''

''ஐயோ!'' தத்தாத்ரேயா தலையை ஆட்டிக் கொண்டான். மேடையில் பத்மா கொடுத்திருந்த பையில் இருந்த காசுகளை அவனுடைய நண்பர்கள் எண்ணிக் கொண்டிருந்தனர். ''இங்கே ஒருவன் வந்திருந்தான்,'' என்றான், ''வயதானவன், கந்தலாகத் தெரிந்தான்; நண்பனுடன் வந்திருந்தான். எங்களை ஷம்பாலா கிராமத்தைத் தாக்கச் சொல்லி கேட்டான். நாங்கள் மறுத்து விட்டோம்.''

அர்ஜன் கண்களைச் சுருக்கினான். ஷம்பாலாவைத் தாக்கும் வயதானவனா?

''நீங்கள் செய்தீர்களா?'' என்றாள் பத்மா.

''இல்லை, கொடுத்த சொல்ப காசுக்கு அது நிறைய வேலை

வாங்கும் விஷயம். நாங்கள் எளிதான வேலையில் ரத்தம் சிந்திவிட்டுச் செல்பவர்கள்; ஆனால் நீ கொடுத்த பணத்துக்கு எங்களுக்கு எந்த பிரச்சனையும் இல்லை. நீங்கள் எங்களை இறக்கச் சொன்னாலும் செய்வோம், தேவி.''

''சிறப்பு! நீங்கள் அதைத் தான் செய்ய வேண்டியிருக்கும்.''

''வேலை எங்கே?''

''இங்கே தான், இந்த்ரகர்ரில்.''

தத்தாத்ரேயாவின் முகத்தில் ஒரு மாறுதல் தெரிந்தது. ''இங்கேயா, அது எங்கள் வேலை இல்லை, நாங்கள் செய்ய மாட்டோம்.'' தத்தாத்ரேயா தன் மொழியில் அவர்களிடம் ஏதோ சத்தம் போட்டான். தங்கத்தை மூட்டை கட்டிவிட்டு கிளம்பச் சொன்னான். ''பணம் ரொம்பக் குறைவு,'' என்றான்.

''ஏன் இங்கே வேலை பார்க்க மாட்டீர்கள்? என்ன பிரச்சனை?''

''இந்த்ரகர் எதிர்ப்புத் தெரிவிக்கும் நகரம். எங்களைப் பிடித்துவிட்டார்களானால் எங்களை வீடு வாசல் இல்லாமல் ஆக்கிவிடுவார்கள். நாங்கள் தப்பிக்கும் பொழுது எங்களுக்குப் போதிய செல்வம் வேண்டும்.''

பத்மா அர்ஜனைப் பார்த்துக் கிசுகிசுத்தாள், ''என்னிடம் வேறு பணம் இல்லை.'' அர்ஜனுக்குத் தெரியும் அவளிடம் பழம் பொற்காசுகள் நிறைய இருக்கின்றன என்று. ஆனால் அவள் அதைத் தனக்காகப் பத்திரப் படுத்திக் கொண்டாள் என்றும், ஏற்கனவே செலவழித்ததற்கு மேல் இதற்காக அவள் இனி செலவழிக்க மாட்டாள் என்றும் உணர்ந்தான். அர்ஜன் அவளைக் குற்றம் சொல்லவில்லை. அவள் அவனுக்கு உதவுகிறாள், அதனால் எதிர்பார்க்க முடியாது.

ஆனாலும் அவன் பணத்தைப் பற்றிக் கவலைப்படவில்லை, யாரோ ஒருவன் ஷம்பாலாவைத் தாக்கமுறட்பட்டான் என்று தத்தாத்ரேயா சொன்ன உடன் அது யார் என்பதை ஆலோசித்துக் கொண்டிருந்தான். அர்ஜனுக்குத் தெரியாத அதிகாரி வெறி பிடித்தவனாக இருக்கலாம். அவன் யார் என்ற சிந்தையில் உழன்று கொண்டிருக்கையில் அவன் முகத்தைச் சட்டென்று திருப்பி மேசைக்கு அடியில் மறைந்திருந்த பரிச்சயமான முகத்தைப் பார்த்தான், அர்ஜன். அது வேறு யாரும் இல்லை, குமார்தான் என்பதை உணர்ந்தான்.

குமார் தான் மாட்டிக் கொண்டான் என்பதை உணர்ந்தான். அவன் கூட்டத்தை விலக்கிக் கொண்டு, தன் சிறிய உருவத்தை நுழைத்து தப்பிக்கப் பார்த்தான். தன்னை நோக்கி வந்த ஒரு வண்டியைத் தவிர்க்க அர்ஜன் நகர்ந்தபோது, அவன் கணுக்காலில் வலி எடுத்தது. அவன் குமார் மீது குதித்தான். குமார் ஓடிக் கொண்டே இருந்தான். அவன் கால்களைப் பிடித்து அவனைச் சுவற்றில் கிடத்தி அவன் கண்களை நேரே சந்தித்தான்.

''நீ இங்கே என்ன செய்து கொண்டிருக்கிறாய்?''

''நீ இங்கே என்ன செய்கிறாய்?'' என்றான் குமார்.

''நீ என்னைப் பின் தொடர்கிறாய், ஏன்?''

குமார், ரத்ரியின் நன்றியுள்ள பணியாளன், தடுமாறினான். ''ரத்ரிக்கு நீங்கள் எல்லோரும் என்ன செய்கிறீர்கள் என்று தெரிந்துவிட்டது. அவள் உங்களைக் கண் காணிக்கச் சொல்லியிருக்காள்.''

ரத்ரிக்கு எல்லாம் தெரியுமா?

எப்படி?

''நீ உன் நண்பர்களுடன் நடத்தும் அவ்வளவு நீளமான சந்திப்புகளைப் பற்றிப் புரிந்து கொள்ளமுடியாத முட்டாள் இல்லை அவள். உன் நண்பனுக்கு வாயை மூடிக் கொண்டிருக்கும் சாமர்த்தியமும் இல்லை.''

பாலா.

அர்ஜன் அந்தக் கல் பாதையில் அமர்ந்து தலையில் அடித்துக் கொண்டான். ''அவளிடம் நான் மன்னிப்பு கேட்டேன் என்று சொல்.''

''அவளுக்கு உன்னுடைய மன்னிப்புத் தேவை இல்லை. சீரான திட்டம் தான் வேண்டும். உன்னிடம் அது இருக்கா? அந்தத் தடியன் ஏதோ குண்டு சம்பந்தப்பட்டது என்றான். அவள் பயந்துவிட்டாள். அவளைச் சமாதானப் படுத்த முயன்றான், ஆனால் அவனால் முடியவில்லை.''

பாலா அவர்களின் முதுகுக்குப் பின்னால் சென்று இந்த வேலை பார்த்திருப்பான் என்று அர்ஜனால் நம்ப முடியவில்லை. எதற்காக? ஒரு காதல் மயக்கத்திலா?

''நீ என்ன சொல்கிறாய்?''

''அவளால் உதவ முடியும்.'' குமார் அவன் தோள் தட்டி இளித்தான். ''உங்கள் முற்றுகையை அவள் பணம் கொடுத்து ஆதரிக்க விரும்புகிறாள். நீங்கள் இந்த கொள்ளையர்களுடன் எங்கே செல்ல விரும்பினாலும்!''

''அவள் ஏன் இதைச் செய்கிறாள்?''

''அவளுக்கு வேறு வழி இல்லை,'' என்றான் குமார். ''லக்ஷ்மிக்காக.''

கண்டிப்பாக!

பத்மாவும் வெளியே ஓடி வந்ததை அர்ஜன் கவனித்தான்; அர்ஜன் விடுதியிலிருந்து கோபமாக வெளியேறியதை அவள் பார்த்திருக்கலாம். குமாரைக் கண் முன்னே பார்த்த பத்மா தடுமாறினாள். அவள் எதுவும் பேசவில்லை, குமார் பத்மாவைப் பார்த்து முகம் சுளிப்பதைக் கவனித்தான்.

''நம் கோபங்களை எல்லாம் வேலை முடித்தபின் வைத்துக் கொள்ளலாம்,'' என்றான் அர்ஜன்.

''இப்பொழுது என்ன நடக்கின்றது?'' பத்மா கேட்டாள்.

அர்ஜன் அந்த இளம் யக்ஷாவைத் தட்டிக் கொடுத்தான்.''நமக்குத் தேவையான வங்கியை அவன் கண்டுபிடித்துக் கொடுத்திருக்கிறான்.''

67

கல்கி ஒரு புறம்போக்கு நிலத்தில் நின்றுகொண்டிருந்தான். திகில் சூழ்ந்தது, அது மஹாயுத்தம் நடந்த அதே இடம் போலத் தெரிந்தது: ஆளற்ற வயல் வெளிகள், அவற்றில் ரத்தம் சொட்டும் சடலங்கள், சிகப்பு ரத்தக் குட்டைகள், பாதி காய்ந்திருந்தது ரத்தம், மங்கலான புகை படிந்த வானம், உடைந்து சிதறிய ரதங்கள். பார்க்கவே கொடூரமாக இருந்தது, கல்கியின் சோகமும், வருத்தமும் அந்த பூமியில் கலந்தது. அது சோகத்தின் உறைவிடம் என்று அவன் கருதினான்.

''ஆசைகளுக்கு அதீத இடம் கொடுப்பதனால் தான் பல யுத்தங்கள் தொடங்குகின்றன,'' அவன் பின்னாலிருந்து ஒரு மென்மையான குரல் கேட்டது.

கல்கி திரும்பினான். வினோதமான மனிதன் கையில் குழலுடன், தலையில் மஞ்சள் நிறத் தலைப் பாகையுடன் தென்பட்டான். ஒரு ஓரத்தில் ஒரு மயில் இறகு ஒய்யாரமாகச் செருகப்பட்டிருந்தது. அவன் ஒயிலாக நடந்து வந்தான். அவன் உடலில் யுத்த காயங்களோ, வடுக்களோ இல்லை.

''இது என்ன?'' கல்கி கோவிந்தைக் கேட்டான். மூத்த குடியினரின் கடைசி அவதார்.

''அது எதைக் குறிக்கிறதோ, அதுதான் அது,'' என்றார் கோவிந்த் புன்னகைக்காமல். ஆனால் அவர் முகத்தில் ஒரு குறும்பு இழையோடியது. ''ஒன்றும் இல்லை. அது ஒன்றும் இல்லை.''

கல்கி த்யானத்தில் பின்னோக்கிச் சென்று ராகவ்வைப் பார்க்க முயன்றபோது எப்படி கோவிந்த் தென்பட்டார் என்று குழம்பினான். ஆனால் அவன் அதைப் பற்றி அவரிடம் எதுவும் கேட்கவில்லை.

''நான் ஏன் இங்கே கொண்டுவரப் பட்டு இருக்கிறேன்.?''

''இதே விளைவுகள் திரும்ப நடக்கப் போகின்றன.'' கோவிந்த் தன் தலையைத் திருப்பி அங்கே கிடந்த சடலங்களையும் அழிவையும் பார்வையிட்டார். அவர் கண்களில் ஒரு எரிச்சல் மண்டியது. அது உடனே

381

அடங்கியது. ''நீ அங்கே இருப்பாய்.''

கல்கி நிறுத்தினான், பிறகு கேட்டான், ''நான் அங்கே என்ன செய்ய வேண்டும்?''

கல்கியின் கேள்விக்கு விடை அளிக்காமல் கோவிந்த் எதிர்ப் பக்கம் நடந்தார். கோவிந்த் ஒரு சடலத்தின் முன் மண்டியிட்டிருப்பதைக் கல்கி பார்த்தான், அதில் உயிர் இருந்தது, தண்ணீர் கேட்டது. வெறும் காற்றிலிருந்தே தண்ணீரைக் கோவிந்த் வர வழைத்தார். அவர் அதை எப்படிச் செய்தார் என்று கல்கி கவனித்துக் கொண்டே இருந்தான். சிந்திய ரத்தம் காற்றில் சுழன்றது, கோவிந்த் கண்களை மூடிக் கொண்டு மந்திரங்களை உச்சரித்தார். உடனே ரத்த உருண்டை தண்ணீர் உருண்டையாக மாறியது. பெரிய மண் குவியலை ஏற்படுத்தி அதைக் குடுவையாக மாற்றினார். அதில் தண்ணீரை ஊற்றினார். அவர் அந்த மனிதனின் தலையைச் சாய்த்து அதைக் குடிக்க வைத்தார். பிறகு அவனும் சடலமாக மாறிவிட்டான். அவன் கைகளும் கால்களும் சில்லிட்டுப் போயின.

கோவிந்த் அவனின் கண்களை மூடிவிட்டுக் கல்கியை நோக்கினான். ''நம் அகம்பாவம் நம்மை ஒரு உன்னத நிலைக்கு எடுத்துச் செல்லும் மாயையை உண்டாக்கும், ஆனால் ஒருவருக்கு உதவும் போதுதான் நாம் இன்னொருவரை ஊக்குவிக்கும் நிலைக்குச் செல்கிறோம்.''

அவர் எழுந்து நின்று கல்கியைப் பார்த்தார். ''நேரம் வரும் பொழுது நீ என்ன செய்ய வேண்டும்? நீ பொறுத்திருந்து கற்றுக் கொள்ள வேண்டும். அவசரப்பட்டு எந்த வேலையிலும் விரைந்து ஈடுபடாதே. அப்படிச் சென்றால் நீ தடுமாறி விழ நேரிடும். என்ன நடந்தாலும் அது நல்லதுக்கே. இப்பொழுது உனக்கு அப்படித் தோன்றவில்லை என்றாலும் வருடங்கள் ஓடினால் நீ உன் நேரத்தைச் சரியாகத் தான் செலவழித்திருக்கிறாய் என்பதை உணர்வாய். ஒவ்வொரு நொடியும் உணர்வாய்.''

''நான் செல்ல வேண்டிய இடத்துக்குச் செல்வதற்குள் அவர்கள் என்னைக் கொன்றுவிட்டால்?''

கோவிந்த் கல்கியருகில் நடந்து வந்தார். நிமிர்ந்து நின்று அவனை நோக்கினார். ''நீ சீக்கிரம் செயல்பட வேண்டும், நினைவில் கொள்.'' தன் கைகளைச் சட்டென்று உயர்த்தி கல்கியைக் குத்தினார். கல்கி ஒரு நிமிடம் ஆடிப் போய்விட்டான். பிறகு தான் கோவிந்த் என்ன செய்திருக்கிறார் என்பதே புரிந்தது.

''நீ சாமர்த்தியமாக இருக்கவும் தெரிந்துகொள்ள வேண்டும். வார்த்தைகள் வாள்களைக் காட்டிலும் வலிமையானவை. மறக்காதே! அவற்றை அறிவுடன் பயன்படுத்தி இப்பொழுது இருப்பதைவிடச் சிறந்த வீரனாக மாறு.''

கல்கி தலையசைத்தான். புறம்போக்கு நிலத்தில் தனியாளாக

நிற்பதை உணர்ந்தான். கோவிந்த் அவன் மனதின் மாயையின் பிம்பம். கல்கி என்ன சொல்லவேண்டும் என்று நினைக்கிறானோ அதைத்தான் அந்த பிம்பம் சொல்கிறது. அது அப்படித்தான் செயல்படும். நடந்த வரலாற்றுடன் கோர்வையாக அந்த பிம்பங்கள் ஒத்துப் போனாலும், அவற்றை அதீத நிலைக்கு எடுத்துச் செல்வது கல்கிதான்.

சட்டென்று எதிர்பாராது அவன் ஒரு சூன்யத்துக்குள் உரிஞ்சப்பட்டான். தலையைச் சிலுப்பினான், அவன் முதுகில் அழுத்தம் ஏற்பட்டது, அவன் கருங்கல் தரையில் விழுந்ததை உணர்ந்தான், இந்த்ரகர்ரின் கேவலமான சிறையில் கிடப்பதை உணர்ந்தான். தனக்கு அடுத்த சிறையில் இருந்தவன் தப்பியோடியது பொறாமையாக இருந்தாலும், சந்தோஷத்தை அளித்தது. அர்ஜன், க்ருபா, பாலா எல்லாம் எங்கே? அவர்களைத் தான் நம்பியிருந்தான். ஆனால் இதுவரை எதுவும் நடக்கவில்லை.

நாட்கள் சென்றன.

நீண்ட நகங்களைத் தரையில் கீறி தன் அலுப்பைத் தீர்த்துக் கொள்ளப் பார்த்தான். செருப்பு சத்தம் கேட்டது. அது அவனுக்குக் கவலையை ஏற்படுத்தியது. கம்பிகளின் வழியே தெரிந்தது, வேறு யாரும் அல்ல, துருக்தி தான். அவள் அவனை உணர்ச்சிக் கொந்தளிப்புடன் பார்த்துக் கொண்டிருந்தாள், கூட பாதுகாவலர்கள் யாரும் இல்லை. கதவருகே நின்று கொண்டிருந்தவனையும் அவள் அனுப்பிவிட்டாள்.

''என்ன நடந்தாலும் நகரக் கூடாது என்று எங்களுக்குக் காளி வேந்தர் உத்தரவு பிறப்பித்திருக்கிறார், தேவி,'' என்றான் ஒருவன்.

''என்னை உனக்குத் தெரியுமா?'' என்று துருக்தி கேட்டாள்.

''வந்து...ஆமாம்...தேவி.''

''நீ எனக்கு எதிராகப் பேசியதற்கு நான் உன் தலையைச் சீவலாம் என்பதையும் அறிந்திருப்பாய். உடனே செல், நான் கைதியிடம் தனியாகப் பேச வேண்டும்.''

நாகா பயத்தில் ஒடுங்கினான், லேசாகத் தலை ஆட்டிவிட்டு அவன் வெளியே சென்றான். சிறையின் எதிர்ப்பக்கம் அமர்ந்தாள் துருக்தி, அவள் உதடுகள் அழகாக இருந்தன. அவள் கண்கள் மலர்ந்தது. அவள் முகம் வழக்கத்தைக் காட்டிலும் வெளிறிப் போயிருந்தது. துருக்தி பயத்தில் இருந்தாள். அவளுடைய கோபத்தையும், பயத்தையும் மறைக்கப் பார்க்கிறாள் என்பதை கல்கி உணர்ந்தான்.

இப்பொழுதுவரை அவர்களுக்குள் நடந்தவற்றை மறந்து, மெதுவாக அவள் பக்கம் நகர்ந்தான். அவள் கண்களைச் சந்திக்க முற்பட்டான். அவள் அவன் கண்களைச் சந்திக்க மறுத்தாள்.

''நான் அனைத்துக்கும் மன்னிப்புக் கேட்டுக் கொள்கிறேன்,'' என்று ஆரம்பித்தாள், அவளுடைய உதடுகளைச் சரியாக அசைக்கவே கூட அஞ்சினாள்.

''பரவாயில்லை,'' எப்படித் தன் தம்பி மீது அவனால் வன்மம் பாராட்ட முடியாதோ அதைப் போல அவள் மீது கல்கியால் வன்மம் பாராட்ட முடியவில்லை. அனைவருக்கும் ஒரு பாதை, ஒரு தேர்வு இருந்தது. அவளுடைய தேர்வு அந்த விளைவுகளை ஏற்படுத்திவிட்டன. எதோ ஒரு வழியில் நாம் அனைவரும் கதாநாயகர்கள் தான், அனைவரும் தீயவர்கள் தான். யுத்தத்தைத் தவிர்க்க துருக்தி எவ்வளவோ முயன்றாள், ஆனால் கல்கி அதில் குறுக்கிட்டு அவளை அவமானப் படுத்தி விட்டான். ஆனாலும் அவள் இங்கே வந்து மன்னிப்புக் கேட்கிறாள்.

''நான் சொன்னதைக் கேட்டிருக்க வேண்டும். காளிக்குக் கோபம் தலைகேறி விட்டது. அவன் என்னை இதுவரை அடித்ததே இல்லை, நான் ஒன்றும் சிறப்பான தங்கை எல்லாம் கிடையாது. ஆனாலும் சில நாட்களுக்கு முன்னால் அவன் அதைச் செய்து விட்டான். அவன் உன்னைப் போன்ற கிராமத்து இளைஞனைத் துன்புறுத்த வேண்டும் என்பது போன்ற இழிவான தீர்மானம் எல்லாம் எடுக்கக் கூடியவனே இல்லை. அதுவும் தேவையே இல்லாமல் சீண்ட மாட்டான். ஆனாலும் அப்படிச் செய்கிறான். அதற்கு அவனிடம் குதர்க்கமான காரணம் இருக்கிறது. ஆனால் அவனுடைய இழிவான செயலுக்கு அர்த்தமே இல்லை.''

இதுவரை தங்கள் இருவருக்கும் நடந்த சந்திப்புகளை வைத்து கல்கிக்குத் தோன்றியது, காளி கல்கியைப் பார்த்து அஞ்சுகிறான் என்பது தான். அந்த பயம் உணர்ச்சிப் பூர்வமானதாகவும், உடல் ரீதியாகவும் இருப்பதாகத் தோன்றியது. யாராவது கல்கியைப் பற்றி அவனிடம் எச்சரித்திருக்க வேண்டும். ஏதோ ஒரு பைத்தியக்காரத்தனமான அச்சுறுத்தலால், கல்கியை வெறுக்கும் காரியத்தில் காளி இறங்கியிருக்கான். சோமா ஒருவேளை அவன் மூளையில் விளையாடுகிறதோ? ஒரு வேளை அவன் கூடுதலாக எடுத்துக் கொண்டு அதனால் துர்ச்சொப்பனங்களுக்கு ஆளாகிறானோ?

''கவலைப்படாதே,'' என்று அவள் கைகளைத் தட்டிக் கொடுக்க நினைத்தான். ஆனால் அது கம்பியில் பட்டு ஒரு சலசலப்பை ஏற்படுத்தியது. அவன் வருத்தத்துடன் கைகளைப் பின்னால் இழுத்தான். ''அவன் என்னை விசாரணைக்கு எடுத்துச் செல்லப் போகிறான்.''

''எனக்குத் தெரியும்,'' என்றாள் வேண்டா வெறுப்பாகத் தலையை ஆட்டியபடியே. ''நாம் ஏதாவது செய்யவேண்டும்.'' அவள் நிறுத்தினாள். ''நான் அனைத்துக்கும் மன்னிப்புக் கேட்டுக் கொள்கிறேன், உன்னுடைய கிராமத்துக்கு வந்ததற்கு, உன்னை காயப் படுத்தியதற்கு, உங்கள் வீடுகளை உடைத்ததற்கு. நான் அவற்றைச் செய்திருக்கக் கூடாது. நானே நினைத்தாலும் என்னை என்னால் மன்னித்துக் கொள்ள இயலவில்லை. நான் அப்படிச் செய்ததற்கு என் மீது எனக்கே

வெறுப்பாக இருக்கிறது. என் இலக்கு என் அண்ணனைக் காப்பது தான். அப்பொழுது நான் எதன் மீதும் அக்கறை வைக்கவில்லை. என் அண்ணன் மீது நான் வைத்த அன்பு என்னை இப்படி எல்லாம் செய்யத் தூண்டியது என்பதை என்னாலேயே நம்ப முடியவில்லை. எல்லாமே தவறு தான். எனக்குப் புரிகிறது. நான் உன்னைப் பற்றி அப்படி நினைத்ததற்கு மன்னிப்புக் கேட்கிறேன்...அதாவது உன்னைக் காட்சிப் பொருளாக ஆக்க நினைத்ததற்கு. நான் அப்படிச் செய்திருக்க மாட்டேன். சும்மா கிண்டலடித்தேன். ஏன்? சில சமயம் நாம் சிலருக்குப் பல கொடுமைகளைச் செய்து விடுகிறோம், ஆனால் நாம் அதைச் செய்ய நினைப்பதில்லை. ஏதாவது ஒரு உணர்ச்சியைப் பிடுங்குவதற்காகச் செய்கிறோம். நானும் அப்படித் தான் உன்னிடம் நடந்து கொண்டேன். நான் அப்படிச் செய்திருக்கக் கூடாது. உன்னை அங்கேயே விட்டிருக்க வேண்டும்.'' அவள் நிறுத்திவிட்டு மூக்கை உறிஞ்சினாள். ''எனக்கு உன்னைப் பிடிக்கும் என்று அவன் நினைக்கிறான். அது சரி தான். எனக்கு உன்னைப் பிடிக்கும், ஆனால் உன் மேல் காதல் இல்லை. உன்னுடைய உணர்ச்சிக் கொந்தளிப்பு, உன்னுடைய கடமை நெறி, உன் மக்களிடையே வைத்திருக்கும் உன்னுடைய பற்றுதல், கருணை போன்றவை என்னை ஈர்த்தன என்று அவன் நினைக்கிறான். ஒரு மனிதனிடம் காண வேண்டிய குணநலன்கள் இவை என்று நான் கருதினேன். ஆனால் அப்படிப் பட்ட ஒரு ஆள் இருக்க முடியாது, ஏன் என்றால் இவற்றைப் பாதுகாப்பது கடுமையான வேலை. அனைவரும் தன்னலத்தில் மட்டுமே குறிப்பாக இருப்பவர்கள். நீ அப்படி இல்லை. நீ அக்கறை காட்டினாய். நீ நிஜமாகவே அதன் படி நடந்து கொண்டாய். இப்படி ஒருவன் என் அணியில் இருந்தால் எப்படி இருக்கும்? நாம் சேர்ந்து எவ்வளவு அற்புதங்களை நிகழ்த்தி இருக்கலாம்? தன்னலம் அற்றவனைத் தேடும் முயற்சியிலும் நான் தன்னலச் சிந்தனையோடு தான் செயல் பட்டிருக்கிறேன். நான் எவ்வளவு போலியானவள்!''

கல்கி சற்று நேரத்திற்கு எதுவும் பேசவில்லை.

''பேசு, கல்கி!''

கல்கி தொண்டையில் மாட்டிக் கொண்ட உணர்ச்சி உருண்டையை மிடறு விழுங்கினான். சரியான வார்த்தைகளைத் தேடினான். ''பரவாயில்லை; நடந்தது நடந்துவிட்டது. ஆனால் நான் இங்கிருந்து தப்பிச் செல்ல வேண்டும் துருக்தி.''

''எனக்குத் தெரியும், உனக்கு அதில் தான் விருப்பம் என்று எனக்குத் தெரியும்.'' துருக்தி முகத்தைத் திருப்பி வழியும் கண்ணீரைத் துடைத்துக் கொண்டாள். பிறகு அவனை நோக்கினாள்.

''உனக்கு ஏதாவது திட்டம் இருக்கிறதா?''

ஒரு நிமிடத்துக்குத் துருக்தி தயங்கினாள். பிறகு தலையாட்டினாள்,

''ஆமாம்.'' அவள் எழுந்து நின்றாள், அவனைப் பூட்டியிருந்த கூண்டின் கதவைத் திறப்பதற்கு முன் தயங்கினாள். அது திறந்தவுடன், தன்னைப் பிணைத்திருந்த சங்கிலிகளும் கழட்டப் பட வேண்டும் என்பதைக் கல்கி உணர்ந்தான். துருக்தி கையில் ஒரு சிறிய கோடாரியைக் கொண்டு வந்திருந்தாள். அதைக் கொண்டு அவள் சங்கிலிகளை வெட்டினாள். அவள் சிரமப்பட்டாள்; அவளுடைய மென்மையான கைகளுக்கு அந்த பலம் இல்லை.

''நான் செய்கிறேன்,'' என்றான் கல்கி. நேரம் ரொம்ப முக்கியம். துருக்தி அதை வீணடித்துக் கொண்டிருந்தாள்.

அவள் குறும்பாக அவன் மீது ஒரு ஏளனப் பார்வையைத் தெளித்தாள். ''உன்னைக் காப்பாற்ற நினைப்பவர்களின் வலிமையைச் சந்தேகிக்காதே: அவர்களுக்கு உன்னை உள்ளேயே வைக்கும் அதிகாரமும் இருக்கிறது.''

அவள் கடைசியாகச் சங்கிலிகளை அறுத்ததும் அவளைப் பார்த்துக் கல்கி புன்னகைத்தான். அது நழுவத் தொடங்கியதும் அவனே மற்றவற்றை விடுவித்தான். பிறகு தன் கழுத்தைச் சுற்றிப் போடப்பட்டிருந்த வளையத்தை இழுத்து அறுத்தான். துருக்தியை நோக்கினான். அவளுடைய வெளிறிய கன்னங்களில் காய்ந்த கண்ணீரின் தடம் தெரிந்தது. அவள் கண் மை கரைந்திருந்தது. ஆனால் அவள் கல்கியின் பலத்தைக் கண்டு பிரமித்தாள்.

முடிந்துவிட்டது. வெகு நாட்கள் கழித்துத் தன் கை கால்கள் சுதந்திரமாக இருப்பதாகக் கல்கி உணர்ந்தான். அவற்றை நீவிக் கொடுத்தபடி முறுவலித்தான்.

''வேறு ஏதாவது நடப்பதற்குள் நாம் இங்கிருந்து கிளம்ப வேண்டும்,'' என்றாள் துருக்தி.

அவள் கதவருகே செல்லப் புறப்பட்ட போது அவள் கைகளைப் பிடித்து கல்கி இழுத்தான். அவளைச் சேர்த்து இறுக்கமாக அணைத்துக் கொண்டான். ஒரு நொடிக்கு, கல்கியின் காரியத்தினால் அவள் உடல் உறைந்தது. பிறகு அது தளர்ந்தது. அவளுடைய கைகள் ஆடை அற்ற அவன் முதுகில் பரவியது. கல்கிக்கு அவளுடைய தொடுதல் பிடித்திருந்தது, ஆனால் அதே தொடுதல் தான் லக்ஷ்மியின் சாவுக்குக் காரணமானது என்பதும் நினைவுக்கு வந்தது. கல்கி தன்னை விலக்கிக் கொண்டு, சிரமப்பட்டுப் புன்னகைக்கப் பார்த்தான். அவளுமே குழம்பிப் போயிருந்தாள்.

''நன்றி,'' அவள் செய்த உதவியை மனப்பூர்வமாக ஏற்றதற்கான அடையாளம் அவன் குரலில் இருந்தது.

துருக்தி தலையாட்டினாள். கூண்டிலிருந்து நகர ஆரம்பித்தாள். கைதிகள் கம்பிகளை ஆட்டி கல்கியைப் பார்த்து முகம் சுளித்தனர். அவன் எப்படி விசாரணைக்கு முன்னால் விடுவிக்கப் பட்டான் என்று யோசித்தனர். அவனைத் தரையில் இழுத்துச் செல்வதற்குப் பதிலாக

அவனே நடப்பது அவனுக்கு ஆனந்தமாக இருந்தது.

கம்பிக் கதவுகளைத் திறந்து, நாகாக்கள் காவல் காத்த திறந்தவெளிக்குக் கல்கியைக் கூட்டிச் சென்றாள் துருக்தி. அவர்களை எப்படியோ தவிர்த்து துருக்தி அவனை மைதானத்துக்கு அழைத்து வந்துவிட்டாள். கதவருகே வந்ததும் அவள் பயத்தில் உறைந்தாள்.

கல்கி ஏன் என்பதை, சந்துக்குள் எட்டிப் பார்த்ததும் புரிந்து கொண்டான். தீப்பந்தங்கள், கவசம், கோடாரிகள் மற்றும் ஈட்டிகள் சகிதம் மர்தாஞ்சா நின்று கொண்டிருந்தான். அவன் சென்ற முறை போல் தெரியவில்லை. அவன் கண் ஊனம் மாயமாக மறைந்துவிட்டது. அவன் உடல் எழுச்சியுடன் மின்னியது. அவன் குப்பியிலிருந்து பருகுவதைப் பார்த்தான். அதில் சோமா இருப்பதைக் கல்கி உணர்ந்தான்.

திரும்பவும் முதலிலிருந்து நடக்கிறது.

முகத்தில் ஒரு குரூர நகை பரவியது மர்தாஞ்சாவுக்கு. அவன் சீட்டியடிக்க ஆரம்பித்தான். ராக்ஷஸ் படை இரண்டாகப் பிரிந்து விலகி வழிவிட்டது. துருக்தியைக் கேள்வி கேட்க அதனூடே ஒரு உருவம் வந்தது.

அவளுடைய அண்ணன்.

"என்ன?" என்றான் எரிச்சலாக.

முதல் முறை பார்த்ததை விட தற்பொழுது அவன் முழு வழுக்கை ஆகிவிட்டான். ஆகாயத்தின் இருளை விடக் கருமையாக இருந்தது அவன் தோல். சிவந்த கண்கள் அதற்கு எதிர்மறையாக திகிலூட்டின.

"அவர்களைப் பிடியுங்கள். ஆனால் அவனைக் கொல்ல வேண்டாம்." காளியின் சிவந்த கண்கள் அவனை முறைத்தன. "நாளை அவன் ஒரு வழக்கு விசாரணையைச் சந்திக்க வேண்டும்."

அவன் தப்பிக்க மேற்கொண்ட இந்த அபத்த முயற்சி அவனுக்கு மரணத்தை உறுதி செய்துவிட்டதைக் கல்கி உணர்ந்தான்.

68

காலையில் குருவிகள் கிறீச்சிட, ஆந்தைகள் தூங்கும் நேரம் தன் அண்ணன் தூக்கிலிடப்பட்டு, கூறு போட்டு வெட்டப்படுவான் என்ற செய்தியைக் கேட்டதும் அர்ஜனுக்கு என்ன செய்வதென்றே புரியவில்லை.

அவனுக்கு உணர்ச்சிகள் மரத்துவிட்டன. கல்கிக்கு உதவ முடியாத இயலாமையும் சேர்ந்து கொண்டது. அவன் கனத்த இதயத்துடன் சோமா சேமிக்கப் பட்டிருந்த மண் கிடங்குக்குக் கொஞ்சம் எட்டி நின்று அதையே செய்வதறியாது சுற்றி வந்தான். ஏதாவது செய்தாக வேண்டும் என்பது மட்டும் புரிந்தது. க்ருபா, பாலா மற்றும் பத்மா அவனுடன் இருந்தனர். மறுபக்கம் தத்தாத்ரேயாவின் தலைமையில் மிலேச்சர்கள் அமைதியாக நின்றனர். அவர்கள் ஆயுதங்கள் உரைகளில் இருந்தன. அவர்கள் உத்தரவுக்காகக் காத்திருந்தனர். ஒரே ஒரு கதவுதான் இருந்தது, அதை அவர்கள் தாக்க வேண்டும்.

அர்ஜன் தன அரிவாளைத் தேங்காய் நார் கொண்டு செய்த கயிற்றில் சுற்றியிருந்தான். அவன் அதைக் பட்டாக்கத்திபோலப் பிடித்திருந்தான்.

கிடங்கின் மேல்புறம் ராக்ஷஸ்கள் தங்கள் அம்புகளை இவர்கள் மீது குறி பார்த்து நின்றனர். யார் முதலில் துவங்குவது என்று காத்திருந்தனர். அவர்களே கூடத் தொடங்கலாம்.

"சூரிய அஸ்தமனத்திற்கு பிறகு வழக்கு விசாரிக்கப்படும்," அர்ஜன் அவர்களிடம் கூறினான். "நாம் இதை முதலில் வெற்றிகரமாக முடிக்க வேண்டும்."

"முடிப்போம்," என்றான் க்ருபா மிரட்டலாக. "நாம் முடிக்கவில்லை என்றால், நாம் அனைவரும் இதைப் பற்றிப் பிறகு பேசலாம்...வந்து..." குழம்பிய பத்மா மற்றும் அர்ஜனின் முகங்களைப் பார்த்தான். "அது வரை போகாது என்றே நம்புகிறேன்."

அர்ஜன் கிடங்கின் அருகே நகரத் தொடங்கினான், மிலேச்சர்கள் அவனைத் தொடர்ந்தனர். ஒன்றுமே நடக்காதது போல் அர்ஜன்

நகர்ந்தான். அங்கே ஒரு கைவண்டி இருந்தது, அதன் அருகில் மணி அடித்து எச்சரிக்கை செய்பவன் இருந்தான். அவன் கிடங்கின் விளிம்பில் நின்று கொண்டிருந்தான். அவனை முதலில் தீர்த்துக் கட்டினால் தான் அவன் மற்றவர்களை மணி அடித்து உதவிக்குக் கூப்பிட மாட்டான்.

அவன் ஆழமாக மூச்சை இழுத்து விடுவதற்குள் தத்தாத்ரேயா அவன் அருகே நின்றான்.

''இது தவறான திட்டம் தானே? நீ இரவு என்று சொன்னாய், காலை இல்லை,''

''ஆனால் நாம் இதைப் பிறகு செய்தால் என் அண்ணன் இறந்துவிடுவான். அதை நடக்க விடக் கூடாது,'' தீப் பிழம்பாக ஒளிர்ந்த அர்ஜனின் கண்களைப் பார்த்து, தத்தாத்ரேயா இரண்டடி பின் வாங்கினான். தத்தாத்ரேயா சொல்வது சரியாகவே இருந்தாலும் அர்ஜனுக்கு அவனிடம் அபிப்பிராய பேதம் ஏற்பட்டுவிட்டது. இந்தத் தாக்குதலுக்கு எந்தத் திட்டமோ முறையோ கிடையாது. இது செயல் படும் முறை இப்படித் தான்: உள்ளே செல்வது, கொள்வது, திரும்புவது. அதில் முக்கியமாக இவர்கள் அணிக்கு உயிர் சேதம் இல்லாமல் இருப்பது அவசியம். இது ஒரு தற்கொலைப் படை போன்றது. எந்த வழிமுறையும் கிடையாது.

''நீ என்னுடன் வருகிறாயா இல்லையா?''

தத்தாத்ரேயா தயங்கினான். அவன் கண்களும் வாயும் கோணி யோசித்தான். அர்ஜன் தோள் குலுக்கி அலட்சியமாக, பத்மா மற்றும் க்ருபா பக்கம் திரும்பினான். முன்னால் ஈட்டியுடன் நகர்ந்தான். பாதுகாவலர்களாக இருந்த இரண்டு ராக்ஷஸ்கள் நீளமான வாள்களுடன் முன்னால் வந்தார்கள்.

''இங்கே என்ன செய்கிறாய், சிறுவனே? வருந்துவதற்குள் இங்கிருந்து நகர்ந்துவிடு.''

அர்ஜன் திடமாகத் தன் பாதங்களை தரையில் பதித்தான். அவன் நகரவில்லை. சொல்லப் போனால் ஒரு வினாடிக்கு அவனால் நகரக் கூட முடியவில்லை. அவன் முன்னால் செல்லும்படி அவனுக்கே ஆணையிட்டான்.

ஒரு ராக்ஷஸ் முன்னால் வந்ததும், க்ருபாவிடம் கற்றபடி அவன் தன் ஈட்டியைச் சுற்றினான். ராக்ஷஸைக் குத்தினான், அவன் வாயையே கிழித்துவிட்டான் தன்னுடைய ஆயுதத்தால். இதைப் பார்த்த மற்றவர்கள் பதறினார்கள். உடனேயே அடுத்தவன் அர்ஜன் முன்னால் நின்றான். அவன் அர்ஜன் மீது பாய்ந்து அவனைத் தாக்க முடியாதபடி தடுக்கப் பார்த்தான். கடைசியில், அர்ஜன் தன் ஈட்டியைக் கொண்டு அவன் தலையைக் கிழித்தான்.

அர்ஜன் மீது அம்பு மழை பொழிந்தது. அவன் ராக்ஷஸ்ஸின் சடலத்தைக் கொண்டு தன்னைக் காத்துக் கொண்டான். அம்பு மழை

நின்றது. பலமான காலடிச் சத்தம் கேட்டது. ஏதோ கத்தி அரற்றியபடி நெருங்கியது. மிலேச்சர்களின் மொத்தப் படையும் கதவுகளை நோக்கி நகர்ந்தன. சிலர் ராக்ஷஸ்களை விரட்டி அடித்தனர். சிலர் பதிலம்பு அடித்துக் கூரையில் நின்ற ராக்ஷஸ் காவலாளிகளைத் தகர்த்தனர். மணி அடிப்பவன் தான் முதல் பலி. தலையில் அம்பு குத்தி இறந்தான்.

தத்தாத்ரேயா அர்ஜனைக் கைப் பிடித்து அழைத்துக் கொண்டு கதவை நோக்கி நடந்தான். பத்மாவும், க்ருபாவும் அவனுடன் இணைந்தனர்.

''சிறப்பாகச் செய்தாய்,'' என்றாள் பத்மா ஏளனமும் பாராட்டுமாக.

மாடத்தின் கதவை உடைக்கும் பொறுப்பை பாலா மேற்கொண்டான். ஆனால் வில் காவலர்கள் இவர்களை அதிர்ச்சித் தாக்குதலுக்கு ஆட் படுத்தினர். தன்னுடைய உயரத்தில் இருந்த ஒரு ராக்ஷஸ்சை ஒரு கையில் பிடித்துத் தடுத்தபடி மற்றொருவனை அடுத்த கையால் பாலா தாக்கினான். அவர்களைத் தன் கைகளால் நெரித்துக் கொலை செய்ததில் பாலாவுக்கு எந்த வருத்தமும் இல்லை. அந்த நொடியில் பாலா ரத்ரியிடம் தங்கள் திட்டத்தைச் சொல்லி அவர்களைப் பிரச்னைக்கு உட் படுத்தியதைக் கூட அர்ஜன் மன்னித்துவிட்டான். ஆனால் பாலா நல்ல மனதுடனும், ரத்ரி மீது இருந்த பாசத்தாலும் தான் அப்படிச் செய்தான். கடைசியில் அவளும் திட்டத்துக்கு ஒப்புதல் அறிவித்தாள், மிலேச்சர்களுக்குப் பணமும் அவள் தான் ஏற்பாடு செய்தாள்.

பாலா கதவை நெருங்கிவிட்டான். தன்னுடைய கதையால் அதை உடைக்க ஆரம்பித்தான். மரக் கதவு நொறுங்க ஆரம்பித்தது. அது முழுவதும் உடைந்ததும் அவர்கள் கீழ் நோக்கிச் செல்லும் படிகளைப் பார்த்தனர். சட்டென்று தங்களைச் சுற்றி ஒரு நோட்டம் விட்டான் அர்ஜன். மிலேச்சர்கள் தோற்றுக் கொண்டிருந்தனர். அவர்கள் குறைவான எண்ணிக்கையில் இருந்ததால் ராக்ஷஸ்களின் தாக்குதல்களுக்கு ஈடு கொடுக்க முடியவில்லை. அர்ஜன் தன்னுடைய கோணியில் சோமாவைத் திணித்துக் கொண்டு கிளம்பும் வரை அவர்கள் தாக்குப் பிடித்தால் போதும்.

பாலா தான் முதலில் இருட்டுக்குள் பயணிக்கத் தயாரானான். அங்கிருந்த தீப்பந்தங்கள் மிதமான ஒளியை வீசின. இரும்புப் பிடியிலிருந்து ஒன்றைப் பத்மா உருவினாள். செத்த எலிகள் மற்றும் சாக்கடை நாற்றம் குடலைப் புரட்டியது. இருந்த கொடுமைக்குக் கொடுமை சேர்ப்பது போல இடம் நிசப்தமாக இருந்தது. வெளியே நடந்த கலவரமான சத்தத்திற்கு பின் இந்த மயான அமைதி அவர்களுக்குத் திகிலை ஊட்டியது. ஒரு நிமிடத்திற்கு அவன் கண்கள் குருடானது போலிருந்தது. பின்னர் படிக்கட்டு ஒரு பாதைக்குள் செல்வது தெரிந்தது. கூரை உயரம் குறைவாக இருந்தாலும், பாதை அவ்வளவு குறுகலாக இல்லை. பாலா தன்னுடைய பரந்த முட்டிகளை மடித்து, குனிந்து நடக்க வேண்டியிருந்தது.

பாதையில் எண்ணையும் தண்ணீரும் வழிவதை அர்ஜன் உணர்ந்தான். அவர்களுக்கு முன்னால் ஐந்து ராக்ஷஸ்கள் நின்றார்கள். தாக்கத் தயாராக இருந்தார்கள். பத்மா குட்டிக் கரணம் செய்து ராக்ஷஸ்களின் கால்களுக்கு இடையே விழுந்தாள். அவர்கள் முதுகில் ஏறித் தாக்கினாள். க்ருபா வாளால் தாக்கினான். அதை நேர்த்தியாகச் சுழற்றினான். மணிக்கட்டின் அசைவில் வாள் சொல்பேச்சைக் கேட்டது. அவன் தாக்குதலைத் தவிர்த்து வேகமாகச் சுழன்றான். அதனால் ராக்ஷஸ்கள் குழம்பினார்கள். தன் பலம் அனைத்தையும் பிரயோகித்து, அர்ஜன் தன்னுடைய பட்டாக் கத்தியை உபயோகித்து ராக்ஷஸ்களின் மர்மப் பகுதியைக் கிழித்தான். அது ரொம்பக் கொடூரமாக இருக்கவே அர்ஜன் தன் முகத்தைத் திருப்பிக் கொண்டான். மற்றொருவன் அர்ஜனை சுவற்றில் தள்ளி தாக்க முற்பட்டபோது பாலாவின் கதை அவனைக் கூழாக்கியது.

அவர்கள் உடைகள் வியர்வையில் தெப்பலாக நனைந்துவிட்டன, அவர்கள் ராக்ஷஸ்களைக் கொன்றுவிட்டுப் பாதையில் முன்னேறினார்கள். ராக்ஷஸ்களை ஒரு முறை சந்தித்து விட்டதால் அவர்களுடைய பலவீனங்களைப் புரிந்து கொண்டனர். அவர்களுடன் நேரடித் தாக்குதல் நடத்த முடியாது. ஆனால் அவர்களை ஆச்சரியத்தில் ஆழ்த்தி, புரிபடாமல் தாக்கினால் வெற்றி பெற முடியும். இது ஷம்பாலா அல்ல. அங்கே பயிற்சி பெற்ற ஆண்கள், பெண்கள் இல்லை. இங்கே அனைவருக்கும் ஆயுதப் பயிற்சி இருந்தது. அர்ஜனுக்கே தன்னுடைய அரிவாளைப் பட்டாக்கத்தியாக மாற்றிச் சுழற்றும் சுழற்சி வியப்பாகத் தான் இருந்தது.

பாதையின் முடிவுக்கு வரும் பொழுது அங்கிருந்த மெழுகுவர்த்திகளின் ஒளி மங்கிக் கொண்டே வந்தது. மற்றொரு கதவு தெரிந்தது. அது ஒரு பாறாங்கல் பலகை போல் இருந்தது. அதன் பின்னால் எதோ மறைந்திருந்தது. பாலா தான் முன்னால் சென்றான். அதை அசைக்கப் பார்த்தான். ஆனால் அவனால் முடியவில்லை. அர்ஜனும் முயற்சித்தான். பத்மாவும் க்ருபாவும் அதன் முன்னால் நின்றனர். பலகை நகர்ந்தபோது ஒரு ராக்ஷஸ் பத்மாவைத் தாக்கினான். அவள் தோளைப் பிடித்து இழுத்து அவளைக் கீழே தள்ளி தன் கத்தியை அவள் கழுத்தருகில் வைத்தான்.

''நகராதீர்கள்!'' என்று ராக்ஷஸ் உறுமினான். ''உங்கள் பெண் இறந்து விடுவாள்.''

''உண்மையைச் சொல்ல வேண்டுமானால்,'' க்ருபா மூச்சு வாங்கியபடி பேசினான், ஒருவேளை சோர்வாக இருக்கலாம், ''எங்களுக்கு இந்தப் பெண்ணை அவ்வளவாகப் பிடிக்காது, தோழா. உனக்கு வேண்டுமானால் நீ அவளைக் கூடக் கூட்டிக் கொண்டு செல்லலாம்.''

ராக்ஷஸ்சின் முகத்தில் செய்து விடக் கூடும் என்ற பொல்லாத்தனம் இருந்தது. ஆனால் அவன் இளித்தான். ''நீ பொய் சொல்கிறாய்

கிழவனே. நீ பயந்துவிட்டாய் என்பது கண் கூடாகத் தெரிகிறது.''

''உனக்கு என்ன வேண்டும்?'' அர்ஜன் முன்னால் வந்தான்.

''நான் இங்கிருந்து செல்ல வேண்டும்,'' என்று அவன் முனகியபோது, பத்மா அவன் பலவீனத்தைப் புரிந்து கொண்டு தன் முட்டியால் அவனது மர்ம ஸ்தானத்தில் உதைத்தாள். அவன் வலியில் முனகியபடி அவளைக் குத்த வந்தான். ஆனால் பாலா அதற்குள் தன் கதையை வேகமாகச் சுழற்றி அவனைத் தரையில் தள்ளினான். அவன் மயங்கி இருக்க வேண்டும். அதற்குப் பின் அவன் அசையவில்லை.

''நான் உன்னைக் காப்பாற்ற வந்தேன்,'' என்றான் அர்ஜன் ஆதங்கத்துடன்.

''ஆமாம், ஆமாம்,'' என்று பத்மா தோள் குலுக்கினாள்; அவள் அனைவரையும் சோமா இருந்த இடத்திற்கு அழைத்துச் சென்றாள்.

அர்ஜன் உள்ளே நுழைந்ததும் ஒரு சிறிய அறை தெரிந்தது. கதவின் விளிம்பு வரை கல் பலகைகள் அடுக்கப் பட்டிருந்தன. அவை ஒவ்வொரு அளவுகளில் நீலமான கசிவுகளுடன் இருந்தன. ஒரு நிமிடத்திற்கு க்ருபா அவன் அருகில் பேச்சு மூச்சின்றி ஸ்தம்பித்து நின்றான். ''என் அன்பே, நாம் திரும்பவும் சந்திக்கிறோம்,'' என்று கிசுகிசுத்தான். அவன் என்ன சொல்ல வருகிறான் என்பது அர்ஜனுக்குப் புரியவில்லை. ஆனால் அவன் உடனேயே அதன் அருகில் சென்று அந்தக் கற்களை உடைக்க ஆரம்பித்தான்.

''அப்படியானால் இதுதான் அமரத்துவம் வாய்ந்த பரிசா...'' அர்ஜன் பாலாவைத் தன் முழங்கையால் குத்தினான். பத்மா இருப்பதைக் கூட அறியாமல் பாலா உளறத் தொடங்கிவிட்டான். பத்மா அதிர்ச்சியில் உறைந்திருந்தாள்.

''இவை மூலிகைகள் அல்ல,'' என்று பத்மா முன்னால் யாருடனோ பேசிய உரையாடலை நினைவு கூர்ந்தாள். ''இவை என்ன?''

''தேவைப்படும் பொருட்கள். நான் தான் உன்னிடம் ஏற்கனவே, சொல்லியிருந்தேனே, பெண்ணே?'' என்றான் க்ருபா குனிந்தபடி.

''இவை ஏன் இவ்வளவு காவலாளிகளால் பாதுகாக்கப் படுகின்றன?'' பத்மா கைகளில் பந்தத்தை ஏந்தியபடி கேட்டாள்.

''இவற்றைக் கவனக் குறைவுடன் கையாண்டால் இவைப் பேரழிவை விளைவிக்கும்,'' என்று க்ருபா பெருமூச்சை விட்டான். தலையை ஆட்டியபடி கவனமாகக் கற்களைத் தொட்டான். அவற்றைப் பலகைகளிலிருந்து எளிதாக இழுத்தான். தரையில் வைத்தான். அவன் கோணிப் பையை இறுகக் கட்டி அர்ஜனிடம் தலையசைத்தான், ''வேலை முடிந்தது.''

அதற்குள் அர்ஜன் அமர்ந்து அங்கு வழிந்த நீரைச் சுவைத்துப் பார்த்தான். அது எண்ணை.

''எனக்குப் புரியவில்லை. இதிலிருந்து எண்ணை ஏன் வழிகிறது?''

''காரணம் என்னவென்றால், தோழா, இவை சாதாரணக் கற்கள் அல்ல,'' க்ருபா கூறினான், ''இவை புகையாலும், எண்ணையாலும் உருவாக்கப் பட்டவை. அவற்றிலிருந்து எண்ணை ஏன் கசிகிறது என்று எனக்கும் சரியாகத் தெரியாது. ஆனால் எண்ணை வழிவதால் இவை எளிதாகத் தீப்பிடிக்கும்.''

''நாம் இந்தச் சக்தி அனைத்தையும் காளிக்கு விட்டுவைப்பதா?'' அர்ஜன் கேட்டான். ''அது ஒப்புக் கொள்ள முடியவில்லை.'' பாலா கைகளைக் குறுக்கே கட்டியபடி நின்றான். அவன் கதை அவன் இடுப்பில் தொங்கிக் கொண்டிருந்தது. ''தம்பி சொல்வது சரி தான் கிழவா. நாம் ஏதாவது செய்ய வேண்டும்.''

''இதைப் பற்றி நாம் பிறகு கவலைப் படலாம், தோழா. இப்போதைக்கு நாம் செய்யவேண்டியதில் கவனம் செலுத்தலாம்.'' என்று க்ருபா உறுமினான், கதவை நோக்கி நகர்ந்தான். ''இங்கிருந்து நீங்கள் அனைவரும் கிளம்புவதாக இல்லையா? மிலேச்சர்களால் நம்மை நீண்ட நேரம் காக்க முடியாது. அதனால் கிளம்பலாம்.''

யாரும் அசையவில்லை.

அர்ஜன் கோபித்தான். ''நாம் ஏதாவது செய்ய வேண்டும்.''

''என்ன செய்ய வேண்டும்?'' என்று க்ருபா முகம் சுளித்தான்.

அப்பொழுது யாரும் எதிர்பார்க்காததை பத்மா செய்தாள். அவள் பந்தத்தைக் கீழே போட்டாள். எண்ணையும் தீயும் சேர்ந்தது. சோமா கற்கள் மஞ்சள் வண்ண நெருப்பில் எரிய ஆரம்பித்தன.

''இதைத் தான் செய்ய வேண்டும்,'' என்றாள் பத்மா அவள் முகத்தில் ஒரு அமைதியான மிரட்டல் பாவம் வந்தது.

க்ருபாவின் கண்கள் விரிந்தன, அர்ஜன் தடுமாறியபடி முன்னேறினான். அவன் வெளியேறும்போது ஒரு பெரிய பந்து அந்த அறையையே அழிக்கும் வேகத்தில் வெடித்தது. அர்ஜன் கத்தினான், ''நாம் உள் அறையை மூட வேண்டும். இல்லையென்றால் தீ மேல்வரை பரவி நம்மையே தாக்கும்,''

பாலா மூலைக்குச் சென்று அந்த பாறாங்கல் பலகையை இழுத்து மூடப்பார்த்தான். முதலில் அது எளிதாக இருந்தது. அர்ஜன் உதவினான். ஆனால் எரியும் சூடான கற்கள் அந்த அறையிலிருந்து பறக்கத் தொடங்கின. ஒன்று க்ருபாவின் கையில் பட்டது. அவன் தான் அறையின் எதிரே நின்றிருந்தான். ''நான் இப்படி ஒரு காட்சியைப் பார்த்ததே இல்லை,'' என்றான்.

''காட்சியை ரசித்தது போதும். எங்களுக்கு உதவு,'' அர்ஜன் கல்லைத் தள்ளினான், பத்மா அவனுக்கு உதவினாள். க்ருபாவால் அந்த இடத்தை விட்டு நகரமுடியவில்லை.

''நான் இதைப் பல வருடங்களுக்கு முன்னால் செய்திருக்கலாம், ஆனால் செய்யவில்லை,'' என்று தனக்குத் தானே முனகிக் கொண்டான்.

குரல் தெளிவாகக் கேட்கவில்லை. ''நான் ஏன் அப்படிச் செய்யவில்லை? ஒரு வேளை பயந்தேனோ, அதை அழிக்கக் கூடாது என்று நினைத்தேனோ? அது இங்கேயே இளவர்த்தியில் இருக்க வேண்டும் என்று விரும்பினேனோ?'' அவன் உணர்ச்சிக் குவியலாக மாறினான். குரல் மனிதக் குரல் போலவே இல்லை. ''இருட்டு யுகம் முடிந்தபின் மக்கள் இதைப் பயன்படுத்தவேண்டும் என்று நினைத்தேனோ? ஒரு வேளை நான் ரொம்பவும் எதிர்பார்ப்புகளை வைத்துக்கொண்டேனோ?'' சற்று நிறுத்தினான். ''ஆனால் ஏதாவது பாக்கி இருக்கிறதா?''

ஒரு வழியாகப் பலகையால் மூடிவிட்டனர். அர்ஜன் மூச்சை ஆழமாக விட்டான். தீயின் சூட்டினால் அவனுக்கு மூச்சு முட்டியது ஆனாலும் அவன் மிகவும் சிரமப்பட்டு மூச்சை உள்ளே இழுத்தான். ஒரு நொடிக்கு அவனால் பார்க்கவோ, யோசிக்கவோ முடியவில்லை. புகை அவனை யோசிக்கவிடாமல் பரவியது. அவன் ஒருவழியாக விடுபட்டு எழுந்து, க்ருபாவை உலுக்கி எழுப்பினான். ''அது என்ன?'' என்றான் அர்ஜன். அவன் கண்களை ஆழமாக நோக்கினான். கிழவனிடம் ஏதோ ரகசியங்கள் உள்ளன. அவை அர்ஜனுக்குத் தெரியாது என்பது அர்ஜனுக்குப் பிடிக்கவில்லை. முன்பு ரத்ரி எப்படி தவித்திருப்பாள் என்பதை அர்ஜன் இப்பொழுது உணர்ந்தான்.

க்ருபா குழம்பி திரை விழுந்த கண்களுடன் அவனை நோக்கினான். ''எனக்குத் தெரியவில்லை. என் செயல்களுக்கு நானே காரணம் கற்பிக்கிறேன்.''

அவர்கள் இருந்த குழியிலிருந்து வெளியே வந்தனர், சடலங்களும், ரத்தமுமாக மாடம் கோரக் காட்சியாக இருந்ததை அர்ஜன் பார்த்தான். கொட்டியிருந்த ரத்தத்தைத் தாண்டி நடந்தான் அர்ஜன், அவனுடைய குடலே புரண்டு வெளியே வந்தது, அவன் மூக்கில் நாற்றம் நிலையாக ஒட்டிகொண்டது. அவன் வெளியே வந்த பொழுது தத்தாத்ரேயா கை கால்கள் வெட்டுப் பட்டு, கண்கள் குடையப் பட்டுக் கிடந்தான். அவன் உயிர் நிலைக்கவில்லை. அர்ஜன் அவனுக்காக வருத்தப்பட்டான்.

கோபத்தையும் சோகத்தையும் ஒன்று சேர்த்துக் கொண்டு வந்தது மரணம். ஒரு மிலேச்சனுக்காக வருத்தப்படுவான் என்று அவன் கொஞ்சமும் எதிர் பார்க்கவில்லை. ஆனாலும் இந்த முற்றுகை, அவனுக்கு அப்படிப் பட்ட ஒரு எண்ணத்தை எழுப்பியது.

''நமக்கு வேலை இருக்கிறது, தம்பி,'' என்று பாலா அவன் தோள்களைத் தட்டிக் கொடுத்தான்.

அர்ஜன் தலையசைத்துத் தன் நண்பர்களுடன் கிடங்கிலிருந்து வெளியே வந்தான். பெருமுயற்சி எடுத்து வேடிக்கை பார்த்தவர்கள்,

இந்தக் கலவரத்தில் தப்பியவர்களைப் பார்த்துக் கொண்டிருந்தனர். சூரியன் அஸ்தமிக்கத் தொடங்கியது, பலர் விசாரணையைப் பார்வையிட அவசரப்பட்டனர். அது நகரத்தின் அந்தப் பக்கம் நடப்பதால் அவர்கள் விரைந்து சென்றனர். அவர்கள் கிடங்கின் உள்ளே கொஞ்ச நேரம்தான் செலவிட்டதாக அர்ஜனின் கணிப்பு. ஆனால் நேரம் யாருக்காகவும் காத்திருப்பதில்லை. காளியின் அதிகாரிகளுக்குச் சோமாவின் நிலை என்ன என்று தெரிய வரும், ஆனால், வழக்கில் விசாரணை முடிந்த பின்பா?

''நமக்குத் தாமதமாகிவிட்டது,'' என்றான் அர்ஜன் சூரிய அஸ்தமனத்தை வேடிக்கை பார்த்துக் கொண்டே. க்ருபாவும் பாலாவும் ஒருவரை ஒருவர் அர்த்தபுஷ்டியுடன் பார்த்துக் கொண்டனர். பத்மா எந்த அக்கறையும் காட்டவில்லை.

''எனக்குத் தெரியும், தோழா,'' என்று க்ருபா பத்மாவைப் பார்த்தான். ''எனக்கு உன் உதவி வேண்டும், உன்னுடையதும் தான்,'' என்றான் பாலாவைப் பார்த்து. ''எனக்கு உன் உதவியும் தேவை, அர்ஜன். நான் செய்யவேண்டியதைத் செய்ய வேண்டும். அப்பொழுது தான் நாம் அங்கே போக முடியும்...''

''இரு. நாமா?'' பத்மா குழம்பினாள். ''நான் இது வரைதான் உங்களுடன் இருப்பதாக ஒப்புக் கொண்டேன்.''

க்ருபா பல்லைக் கடித்தபடி நிமிர்ந்தான். ''பெண்ணே, உன் ரத்தத்தில் என்ன காரணம் வேண்டுமானாலும் ஓடலாம், ஆனால் நான் உன்னிடம் ஒரு முக்கியமான விஷயம் சொல்ல வேண்டும். அதி முக்கியம். நாங்கள் மேற்கொண்டுள்ள காரியத்தைப் பார்க்கும் போது உன் சோகம் ரொம்பச் சிறியது. நாங்கள் உலகை காக்க வந்தவனைக் காக்கப் போகிறோம்.''

ரொம்பத் தெனாவட்டாகத் தோன்றினாலும், அதுவும் பின்புலம் தெரியாதவருக்கு அபத்தமாகக் கூடத் தோன்றும்.

''எந்தக் காவலனுக்கு, காவல் தேவை? அப்படிப்பட்டவன், என்னைப் பாதுகாக்கவே வேண்டாம்,'' என்று பத்மா மறுத்தாள்.

''அவன் இன்னும் தயாராகவில்லை,'' என்று க்ருபா கோணியைத் தோள் மாற்றி மூலையில் வைத்தான், அவனால் பளுவைத் தூக்க முடியவில்லை. அர்ஜன் தன் கைகளைப் பத்மாவின் தோளில் வைத்து அவளைப் புரிந்து கொள்ளும்படி கெஞ்சினான். பத்மா முதலில் முகம் சுலித்துவிட்டு பின்னர் சம்மதித்தாள். பாலா அவளை ராக்ஷஸிடமிருந்து காப்பாற்றியதை அடையாளம் கொண்டு உதவ ஒப்புக் கொண்டாள்.

''நான் என்ன செய்ய வேண்டும்?''

''ஆமாம், நாங்கள் என்ன செய்ய வேண்டும்?'' அர்ஜனும் கேட்டான்.

க்ருபா இளித்தான். ''நாம் எப்பொழுதும் செய்வதைத் தான் செய்ய வேண்டும். *மாற்றி யோசிக்க வேண்டும்.*''

69

விசாரணைகளில் வழக்கமாக நிறைய ரத்தம் சிந்தப்படும். அவர்கள் காத்திருக்கமாட்டார்கள். தேடிப் பிடிக்க மாட்டார்கள். அவர்கள் ஏற்கனவே தேடிக் கொண்டு வந்த காட்சிப் பொருளாக நிற்க வைத்து வேடிக்கைப் பார்த்தனர். ஆனாலும் எதோ பதற்றம் இருந்ததைக் கல்கியால் உணர முடிந்தது. அதுவும், நீதிபதிகளை அழைக்கும்போது பதற்றம் நிலவியது. நீதிபதிக் குழு ஒன்று தெற்குப் பக்கமாக மேடையில் மொத்தமாக அமர்ந்திருந்தது. நகரவாசிகள் மேடையிலிருந்து சற்றே விலகி அமர்ந்திருந்தனர். மேடையில் தான் பிரதான கைதி நிறுத்தப்படுவான். அங்கிருந்து தான் அவன் தன்னுடைய தரப்பு வாதத்தை முன் வைக்க வேண்டும். அதன் பிறகு நீதிக் குழு தீர்ப்பு வழங்கும், அதை நீதிபதிகள் நிறைவேற்றுவார்கள்.

கல்கியைச் சுற்றி மட்டுமே நான்கு நாகாக்கள் நின்று கொண்டிருந்தனர். அவன் கழுத்தைப்பார்த்து வாள்களைக் குறி வைத்தனர். மற்ற கைதிகள் அவனை உணர்ச்சிகளின்றி வெறித்துப் பார்த்து ரசித்தனர். சிலரின் இளிப்பில் சொத்தைப் பற்கள் தெரிந்தன. உலகத்தின் கீழ்த்தரமான கழிவுப் பொருள்களோடு, தான் நிற்பதைக் கண்டு மனம் வெதும்பினான். கைதிகள் விசாரணைக்காக வரிசைப் படுத்தப்பட்டனர், ஒவ்வொருவரின் முறை வரும் பொழுதும், காவலாளிகள் அவர்களைச் சாட்டையால் அடிக்க, மற்றவர்கள் அவர்களின் மீது கல்லெறிந்தார்கள். பாலியல் வன்முறை செய்தவர்கள், கயவர்கள், கொலையாளிகள் போன்றவர்களுக்கு மரண தண்டனை விதிக்கப்பட்டது. இவனுக்கு ஏற்கனவே மரண தண்டனை தீர்மானமானது சற்றே தர்மசங்கடத்தை ஏற்படுத்தலாம். அதில் எந்த தர்க்க ரீதியான காரணமும் இல்லை.

வினோதமான பெண் ஒருத்தி, நீல விழிகளுடன் பாம்புப் படம் போட்ட சிம்மாசனத்தில் ஒரு வழுக்கைத் தலை குண்டனுடன் அமர்ந்திருந்தாள். அவன் கழுத்தை சுற்றி கீரிபிள்ளையைச் சுற்றியிருந்தான். சிற்பங்களிலிருந்து அவனால் வேதாந்தாவை

அடையாளம் கண்டு கொள்ள முடிந்தது. கைப்பாவை மன்னன். துருக்தியுடன் மர்தாஞ்சா அமர்ந்திருந்தான். நடப்பவற்றைப் பார்க்கும்படி அவளைக் கட்டயாப்படுத்தி கொண்டிருந்தான்.

அவனுக்கு முன்னால் இருந்த கைதி கருணை காட்டும் படி, மண்டியிட்டுக் கெஞ்சி மன்றாடினான். அவன் கைகளை கூப்பி, ''அவள் சிறிய பெண் என்று எனக்குத் தெரியாது. எனக்கு அது தெரியாது. என்னை மன்னித்து விடுங்கள், வேந்தர்களே, நான் நாட்டிற்கு எதிராகப் பாவம் செய்துவிட்டேன். உங்களுக்கு எதிராகவும் தவறு செய்துவிட்டேன்,'' என்று உணர்ச்சிபூர்வமாகக் கதறினான்.

கல்கிக்கு அவன் செய்த தவறு என்ன என்பது புரியவில்லை, அது வார்த்தைகளால் சொல்லப்படவில்லை.

நீதிக் குழு காளியைப் பார்த்துத் தலையசைத்தது. ''நான் என் வாழ்நாளில் நிறைய தீய செயல்களைப் பார்த்திருக்கிறேன். ஆனால் தீமை என்ன என்று இதுவரை யாரும் தெளிவாகக் கூறியதில்லை. தீய விஷயம் என்றால் என்ன? நாம் தீமை பொருந்திய நாட்டில் வாழ்கிறோம் என்பதை என்னால் ஏற்க முடியாது. நாம் திறமை இருக்கும் நாட்டில் வாழ்கிறோம். பேராசை என்பது தவறு என்றாலும், பேராசைதான் பணத்தைச் சம்பாதிக்க உதவுகிறது. காமம் தவறு என்கிறோம், ஆனால் மொத்த உலகுமே எதோ ஒரு இச்சையின் பின் தான் அலைகிறது. அதைத் தீர்த்துக் கொள்ளத் தவிக்கிறோம். நாம் போலிகள். ஆனாலும் என் நம்பிக்கை, தீயது என்று ஏதும் இல்லை. நாம் எல்லோருமே சமம். ஒன்றுதான். நாம் அனைவரும் இவனைப் போல் வெறும் மனிதர்களாக இருக்கப் பழக வேண்டும். உனக்குச் சுதந்திரம் தந்தோம், மனிதா, கிளம்பு! ஆனால் வேதாந்தா மன்னனின் படையில் நீ ஐந்து ஆண்டு காலம் பணி புரிய வேண்டும். உன்னைப் போல் மன்னிக்கப்பட்ட மனிதனை அவன் பயன்படுத்திக் கொள்வான். அவனுக்குச் சூடு வையுங்கள்!''

அதனால் அவன் களிப்படைந்தான். அவனை நாகாக்கள் அழைத்துச் சென்று விட்டனர்.

கல்கியின் பின்னால் நின்றவன் சொன்னான், ''அவனுக்கு மன்னிப்பு எப்படிக் கிடைத்தது, என்று நம்பவே முடியவில்லை! மன்னர் நல்ல மனநிலையில் இருக்கிறார் இன்று. நீ அதிர்ஷ்டசாலிதான்.''

''அவன் என்ன தவறு செய்தான்?'' கல்கியால் பின்னால் நிற்பது யார் என்று பார்க்க முடியவில்லை. ஆனாலும் தனக்கு முன்னால் விசாரிக்கப்பட்டவனைப் பற்றி அறிய விரும்பினான்.

''ஒரு குழந்தையை பலாத்காரம் செய்து விட்டான்,'' என்றான் கைதி. ''இதைப் போன்றவர்களுக்குச் சொர்க்கம், நரகம் போன்ற விஷயங்கள் எல்லாம் கிடையாது. அவன் இந்த பூமியில் தான் வாழ்ந்தாக வேண்டும்.''

கல்கி பற்களைக் கடித்துக் கொண்டான். ''அவர்கள் குற்றங்களை ஏன் அறிவிக்கவில்லை?''

''எனக்கு அதைப் பற்றி ரொம்பத் தெரியாதுப்பா.''

அடுத்து கல்கியின் பெயர் அழைக்கப்பட்டது. காளிதான் மத்தியில் அமர்ந்திருந்தான். சௌகரியமாக முன்னால் சாய்ந்து பல்லைக் காட்டி இளித்தான்.

கல்கி தரையில் நின்றான், இந்த நாட்டின் நீதியை நிலை நிறுத்துவதாக மார் தட்டிக் கொண்ட நீதிபதிகள் மேலிருந்து அவனை நோக்கினர். ஆகாயம் மங்கலாகத் தேய்ந்திருந்தது. மாலை கவிந்தது. புகை மூட்டத்துடன் விளங்கிய மேகங்கள் நட்சத்திரங்களுக்கு திரையிட்டிருந்தன.

''உன் தரப்பு வாதத்தை தொடங்குவதற்கு முன், கைதியே, நான் நீதிக் குழுவிடம் சில விஷயங்களைச் சொல்லக் கடமைப்பட்டிருக்கிறேன். இவனுக்கு நீங்கள் கருணைக் காட்டக் கூடாது. ரக்டபாவின் நிறைய ஆட்களைக் கொன்று குவித்தவன். நம் மக்களைக் காக்க என் தங்கை மேற்கொண்ட முற்றுகையில் தான் இவன் அப்படி நடந்து கொண்டான். அவன் அரசாங்கத்திற்கு எதிராக நாச வேலையில் ஈடுபடுவதற்காகக் கலவரத்தை உருவாக்கினான். வேதாந்தா மன்னனின் அரசை ஆட்டிப் பார்க்க நினைத்தவன்.''

மன்னன் முகத்தில் எந்தப் பாவமும் இல்லை. அவனுக்கு அலுப்புத் தட்டியது. இங்கே இருப்பதைக் காட்டிலும், வேறு எங்காவது இருப்பதே மேல் என்பதைப் போல விழித்தான் அவன்.

''கலவரத்திற்கு மிகவும் கடுமையான தண்டனை தரப் பட வேண்டும்; அரசாங்கத்தின் நன் மதிப்பைக் குலைக்க அனுமதிக்கக் கூடாது,'' என்றான் காளி.

அவன் முடிப்பதற்காக காத்திருந்த அந்த நீல விழிப் பெண், அவன் தொடர்ந்துகொண்டே இருந்ததால் எரிச்சலடைந்து இடைமறித்தாள், ''எந்த அடிப்படையில் இந்தக் குற்றம் சாட்டப்படுகிறது என்பதை நான் தெரிந்து கொள்ள விரும்புகிறேன்.'' அது தேவி மானசா, வாசுகியின் அக்கா. கொடி ஏந்தியவன் ஒவ்வொரு நீதிபதியாக அறிமுகப்படுத்தினான். ஒவ்வொரு நீதிபதிக்கும் அவரவர் சின்னம் பொருத்தப்பட்ட கொடி இருந்தது. அது அவர்களின் பழங்குடிக்குச் சம்பந்தம் உடையதாக இருந்தது. காளி மட்டும் விதிவிலக்காக, ஒரு வினோதக் கொடியை வைத்திருந்தான். ஆந்தை ஒன்று மரத்தில் அமர்ந்திருக்க அதன் பின்னால் ரத்தப் பிழம்பாக ஜொலிக்கும் சூரியன் பொருத்தப்பட்டிருந்தது. அதற்கு என்ன பொருள் என்று கல்கிக்கு விளங்கவில்லை.

''அடிப்படையில் நடந்ததா?'' காளி தன் கண்களைச் சுருக்கினான். ''குற்றத்தையா கேட்கிறாய்? நடந்தவற்றைக் கண்ணால் பார்த்த சாட்சி இருக்கிறது என்னிடம். என் அருமைத் தங்கையைக் கூண்டில் சாட்சியாக ஏற்றுங்கள்.''

ஊசி போன்ற ஒரு ஆயுதத்தைக் கொண்டு மர்தாஞ்சா துருக்தியைக்

குத்தி முன்னால் தள்ளுவதைக் கல்கி பார்த்தான். அவள் முன்னால் வந்தாள், முகம் சோர்வாக இருந்தது, இரவு முழுக்கத் தூங்கவில்லை போலும். அவர்கள் எப்படிப் பிடிபட்டார்கள் என்பதைக் கல்கி நினைத்துப்பார்த்தான். துருக்தி தனக்குப் பெருத்த ஏமாற்றம் என்று காளி அவளைப் பார்த்து எப்படி எள்ளி நகையாடினான் என்பதும் நினைவுக்கு வந்தது. துருக்தி நாட்டுக்குத் துரோகம் செய்த காரணத்திற்காகக் கொல்லப்படவேண்டும், ஆனால் அவன் பெரிய மனது பண்ணி அவளை மன்னித்து, தனியறையில் அடைத்து, கல்கியைத் திரும்பவும் கூண்டில் தள்ளினான். கல்கி போராடியும் அவனால் ஒன்றும் செய்ய முடியவில்லை. கல்கியைத் தடுக்கப் பத்து ராக்ஷஸ்கள் வந்தனர். அவன் மறுபடியும் கூண்டில் அடைக்கப்பட்டான். கல்கியை அடக்குவதில் மர்தாஞ்சாவுக்குப் பெரிய பங்கு இருந்தது. அவனுக்குக் கல்கியைக் காட்டிலும் கூடுதல் சக்தி இருந்தது. அவன் அவனை கடுமையாகக் குத்தினான்; கல்கியின் குடல் கிழிந்து வெளியே வராதது தான் அதிர்ஷ்டம்.

''பேசு,'' காளி ஆணையிட்டான்.

மானசா ஒரு தாயின் குரலில் இருக்கும் கனிவுடன் ஆரம்பித்தாள், ''அச்சம் உன் பேச்சைப் புரள விட அனுமதிக்காதே, கண்ணே. நீ நினைப்பதைச் சொல்.'' அவள் சற்றே நிறுத்தினாள். மானசா அவள் தரப்பில் தான் இருக்கிறாள் என்று கல்கி மகிழ்ந்தான். ஆனால் ஏன்? அவளுக்குக் காளியுடன் ஏதாவது தகறாரா?

காளி கேவலமாகச் சிரித்தான்.

துருக்தி ஒரு நொடி கல்கியை நோக்கினாள், அவர்களுக்குள் ஒரு புரிதல் ஓடியது. துருக்தி சரியாகத் தான் பேசுவாள் என்று கல்கிக்குத் தோன்றியது. ஒருவேளை அவள் சுற்றி வளைத்துக் காளிக்கு எதிராகக் கூடத் திரும்பலாம்.

''ஆமாம். கல்கி ஹரி ஒரு கொலையாளி,'' என்றாள் ஆழமாக மூச்சை வாங்கியபடி. கல்கியின் இதயத்தை ஏதோ ஒரு பாரம் அழுத்தியது. ''அவன் அரசாங்கத்தின் படையை எதிர்த்ததால் பிடிபட்டான். அவன் அரசாங்கத்திற்கு எதிரான சதி வேலையை வெகு காலமாகத் திட்டம் தீட்டி வருகிறான். ஷம்பாலாவில் உள்ள அனைத்து கிராமவாசிகளுக்கும் இவன் ஒரு தீய தாக்கமாக இருந்தான்.''

அனைவரும் ஊளையிட்டனர். அவர்கள் கற்களையும், அழுகிய ஆப்பிள் பழங்களையும் அவன் மீது வீசினர். அவன் தன் கண்களை மூடி விரக்தியில் தலையசைத்தான். இதிலிருந்து தப்ப எந்த வழியும் இல்லை.

''உனக்குக் கண்டிப்பாகத் தெரியுமா, கண்ணே?'' என்று மானசா மென்மையாக வினவினாள். அவள் சொல்லும் பொய்களைப் பிரித்தெடுக்க முற்பட்டாள்.

''ஆமாம்,'' ஒவ்வொரு வார்த்தையும் தெளிவான உச்சரிப்புடன்

வந்தது, ''ஆமாம் உறுதியாக.''

காளி கைகளைத் தட்டி ஆர்ப்பரித்தான். ''போதுமா! கிடைத்ததா சாட்சி? நம்மிடம் நம்பத் தகுந்த சாட்சி உள்ளது. கீகட்புர் ராஜ்ஜியத்தைக் காக்கும் சாட்சி இந்த புரட்சியாளனுக்கு எதிராக இருக்கிறது. நீதிக் குழு என்ன தீர்மானம் எடுக்கப் போகிறது? நாங்கள் என்ன செய்ய வேண்டும்?''

கல்கிக்குப் பேச வேண்டும் என்ற உந்துதல் இருந்தாலும், சங்கிலியால் பிணைத்திருந்த கொடுமையான சூழ்நிலையில் பேச வாய் வரவில்லை. காளிக்கு வேண்டியது மரணதண்டனை மட்டுமல்ல. அவன் அதைச் சிறையிலேயே செய்திருக்கலாம். மர்தாஞ்சா அவனைக் கத்தியால் குத்தியிருக்கலாம். யாருக்கும் தெரிந்திருக்காது.

இல்லை.

கல்கியை அவமானப்படுத்த நினைத்தான். துருக்தி கல்கிக்கு எதிராகத் திரும்பவேண்டும் என்று எண்ணினான். இவை அனைத்தும் பொதுவெளியில் அனைவருக்கும் எதிரில் நடக்க வேண்டும் என்று விரும்பினான். அப்பொழுது தான் அவனால் ரசிக்க முடியும். இது அதிகார வெறி அல்ல. கல்கி தப்புக் கணக்கு போட்டுவிட்டான். காளி இவனைப் பார்த்து அஞ்சவில்லை. காளி தான் இவனுக்கு அச்சுறுத்தல். அதைப் பொதுமக்களுக்கு நடுவே செய்தால் தானே பெருமை? குரோதத்துக்கு அளவே இல்லை, ஆனாலும் காளி அனைத்து எல்லைகளையும் கடந்து விட்டான்.

''சட்ட விதிகள் சொல்வது போல் அந்தப் பையன் தன் வாதத்தை முன் வைக்கலாம்,'' என்று மானசா திரும்பவும் ஒரு வாய்ப்புக் கொடுத்தாள்.

குவேராவும், வேதாந்தாவும், சங்கடத்தில் நெளிந்தனர். பிறகு குவேரா சொன்னான், ''குற்றம் அனைத்தும் தெளிவாக உள்ளது, அதனால் நாம் வீணாக அவன் தரப்பு விவாதங்களைக் கூடக் கேட்க வேண்டியதில்லை...''

காளி கையை உயர்த்தினான். ''பரவாயில்லை. அந்தக் குப்பை பேசட்டும்.'' பொதுமக்களிடமிருந்து பெரிய சலசலப்பு ஏற்பட்டது.

''அமைதி,'' என்று அவன் கோஷமிட்டதும் மக்கள் மௌனமானார்கள். அசையக்கூட இல்லை. ''நல்லது. இப்பொழுது பேசு.''

கல்கி மானசாவைப் பார்த்தான், அவளுடைய முடமான கை ஒரு விந்தையான ஊதா வண்ணத் துணியில் சுற்றப் பட்டிருந்தது. அவன் எதாவது சொல்வான் என்று காத்திருந்தாள். அவனுடைய வழக்குக்கு ஏதாவது உபயோகப்படுமா என்று பார்த்தாள். ''என் அப்பா சில மாதங்களுக்கு முன் இறந்தார்.'' கல்கி தொடங்கினான். ''மிலேச்சர்களால் தாக்கப்பாட்டுக் கடத்தப்பட்டார். ஆண்கள் அவரைக் காப்பாற்றச் சென்றோம். ஆனால் பயனில்லை. நான் மிலேச்சர்களை வெற்றி கண்டேன், ஆனால் அது என் அப்பாவிற்கு விடுதலை வாங்கித்

தரவில்லை. அது அவர் மரணத்தில் முடிந்தது. அதைத் தான் விதி என்பார்கள். கடவுளால் எழுதப்பட்ட விதி, அவர் இறக்க வேண்டும் என்பது; நான் அவரைக் காப்பாற்றி இருந்தாலும் இல்லாவிட்டாலும் அவர் விதி முடிந்து விட்டது. அது தான் இங்கே நடந்தது. நான் எவ்வளவு தான் வேண்டினாலும் என்னதான் விளக்கினாலும் நீதிக் குழுவின் முடிவில் எந்த மாற்றமும் இல்லை,'' என்று கும்பலாக ஒடுங்கியிருந்தவர்களைப் பார்த்துக் கை காட்டினான். ''அவர்களைச் சிறப்பான காளி வேந்தன் லஞ்சம் கொடுத்தோ, மிரட்டியோ ஊழல் செய்தோ அமர்த்தியிருக்கிறான்.'' அவன் கேலி செய்தபடி, நிலத்தில் எச்சில் துப்பினான், அவன் தசைகள் திரண்டன. மங்கிய விளக்கொளியில் அவனுடைய வடுக்கள் மின்னின. ''நான் முழுதும் வாழ்ந்து விட்டேனா என்று எனக்குத் தெரியாது. ஆனால் என்னைச் சுற்றிலும் நடக்கும் நிறைய தீய விஷயங்களைப் பார்த்து விட்டேன் அதனால் மாற்றத்துக்கான சமயம் இது என்று நினைக்கிறேன்.''

''அலுப்புத் தட்டும் பேச்சு,'' என்றான் காளி. ''கொல்லுங்கள் அவனை!'' என்று தன்னுடைய காவலர்களுக்கு ஆணை பிறப்பித்தான்.

சங்கிலிகளால் பிணைக்கப்பட்ட அவனை நாகாக்கள் வலுக் கட்டாயமாக இழுத்தனர். துருக்தி நெளிந்தாள். மர்தாஞ்சாவிடமிருந்து விலகப் பார்த்தாள், ஆனால் அவன் விடுவதாக இல்லை. கல்கி மண்டியிட்டான். ஆகயாமே வெறுப்பில் நிறைந்தது போலிருந்தது. அவன் விஷ்ணுவைக் கும்பிட்டான். கோடாரியால் வெட்டுபவனின் காலடி ஓசை இடி போல் கேட்டது. அவன் மரணத்தின் ஆயுதத்தை ஏந்தியபடி வந்தான்.

''இவனை அப்படியே, இங்கேயேவா வெட்டப் போகிறாய்?'' மானசா எதிர்த்தாள். ''இது என்ன காட்டுத்தனமாக இருக்கிறது. மற்ற நீதிக்குழு உறுப்பினர்கள் காளியின் அபிப்ராயத்திற்கு எதிராகத் தங்களுடைய எண்ணங்களை வாய் திறந்து ஏன் பேச மாட்டேன் என்கிறார்கள்?'' ஆனால் ஒருவரும் பேசவில்லை. அவர்கள் வால்கள் எல்லாம் கால்களின் பின்னால் ஒண்டிக்கொண்டதைக் கல்கியால் உணர முடிந்தது.

கல்கியின் தலையை வெட்டுவதற்கு வாகாக மேடையில் பொருத்தினர். கோடாரியால் ஒரே போடு! துண்டமாக விழ வேண்டும் தலை என்று திட்டமிட்டனர். மெதுவாக ஒன்றிரண்டு முறை கோடாரியை அவன் பின் கழுத்தில் வைத்து ஒத்திகை பார்த்தனர். அவனுடைய மொத்த வாழ்வும் அவன் கண் முன்னால் காட்சிகளாகத் தெரிந்தது.

பிறகு, கோடாரி சீறிப்பாய்ந்து அவன் கழுத்தைப் பதம் பார்க்கத் தயாரானது...

அதற்கு முன் நின்றது.

கல்கி கண்களைத் திறந்தான், இதயம் படபடவென்று அடித்துக்

கொண்டது. அவன் மேலே பார்த்தான். கோடாரி பிடித்துக் கொண்டிருந்தவன் நிமிர்ந்து வானத்தைப் பார்த்துக் கொண்டிருந்தான். துருக்தி கூட போராடுவதை நிறுத்திவிட்டு அண்ணாந்து பார்த்தாள்.

வானின் நடுவே கரும் மேகங்களைக் கிழித்தபடி ஒரு பறவை அவர்களை நோக்கி வருவதைக் கல்கியும் பார்த்தான். பொதுமக்கள் அனைவரும் மெய்மறந்து பார்த்தனர். கல்கி தன் பார்வையைச் சரி செய்து கொண்டு கூர்ந்து பார்த்தான். அவன் இதுவரை பார்த்திருந்த அனைத்துப் பறவைகளைக் காட்டிலும் பிரம்மாண்டமான பறவை இது.

அது நிஜத்தில் ஒரு ரதம். அது அவன் பக்கம் வந்தது.

ரதத்தை ஓட்டியது குதிரைகள் அல்ல. அதற்கு இரு புறமும் நீண்ட சிறகுகள். வழக்கமாக அது போன்ற வாகனத்தில், சுழலும் அமைப்புகளைப் பயன்படுத்தித் தரையில் குழுமியிருக்கும் எதிரிகளைத் தாக்கத்தான் பயன்படுத்துவார்கள். ஆனால் இங்கு அதை ரதத்தைப் பறக்க வைக்க உபயோகித்திருக்கிறார்கள்.

பிறகு அவன் தன் நண்பர்களைப் பார்த்தான்: வேறு யாரும் இல்லை, அர்ஜன் தான் முன்னால் நின்றான், பாலாவும், க்ருபாவும் பின்னால் நின்றனர், கைகளில் ஈட்டியும், வில் மற்றும் அம்புகளை ஏந்தியபடி.

402

70

அந்த அம்பு அவனுக்கு அல்ல. கல்கியைச் சங்கிலியால் பிணைத்துக் கொண்டிருந்த நாகாவுக்குக் குறி வைக்கப்பட்டது. அது நாகாவின் மண்டையைக் குறி பார்த்தது. அவன் மல்லாக்காகச் சாய்ந்து இறந்தான். ரதம் அந்தரத்தில் பறந்தபடியே மற்றொரு நாகாவைத் தாக்கியது. சங்கிலிகள் தளர்ந்தன. கல்கி சற்றே வலிமை பெற்றதாக உணர்ந்தான். அதனால் மூன்றாவது நாகாவை இழுத்து ஒரு குத்து விட்டான். அவனை யாரும் இழுத்துப் பிடிக்காததால் அவனே சங்கிலிகளை விலக்கினான். ஆனால் முழுவதுமாக முடியவில்லை.

சோமாவின் உதவியால் மேலே தொங்கிக் கொண்டிருந்த ரதத்தைப் பார்த்தான். அதன் பின்னாலிருந்து நீலப் புகை வந்து கொண்டிருந்தது, அது சக்தியுடன் பறந்தது. ரதத்திலிருந்து ஒரு ஏணி போடப்பட்டது. கல்கி அதைப் பிடித்துக் கொண்டான். அப்பொழுது தான் மர்தாஞ்சா அவனை நோக்கி வேகமாக ஓடி வருவதை உணர்ந்தான்.

''**அவனைக் கொல்!**'' காளி அவனுடைய இருக்கையில் இருந்து எழுந்தான். ''அந்த அழகியை என்னிடம் கொண்டு வாருங்கள்.''

ரதத்தின் மீது அம்புகள் எறியப்பட்டன, ஆனால் அவற்றால் ஒரு பயனும் இல்லை. ஒரு அம்பு அதன் முகப்பைத் தாக்கியது, ஆனால் ரதம் அதனால் உடையவில்லை. கல்கி ஏணியைப் பிடித்துக் கொண்டிருந்தான். மர்தாஞ்சா அவன் அருகில் வந்து விட்டான்.

''சீக்கிரம் மேலே ஏறு! சோமாவால் வெகு நேரம் அந்தரத்தில் தொங்க முடியாது,'' என்று ரதத்தின் உள்ளிருந்து அர்ஜன் கத்தினான்.

''இதை எப்படிச் சாதித்தீர்கள்?'' என்று கல்கி கத்தினான். ''அடக் கடவுளே! முன்னால் நகருங்கள்.''

''க்ருபா இதை எரிபொருள் கொண்ட விமானம் என்று கூறுகிறான். ரதத்திற்குள் கற்களை எரிய விட்டோம். அவற்றின் சக்தியை வெளியேற்ற பின்னால் ஒரு சிறு இடைவெளி விட்டோம். குதிரைகள் அற்ற ரத்தத்தைக் கொண்டு செய்தோம். மேலும், நாங்கள் முன்னேறத் தான் போகிறோம்,''

என்று அர்ஜன் இளித்தான். ''ஆனால் எங்களால் முடியவில்லை.''

கல்கியும் பதிலுக்கு, தன்னைக் கட்டுபடுத்தமுடியாமல் இளித்தான். சங்கிலிகள் ஒருவேளை ரதத்தைக் கீழே இழுக்கலாம். அவன் உடலோடு பொருந்திய அந்த கனமான சங்கிலிகளை அகற்ற நினைத்தான்.

''நான் கீழே போக வேண்டும். இல்லாவிட்டால் ரதம் நகராது. இங்கேயே காத்திருங்கள்.'' கல்கி கீழே குதித்து நாகாவின் உடலில் ஏதேனும் ஆயுதம் இருக்கிறதா என்று தேடினான். அவன் முன்னேறி நாகாவின் கோடாரியை எடுக்கும்போது மர்தாஞ்சா அவனை அணுகினான்.

''**கிராமத்து இளைஞனே!**'' என்று ராக்ஷஸ் தளபதி முகம் சுளித்தான். ''இது என்ன மாயம்?''

கல்கியால் அவனுக்கு விளக்க முடியவில்லை, அதற்குள் கூரான, வளைந்த, நிறைய பற்களுடைய கத்தியை மர்தாஞ்சா அவனுக்கு வெகு அருகில் கொண்டு வந்தான். அதைக் கொண்டு கல்கியின் கோடாரியை அடித்துக் கொண்டே இருந்தான்.

கல்கி குட்டி கரணம் அடித்தான். சங்கிலிகள் அவன் சக்தியைக் குறைத்தன. அந்தப் பெரிய கத்தி கல்கியின் முகத்தருகே வந்தது. சடாரென்று கோடாரியால் மர்தாஞ்சாவின் முட்டியை அடித்தான். மர்தாஞ்சா, கீழே விழுந்தாலும், திரும்பவும் எழுந்தான். ரத்தத்தைத் துடைத்துக் கொண்டான். கல்கியால் எதுவும் செய்யமுடியவில்லை.

என்னுடைய பலவீனத்தை நான் பலமாக உபோகிக்க வேண்டும்.

அவன் சங்கிலிகளைப் பிடித்துக் கொண்டு வேகமாகச் சுழன்றான். அவனுடைய சுழற்சியின் வேகம் அதிகரித்தது. அந்த சங்கிலிகளை வேகமாக மர்தாஞ்சாவின் முகத்தை நோக்கித் தாக்கினான். அவை அவன் முகத்தைப் பலமாக அடித்தன. அவன் நிலை குலைந்து தரையில் விழுந்தான்.

பிறகு கல்கி அந்தக் கோடாரியைக் கொண்டு சங்கிலிகளைத் துண்டாக்கினான்.

காளியின் அலறல் கேட்டது, ''அவனை விடாதே!'' கல்கி திரும்பிப் பார்த்தான். நீதிபதிகள் மற்றும் குழு மொத்தமும் எழுந்து நின்றனர். மக்கள் ஊளையிட்டனர். கலவரத்தைப் பார்த்து வியப்பிலும், களிப்பிலும் கத்தினர். குழப்பம் கேளிக்கையாக மாறியது. கல்கி முதலில் ஒரு பகுதியை உடைத்தான், பிறகு அடுத்தது என்று தொடர்ந்து, கணுக்கால்களைக் கட்டியிருந்த வளையத்தையும் உடைத்தான். ஆனால் இதற்குள் மர்தாஞ்சா எழுவதற்கு முயற்சி செய்தான்.

''என்னையும் கூட்டிச் செல்,'' கல்கி கீழே குனிந்து பார்த்தான். துருக்தி தான் அவனைக் கெஞ்சிக் கொண்டிருந்தாள். ''தயவு செய்து, என்னையும் கூட்டிச் செல்.''

காளியின் கொடுங்கோல் மனப்பான்மையை நினைத்துப் பார்த்தான்

கல்கி. அவளைக் கொண்டு சென்றால் அவளை அவனுடைய கடுங்கோபத்திலிருந்து காப்பாற்றலாம். ஆனால் அவள் காரணமாகத் தான் லக்ஷ்மி இறந்தாள். ஷம்பாலா கிராமத்து மற்றவர்களும் உயிர் துறந்தார்கள். அவளால் தான் அவன் அங்கு கைது செய்யப்பட்டான்.

ஆனால் அவளைக் குறை சொல்வது தவறு.

கல்கி தலையசைத்து மறுத்தான். ''காளியை யாரவது ஒருவர் இப்பொழுது காப்பாற்ற முடியும் என்றால் அது நீயாகத் தான் இருக்க முடியும். அவனைக் காப்பாற்று, முடிந்தால் அவனை மாற்று.''

''என்னை இங்கே விட்டு விட்டுச் செல்லாதே. தயவு செய்.'' என்று கை கூப்பி அவள் கெஞ்சினாள். ''அவன் என்னைக் கொலை செய்துவிடுவான், இல்லை வேறு ஏதும் கொடுமை செய்வான். எனக்குத் தெரியாது. அவன் என்ன செய்யக்கூடும் என்று என்னால் சொல்ல முடியாது.''

கல்கி அவள் முகத்தை இரு கைகளால் ஏந்தி அவள் கண்களை நேராகச் சந்தித்தான். ''நான் திரும்ப வருவேன். நீ செய்தது எல்லாவற்றுக்கும் நன்றி.'' அவள் கன்னங்களில் முத்தமிட்டுவிட்டு அவன் திரும்பி ஏணியில் ஏறத் தொடங்கினான். துருக்தியின் முகத்தையும் அவளுடைய பாவனையும் பார்க்க அவனுக்கு நேரம் இல்லை. அவன் திரும்பும் போது, மர்தாஞ்சா ஏணியில் ஏறிக் கொண்டிருந்தான்.

ரதம் முன்னால் நகர்ந்தது, மேடையைக் கடந்தது சட்டென்று குதித்து மர்தாஞ்சா மேடையிலிருந்து ஏணிக்குத் தாவினான். அவனுடைய தாவல் அதிவேகமாக இருந்ததால் அவன் ஏணியின் கடைசிப் படியைப் பிடித்துவிட்டான். அதனால் ரதம் ஒரு ஆட்டம் கண்டது. ஆனாலும் ரதம் நகர்ந்தது. அது வழக்கு நடந்த இடத்தில் இருந்து விலகி வடக்கை நோக்கி நகர்ந்தது.

கல்கி மேலே ஏறிக் கொடிருந்தான், ஆனால் மர்தாஞ்சா அவனைக் காட்டிலும் வேகமாக ஏறினான். கயிற்றை ஒரு கையால் பிடித்தபடி அவன் கல்கியின் கால்களைப் பிடித்து இழுத்தான். கல்கி அவனை உதைத்தான் ஆனால் ஒரு பயனும் இல்லை. ஏற்கனவே காயமாகி இருந்த கல்கியின் கணுக்காலில் தன்னுடைய நீண்ட பற்கள் போன்ற வடிவம் கொண்ட விரல் நகங்களால் அழுத்தினான். கல்கி வலியால் முனகியபடி தன் சக்தியெல்லாம் திரட்டி அவனைக் கீழே தள்ளினான். பறக்கும் ரதம் ஒரு உயர்ந்த கட்டிடத்தின் மீது பறந்ததால் அவன் அதில் விழுந்து உருண்டான்.

கல்கியும் மர்தாஞ்சாவும் வெறுப்புப் பார்வைகளைப் பரிமாறிக் கொண்டனர். மர்தாஞ்சா தன்னுடைய ஆயுதத்துடன் அங்கேயே கிடந்தான்.

''மேலே வா,'' என்றான் அர்ஜன்.

கல்கி பற்களை நரநரவென்று கடித்தான். *நான் இதை முடித்தாக*

வேண்டும். ''ஒரு ஆயுதத்தை என்னிடம் வீசு.''

''ஏன்?''

''வீசேன்.''

கல்கி நிமிர்ந்து பார்த்தான், அர்ஜன் ஒரு வாளை எறிந்தான்.

கல்கி அதைப் பிடித்துக் கொண்டான். அது உரையில் இருந்ததால் அது அவன் கையை வெட்டவில்லை.

''சரியாகப் பிடி.''

''ரதம் இங்கேயே இருக்கட்டும்; எங்கேயாவது கட்டி வை.''

''கட்டி வைப்பதா?'' அர்ஜனின் குரல் கீச்சென்று கேட்டது. ''எந்த உலகத்தில் இப்படிப்பட்ட ஒரு சாதனத்தைக் கட்டி வைக்க முடியும்? நீ எங்கே போகப் போகிறாய்?''

கல்கியின் உதடுகள் இறுகின. ''நான் இதை முடிக்கப் போகிறேன்.''

அர்ஜன் தலையசைத்து மறுத்தான். ஆனாலும் கல்கி ஏணியிலிருந்து அந்த மண் கட்டிடத்தின் மாடியில் குதித்தான். மர்தாஞ்சா அங்கு தான் நின்று கொண்டிருந்தான். கல்கி மாடியில் குதித்து உருண்டு, தன் வாளின் உரையைக் கழட்டினான். அவன் நெற்றியில் முடிக் கற்றை விழுந்தது. அவன் உரையை தூக்கி எறிந்துவிட்டு, முன்னேறினான். மர்தாஞ்சாவும் அவனைத் தாக்கத் தயாராக இருந்தான்.

''நீ ஏன் திரும்பி வந்தாய், கோழையே?'' என்று மர்தாஞ்சா இளித்தான். அவன் பற்கள் கூடக் கருமையாகிவிட்டன, அவன் கண்களில் இருண்ட ஒளி தெரிந்தது. சென்ற முறை போல் துருக்தியைப் பார்த்தாலே அஞ்சுபவன் போல், இல்லாமல் வெகுவாக மாறியிருந்தான்.

''நீ என் மக்களைக் கொன்றவன்.''

''ஆமாம். செய்தேன். அவள்தான் அப்படிச் செய்யச் சொன்னாள்.''

''ஆனால் அவள் உன்னை நிறுத்தச் சொன்னாள், நீ கேட்கவில்லை.''

மர்தாஞ்சா தோள் குலுக்கினான். ''வந்து, நான் என் கடமையைத் தான் செய்தேன், இளைஞனே. நீ செய்திருக்க மாட்டாயா? என் ஆட்களுக்குத் தனி எண்ணம் உண்டு. அவர்களை அதற்காகக் குறை சொல்ல முடியாது.'' அவன் சட்டென்று கல்கியைத் தாக்க முற்பட்டான். கல்கி தன் வாளால் தடுத்தான். மர்தாஞ்சா தன்னுடைய கால்களை திறமையாகப் பயன்படுத்தி நகர்ந்து கொண்டான். ''மேலும் என்னால் திரும்பப் போக முடிந்தால் நான் பெண்களை பலாத்காரம் செய்து கொலை செய்வேன். கிராமத்தில் ஒற்றை ஆளை மிச்சம் வைக்க மாட்டேன்.''

சோமா!

''அது உன் மனதை நோய் போல் தொற்றி விட்டது.'' கல்கி முன்னால் நகர்ந்து வாளால் வாளைத் தாக்கினான். ஆனால் பயன் இல்லை. அவன் அதி விரைவாக நகர்ந்தான்.

''அப்படி இல்லை. அது என்னை பலமாக மாற்றுகிறது,'' என்ற மர்தாஞ்சா கடைசியாகக் குதித்து கல்கியைத் தாக்கினான்.

எங்கே நிறுத்தவேண்டும் என்று கல்கிக்கு தெரிந்தது. அவன் திரும்பவும் தவிர்த்தான். வீசிய காற்றில் வாள்கள் மோதிக் கொள்ளும் சத்தம் கேட்டது. மர்தாஞ்சா கல்கியைத் தன் வாளால் தோற்கடிக்க நினைத்தான். அதற்குள் கல்கி அவனை மண்டியிட வைத்தான். மர்தாஞ்சா குப்புற விழுந்தான். கல்கி மறுபடியும் முன்னேறி மர்தாஞ்சாவின் உடலில் ஆழமாக வாளைப் பாய்ச்ச முற்பட்டான். ஆனால் மர்தாஞ்சா வாளைத் தன் கைகளால் பிடித்துத் தடுத்தான்.

"நீ தான் பார்க்கிறாயே, நான் இனி சாதாரணமானவன் கிடையாது."

"தெளிவாகத் தெரிகிறது." கல்கி தன் வாளை இழுத்துக் கொண்டான். கையில் இருந்த ரத்தத்தை மர்தாஞ்சா நக்கினான். "என் மூதாதையர்களின் நம்பிக்கைப்படி ரத்தத்தில் இருக்கும் சில சத்துக்கள், வீரனைப் போரிடத் தூண்டுமாம்."

"அதனால் தான் அவர்கள் பார்ப்பதற்குக் கொடூரக் குரூபிகளாக இருக்கிறார்களா?" கல்கி இளித்தான்.

"வேடிக்கையாகப் பேசி இந்த நிஜத்திலிருந்து தப்ப எண்ணாதே; நீ என்னிடம் இங்கு வசமாகச் சிக்கிக் கொண்டாய்."

கல்கி கால்களைப் பரப்பி தன் வாளால் தாக்கினான். "நீ சொல்வது தவறு. நீ தான் என்னிடம் மாட்டிக் கொண்டாய்." பிறகு கல்கி முன்னேறினான். மர்தாஞ்சாவை நோக்கி நகர்ந்தான். அவனுடைய தோளில் ஆழமாகக் காயம் ஏற்படுத்தினான். ஆனால் மர்தாஞ்சா அவனைப் பின்னாலில் இருந்து பிடித்துத் தன் நகங்களைப் பதித்தான், இருவருமே கட்டிடத்தின் விளிம்பிலிருந்து விழுந்தனர்.

வேகமாக வீசிய காற்று அவன் முடியினுள் புகுந்து பறக்கச் செய்தது, அவன் ஒரு குடிசை மீது விழுந்திருப்பதை உணர்ந்தான். அவன் மர்தாஞ்சாவைப் பார்க்கும் போதே அவன் எழுந்துவிட்டான். கல்கியிடமிருந்து விலகி நிற்பதற்குத் தடுமாறிக் கொண்டிருந்தான்; பாதி இறந்துவிட்ட கால்களை இழுத்து விந்தி நடந்தான். தனக்குள்ளேயே புலம்பிக் கொண்டிருந்தான்.

கல்கி எழுந்து நிற்கும்போது அவனுடைய ஒவ்வொரு எலும்பும் வலித்தது. எவ்வளவு வலி என்று சொல்லக் கூட முடியவில்லை. கல்கி எழுந்தான், தடுமாறினான், மங்கலாகத் தெரிந்த காட்சிகள் தெளிவாகின.

மர்தாஞ்சா தன் வாளைத் தன் உடலில் பொருத்தியிருந்தான். அவனால் சரியாக நடக்க முடியவில்லை. பொதுமக்களின் கவனத்தை ஈர்த்தான். அவனை வெறுப்புடனும், ஏளனத்துடனும் பார்த்துக் கொண்டிருந்தனர். ஒருவேளை அவன் கோட்டைக்குச் சென்று தன்னைச் சரி செய்து கொள்ள நினைத்திருக்கலாம்.

ஆனால் திரும்பவும் அதை அனுமதிக்க முடியாது.

கல்கி ஆயுதங்கள் விற்கும் கடைக்காரனைப் பார்த்தான். அவன் கடையைத் தான் கல்கி அழித்திருந்தான், "என்னை மன்னித்துவிடு,

தோழா,'' என்றதும் கடைக்காரன் முகம் சுளித்தான்.

பிரம்பினால் செய்யப்பட்ட வில் அம்பு மீது கல்கியின் கண்கள் சென்றன. ஆனால் அதில் ரத்தம் தோய்ந்திருந்தது. அவன் தன் கனவுகளில் ராகவ்வுடன் பயன் படுத்திய வில் இல்லை அது. ஆனால் ஷம்பாலா யுத்தத்தில் செய்தவை போல் தான் இருந்தது.

''நான் இதை உபயோகிக்கலாமா?''

கடைக்காரன் உரக்க வாய் விட்டுச் சிரித்தான்.

கல்கி கண்டு கொள்ளாமல் அவற்றை எடுத்தான். அவன் சாலை ஓரத்தில் நின்று கொண்டு தன் கால்களைப் பரப்பி அம்பை விடும் நிலையில் தயாராக நின்றான். அவன் கைகள் நேராக நீண்டு நின்றன. அவன் கண்களை மூடி, ஆழமாக மூச்சை இழுத்து, உணர்வுகளை அமைதிபடுத்திக்கொண்டான்.

அவன் மெதுவாக மந்திரம் ஜபித்தபடி, அம்பை எய்தினான். அவன் விட்ட அம்பு மர்தாஞ்சாவின் மண்டையைத் துளைத்து அவனைச் சாய்த்தது.

அவனுடைய காயங்களின் வலியைப் பொறுத்தபடி இயன்றவரை வேகமாக நடந்தான் கல்கி. ஒரு சாக்கடை அருகில் கிடந்தான் மர்தாஞ்சா. அவன் வாய் வழியே ரத்தம் வழிந்து கொண்டிருந்தது. கண்களில் உயிர் இல்லை. மங்கலான நிலவொளியில் அன்று நடந்திருந்த அனைத்துக் களேபரமும் தெரிந்தது.

ஆழமாக மூச்சை இழுத்து, கல்கி தன்னுடைய முதல் வெற்றியை ரசித்தான்.

408

71

அவள் தம்பி இறந்த அன்று மானசா அழவில்லை. இருவருக்கும் என்ன நடந்தாலும், அழுவதில்லை என்று இருவரும் பேசிக்கொண்டனர். இருவரும் வலிமையாக ஒன்றாக இருந்து எதிர்த்துப் போராடுவார்கள் என்று ஒப்பந்தம் செய்து கொண்டனர். வாசுகி கொலையானதிலிருந்து அவள் அதைத்தான் செய்துகொண்டிருந்தாள். அது காளியால் செய்யப்பட்ட சதி என்பது தெளிவாகத் தெரிந்தது. அதற்குக் குவேராவும், வேதாந்தாவும் துணை நின்றார்கள். ஆனால் நேற்று நடந்ததிலிருந்து அவள் ஒன்றைப் புரிந்து கொண்டாள். அந்தரத்தில் தொங்கிய ரதம் அல்ல; யக்ஷாவும், மாணவ் அரசனும் காட்டிய பணிவு! அதிலிருந்து அவள் உணர்ந்த ஒரு விஷயம் அவர்கள் காளியைப் பார்த்து பயந்தனர். அவனை எதிர்த்துப் பேச அஞ்சினர், அவன் எந்த எல்லைக்கு வேண்டுமானாலும் போகக் கூடியவன் என்று உணர்ந்தனர், அவனுக்கு எதிராக அவர்கள் எதுவும் பேசத தயங்கினாலும், கிடைத்த முதல் வாய்ப்பில் அவனைக் கொல்லவும் தயங்க மாட்டார்கள் என்பதும் புரிந்தது.

கைதியை, அதாவது அந்த கிராமத்து இளைஞனைப் பிடிப்பதில் மானசாவுக்குப் பெரிய அக்கறை இல்லை. காளியிடமிருந்து வெற்று அதிகாரத்தைப் பணிவுடன் ஏற்பவள் அல்ல அவள் என்பதைக் காட்ட முற்பட்டாள். அவன் யாரென்று கூட அவள் கண்டு கொள்ளவில்லை. காளிக்கு அவன் முக்கியமானவன் என்ற விஷயம் கொஞ்சம் சுவாரஸ்யம் தட்டியது. வழக்கின் சாதாரண நடவடிக்கைகளைக் காட்டிலும் கூடுதல் சுவாரஸ்யம் அதுதான்.

காளியை ஏதாவது செய்ய வேண்டும் என்பது அவளுக்கு விளங்கியது. ஒரு வேளை குவேராவையும், வேதாந்தாவையும் அவள் பக்கம் ஈர்த்துக் கொள்ள வேண்டி வரும். பிரச்சனை என்னவென்றால், எதுவாக இருந்தாலும், குவேரா மானசாவுடன் முகம் கொடுத்துப் பேசுவதாக இல்லை. பிறகுதானே அவள் அணியில் நின்று

சண்டையிடுவது? யக்ஷாவுக்கும் நாகாவுக்கும் இருந்த பகை பல நூற்றாண்டுகளாக இருப்பது. எதற்காக இந்த வெறுப்பு என்று தெரியாவிட்டாலும், குவேரா ஒரு தவறு செய்துவிட்டான். குடியின் பொக்கிஷமான மணியைத் திருடி மானசாவின் குடிக்குப் பெரிய தீங்கு விளைவித்துவிட்டான்.

மானசா மேடையில் அமர்ந்திருந்தாள், அவளுடைய அங்கி நெடுக வழிந்து அவள் காலடியில் ஒரு குளம் போலிருந்தது. சுவர்களில் நீண்ட நிழல்கள். வாசுகியின் இறப்பினால் நாகபுரியில் பல உயர்பதவி ஆட்கள் தலைவர் பதவிக்கு முயற்சிப்பார்கள். அவள் அங்கே சென்று வாசுகியின் பெயருக்காகப் போராட வேண்டும்.

சண்டையிடுவதா, பழி வாங்குவதா? ரொம்பக் குழப்பமாக இருந்தது. நன்றாக இருந்த கையை நெற்றியில் வைத்து அழுத்திக் கொண்டாள். அவள் ஆலோசனையில் இருந்த போது அந்தச் சத்தம் கேட்டது. செங்கற்களும் தூசும் விழும் சத்தம். அவள் கண்கள் அலைபாய்ந்தன, கை தயாராக இடுப்பில் செருகியிருந்த கத்தியில் இருந்தது, அதை எதிரியை நோக்கி நீட்டினாள். ஜன்னல் வழியாக குதித்திருந்தது உருவம்...

நெகுநெகுவென்று உயரமான, ஒல்லியான தேகம், முகத்தை மூடியிருந்த பரிச்சயமான துணியை வைத்து, உருவம் யார் என்று அடையாளம் கண்டாள். வெள்ளி முடி காட்டிக் கொடுத்தது. அவளுடைய ஒற்றன் மற்றும் கொலையாளி பத்மாதான் அது. அவளுடைய வெள்ளி முடியைத் தூக்கிக் கொண்டையாகப் போட்டிருந்தாள், அவள் இடுப்பில் வழக்கமாகத் தொங்கும் பழமை வாய்ந்த தங்கக் காசுகள் கொண்ட சுருக்குப் பை. கூரான கத்திகள் உரையிலிட்டு இடுப்பிலிருந்தும், தொடைகளிலிருந்தும் தொங்கிக் கொண்டிருந்தன.

"நீ வருவதாக எனக்குத் தகவல் அனுப்பியிருக்கலாமே? இப்படி மறைந்து ஒளிந்து வரவேண்டுமா, கண்ணே?" மானசா பத்மாவைப் பார்த்து லேசாகப் புன்முறுவல் செய்தாள்.

"நான் பயிற்சி செய்கிறேன்."

எதற்கு, என்பது தான் கேள்வி. பத்மா திடமானவள், மானசா சிறு வயதில் வீராங்கனையாக வேண்டும் என்று எந்த அளவுக்குத் துடிப்புடன் இருந்தாளோ அந்த அளவு அதை அவள் பத்மாவிடம் பார்த்தாள். ராக்ஷஸ்கள் தங்கள் பெண்களை அடக்கி வைப்பது போல் இல்லாமல், நாகாக்கள் தங்கள் பெண்களுக்குச் சம உரிமை வழங்கியிருந்தனர். பெண்களும் போர் கலைகளைக் கற்க வேண்டும் என்பதில் குறியாக இருந்தனர். ஆனால் மானசா எவ்வளவு துடிப்புடன் இருந்தாலும், அவளுடைய முடமான கையால் அதில் ஈடுபட முடியாமல் போனது.

பத்மா கோபத்தில் இருக்கிறாள் என்பதை அறிந்து மானசா பெருமூச்சு விட்டாள், "என்ன பிரச்சனை?"

"நேற்று நான் அந்த வழக்கு விசாரணையில் இருந்தேன்," என்றாள்

பத்மா.

''நான் உன்னைப் பார்க்கவில்லை. உன்னுடைய இந்த முடியை வைத்துக் கொண்டு நீ யார் கண்ணிலும் படாமல் இருக்க வேண்டும்,'' என்றபடி அவளுடைய பித்துக்குளித் தனமான முடியின் வண்ணத்தைச் சுட்டிக் காட்டினாள்.

''நான்தான் ரதத்தை ஓட்டியவள்,'' என்றாள்.

அறிவியலும், மாயையும் நிறைந்த கலவையின் கைவண்ணம் தான் அந்த ரதம். அது எப்படி சாத்தியம் என்று அவளுக்கு இப்பொழுதும் புரியவில்லை. ஆனால் பத்மா அதைப் பற்றிப் பேசத் தயாராக இல்லை என்பது தெரிந்தது.

''அது அதிர்ச்சியாகவும் நேர்த்தியாகவும் இருந்தது என்று எனக்குத் தெரியும் ஆனால் நான் அதைப் பற்றிப் பேச வரவில்லை. நீ என்னிடம் இட்ட பணியை நிறைவேற்றிவிட்டேன் என்பதைச் சொல்லத் தான் வந்தேன்.''

''என்னது ?''

''நான் காளியின் ரகசிய குகையைத் தகர்த்து விட்டேன். அவன் மூலிகைகளைப் பதுக்கிய இடம்.''

பத்மாவின் வார்த்தைகளால் புளகாங்கிதம் அடைந்த மானசா எழுந்து நின்றாள். அவள் அந்தப் பெண்ணை அணைக்க நினைத்தாள், ஆனால் அவள் அழுக்காக இருந்தாள்.

''அடடே! நன்றாகச் செய்தாய் கண்ணே.''

வழக்கில் நடந்த கூத்தினால் காளியின் கோபம் அதிகரித்ததாகக் கேள்விப் பட்டாள். நகரத்தின் எதிர் கோடியில் அவனுக்கு அதி முக்கியமாக இருந்த எதோ விஷயத்தில் தவறு நடந்துவிட்டதாகவும் தெரிந்தது. என்ன என்று தெளிவாகவில்லை. அவன் அதைப்பற்றி எதுவும் பேசாமல் நடையைக் கட்டினான். குவேராவும், வேதாந்தாவும் எதோ பேசிக்கொண்டனர், ஆனால் மானசா அவர்களைப் பார்த்ததும், குவேரா முகத்தைத் திருப்பிக் கொண்டான். எப்பொழுதும் அவன் முகத்தில் ஓடும் ஒரு வெற்றிக் களிப்பு காணவில்லை. அவன் முகம் சுளித்தான். பயந்திருந்தான்.

அவள் காளியை எவ்வளவு தான் வெறுத்தாலும், அவன் கோபமாகவும், குரூபியாகவும் மாறிவிட்டான் என்றாலும், அவன் குவேராவை அடக்கி வைத்ததால் அவள் அவனுக்கு நன்றிக் கடன் பட்டிருக்கிறாள்.

''ஆனால் அவை மூலிகைகள் அல்ல. அவை கற்கள்,'' என்றாள் புருவங்களை உயர்த்தி யோசித்தபடியே நடந்தாள். ''நீளமாக இருந்தன, மணியைப் போல, நீலக்கல் போல.''

''நாகமணியா?''

''அது என்ன?''

"சேஷக்கடவுள் கொடுத்த சக்திவாய்ந்த பரிசுக் கற்கள்," என்றாள் மானசா. "எங்கள் மக்களால் அவற்றைத் தேடிக் கூடக் கண்டுபிடிக்க முடியவில்லை. அரிதாகக் கிடைத்த ஒன்றை, எங்கள் கோவிலில் வைத்து பூஜிக்கிறோம்."

பத்மா குழம்பிப்போய்த் தலையசைத்து மறுத்தாள். "எனக்கு அதெல்லாம் தெரியாது. நான் என் கடமையைச் செய்து விட்டேன் என்று உன்னிடம் சொல்ல வந்தேன், அவ்வளவு தான்."

"இன்னும் தங்கக் காசுகள் வேண்டுமா? நான் அவற்றைக் கொண்டு வந்திருக்கிறேன்..." மானசா தன் பையை எடுக்கப் போகும் போது பத்மாவின் குரல் இடைமறித்தது.

"எனக்கு இனி இது போன்ற அழகான பொற்காசுகள் வேண்டாம். எனக்கு வேறு ஒன்று வேண்டும்."

மானசா அவசரமாகத் தன் தலையைத் திருப்பி, "சொல்லு கண்ணே?"

"வேதாந்தாவுக்கு எது மிகவும் அரிதான விஷயம் என்று எனக்குத் தெரிய வேண்டும்."

மானசா யோசித்தபடி அசையாமல் இருந்தாள். இதை எல்லாம் பத்மா செய்வதற்கு ஒரு காரணம் இருந்தது. அவள் வேதாந்தாவைத் தான் குறி வைத்தாள். அப்பொழுதும் அவள் அதை தெளிவாகச் சொல்லவில்லை, இப்பொழுதும் அவள் நேராக விஷயத்தைக் குறிப்படவில்லை.

"அதைத் தெரிந்து கொண்டு நீ என்ன செய்யப் போகிறாய்?" மெதுவாக விஷயத்தை அறிய நினைத்தாள் மானசா.

"அது என்னுடைய தனிப்பட்ட விஷயம்," என்றாள் பத்மா எந்த முகபாவமும் காட்டாமல்.

பத்மாவுக்குத் தகவல் சொல்லி அனுப்பினால், முன்னர் நடந்தது போல வேதாந்தாவை முடக்க அது ஏதுவாகும் என்று மானசா உணர்ந்தாள்.

"சரி," என்று மானசா ஒப்புக்கொண்டாள். "அவள் பெயர் ஊர்வசி. அவனுடைய ஒரே மகள்."

பத்மா மானசாவைப் பார்த்து அகண்ட புன்னகை புரிந்தாள். ஜன்னல் வழியாகவே திரும்பச் சென்றாள். புன்னகை ஒரு ஒப்புதல் அடையாளம். அவள் திட்டங்களை அறிந்து கொள்ளவேண்டிய அவசியம் இல்லை. கடவுள் கிருபையால் அவள் வெற்றி பெற்றால் மானசாவுக்கு ஒரு தலைவலி மிச்சம். அவள் வெற்றி பெறாவிட்டால் மானசா மற்றொரு ஒற்றனைக் கண்டு பிடிக்க வேண்டும்.

உயர்குழு சந்திப்புக்கு இரவு வெகு நேரம் கழித்து மானசா அழைக்கப்பட்டாள். அவளுடைய தூங்கும் நேரம் இப்பொழுது வேலை

412

செய்யும் நேரமாக மாறிவிட்டது விந்தை தான். சந்திப்பு வழக்கமாக நடக்கும் அரசாங்கக் கட்டிடத்தில் இருந்த அந்த அறைக்கு அவள் இரண்டு நாகா வீரர்கள் புடை சூழச் சென்றாள். கதவு திறந்தபோது மொத்த அறையுமே தீப்பந்தங்களால் ஒளியேற்றப் பட்டாலும் ஒரு ஈ, காக்கா இல்லை. ஆச்சரியத்துடன் அவள் முன்னேறினாள், ஒரு பெரிய கல் மேடை தான் மேசையாகப் பயன் படுத்தப் பட்டது.

ஆனால் அது காலியாக இருந்தது. முழுவதும் தனிமைப்படுத்தப் பட்டாள்!

இங்கே என்னதான் நடக்கிறது?

அப்பொழுதுதான் அவள் திரும்பினாள், அவளுடைய இரண்டு காவலாளிகளுக்கும் இதயத்தில் வாள் குத்து, கழுத்து அறுக்கப்பட்டிருந்தது. திடீரென்று நடந்ததால் புரிந்து கொள்ளவே சற்று நேரம் பிடித்தது. அந்தத் திகிலை உள் வாங்க சமயம் எடுத்தது. அவள் தன்னுடைய அங்கி தடுக்கியதில் கீழே விழுந்தாள். அவளுடைய ஆட்களைக் கொன்றவர்கள், வழக்கில் மன்னிக்கப்பட்டு வேதாந்தாவின் படையில் சேர்த்துக் கொள்ளும்படி சொன்ன இரண்டு மாணவ்கள் தான் என்பது புரிந்தது.

இது மற்றொரு சதி.

மானசாவின் மீது ஒரு கத்தியை வீசினான் ஒரு மாணவ். அவளால் எங்கும் ஓடவோ, பதுங்கவோ முடியாது என்பதை உணர்ந்தாள். தன் கையால் தனக்கு வரும் அழிவைத் தடுக்கப் பார்த்தாள்.

ஆனால் ஒன்றும் நடக்கவில்லை. வீரர்கள் குழம்பினார்கள். மானசா கண்களைத் திறந்து பார்த்தாள், அவர்கள் இவளையே பார்த்தபடி இருந்தனர். கத்தி அவளுடைய முடமான கையில் குத்தியிருந்தது. அதில் நரம்புகள் ஏற்கனவே இறநதவை.

உடனேயே மானசா அந்தக் கத்தியைப் பிடுங்கி அவர்கள் மீது எறிந்தாள். அவள் எளிதாக அந்த மாணவ்வின் தலையைக் குறி பார்த்துப் பாய்ச்சினாள். மற்றவன் அவளைத் தாக்க அலறியபடி ஓடி வந்தான். மானசா உருண்டு ஓடினாள், அவனுக்குப் புரியவில்லை, குழம்பினான். அவளுடைய பாம்புப் பிடி போட்ட கத்தியை எடுத்தாள். அதைக் கொண்டு அவன் முட்டியை வெட்டினாள். அவன் விழுந்தான், பிறகு மானசா அவன் முதுகில் குத்தினாள். கத்தியை வலுவுடன் திருப்பினாள்.

மானசா எழுந்து படபடக்கும் இதயத்தை ஆசுவாசப்படுத்திக் கொண்டாள். அனாயாசமாக வாயில் கதவு வழியாக வெளியேறினாள். வேலைப்பாடு கொண்ட நடைபாதையில் நின்றாள்; கோகோ, விகோகோ மற்றும் சில மாணவ் வீரர்கள் நின்றனர். இந்தச் சம்பவத்திலிருந்து அவள் உயிருடன் தப்ப முடியாமல் இருக்க முயற்சித்தனர்.

காளி அவளைக் கொலை செய்ய பெரும் முயற்சி எடுத்திருக்கிறான். ஒரு வேளை அது அந்த வழக்கு விசாரணையால் இருக்கலாம்,

அவனுடைய ஒவ்வொரு விஷயத்தையும் மானசா எதிர்த்தாள், என்பதால் இருக்கலாம். அவன் குவேரா மற்றும் வேதாந்தா போல அவள் நடந்து கொள்ள வேண்டும் என்று விரும்பினான்.

பணிவுடன், தன்னடக்கத்துடன்.

ஆனால் அவள் வளைந்து கொடுக்க மாட்டாள். அவள் நிழல்களில் பதுங்கினாள். நடை பாதையிலிருந்து விலகினாள். வெளியே செல்ல முயன்றாள். அவள் தன்னுடைய கொலையாளிகளை முறியடித்து விட்டாள் என்பதை கோகோவும், விகோகோவும் இதற்குள் புரிந்து கொண்டிருப்பார்கள். ஆனால் அவளுக்கு இந்தக் கட்டிடத்திலிருந்து வெளியேற வேறு பல வழிகள் தெரியும் என்பதை உணர்ந்திருக்க மாட்டார்கள். வேறு வழியாக வெளியே செல்லும் பாதையில் நடந்து கதவருகே வந்ததும் அது பூட்டியிருப்பதை உணர்ந்தாள்.

தன் தலைக்கு மேல் இருக்கும் மாடியில் வீரர்கள் நடக்கும் காலடிச் சத்தம் கேட்டது. அவர்கள் பிரிந்து இவளைத் தேடுகிறார்கள் என்பது புரிந்தது. அவள் ஏதாவது செய்தாக வேண்டும். கனமான ஊதா வண்ணத் திரைச்சீலைகள் ஜன்னலை மறைத்தன. அவள் ஜன்னலின் விளிம்பைப் பிடித்தபடி கீழே பார்த்தாள். இந்த்ரகர் அழகாகத் தெரிந்தது. அவளுடைய ஆட்கள் காவல் காத்தனர். அவள் திரும்பவும் குனிந்து பார்த்தாள், ஏதோ நீர் நிலையும் தண்ணீர் அசைவும் தெரிந்தது.

''அவள் இங்கே இருக்கிறாள்!'' என்று ஒரு வீரனின் குரல் கேட்டது.

அடக் கடவுளே! கோவிலின் மணிகளே!

மானசா ஜன்னல் வழியாகக் குதித்தாள். அவள் தண்ணீரில் விழுந்தாள். ஒரு கோணி தானியம் விழுந்தது போல தண்ணீர் மேலே தெறித்தது. ஒரு நிமிடத்திற்கு அவள் உடல் செயல் இழந்து இருந்தது. பாசியும், மீன்களும் கண்களை மறைத்தன. அழுக்குத் தண்ணீர் கண்களுக்கு எரிச்சலூட்டியது. சிரமப்பட்டுத் தலையை வெளியே எடுத்து மூச்சு விட்டாள். அவள் நீந்தத் தொடங்கினாள். கோகோவும் விகோகோவும் சும்மா இருக்கவில்லை. எண்ணைத் துணியில் நெருப்பைக் கொளுத்தி, அதை அம்பில் சுற்றி அவள் மீது தொடுத்தனர். ஒரு அம்பு மானசாவுக்கு வெகு அருகில் வந்தது. ஆனால் அதைத் தவிர்த்துவிட்டுச் சத்தமின்றி நீந்த ஆரம்பித்தாள். கரையை அடைந்துவிட்டாள். அவளுடைய நீண்டமுடி அழுக்கும் தண்ணீருமாகத் தொங்கியது.

அவளால் அங்கே ஓய்வெடுக்க முடியாது என்று தெரியும். ஒரே வழி, வேகமாக ஓடி, பாதுகாப்பான இடத்தில் தஞ்சம் போவது. காளியை எதிர்த்ததும், மிரட்டியதும் தான் அவளுக்கு இந்தக் கதியை உருவாக்கியது என்று அவளுக்குப் புரிந்தது. ஆனால் இப்படி அனைவருக்கும் தெரியும்படி தாக்குவான் என்று அவள் நினைக்கவில்லை. காளி வெகுவாக மாறிவிட்டான், அதுவும் ஆபத்தாக மாறிவிட்டான்.

அவளுடைய நாகபுரியில் விஷயம் எப்படி இருக்கிறது

என்பதும் அவளுக்குத் தெரியாது; அவள் அங்கிருந்து வந்து வெகு நாட்களாகிவிட்டன. அவளுடைய ஒன்றுவிட்ட சகோதரன், கட்ருவை நம்பி நகரத்தை விட்டுவிட்டு வந்திருந்தாள். *அங்கே அனைத்தும் சரியாகத்தான் இருக்கிறது என்று நம்புகிறேன்.* அங்கே பலர் அவளை வெறுத்தாலும் பலர் அவள் மீது அன்பும் செலுத்தினர்.

இப்பொழுது அவளுக்கு என்ன செய்யவேண்டும் என்று புரிபட்டது. மூச்சு விட சிரமப்பட்டாள். முகம் சுளித்தாள். அவள் திரும்பவும் இந்த்ரகர் செல்லவேண்டும். ஆனால் இம்முறை அவள் தனியாகத் திரும்ப மாட்டாள்.

415

72

வேதாந்தாவின் கோட்டைக்குச் செல்வதாகத் திட்டமிட்டாள் பத்மா, ஆனால் அவள் ரத்ரியின் வீட்டிற்குச் சென்றாள். தன்னுடைய தோழர்களைச் சந்திக்க எண்ணினாள். அவள் செய்ய நினைக்கும் காரியங்களை அசை போட விரும்பினாள். சங்கடமான விஷயம் என்னவென்றால் அவளுக்கு ஊர்வசியின் முகமாவது தெரியும். அவள் சந்தையில் ஓடுவதைப் பார்த்திருக்கிறாள். அவளைச் சுற்றி நண்பர் குழாமும் காவலர்களும் இருப்பார்கள்.

இந்தச் சிறிய செய்தி அவளைத் தனிப்பட்ட முறையில் அறிந்ததற்குச் சமமாகத் தோன்றியது. தாக்கும் போது உறுத்தலாம்.

அவள் உள்ளே நுழையும் பொது ரத்ரி, குமாருடன் எதோ பேசிக் கொண்டிருந்தாள். பாலா அவள் அருகில் வந்தான். அவளைத் தட்டிக் கொடுத்தான், மன்னிப்புக் கேட்கும் தோரணையில்.

பத்மா நடை பாதையின் ஓரத்திற்குச் சென்றாள், அங்கே க்ருபாவை சந்த்தித்தாள், அவன் சுரா கோப்பையைச் சுவைத்தபடி அவளைப் பார்த்து இளித்தான்.

''நீ சந்தோஷமாக இருக்கிறாயா?'' பத்மாவும் சிரித்தாள். அவன் கோமாளித்தனமாக இருந்தாலும் அவளைச் சிரிக்க வைத்தான்.

''வாழ்க்கையின் சின்ன விஷயங்களை ரசிக்கிறேன், பெண்ணே!'' என்றான் க்ருபா. ''சாராயம் எப்பொழுதுமே குறைவாகத்தான் கிடைக்கும், ஆனால் அதன் சுவை பேரானந்தம்.'' அவன் கள்ளத்தனமாகப் பத்மாவைப் பார்த்தான். ''நீ மூட்டையைக் கட்டவில்லையா? நாம் இன்னும் சற்று நேரத்தில் நள்ளிரவுக்குப் பிறகு கிளம்புகிறோம்.''

கிளம்புவதா?அவள் அதைப் பற்றி நினைக்கவே இல்லையே. அவளுக்கு இங்கே வேலை இருக்கிறது. அவள் இங்கேதான் தங்க வேண்டும். ஆனால் பழியைத் தீர்த்துக் கொண்ட பின், அவள் என்ன செய்வாள் என்று அவளுக்கே தெரியாது.

''நான் இங்கே நகரத்தில்தான் இருப்பேன்.''

க்ருபா கண்களைச் சுருக்கிக் கொண்டான். ''உனக்கு என்ன பைத்தியமா, பெண்ணே? எங்களுக்குக் கிடைத்த பெரிய புதையல் நீ. அதாவது நீ தான் அந்த ரதத்தைக் கண்டு பிடித்தாய், அதில் இரண்டு ஓட்டைகளைப் போட்டு, கற்களை எரிய விட்டாய். உனக்கு எல்லாமே தெரிந்திருந்தது.''

பத்மா லேசான வெட்கத்துடன் சிரித்தாள். ''நீங்கள் அனைவரும் நான் இன்றி உயிர் வாழ முயற்சிக்க வேண்டும். அது உங்களுக்குக் கடினம் என்று எனக்குத் தெரியும், இருப்பினும் அது அவசியம். என்னை மூட்டைக் கட்டச் சொன்னாயே, உன்னைப் பற்றிக் கவலைப் படுவதாகத் தெரியவில்லையே?''

''எனக்குப் பொருட்களின் மீது ஆசை இல்லை, பெண்ணே,'' என்று இளித்தபடி உறிஞ்சினான்.

பத்மா சிரித்துவிட்டு அவனை அங்கேயே விட்டுவிட்டு, அறைக்குள் சென்று தன்னுடைய கடைசி கடமையை நிறைவேற்றத் தயாரானாள். திரும்பவும் பரிச்சயப்பட்ட ஒரு முகம் அவளை இடைமறித்தது-அர்ஜன். உயரமாக உடல் வலிமையுடன், இருந்தான், ஆனால் கல்கி அளவு இல்லை. அவனுடைய வடு ஆறிவிட்டது, ஒரு கோபமான சிவந்த கீற்றாக மாறியிருந்தது. ஆனால் அவன் ஒவ்வொரு முறை புன்னகைக்கும் போதும் அவனுடைய பழைய அப்பாவித்தனம் வந்து போனது.

''எங்கே செல்லத் திட்டமிடுகிறாய்?'' என்றான் அர்ஜன் மென்மையாக.

''அது உனக்கு எதற்கு தெரியவேண்டும்? நான் உனக்கு உதவி செய்தேன். அதைப் பற்றி மட்டும் கவலைப் படு.''

அர்ஜன் உதடுகளில் முறுவல் நடமாடியது. உலகைக் காக்கப் போகிறவன் என்று அறியப்பட்ட கல்கியைக் காப்பாற்றியதில் அவனுக்குப் பெருத்த சந்தோஷம். ஆனால் அவளுக்கு அதைப் பற்றி கூடுதல் தகவல் எதுவும் அறிவதில் இஷ்டம் இல்லை. அவள் பொய்களை நம்புபவள் இல்லை.

''நீ க்ருபாவுடன் பேசியதைக் கேட்டேன். எங்களுடன் நீ வரப் போவதில்லையா?''

''ரத்ரிக்கு அவ்வளவாக உடல் நலம் சரியில்லை. உனக்கு என்னைப் பற்றி ஏன் இவ்வளவு கவலை? அவளையும் ஏன் உன் கூட வரச்சொல்லவில்லை?''

''ஏன் என்றால்,'' என்று நிறுத்தினான். ''ரத்ரி இங்கிருந்து கிளம்பினால் அது பிரச்சனையாகும். அவளைத் தேடி ஆட்கள் வருவார்கள். நீ எங்களுடைய குழுவில் அரிய நபர். எங்களுடன் வா.''

''எனக்கு அதனால் என்ன கிடைக்கும்?''

அர்ஜனிடம் எந்த பதிலும் இல்லை. அவன் உதடு இறுகி கண்களைத் தாழ்த்தினான். ''வாழ்க்கையில் இருக்கும் அனைத்துக்கும் விலை கூற

முடியாது, பத்மா.''

திரும்ப என்ன தருவாய் என்று கேட்ட கேள்விக்காக பத்மா வெட்கப்பட்டாள். மிச்சமிருந்த சோமாவை வைத்து க்ருபா அவளுக்குத் துத்தநாகக் குண்டுகளை செய்து தந்திருந்தான். அவள் தன்னுடைய மற்ற பொருட்களோடு சேர்த்து ஜாக்கிரதையாகக் கோணியில் கட்டினாள். அத்தியாவசிய தேவை இருந்தாலொழிய அதைப் பயன்படுத்த வேண்டாம் என்று க்ருபா அவளை எச்சரித்திருந்தான். அவற்றை வைத்து என்ன செய்ய வேண்டும் என்று அவளுக்குத் தெரியும்.

''நீ இந்த வெடிகுண்டுகளை வைத்து என்ன செய்வாய் என்று எனக்குத் தெரியாது, அதைக் கேட்கும் அதிகாரமும் எனக்கு இல்லை. அது உன் அந்தரங்க விஷயம். ஆனால் நீ உன் வேலையை முடிக்கும் வரை எங்களால் காத்திருக்க முடியும் என்று என்னால் சொல்ல முடியும்.''

''காளி உங்களைக் கண்டு பிடித்துவிடுவான்.''

''அவனுக்கு ரத்ரியைப் பற்றி துளியும் அக்கறை இல்லை. கடைசியில் அவள் வெறும் ஒரு நூலகப் பணியாளர், அவ்வளவுதான்.''

பத்மா நிறுத்தினாள். ''என் பெயர் பத்மாவதி.'' அவளுடைய முழு பெயரை அவனிடம் எதற்குக் கூறினாள் என்று தெரியவில்லை. அவள் ரத்ரியிடம் கூட இதைப் பற்றி பகிர்ந்து கொண்டது இல்லை. ஒரு வேளை அவனுடைய மென்மையான நீண்ட கண்களாக இருக்கலாம், அவன் மதிப்புடனும், புத்திசாலித்தனத்துடனும் பேசிய அழகாக இருக்கலாம். அவனை அவளுக்குப் பிடித்தது. அவனுடைய மற்ற கூட்டாளிகளைக் கண்டாலே ஆகாது அவளுக்கு.

அர்ஜனின் புருவங்கள் உயர்ந்தன. ''அது தக்ஷினி பெயர்.''

அவள் தலையசைத்தாள், ''ஆமாம், நான் தெற்கிலிருந்து வருபவள்.''

''உன்னுடைய கலாச்சாரத்தைப் பற்றி உனக்குத் தெரியுமா?''

அதைப் பற்றிச் சொல்லலாமா என்ற எண்ணம் அவளுக்கு உதித்தது, ஆனால் அவள் மௌனமாக இருந்தாள். ''வடக்கும் தெற்கும் பழங்குடியினரின் சார்பில் செய்து கொண்ட ஒப்பந்தத்தின் பேரில் நானும் என் சகோதரர்களும் வந்தேறிகளாக இங்கு வந்தோம். அவர்கள் வந்த சமயம் இருட்டு யுகம், அவர்கள் வேதாந்தாவின் அக்கிரமங்களுக்குத் துணை போக வேண்டிய கட்டாயம்.''

''உன்னைப் போன்ற ஒரு அறிவாளியான பெண் அவனைக் கட்டுப்பாட்டில் வைக்க முடியும் என்பதால்தான் உன்னை வரச் சொல்கிறேன். சில சமயம் மனதைப் புண்படும்படியாக கூர்மையாக ஏதாவது சொல்லிவிட்டாலும், நீ அறிவாளி தான்.''

பத்மா ஆழமாக மூச்சு விட்டபடி கேட்டாள், ''நீங்கள் எங்கே போகிறீர்கள்?''

''வடக்கு, தண்டகாவை நோக்கிச் செல்கிறோம், அங்கிருந்து மகேந்திரகிரி.''

''அது பனி விழும் இடம் அல்லவா?''

''ஆமாம்.''

அவளுக்குப் பனி பிடிக்காது. அவள் முகத்தைச் சுருக்கித் தலையாட்டினாள். ''நான் பார்த்துக்கொள்கிறேன். ஆனால் ஏன்?''

''கல்கி காவலன் என்பதை நாங்கள் வேடிக்கையாகச் சொல்லவில்லை. அவன் நிஜமான காவலன் தான். நீ தான் பார்த்தாயே.''

கல்கி எப்படித் திறம்பட தன் சங்கிலிகளை அவிழ்த்தான் என்பதை பத்மா பார்த்திருந்தாள். மேலும் நரம்புகள் பொடிபடும் மர்தாஞ்சாவுடனான சண்டை. ஆனாலும் ஏதாவது ஒரு தர்க்கரீதியான காரணம் இருக்க வேண்டும். அதைத் தான் அவள் தேடினாள்.

''நான் பார்த்துக்கொள்கிறேன், அர்ஜன்.''

அர்ஜன் அவள் முதுகைத் தட்டிவிட்டு வெளியே சென்றான், பிறகு அவளைக் கடைசியாக ஒருமுறை திரும்பிப் பார்த்தான். ''உன்னிடம் இருக்கும் அந்த குண்டுகளால் உனக்கு ஏதோ ஒரு காரியம் இருக்கிறது என்பது எனக்குப் புரிகிறது. ஆனால் நான் பார்த்த குறுகிய அனுபவத்தில் சொல்கிறேன், அது விபரீதமானது. கடவுளின் பெயரில் சொல்கிறேன் அதை அசிரத்தையாகப் பயன் படுத்தக் கூடாது. நீ சரியென்று கருதும் ஏதோ ஒரு விஷயத்துக்காகத் தான் அதைப் பயன் படுத்தப் போகிறாய். என் அப்பா ஒரு மிலேச்சனால் கொல்லப்பட்டார், அதனால் நான் அவர்களை வெறுத்தேன், ஆனால் நான் தத்தாத்ரேயாவைச் சந்திக்கும் வரையில்தான். அவனைப் போன்ற ஒருவனுக்காக நான் பரிதாபப் படுவேன் என்று நான் கொஞ்சமும் நினைக்கவில்லை. ஆனாலும் பரிதாபப் பட்டேன். எங்கள் நிலத்தின் மீது படையெடுத்து வந்த துருக்தியைப் பார்த்துக் கூடப் பரிதாபப்பட்டேன்.''

அவன் தனக்குத் தானே முறுவலித்தான். ''வெறுப்பது எளிது. மன்னிப்பது கடினம். நிறைய மக்கள் பிந்தியதையே கடைபிடித்தால் நாம் அமைதி தவழும் உலகில் ஜீவிக்கலாம்.'' அதன் பிறகு அவன் அறையை விட்டு வெளியேறினான். கனத்த இதயத்துடன் பத்மா தன் பையை எடுத்துத் தோளில் மாட்டிக் கொண்டாள். இப்பொழுது எப்படி உணர்வது என்று அவளுக்குத் தெரியவில்லை. அவள் வாழ்க்கையில் குடியேற நினைத்தாள். அவள் யோசித்துச் செயல் படவேண்டும். யோசித்துச் செயல்படு. யோசித்து...

73

அர்ஜன் முதல் முறையாகத் தன்னை ஆசுவாசப்படுத்திக் கொள்வதற்காக மது அருந்தினான். தீப்பந்தங்களின் நிழல்கள் கூரையில் கோலம் போடுவதைப் பார்த்தபடி நின்றான். அவன் அமர்ந்திருந்த மேடை சற்று தட்டாமாலை சுற்றுவது போல் இருக்கவே கண்களை இரண்டு முறை இமைத்தான். அவன் மெதுவாகத் திரும்பிப் பார்த்தான், கல்கி தன்னுடைய ஆழ்ந்த தூக்கத்திலிருந்து அப்பொழுது தான் எழுந்தான். மதுவை ஒரு புறம் வைத்துவிட்டு, கல்கி எழுந்துகொள்ள உதவ வந்தான். கல்கி அவனுடைய விலா எலும்புகளைக் கெட்டியாகப் பிடித்துக் கொண்டான். அவன் வெகு சீக்கிரத்தில் முதிர்ச்சி பெற்று விட்டானே என்று யோசித்தான். ஒரு காட்டுச் செடி போல அடர்ந்த புதர்போல் தாடி இருந்தது கல்கிக்கு. கண்கள் சோர்ந்திருந்தன. முடி பிசிறாகத் தொங்கியது. உடல் முழுவதும் காயம். சாட்டை அடி வாங்கிய வடுக்கள் அவன் உடல் முழுவதும் தெரிந்தன. சிகப்புக் கோடுகள் தெரிந்தன.

பண்ணையில் அவர்கள் இருவரும் உட்கார்ந்து பேசியது, சூரிய அஸ்தமனத்தை ரசித்தது, வேடிக்கையாகப் பேசி, முழங்கைகளை இடித்து விளையாடியது, கதைகள் பரிமாறிக் கொண்டது, எல்லாமே நேற்று நடந்தது போல இருந்தது. அவர்கள் ரத்தத்தால் பிரிந்திருந்தாலும் அன்பால் இணைந்த சகோதரர்கள். ஷம்பாலா ஒரு தூரமாக நின்று விட்ட கனவாக மாறிவிட்டது. அங்கே திரும்பச் செல்ல முடியுமா என்று அர்ஜன் ஏங்கினான், ஆனால் இப்போதைக்கு அது முடியாது என்று புரிந்தது. அவனுடைய அம்மா கோவிலில் இருந்தாள், அர்ஜன் அவளுக்குத் தகவல் அனுப்பியிருந்தான். அவர்கள் நன்றாக இருப்பதாகத் தெரிவித்தான். அவர்கள் எங்கே இருக்கிறார்கள் என்று அவன் தெரிவிக்கவில்லை, தெரிந்தால் அவள் மிகவும் கவலைப்படுவாள். அர்ஜன் சாதரணமாகத் தன்னுடைய பெற்றோர்களிடம் பொய் சொல்பவன் அல்ல, ஆனால் இம்முறை அவன் அந்தக் கட்டாயத்துக்குத் தள்ளப்பட்டான்.

எப்பொழுதுமே நாம் எதிர்பார்ப்பதற்கு மாறாகத் தான் விஷயங்கள்

நடக்கும். தீய விஷயம் நடப்பதற்கு முன்னால் பலியாவது ஒரு அப்பாவியாகத் தான் இருக்கும். அவனை ஏதோ ஒரு தூண்டுதல் தீமைக்கு எதிராகப் போராடத் தூண்டும். பணத்திற்குப் பிறந்தவனை ஊழல் செய்ய வைப்பது எளிது. பணிவுதான் ஒருவனைக் கதாநாயகனாக மாற்றுகிறது.

''எனக்கு ஒன்றும் இல்லை,'' என்றான் கல்கி.

''பார்த்தால் அப்படித் தெரியவில்லையே?''

''அது என்ன மது வாசனை?'' என்றான் கட்டைக் குரலில்.

அர்ஜன் குழம்பினான், சற்றே பின்னால் நகர்ந்தான், ''நான்...வந்து...''

''எனக்கும் கொஞ்சம் கிடைக்குமா?''

அர்ஜன் சிரித்தபடி அவனுக்கும் ஊற்றிக் கொடுத்தான். கல்கி கையில் வாங்கி நடுங்கியபடியே ஒரே மடக்கில் குடித்தான், அர்ஜனிடம் கோப்பையைத் திரும்பக் கொடுத்தான்.

''லக்ஷ்மி எப்போதும்...என்னை...வந்து...'' என்று கல்கி அவனை நேராகப் பார்க்காமல் தடுமாறினான், கைகளைப் பார்த்தான். அவன் உள்ளங்கைகள் சொரசொரப்பாக மாறியிருந்தன. ''அவள் இறந்துவிட்டாள் என்று என்னால் ஒப்புக் கொள்ள முடியவில்லை.'' அவன் நிறுத்தினான். ''ஆனால் அம்மா சொல்லியிருந்தாள், அவர்கள் இறந்துவிட்டதால் அவர்கள் உயிருடன் இல்லை, அதனால் அவர்கள் நம்முடன் இல்லை என்று அர்த்தம் இல்லை.'' அவன் அந்த எண்ணத்தை நினைத்துச் சிரித்தான்.

அர்ஜன் அண்ணனின் தலையைத் தடவிக் கொடுத்தான். எதிர்ப் பக்கம் அமர்ந்தான். அவன் எவ்வளவு நன்றாக மாறிவிட்டான் என்று எண்ணினான். ''நான் ஒப்புக் கொள்ளத்தான் வேண்டும். நீ நிறைய வளர்ந்துவிட்டாய்...பல வழிகளில்.''

''சொல்வது யார்?'' என்று கல்கி நக்கலடித்தான். ''மற்றவர்களைப் போல் நீ இதைச் சொல்லக் கூடாது. வழக்கின் போது பறக்கும் ரதத்தில் வந்தாய்.''

''அது க்ருபாசார்யாவின் திட்டம்.''

''அவன்...ஒரு மர்மமான மனிதன்.'' கல்கி தலையைத் திருப்பி க்ருபாவை நோக்கினான். நடைபாதைக்கு வெகு அருகில் வாயில் படிக்கட்டில் குறட்டை விட்டுக் கொண்டிருந்தான்.

அர்ஜன் தன் உதட்டைக் கடித்தபடி பேசினான், ''நான் இதைச் சொல்ல வேண்டும். எனக்கு அச்சமாக இருக்கிறது. நான் ஒரு வேளை அதீதமாகப் பயப்படுகிறேனோ?''

''முதலில் எழும் எண்ணங்கள் பொய் சொல்வதில்லை.''

''சரி,'' என்று அர்ஜன் தலையாட்டினான். ''நான் ஒரு மிலேச்சனைச் சந்தித்தேன்.'' கல்கியின் கண்களின் பாவம் மாறின, அவன் தொடர்ந்தான், ''அவன் என்னிடம் சொன்னது, யாரோ ஒரு கிழவன் அவர்களை

ஷம்பாலா மீது படையெடுக்குமாறு தூண்டினானாம்.''

''கிழவனா? க்ருபா யாரையோ ஏற்பாடு செய்து என் தந்தையைக் கொன்றான் என்கிறாயா?''

''இருக்கலாம். கடத்த மட்டும் சொல்லியிருக்கலாம். அவசியத்தினால் ஏற்பட்டது கொலை.'' தன்னுடைய அண்ணனைக் காப்பாற்ற உதவியவனைக் குற்றம் சொல்கிறோமே என்று அர்ஜனுக்கு வருத்தமாகத் தான் இருந்தது.

கல்கியின் முகம் மாறவில்லை. ''இது நிச்சயம் அல்ல. இதற்குச் சாட்சி இல்லை. அவனால் க்ருபாவை அடையாளம் காட்ட முடியுமா?''

''அவன் இறந்துவிட்டான், நம்மைக் காக்கும் முயற்சியில் இறந்தான்.''

கல்கி அந்த விந்தையைக் கேட்டு சிரித்தான். அர்ஜனும் சிரித்தான். அது கேவலமான சத்தம், அந்த அறையை வலம் வந்தது. உலகமே இது போன்ற கேவலங்களாலும், நிச்சயமின்மைகளாலும் நிறைந்திருந்தது. ''நாம் இருவர் தான் ஒருவரையொருவர் நம்ப வேண்டும் போலிருக்கிறது.''

''ஆமாம். பிறகு பாலா, மற்றும் அந்த புதுப் பெண்.''

''புதுப் பெண்ணா?'' கல்கி யோசிக்கும்போது புருவங்கள் மேலே சென்றன. ''ஆமாம், ஆமாம்.''

அர்ஜன் மூச்சை ஆழமாக இழுத்தான். ''அவள் பெயர் பத்மா. அவளுக்குக் கடினமான புறத் தோற்றம், ஆனால் உள்ளுக்குள் எங்கோ தங்கமான இதயம். எனக்குத் தெரியும்.''

''எனக்குத் தெரியும். உன் கணிப்பில் எனக்கு நம்பிக்கை உண்டு. நான் போய் க்ருபாவைக் கவனிக்கிறேன். அவனை நம்ப முடியாது.''

''நீ சொல்வது சரி தான். ஆனால் அவன் சொன்ன ஒரு விஷயம் சரி. நீ மலைகளுக்குச் சென்று அவதார் ஆவதற்கான பயிற்சிகளைத் தொடங்க வேண்டும்,'' என்றான் அர்ஜன். ''நீ இங்கேயே இருக்க முடியாது. நீ காளியை அழிக்க வேண்டும். அவன் பைத்தியமாக மாறி வருகிறான், அவனுடைய பைத்தியகாரத்தனத்துக்கு எல்லையே இல்லை.''

கல்கி யோசிக்கிறான் என்பது அர்ஜனுக்குப் புரிந்தது. ஷம்பாலாவிலிருந்து வந்த இளைஞனுக்குத் தீமையின் அவதாரத்தை அழிப்பது கடினம் தான். அவனுக்கு வாழ்க்கையின் சின்ன சந்தோஷங்கள் போதும்.

''ஷம்பாலா, எப்படி இருக்கிறது?''

''உடைந்துவிட்டது,'' என்று அர்ஜன் தலையசைத்தான். ''உன்னைக் காப்பதற்காக நாங்கள் அதை விட்டு வந்தோம்.''

''நாம் எப்பொழுதாவது அங்கே திரும்ப முடியுமா?''

''அப்படிப் போக வேண்டும் என்பதுதான் என் ஆசை. எல்லாம் சரியான பிறகு நாம் போகலாம்.''

கல்கி கேள்வியைத் தவிர்த்தான் என்பது நிதர்சனமாகப் புரிந்தது.

அர்ஜன் முன்னால் சாய்ந்தான். ''கேள்,'' என்றான், ''இது சற்று எரிச்சலாகத் தான் இருக்கும், ஆனால் நீ எனக்கு ஒரு வாக்குறுதி தரவேண்டும்.''

''என்ன?''

''நாம் செல்வது ஒரு ஆபத்தான பாதையில் என்பதைப் புரிந்து கொள். நீ நன்கு திட்டமிட்ட வழிகளைத் தேர்ந்தெடுப்பாய், பாதுகாப்பாக இருக்க முயற்சிப்பாய். நம்முடைய சௌகரியங்களில் இருந்து விலகுகிறோம். நாம் அங்கே தனியாக விடப்படுவோம். நாம் எல்லாவற்றுக்கும் தயாராக இருக்க வேண்டும்.''

''எதற்குத் தயாராக வேண்டும்?''

அர்ஜன் கண் இமைத்தான். ''எனக்கு ஏதாவது நேர்ந்தால், எதுவாகவும் இருக்கட்டும், நீ எனக்கு வாக்கு அளிக்கவேண்டும், நீ மேலே செல்வாய், என்று. கற்றுக் கொள். உனக்கு விதிக்கப்பட்டதை ஏற்றுக்கொள். அதை அணைத்துக் கொள். ஷம்பாலாவில் நடந்தது போல உன்னை நீயே தடுக்காதே. நீ நிறைய முறை தோற்கலாம். ஒரு ஆளை இழந்து, மொத்த உலகத்தைக் காப்பாற்றுவது சிறந்தது.''

''அந்த ஆள் தான் உன் உலகம் என்ற பட்சத்தில்?''

அதற்கு அர்ஜனிடம் எந்த பதிலும் இல்லை. கல்கி அவன் விதத்தில் கேட்டது சரிதான். ''இருந்தாலும் நீ எனக்கு வாக்கு அளி. நிறுத்தாதே! பிறகு வருந்துவாய். நீ எப்பொழுது தயார் என்று நினைக்கிறாயோ அப்பொழுது திரும்பி வா. அதர்மத்தை அழி.''

''நீ இப்படி ஆன்மீகத்தைப் பற்றிப் பேசுவது எனக்கு ஆச்சரியமாக இருக்கிறது.''

''நான் நம்பும் அளவுக்கு நிறைய பார்த்துவிட்டேன்.''

கல்கி களுக்கென்று சிரித்தான். ''சரி. நான் சத்தியம் செய்கிறேன். ஆனால் உனக்கு எதுவும் நடக்க விடமாட்டேன்.''

அர்ஜன் அவன் அருகில் சென்று அவனை அணைத்துக் கொண்டான். அவர்கள் வெகு நேரம் அந்த அணைப்பிலேயே இருந்தனர், பிறகு அர்ஜன் மெதுவாக நகர்ந்து ஜன்னல் அருகில் வைக்கப் பட்டிருந்த மதுவிலிருந்து கோப்பையை நிரப்பினான். ''நம் இடத்தை அழித்தவளுக்கு நீ முத்தமிடுவதைப் பார்த்தேன். அது என்ன?''

''அது சும்மா ஒரு நொடி தம்பி.'' கல்கி தடுமாறினான். ''அவள் தப்பாகவே புரிந்து கொள்ளப்பட்டவள்; ஒரு அதிகார வெறி பிடித்தவனின் பிடியில் சிக்கியிருக்கிறாள். அவளைக் காப்பாற்ற நினைத்தேன் ஆனால் முடியவில்லை.''

''அவள் உன்னைக் காயப்படுத்தியதாலா?''

கல்கி அவனைக் குழப்பமாகப் பார்த்தான். அவனுக்கே ஒன்று புரியவில்லை என்பது தெரிந்தது. ''ஒரு வேளை அவள் ஒருத்தி தான் காளியை மனிதனாக மாற்ற முடியும் என்று நான் நினைத்ததால் கூட இருக்கலாம்.''

''அண்ணா, நீ நல்லது செய்கிறேன் என்று நினைத்து, அவள் வாழ்க்கையை மேலும் மோசமாக்கி விடாதே.'' அர்ஜனுக்கு காளியின் தங்கை மேல் எந்த அபிப்ராயாமும் இல்லை. ஆனால் கல்கிக்குத் தெரியும். அதனால் தெரிந்து கொள்ளாமல் அபிப்பிராயம் வைத்துக் கொள்வது தவறு. கல்கி அவளோடு பழகி இருக்கிறான், அதனால் அவள் தரப்பு வாதத்தைக் கேட்காமல், அவள் மீது தீர்ப்பு சொல்வது தவறு.

கல்கி ஆழ்ந்த யோசனையில் இருந்தான். அர்ஜனின் கண்கள் நகரத்தை நோக்கிச் சென்றன. அவனால் நிழல்களில் ஒரு உருவத்தைப் பார்க்க முடிந்தது. அது பதுங்கி, முகத்தைத் துணியால் மறைத்தபடி வந்தாலும் அர்ஜனுக்கு அது யார் என்று புரிந்தது-பத்மா.

அவன் இயன்றவரை, செல்லாதே என்று மென்மையாகக் கூறி இருந்தும், அவள் அவளுடைய வழிக்குக் கிளம்பிவிட்டாள்.

''நான் இதோ வருகிறேன்,'' என்று அர்ஜன் கிளம்பினான். அவன் தன் கையிலிருந்த மதுக் கோப்பையைக் கல்கியிடம் கொடுத்தான், ''இதை ரசித்துக் குடி. நான் சொன்னதை நினைவில் கொள்.''

கல்கி சிரித்தான்,

பதிலுக்கு அர்ஜனும் சிரித்து வைத்தான். பிறகு அறையை விட்டுச் சென்றான்.

இடுப்பிலிருந்து அர்ஜனுடைய அரிவாள் தொங்கிக் கொண்டிருந்தது. அவன் இருட்டுத் தெருக்கள் வழியாகச் சென்றான், தன்னைச் சுற்றி இருந்த தேசலான வெளிச்சம், கத்தும் ஆந்தைகள், பறக்கும் வௌவால்கள், இவற்றை மீறி அச்சப்படாமல் அர்ஜன் மெல்ல ஊர்ந்தான். தன்னைக் காட்டிலும் சற்று தூரத்தில் பத்மா வேகமாக நடப்பதை அவன் பார்த்தான். அவளை விட பெரிய விஷயங்கள் இருக்கும் என்பதை எப்பொழுது தான் இந்தப் பெண் புரிந்து கொள்வாள்? ஆனாலும் அவனுக்கு அவளுடைய கதை தெரியாது. அவளைப் பற்றி அபிப்பிராயம் சொல்வது தவறு.

அவளுக்கு அது அவசியமாக இருக்கலாம், அர்ஜனுக்கு எப்படிப் புரியும்? இரவுக் காவலர்களைத் தவிர்க்கத் தொடங்கினாள் என்பதை உணர்ந்தான். அவர்கள் வழக்கமான நாகாக்கள் இல்லை. ரோந்து காவலர்கள், மாணவ்களாகவோ, யக்ஷாக்களாகவோ இருந்தனர்.

அவன் மற்றொரு சந்தில் திரும்பும் பொழுது பெருமூச்சு விட்டான், அது பிரதான சாலையிலிருந்து விலகி இருந்தது, அவள் அரசனின் கோட்டைக்குச் செல்கிறாள் என்பதை உணர்ந்தான்.

அது வேதாந்தாவின் கோட்டை. அவள் நேர்த்தியான கரணம் போடும் வீராங்கனையைப் போல கிடுகிடுவென்று சுவரில் ஏறினாள்.

மறுபுறத்தில் குதித்து விட்டாள்.

அர்ஜனும் இயன்றவரை சுவற்றில் வேகமாக ஏறி மறுபக்கம் குதிக்கப் பார்த்தான். ஆனால் அவனுடைய கணுக்கால் ஒத்துழைக்கவில்லை. அவன் தன்னுடை வெட்டரிவாளைக் கொண்டு சுவற்றில் ஊன்றி நகர்ந்தான். அதை முட்டுக் கொடுத்து ஒரு வழியாகக் குதித்து அந்தப் பக்கம் விழுந்தான். முன்னால் இருந்த புதர்களை விலக்கி, மணி மண்டபத்தைப் பார்த்தான். ஆயுதம் ஏந்திய வீரர்கள் காவலுக்கு நடந்து கொண்டிருந்தனர். மூச்சைப் பிடித்துக் கொண்டு அவளைப் பின் தொடர்ந்தான். அவன் செய்வதை ஏன் செய்கிறான் என்ற எண்ணமே இன்றி அவள் என்ன செய்யப் போகிறாள் என்பதை அறியவும், அவளுக்குத் தேவைப்பட்டால் அவளைக் காப்பாற்றவும் அவன் பின் தொடர்ந்தான்.

அவள் பிடிபட்டால், இவனுடன் இருக்கும் பொழுது அவளுக்குத் தப்பிப்பதற்கான சாத்தியக்கூறுகள் அதிகம். அவள் அவர்களுக்கு உபயோகமாக இருந்தாள்; அவன் அறிந்தவரை பயனுள்ளவர்களை அவ்வளவு எளிதில் போக விட்டுவிடக் கூடாது. கல்கிக்குத் தெரிந்தால் அவன் ஒப்புக்கொள்ள மாட்டான். சொல்லப் போனால், அர்ஜன் இங்கே இருப்பதற்கு நிறைய காரணங்கள் இருந்தன. ஆனால் அவற்றில் பல அவனுக்கே புரிபடவில்லை. க்ருபா அவனுக்கு எப்பொழுதும் திகிலையே கொடுத்தான், ஆனால் பத்மா அப்படி இல்லை. அவள் முகத்தில் அடித்தால் போல உண்மை பேசுபவள் தான். அவன் உலகில் அப்படிப்பட்டவர்களை அவன் சந்தித்ததில்லை.

அவள் பிரதான கோபுரம் ஒன்றில் ஏறி, விளக்குகளில் இருந்து பதுங்குவதைப் பார்த்தான். அர்ஜன் கீழேயே இருந்தான், அவள் ஒரு ஜன்னல் வழியாக உள்ளே சென்றாள். அவன் கிளம்ப நினைத்தான், ஆனால் புதர்களுக்குப் பின்னால் மறைந்திருந்தபோது அவனுக்கு நேராகத் தெரிந்த பாதையில் ஒரு காவலன் வருவதைப் பார்த்தான். அவன் அசையாமல் நின்றான்.

அவன் பிடிபடக் கூடாதே என்று கடவுளை வேண்டினான்.

74

பாலா சொல்லிக் கொள்ளும்படி சாதனையாளன் இல்லை. சொல்ல வேண்டுமானால் அவன் எந்த வகையிலும் பிரமிப்பூட்டுபவன் கிடையாது. இருப்பினும் அவன் கருணை உள்ளம் படைத்தவன் என்பதை உணர்ந்தாள். அவளை விட கிட்டத்தட்ட பத்து வயது இளையவன், என்று அவளுக்குத் தெரியும் ரத்ரிக்கு அவன் மீது எந்த மோகமும் இல்லை. குமாருடன் இருப்பது போல நட்பாகத் தான் பழகினாள். ஆனால் வீட்டில் உள்ள பலரும் அவர்களைக் காதலர்கள் என்றே கருதினர். அது அபத்தம். அது பாலாவின் தவறு, அவள் எதிரே அவன் கன்னம் சிவந்தது. ஒருவேளை அவனுக்கு அவளைப் பிடித்திருக்கலாம், அது அவளுக்கு நன்றாக இருப்பதாகத் தோன்றினாலும், அவள் அவனைக் காதலிக்கப் போவதில்லை. அவளுக்கு அதைக் காட்டிலும் சிறந்த, முக்கியமான கடமைகள் உண்டு. அதுவும் தற்சமயம் நகரம் இருக்கும் சூழலில்.

அவள் முதுகுக்குப் பின்னால் அவர்கள் திட்டமிடுகிறார்கள் என்பது அவளுக்கு முதலில் பிடிக்கவில்லை. அவளுமே புதிதாக ஏற்பட்டிருக்கும் அரசாங்கத்தை எதிர்க்கத்தான் நினைத்தாள். ஆனால் அவர்களுக்கு அது புரிபடவில்லை. அவர்களைப் பொறுத்தவரை அவர்களுடைய நண்பனை விடுவிக்க வேண்டும். அது நடத்தமுடியாத ஒரு விஷயம் என்று அவள் கருதினாலும், அவர்கள் அவனைக் காப்பாற்றியதோடு அல்லாமல் அவனை அவள் வீட்டிலேயே பாதுகாப்பு கருதி வைத்தனர். அவன் உள்ளே வருவதை யாராவது பார்த்திருந்தால் அவளைக் கொலை செய்திருப்பார்கள்.

ஆனால் அவர்களுக்கு உதவ நினைத்தாள்.

ஏன்?

அவர்கள் அவளுக்கு லக்ஷ்மியை நினைவூட்டினர். அவள் கருணை உள்ளம் கொண்ட, விஷயங்களை அறிந்து கொள்ளும் ஆர்வம் கொண்ட பெண். அவள் தன்னைத் தவிர வேறு யார் சொல் பேச்சும் கேட்க மாட்டாள். அவர்களும் அதைப் போலவே இருந்தனர். அவர்கள்

கெட்டவர்கள் இல்லை. அவர்கள் விஷயங்களை வித்தியாசமாகச் செய்பவர்கள். அதனால் அவர்களை தப்பு கூறக் கூடாது. ஆனால் அந்தக் கிழ ஆச்சார்யனைச் சேர்த்துக் கொள்ள முடியாது-அவன் சாதுர்யமானவன், புரிபடதாவன், அழுக்கு, கை கால் சொன்ன பேச்சைக் கேட்காது, அவ்வளவு விஷயத்திலும் கேவலமானவன். அவனைப் போன்றவர்களைக் கண்டாலே ஆகாது அவளுக்கு. ஆச்சார்யர்கள் சொல்ப அறிவை வைத்துக் கொண்டு, கிராமத்து ஆட்களை ஏமாற்றி அவர்களின் குழந்தைகளைத் தங்களிடம் கல்வி கற்க அனுப்புமாறு மனதை மாற்றி காசுகளைப் பார்ப்பவர்கள். கல்வி என்பது மரத்தடி சமாசாரம் கிடையாது.

நூலகத்தின் திறப்பு விழாவுக்கு வரவேற்கும் கடிதங்களை அதிகாரிகளுக்கும், பழங்குடியினரின் தலைவர்களுக்குமே கூட ரத்ரி அனுப்பியிருந்தாள். அவள் நல்லவள், முற்போக்கு சிந்தனை உடையவள் என்று காட்டிக் கொள்ள நினைத்தாள். மெழுகுவர்த்தியின் ஒளியில் அவள் காகிதத்தில் சில பெயர்களைக் கிறுக்கினாள். அப்பொழுது காலடி ஓசை கேட்டது. அவள் நிமிர்ந்து பார்த்தாள், அது குமார் இல்லை. அது பாலா. அவனுடைய உயரமான வலுவான தேகம் அறை மொத்தத்தையும் ஆக்கிரமித்தது. ஒரு மாணவ்வால் எப்படி இவ்வளவு உயரமாக இருக்க முடிந்தது என்று அவள் ஆச்சரியப்பட்டாள். அவன் ராக்ஷஸ்கள் அளவுக்கு இருந்தான். அவள் தொடர்ந்து வேலை செய்தாள், அவனைக் கண்டு கொள்ளவில்லை. அவன் அங்கேயே கைகளை முன்னால் கட்டியபடி நின்றான். அவனுடைய கதை தரையில் சத்தம் செய்தது.

''வந்து, அனைத்துக்கும் நன்றி.''

ரத்ரி தலையசைத்து ஆமோதித்தாள். ''பரவாயில்லை. லக்ஷ்மியின் நண்பர்களுக்காக நான் எதையும் செய்வேன்.'' இல்லை என்றால் அவர்களை எப்பொழுதோ வெளியே எறிந்திருப்பாள்.

''நாம் திரும்பவும் சந்திக்க நினைக்கிறேன்.''

ரத்ரியிடம் குமார் சொல்லியிருந்தான், விருந்தாளிகள் வேறு இடத்திற்குச் செல்ல இருக்கிறார்கள் என்று, அது எங்கே என்று அவளுக்குத் தெரியாது. அவள் கேட்கவும் விரும்பவில்லை. அது அவளுக்குத் தேவையான விஷயம் இல்லை.

''நானும் தான். நடக்கும் என்று நம்புகிறேன்,'' என்று அவள் புன்னகைத்தாள். ''நீ என்னிடம் உண்மையாக இருந்ததற்கு நன்றி.'' ஆனால் அவன் ஏன் அப்படி இருந்தான்? மற்றவர்களைப் போல அவனும் பொய் சொல்லியிருக்கலாமே?

''ஆமாம். நான் மன்னிப்புக் கேட்கிறேன்,'' அவன் குரல் கரகரப்பாகவும், வார்த்தைகள் மென்மையாகவும் ஒலித்தன. ''அவர்களுக்காக மன்னிப்பு கேட்கிறேன்; உண்மையைச் சொல்ல அவர்கள் பயந்தார்கள்.''

ரத்ரி எழுதுகோலைக் கீழே வைத்தாள். ''நீ பயப்படவில்லையா?''

''பலருக்கும் தெரியாது, ஆனால் நான்...வந்து முதல் சந்திப்பிலேயே ஆளை அடையாளம் கண்டு கொண்டு விடுவேன். நீங்கள் எங்களுக்கு உதவுவீர்கள் என்றும் எங்களுக்காக எவ்வளவு தூரம் வேண்டுமானாலும் செல்வீர்கள் என்றும் அதைப் பற்றிக் கவலைப் பட மாட்டீர்கள் என்றும் புரிந்து கொண்டேன்.''

அவள் முகத்தில் எந்தப் பாவமும் இல்லை, ஆனால் அவன் அவளை முழுதும் புரிந்து கொண்டான் என்பது அவளுக்கு மகிழ்ச்சியைத் தந்தது.

''நான் அப்படித்தான், ஆனால் எனக்கும் சில வரைமுறைகள் இருக்கின்றன.''

''கண்டிப்பாக! நாங்கள் அதைத் தாண்டுவதற்குள் இங்கிருந்து புறப்படுகிறோம்.''

''மகிழ்ச்சி,'' என்றபடி சில கடிதங்களில் கையெழுத்து இட்டாள்.

''மேலும், வந்து...''

''நீ அதைப் பற்றிப் பேச வேண்டாம்.'' ரத்ரியின் கன்னங்கள் சிவந்தன! அடக் கடவுளே!

''உறுதியாகவா?'' அவன் குரல் கிறீச்சிட்டது. அவன் பதறினான்.

''நான் உறுதியாகத்தான் சொல்கிறேன். என்னை நம்பு.''

ரத்ரி தலையசைத்தாள். அனைத்து தினங்களிலும் நடந்தவற்றை நினைத்துப் பார்த்தாள், இங்கு எப்படி வந்தோம் என்று எண்ணினாள். அவள் பாலாவுடன் கழித்த நாட்கள் ஜுர வேகத்தில் நினைவுக்கு வந்தன. அவள் அஜாக்கிரதையான முட்டாள்! அவள் வர வர அதிகமாக மது அருந்தினாள். அவள் லக்ஷ்மிக்கான துக்கத்தை அப்படித் தீர்த்துக் கொண்டாளோ? அவளுக்கென்று குடும்பம் இல்லை. துணைக்கு ஒரு யக்ஷா மட்டுமே. அவளுக்குக் காதலன் இல்லை. அது அவளுடைய தேர்வு தான். ஆனால் இந்நாட்களில் நட்சத்திரங்கள் ஆவலுடன் பேசுகின்றன, அவள் மயக்கத்தில் இருந்தாள். ஒரு இரவு பாலா அவளுடன் இருந்தான். அவள் கூரையின் விளிம்பில் நின்று கொண்டிருந்தாள். அவள் கீழே விழுந்து கை காலை உடைத்துக் கொள்வதற்குள் அவன் அவளை இழுத்துத் தன் பால் அணைத்துக் கொண்டான். அவள் தெரியாத்தனமாக அவன் மார்பில் முத்தமிட்டுவிட்டாள். அவளுடைய சிவந்த உதடுகளின் நிறம் அவன் மார்பில் ஒட்டிக் கொண்டது. அவள் விக்கியபடியே சிறுபெண் போல் கலகலவென்று சிரித்தாள். பாலா அவளை இழுத்துக் கொண்டு அவள் அறைக்குச் சென்றான். அவளை அக்கறையாகக் கவனித்துக் கொண்டான். அவன் வலுவானவனாக இருந்தாலும் அவன் ரத்ரியைத் தன்னை முத்தமிட அனுமதிக்கவில்லை.

''நீ குடித்திருக்கியாய். நீ சரியாக யோசிக்கும் நிலைமையில் இல்லை,'' என்று புரியும்படி விவாதித்தான்.

காலையில் அவளுக்கு ஒரு பெரிய கிண்ணம் நிறைய சூப் கொண்டு

வந்து கொடுத்தான். போதை தலைக்கு ஏறினால் அதைக் குறைக்கும் கைவைத்தியம், காலகாலமாக இது தான் என்றான்.

''நான் என்ன செய்தேன்?'' என்று பிளக்கும் தலைவலியை விரல்களால் நீவிக் கொண்டாள். அவள் எதுவும் நினைவில்லாத மாதிரி பாசாங்கு செய்தாலும், அவளுக்கு எல்லாம் நினைவிலிருந்தது. அவளுக்கு அது சங்கடமாகவும் அவமானமாகவும் இருந்தது. ஒரு வயது வந்த பெண் இப்படி எல்லாம் நடந்து கொண்டிருக்கக் கூடாது.

''நீ சற்று குழம்பிவிட்டாய். இப்பொழுது எல்லாம் சரியாகி விட்டது,'' என்று மென்மையாகச் சிரித்தான். அன்றிலிருந்து எப்பொழுது ஓய்வு கிடைத்தாலும் அவளுடைய அறைக்குச் சென்று அவளுடன் அளவளாவுவான். அது வெறும் சில்லறை விஷயங்களாக இருக்காது. அவனுடைய ஆழ் மன பயங்களைப் பற்றிப் பேசுவான். ரத்ரியும் அவனிடம் பகிர்ந்து கொள்வாள். அவளுடைய போதை நிலையில் அவர்கள் இருவரும் மனம் ஒத்தது போலிருந்தது.

''நீங்கள் தற்போது இருக்கும் நிலைக்கு எப்படி வந்தீர்கள், ரத்ரி தேவி?'' என்று கேட்டான்.

அவற்றைப் பற்றி அவளுக்குக் கடுமையான நினைவுகள் இருந்தன. ''நான் எப்பொழுதுமே இவ்வளவு அமைதியாகவும், மௌனமாகவும் இருக்கவில்லை. ஷம்பாலாவில் எனக்கு ஒரு சகோதரி உண்டு, லக்ஷ்மியின் அம்மா. ஆனால் நான் கல்வி கற்பதற்காக ஆண் வேடம் தரித்து ஒரு குருகுலத்திற்குச் சென்றேன். அப்பொழுது பெண்களுக்குக் கல்வி வழங்கப் படவில்லை. இப்பொழுது கூட பெண்களுக்குச் சம உரிமை இல்லை என்று தான் சொல்வேன். ஆனால் எனக்கு அக்கறை இல்லை. நான் என் முடியை வெட்டிக் கொண்டு, மார்பகத்தை அழுத்தி ஒரு துணியைக் கட்டிக் கொண்டு சென்றேன். அங்கே தான் நான் நிறைய கற்றுக் கொண்டேன்.''

''அது எப்படி யாருமே, அவர்களுக்கு நடுவே இவ்வளவு அழகான பையன் இருக்கிறான் என்று யோசிக்கவே இல்லை?'' பாலா வேடிக்கையாகக் கேட்டான்.

''ஆனால் கதை மேலும் விபரீதமானது,'' என்றபடி தலையைத் தாழ்த்திக் கொண்டாள். ''குருகுலத்தில் சில கெட்ட நாட்களும் இருந்தன. அதுவும் முடியும் தருவாயில். குளிக்கும்போது ஆச்சார்யா கேட்டார், இது ஆணின் சரீரம் இல்லை, பெண்ணுடையதைப் போல இருக்கிறதே என்று கூறி என்னை வெளியேற்றி விட்டார். நான் அவரிடம் கெஞ்சினேன். அவர் என்னை இருக்க அனுமதித்தார். ஆனால் நான் வந்து...'' அவள் தலை அசைத்தாள். ''நான் அவரைக் குளிர்விக்க வேண்டும்.'' அவள் கண்களில் நீர் மண்டியது, பாலா சோகமான அவளுடைய நினைவுகளை விரட்டுவதற்காக அவளை இறுக்கி அணைத்துக் கொண்டான். ''எனக்குக் குழப்பமாக இருந்தது, நான் உடைந்து போனேன். ஆனாலும் நான்

அங்கே தங்கினேன். அவர் என்னைப் பலாத்காரம் செய்தார். இரவுகள் வலி நிறைந்தவை. எனக்கு வீட்டிற்குச் சென்று விடலாம் என்று தோன்றியது. ஆனால் நான் திரும்பச் சென்றால், நான் தொடங்கியதை முடிக்க முடியாது என்று தெரியும். எனக்கு நகரத்தில் வந்து பண்டிதரிடம் கற்க ஆசை.''

பாலாவின் புருவங்கள் உயர்ந்தன, அவன் கவலையாகவும், சற்றே கோபமாகவும் தெரிந்தான். ''மன்னித்துவிடு. பிறகு நீ என்னதான் செய்தாய்?''

''ஒரு இரவு நான் அவர் குடிசைக்குள் சென்றேன், அவர் என்னைக் காமத்தோடு அழைத்தபொழுது, அவருடைய அந்தரங்க உறுப்பை வெட்டி விட்டேன்,'' என்று அந்தக் கொடுமையான நினைவை நினைத்துச் சிரித்தாள்.

''அமர்க்களம்,'' என்று தன் முட்டியைத் தட்டிச் சிரித்தான்.

''அப்படித் தான் இருந்தது, ஆனால் இப்பொழுது யோசிக்கும் பொது அது ரத்தக் களறியாக இருந்ததே என்று தோன்றியது.''

''நான் கற்றுக் கொண்டு விட்டேன், ரத்ரி தேவி...''

''என்னை ரத்ரி என்றே கூப்பிடு.''

மென்மையான பார்வையுடன் பாலா தொடர்ந்தான். ''நாம் ஒரு வன்முறையான உலகத்தில் வாழ்கிறோம் என்பதை நான் அறிந்து கொண்டு விட்டேன். நம்மைச் சுற்றி வன்முறையைப் பாராட்டும் ஆண்களும், பெண்களும் தான் வாழ்கிறார்கள். அவர்கள் கொடுமையான செயல்களில் ஈடுபடுகிறார்கள். இது இருளும் ரத்தமும் நிறைந்த உலகம். எனக்குப் பழகிவிட்டது.''

''அதனால் தான் அவர்களுடன் இருக்கிறாயா?'' அவள் அவனுடைய கூட்டாளிகளைக் கை காட்டினாள். அவர்கள் மற்றொரு அறையில் பேசிக் கொண்டிருந்தனர்.

''இல்லை,'' என்று மறுத்தான். ''உலகம் ரத்தம் வழிவதாக இருக்கலாம், ஆனாலும் நம்பிக்கை மிச்சம் இருக்கிறது. அதை அவர்கள் எனக்கு அளித்தார்கள். நம்பிக்கையற்ற உலகில், நம்பிக்கை வைப்பது நல்ல விஷயம் தானே?''

அவன் முன்னால் சாய்ந்தான், ''நீங்கள் கோபம் கொள்ளாதீர்கள், அவற்றைப் புரிந்து கொண்டு செயல்படுங்கள். நாங்கள் ஒளிந்து கொள்ள நினைக்கவில்லை. ஆனால் இப்பொழுது உங்களிடம் பகிர்ந்து கொள்ளும் நேரம் வந்துவிட்டது...''

அப்போதிலிருந்து அவன் திட்டங்கள் அனைத்தையும் அவளிடம் கூறினான். அவன் அவள் மீது நம்பிக்கை வைத்தான். சாராய விடுதியின் காவலன் தான் என்றாலும் அவன் அவள் மீது வைத்த நம்பிக்கை அவளுக்குப் பிடித்திருந்தது. அவள் குமாரை அனுப்பி அவர்களைக் கண்காணிக்கச் சொன்னாள், அவர்களின் நடவடிக்கைகளைத் தெரிந்து

கொள்ளாவிட்டால் அவர்கள் ஏதேனும் முட்டாள்தனத்தில் மாட்டிக் கொள்வார்களோ என்று அச்சப்பட்டாள். அவளுக்கு எந்தப் பிரச்சனையும் வரக் கூடாது என்று எண்ணிய அதே சமயம் அவள், பாலாவுக்கும் எதுவும் நேர்ந்து விடக் கூடாது என்று கருதினாள்.

ஒருவருடன் உரையாடும் ஆனந்தத்தை அவள் இனி அனுபவிக்க முடியாது, அவன் கிளம்பப் போகிறான்.

''எனக்கு ஒரு அணைப்பு கிடைக்குமா?''

''நீ நிறைய எதிர்பார்க்கிறாயோ?''

''நீ தானே என்னை முதலில் முத்தமிட்டது?''

''அது நான் குடிபோதையில் செய்தது,'' என்று முகம் சிவந்தாள்.

அவன் சிரித்தான். ''உனக்கு நினைவிருக்கிறது. நீ எவ்வளவு மோசமான நடிகை!'' ரத்ரி தலையசைத்தபடி முன்னால் நகர்ந்து அவனை அணைத்துக் கொண்டாள். அவளுடைய நகங்கள் அவனுடைய தோலுக்குள் அழுந்தின. அவன் முடியிலிருந்து எழுந்த சோப்பு வாசம் அவள் நாசியைத் துளைத்தது. அவன் கைகளின் அரவணைப்புக்குள் அவள் மிகவும் சிறியவளாகத் தெரிந்தாள். ''உன்னைப் போன்ற ஒரு நண்பன் கிடைத்தது நன்றாக இருந்தது,'' என்றபடி சட்டென்று விலகினாள்.

அவன் எப்பொழுதும் போல சிவந்தான். ''எனக்கும் அதே போலத் தான். நான் திரும்பவும் வந்து உன்னைச் சந்தித்து, முன்பை விட அதிகம் பகிர்ந்து கொள்ள வேண்டும் என்று ஏங்குகிறேன்.''

''இங்குள்ள நாடக அரங்கை உனக்குக் காண்பிப்பேன்.''

''அது அலுப்புத் தட்டுமா? எனக்குப் புரியுமா?''

ரத்ரி அவன் கைகளைப் பிடித்துக் கொண்டாள். ''என்னுடன் இருக்கும் பொழுது உனக்கு அனைத்தும் புரியும்.''

கதவு தட்டப்பட்டது. ரத்ரி அவன் கைகளை விடுவித்தாள். குமார் ஓட்டை வழியாக வந்து கொண்டிருந்தான். அவன் கதவைத் திறக்கச் சென்றான். ரத்ரி, கதவை உடனே திறக்காதே என்று குமாருக்குச் சீட்டி அடித்தாள். பாலாவைப் பார்த்து மௌனமாகத் தலையாட்டினாள். அவன் விரைவாகப் பின் கட்டுக்குச் சென்றான். கல்கியை அவன் அறையிலிருந்து எழுப்பினான். க்ருபாவை நடைபாதையிலிருந்து தட்டி எழுப்பினான், அவர்கள் படியிறங்கி கீழே சென்றனர்.

ரத்ரி கதவருகே சென்று கதவை மெல்லத் திறந்தாள். அங்கே பரிச்சயமான உருவம் நின்று கொண்டிருந்தது. அவளை வெறித்துப் பார்த்தது. முழுவதும் வழுக்கையான மண்டை, உள் வாங்கிய கண்கள், கருப்புத் தோல், இடுப்பில் கருப்பு வேஷ்டி உடுத்தி, தன்னுடைய செதுக்கிய நீளமான தேகத்தின் மீது கருப்பு அங்கி ஒன்றை அணிந்து நின்றது, வேறு யாரும் இல்லை, நகரத்தின் தலைவர்.

''வணக்கம்,'' காளி தகரக் குரலில் வணங்கினான். கையில் இருந்த

கடிதத்தைக் காண்பித்தான். அவனுடைய இரட்டைக் காவலாளிகள் அவனுக்கு சற்று பின்னால் நின்றனர்.

"உன்னுடைய அழைப்பு கிடைத்தது. அதைப் பற்றி சற்று நேரம் பேசுவதற்காக நான் உள்ளே வரலாமா?"

75

சோமாவினால் செய்யப்பட அஸ்திரங்கள் மற்றும் வெடிகுண்டுகளை ஒரு துணி மூட்டையாகக் கட்டிக் கொண்டு வந்திருந்தாள். அவற்றிலிருந்து வெளியே துருத்திக் கொண்டிருந்த இலைகளைப் பற்ற வைத்தால் போதும் என்று க்ருபா சொல்லியிருந்தான். அது உள்ளே பரவி நிதானமாக வெடிக்கும் என்றான். அவள் தேர்ந்தெடுத்த இடத்தில் அதை வீசி எறிந்துவிட்டு அவள் தப்பி ஓடிய பின் அது வெடிக்கும் என்றான்.

அதைப் பற்ற வைத்து ஒரு சிறு பெண்ணை அழிக்கும் பொறுப்பையும் குற்ற உணர்ச்சியையும் அவள் மட்டுமே சுமக்க வேண்டிவரும். வேதாந்தாவின் அறையை அவளால் கண்டறிய முடியவில்லை. அங்கே தான் அவள் குண்டை வீச வேண்டும். ஆனால் அவள் ஊர்வசியின் அறையைக் கண்டு பிடித்துவிட்டாள். அதன் மாடத்தின் ஒற்றைக்கல் சுவரைப் பிடித்தபடி தொங்கினாள். உள்ளிருந்து மெல்லிய பேச்சுக் குரல் கேட்டது.

''நீங்கள் போகலாம்,'' என்றாள் அவள்.

''ஆனால், ராஜகுமாரி, ராஜா என்னை நகரக் கூடாது என்று சொல்லியிருக்கிறார்.''

''எனக்கு அதைப் பற்றி அக்கறை இல்லை,'' குரல் குழந்தைத்தனமாக இருந்தது. ''நீங்கள் வெளியே இருங்கள். நான் தூங்குவதை யாராவது வேடிக்கை பார்த்தால் அது எனக்குப் பிடிக்காது.''

''ராஜா என் தலையைச் சீவிவிடுவார்,'' என்று அவன் கெஞ்சினான்.

''நீங்கள் செல்லாவிட்டால் நானும் அதையே செய்வேன்.''

எதோ கை கலப்பு நடக்கும் சத்தம் கேட்டது. ''நான் ஜன்னல் கதவுகளையாவது மூடட்டுமா?''

''எனக்குக் காற்று வேண்டும். இந்த சூட்டில் நான் இறக்க வேண்டுமா?''

''இல்லை, இல்லை ராஜகுமாரி,'' என்று அவன் குரல் கேவலாகக் கேட்டது.

''சரி, கிளம்புங்கள்.''

கதவு மூடப்பட்டது. பத்மா தொங்கிக் கொண்டே காத்திருந்தாள். அவள் விரல்கள் வலித்தன. கொஞ்சம் ஓய்வு தேவைப்பட்டது. ஆனால் அவளால் ஓய்வு எடுத்துக் கொள்ள முடியாது. விரல்கள் கடுக்க ஆரம்பித்தன. கிட்ட தட்ட ஒரு மணி நேரம் கழித்து ஊர்வசியின் அறையிலிருந்து லேசான குறட்டை ஒலி கேட்டது. அவள் மேலே ஏறி உள்ளே குதித்தாள். அவள் எந்தச் சத்தமும் போடக் கூடாது என்று கவனமாக இருந்தாள். மெழுகுகுவர்த்திகளுக்கு நடுவே நிறைய புத்தகங்கள் அடுக்கி வைக்கப்பட்டிருப்பதைப் பார்த்தாள். கட்டில் மேடையின் மீது போடப்பட்டிருந்தது. அவளுடைய மூச்சு விடும் நேரத்தை எண்ணியபடியே பூனை நடை போட்டாள் பத்மா. சத்தமே இல்லை. ஊர்வசி. அழகாக இருந்தாள். சுருட்டை முடி, தூங்கும்போது கூட தேவதை போல இருந்தாள். இந்த உலகம் அவளுக்கு எந்தத் தீங்கும் செய்யவில்லை; அவள் பத்மாவைப் போல எந்தக் கஷ்டமும் படவில்லை. அவளுக்கு அவளுடைய குழந்தைப் பருவம் ஒரு பரிசு, பத்மாவைப் போல் அல்லாமல்.

பொறாமை அவளுடைய எண்ணங்களைக் குளவி கொட்டுவது போலக் கொட்டின. எண்ணங்கள் விஷமாகின. அவள் தன்னுடைய பையிலிருந்து அஸ்திரத்தை எடுக்கத் தயாரானாள். அவள் அதை ஏற்றிவிட்டு அப்படியே விடுவதா? அதற்குதானே அவள் வந்திருக்கிறாள்? வேதாந்தாவுக்குப் பொக்கிஷமாக இருக்கும் அந்த ஒன்றை அழிப்பதற்காகத் தானே வந்தாள். அவனை உள்ளுக்குளேயே மருகி இறக்கவைக்க வேண்டும். அதுதான் அவனுடைய இறப்பைக் காட்டிலும் கொடுமையான விஷயமாக அமையும். அவன் அழுது மாய்ந்து செய்வதறியாமல் தற்கொலை கூட செய்து கொள்ளலாம், இந்த எண்ணங்கள் பத்மாவுக்குக் களிப்பூட்டின, அவனால்தானே அவள் தன்னுடைய குடும்பத்தை இழக்க நேர்ந்தது. துரோகிகளைப் போலத் தொங்கவிட்டு எரித்தானே. ஆத்திரம் அவளைச் சபதம் செய்யத் தூண்டியது, சகோதரர்கள் இறந்தது போலவே அவனுக்கும் அழிவைத் தேடித் தருவது என்று.

அதற்குப் பிறகு நிறைய விஷயங்கள் மாறிவிட்டன. அவள் நிறைய பேரைச் சந்தித்தாள், நிறைய பேரை இழந்தும் விட்டாள். அவளுக்கு வேட்டையாடக் கற்றுக் கொடுத்த அந்த நாளை அவளால் மறக்கவே முடியாது, அவளுடைய கடைசி அண்ணன் சூர்யா, படையில் வீரனாகச் சேர வேடும் என்ற கனவுடன் இருந்தவன் தான் சொல்லிக் கொடுத்தான். இந்த்ரகர்ரைச் சுற்றியிருந்த ஒரு வனத்தில் தான் அவர்கள் இருந்தார்கள். அவர்கள் ஒரு குள்ள நரியை வேட்டையாட முயற்சித்தனர். பத்மா அம்பை எய்யாமல், குத்தீட்டியாலேயே கொல்ல நினைத்தாள். ஆனால் அது வேலைக்கு ஆகவில்லை. அது இவர்களைத் தவிர்த்து, பதுங்கி ஓடி,

தன் உயிரைக் காத்துக் கொள்ள முயற்சித்தது. பத்மா விறுவிறுவென்று அம்புமாரி பொழிந்து கடைசியில் அதை வேட்டையாடினாள்.

நரி அங்கேயே கிடந்தது. பத்மாவும், சூர்யாவும் அதன் அருகில் சென்றனர். அது இன்னமும் மூச்சு விட்டுக் கொண்டு தானிருந்தது. அவளுடைய அம்பு அதன் பாதங்களில் தான் குத்தியிருந்தது.

''அட, இது என்ன வினோதம்,'' என்று சூர்யா தேன் குரலில் சொன்னான். ''நீ இதைச் சாகடிக்கவில்லை.''

பத்மா கத்தியை உருவி அதைக் கொல்ல ஆயத்தமானாள். சூர்யா அவளுடைய மணிக்கட்டைப் பிடித்து இழுத்தான்.

''இல்லை, அதை விட்டுவிடு.''

''என்ன பைத்தியமா?'' என்று பத்மா களுக்கென்று சிரித்தாள். ''குளிர் காலம் வருகிறது, நாம் இதன் ரோமத்தைக் கொண்டு ஒரு ஆடை செய்து கொள்ளலாமே.''

''ஆமாம்தான். உணவோ, உடையோ அவ்வளவு முக்கியம் இல்லை, தங்கைக்கு விஷயங்கள் சொல்லிக் கொடுப்பதை விட,'' என்றான் சூர்யா. ''உன்னுடைய ஆத்திரம் இந்த விலங்கைக் கீழே சாய்த்ததே தவிர, நீ அதன் உயிரை எடுக்கும் அளவுக்கு வெற்றி பெறவில்லை.''

''நான் ஜெயிக்கவில்லையா? என்னால் தானே அது கீழே விழுந்தது? ஐய!'' என்று பதிலடி கொடுத்தாள்.

''எனக்குத் தெரியும். ஆனால் கீழே விழுந்ததாலேயே நீ ஜெயித்துவிட்டதாக அர்த்தம் இல்லை. நமக்கு உலகம் சொல்லிக் கொடுத்திருக்கும் பாடம், நாம் முன்னேற வேண்டுமானால், இன்னொருவனைப் பின்னுக்குத் தள்ள வேண்டும், தோற்கடிக்க வேண்டும் ஆனால் நான் அதை அப்படிப் பார்க்கவில்லை.'' அவன் அந்த அம்பை எடுத்தான், நரி வேகமாக மூச்சு விட்டது. சூர்யா ஒரு துணியை எடுத்து அதில் கொஞ்சம் மருந்தை ஊற்றினான். அதைக் காயத்தில் தடவினான். ''இந்த உலகிற்கு அவசியம் கருணையும், அன்பும் தான்.''

மெதுவாக எழுந்த நரி சூர்யாவையோ, பத்மாவையோ எதுவும் செய்யவில்லை. அவள் முன்ஜாக்கிரதையாகப் பின்னால் நகர்ந்தாள்; அது தாக்கவில்லை. அது சூர்யாவின் கையை நக்கிக் கொடுத்தது, நாயைப் போல. சூர்யா அதற்குக் கொஞ்சம் உணவு கொடுத்தான், அதை அவன் கையிலிருந்தே உண்டது. ''கருணை தான் நமக்குத் திரும்ப வரும் கண்ணே.''

பத்மா இப்பொழுது அறையின் நடுவில் இருந்தாள். தன்னுடைய அஸ்திரங்களைக் கீழே வைத்தாள். அவள் மெழுகுவர்த்திகளிடம் சென்று அவற்றை ஏற்றினாள். அவள் மனதில் எண்ண ஓட்டங்கள் கரணம் போட்டன, முட்டி மோதின. அவள் கைகள் நடுங்கின. அவள் அஸ்திரத்தை எடுக்க முனைந்தாள். தீபத்தின் ஒளி அவற்றின் வெகு

அருகில் இருந்தது. அந்தப் பெண் தூக்கத்தில் புரண்டு படுத்தாள். அவள் பின்னால் நகர்ந்தாள், பதறினாள். வியர்வை துளிகள் எட்டிப் பார்த்தன. ஊர்வசி திரும்பிப்படுத்தாள். பத்மா அவள் அருகே சென்று பார்த்தாள். அவள் கைகளுக்கு அடியில் ஒரு மரபொம்மை இருந்தது. அது நேர்த்தியாக வடிவமைக்கப் பட்டிருந்தது, கூரான நாசி, தெளிவாக செதுக்கப்பட்ட தலை. முதல் பார்வைக்கே பத்மாவுக்குப் புரிந்தது ஊர்வசிக்கு மர பொம்மைகள் மீது விருப்பம் என்று. பத்மாவுக்குப் பழமை வாய்ந்த காசுகளைச் சேகரிக்கும் விருப்பம் போல இவள் மரபொம்மைகளை அடுக்கி இருந்தாள்.

வெறுப்பது எளிது மன்னிப்பது கடினம்.

அவள் திரும்பினாள், அர்ஜனின் கண்களைச் சந்தித்தாள். அவள் அலறியிருப்பாள். அவன் தன் உள்ளங்கைகளை அவள் வாயில் அழுத்தி அமைதிப்படுத்தினான்.

இவன் இங்கே என்ன செய்கிறான்?

''யாரது?'' ஊர்வசியின் குரல் அறையில் எதிரொலித்தது. அவள் மெதுவாகக் கண்களைத் திறந்து அறையின் நடுவே நிற்கும் அர்ஜனையும் பத்மாவையும் பார்த்தாள். ''யார் நீங்கள்?'' அவள் படுக்கையின் ஓரத்தில் ஒண்டினாள். அவளின் இரவு உடை கசங்கியது. அவளுடைய பொம்மையை ஆயுதம் போல் ஏந்தித் துணிவாக இருப்பது போன்ற பாவனையில், ''என்ன வேண்டும்?'' என்று கேட்டாள்.

பத்மாவுக்கு என்ன சொல்வது என்று ஒன்றும் புரியவில்லை. அர்ஜனும் குழப்பமாகத்தான் இருந்தான்.

''நீங்கள் கொலையாளிகள் தானே? அப்பா எனக்கு உங்களைப் போன்றோரைப் பற்றி எச்சரித்திருக்கிறார். ஆனால் யார் நீங்கள்?''

பத்மா அர்ஜனைப் பார்த்து முகம் சுளித்தாள். அவன் அவளைப் பார்த்துச் சத்தம் இன்றி, ''நாம் கிளம்ப வேண்டும்,'' என்றான்.

''**காவலாளிகளே!**'' என்று ஊர்வசி அலறினாள்.

பத்மாவின் இதயத் துடிப்பு அதிகரித்தது. அவள் அஸ்திரத்தைக் கீழே இருந்து எடுத்துக் கொண்டு அவசரமாக மாடத்திற்கு ஓடி அங்கிருந்து அர்ஜனுடன் குதித்தாள். அவர்கள் தங்கள் சாவை நோக்கிக் குதிக்கிறார்கள் என்பதைப் பற்றிக் கூட யோசிக்கவில்லை. அந்தரத்தில் தான் அவளுக்கு அது உதித்தது. அர்ஜன் தன்னுடைய வெட்டறிவாளைக் கொண்டு சுவற்றில் ஊன்றி இறங்கத் தொடங்கினான். அவர்கள் கால்கள் நிலத்தைத் தொட்டவுடன் அவர்கள் ஓட ஆரம்பித்தார்கள்.

''நீ ஏன் என்னைத் தொடர்ந்து வந்தாய்?''

''நீ எதுவும் முட்டாள்தனமாக செய்து மாட்டிக் கொள்ளக் கூடாதே.'' அர்ஜன் அவளுக்கு இணையாக ஓடிக் கொண்டிருந்தான்.

''ஆனால் நீ எதுவும் அபத்தமாகச் செய்து நான் செய்யும் அபத்தத்தை வந்து...தடுத்திருக்கக் கூடாது.'' அவள் குழம்பிப் போயிருந்தாள். மூச்சு

வாங்கியது. ஓடி வந்த அயர்ச்சியில் அவள் வாய் குழறியது.

அவர்கள் கோட்டையின் பின்னால் இருக்கும் சுவற்றை நோக்கி ஓடிக் கொண்டிருந்தனர். இப்பொழுது மணி அடிக்கப்பட்டு, அபாயம் பற்றிய தகவல் பரப்பப்பட்டது. படை வீரர்கள் அவர்களைத் தொடர்ந்தனர். கொட்டில்களில் இருந்து குதிரைகள் வரும் சத்தம் கேட்டது. பத்மா சுவற்றின் அருகில் வந்தவுடனேயே அவள் கரணம் அடித்து அதைத் தாண்டிவிட்டாள். விளிம்பில் கால்களை இரு புறமும் தொங்கவிட்டு அமர்ந்தாள். அவள் குனிந்து கை கொடுத்து அர்ஜனை மேலே ஏற்ற முயற்சித்தாள். அவன் குதிக்க முயற்சித்தான் அவனால் முடியவில்லை. அவன் தன் வெட்டறிவாளைப் பயன் படுத்தி ஊன்றி மூச்சைக் கட்டி குதித்தான். முகம் வலியில் அஷ்ட கோணலாக மாறியது.

அவன் பின்னால் விழுந்தான். அவனால் எழுந்திருக்க முடியவில்லை. அவன் திரும்பும் பொழுது பத்மா அவன் முதுகில் அம்பு குத்தியிருப்பதைப் பார்த்தாள். அவள் மீது பல நெருப்பு அம்புகள் ஏவப் பட்டன, ஆனால் அவற்றை பத்மா நேர்த்தியாகத் தவிர்த்தாள்.

''வா!''

அர்ஜன் இன்னமும் ஏறும் முயற்சியில் இருந்தான், அவன் கால்கள் தடுமாறின, மற்றொரு அம்பு அவனுடைய மற்ற காலைத் துளைத்தது. ''என்னால்...என்னால் முடியவில்லை.'' அவன் நிமிர்ந்தான், அவன் முகம் தேசலான நிலவு போல வெளிரிப் போயிருந்தது. அவன் கண்களில் வலியின் நீர். ''நீ கிளம்பு.''

''என்னால் முடியாது. உன்னை விட்டு விட்டுப் போக மாட்டேன்.''

''நீ தங்கினால்...'' நாய்களின் குரைப்பு வெகு அருகில் கேட்டது. ''நம் இருவரையும் கொன்று விடுவார்கள். ஒருவராவது கல்கியுடன் இருக்க வேண்டும்.''

''எனக்குக் கல்கியைப் பற்றி அக்கறை கிடையாது! எனக்கு உன் மீது மட்டும் தான் அக்கறை.''

அர்ஜன் சிரித்தான். ''நீ நிஜமாகவே என் மீது அக்கறை கொண்டவளானால் என்னை விட்டு விட்டு அவனுக்குப் போய் உதவியாய் இரு. அவன் எங்கே செல்ல வேண்டுமோ அங்கே கூட்டிச் செல். தயவு செய்து எனக்கு சத்தியம் செய்.'' அவன் கைகளை நீட்டினான்.

பத்மா தலையாட்டி அவன் கையைப் பற்றிக் கொண்டாள். அதற்குள் வீரர்கள் நெருங்கி விட்டனர். நாய் அர்ஜன் மீது பாய்ந்தது. ஆனால் தன்னுடைய கைகளால் சட்டென்று அதை முகத்தில் அடித்துக் கீழே வீசினான்.

''புறப்படு! நான் அவர்களைத் தடுக்கப் பார்க்கிறேன்!'' மற்றொரு அம்பு அவன் மீது பாய்ந்தது. அவன் அந்தக் கல் சுவர் மீது தள்ளப் பட்டான், அவன் வாயிலிருந்து ரத்தம் வழிந்தது. அவன் ஆடையில்

437

குளமாகத் தேங்கியது.

பத்மா அர்ஜனைப் பார்த்தாள். ஒருவேளை கடைசி முறையாக இருக்கலாம். ஒரு உடைந்த இளைஞன் உலகில் உண்மையைத் தேடியவன், பத்மாவைப் போலவே. பத்மாவைப் போல் அல்லாமல் அவன் தன் மரணத்தைச் சந்திக்கப் போகிறான். அவனுக்கு மரணம் வரக் கூடாது. அவளுக்குத் தான் வரவேண்டும். அவள் எப்படியோ சுவற்றிலிருந்து குதித்தாள், வேகமாக ஓடினாள். அவள் மீது நெருப்பு அம்புகள் மழை போல் பொழிந்தன.

வெகு காலத்திற்குப் பிறகு முதல் முறையாக பத்மா வேறு ஒருவனுக்காகக் கண்ணீர் சிந்தினாள்.

76

ரத்ரி காளியைத் தன் வீட்டிற்குள் அழைத்துச் சென்றாள், ஆனால் காளி வீட்டைச் சுற்றி நடப்பதையே விரும்பினான். அவன் வீட்டை முழுவதுமாக நோட்டம் விட்டான். அவன் ஒரு கழுகைப் போல முகர்ந்தான், காதுகளைத் தீட்டி வைத்துக் கொண்டான். சூழலைப் புரிந்து கொள்ள முயற்சித்தான். ரத்ரி அவனைத் தன்னுடைய அறைக்கு அழைத்துச் சென்றாள். ஆனால் அவன் கோகோவையும், விகோகோவையும் வீட்டின் பின்னால் அனுப்பி மற்ற அறைகளைப் பரிசோதிக்கச் சொன்னான்.

''நான் மன்னிப்புக் கேட்டுக் கொள்கிறேன்,'' என்றான். அவன் குரலில் எந்த பாவமும் இல்லை. ''நான் முன்னேறியிருக்கும் இடத்தில் அனைவரும் என்னைக் கொல்வதிலேயே குறியாக இருக்கிறார்கள். நான் எங்கு சென்றாலும் அந்த இடத்தை நன்கு பரிசோதிப்பது என் வழக்கமாகவே ஆகிவிட்டது, என்னை அழைத்துச் செல்.''

ரத்ரி அவனைத் தன் அறைக்கு அழைத்துக் கொண்டு போனாள், எதிர்புறம் அமர்ந்து கொண்டாள். காளி அவளுக்கு எதிரில் அமர்ந்து கொண்டான். ''உன்னிடம் ஒரு நல்ல யக்ஷன் வேலைக்கு இருக்கிறான்.'' அவன் யக்ஷனின் தலையைத் தட்டிக் கொடுத்தான். ''தண்ணீருக்கு நன்றி. ஆனால் நான் அதை எடுத்துக் கொள்ள மாட்டேன்.'' குமார் தனக்குத் தானே புலம்பிக் கொண்டு நகர்ந்தான்.

காளி அறையை நோட்டம் விட்டான். ரத்ரி அவனையே பார்த்தாள். மௌனம் அவளைக் கொன்றுவிடும் போல இருந்தது. கடவுள் கிருபையால் அவளுடைய வீட்டில் ஒரு அடித்தளம் இருந்தது. அதில் இருந்த படிக்கட்டுகள் வெளியே தெருவிற்குக் கொண்டு சேர்த்துவிடும். இது போன்ற அவசர காலகட்டங்களுக்கு பயன்படுத்துவதற்காகத் தான் அது கட்டப்படுகிறது. அவள் அதிகமாகப் பிரசாரத்தில் ஈடுபட்டிருப்பதால் இப்படி ஒரு நாள் வரும், அன்று அவள் தப்பிக்கும் வழி அது என்று கருதியிருந்தாள். வாளேந்தி, வில்லாளர்களுடன்

வந்தால் அதுதான் தப்பிக்கும் வழி. அவர்கள் தப்பியிருக்க வேண்டும், ஏன் என்றால் கோகோவும், விகோகோவும் இல்லை என்பது போல தலையாட்டிக் கொண்டு வந்தனர். காளி பதிலுக்குத் தலையசைத்தான். கோகோவும், விகோகோவும் இப்பொழுது ரொம்பப் பிரபலம். இரட்டையர்கள் நகரத்தையே தங்கள் கட்டுப்பாட்டுக்குள் கொண்டு வந்து விட்டனர். அவர்கள் எங்கும் சுற்றினர். பலரும் அவர்களுடைய உயரம் மற்றும் அச்சுறுத்தும் ஆளுமையைக் கண்டு அஞ்சினர்.

''நான் உங்களைச் சந்திப்பேன் என்று நினைக்கவே இல்லை.''

''ஏன் அப்படி? வேதாந்தா உன்னைப் பற்றி என்னிடம் நிறைய சொல்லியிருக்கிறான். அரசாங்க பதவியிலிருந்து உன்னை நீக்கி நூலகத்தைப் பார்த்துக் கொள்ளும்படி கூறியது, கேவலம். எதோ ஒரு ஒப்பனையான பதவிப் பெயர் கொடுத்தால் எல்லாம் சரியாகிவிடுமா? உன்னை வெளியே அனுப்பும் திட்டம் தான் அது என்று உனக்கும் எனக்கும் தெரியும்.''

ரத்ரி சிரமப்பட்டு ஒரு புன்னகையை வரவழைத்துக் கொண்டாள். ***இவன் என்ன சொல்ல வருகிறான்?*** அருகில் பார்க்கும் பொழுது அவனுடைய நரம்புகள் புடைத்துத் தோலுக்கு வெளியே துருத்திக் கொண்டு நின்றன. அவன் வித்தியாசமாக இருப்பான் என்பது அவள் நினைவு. வடிவான முகம், நீளமான முடி, வசீகரமான புன்னகை; இப்படித்தான் இருந்தான். வேதாந்தா அவனை நகரின் புதிய தலைமையாக அரசு அதிகாரிகளுக்கு அறிமுகப்படுத்தும் பொழுது, இவளும் சக அதிகாரியாக வேறு வழியின்றி கை தட்டி வரவேற்றாள்.

அவன் மாறிவிட்டான், ஆனால் அவனை எது மாற்றியது என்பது அவனுக்குத்தான் தெரியும்.

''உன்னைப் பற்றிய கணிப்பில் அவன் தவறு செய்துவிட்டான். அதனால் நான் அதை மாற்றப் போகிறேன்.''

''யாரை?''

காளி அது ரொம்ப சுலபமான விஷயம் என்பது போல் சிரித்தான்.

''ஓ!'' என்று ரத்ரி அகம்பாவமாகச் சிரித்தாள். ''உன்னை!''

''ஆமாம். நான் தான் இனி ராஜா, ஏன் என்றால் விஷயம் அப்படி மாறிவிட்டது. நான் வேறு வழி இன்றி பதவியை ஒப்புக் கொண்டேன். அரசாங்கத்தில் பலர் அதைத்தான் விரும்புகிறார்கள். நாங்கள் எண்ணிக்கையைச் சரி பார்த்து விட்டோம்.''

''நான் ஏன் அதற்கு அழைக்கப்படவில்லை?''

''நான் வேதாந்தாவைக் கேட்டேன். அவன் அதனால் பரவாயில்லை என்று சொல்லி விட்டான்.''

அவளுக்குத் தெரிந்த வரை வேதாந்தா அப்படி எல்லாம் சொல்லியிருக்கக் கூடிய ஆளே இல்லை. சொல்லிக் கொள்ளும்

அபத்தமான எண்ணிக்கை, கதையாகவோ, ஊழலாகவோ, கட்டாயப் படுத்தப் பட்டதாகவோ இருக்கலாம்.

''ஆனால், நான் இந்த நகரத்தின் முக்கிய நகரவாசி என்பதால் இனி அது போன்ற தவறு நடக்கக் கூடாது என்று நினைக்கிறேன். அதனால் உன்னுடைய வாக்கையும் பெற விரும்புகிறேன். நீ என்ன நினைக்கிறாய்? நான் ராஜாவாகத் தகுதி பெற்றவன் தானா?''

அவன் விநோதமாக நடந்து கொண்டான். காளியைப் போன்ற ஒருவன் அதிகாரியின் வீடு வரை வந்து அவளுடைய வாக்கைப் பெற்று, தன் பதவியை ஏற்றுக் கொள்வான் என்று தோன்றவில்லை.

''உன் மௌனம் எனக்குச் சாதகமானது தான் என்று தோன்றுகிறது,'' என்று தலையசைத்தான். ''எனக்கு மகிழ்ச்சி. அழைப்புக்கு நன்றி,'' தன்னுடைய காவலாளிகளுக்குச் சைகை செய்தான். அவர்கள் வெளியேறினர். அவன் குரல் உயர்ந்தது. ''நீ மிகவும் மரியாதையாக நடந்து கொண்டாய். என்னுடைய நம்பிக்கை, புத்தகங்கள் தான் நம்மை சொர்க்கத்திற்கு அழைத்துச் செல்லும் வழிகாட்டிகள். நாம் புத்தகங்களைப் படித்தால் நாம் அனைவருமே அந்தப் பாதையில் செல்லலாம். நீ ஒரு நல்ல இலக்கிய பாரம்பரியத்தை உருவாக்கியிருக்கிறாய்.'' அவன் தனக்குத் தானே தலையாட்டிக் கொண்டான். அவனுடைய காவலாளிகள் கையில் பெரிய மண் பானைகளுடன் முன்னால் வந்தனர். ''இங்கு நகரத்தில் நடப்பதையெல்லாம் பார்த்தால், நான் முன்பொரு சமயம் சிறிது நாட்களுக்குத் தங்கியிருந்த கிராமம் நினைவுக்கு வருகிறது. அங்கே நான் ஒரு சிறிய தையல்கடைக்காரனிடம் வேலை பார்த்தேன். மடிக்கும் வேலை தான். அது என்ன வேலை என்று தெரியுமா?''

ரத்ரி தெரியாது என்பது போல் தலையை ஆட்டினாள்.

''அது முக்கியமே அற்ற அலுப்புத் தட்டும் வேலை,'' என்றான் காளி. ''தையற்காரன் கொடுக்கும் துணிகளை மடித்து அடுக்கி வைக்க வேண்டும். அவ்வளவுதான். நாங்கள் ஒரு கொட்டகையில் தான் வேலையைப் பார்த்தோம். நாங்கள் பெற்றுக் கொண்ட பணத்தைத் திருப்பிக் கொடுக்கும்படி ஒரு வாடிக்கையாளர் கேட்டார். நாங்கள் செய்த வேலைக்கு மிகவும் குறைந்த காசுகளே பெற்றுக் கொண்டோம். நாங்கள் ஏன் தரவேண்டும் என்று கேட்டோம். கிழிந்திருந்த அவருடைய ஆடையைக் காண்பித்தார். விந்தையாக இருந்தது. நாங்கள் அவருக்குக் காசைத் திருப்பிக் கொடுத்ததும் அவர் கிளம்பினார். நாங்கள் சுற்றும் முற்றும் தேடினோம். நாங்கள் என்ன கண்டுபிடித்தோம் தெரியுமா?''

ரத்ரி அமைதியாக இருந்தாள்.

''எலிகள். வைக்கோல் முழுவதும் எலிகள். அவற்றைப் பிடிக்க முற்பட்டால் முடியவில்லை. அவைகள் தப்பி ஓடிவிட்டன. அவற்றைக் கண்டுகொள்ளாமல் விட்டால் அவை எங்கள் துணிகளைக் கடித்து எங்கள் வியாபாரத்தை நாசம் செய்தன. நாங்கள் எங்கள் வேலையைச்

சரியாகச் செய்யாததற்காகக் குறை கூறினார்கள். எங்களுக்கு வேலையே கைவிட்டுப் போய் விடுமோ என்று அச்சமாக இருந்தது. அப்பொழுது தான் என்னுடைய எஜமானனான அந்தத் தையல்காரனுக்கு ஒரு யோசனை தோன்றியது. அவன் என்ன செய்தான் தெரியுமா?''

''இல்லை. என்ன செய்தான்?''

''அவன் கொட்டகையையே எரித்துவிட்டான்.''

''அவனுடைய வேலை என்ன ஆகும்?''

''அவனால் திரும்பக் கொட்டகையைக் கட்டிக் கொள்ள முடியும். ஆனால் எலிகளை அழிக்க முடியவில்லை. அதனால் அவன் கொட்டகையை எரித்தான். பார்க்கக் கண் கொள்ளாக் காட்சி.'' அவன் நிறுத்தினான். ''அன்று தான் எனக்குப் புரிந்தது, ஒன்றைப் பெற வேண்டுமானால் ஒன்றை இழக்க வேண்டும்.''

ரத்ரி தன் உதடுகளை மடித்து இறுக்கமானாள். காவலாளிகள் பிடித்திருந்த மண் பானைகளைப் பார்த்தாள். இந்தக் கதையின் அர்த்தம் புரிந்தது.

''என்ன நடக்கிறது?''

காளி எழுந்து அறிவித்தான். ''என்னுடைய மரியாதைக்கான அடையாளம்.'' அவன் கோகோவுக்கும், விகோகோவுக்கும் ஜாடை காட்டினான். அவர்கள் எல்லா இடத்திலும் தண்ணீரைக் கொட்டினர். ''நான் உன்னைப் புனிதமான திரவம் கொட்டி ஆசி வழங்குகிறேன்,'' என்று நக்கலடித்தான்.

ஆனால் அந்த வாசம் அது என்னவென்று காட்டிக் கொடுத்துவிட்டது. ரத்ரி எழுந்து நின்று மேசைக்கு அடியில் பதுக்கி வைத்திருந்த கத்தியை எடுத்தாள். அதை மேசைக்கடியில் ஒட்டி வைத்திருந்தாள்.

''இது எண்ணை.''

''அதனால்தான் இது புனிதமானது. நான் நெருப்பில் தான் வளர்ந்தேன். நீ நெருப்பில் தான் இறக்கப் போகிறாய்.''

''ஏன் இதைச் செய்கிறாய்?'' அவள் கத்தியைக் காற்றில் குத்தினாள், அது காளியின் மீது படவில்லை, அவன் சட்டென்று அவளுடைய கழுத்தைப் பிடித்தான், சுவற்றில் தள்ளினான்.

வீட்டில் உள்ள எண்ணை விளக்குகளைக் கொண்டு கோகோவும், விகோகோவும் கீழே ஓடிய எண்ணையைப் பற்ற வைத்தனர். அவளைக் கைதி போல சுவற்றில் பிடித்து வைத்திருந்தனர். அவளுடைய மொத்த வீடும் எரிவதை அவள் பார்த்தாள். எரியும் கட்டை மற்றும் காகிதத்தின் காட்டமான வாசனை அவள் மூக்கைத் துளைத்தது.

''நகரில் அண்டங்காக்கைகள் என்னிடம் பேசும், என் காதுகளில் கிசுகிசுக்கும், என் நகரத்தை ஊழலாக்கிய துரோகிகளைப் பற்றிச் சொல்லும். சமீபத்தில் அவை யாரைப் பற்றி கிசுகிசுத்தன என்று சொல்லு பார்ப்போம்?'' அவன் குரல் கரகரக்க அவள் காதில் கிசுகிசுத்தான்.

''உன்னை.''

அண்டங்காக்கைகளா?

ஆமாம். ஒற்றர்கள். சேதி சொல்லிகள்.

ஆனால் யார்? பத்மாவா? அவளாகவா இருக்கும்? இல்லை. நிச்சயமாக இல்லை. கல்கியா? அவர்கள் திரும்பும்பொழுது அவர்களைப் பின் தொடருமாறு காளி ஆணையிட்டிருந்தானோ? அது சாத்தியம்.

''நாம் கிளம்ப வேண்டும், வேந்தே,'' என்றாள் விகோகோ, அவர்களுக்கு ஏதோ ஒரு சத்தம் கேட்டது.

அப்பொழுது தான் குமார் ஒரு வாளுடன் நுழைந்தான். தாக்க முற்பட்டு வெற்றியும் கண்டான். விகோகோவின் கவசம் அணிந்த காலை வெட்டினான். கோகோ முன்னால் நகர்ந்து யக்ஷனின் தலையைச் சீவினான். ரத்ரி அதிர்ச்சியில் கத்தினாள், அவள் நுரையீரல்கள் முழுவதும் புகை மண்டியிருந்தது, அவள் அழுதாள், இருமினாள். விகோகோ வலியில் முனகினாள். வெட்டுப்பட்டு ரத்தம் வழிந்த காலைப் பார்த்தாள். குமாரின் தலையை ஆவேசத்தில் அறையின் மூலைக்கு எட்டி உதைத்தாள்.

''அவர்கள் எப்பொழுதுமே சிறிய முட்டாள்கள்,'' காளி மூச்சு விட்டான், அவளை மறுபடியும் சுவற்றில் தள்ளினான். அவள் கண்கள் மங்கின. கீழே விழுந்த கத்தியை எடுத்து அவள் திரும்பவும் தாக்கினாள், இம்முறை காளியின் கழுத்தைப் பதம் பார்த்தது.

காளி நிறுத்தினான். அவனுடைய கைகளால் கத்தியின் கூரான பகுதியைப் பிடித்தான். அவன் நிதானமாக அதைப் பிடுங்கினான். தன்னுடைய ரத்தத்தைப் பார்த்தான். தன்னுடைய பின்னங்கழுத்தைத் தடவிக் கொண்டான். அது அவனைப் பாதித்ததாகவே தெரியவில்லை.

''நல்ல முயற்சி பெண்ணே. அடுத்த ஜன்மத்தில் ஒரு வேளை கடவுளை வெறும் கத்தியைக் கொண்டு தாக்குவதைத் தவிர்ப்பதற்குக் கற்றுக் கொள்,'' என்று கண்ணடித்துவிட்டு, அவளைத் தீக்கு இறையாகும்படி விட்டுவிட்டான். அவள் தரையில் தள்ளாடியபடி விழுந்தாள்.

மொத்த அறையிலும் தீ பரவத் தொடங்கியது. அவள் தன்னைப் பாதுகாத்துக் கொள்ள முயன்றாள். அவளுடைய நுரையீரல்கள் எரியத் தொடங்கின; அறையில் சுத்தமான காற்றே இல்லை. மயக்கமடையும் முன் அவளுடைய கடைசி நினைவு அவள் கண்களுக்குத் தெரிந்தது அவள் தலைக்கருகில் இரண்டு கால்கள். ஆனால் குமாரைத் தான் கொன்றுவிட்டார்களே?

இல்லை. அந்தக் கால்கள் பாலாவினுடையவை. அவளைக் காப்பாற்ற அவன் வந்திருந்தான். ''என்ன நடந்தது?'' என்று கத்திக் கொண்டே வந்தான். ஆனால் அவளுடைய வாயால் எந்த வார்த்தையையும் உச்சரிக்க முடியவில்லை.

''நீ திரும்பி வந்தாயா?'' என்று ரத்ரி தேசலாகச் சிரித்தாள். அவர்களைச் சுற்றி இருந்த தீயால் அழிக்கப்பட்ட அறையிலிருந்து இருவரையும் பாதுகாப்பான இடத்திற்குக் கூட்டிச் செல்ல நினைத்தான்.

''நான் வந்தே ஆகவேண்டும். நான் சந்தித்த அற்புதமான உயிரை இறக்க விடமாட்டேன்,'' அவன் நின்றான். ''ஐயோ! கீழ் தளத்தின் கதவு மூடப்பட்டிருக்கிறது.'' அப்பொழுது கூரை திடுமென்று கீழே விழுந்தது. அவளால் அண்ணாந்து நட்சத்திரங்களைப் பார்க்க முடிந்தது. அவள் தலையைத் திருப்பி, தன் பார்வையை முனைப்பாக வைக்க முயற்சித்தாள். மொத்த வீடும் தீ பிடித்துக் கொண்டிருந்தது. எல்லாம் முடிந்துவிட்டது. அவளுக்குச் சொந்தமான அனைத்தும், அவள் நண்பன், குமார்...

சட்டென்று அவளுக்கு ஒரு மாற்றம் தெரிந்தது. பாலாவின் கைகள் பலவீனப்பட்டு அவன் அவளைத் தரையில் கிடத்தினான். அவள் மேலே பார்த்தாள். பாலாவின் மார்பில் இரண்டு அம்புகள். ரத்ரி திரும்பிப் பார்த்தாள். காளி கோகோவுடனும் விகோகோவுடனும் நின்று கொண்டிருந்தான். அவர்கள் அம்புடன் தயாராக இருந்தனர். பாலா தன்னுடைய கதை கொண்டு, வந்த அம்புகளைத் தடுக்கப் பார்த்தான், நெஞ்சில் குத்திய அம்புகளில் இருந்து ரத்தம் வழிந்தது.

''நீ ஓடு.''

காளி கொட்டாவி விட்டபடி முன்னால் வந்தான். கோகோவையும் விகோகோவையும், ஆயுதங்களைக் கீழே வைக்கச் சொன்னான். அவன் கண்களை இமைத்தபடி ரத்ரியின் அருகில் வந்தான். அவள் இன்னமும் தரையில் தான் கிடந்தாள். ''நான் சொன்னேனே. தீ வைத்தால் எலிகள் வெளியே வரும் என்று. பிறகு அவை இறக்கும்.'' அவள் அருகில் இருந்தான், கையில் ஒரு வாள். பாலா அவள் குறுக்கே வந்தான்.

ரத்ரி கத்தினாள். காளியை வாளால் அழிக்க முடியாது, அவன் அதற்கு அப்பாற்பட்டவன். மற்ற ஆயுதங்களும் பிரயோஜனப்படாது; அவள் சொல்லி முடிப்பதற்குள் எல்லாமே கண் இமைக்கும் நேரத்தில் நடந்தது. பாலா தன் கதையை ஓங்கினான், ஆனால் அதைக் காளி மேல் அடிப்பதற்குள், காளி அவனுடைய தாட்டியான கையைப் பிடித்து முறுக்கினான். சுளுவாக அதைத் தோள்பட்டையிலிருந்து திருகி எடுத்தான். எலும்பும் சதையுமாகப் பிய்ந்து வந்தது. அதே சமயம் தன் கத்தியால் அவன் கழுத்தைக் குத்தினான். அதைத் திருப்பியதும் பாலாவின் கண்கள் உயிரின் ஒளியை இழந்தன. பிறகு கத்தியை மேலும் திருப்பி அவன் மண்டையைப் பிளந்தான். பாலாவின் உயிரற்ற சடலம் தரையில் விழுந்தது. ரத்ரியின் கண்களில் நீர் மல்கியது. அவனைத் தொடுவதற்காகக் கையை நீட்டினாள், அவன் முகம் மொத்தமும் காளியின் ஆவேசத்தால் சிதைந்திருந்தது.

அப்படி நடக்க முடியாது.

அவள் திரும்பினாள், மூச்சிரைத்தது, கண்களில் கோப விஷம், பாலா பிடித்திருந்த கதையை எடுத்தாள். காளி தன்னுடைய வாளை அவள் முதுகில் பாய்ச்சினான். அவளைத் தரையில் உருட்டினான். அவள் வாந்தி எடுத்தாள். பிறகு அவள் கண்கள் எந்தக் காட்சியையும் பார்க்கவில்லை.

77

அவர்கள் சற்று முன் தப்பி ஓடிவந்த வீடு பற்றி எரிவதைப் பார்ப்பதற்கு முன் தன் வாழ்வில் அனைத்தையும் பார்த்துவிட்டதாகக் கருதினான். சுரங்கப் பாதை அவர்களை அந்த வீட்டை விட்டு வெகு தூரம் இட்டுச் சென்றது. அந்தக் கொடுங்கோலன் காளியிடம் இருந்து விலகி இருப்பதில் அவனுக்கு மகிழ்ச்சி தான். ஆனால் வீடு தீ பற்றியவுடன், எவ்வளவு தடுத்தும் அவனால் பாலாவை நிறுத்த முடியவில்லை.

''நான் போகவேண்டும் சகோதரா,'' என்றான் அவன்.

கல்கியின் சக்தி வடிந்து, முட்டுக்கு முட்டு வலி எடுத்தது. தலையசைத்து மறுத்தான். ''அவன் உன்னைக் கொன்றுவிடுவான்.''

''என்னால் ரத்ரியை இறக்க விட முடியாது.''

பாலா மனதில் ஓடும் எண்ணத்தை அவனால் தெளிவாகப் புரிந்து கொள்ள முடிந்தது. அப்படித்தான் அவனுக்கும் இருந்தது, அவன் ஷம்பாலாவின் வெளிகளில் ஓடிப் போய் லக்ஷ்மியைக் காப்பாற்ற நினைத்து அவள் இறந்து விட்டாள் என்பது தெரிந்ததும் வருத்தமடைந்த போது. அவனுக்குப் புரிந்தாலும், பாலா பெரிய பிரச்சனையில்தான் மாட்டிக் கொள்வான் என்று தோன்றியது.

''பாதுகாப்பாக இரு.''

பாலா தலையசைத்தான், புன்னகையுடன் சொன்னான், ''எனக்கு உன் மீது நம்பிக்கை இருக்கிறது சகோதரா. நம் இலக்கின் மீதும் நம்பிக்கை இருக்கிறது. அதனால் நீ அனைவருக்கும் அமைதியையும் புதிய ஏற்பாட்டையும் கொண்டு வா.'' இதைச் சொல்லிவிட்டு அவன் வயல் வெளியில் ஓடினான்.

கல்கி அங்கேயே இருந்தான். தீ முக்கால் வாசி வீட்டைத் தின்றுவிட்டது. அர்ஜன் எங்கே? அந்தப் புதுப் பெண் பத்மா எங்கே? ஏன் எல்லாமே இவ்வளவு தீவிரமாகவும் தொல்லையாகவும் இருக்கிறது?

ஒரு மணி நேரத்தில் அவன் தங்கியிருந்த வீடு சாம்பலாக மாறிவிட்டது. மக்கள் அதைச் சுற்றிக் குழுமினர். ஆனால் கல்கிக்கு ஏன்

என்று புரியவில்லை. ஷூகோவை தோளில் சுமந்தபடி கல்கி கால்களை இழுத்து மெதுவாகவும் அயர்ச்சியாகவும் நடந்தான். க்ருபா அவனை நிலத்தில் தடுக்கி விழ வைத்தான்.

''நீ போகக் கூடாது. பார்கவ் நமக்காகக் காத்திருக்கிறார், அங்கே செல்ல வேண்டும்.''

''மலைகளில் இருக்கும் யாரையோ பற்றி எனக்குக் கவலை இல்லை. இது என் குடும்பம்.'' கல்கி அவனைத் தவிர்த்து நடக்கத் தொடங்கினான். பற்களைக் கடித்துக் கொண்டான். அவன் சமவெளிகளைக் கடந்துவிட்டான். அப்பொழுது தான் அவன் மனதை உலுக்கும் காட்சியைக் கண்டான். ஒரு சிறிய குழு அவனைப் பார்த்தனர், அவன்தான் பறக்கும் ரதத்தில் தப்பியோடிய கைதி என்பதை அடையாளம் கண்டு கொண்டனர். அவன் முன்னால் இரண்டு சடலங்கள் கிடத்தப் பட்டிருந்தன. அவை கொடூரமாகக் கொல்லப்பட்டிருந்தன.

பாலாவின் முகம் மொத்தமும் அழிக்கப்பட்டிருந்தது, ரத்ரியின் முதுகெலும்பில் அம்பு குத்தியிருந்தது.

க்ருபா அவனை நெருங்கிவிட்டான். கல்கி தரையில் விழுந்து அழுதான். கண்களில் நீர் புரண்டது. அவன் முஷ்டி வெறுப்பினால் மடங்கியது. க்ருபாவுக்கு மூச்சு வாங்கியது, அவன் சிரமப்பட்டு கல்கியை அங்கிருந்து அப்புறப் படுத்துவதற்காக இழுத்துக் கொண்டு சென்றான்.

''நீ இதைப் பார்க்காதே.''

''நான் அவனைக் கொல்ல வேண்டும்,'' என்றான். அவன் மனம் போட்டி நடந்த காட்சியில் பாலாவின் பங்கை நினைக்க தொடங்கியது. இப்பொழுது அவள் சித்தியின் இறப்புக்கும் கல்கி தான் காரணம் என்று தெரிந்தால் லக்ஷ்மி அவனை மொத்தமாக வெறுப்பாள். அனைத்து இறப்புகளும் அவன் தலையில் விடிந்தன.

''நீ கொல்லத்தான் போகிறாய். ஆனால் இப்பொழுது அனைவரும் உன்னைக் கண்டு கொண்டனர், தோழா. அதனால் என்னுடன் வா,'' என்று கூட்டத்திற்கு அப்பால் அவனைத் தள்ளிக் கொண்டு போனான்.

கல்கி கிழவனைப் பிடித்துத் தள்ளினான். ''உனக்குப் புரியவில்லை. நான் இப்பொழுதே அவனைக் கொல்ல வேண்டும்.''

க்ருபா அங்கேயே நின்றான். ''அதற்குப் பிறகு என்ன? சென்ற முறை போலப் பிடிபடப் போகிறாயா? துருக்தி எதிரே போய் பெரிய கதாநாயகன் போல் நின்றாயே? திரும்பவும் பிடிபட்டு அதே கொடுமையான வட்டத்தில் மாட்டிக் கொண்டு நாங்கள் வந்து உன்னைக் காப்பற்ற வேண்டும்?''

''இனி, 'நாம்' என்பதற்கே இடமில்லை,'' என்றது பின்னாலிலிருந்து ஒரு குரல்.

''அடக் கடவுளே!'' என்று க்ருபா உறுமினான்.

கல்கி திரும்பினான். உயரமான, துருதுருவென்று ஒரு பெண்,

சாமர்த்தியமான கண்களுடனும் வெள்ளி முடியுடனும் நின்று கொண்டிருந்தாள். அவள் முகம் வெளிறிப் போய்ச் சோர்வாக இருந்தது. அவள் முன்னால் வந்த பொழுது அவள் அழுதிருக்கிறாள் என்பதைக் கல்கி உணர்ந்தான். ''அது நடந்திருக்கக் கூடாது...அது கேவலமான யோசனை என்று நான் அவனிடம் சொன்னேன், ஆனால் அவன் கேட்கவில்லை,'' என்றாள் பத்மா.

''நீ என்ன சொல்கிறாய்?'' கல்கிக்கு மூச்சு இறைத்தது.

''அர்ஜன் என்னை வேதாந்தாவின் அரண்மனைக்குப் பின் தொடர்ந்தான்,'' என்றாள் மெல்லிய குரலில்.

''இல்லை,'' என்று மூச்சுத் திணறினான் கல்கி, அவனுடைய மோசமான சொப்பனங்கள் நிஜமாகிக் கொண்டிருந்தன.

''அவனும் இறந்துவிட்டானா?''

''எனக்கு...எனக்கு தெரியாது...'' என்று அழத் தொடங்கினாள்.

கல்கி அவள் தோளைப் பிடித்து இழுத்து, அதை பலமாக அழுத்தி, அவளை வலியில் துடிக்க வைத்தான்.

''அவன் இறந்தானா இல்லையா என்பது உனக்கு எப்படித் தெரியாமல் இருக்கும்?''

''என்னால் பார்க்க முடியவில்லை...'' என்று விக்கினாள்.

''அவளை விடு!'' என்று க்ருபா கத்தினான். கல்கியின் கைகளைப் பிடித்து இழுத்தான். அவன் மீது ஒரு அழுத்தம் விழுவதை உணர்ந்தான்.

அவன் பத்மாவை விட்டான். அவள் தரையில் சத்தமின்றி கிடந்தாள். கல்கி மேலே பார்த்தான். தூரத்திலிருந்து குளம்புகள் புழுதியைக் கிளப்புவது தெரிந்தது. மாணவ் வீரர்கள் வந்து கொண்டிருந்தனர்.

''நாம் இப்பொழுது இங்கிருந்து புறப்பட வேண்டும், உடனேயே!'' என்றான் க்ருபா.

''என்னால் முடியாது. அவன் நலமாக இருக்கிறானா என்று நான் கண்டுபிடிக்க...''

''அவன் இறந்துவிட்டான்!'' என்று க்ருபா கத்தினான். ''சரியா? அர்ஜன் இறந்து விட்டான். பாலா இறந்து விட்டான், ரத்ரி இறந்துவிட்டாள், நீ இங்கே மேலும் தங்கினால் நாம் அனைவரும் இறந்துவிடுவோம். எங்கள் இருவரையும் உனக்குப் பிடிக்காது என்று எனக்குத் தெரியும், ஆனால் நாம் கிளம்ப வேண்டும். நாம் அனைவரும் செல்ல வேண்டும், தோழா. காளியைக் கொல்ல வேண்டும் என்று நீ விருப்பப்படுவது எனக்குத் தெரியும். அவன் தான் இது எல்லாவற்றுக்கும் காரணம் என்பதை உன்னைப் போல நானும் ஒப்புக்கொள்கிறேன்.'' அவன் கல்கியின் முகத்தைப் பற்றினான். ஒரு நிமிடத்திற்கு அவன் தன்னை மகனைப் போல் பார்ப்பதாகக் கல்கிக்குத் தோன்றியது. ''துருக்தியின் சம்பவத்தை மறுபடியும் நடக்க விடக் கூடாது. நீ திரும்பவும் அங்கே சென்று பிடிபட்டுச் சிறையில் அடையக் கூடாது. நீ அரியவன் என்ற

அற்புதத்தை உணர்ந்த பின்னர் உன்னால் அதர்மத்தை அழிக்க முடியும். அதற்கு நாம் இங்கிருந்து கிளம்ப வேண்டும்.''

எனக்கு ஏதாவது நடந்தால் நீ அதைக் கடந்து செல்ல வேண்டும், என்று அர்ஜன் அவனிடம் கூறியிருந்தான்.

இல்லை. அர்ஜன் உயிருடன் நன்றாக இருக்கிறான் என்றே கல்கி நம்ப விரும்பினான். எப்படியாவது உயிர் தப்புவான். ஷுகோ தன் சிறகுகளைக் குழப்பத்தில் படபடவென்று அடித்தது. கல்கி தன்னுடைய ஆத்திரத்தை முன் நிறுத்தியிருக்கிறான் என்பதைப் புரிந்து கொண்டான். அவன் அதைக் கட்டுப் படுத்தி அமைதியாக வேண்டும். ஷுகோ திரும்பவும் அவன் தோளில் அமர்ந்தது.

''நீ எங்களுடன் வருகிறாயா?'' என்று க்ருபா பத்மாவைக் கேட்டான்.

கல்கி பத்மாவைப் பார்த்தான், இருவரும் குற்ற உணர்ச்சியையும், தர்ம சங்கடத்தையும் பரிமாறிக் கொண்டனர். அவள் ஒப்புக் கொண்டாள். கண்ணீரைத் துடைத்தாள். கல்கி ஒரு வினாடி நேரத்திற்கு அவளைக் காயப் படுத்தியதற்காக வருந்தினான்.

''நான் உங்களுடன் வருகிறேன்,'' என்றாள்.

கல்கி அவளைச் சந்தேகத்துடன் பார்த்தான். ஆனால் அப்பொழுது எதுவும் பேச வேண்டாம் என்று நினைத்தான். துக்கமும் ஆத்திரமும் கட்டுக் கடங்காமல் பொங்கியது.

மாணவ் வீரர்கள் நெருங்கிக் கொண்டிருந்தனர். பொது மக்கள் அவர்களை வேடிக்கைப் பார்த்தனர்.

''போகலாம் வா,'' என்று க்ருபா கைகளை நீட்டினான்.

''நாம் எப்படி...'' அவனால் வார்த்தைகளை வடிக்க முடியவில்லை. ''எப்படி தப்பிப்பது?''

''நான் சில குதிரைகளை தயார் செய்து வைத்திருக்கேன். நகரில்லுள்ள என் நண்பன் நமக்குப் பிரயாணம் செய்ய ஏதாவது ஏற்பாடு செய்வான்.''

கல்கி தலையசைத்து ஆமோதித்து, கிழவனின் கைகளைப் பற்றினான், உடைந்த புதுக் குழுவைப் பார்த்தான். அவன் நம்பிக்கை வைக்க முடியாத கிழவன் ஒருவன், தன்னுடைய தம்பியை இறப்பதற்கு விட்ட ஒரு பெண். இவர்களுடன் ஒரு பயணத்திற்கு அவன் தயாரா என்றே அவனுக்குப் புரியவில்லை.

ஆனால் அவனுக்கு வேறு வழி இல்லை.

78

பலவீனமானவர்களுக்கும், துரோகிகளுக்கும் இருக்கும் ஒரே பாதை மரணம் தான்.

காளியைப் பொறுத்தவரை அவனுக்கு இவர்களைப் பற்றிய அக்கறை இல்லை. அவர்கள் இந்த நாட்டின் கழிவை விடக் கேவலமானவர்கள், அவர்களை ஒருவரோடு ஒருவர் மோத விட வேண்டும். அவர்கள் தான் அதிகம் துன்புறுத்தப்பட்டார்கள். அப்படித் தான் துன்பப்பட வேண்டும். அவர்களை அவன் வெறுத்தான். கல்கிக்கு உதவினவர்களுக்கு அவன் ஏற்படுத்திய கதிக்கு அவர்கள் தகுதியானவர்களே. அவனுக்கு நேரம் இருந்திருந்தால் அவன் இன்னமும் அதிகமாகத் துன்புறுத்தியிருப்பான். ஆனால் அவன் அங்கிருந்து கிளம்ப வேண்டியிருந்தது. பொதுமக்கள் சேரத் தொடங்கினர். அவர்களுடைய புது மன்னன் தெருவில் அடித்திக் கொல்லும் கொலையாளி என்ற அபிப்பிராயத்தை அவர்களுக்குக் கொடுக்க விரும்பவில்லை. அவர்கள் அவனை மதித்து மரியாதை செய்ய வேண்டுமே.

துருக்திக்கும் அதே கதி தான் நேர வேண்டும், ஆனால் அவள் தங்கையாகி விட்டாளே. அவர்களுக்குள் ஓடும் பொதுவான ரத்தம் அவனைத் தடுத்தது. ஆனால் அவளை என்ன செய்ய வேண்டும் என்று அவனுக்குத் தெரியும். அவளுடைய தோழியும் பணிப்பெண்ணும் ஆன சிம்ரின் கட்டுப்பாட்டில் வைத்துவிடுவது என்று தீர்மானித்தான். அவளைத் தன் ஒற்றர் படையில் சேர்த்துக் கொள்ளப்பார்த்தான். ஒவ்வொரு முறை துருக்தி ஏதாவது தவறாகச் செய்ய முற்பட்டால் அவள் காளியிடம் சொல்லி, கூலியாகத் தங்கம் பெற்றுக் கொள்ளலாம் என்றும் சொல்லி வைத்தான்.

ஆனால் அவள் முகத்தைப் பார்க்கும் போதெல்லாம் அவன் மனதை மென்மையும் கருணையும் உலுக்கியது. இப்பொழுது அவள் அறையில் நின்றபடி அவளைக் கேட்டான், ''அரசப் பதவி ஏற்கும் விழாவுக்கு நீ வருகிறாயா?''

450

வேதாந்தாவிடமிருந்து கிரீடத்தைப் பறிப்பது அவ்வளவு ஒன்றும் சிக்கலான விஷயமாக இல்லை. நாகா தலைவர்கள் இறந்து விட்டனர், மானசாவைத் தவிர்த்து, அவள் இறப்பைப் பற்றி ஒரு கதை கட்டி விட்டிருந்தான். அவள் நிச்சயம் திரும்ப மாட்டாள். வேதாந்தா பயத்தில் திளைத்தான், காளி அந்தப் பயத்திற்குத் தீனி போட திட்டமிட்டான்.

துருக்தி ஜன்னல் விளிம்பில் அமர்ந்து நட்சத்திரங்களை அண்ணாந்து பார்த்துக் கொண்டிருந்தாள். ''உன் மார்பில் ஏன் ரத்தம் தோய்ந்து இருக்கிறது?''

காளியின் எண்ணங்கள் குழம்பியிருந்ததால் தன்னுடைய கலைந்த உருவத்தை அவன் மறந்துவிட்டான். ''நான் ஒரு வேலையை முடித்தேன்.''

''அவனைக் கொன்றுவிட்டாயா?'' என்றாள்.

அவள் அவனைப் பற்றித் தான் பேசுகிறாள், கல்கி. ஷம்பாலாவிலிருந்து வந்த மர்ம இளைஞன். அதனால் காளி அந்த கிராமத்தையே எரித்துத் தரை மட்டமாக்க நினைத்தான். ஆனாலும் மொத்தமாக மூளையையும், புரிதல் சக்தியையும் அவன் இழக்கவில்லை.

''ஆமாம்,'' என்று பொய் சொன்னான்.

அவள் திரும்பினாள். அவள் கண்களில் எந்தப் பரிதாபமும் இல்லை. ''நல்லது.''

நல்லதா?

''உனக்கு என்ன ஆச்சு?''

''அவன் வித்தியாசமானவன் என்று நினைத்தேன். ஆனால் அவன் அப்படிப் பட்டவன் இல்லை.''

காளி அவள் அருகே நடந்தான், அவள் கைகளை இறுகப் பற்றினான். அவள் அவனைக் கோபமாகப் புருவங்களை உயர்த்தி வெறித்தாள். ''நான் சமீபமாக நடந்து கொண்ட செயல்களுக்கு வருத்தம் தெரிவிக்கிறேன்,'' என்று காளி ஆழ்ந்த மூச்சு விட்டான். ''நான் காயப்பட்டும், கோபத்துடனும் இருந்தேன். மர்தாஞ்சாவின் பேச்சு ஒரு தாக்கத்தை விளைவித்து விட்டது. நீங்கள் இருவரும் காதலர்கள் என்று அவன் என்னிடம் சொன்னான்.''

''என் உயிரை விட இந்த நகரத்தைத் தான் நீ அதிகம் மதிக்க வேண்டும்.''

''ஆனால் உன் உயிர் எனக்கு ரொம்ப முக்கியம்.'' காளிக்கு அவளை அனைத்துக் கொள்ள வேண்டும் என்ற தாகம் எழுந்தது, ஆனால் அவன் அதைச் செய்யவில்லை. அவர்களுக்குள் எவ்வளவு பிரிவினை ஏற்பட்டாலும், அவனுக்கு அவள் மீதான அன்பைக் குறைத்துக் கொள்ள இயலவில்லை. அவளுக்குக் கொஞ்சம் வெறுப்பு வந்திருந்தாலும் அவளுடைய பாசம் குறையவில்லை என்பது அவனுக்குத் தெரியும்.

''உன்னுள் என்ன புகுந்து விட்டது?''

''சிலர் என்னிடம் உள்ள மோசமானவற்றை வெளிக் கொண்டு வருகிறார்கள்,'' என்றான். கல்கியைக் குறிப்பிட்டான். கல்கியின் வலிமை தான் அவனுடைய எதிரி, காளியைப் போலவே அது தான் அவனுடையை சிக்கல். ஒருவேளை அவனும் சோமா அருந்திவிட்டானா? ''ஒவ்வொருவருக்குள்ளும் ஒரு இருட்டு ஒளிந்திருக்கிறது. கடைசியில் அது வெளியே வருகிறது. அது திட்டமிடப் பட்டதில்லை.'' அவள் கைகளை இறுகப் பிடித்தான். ''ஆனால் சிலர் என்னுள் இருக்கும் நல்ல விஷயங்களையும் வெளிக் கொண்டு வருகிறார்கள். நாம் சமீபத்தில் அபிப்பிராய பேதம் கொண்டதால் நான் உன்னை இழக்க விரும்பவில்லை. நீ என்ன செய்தாயோ அதைச் செய்ய உனக்கு உரிமை இருக்கின்றது.''

துருக்தி தன்னுடைய பற்களைக் கடித்தபடி, அவனை ஓங்கி அறைந்தாள். காளி அமைதியாக நின்று அதை வாங்கிக் கொண்டான். ''எனக்கு அது வேண்டியது தான்,'' என்று மூச்சு வாங்கினான்.

''நீ என்னை உன் சொந்தப் பொருளாகக் கருத முடியாது. நீ சொல்வது சரிதான், உனக்கு இந்த அடி தேவை தான்.''

''நீ என்னை மன்னித்துவிட்டாய் என்று அர்த்தமா?''

அவனைச் சற்று நேரம் உற்றுப் பார்த்தாள். காளி முன்னால் வந்து அவளை அணைத்துக் கொண்டான். சற்று நேரம் அவள் சிலையாக நின்றாள். பிறகு மனச் சுமை குறைந்து அவனை அணைத்துக் கொண்டாள். அவன் அவளை முன்னால் இழுத்து அவள் கண்களை, சோகம் இழையோடப் பார்த்தான்.

''நான் பட்டம் சூடும் விழாவிற்கு நீ வருவாயா?''

''எனக்கு ஏதும் தேர்வு இருக்கிறதா?''

அவளை என்ன சொல்லி சமாதானம் செய்ய வேண்டும் என்று காளிக்குத் தெரியும். ''ஆமாம், உனக்குத் தேர்வு உண்டு. உனக்கு வர வேண்டாமென்றால் நீ வரவேண்டாம்.''

அவள் கன்னத்தில் ஒரு நக்கல் நகை தெரிந்தது. ''நான் வருகிறேன்.''

அவள் சொல்வதை நம்பலாமா, விஷயங்கள் வழக்கப்படித் திரும்பிவிட்டனவா என்பது குறித்த அவன் சந்தேகம் விலகவில்லை. ஆனாலும் இப்போதைக்குச் சமாதானம் நிலவுவதால் அவனுக்கு மகிழ்ச்சி. அதில் அவன் வெகு நேரம் திளைக்க முடியாதபடி அவன் பின்னாலிருந்து ஒரு குரல் கேட்டது.

''வேந்தே, கிடங்குக்குச் சென்ற ஆட்கள் மருத்துவமனையிலிருந்து திரும்பி விட்டனர், அவர்கள் உங்களுக்காகக் காத்திருக்கின்றனர்,'' என்றது கோகோவின் குரல்.

'கிடங்கு' என்ற வார்த்தை துருக்தியை அச்சுறுத்தியது. ''நான் உனக்காகக் கொண்டு வந்த மருந்தை என்ன செய்தாய்?''

''கண்ணே!'' அவளுடைய கழுத்து எலும்புகளை நீவிக் கொடுத்தான்,

''அவை வெறும் மருந்து கிடையாது. அவை அமிர்தம். வருத்தமிக்க செய்தி அவை அழிக்கப்பட்டுவிட்டன.''

அவள் புருவத்தை உயர்த்தினாள். ''இப்பொழுது என்ன செய்யப் போகிறாய்? இன்னும் அதிகமானதைத் தேடப் போகிறாயா?''

காளி அப்படி நினைத்திருக்கவில்லை. ஒவ்வொரு அங்கமும் இப்பொழுது உயிர்த்தெழுந்தது. அவன் இதைவிடச் சிறப்பாக வாழ்வில் உடல் நலம் பெறும் என்று நினைக்கவில்லை. அதைத் தேடி செல்லும் எண்ணம் அவனுக்கும் உதித்தது. ஆனால் அது அவனுக்குத் தேவையா என்ன? அவன் ஒரு சிறிய பையில், தேவைப் படுமோ என்று பாதுகாத்து வைத்திருந்தான். ஒருவேளை அவனுடைய வியாதி திரும்ப வந்துவிட்டால்? ஆனால் இப்போதைக்கு அவன் திருப்தியாகத் தான் இருந்தான்.

''நான் ஒரு ராஜா, தங்கையே. எனக்கு இதை விட முக்கியமான விஷயங்கள் இருக்கின்றன, கவலைப்படுவதற்கு.'' அவளை மெதுவாகக் கன்னங்களில் முத்தமிட்டான். ''அனைத்துக்கும் நன்றி. நீயின்றி நான் இல்லை,'' என்று கிசுகிசுக்கும் போது அவன் உண்மையைத் தான் சொன்னான்.

காளி அந்த ஒப்பன அறையை விட்டு வெளியே வரும் பொழுது சிம்ரின் மீது ஒரு பார்வையை வீசினான். அவள் உள்ளே வந்து கொண்டிருந்தாள். காளி கோகோவுடன் கிளம்புவதற்கு முன் அவர்கள் இருவரும் பார்வையைப் பரிமாறிக் கொண்டனர். இரட்டையர்களுடன் கோட்டைத் தோட்டத்திலிருந்த முக்கிய அறைக்குச் சென்றான் காளி. அங்கே தான் ரத்ரியைக் குத்திக் கொலை செய்திருந்தான். அங்கே ஐந்து வீரர்கள் காயங்களுக்குக் கட்டுப் போட்டு கொண்டு நிதானமாக நின்றனர். கைகளை மரியாதை நிமித்தம பின்னால் கட்டிக் கொண்டிருந்தனர். அவர்களுக்குப் பின்னால் அவனுடைய கோட்டை காவலாளிகள் பலர் நின்றனர். அனைவரும் கவலையாகத் தெரிந்தனர்.

சோமாவைப் பாதுகாக்கும் வேலைக்காக மர்தாஞ்சாவால் ஏற்பாடு செய்யப்பட்ட ராக்ஷஸ்கள்.

''உங்களுக்கு நினைவிருக்கா...'' என்று தொடங்கினான், நிதானமாக முன்னும் பின்னும் நடந்தபடியே அவர்களுடைய பிரம்மாண்டமான, காயம் பட்ட உடல்களைப் பார்த்தபடி, ''யார் இந்தக் குற்றவாளிகள்?''

அனைவரும் தெரியாது என்பது போல ஒரு சேரத் தலையசைத்தனர்.

''அவர்கள் திரும்பி வந்தால் அவர்களில் யாரையாவது அடையாளம் சொல்ல முடியுமா?'' அவன் தன் விரல்களை ஒன்றோடு ஒன்று கோர்த்து விளையாடியபடியே விசாரித்தான்.

ஒருவன் ஆம் என்பது போல் தலையசைத்தான். ''முன்னால் நில்.''

ராக்ஷஸ் அதைச் செய்தான்.

''உன் பெயர் என்ன, மகனே?''

''பிரதம்.''

''பிரதம்,'' காளி தலையாட்டினான். அவன் நெஞ்சில் ஒரு பெரிய வெட்டு காயம். அதில் சீழ் கோர்த்துக் கொள்ள ஆரம்பித்திருந்தது. ''அவர்கள் திரும்பி வந்தால் கண்டு பிடிப்பாயா? அவர்கள் முகத்தைச் சரியாகப் பார்த்தாயா?''

''ஆமாம், வேந்தே,'' என்றான் பிரதம்.

''நல்லது,'' காளி மற்றவர்கள் பக்கம் திரும்பினான். ''கோகோ, விகோகோ அவர்களைக் கொன்று விடுங்கள்.''

பிரதம் திணறினான். கோகோவும் விகோகோவும் சட்டென்று செயல்பட்டனர். அவர்கள் தலைகளைக் கொய்தனர். சிலர் போராடினர், அவர்களைப் பின்னால் நின்ற மற்ற காவலாளிகள் துண்டங்களாக ஆக்கினர். பிரதம் திகிலுடன் பார்த்துக் கொண்டிருந்தான், காளி அவன் பக்கத்திலிருந்து முகத்தைத் திருப்பினான். ''கவலைப்படாதே. அவர்கள் பயனற்றவர்கள். உங்களுடைய தலைவன் ரக்டபாவே அவர்கள் இப்படித் திரும்பி வந்திருந்தால் அவர்களை அங்கஹீனம் செய்திருப்பான். நான் உங்களுக்கு நல்லதுதான் செய்திருக்கிறேன்.''

பிரதம் நடுங்கினான். அவன் உடல் பூதாகாரமாக இருந்தும் கூட நடுக்கம் தெரிந்தது. காளியிடம் இருந்த ஏதோ ஒன்று அவனைப் பயமுறுத்தியது.

பிரதம் பலவீனமாகத் தலையசைத்தான்.

''நல்லது. இனி நீ தான் ராக்ஷஸ் படையின் புதிய நகரத் தலைவன். ரக்டபாவுக்கு உன்னுடைய பதவியைப் பற்றி ஒரு தகவல் அனுப்பிவிடுகிறேன். அந்தப் பதவியைச் சூழ்ந்திருக்கும் விஷயங்களையும் விளக்குகிறேன்.

''நான் வெறும் படைவீரன் தான்,'' அவன் குரல் தேய்ந்தது.

எனக்கு அதுதான் தேவை.

''மகனே, நீ அதைக் காட்டிலும் மேலானவன்.'' அவன் நெஞ்சைத் தட்டிக் கொடுத்தான்; கொன்று குவித்த மற்ற ராக்ஷஸ் வீரர்களுடன் பிரதம்மை விட்டுவிட்டு, ''மேலும்,'' என்று பிரதம் முகத்தைப் பார்க்காமல் பேசினான், ''நாளை என்னுடைய பட்டாபிஷேக விழா. நீயும் அதற்கு வா.''

காளி நின்று கொண்டிருந்தான். முன்னாள் மன்னனான வேதாந்தா முன்னால் வந்தான். அவன் முகத்தில் வரவழைத்துக் கொண்ட புன்னகையுடன் தன்னுடைய மகுடத்தைக் காளியின் தலையில் பொருத்தினான். மகுடம் மற்றும் அல்ல, நிறைய ஆபரணங்களைக் காளியின் மீது வர்ஷித்தான். மோதிரங்கள், கங்கணங்கள், அட்டிகைகள்.

காளி முகத்தில் பெருமிதம். அவன் பட்டு மற்றும் விலங்கு ரோமம் கொண்டு செய்த சிறப்பு அங்கியை அணிந்திருந்தான். வேதாந்தா முகத்தைத் திருப்பியபடி கை தட்டி ஆரவாரித்தான். அங்கு வரிசையாக நின்ற மக்கள், அரசாங்க அதிகாரிகள் மற்றும் செல்வந்தர்கள் அவனுக்கு வாழ்த்துத் தெரிவிக்கத் தயாரானார்கள்.

காளி தன்னுடைய வலப் பக்கம் பார்த்தான், அங்கே வேதாந்தா மெதுவாகக் கையைத் தட்டியபடி தன்னுடைய மகளுடன் நின்று கொண்டிருந்தான். அவளை முதல் முறை பார்க்கும் போதே அவள் ஒரு சிக்கல் என்று தெரிந்துவிட்டது. அவளுக்குக் கைதட்டும் மரியாதை இல்லை; மாறாக அவள் முகத்தைச் சுளித்தபடி நின்றாள். மரியாதையின்மையை அவ்வளவாகக் காளி கண்டு கொள்ளவில்லை. அவள் ஒரு குழந்தைதானே. குவேரா தன்னுடைய வழக்கமான பெரிய போலிச் சிரிப்புடன் நின்றான். ஆனாலும் காளி தன்னுடைய விரோதிகளான நாகாக்களை அழித்து விட்டான் என்ற நிறைவு இருந்தது. மற்றொரு கோடியில் துருக்தி நின்று கொண்டிருந்தாள் சிம்ரினுடன். இன்று அவள் அழகாக இருந்தாள், கோபதாபம் இன்றி. காளிக்குப் பின்னால் அவனுடைய நம்பிக்கைக்குப் பாத்திரமான இரட்டையர்கள் கோகோ மற்றும் விகோகோ எதிரும் புதிருமாக சிலை போல நின்றனர். ராக்ஷஸ் படையுடன் பிரதம் காளிக்கு முன்னால் புது ராஜனுக்குக் கொடுக்கும் மரியாதையில் மண்டியிட்டு இருந்தான்.

காளி பேசுவதற்காக எழுந்தான். ''மக்களின் மன்னன் எனக்கு இந்தக் கடமையை அளித்திருக்கிறான், முன்னாள் மன்னன் வேதாந்தா. என்னிடம் சிறந்த முற்போக்கான எண்ணங்கள் இருப்பதைப் பார்த்து நான்தான் இதற்குப் பொருத்தமானவன் என்று கருதி இந்த வாய்ப்பை எனக்கு அளித்திருக்கிறான்.'' மேலும் அவன் ஊர்வசியின் பாதுகாப்புக்குப் பங்கம் வரும் என்று மிரட்டினான் என்பது தான் உண்மை.

''நம் நகரத்திலிருந்து நாகா படையை நான் வெளியேற்றிவிட்டேன்.'' நிறைய மக்கள் அதை உரக்க வரவேற்றனர். காளி அவர்களை அமைதிப்படுத்தினான். ''அவர்களை அவர்களுடைய சொந்த நகரத்துக்கே அனுப்பிவிட்டேன்.'' அது அப்பட்டமான பொய். மானசா பார்க்க விரும்பினாள் என்று கூறி அவர்களை ஓரிடத்தில் சிறை வைத்திருந்தான். வில்லாளர்களை அருகில் காவல் வைத்து அவர்கள் அனைவரையும் கொன்றான். ''அதனால் கூடுதல் மாணவ் வீரர்கள் படைக்குள் சேர்க்கப்பட்டுள்ளனர். அதனால் நகரத்தில் முந்தைய நிலை நிலவும், மாற்றம் ஏதும் இல்லை.''

அனைவரும் கை தட்டி ஆர்ப்பரித்தனர். மற்ற நாகாக்களுடன் இப்பொழுது தான் போர் புரிந்தான். ஆனால் அதைப் பற்றி அவன் அக்கறை கொள்ளவில்லை. அவன் தன்னுடைய ஒப்பந்தத்தைத் தானே உடைத்துவிட்டான். ஆனால் அப்படிச் செய்யாவிட்டால் உட்

பூசல்களையும் பிரிவினைகளையும் சமாளிக்க முடியாது.

''உணவையும், மதுவையும், மாதர்களையும் ரசியுங்கள், சுவையுங்கள், கொண்டாடுங்கள்.''

உடல் தெரியும்படி அணிந்த உடைகளுடன் அப்சரஸ்கள் ஆடிக் கொண்டே நுழைந்தனர். தன்னுடைய ஓரக் கண்ணால் பார்த்தபோது துருக்தி அவமானமாக உணர்கிறாள் என்பதைக் கவனித்தான். வேதாந்தா ஊர்வசியின் கைகளை இழுத்தபடி அங்கிருந்து விலகினான். பார்ப்பதற்குக் கண் கொள்ளாக் காட்சியாக இருந்தது.

காளி சிம்மாசனத்தில் அமர்ந்தான். கைகளை இருபுறமும் தொங்க விட்டான். சாதாரணமாக அமர்வது போல பாசாங்கு செய்தான். அவன் இந்த நகரத்துக்காகப் பல திட்டங்களை வைத்திருந்தான்; இத்தோடு முடியப் போவதில்லை. மற்றவர்களையும் தாக்கப் போகிறான். அவனுக்கு வலிமை திரும்ப வந்துவிட்டது, அவன் திரும்ப முழுவதுமாக வந்து விட்டான்.

கோகோ முன்னால் நகர்ந்தான். அரசவைக் கோமான்கள் விபச்சாரிகளிடம் லயித்திருப்பதைப் பார்த்து ரசித்துக் கொண்டிருந்தான் காளி. ''வேந்தே?''

''என்ன?''

''வேதாந்தா மன்னன் கிளம்பிவிட்டான்.''

''எனக்குத் தெரியும்.'' என்று அலட்சியமாகச் சொன்னான்.

''அவனுடைய கோட்டையில் நீங்கள் காவலாளிகளை நிறுத்தியிருந்ததால் அவர்கள் சட்டென்று ஒரு பரிச்சயமான கைதியை அடையாளம் கண்டனர். அவனை ஏற்கனவே பார்த்திருக்கிறார்களாம்.''

''பரிச்சயம் என்றா சொல்கிறாய்?'' காளி புருவத்தை உயர்த்தினான். ''அவனை இங்கே கூட்டிக் கொண்டு வா.''

''சரி, வேந்தே.''

வினாடிகளுக்குள் கைதி அங்கே ஆஜர் படுத்தப்பட்டான். அவன் முகம் கோணியால் மூடப் பட்டிருந்தது. பின் பக்கமாகக் கைகளைக் கயிற்றால் கட்டியிருந்தனர். காளி தன்னுடைய மதுவை அருந்தினான், கோணியை எடுக்கும்படி உத்தரவிட்டான்.

கோணி எடுக்கப்பட்டதும் தெரிந்த முகமாக இருந்தது. உடல் முழுவதும் காயமாக இருந்தாலும் இந்த இளைஞனைக் கல்கியின் விசாரணையின் போது பார்த்திருக்கிறான். கல்கி தப்பிப்பதற்கு உதவியவன்.

அருகில் நின்ற பிரதம் உடனே காளியிடம் ஓடிச்சென்று தலையாட்டினான். ''அவன்தான், வேந்தே. அவர்களுள் ஒருவன்.''

காளி ஆழமாக மூச்சை விட்டபடி, சற்றே தடுமாறி, மதுவைக் கொஞ்சம் சிந்தி கைதியின் வெகு அருகே வந்தான். ''என் சொத்தை அழிப்பது நல்ல எண்ணம் என்று கருதினாயா?''

பிரதம் இடைமறித்தான், ''வேந்தே! அவனைத் துண்டாக்கட்டுமா?''

''வேண்டாம், அது ரொம்பச் சுலபம்.'' அவன் இளைஞனைப் பார்த்துத் தோளைத் தட்டிக் கொடுத்தான். ''இவனோடு நாம் கொஞ்சம் விளையாடுவோம். மரணம் மிகவும் எளிதான, விரைவான தண்டனை. உன் பெயர் என்ன இளைஞனே?''

பதில் சொல்வதற்குப் பதிலாக அவன் காளியின் முகத்தில் உமிழ்ந்தான். காளி அதைத் துடைத்துக் கொண்டு அவன் முகத்தில் குறுக்காக ஓடிய வடுவைப் பார்த்தான்.

''பெயர், அர்ஜன்,'' என்று அவன் தொடங்கினான், ''நீ இன்னும் நிறைய நாட்கள் உயிர் வாழ வேண்டுமானால், நீ என்னை இப்பொழுதே கொல்வது உனக்கு நல்லது.''

காளிக்கு அவனைப் பிடித்திருந்தது. ஓ! அவனுக்கு ரொம்பப் பிடித்தது. துடிப்பான பையன் தான்.

நாம் பார்ப்போம் பையனே. நாம் பார்ப்போம்.

79

அவன் இறக்கவில்லை.

இவ்வளவு சக்தி வாய்ந்த கல்கி அவ்வளவு எளிதில் இறக்க முடியாது என்று நினைத்தாள். காளி அவளிடம் இப்படிச்சொல்லி அவளை நம்ப வைத்து அவளைக் காக்க யாரோ ஒரு கதாநாயகன் வருவான் என்ற கனவை உடைக்கப் பார்த்திருக்கிறான். ஆனால் துருக்திக்குக் கதாநாயகன் தேவை இல்லை. அவள் கவனமாக இருக்க வேண்டும். முழு பைத்தியக்காரனின் பிடியில் அவனை விட்டுவிட்டுச் சென்றுவிட்டான் கல்கி; ஒரு காலத்தில் இந்தப் பைத்தியக்காரனைத் தன் அண்ணன் என்று கருதினாள், ஆனால் அவன் இப்பொழுது முற்றும் மாறிவிட்டான்; ஆனாலும் அவளுக்குக் கல்கி மீது எந்த மனவருத்தமும் இல்லை. காளியின் சந்தேகத்தைப் போக்கத் தான் அவள் அவனை வெறுப்பதைப் போலக் காட்டிக் கொண்டாள்.

அவன் முன் போல இல்லை. இப்பொழுது வித்தியாசமாக நடந்து கொண்டான். அவன் வித்தியாசமாகத் தான் தோற்றமும் அளித்தான். முன்னர் அவன் தங்க நிறக் கண்களும், அழகாகப் பறக்கும் முடியும் உடைய ஆண்மகன். இப்பொழுது வழுக்கை விழுந்து, கரிக்கட்டை போன்ற தோலுடன் திகழ்ந்தான். அது சோமாஸின் விளைவா?

கண்டிப்பாகக் கல்கி அவளைக் கூட்டிச் செல்ல வேண்டும் என்று தான் அவள் விரும்பினாள். ஆனால் உள்ளே எதோ ஒரு சிறு மூலையில் அவனை ஓங்கி அறைய வேண்டும் என்றும் தோன்றியது. அவனுக்கு வேறு பாதை, இவளுக்கு வேறு பாதை இருந்தன பயணிக்க. அவன் மீது திணிக்க முடியாதே.

''***யாராவது ஒருவர் காளிக்கு உதவ முடியும் என்றால், அது நீ தான். அவனைக் காப்பாற்று. உன்னால் முடிந்தால் அவனை மாற்று,***'' என்று கல்கி கூறியிருந்தான்.

ஆ! மற்றம் என்பது இப்பொழுது பயனற்றது. காளியின் மனதில் குழப்பம் குடி கொண்டுவிட்டது. அவன் வேதாந்தாவைச்

சிம்மாசனத்திலிருந்து பயமுறுத்தி இறக்கினான். வேதாந்தாவே அமைதியாக மகுடத்தைக் கொடுக்க வேண்டும் அல்லது அவன் ஊர்வசியைக் கொல்லப் போவதாக மிரட்டினான். அதிகாரம் அவன் ஆழ் மனம் வரை ஊடுருவி அவனை மோசமானவனாக மாற்றிவிட்டது. ஒரு காலத்தில் அவனுக்கு அமைதியைத் தவிர வேறு எந்தக் கோரிக்கையும் இல்லை. ஆனால் இப்பொழுது காளிக்கு எந்த அக்கறையும் இல்லை. அவனைத் தடுப்பது யாராக இருதாலும் அவனைத் தவிடு பொடியாக்கி விடுவான். ஒப்பந்தம் செய்து கொண்ட தன்னுடைய சக அணிகளுக்கே அவன் துரோகம் இழைத்து விட்டான். சொந்தத் தங்கையிடம் காழ்ப்புணர்ச்சி காட்டுகிறான். துருக்திக்குக் கொஞ்சம் கூட குற்ற உணர்ச்சி இல்லை. அவள் எந்த தவறும் செய்யவில்லை, மேலும் அப்படிச் செய்தததாக நினைக்கவில்லை. அவளுக்கு ஓடிப் போய் விடலாம் என்று தோன்றியது, ஆனால் அது பதில் கிடையாது என்பது புரிந்தது. அவள் மௌனமாக இருந்து அவனை மாற்றப் பார்க்கலாம். கண்டிப்பாக, சர்வ நிச்சயமாக முயற்சிப்பாள். அவன் இப்படி மாறியது அவளுக்கு வலித்தது. அவளை ஒவ்வொரு நாளும் இந்த மாற்றம் கொன்றது. அவன் முன்னால் இருந்தது போன்ற காளியாக மாறி அவளுடன் நேரம் செலவழிக்க வேண்டும் என்று ஆசைப்பட்டாள். நாகரீகத்திலிருந்து விலகி, சந்தோஷமாக இருப்பது என்பது கானல் நீராக மாறி விட்டது.

வானம் இருண்டது. நட்சத்திரங்கள் மினுக்கவில்லை. காற்று மெல்ல வீசியது. அவள் தோலின் மேல் மென்மையாகச் சென்றது. எரிந்து முடிந்துவிட்ட மெழுகுவர்த்தி அவளுக்கு நினைவூட்டியது. சிம்ரினிடம் தன் துணியைத் துவைக்கும்படி சொல்லியிருந்தாள். கொஞ்ச காலமாக அவளுடைய நம்பிக்கைக்குப் பாத்திரமானவளாகவும், நல்ல தோழியாகவும் சிம்ரின் மாறியிருந்தாள். சோமாஸ் அருந்திய பிறகு தான் காளியின் போக்கு மாறியது என்றாலும் அதைப் பற்றிச் சொல்லும்போது சிம்ரினுக்கு அதன் விளைவுகள் தெரியாது.

அவள் அலட்சியமாக நடைபாதை இருளில் நடந்தாள். பட்டாபிஷேகத்திற்குப் பின் அவள் சிம்ரினைப் பார்க்கவே இல்லை.

அந்த மகுடம் சூடும் சடங்கு எவ்வளவு மோசமாக இருந்தது! சிலருக்குச் சந்தோஷம் என்றாலும், பலரும் காளியை அதற்காக வெறுத்தனர். இன்றைக்கு அவன் நிறைய எதிரிகளைச் சம்பாதித்து விட்டான்.

சில மாணவ் வீரர்கள் கூடி நின்று பேசிக் கொண்டிருந்தனர். புதிய ராஜாவைப் பற்றியும், எப்படி மொத்த அரசாங்கக் காட்சியும் மாறிவிட்டது என்ற கொடுமையையும் அலசிக் கொண்டிருந்தனர்.

துருக்தியைப் பார்த்ததும் மௌனமானார்கள.

இது போன்ற அசட்டு வம்புக்குத் துருக்தி எந்த மதிப்பும் தரவில்லை. அவள் நேரே விஷயத்துக்கு வந்தாள்.

''வந்து...தேவி...கடைசியாக அவர்களை, அவர்கள் அறையில் பார்த்தோம்,'' என்று ஒருவன் இருமிக் கொண்டே பதில் சொன்னான்.

துருக்தி அவர்களுக்குத் தலையசைத்து அந்த ஆண்களிடம் விடை பெற்றுக் கொண்டாள். சிம்ரினின் அறை நோக்கி நடந்தாள். அவளுடைய அறை பிரதான கோட்டையிலிருந்து விலகி, சின்னதான காளியின் கோட்டையில் இருந்தது. அவள் நடைபாதையை அடைந்தபோது ஆச்சரியமாக அதில் எந்தக் காவலாளியும் இல்லை. சுவர்கள் சொரசொரப்பான கற்களால் கட்டப் பட்டிருந்தன. வழி நெடுக இருபுறமும் எண்ணை விளக்குகள் ஏற்றப்பட்டிருந்தன, அவை தரையில் நிழல்களைப் பரப்பின. அவள் கடைசியாக சிம்ரின் அறைக்கருகே வந்தாள். அப்பொழுது ஏதோ சத்தம் கேட்டது. குரல்கள் ஒலித்தன. ஒன்று சிம்ரனுடையது, மற்றொன்று...விநோதமாக இருந்தது...ஆணினுடைய குரல்.

இவ்வளவு அகாலமான இரவு நேரத்திலா?

அவள் வாழ்வில் யாரும் ஆண் இருப்பதாக சிம்ரின் துருக்தியிடம் கூறியதே இல்லை. ஆனாலும்...

அவள் காத்திருக்கவில்லை. மெதுவாகக் கதவை ஒருக்களித்து திறந்தாள். உள்ளே அறைக்குள் எட்டிப்பார்த்தாள். இருட்டாக இருந்தது. இரண்டே இரண்டு மெழுகுவர்த்திகள் எரிந்தன. அவை மங்கலான வெளிச்சத்தை அறைக்குள் பரப்பின. ஜன்னல்கள் திரைச் சீலைகளால் மூடப்பட்டிருந்தன. ஒன்றும் சரியாகத் தெரியவில்லை. சிம்ரின் மண்டியிட்டிருந்தாள். அவள் கைகள் கூப்பி இருந்தன. துருக்தியால் இதற்கு மேல் உள்ளே நுழைய முடியவில்லை, அப்படிச் செய்தால் அவள் அங்கே நிற்பதை சிம்ரின் அறிந்து விடும் அபாயம் இருந்தது. விளக்கொளியில் சிம்ரின் தெரிந்தாள், ஆனால் நிழல்கள் தங்கள் நீண்ட விரல்களைக் கொண்டு அவளுடைய வெளிறிய உடலில் கோலம் போட்டன.

அந்த ஆளின் மீதிருந்து வந்த சக்தி ஆகர்ஷணம் உடையதாக இருந்தது. துருக்திக்கு அது யார் என்று பார்க்க வேண்டும் என்ற ஆர்வம் எழுந்தது. அதைத் தெரிந்து கொள்ள அவளுக்கு உரிமை கூட இருந்தது. ஆனால் அப்படிச் செய்தால் அவர்கள் என்ன உரையாடிக் கொள்கிறார்கள் என்பது துருக்திக்குத் தெரியாமல் போய் விடும். ''நல்ல வேலை செய்தாய், குழந்தை!'' என்று குரல் பேசியது. அது வயதானவனின் குரல் மாதிரி இருந்தாலும் அதில் இளைஞனின் துடிப்பும் கேட்டது. இனிமையாக இசை போலிருந்தது.

''நன்றி, எஜமான்.'' சிம்ரின் தலையைக் குனிந்தாள். ''அனைத்தும்

460

திட்டப்படியே நடந்தேறின. வெள்ளைக் குதிரை வடக்கை நோக்கிப் பயணிக்கிறான், உங்களுடைய மாமாவுடன்.''

''அப்படியா,'' என்று குரல் சற்றே கீறலாகக் கேட்டது. ''டொமினோ விளையாட்டைப் போலத் தான். ஒரு காயை அடித்தால் மற்றவை தானாகச் சரியும். நீ ஒன்றை அடித்தாய்; எல்லாம் தானாக இடத்தில் அமர்ந்தது.''

''நீங்கள் சொன்னது போலவே, நான் துருக்தியிடம் என் அப்பாவின் கதை என்று ஒன்றை இழுத்துவிட்டேன்; யாரோ ஒருவன் தன்னுடைய பெண்டாட்டிக்கு நிவாரணம் தேடினான் என்று.''

''ஆமாம். அது வேலை செய்தது தானே?'' என்று நிறுத்தினான். ''ஆனால் அது கதையல்ல.''

''ஆமாம், கண்டிப்பாக வேலை செய்தது,'' என்று இளித்தாள். ''யார் அந்த ஆள் எஜமான்?''

''வேறு யாரு? கல்கியின் அப்பா தான்.''

''நீங்கள் அவரைச் சந்தித்திருக்கிறீர்களா?'' அவள் குரல் குதூகலத்துடன் கேட்டது.

''நிச்சயமாக.'' நிழல்கள் ஆடின. ''நான் தான் அவனைக் குகையிலிருந்து சோமாஸை எடுக்கச் சொல்லி வற்புறுத்தினேன்.''

சிம்ரின் மிடறு விழுங்கினாள். அவள் எதோ சொல்ல வந்து வேண்டாம் என்று முடிவு செய்தது போல் துருக்திக்குப் பட்டது. ''எனக்குப் பயமாக இருக்கிறது, எஜமான்,'' என்று சிம்ரின் ஆரம்பித்தாள், ''நான் அந்தச் சந்தையில் சீட்டுகளைப் படித்ததைக் காளி அடையாளம் கண்டு கொண்டிருக்க மாட்டான் தானே?''

''கவலைப்படாதே, உனக்கு வேஷம் சரியாகப் பொருந்தியிருந்தது,'' என்றான், ''ஆனால் மறுமுறை உன்னுடைய கொலையாளிகளைச் சரியாகத் தேர்ந்தெடு. யார் அவனை விலை கொடுத்து வாங்கியது என்பதைச் சொல்வதற்குள் அந்த நாகா இறந்து விட்டான்.''

''ஆனால் அது நமக்குச் சாதகமாகத் தானே இருந்தது. அந்தத் தப்பான புரிதலில் வாசுகி பலியானான்.''

குரல் தொடர்ந்தது, ''இறப்புகளைக் கண்டு பதறாதே, சிம்ரின். நாம் வேலை செய்வது ஒரு சிறந்த நோக்கத்திற்காக.''

''நீங்கள் ஏன் உங்கள் மாமாவுக்கு உதவியாக இருக்கக் கூடாது, எஜமான்? உங்கள் இருவருக்கும் ஒரே தேவை தானே?''

''இல்லை.'' சோகம் அவன் குரலில் ஏறியது. ''இந்த யுகத்தில், சென்ற யுகம் போல ஒரு போர் மூள்வதை அவர் விரும்பவில்லை. ஆனால் நான் விரும்பினேன். எனக்கு வேறு வழி இல்லை, அதனால் தான் நான் இதைத் தொடங்கி வைத்துள்ளேன்; அதனால் இப்பொழுது அவருக்கு வேறு வழி இல்லாமல் நான் தொடங்கி வைத்ததை முடிப்பதற்காகத் தனக்கு விருப்பம் இல்லாததையும் செய்யும்

கட்டாயத்துக்கு ஆளானார்.''

சிம்ரின் பணிவாகத் தலையாட்டினாள். ''நீங்கள் ரொம்பக் கடினமாக வேலை பார்த்திருக்கிறீர்கள், எஜமான், காளிக்கு விஷம் அளித்ததிலிருந்து, அவனை நோயாளியாக்கி, துருக்தி வேறு வழி இன்றி அவனுக்காக சோமாஸைத் தேடி அலையும்படி செய்து...''

''அதற்கெல்லாம் முன்னரே,'' என்று நிறுத்தினான், மூச்சிறைத்தது. ''அவர்கள் அறியாமலேயே இருவரையும் நான் தான் வடிவமைத்திருக்கேன் என்றே சொல்லலாம்.''

''ஆனால் காளி தான் அதர்மம் என்பது உங்களுக்கு எப்படித் தெரிந்தது?''

''நான் பிரம்மாவின் கண்ணைப் பயன்படுத்தினேன். அதைக்கொண்டு என்னால் இறந்த காலம், நிகழ் காலம், மற்றும் எதிர்காலம் என்று மூன்றையுமே பார்க்க முடியும். எப்படிப்பட்டக் கலவரத்தைக் கொண்டு வர வேண்டும் என்று முடிவு செய்தேன். அதர்மத்தால் மட்டுமே அதைச் செய்ய முடியும்,'' என்றான். ''என்னை மன்னித்துவிடு குழந்தாய், உனக்கு இவற்றை எல்லாம் நான் முதலிலேயே விளக்கவில்லை. நமக்குப் போதுமான நேரம் இல்லை. மேலும் நீ இந்த ரகசியங்களைக் கட்டிக் காப்பாயா என்ற கவலையும் இருந்தது.''

''இல்லை, தயவு செய்து. மன்னிப்பெல்லாம் கேட்காதீர்கள், எஜமான். உங்களைக் கெஞ்சிக் கேட்டுக் கொள்கிறேன். ஆனாலும் அந்தக் கண்...'' சிம்ரினின் கண்கள் ஆனந்தத்தில் விரிந்தன. ''அது இப்போது எங்கே எஜமான்?''

''என்னிடம் இல்லை. நான் இப்பொழுது வெள்ளைக் குதிரைக்காகக் காத்திருக்கிறேன். பிளவு நேரத்தில்தான் நான் அதைப் பயன் படுத்தினேன். எல்லாம் அந்தந்த இடத்தில் இருக்கிறதா என்பதைத் தெரிந்து கொள்வதற்காகப் பயன்படுத்தினேன். எதிர்காலத்தில் யார் தர்மம் யார் அதர்மம் என்பதை மங்கலாகவாவது தெரிந்து கொள்ள ஆசைப்பட்டேன்.''

''ஜாக்கிரதையாக இருங்கள், எஜமான்,'' என்று அவள் வேண்டினாள்.

''கவலைப்படாதே.''

துருக்தியால் தன்னைக் கட்டுப் படுத்திக் கொள்ள முடியவில்லை. அனைவரின் காட்சிகளையும் பின்னால் இருந்து ஆட்டி வைக்கும் அந்த நபர் யார் என்று அறிந்து கொள்ளும் ஆர்வம் துருக்தியை உலுக்கியது. இவ்வளவு விபரீதங்களுக்கும் காரணம் யார்? அவள் கதவை மெதுவாக மேலும் திறந்தாள். ஜாக்கிரதையாக தன்னுடைய முகத்தையும், கழுத்தையும் முன்னால் சாய்த்து எட்டிப் பார்த்தாள். அந்த ஆளிடம் இருந்து வெளியேறிய ஒளியைப் பார்த்தாள். ஆனால் அவன் யார் என்பது கொஞ்சம் கூட தெரியவில்லை. அவன் ஒரு பிம்பம்தான். அப்படியென்றால் அவனால் எப்படிப் பேச முடிந்தது? இது மாய

மந்திரமா?

அப்பொழுது தான் அவள் அதைப் பார்த்தாள். தெளிவாக இல்லை என்றாலும் துருத்திக்கு ஒன்று நன்றாக விளங்கியது. அவள் முதுகுத் தண்டில் ஜில்லென்று அச்சம் இறங்கியது.

அவன் நெற்றியில் வடு.

தொடரும்...

சத்ய யோதா

கல்கி

பிரம்மாவின் கண்

இரண்டு பிரத்யேக அத்தியாயங்கள், உங்களுக்காக...

பாகம் மூன்று

இந்த்ரகர்ரில்

நடந்த ஆக்கிரமிப்பு

1

அவன் கீழே விழுந்தான்.

அவனால் அதிகம் பார்க்க முடியவில்லை. ஆனால் உணர முடிந்தது. கனமான பாறாங்கற்கள் அவன் கைகளில் உரசி, அவன் தோலைக் கிழித்தன. முட்கள் அவன் முட்டிகளிலும் கணுக்கால்களிலும் குத்தின. அவனுக்கு எங்கேயோ தண்ணீரின் சலசலப்பு கேட்டது; ஓடும் நீரின் சீரான சத்தம். வெட்டும், காயமும் அவன் உடல் முழுவதும் தெரிந்தன. அவன் வேஷ்டி எரிந்திருந்தது.

கைகளை ஊன்றி தசைகள் புடைக்க, அவன் எழ முயன்றான்.

''கல்கி!'' யாரோ அவனை அழைக்கும் சத்தம் கேட்டது. அது ஒரு பெண்ணின் குரல். அடச் ச! அவன் ஆவலுடன் அவளிடம் பேசவில்லை என்றாலும் அவள் அவன் பெயரைக் கூப்பிட்டாள். ஆனால் அது அவள் தவறில்லை. அவன் மலையின் சரிவில் உருண்டு விழுந்துவிட்டான்.

கல்கி கல்லின் மேல் சாய்ந்து கொண்டு அண்ணாந்து, வானைப் பார்த்தான். பின்னாலிருந்து பேச்சு சத்தம் எதிரொலித்தாலும் அவன் திரும்பவில்லை. அவன் மௌனம் சாதித்தான். அவர்களிடமிருந்து விலகி நிற்க விரும்பினான், அதனால் அவன் கவனக்குறைவால் கீழே விழுந்திருந்தாலும் பரவாயில்லை என்று எண்ணினான். ஈரமான காட்டை வேடிக்கை பார்த்தான். அது அடர்ந்த காடு, ஓங்கி வளர்ந்த மரங்கள் குடை போல காட்டின் தரையை மூடியிருந்தன. ஆனால் அவன் குறிக்கோள், தீயதை விரட்டுவதுதான், இந்த்ரகர்ரிலிருந்து, ஷம்பாலாவிலிருந்து; அங்குதான் இந்த தொடர் சம்பவங்கள் தொடங்கின.

''கல்கி!'' இப்பொழுது ஒரு ஆணின் குரல் கேட்டது. க்ருபா. என்ன ஒரு குழப்பம் இது! ஆனால் அவன் இப்பொழுது குடிப்பதில்லை என்பது ஒரு சமாதானம்.

''ஐயா!'' இம்முறை கேட்ட குரல் அவ்வளவு பரிச்சயமற்ற குரல். அது அவனுக்கு வெகு அருகில் கேட்டது.

அவன் செவிகளைத் தீட்டி, தலையை ஒரு புறமாக சாய்த்து கீழே

தெரிந்த ஒரு குகையைப் பார்த்தான். அது மலைச் சரிவில் இருந்தது. குகைக்குள்ளிருந்து ஒரு தலை அவனை எட்டிப் பார்த்தது.

''மனிதனா?''

கல்கி கண்களைச் சுருக்கினான். ''என்ன?'' என்று திரும்பிப் பார்த்தான். க்ருபாவும், பத்மாவும் அவர்கள் குதிரைகளில் சரிவில் இறங்கி வருவதை அவனால் பார்க்க முடிந்தது. பாதை சீராக இல்லாதது அவர்களுக்கு சிரமமாக இருந்தது. அவர்கள் சீக்கிரம் வரவேண்டுமே என்று கல்கி துடித்தான். அவன் எதிரில் நின்ற ஜந்து அச்சுறுத்துவதாக இருந்தது.

''மனிதனா?''

கல்கி நின்ற இடத்தில் உறைந்தான். ''ஆமாம், மனிதன் தான்,'' என்று பதிலளித்தான்.

''மனிதன்,'' என்று தலையசைத்தது.

அது வெளியே வந்ததும் கல்கி கவனித்த விஷயம்-அது தன் மீது சிங்கத் தோலைப் போர்த்தியிருந்தது என்பதைத்தான். வினோதமான முடி நிறைந்த கழுத்துப் பகுதி, மேலும் மார்பு நிறைய முடி. வளைந்த, கோணலான உடல், கூன் வேறு. கை கால்கள் மடங்கியிருந்தன. பசியோடு, கல்கியைத் தாக்க அந்த ஜந்து தயாராக இருப்பது போலத் தோன்றியது. ஒரு விலங்கைப் போல் நான்கு கால்களில் நடந்தான். ஆனால் நிமிர்ந்து நின்றால் கல்கியைக் காட்டிலும் உயரமாக இருந்தான்.

''நான், சிம்ஹா.''

''சிம்ஹாவா?'' எங்கோ கேள்விபட்ட பெயராக இருக்கிறதே என்று கல்கி நினைத்தான்.

''டரூடா சிம்ஹா,'' அவன் கைகளைத் தட்டி ஒரு அதீத பைத்தியக்கரத்தனமான பாவனையில் சிரித்தான். ''நீ மனிதனா?'' என்று கல்கியைக் குத்தினான். அவன் நகங்கள் கூர்மையாக இருந்ததால் ரத்தமே வந்துவிட்டது.

''டரூடாவா?'' வினோதமான பெயராக மட்டும் அல்லாமல் அவன் வாயிலிருந்து பூனை ரோமம் போல நீளமாக மீசை முளைத்திருந்தது. கல்கி கண்டிப்பாக தவறான நிலத்தில் மாட்டிக் கொண்டுவிட்டான்.

''டரூடா,'' அவன் குதித்தான், கைகளால் நெஞ்சை அடித்துக் கொண்டு ஆந்தையைப் போலக் கரைந்தான்.

''நீ இவ்வளவு பரபரப்பு அடைய வேண்டாம், நண்பா,'' என்று கல்கி இளித்தான். அவனுக்குப் பழங்குடியினரைப் பிடிக்காது, எப்போழுதுமே. அவர்கள் அவன் கிராமத்தை அழித்து, தன் காதலியையும் கொன்று, நண்பர்கள பலரைக் கொன்று குவித்திருந்தனர். மாணவ்களும் அவனுக்கு எரிச்சலூட்டினாலும், பழங்குடியினர் அளவு மோசம் இல்லை. இருந்தும் அவன் ஒரு பழங்குடியினன் முன் நின்று அவனுடன் நட்பு பாராட்டிக் கொள்ளும் முயற்சியில் இருந்தான்.

''உணவு வேண்டுமா?'' டரூடா கேட்டான். ''பசிக்கிறதா?''

''ஆமாம்,'' கல்கிக்கு பசித்தது. அவன் கடைசியாக எப்பொழுது உணவு அருந்தினான் என்பதை அவனே மறந்துவிட்டான். சில மணி நேரங்களுக்கு முன்னால் அவன் ஆப்பிள்களைச் சாப்பிட்டிருந்தான். ஆனால் அது பசி தாங்கவில்லை.

''ஆட்டுக் கறி உள்ளே இருக்கிறது..''

''நான் புலால் உண்ணுவதில்லை, நண்பா,'' என்றான் கல்கி.

டரூடாவின் தோள்கள் ஏமாற்றத்தால் சரிந்தன. ''புலால் நல்லது.''

''எனக்குத் தெரியும்.''

''வா,'' என்று குகையை நோக்கிக் கையைக் காட்டினான். ''உணவு உண்ண.''

''நான் என் நண்பர்களுக்காகக் காத்திருக்கிறேன்,'' என்று டரூடாவிடம் கூறினான். சரியான சமயத்தில் க்ருபாவும் பத்மாவும் அவர்களுடைய குதிரைகளில் வந்து சேர்ந்ததைச் சுட்டிக் காட்டினான். அவர்கள் கல்கியின் குதிரையையும் கூட்டி வந்திருந்தனர்.

''என்ன நினைத்துக் கொண்டு குதிரையிலிருந்து சரிந்து விழுந்தாய், நண்பா? நீ ஒரு அவதாராக இருக்கலாம், ஆனாலும் நீ உயிர் தப்பியது, அதிர்ஷ்டம் தான்,'' என்று க்ருபா கோபித்தான்.

டரூடா கிரீச்சிட்டபடி பயந்து ஊர்ந்து குகையை நோக்கி ஓடினான். க்ருபா குதிரையிலிருந்து இறங்கி அதன் கடிவாளத்தைப் பிடித்தான். கல்கியைத் தட்டிக் கொடுத்தான். ''அவனுக்கு என்ன?'' என்று வினவினான்.

''அவன் தான் டரூடா சிம்ஹா.''

''அவனுக்கு என்ன என்று கேட்டேன், அவன் பெயர் என்ன என்று கேட்கவில்லை, நண்பா,'' என்று க்ருபா உறுமினான்.

''நீ கத்தியதால் அவன் பயந்திருப்பான்.''

க்ருபா முகம் சுளித்தான்.

''அவன் ஒரு சிம்ஹா என்பதை நான் உணர்ந்தேன்,'' என்றான்.

சிம்ஹா. இந்தப் பெயர் பரிச்சயமாக இருந்தது, செவிகள் எதிர்பார்ப்பில் கூராகின. ''இந்தப் பெயரை எங்கே கேட்டுள்ளேன்?'' பிறகு நினைவு வந்தது. குரு வசிஷ்டரின் குருகுலத்தில் அவன் பழங்குடியினர் பற்றி படிக்கும் பொழுது கேள்விப் பட்டிருக்கிறான்.

இதற்குள் பத்மாவும் அங்கு வந்து சேர்ந்தாள். அவள் அந்த ஜந்துவைக் குறுகுறுவென்று பார்த்தாள். அவள் குள்ளமாகவும் குரூபியாகவும் கல்கியின் கண்களுக்குத் தெரிந்தாள். அவள் நிஜத்தில், உயரமான, ஒல்லியான பெண். நல்ல முக லட்சணம், மை தீட்டிய விழிகள், குட்டையாக வெட்டப்பட்ட வெள்ளி முடி.

''பழங்குடியினனா?'' என்றாள்.

கல்கி முகம் சுளித்து அவள் கூறியதைப் புறம் தள்ளினான். பத்மா

அதை கவனித்தாலும், பதில் எதுவும் கூறவில்லை. அவனுக்கு அவளைப் பிடிக்காது. அது சரிதானே? அவள் காரணம், அர்ஜன் கடத்தப்பட்டான், அவன் ஒரு வேளை இறந்திருக்கக் கூடும். அவனுக்கு என்ன நேர்ந்தது என்று கல்கிக்கு தெரியாது. அதைப் பற்றிச் சிந்தித்தாலே, அவனுக்குள் ஒரு உணர்ச்சிப்புயல் வீசியது-வெறுப்பும் வேதனையும் கொந்தளித்தது.

''அவன் பழங்குடியினன் தான், சிம்ஹா,'' என்று க்ருபா சந்தோஷமாகப் பதிலளித்தான், ''சுபர்ன்களைப் போல ஒரு காலத்தில் சிறந்த பழங்குடி. அவர்களைப் பலருக்கும் அறிமுகம் கிடையாது, கர்வமானவர்கள், கதாநாயகர்கள். பழங்கதைகளின் படி நரசிம்ஹா, எவருமே வெல்ல முடியாத ஒரு அசுரனை வென்றான். சிம்ஹாக்கள் சிங்கங்களைத் தொழுபவர்கள், அவற்றின் தோலைப் பாதுகாப்புக் கருதி அணிவார்கள். முகத்தின் ரோமமும் சிங்கம் சாயலில் வளர்ப்பார்கள். பலரும் காணாமல் போய்விட்டார்கள். காலப் போக்கில் அவர்கள் மொத்தமாக அழிந்துவிட்டார்கள் என்றே கருதப்பட்டது.''

''அவர்கள் அழிவுக்குக் காரணம் என்ன?''

''மாணவ்களுடன் நடந்த போர்தான் காரணம். போரில் பழங்குடியினர் தோற்றுவிட்டனர். இது மஹாயுத்தத்தின் பொழுது நடந்த விஷயம்.''

''சிம்ஹாக்கள் அவ்வளவு பழமை வாய்ந்தவர்களா?'' என்று பத்மா கேட்டாள்.

''நிகழ் காலத்துக்குப் பல ஆண்டு காலத்துக்கு முன்னால் தான் சிம்ஹாக்கள் வாழ்ந்தார்கள். பண்டைய காலத்தில் மூதாதையர்கள் ஒருவருடன் ஒருவர் போரிட்டுக் கொண்டனர். பெரு நோய் ஒன்றால் தாக்கப்பட்டனர். பல நிலங்கள் அழிந்தன. அதைத்தான் பிளவு என்று குறிப்பிடுகிறோம். இது மஹாயுத்தத்திற்குப் பிறகு நடந்தது.''

இந்த விஷயங்கள் அனைத்தும் கல்கிக்கு தெளிவாகப் புரிந்தன, ஆனால் க்ருபாவுக்கு என்ன வயது இருக்கும் என்று கல்கி சிந்தித்தான். அவன் தனக்கு நூறு வயது என்று கூறிக் கொண்டான். ஆனால் மஹாயுத்தம் அதற்கும் முன்னரே நடந்தது. இது க்ருபாவின் சொந்தக் கதை அதனால் அவ்வளவாக நம்பும்படியாக இல்லை. வரலாறு எப்பொழுதுமே திரிக்கப்பட்ட சிக்கலான விஷயம், அதனால் அதில் தலையை நுழைப்பதில் கல்கிக்கு இஷ்டம் இல்லை. மீறினால் தலைவலியில் தான் கொண்டு விடும்.

''அவர்கள் பழமையானவர்கள்,'' என்று தலையசைத்து ஆமோதித்தான். ''அவர்கள் வீரர்கள், சூரியனை வணங்குபவர்கள். இப்பொழுது பாரேன், அவர்கள் கிறுக்கர்களாகச் சுற்றுகின்றனர். அவர்கள் வழி வந்தவனாக இருக்க வேண்டும்,'' என்று டரூடாவைக் கை காட்டினான், ''தன் பழம்பெருமையை மறந்தவன், பாவம்!''

கல்கி கேட்டான், ''அவர்களுக்கு எப்படிக் கிறுக்குப் பிடித்தது?''

''மஹாயுத்தத்தின் பொழுது கதிர் வீச்சுகள் பயன்படுத்தப்பட்டன...''

"கதிர்வீச்சா?"

"அணுகுண்டுகள்," என்று பத்மாவிடம் எரிந்து விழுந்தான். "உனக்கு தனிப்பட்ட முறையில் தேவை என்று வாங்கிக் கொண்டாயே."

அவள் பையை அவள் சோதித்துப் பார்த்ததை கல்கி கவனித்தான். அவள் ஒரு வேளை இன்னமும் அதை தூக்கிக் கொண்டு அலைகிறாளோ என்னவோ.

"நான் உனக்குக் கொடுத்தவை ரொம்ப சிறிசு பெண்ணே. அவர்கள் பயன்படுத்தியது பெரும் அளவு. மஹாயுத்தத்தில் பயன்படுத்தப்பட்டவை. கோரமானவை, பலரைக் கிறுக்கர்களாக சுத்த விட்டவை. அதற்குப் பிறகு வந்த மன்னர்கள் அதிக நாள் தாக்குப் பிடிக்க முடியவில்லை. யுத்தத்தில் பங்கேற்ற பலரும் மலைகளுக்குச் சென்று, உண்ணாமல் உயிர் நீத்தனர்."

இதைப் பற்றி முன்பு கேட்டிருந்தால் கல்கிக்கு கஷ்டமாகவும் சிரமமாகவும் இருந்திருக்கும், ஆனால் இப்பொழுது பழகி விட்டது. "நாம் என்ன செய்வது?" என்றான் கல்கி. டரூடாவைப் பார்க்க பாவமாக இருந்தது. இந்த உலகில் பல கொடுமைகளை கண்டிப்பாகச் சந்தித்திருப்பான்.

"செய்வதா? நாம் திட்டமிட்டபடி வடக்கு நோக்கி செல்வோம்." க்ருபா குதிரைகளை நோக்கிச் சென்றான். அவற்றை எதிர் திசை நோக்கி பயணிக்க உத்தரவிட்டான். அவர்கள் வந்த திசை நோக்கி திருப்பினான்.

"இவனை என்ன செய்ய?"

"மழை பெய்கிறது," என்று பத்மா இடைமறித்தாள்.

கல்கி அவளைப் புறம் தள்ளினான்.

"நாம் செல்வோம்," க்ருபா சொன்னான். "நண்பா, நாம் வழியில் சந்திக்கும் ஒவ்வொரு பித்துக்குளிக்கும் உதவ முடியாது. நீ புரிந்து கொள்."

"நீ யாருக்காவது உதவியாக இருப்பாயா, அல்லது என்னை வீரனாக்கும் படலத்தில் அனைவரையும் காவு கொடுப்பாயா?" என்று கல்கி காட்டமானான்.

"மழை பெரிதாக வரப் போகிறது," என்று பத்மா திரும்பவும் இடைமறித்தாள். இடிச் சத்தம் கல்கி காதுகளை அடைந்தது.

க்ருபா மூக்கு விடைக்க, "நீ என்ன சொல்கிறாய்?" என்றான் கோபமாக.

"நான் என்ன சொல்கிறேன் என்று உனக்கு நன்றாகத் தெரியும்." கல்கி முன்னால் நகர்ந்தான். "நாம் கிளம்புவதற்கு முன் அவன் கேள்விப்பட்டதை அர்ஜன் என்னிடம் சொல்லிவிட்டான்."

"அவன் என்ன கேள்விப்பட்டான்?"

அதற்குள் மழை ஜோவென்று கொட்டத் தொடங்கியது. ஆனால் கல் அதைக் கண்டு கொள்வதாக இல்லை. அவன் க்ருபாவை முறைத்தா

''நீங்கள் இருவரும் இருக்கிறீர்களே!'' என்று கத்தினாள் பத்மா. ''மழை வருகிறது. நமக்கு ஒதுங்க இடம் வேண்டும்.''

''நாம் மழையில் பயணிக்கலாம்,'' என்று க்ருபா தீவிரமாகச் சொன்னான். க்ருபா வயதானவன், அவன் நரம்புகள் அவனுடைய தளர்வான தோலில் துருத்திக் கொண்டிருந்தன. அவனுக்கு நாற்றமடிக்கும் வாய், கருத்த முடி, ஆனால் அது பிசுக்குடன் சடையாக இருந்தது.

கல்கி தலையசைத்து மறுத்தான். ''இல்லை. நாம் இங்கே தங்குகிறோம். டரூடாவுடன் தங்குகிறோம்.''

''நான் கிறுக்கனுடன் தங்கமாட்டேன்.''

''உணவு,'' என்று டரூடா ஒரு மூலையிலிருந்து கரைந்தான்.

பத்மா இரண்டு ஆண்களையும் குகைக்குள் தள்ளினாள். ''நீங்கள் இரண்டு பேரும் முட்டாள்தனமாக வாதித்துக் கொள்ளுங்கள். நான் குகையில் இருக்கிறேன். வணக்கம் டரூடா,'' என்று அவள் இளித்தாள். மூன்று குதிரைகளையும் மழைக்குப் பாதுகாப்பாக குகைக்குள் விரட்டினாள்.

கல்கி அங்கேயே ஒரு நிமிடம் நின்றான், பிறகு தோள்களைக் குலுக்கியபடி கூறினான், ''நம் இருவருக்குமே தெரியும் நீ காட்டிக் கொள்வதை விட பெரிய ஆள் என்று. நான் பதில்களை எதிர்பார்க்கவில்லை, ஆச்சார்யா. ஆனால் என்னை வீரனாக்கும் முயற்சியில் நீ எந்த எல்லை வரைக்கும் செல்வாய் என்று எனக்கு தெரிய வேண்டும்.'' இதைச் சொல்லிவிட்டு கிழவனை மழையில் தனியே விட்டான் கல்கி. அவன் ஒன்றும் குளிரினாலோ மழையினாலோ இறந்துவிட மாட்டான். அவன்தான் சாகா வரம் பெற்றவனாயிற்றே, கடைசி அவதார் அவனை ஆசீர்வதித்திருக்கிறார்.

கல்கிக்கும் ஒருவனுக்கு சாகா வரம் அளிக்கும் சக்தி இருந்தது, ஆனால் அதைப் பயன்படுத்துவதற்காக அவன் நேர் கொள்ள வேண்டிய தார்மீகப் போராட்டத்தை அவன் விரும்பவில்லை. ஒருத்தருக்கு கிடைக்கும் சாகா வரம், வரமாகவும் இருக்கலாம், சாபமாகவும் இருக்கலாம். இந்த அடிப்படையில் க்ருபா பெற்றிருப்பது ஒரு சாபம்தான். அவனும் டரூடாவைப் போல கிறுக்கனாகிவிட்டான், ஆனால் சிம்ஹா நல்லவன்.

அவனுடைய கிளி ஷூகோ அவன் தோளில் அமர்ந்து கிறீச்சிட்டது, ''பிசாசு! பிசாசு!'' கல்கிக்குப் புரியவில்லை. பறவையை அனுப்பி ஏதும் அபாயம் இருக்கிறதா என்று அறிய நினைத்தான். முட்டாள் பறவை உளறிக் கொண்டிருந்தது. கல்கி குகைக்குள் சென்றான். பத்மா எதையோ பார்த்து உறைந்து போய் நிற்பதைக் கண்டான். அவள் கண்களின் மணிகள் இருண்டு விரிந்து காணப்பட்டன. தான் எதையோ ர்க்க தவறிவிட்டான் என்று கல்கிக்குப் புரிந்தது. குகையை நோட்டம் ட்டான். மலையில் உள்ள மற்ற குகைகளைப் போலத் தான் அது

காட்சி அளித்தது. காலியாக, தனிமையாக, குப்பையும் மண்ணும் மண்டிக் கிடந்தது.

ஆனால் மற்ற குகைகளைப் போல் அல்லாமல், இங்கே பல பேர் கயிற்றால் கட்டப்பட்டிருந்தனர். அவர்கள் வாய்களில் துணி அடைக்கப்படிருந்தது. அவர்கள் விம்மிக் கொண்டிருந்தனர். கண்களில் கண்ணீர் வழிந்துக் கொண்டிருந்தது. அவர்கள் முட்டிகளிலும், மார்புகளிலும் எக்கச்சக்க காயம் பட்டிருந்தது. கட்டப்பட்டவர்களில், இருவர் பெண்கள், ஒருவன் வழுக்கைத் தலைக் கொண்டவன், கண்ணுக்கு அடியில் ஒரு வினோதமான படம் வரைந்திருந்தான். அது ஒரு அம்புக் குறி போல் இருந்தது. அவன் மாணவ்வாக இருக்கலாம், கல்கிக்கு சரியாகத் தெரியவில்லை.

"உணவு," என்று டரூடா கை கொட்டி, நெஞ்சை அடித்துக் கொண்டான்.

"அவர்களா?" என்று கல்கி மிடறு விழுங்கினான்.

"இல்லை," என்று தலையை அசைத்தான், இவ்வளவு நேரம் கல்கி தப்பாகவே புரிந்து கொண்ட விதத்தில்.

"நீ."

477

2

உலகில் உள்ள பல விஷயங்களில் அர்ஜன் யோசித்த வரையில் அவன் மல்யுத்த வீரனாக மாறுவான் என்று எதிர்பார்க்கவில்லை. பிரபுக்களின் கேளிக்கை விளையாட்டுக்கு காட்சிப் பொருளாக நிறுத்தப்பட்டான். மேல்குடி மக்கள் ஆட்டுக்கறியும், மதுவும் அருந்தியபடி, அவர்கள் மடிகளில் அமர்ந்திருந்த பெண்களின் சிரிப்புச் சத்தத்தில் மயங்கி, இரண்டு மல்யுத்தவீரர்கள் சண்டையிடுவதை வேடிக்கைப் பார்த்தனர்.

அர்ஜன் அந்த இருவரில் ஒருவனாக இருப்பான் என்று நினைத்துப் பார்க்கவில்லை. அவன் கைகளில் விலங்குகள் பூட்டப்பட்டிருந்தன. மற்ற கைதிகளுடன் அமர்ந்து அவனும் மல்யுத்தத்தை வேடிக்கைப் பார்த்தான். இரு மல்யுத்த வீரர்களும் தோள்களைப் பற்றினர். கால்களை அகற்றி விழாமல் சமன்படுத்தி நின்றனர். ஒருவரை ஒருவர் கீழே வீழ்த்த முயற்சித்தனர். ஒருவன் கடைசியில் மற்றவனின் கழுத்தை முறித்தான். இந்த விளையாட்டில் யார் ஜெயித்தாலும், தோற்றாலும் யாருக்கும் கவலை இல்லை. அவன் முறை இப்பொழுது இல்லை என்பதால் அர்ஜன் ஒரு நிம்மதிப் பெருமூச்சை விட்டான். அவன் முதலில் பார்த்துக் கற்றுக் கொள்ள வேண்டும்.

மொத்த அரங்கமும் மக்கள் திரளால் நிறைந்திருந்தது. முதல் வரிசையில் தன்னுடைய காவலாளிகளின் படையுடன் அமர்ந்திருந்தவன் காளி. ஒரு அப்சரா அவன் மடியில் அமர்ந்திருந்தாள், காளி மல்யுத்தத்தை ரசித்துக் கொண்டிருந்தான். அவன் உற்சாகமாகக் கத்திக் கொண்டிருந்தான். யார் வெல்லுவார்கள் என்று பிரபுக்கள் சூதாடினர். அனைவரும் கேளிக்கையின் உச்சத்தில் கலைந்த நிலையில் வீற்றிருந்தனர்.

அப்படிப்பட்ட சூழலில் அர்ஜனுக்கு வெறுப்பில் வாந்தி வரும் போல் இருந்தது. இது இந்திரனின் நகரம். விஷ்ணுவின் பெரிய சிலை தூய்மையின் அடையாளமாக நடுவில் வைக்கப்பட்டிருந்தது. ஆனால் இது எதையும் பொருட்படுத்தாமல் காளி வாழ்வுக்கும் சாவுக்கும்

நடுவில் சூதாடுவதை புது கொள்கையாகக் கொண்டிருக்கிறான்.

''உஷ்ஷ்ஷ்,'' என்றது பின்னால் இருந்து ஒரு குரல்.

சோகமும் பயமும் குவிந்த முகங்கள் கொண்ட ஒரு பாவப்பட்ட கும்பலுக்கு நடுவில் அர்ஜன் இருந்தான். அந்த பரிதாப கும்பல், கால்களில் காலணியில்லை, முதுகில் ரத்தக் காயம். அவர்களை வழிநடத்தியது குரு ரங்கா; அவன்தான் அவர்களுக்கு பயிற்சியும் அளிப்பவன், சிறை காவலனும் அவன்தான். அர்ஜன் அவனிடம் இருந்து அதிகப் பயிற்சி பெறவில்லை ஏன் என்றால் அவன் உடல் வாகு மல்யுத்த வீரனுக்குப் பொருத்தமில்லை.

அர்ஜன் திரும்பும் பொழுது அவன் கண்ணில் ஒரு பையன் தென்பட்டான், இவனை விட வயதில் சில ஆண்டுகள் மூத்தவனாக இருக்கலாம். கண்கள் பெரிதாக விரிந்திருந்தன. அவன் முடி நெற்றியில் புரண்டது. மற்றவர்களைப் போல் அல்லாமல் சற்றே குண்டாக இருந்தான். சிறையில் கிடைக்கும் உணவு போதும் போதாததுமாக இருந்ததால் அர்ஜனுக்கு அவன் குண்டாக இருப்பது ஆச்சரியத்தை அளித்தது. அவர்கள் கொடுக்கும் பால் கிழவியின் மார்பகத்தில் இருக்கும் வியர்வை நாற்றம் போல் குமட்டும்.

''என் பெயர் விக்ரம்,'' என்றான், ''நீ எப்படி இருக்கிறாய், நண்பா?''

நிஜமாகவா?

''நான் என் விசாரணைக்காக நின்று கொண்டிருந்தபொழுது வந்த பறக்கும் சாதனத்தில் உன்னைக் கண்டேன்.'' கண்கள் பளபளத்தன. இளித்தபடி அங்கே ஏன் நிற்கிறோம் என்று புரியாமல் இருப்பது போன்ற தோற்றம். ''பார்க்க கண் கொள்ளாக் காட்சியாக இருந்தது. நீ அதை எப்படி இயக்குகிறாய் நண்பா? எனக்கும் கற்றுக்கொள்ள வேண்டும். நான் இங்கிருந்து வெளியேறி நல்ல பண்ணை ஒன்றைப் பிடித்து அதில் புதிய கண்டுபிடிப்புகளின் ஆய்வை நடத்தப் போகிறேன்.''

''முகத்தில் அடித்தாற் போலப் பேசுவது எனக்கு வருத்தத்தை அளித்தாலும், நாம் இங்கு சாவை நோக்கி காத்திருக்கிறோம். நீ என்ன பறக்கும் கண்டுபிடிப்புகளைப் பற்றிப் பேசுகிறாய்?''

''அவர்கள் சும்மா நம்மைக் காட்சிப்பொருளாக ஆக்கி அச்சுறுத்துகிறார்கள்,'' என்றபடி உலோகச் சங்கிலியால் பிணைக்கப்பட்ட கையை ஆட்டினான். ''சிறப்பானவர்கள் மட்டுமே சண்டையிடுவார்கள். நமக்கு சும்மாவே பயிற்சி அளிக்கப்படும் ஆனால் நம்மை சண்டையிட அழைக்க மாட்டார்கள். அலுப்பு தட்டும் போட்டியில்லாத மல்யுத்தத்தை யாருமே பார்க்க விரும்பமாட்டார்கள்.''

''மாற்றங்கள் விரைவிலேயே ஏற்படும் என்று நம்புகிறேன்,'' என்றான் அர்ஜன் பற்களைக் கடித்தபடி. அவனால் அதை உணர முடிந்தது. காளி ஆட்சிக்கு வந்த பிறகு நாகாக்களை மாற்றிவிட்டான். ஒரே இரவில் அவர்கள் காணாமல் போய்விட்டார்கள். மாணவ

சிறை அதிகாரிகளாகவும், காவலர்களாகவும் அமர்த்தப்பட்டனர். முந்தைய அரசனின் கோட்டையையும் ஆக்கிரமித்துக் கொண்டான். வேதாந்தாவாக இருந்திருந்தால், வெள்ளி முடி கொண்ட பெண்ணுடன் இவன் அத்து மீறி உள்ளே நுழைந்ததற்கு அவனைக் கொலை செய்திருப்பான். ஆனால் அவனை காளிக்கு முன் நிறுத்தினர், அவன்தான் அனைவருக்கும் தண்டனை அளிப்பவன்.

போட்டி முடிந்தது. காளி வென்றவன் யார் என்று அறிவித்தான். அவன் சார்பில் பந்தயத்தில் பணம் கட்டியவர்கள் சந்தோஷக் கூக்குரல்கள் எழுப்பினர். மல்யுத்த வீரனின் முகம் மிரட்டலாக இருந்தது. அகலமான முகம், அழுத்தமான முக அம்சங்கள். கோபமும் பிடிவாதமும் நிறைந்த கண்கள். கரி போன்ற கருத்த நிறம் கொண்டவன். அவன் அழகன். அர்ஜன் வயிற்றை ஏதோ பிசைந்தது. அர்ஜன் அதைக் கண்டு கொள்ளவில்லை. மல்யுத்தக்காரனை நேசிக்க ஆரம்பித்தால் சீக்கிரத்தில் அவனோடு சண்டையிட நேரிடலாம் என்பதால் அந்தக் கிளர்ச்சியை வளர்க்க விரும்பவில்லை. ஆனால் இவனுடன் அர்ஜன் சண்டையிட நேரிட்டால் அர்ஜன் கூழாக மாறிவிடுவான் என்பதில் ஐயம் இல்லை.

அவன் பெயர் ருத்ரா, சிவனின் மற்றொரு பெயர்.

''நம்முடைய சிறந்த மல்யுத்த வீரன்,'' என்று காளி அழகாக அறிவித்தான். ''இவனை யாராலும் வெல்ல முடியாது, யாரும் முயற்சி செய்யவும் மாட்டார்கள்.'' அவன் ருத்ராவின் கையைப் பிடித்து உயர்த்தினான். ''நீ இன்று என்னுடன் உணவு அருந்து, தம்பி.'' அவன் ருத்ராவின் முதுகைத் தட்டினான். ருத்ரா உறுமினான். பிறகு மற்ற மல்யுத்த வீரர்கள் குழுமியிருந்த இடத்தை நோக்கி அர்ஜன் பக்கமாக நடந்தான்.

எங்கோ ஒளிந்திருந்த பெரிய கடவுளுக்குப் பிரார்த்தனை செலுத்தினான். காளியின் தங்க நிறக் கண்களின் பார்வை இவன் மீது விழக் கூடாது என்று. காளி நடந்து கொண்டே அறிவித்தான், ''நீங்கள் அனைவரும் பயிற்சி பெற்று, சண்டையிட்டு பிரபு ஜராசந்தனின் பெருமையை நிலை நாட்ட வேண்டும்.'' அதிகார வெறி கொண்ட ஆர்யவர்தாவை ஆண்ட சாம்ராட்டின் பெயரைச் சொன்னான். அவன் மூதாதையர்களைப் பிளவுக்கு முன்னால் ஆண்டவன். கோவிந்தின் கைகளில் மிகவும் கேவலமாக இறந்தவன் அவன். வரிகோடாராவும், கோவிந்தும் இணைந்து ஒரு மல்யுத்தப் போட்டியை ஏற்பாடு செய்திருந்தனர். இப்பொழுது அந்த இனம் அழிக்கப்பட்டிருந்தாலும் அப்பொழுது அழிக்க முடியாத இனமான அசுர இனத்தைச் சேர்ந்தவன் ஜராசந்தா. அவன் சோமாவைப் பருகியிருந்ததால் அவனுக்கு சாவு இல்லை. இந்த்ரகர்ருக்கு பயணிக்கும் பொழுது அப்படித் தான் க்ருபா ...யிருந்தான். இவற்றையெல்லாம் பார்த்ததைப் போலவே க்ருபா கதை

சொல்லுவான். ஜராசந்தாவின் உடலை இரண்டாகப் பிளந்து அவற்றை எதிரும் புதிருமாக வீசியதால்தான் அவன் இறந்தான். அவன் குழம்பிப் போய் தன் உடலுடன் எப்படி இணைவது என்று வழி தெரியாமல் இறந்துவிட்டான்.

இப்படிப்பட்ட விஷயங்கள் இப்பொழுது நடப்பதில்லை, ஆனால் அவன் கல்கியைப் பார்த்துவிட்டான்.

காளி அர்ஜன் அருகில் நின்றான். அவனை முறைத்தான். கண்கள் சுருங்கிப் பின் விரிந்தன. அர்ஜனால் அவனுடைய மூச்சுக் காற்றை உணர முடிந்தது, ஆனால் அவன் பயத்தையோ, ஆத்திரத்தையோ வெளிக் காட்டவில்லை; காளிக்கு அதுதான் தேவை என்று புரிந்தது-அர்ஜன் எதிர்வினை செய்ய வேண்டும். ஆனால் அவன் தன்னைக் கட்டுப்படுத்திக் கொண்டான்.

''நீ,'' என்று அர்ஜனின் தோள் பற்றிக் கூட்டத்தில் இருந்து வெளியே இழுத்தான்.

அர்ஜனை வலுக்கட்டாயமாக பிடித்து இழுத்துச் சென்றான். அவன் பல்லைக் கடித்தபடி சென்றான். அவனை சூதாடுபவர்களுக்கு நடுவே கொண்டு சென்றான். அவனை அவர்கள் ஏறிட்டுப் பார்த்தனர். அர்ஜன் கைகள் கட்டப்பட்டிருந்தன. அவன் முகம் சுளித்தபடி நின்றான். இவனுக்குப் பயிற்சி கூட அளிக்காமல் இவனை அரங்கத்திற்குள் தள்ளும் காரணம் என்னவென்று தெரியவில்லை. அவன் வெறும் கைதி. ருத்ரா அவனைப் பார்த்தபடி நின்றான். அவனை வார்த்தையின்றியே ஒரு கேலிப் பார்வை பார்த்தான். அவன் முகத்தில் தகிக்கும் இகழ்ச்சி. நெருக்கத்தில் ருத்ரா பார்க்க அவ்வளவு அழகன் என்று கூட சொல்ல முடியாது!

''நீ ரொம்ப பலவீனமானவன்!''

''எதற்கு ஒரு கத்துக்குட்டியை அனுப்புகிறோம்? அவனுக்கு முதலில் பயிற்சி அளிக்க வேண்டும்!''

''அவனுக்கு தசைப் பிடிப்பு கூட இல்லை!''

கூட்டத்திலிருந்து குரல்கள் எழுந்தன. அர்ஜனால் யார் பேசுவது என்பதை கண்டறிய முடியவில்லை.

காளி இரண்டு போட்டியாளர்களுக்கும் நடுவே வந்து அர்ஜனின் தோளைப்பிடித்து அழுத்தினான். அதிகமாகப் போருக்குப் போகாத மன்னன் என்றாலும் அவன் பிடியில் வலு இருந்தது. அவன் இருத் தலைச் சதை அர்ஜனுடையதைவிடப் புடைத்துப் பெரியதாக இருந்தது. கருங்கல்லில் இருந்து செதுக்கப்பட்டது போன்ற உடல் வாகு.

''நாம் ஏன் சற்று நேரம் விளையாடக் கூடாது?'' என்று காளி இளித்தான். ''நம்முடைய நட்சத்திர போட்டியாளருடன் ஒரு பயிற்சி பெறாத கத்துகுட்டியை போட்டியிட வைக்கலாமா?''

அர்ஜனின் இதயத் துடிப்பு அதிகரித்தது.

வேண்டாம்.

குரு ரங்கா மெதுவாக நடந்து வந்து மிரட்சியுடன் பேசினான், ''வேந்தே, இந்தப் பையனுக்கு தன்னைத் தற்காத்துக் கொள்ளக் கூடத் தெரியாது. இது நியாயமான போட்டியாக இருக்க வாய்ப்பு இல்லை.''

அவன் ஏதோ பேசக் கூடாததை பேசியதைப் போல காளி அவனை முறைத்தான். ''எனக்கு அதனால் என்ன அக்கறை? நமக்குத் தேவை போட்டி. அது நியாயமா இல்லையா என்பதில் அக்கறை இல்லை.''

அனைவரும் கைதட்டி ஆரவாரித்தனர்.

''ஆனால் ருத்ராவுடன் போட்டி போடத் தகுதியான பலர் என்னிடம் இருக்கிறார்கள். அவர்கள் பயிற்சி பெற்று தயார் நிலையில் இருப்பவர்கள்.'' பேச்சை அத்துடன் நிறுத்தினான். அதிகம் பேசி விட்டோமோ என்ற பயத்தில் நெளிந்தான். ''நான் அவனுக்கு முதலில் பயிற்சி அளிக்கிறேன், பிறகு நீங்கள் அவனை ஒரு கை பாருங்கள்.''

காளி குரு ரங்காவை அணுகினான். அவன் பின்னால் நகர்ந்தான். ''நீ இங்கிருந்து செல்.'' அவனின் உணர்ச்சியற்ற குரலைக் கேட்ட நடுக்கத்தில் சிறைக் காவலாளி அங்கிருந்து விலகினான்.

மக்கள் கை தட்டிக் கொக்கரித்தனர். வேதாந்தாவையோ, குவேராவையோ அந்தக் கூட்டத்தில் அர்ஜனால் காண முடியவில்லை.

''நாம் ஒரு பந்தயம் கட்டலாம்,'' என்று காளி உரக்கச் சொன்னான். ''யார் வெல்வார்கள்?''

அனைவரும் ருத்ராவின் பெயரைக் கூறினார். ருத்ராவே கேலியாக சிரித்தபடி நின்றான். அர்ஜனை முறைத்தான். அர்ஜன் அசையாமல் உணர்ச்சிகளை வெளிக்காட்டாமல் நின்றான். வேறு எந்த வழியில் அவனை சமாளிப்பது என்று சிந்திக்கலானான். மற்றவர்களுடன் ருத்ரா போட்டியிடும் பொழுது அவன் பலவீனங்கள் என்ன என்பதை மனதில் வரிசைப்படுத்திப் பார்த்தான். ருத்ரா எதிரியை கிடுக்கிப் பிடி போட்டு அவர்களின் கழுத்தை நெரிப்பதைத் தான் யுக்தியாகக் கொண்டவன். சில சமயம் வலுக்கட்டாயமாக அவர்களின் உடலைத் தரையில் கிடத்தி எலும்புகளை உடைத்தான்.

அர்ஜன் மெதுவாகத் தன் தலையை விக்ரமை நோக்கித் திருப்பினான். அவன் கவலையில் எச்சில் விழுங்கிக் கொண்டிருந்தான். அந்தக் குண்டனின் கூற்றுப் படி, சிறந்தவன் தான் போட்டிக்குச் செல்லுவான். ஆனால் அர்ஜன் நன்றாக அறிவான், காளியின் வன்மத்தை; அவன் மீது உமிழ்ந்ததற்கும், சோமாவைத் திருடியதற்கும், அதை எரித்ததற்கும், கைதியை தப்பிக்க வைத்ததற்கும் பழிக்குப் பழி வாங்கத்தான் காளி நினைப்பான். யோசித்துப் பார்த்தால் காளி கருணையுடன் தான் நடந்து கொள்கிறான்; அர்ஜனை சிங்கங்களுக்கு இரையாக்காமல் விட்டானே. ஆனாலும் ருத்ராவைப் பார்க்கும் பொழுது பய அலைகள் அவன் முதுகுத் தண்டில் ஓடின.

மாணவ் காவலாளிகள் வந்து, அர்ஜனின் விலங்குகளைத் தளர்த்தினர். அவனைத் தரையில் தள்ளினர். அர்ஜன் மண்ணில் விழுந்ததும் அண்ணாந்து ஆகாயத்தைப் பார்த்தான். அரங்கம் சிறிதாக இருந்தாலும் அடுக்கடுக்காக கட்டமைக்கப்பட்டிருந்தது. அதனால் நிறைய பேர் அமர்ந்து பார்க்க வசதியாக இருந்தது.

அர்ஜன் தன் விரல்களை மடக்கி நெட்டி முறித்தான். ருத்ரா அவன் முன்னால் விளையாட்டுத்தனமாகச் சிரித்தபடி, உறுமிக் கொண்டிருந்தான். அர்ஜன் காளியைப் பார்த்தான். அவன் தன் இருக்கையில் அமர்ந்திருந்தான். காளி தன் கையால் மூக்கைத் தேய்த்தபடி, கையசைத்து போட்டி துவங்கலாம் என்று சைகை செய்தான். எங்கிருந்தோ தாரை தப்பட்டை சப்தம் கேட்டது. அனைத்தும் நினைவிலிருந்து தப்பிவிட்டது; அவன் அந்த நிலையிலிருந்து மீண்டு தன் உணர்வு பெறும் பொழுது, கீழே தள்ளப்பட்டு ஒரு பெரிய உருவம் தன்னை அடித்துக் கொண்டிருப்பதை உணர்ந்தான். அவன் முதுகுப் புறம் கட்டாந்தரையில் உரசும் பொழுது அம்புக் காயம் ரணகளமாக வலிக்கத் தொடங்கியது. அவன் கண்களில் வலியின் நீர் கோர்த்துக் கொண்டது.

ருத்ரா அவன் கழுத்தைப் பற்றியவுடன் அவனுக்கு பீதி கிளம்பியது. ஆனால் அவன் பிடியிலிருந்து விலகி நகர்ந்தான் அர்ஜன். அவனுடைய திடகாத்ரமான கரங்களின் பிடியிலிருந்து தன்னுடைய வலுபொருந்திய கைகளால் அர்ஜன் தடுத்தான். ருத்ரா தாக்கினால் தன் கைகளால் அதை அர்ஜன் தடுத்தான். கடைசியாக ருத்ரா தன் கால்களை அவன் குறுக்கே போட்டு அவனைக் கிடுக்கிப் பிடியில் தள்ளி, இறுக்கி அவன் மேல்புரத்தைப் புரட்டிப் போட்டு, அர்ஜனின் மார்பு தரையில் உரசும்படி கிடத்தினான். ருத்ரா முன்னால் சாய்ந்து அவன் தோளைக் கடித்தான். பிறகு கிசுகிசுத்தான், ''உனகுப் பிடித்திருக்கிறதா?''

அர்ஜன் தன் புருவங்களை உயர்த்தி அவனைப் பார்த்தான், அவன் வார்த்தைகளால் குழப்பம் அடைந்தான். ஆனால் தன சக்தி அனைத்தையும் திரட்டி அவனைக் கீழே தள்ளினான். ருத்ரா கீழே விழுந்தான். கூட்டம் கொக்கரிப்பதை நிறுத்தி ருத்ரா சமாளித்து எழுந்து நிற்பதை அக்கறையுடன் பார்த்தது. ருத்ரா தன் தோளில் ஏதோ அடிபட்டது போல அதை மடக்கி நிமிர்த்தியபடி நின்றான்.

''நீ பரவாயில்லை,'' என்று ருத்ரா இளித்தான். ''ஆனால் மன்னிக்கணும். நான் உயிருடன் இருக்க வேண்டுமானால் நான் உன்னைக் கொல்ல வேண்டும்.''

அர்ஜனின் பாதங்கள் தரையில் உறைந்தன. ருத்ரா அவனை நோக்கி ஓடி வந்தான். முஷ்டியை மடக்கி வந்தவனின் தாக்குதலுக்குத் தயாராக அர்ஜன் கைகளை உயர்த்தியபடி நின்றான். அது மல்யுத்தம் என்பதையும் கடந்து வலிமையை நிலை நாட்டும் குத்து, உதை என்று மாறிவிட்டது.

''மன்னித்துவிடு நண்பா, உனக்கு இனி தப்பிக்க வழி இல்லை.''

வழி இல்லை தான். அர்ஜன் நெளித்தான், வளைந்தான். ருத்ரா அவன் மூக்கில் விட்ட குத்தில் ரத்தம் வழிந்தது. ரத்தம் ஆறாகப் பெருகி அவன் வாயினுள்ளும் சென்றது. வலி அவன் தலையில் ரீங்கரித்தது. கண் பார்வையை மறைத்தது. இதயம் வேகமாகப் படபடத்தது.

ருத்ரா அவன் குரல்வளையை நெருக்க ஆரம்பித்தான். அர்ஜனுக்கு மூச்சு திணறியது, அவனைத் தள்ளப் பார்த்தான், முடியவில்லை. அவனுக்கு இருட்டுப் புள்ளிகள் தென்பட்டன. காற்றின் சுவாசம் தடைப்பட்டது. அவன் கண்கள் தன்னிச்சையாக மூடிக் கொண்டன, அவன் இருளை வரவேற்றான்.

484

பழங்குடியினர்

ராக்ஷஸ் - புத்திசாலிகள், மனித உருக் கொண்டவர்கள், தெற்கே ஈளம் என்ற தீவில் பிறந்தவர்கள். கைச் சண்டையில் தேர்ந்தவர்கள், மற்ற பழங்குடியினரைக் காட்டிலும் தடிமனான தோலை உடையவர்கள். அவர்களின் சராசரி உயரம் ஆறடிக்கு மேல். அவர்கள் தந்தை வழிச் சொத்துரிமை கலாசாரம் கொண்டவர்கள். அச்சுறுத்தும் தோற்றம், ஆனால் பின்னடைந்த நாகாரீகம் கொண்டவர்கள். பெரும்பான்மையானவர்கள் சிவனை வணங்கினாலும் அவர்கள் நாத்திகர்கள் என்ற கருத்து பரவலாக இருந்தது. கருத்த நிறம் கொண்டவர்கள், முடியில் எண்ணை நிரந்தரமாக வழியும்.

நாகாக்கள் - கம்பீரம் மற்றும் பணக்காரத்தனமான தோற்றம் நிறைந்தவர்கள். ஏரியில் மிதக்கும் நகரமான நாகபுரியில் வசிப்பவர்கள். அவர்கள் சேஷக் கடவுளையும், விஷ்ணுவையும் வணங்குபவர்கள். இவர்களை வீரர்கள் என்று சொல்வதைவிட ராஜதந்திரிகள் என்று கூறலாம். ஆனாலும் உள் நாட்டு ராணுவத்தை நன்கு கட்டமைத்தவர்கள். பெண்களை கூடுதலாக மதிக்கும் கலாசாரம் கொண்டவர்கள். நீல கண்களும் வெண்மை நிறமும் கொண்டவர்கள்.

யக்ஷர்கள் - குட்டையானவர்கள், விஷமத்தன்மை கொண்டவர்கள். அவர்கள் மிரட்டல் தன்மை அற்றவர்கள். பண விஷயங்களைத் திறம்பட கையாள்பவர்கள். தங்கள் மன்னனைத் தவிர வேறு கடவுள்களை வணங்கமாட்டார்கள். அவர்களுக்கு ராணுவ மற்றும் அரசியல் திறமைகள் குறைவு. யக்ஷினிகள், அதாவது யக்ஷ குல பெண்கள் அரிதானவர்கள். அவர்கள் அலக்பூர் என்ற இடத்தில் பாலைவனத்திற்கு நடுவில் வாழ்பவர்கள். மற்ற பழங்குடியினருடன் ஒப்பிடும் பொழுது அவர்கள் செல்வந்தர்கள்.

அசுராக்கள் - அழிந்துவிட்ட இனம். இவர்களைப் பற்றி அதிகமான செய்திகள் இல்லை. இந்த உலகின் அனைத்துத் தீய விஷயங்களுக்கும் அவர்களைத்தான் காரணம் காட்டினர். அதனால் அவர்களைத் தேடிப்

பிடித்து பல ஆண்கள், பெண்கள் மற்றும் குழந்தைகளைத் தூக்கிலிட்டுக் கொன்று குவித்தனர். இவர்கள் தீயவர்கள் என்ற மூட நம்பிக்கையால் இவர்கள் வேட்டையாடி அழிக்கப்பட்டனர். சிலர் உயிர் தப்பி எங்கோ அலைந்து திரிந்து கொண்டிருந்தனர். இவர்கள் நாத்திகர்கள்.

தானவ்கள் - இவர்கள் அசுராக்களின் சகோதரர்கள். இவர்கள் மரங்களைப் போன்ற உயரமும் மலைகளைப் போன்ற உருவமும் கொண்டவர்கள். இவர்கள் கடவுள்களின் தீவிர எதிரிகள். இப்பொழுது இவர்கள் ஆழ்ந்த நித்திரையில் இருக்கின்றனர் என்று கூறப்படுகிறது. இவர்கள் நடந்தால் உலகமே நடுங்கும். இவர்களைப் பற்றிய பழங்கட்டுக் கதைகள் உள்ளன. இவர்களைப் பிளவுக்குப் பின்னால் காணவில்லை.

பிசாசாஸ் - நர மாமிசம் சாப்பிடுபவர்கள். டால்டால் சதுப்பு நிலங்களில் வாழ்பவர்கள். இவர்கள் உடல்வலுவில் நேர்த்தியானவர்களை வணங்குபவர்கள். இவர்கள் கர்மாவில் நம்பிக்கை வைத்திருப்பதால், ஒவ்வொரு பாவச் செயலையும் மசி கொண்டு தங்கள் உடலில் குறிப்பவர்கள். இவர்கள் மன நிலை சரியில்லாதவர்கள் என்பதால் இவர்கள் நிலத்தை முட்டாள்கள்தான் கடப்பார்கள்.

வானர் - இவர்கள் தண்டவக் காடுகளில் வாழ்பவர்கள். இவர்கள் படித்தவர்கள். விசாலமான ஞானம் கொண்டவர்கள். இவர்கள் உடம்பு முழுவதும் இருக்கும் ரோமமே இவர்களின் குறையாகக் கருதப்படுகிறது. இவர்கள் பதுங்கி வாழ்பவர்கள். விருந்தினர்களை ஒதுக்குபவர்கள். இவர்களின் காவலாளியான பஜ்ரங் கடவுளை வணங்குபவர்கள். சாகா வரம் பெற்ற மன்னனாகவும் பஜ்ரங்கைப் போற்றுபவர்கள்.

குறிப்பு: இந்தப்பட்டியலில் இடம் பெறாத பல பழங்குடியினங்களும் இருக்கின்றன. அவைகளை இன்னும் ஆய்வு செய்யப்பட்டு ஆவணப்படுத்தவேண்டும்.

- வேத் வியாஸ்

அங்கீகாரங்கள்

ஒரு புத்தகம் என்பதில் எழுத்தாளரின் கடின உழைப்பையும் தாண்டி பலரின் உழைப்பும் அடங்கியிருக்கிறது. இந்த முயற்சியில் எனக்குத் தோள் கொடுத்தவர்களின் பட்டியலைச் சொல்ல விரும்புகிறேன். என்னுடைய முதல் புத்தகமான இந்த கற்பனைத் தொடர் சந்தேகத்துக்கு இடமின்றி என் தலை சிறந்த இலக்கியப் பெரும்படைப்பு வெளி வரக் காரணமாக இருந்தவர்கள் பலர்.

என் பெற்றோர்களிடமிருந்து தொடங்குகிறேன். என்னுடைய அப்பாவின் எல்லையற்ற ஆதரவு மற்றும் அன்பின் காரணமாகத்தான், இந்தப் புத்தகம் உங்கள் கையை அடைந்தது. இந்த முயற்சிக்கான ஒவ்வொரு விஷயத்திலும் எங்களுக்குள் அபிப்பிராய பேதங்கள் ஏற்பட்டன. ஆனால் அந்த வித்தியாசமான கருத்து வேறுபாடுகளால்தான் இந்தப் புத்தகம் இவ்வளவு அழகான வடிவம் பெற்றது. என்னுடைய அன்னை தீவிரமான கிருத்துவ கோட்பாடுகளைக் கொண்டவள், ஆனாலும் தன் மகன் இந்துக் கடவுள்களைப் பற்றி எழுதுவதை அவள் ஏற்றுக் கொண்டாள். தன் நம்பிக்கைகளை ஒதுக்கி வைத்து அவள் என் முயற்சியை ஏற்று கொண்டு ஆதரவு அளித்தது எனக்கு ஒரு படிப்பினையைத் தந்தது-ஒருவன் முதலில் மனிதன், அவன் மதம் என்பது இரண்டாவதுதான்.

நான் என் பதிப்பாசிரியருக்கு நன்றி கூறக் கடமைப் பட்டிருக்கிறேன். ஒரு நாளைக்கு எட்டு மணி நேரத்திற்கு மேல் அயராது உழைத்து இதை திருத்தி, மாற்றி எழுதி செப்பனிட்டிருக்கிறார். அவர் இதை வடிவமைத்தற்கு நான் என்றென்றும் நன்றிக் கடன் பட்டிருக்கிறேன்.

கலெமொஸ் லிட்டரரி சர்விசஸ் மூலம் இந்தப் புத்தகத்தை வெளியிட்ட அனுஜ் குமாருக்கு என் நன்றி. எங்கள் பதிப்பகத்தின் முதல் புராணக் கற்பனைப் புனைவை வெளியிட ஆர்வம் காட்டியதற்கு நன்றி. இந்த அழகான அட்டைப்படத்தை அமைத்துக் கொடுத்த அர்தட் ஸ்டுடியோவுக்கும் நன்றி. அஜிதாபா போஸ் இந்த அட்டையில் அழகான எழுத்து வடிவத்தைக் கொண்டு அழகு சேர்த்தமைக்கு நன்றி. ஜாஷ்ணா இவென்ட்சைச் சேர்ந்த என் பீ ஆர் உதவியாளர்கள் டிம்புள் சிங் மற்றும் சீமா சக்சேனா காட்டிய உற்சாகத்துக்கு நன்றி.

அட்டகாசமான போஸ்டர்கள் மற்றும் காணொளிகளைச் செய்த ககன் காப்ராவுக்கு நன்றி. என்னைக் காட்டிலும் அதிகம் உழைத்து இந்த முயற்சியை வெற்றி பெறச் செய்திருக்கிறார்.

கடைசியாக என் வாசகர்களான நீங்கள். நீங்கள் பிரமாதமானவர்கள். நீங்கள் என் புத்தகத்தை ரசிப்பீர்கள் என்று நம்புகிறேன்.

கெவின் மிசல் ஒரு இருபத்தியோரு வயது செயின்ட் ஸ்டீஃபன் கல்லூரியின் பட்டதாரி. கல்கி என்ற மூன்று நெடுங்கதைத் தொடரின் முதல் புத்தகமான **தர்மயோதா கல்கி: விஷ்ணுவின் அவதாரம்** என்ற புத்தகத்தை வெளியிட்டிருக்கிறார். ***மில்லேனியம் போஸ்ட் மற்றும் சண்டே கார்டியன்*** போன்ற செய்திதாள்களின் 2017இன் ''புராண சிறப்பு நிகழ்வு'' என்ற பாராட்டைப் பெற்றிருக்கிறார்.

படிப்பது, திரைப்படங்கள் பார்ப்பது, மனதில் கதைகளை வடிப்பது என்பவை கெவினுக்குப் பிடித்தவை. அவர் புது டெல்லியில் வசிக்கிறார். அவரை தொடர்பு கொள்ள: kevin.s.missal@gmail.com